# இந்திய நாத்திகம்



தேவிபிரசாத் சட்டோபாத்யாயா

தமிழில்: சாமி

பாரதி புத்தகாலயம்

**INDIA NATHIGAM** (In Tamil)

**DEBIPRASAD CHATOPADHYAYA**

Originally Published by People's Publshing House under the Title
"INDIAN ATHEISM"

Translated by: **SAMY**

First Edition: December, 2013 | Third Print: February, 2023

**Published by**

**BHARATHI PUTHAKALAYAM**

7, Elango Salai, Teynampet, Chennai - 600 018
Email: bharathiputhakalayam@gmail.com | www.thamizhbooks.com

**இந்திய நாத்திகம்**

**தேவிபிரசாத் சட்டோபாத்யாயா**

**தமிழில்: சாமி**

முதல் பதிப்பு: டிசம்பர், 2013 | மூன்றாம் அச்சு: பிப்ரவரி, 2023

**வெளியீடு:**

பாரதி புத்தகாலயம்

7, இளங்கோ சாலை, தேனாம்பேட்டை, சென்னை - 600 018

தொலைபேசி : 044 24332424, 24330024 விற்பனை: 24332924

**விற்பனை நிலையங்கள்**

**அருப்புக்கோட்டை:** கதவுஎண் 49 A/4 மெயின் ரோடு, தெற்கு தெரு - 9994173551
**ஈரோடு:** 39: 39 ஸ்டேட் பாங்க் சாலை - 9245448353
**கரூர்:** நாரத கானசபா அருகில் (TNGEA OFFICE)- 9442706676
**காரைக்குடி :** 12, 2 வது தெரு, கம்பன் மணிமண்டபம் பின்புறம் - 9443406150
**கும்பகோணம்:** 352, ரயில் நிலையம் எதிரில் - 9443995061
**குன்னூர்:** N.K.N வணிக வளாகம் பெட்போர்ட்
**கோவை:** 77, மசக்காளிபாளையம் ரோடு, பீளமேடு - 8903707294
**சிதம்பரம்:** 22A / 18B தேரடி கடைத் தெரு, கீழவீதி அருகில் - 9994399347
**செங்கல்பட்டு:** 1 D ஜி.எஸ்.டி சாலை - 044 27426964 | **சேலம்:** 15, வித்யாலயா சாலை சாலை
**சேலம்:** பாலம் 35, அத்வைத ஆஸ்ரமம் சாலை 0427 2335952
**தஞ்சாவூர்:** காந்திஜி வணிக வளாகம் காந்திஜி சாலை - 9655542400
**திண்டுக்கல்:** பேருந்து நிலையம் - 9942331105, 9976053719
**திருச்சி:** வெண்மணி இல்லம், கரூர் புறவழிச்சாலை - 9994289492
**திருநெல்வேலி:** 25A, ராஜேந்திரநகர் - 9442149981 | **திருப்பூர்:** 447, அவினாசி சாலை - 9486105018
**திருவண்ணாமலை:** முத்தம்மாள் நகர் | **திருவல்லிக்கேணி:** 48, தேரடி தெரு - 9444428358
**திருவாரூர்:** 35, நேதாஜி சாலை - 9442540543 | **நாகர்கோவில்:** 699 கே.பி.ரோடு R.V.புரம் - 9443450111
**நெய்வேலி:** பேருந்து நிலையம் அருகில், - 9443659147 |**பழனி:** பேருந்து நிலையம் அருகில் - 7010760693
**பாண்டிச்சேரி :** கிழக்கு கடற்கரைச்சாலை, இலாசுப்பேட்டை, 9486102777
**பெரம்பூர்:** 52, கூக்ஸ் ரோடு - 9444373716 | **மதுரை:** 37A, பெரியார் பேருந்து நிலையம் - 045 22324674
**மதுரை:** சர்வோதயா மெயின்ரோடு
**வடபழனி:** பேருந்து நிலையம் எதிரில் அடையார் ஆனந்தபவன் மாடியில் - 9444476967
**விருதுநகர்:** 131, கச்சேரி சாலை - 0456 2245300 | **வேலூர்:** பேஸ் III, சத்துவாச்சாரி - 9442553893

நினைத்த நூல்கள்... நினைத்த நேரத்தில்...

thamizhbooks.com    8778073949

அச்சு: பிரிண்டெக், சென்னை - 600005

**தேவி பிரசாத் சட்டோபாத்யாயா**
**(1918-1993)**

இந்தியாவில் தோன்றிய தனித்துவம் கொண்ட மார்க்சிய அறிஞர்களுள் ஒருவர். பண்டைக்கால இந்தியா குறித்து அறிவியல் பூர்வமான புரிதல் வருவதற்கு மார்க்சிய நோக்கில் ஆய்வு செய்து விளக்கிய ஆளுமைகளான டிடி. கோசாம்பி, ஆர்.எஸ்.சர்மா, ரோமிலா தாப்பர் ஆகியோரோடு இணைத்துப் பார்க்கப்பட வேண்டியவர். 'இந்திய தத்துவம்' என்பது தேவி பிரசாத் சட்டோபாத்யாயாவின் சிறப்புப் புலம்.

கல்கத்தா பல்கலைக் கழகத்தில் சர்வபள்ளி ராதாகிருஷ்ணன், எஸ்.என்.தாஸ் குப்தா ஆகிய இரு பேரறிஞர்களிடம் பயின்றவர் டி.பி.சட்டோபாத்யாயா. தனது இளங்கலை, முதுகலைப் படிப்பில் பல்கலைக் கழகத்தின் முதல் மாணவராகத் தேறிப் பின் தன் ஆய்வுகளைத் தொடர்ந்த அவர், தனது ஆசிரியர்களின் கருத்துகளிலிருந்து விலகி தனித்துவமும், துணிச்சலும், சமரசமற்ற அறிவியல் பூர்வமானதுமான கருத்துகளுக்கு வந்து சேர்ந்தார். கல்கத்தா பல்கலைக் கழகத்தில் 20 ஆண்டுகாலம் பணிபுரிந்த அவர், பின்னர் பல்கலைக் கழக மானியக் குழுவின் வருகைப் பேராசிரியராக கல்கத்தா, ஆந்திரா, புனே பல்கலைக் கழகங்களில் பணியாற்றினார்; இந்திய வரலாற்று ஆய்வுக் கழகம், இந்திய தத்துவ ஆய்வுக் கழகம், தேசிய அறிவியல்,

தொழில்நுட்பம் மற்றும் மேம்பாட்டு கல்விக் கழகம் ஆகியவற்றிலும் முக்கிய பங்காற்றியுள்ளார்.

தனது ஆய்வுகளின் மூலம் மார்க்சியத்தை வந்தடைந்த டி.பி. சட்டோபாத்யாயா, தான் ஏற்றுக் கொண்ட சித்தாந்தத்திலும், கருத்துகளிலும் இறுதி வரை உறுதியாக இருந்தார்.

இந்திய கம்யூனிஸ்ட் கட்சியில் 1944 ஆம் ஆண்டு உறுப்பினரான அவர் தனது மரணம் வரை கட்சியில் உறுப்பினராக தொடர்ந்தார். எந்தவிதமான குறுகிய வறட்டுவாதமோ, குறுங்குழு வாதமோ, அண்டாதவராக இருந்த டி.பி. சட்டோபாத்யாயா கட்சி எல்லைகளைக் கடந்து சகல இடதுசாரிகளாலும் பெரிதும் மதிக்கப் படுபவராகவும் நேசிக்கப்படுபவராகவும் இருந்தார். அவரும் அதே உணர்வுகளுடன் அவர்களிடம் பழகுபவராக இருந்தார்.

அவரும் அவரது மனைவி அலக்க மஜும்தார் சட்டோபாத்யாயா (Alaka Majumder Chattopadhyaya (1926-1998) (சிறந்த 'திபெத் ஆய்வாளர்) அவர்களும், எங்கிருந்தாலும் அவரை நாடி வரும் தோழர்களுக்கு அவர்களது இல்லத்தின் கதவுகளை அகலத் திறந்தே வைத்து இருந்தனர்.

பல்வேறுபட்ட வாழ்நிலைகளில் இருந்த அனைவருடனும் அன்புடன் பழகும் தன்மையராகத் தனது இறுதி நாள் வரை இருந்துள்ளார்.

ஆனால் அவரது ஆய்வுகள், எந்தவித சமரசமும் இல்லாத அறிவியலின் காத்திரமும், கறார் தன்மையும் கொண்டவையாக இருக்கின்றன. தத்துவ அறிஞர்தான் என்றாலும் நடைமுறை உலகு குறித்த சிந்தனையற்று 'இல்லாத கருப்புப் பூனையை இருட்டறையில்' தேடுபவராக அவர் என்றும் இருந்ததில்லை. அவரின் புகழ் பெற்ற நூல்களில்' இந்திய நாத்திகம் (Indian Atheism எனும் இந்நூலைத் தவிர இந்திய தத்துவத்தில் நிலைத்திருப்பனவும் அழிந்தனவும் ('What is living and What is dead in Indian Philosophy') உலகாயதம் ('Lokayata'), 'பண்டைய இந்தியாவில் அறிவியலும் சமூகமும்' 'Science and Society in Ancient India', இந்திய தத்துவம்: ஓர் அறிமுகம் ('Indian Philosophy: A Popular Outline'), ஆகிய பிற அனைத்தும் ஏற்கெனவே தமிழில் வெளிவந்துள்ளன. இந்த வரிசையில் தேவி பிரசாத் சட்டோபாத்யாயாவின் முக்கியமான நூல்களில் ஒன்றான 'இந்திய நாத்திகம்' எனும் இந்நூலை சிறந்த மொழிபெயர்ப்பாளரான சாமி அவர்களின் மொழியாக்கத்தில் முதன் முறையாகத் தமிழ் வாசகர்களுக்கு வழங்குவதில் பாரதி புத்தகாலயம் பெருமையும் பெருமகிழ்ச்சியும் கொள்கிறது.

# முகவுரை

சோசலிசத்திற்கான இந்திய முயற்சி என்பது இந்திய தத்துவ மரபுக்கான போராட்டத்துடன் தொடர்புடையது என்கிற புரிதலே இந் நூலின் அடிப்படை; பின்னர்க் குறிப்பிடப்பட்டதில் முக்கியமான இரு பணிகள் அடங்கும்; முதலாவது, உண்மையில் இருந்த தத்துவ நூல்களைப் பற்றிய பாரபட்சமற்ற பகுப்பாய்வு மூலம் அவற்றில் இன்று நிலைத்திருக்கிற மற்றும் மறைந்து போனவற்றைக் கண்டறிவது; இரண்டாவது, உயிர்த்திருப்பனவற்றுக்கு ஊட்டம் ஏற்றுவதும் மறைந்தனவற்றை ‘மண்ணில் புதைப்பதும்’; ஊட்டமேற்றுதல் எனில் அவற்றின் ஆற்றலைச் சரியான திசையில் திருப்பி அது எங்கே செல்கிறது எனப் பார்ப்பது எனப்பொருள் - அதாவது, அவற்றின் காலத்திற்குப் பின்னர் வரலாற்றின் போக்கில் திரண்டுள்ள அறிவியல் தரவுகளைக் கொண்டு அவற்றைச் செழுமைப் படுத்துவது எனப் பொருள். இப் பணியைச் செவ்வனே செய்தால் நாம் மார்க்சியத்தின் வேர்களை அங்கே காணலாம் என்பதில் எனக்கு எள்ளளவும் ஐயமில்லை; இதனை இந்திய தத்துவ மரபில் மார்க்சியத்தைக் கண்டெடுப்பது எனக் கொச்சைப்படுத்திடக்கூடாது; இவ்விடத்தே ‘கண்டெடுப்பு’ எனும் சொல்லைப் பயன்படுத்த முடியுமாயின் இதன் பொருள் இந்திய தத்துவ மரபின் சில கூறுகளின் அடியொற்றிப் போகிற ஓர் இந்தியன் இறுதியில் வந்து சேருமிடம் மார்க்சியமாகத்தான் இருக்க முடியும் என்பதே; அது மட்டுமன்று; சோசலிசத்துக்கான போராட்டத்திற்குத் தேவைப்படும் படைக்கலன்களில் வலுமிக்க, மிகவும் கூர்மையானதோர் ஆயுதமாக இச் சித்தாந்தம் அமைவதுடன் அதற்கு அவனது தேசியப் பாரம்பரியத்தின் அங்கீகாரமும் உண்டு என்கிற தெளிவு அவனை மேலும் உற்சாகப்படுத்தும்.

ஆனால் இப் பணியை இந் நூல் ஓரளவே நிறைவேற்றியுள்ளது என்பேன்! பிறருடன் நானும் சேர்ந்து இதனைத் தொடர்வதும், முழுமைப் படுத்துவதும் சாத்தியம் என நான் நம்புகிறேன்! இப்போதைய கருப் பொருளின் இன்றியமையாமை குறித்து மேலும் வலியுறுத்திக் கூற வேண்டியதில்லை; ‘மார்க்சியம் ஒரு மிகக் கடுமையான நாத்திகவாதம் ஆதலால் அது, இறைவன் ஒருவனில்

*மட்டுமே (நம்மை உள்ளிட்ட இப் பேரண்டத்தின்) இருத்தலைக் காண்கிற நமது தேசிய மரபினை அழித்தொழித்துவிடும்' என்கிற கூற்றுதான் மார்க்சியத்துக்கு எதிரான பிரசாரங்களிலேயே மிகவும் ஓங்கி ஒலிப்பது; இப் பிரசார பீரங்கிகளைப் பார்த்து நான் கேட்க விரும்புகிற ஒரே யோர் எளிய கேள்வி இதுதான்: மார்க்சியத்தை நாத்திக வாதம் என நிராகரிக்கிற நீங்கள் இக் கேள்வியை எழுப்புமுன் நமது தத்துவ ஆசான்களின் எழுத்துகளைக் கருத்தில் இருத்த எப்போதாவது உண்மையாகவே முயன்றதுண்டா? அல்லது இந்திய ஞானம் சாராம்சத்தில் இறைமை சார்ந்தது எனும் புரட்டை நிலை நாட்டி அதன் வழி மார்க்சியத்தை மடக்கிப் போடும் தமது நோக்கத்தை நிறைவேற்றிட அவையனைத்தையும் அழித்தொழித்து விடப்போகிறார்களா?*

*கொல்கத்தா* **தேவி பிரசாத் சட்டோபாத்யாயா**

*மார்ச், 15, 1969*

காணிக்கை

பேராசிரியர் **வால்டர் ரூபன்** அவர்களுக்கு

## உள்ளடக்கம்

# 1

# இந்திய நாத்திகம்

பல காரணங்களின் பொருட்டு இந்திய நாத்திகத்தை ஆய்வு செய்தல் அவசியம்; அவற்றில் ஒன்று மிக எளிதானது, மிகத் தெளிவாகத் தெரிந்தது: இந்திய நாத்திகம் பற்றிப் போதிய தெளிவில்லையேல் இந்திய ஞானம் பற்றிய நமது அறிவு முழுமை பெற்றதாகாது. இதற்கான காரணம் எளிதில் விளங்கக் கூடியது: இந்திய ஞான மரபின் புகழ் வாய்ந்த பிரதிநிதிகளிடையே ஏதேனும் ஒரு விசயத்தில் பரந்த அளவில் உடன்பாடு இருந்தது எனில் அது நாத்திகம் பற்றிய கருத்தில்தான்.

இந்திய தத்துவார்த்த கோட்பாடுகளில் விதந்தோதக் கூடியவற்றின் ஆசான்களையே இந்திய ஞான மரபின் தலை சிறந்த பிரதிநிதிகள் எனக் குறிப்பிடுவதாகக் கொள்ள வேண்டும் என நான் கருதுகிறேன்; எதை நான் வலியுறுத்த விழைகிறேன் எனில் அவர்களில் மிகப் பெரும்பாலர் நாத்திகர்களாகவே இருந்துள்ளனர் என்பதைத்தான்! இவ்வாறு கூறுவதன் பொருள் அவர்கள் தொடக்க கால கிரேக்கத் தத்துவ ஞானிகளைப் போன்று கடவுளைப் பற்றிய பிரச்சனையைப் பொருட்படுத்தாமல் இல்லை என்பதுதான். மாறாக, இந்திய தத்துவ ஞானிகள் அவர்களால் இயன்ற அளவுக்கு அதை எதிர்நோக்கினர்; தெளிந்த தருக்கம் மூலம் அடைகிற பகுத்தறிவைப் புறந் தள்ளியே ஒருவர் கடவுளின் இருப்பை ஒப்புக் கொள்ள வேண்டும் என்கிற அறிவுக்குப் பொருத்தமான முடிபுக்கு வந்தனர். இதுவொரு மிகவும் அலாதியான, ஒப்புயர்வற்ற சூழல் எனலாம். உலகத்தத்துவ வரலாற்றில் இதற்கு இணையாக இன்னொன்று இல்லை.

இந்த வலுவான வாதங்கள் வாசகர்களில் பலருக்கு இதுவரை கேட்டறியாத, வளமான கற்பனையாகப் படும் என்பதை நானறிவேன்; இந்திய தத்துவம் பற்றிப் பரப்பப் பட்டிருக்கிற புனைவுகளும், மாயையுந்தான் இதற்குக் காரணமே தவிர இந்திய தத்துவ நூல்களல்ல; இந்தப் புனைகதை ஆன்மீகம் பற்றியது; இந்திய தத்துவத்தின் தனிச்

சிறப்பே அதன் ஆன்மீக உள்ளடக்கந்தான் எனத் திரும்பத் திரும்ப வலியுறுத்திக் கூறப்பட்டு வருகிறது; அதற்கும் மேலேபோய் இந்த அம்சந்தான் அதன்பெயருக்கும், புகழுக்கும் மெருகூட்டுகிறது என்கின்றனர்.

இக் கூற்றின் சரியான அர்த்தந்தான் என்ன?

ஆன்மீகம் என்பதன் வரையறை குறித்துத் தத்துவ ஆசான்களுக்கு இடையிலேயே கருத்தொற்றுமை இல்லை; அதே சமயம், கடவுள் நம்பிக்கையே வாழ்வின் ஆகப் பெரிய ஆதாரம் என ஆன்மீக விற்பன்னர்கள் உறுதிபடக் கூறுகிறார்கள்; இவர்களைப் பற்றி நாம் இப்போது பேசப் போகிறோம்! இக் கூற்றில் ஏதோ ஒன்று இருக்கிறது; ஏனெனில் கடவுள் இல்லாத ஆன்மீகம் என்பது சற்று முரணாக உள்ளது. ஆயினும், இதுதான் – குறிப்பாக இந்த அம்சந்தான் - இந்திய தத்துவம் ஆன்மீக மயமானது எனும் கூற்றைப் பொய்யாய்ப், புனைகதையாய் ஆக்குகிறது. மாறாக, உண்மையில் இந்திய தத்துவ ஆசான்களில் மிக மிகக் குறைந்த எண்ணிக்கையினரைத் தவிர பிறர் அனைவரும் கடவுள் அவசியம் எனக் கருதவில்லை.

இந்திய ஆன்மீகம் பற்றிய ஆர்வம் மிகுந்த, உற்சாகமான பிரசாரம் குறித்து நாம் இங்கே கொஞ்சம் அறிந்து கொள்வோம்! கடவுளைப் பற்றிய தத்துவ நூல்களைப் பற்றி இந்த ஆய்வில் இனி நான் கூறப்போகிறவற்றிலிருந்து இது வெறும் கட்டுக் கதை என்பது தெளிவாகும்; மேலே செல்வதற்கு முன்னர் இந்திய நாத்திகம் பற்றிய இந்த ஆய்வு குறித்த பொதுவான அணுகுமுறை பற்றிக் கொஞ்சம் தெரிந்து கொள்வது பயனுள்ளதாகும்.

## 2

# இந்திய நாத்திகத்தின் பலமும் பலவீனமும்

மரபுசார் இந்திய நாத்திகம் சாராம்சத்தில் பழைமையானதும், இடைக்காலத்தியதுமாகும்; நமது இன்றைய தத்துவார்த்தத் தேவைகளைப் பற்றிய புரிதலை யொட்டியே இது குறித்த ஆராய்ச்சியில் ஈடுபடவேண்டும்; அதுவே பொருத்தமாக இருக்கும்; இல்லையேல் அது பழம்பஞ்சாங்கத்தைப் புரட்டுகிற கவைக்குதவாத வேலையாகப் போய்விடும்.

எனவே, இந்த ஆய்வு இந்திய நாத்திக நூல்களின் வெறும் பொழிப்புரையாக இராது; நம் காலத்திய சித்தாந்தப் போராட்டத்தில் ஒரு படைக்கலனாக மாறும்; மாறவேண்டும். இதன் பொருட்டு இந்திய நாத்திகத்தில் நிலைத்துள்ளது எது, வழக்கொழிந்தது எது எனப் பார்ப்பது அவசியம் — அதாவது, அதன் பலம், பலவீனம் அல்லது வரம்பு (குறைபாடு) ஆகியனவற்றைப் பகுப்பாய்வு செய்யவேண்டும். இவை இரண்டில் முன்னதுதான் (பலம் குறித்த ஆய்வுதான்) நமது தத்துவார்த்தத் தேவைகளுக்கு உதவும்; பின்னது -அதாவது, குறைபாடுகளை அலசுவது - அத் தேவைகளுக்கு எதிராகவே அமையும்.

அப்படியானால் இந்திய நாத்திகத்தின் உண்மையானபலம் எது? எதில் அதன் பலவீனம் அல்லது குறை அடங்கியுள்ளது? கேட்பதற்கு வியப்பாக இருக்கும்! அதன் பலமும், பலவீனமும் பெருமளவுக்கு ஒரே சூழலிலிருந்தே தோன்றியது. இந்தச் சூழல்தான் அதனைப் பற்றிய ஆய்வை மேலும் முக்கியமாக்குகிறது.

நாத்திகமே மரபுசார் இந்திய தத்துவ ஞானிகளிடையே பரந்து விரிந்த கருத் தொற்றுமைக் களமாக விளங்கியது! இதுவோர் எண்ணிக்கை சம்பந்தப்பட்ட விசயமேயானாலும் இதன் உள்ளார்ந்த சிறப்பை உதாசீனம் செய்திட இயலாது. அதேசமயம் அதன் விளைவும், வெளிப்பாடும் வெறும் எண்ணிக்கை அளவிலானது அன்று; இந்திய நாத்திகத்தின் உண்மையான பலத்துடன் பலவீனத்தையும் பற்றிய நமது புரிதலுக்கு மிகவும் உதவிகரமானவை

என்பதால் அவற்றில் முக்கியமாக இரண்டைப் பற்றி நான் இங்கே குறிப்பிடவேண்டும்.

முதலாவதாக, பெரும்பாலான நமது தத்துவ ஞானிகள் நாத்திகர்களாதலால் இந்தியாவில் நாத்திகம் மிகவும் வியப்பூட்டக்கூடிய வகையிலான கூட்டமாக அமைந்தது. இதனை வேறு விதமாகச் சொல்வதெனில், நாத்திகத்தில் அவர்கள் அனைவரும் ஒத்த கருத்துடையரேனும், உலகக் கண்ணோட்டத்தில் அடிப்படை வேறுபாடுகளையும், முரண்பாடுகளையும் கொண்டிருந்தனர். சமூகத்தைப் போலவே தத்துவத்திலும், முரண்படுகிறவர்கள் ஒன்று சேர்ந்திருப்பது ஆபத்தானதே. இந்திய நாத்திகத்தின் உண்மையான பலவீனத்திற்குரிய முக்கியமான காரணிகளில் ஒன்றை நாம் இந்தக் கலவையில் காண்கிறோம்.

இரண்டாவதாக நமது மரபுசார் தத்துவ ஞானிகளில் பெரும்பாலர் நாத்திகராதலால் இந்திய நாத்திகம் ஒரு விதமான தன்னிறைவைத் தானே ஏற்படுத்திக் கொள்ள வேண்டியதாயிற்று. அவர்கள் நாத்திகத்தை 'நாத்திகம்' என்கிற வகையிலேயே ஆதரித்து வாதிட வேண்டியதாயிற்று; தங்களின் பிற விசயங்களோடு பிரித்தறிய இயலாவண்ணம் கலந்து குழப்பிக் கொள்ள வேண்டிய அவசியம் ஏற்படவில்லை. இங்கே இந்திய நாத்திகத்தின் உண்மையான பலத்துக்கு அடிப்படையான தடயங்களில் ஒன்றை நாம் காண்கிறோம்!

இந்திய நாத்திகத்தின் இந்த இரண்டு அம்சங்கள் குறித்து இன்னும் தெளிவாகப் பார்ப்போம்:

இந்திய நாத்திகம் எதிர்கொண்ட மலைப்பூட்டக்கூடிய பலவாறான நம்பிக்கைகள், தத்துவ நிலைபாடுகள் குறித்து ஒரு முழுமையான பார்வையைப் பெறும் பொருட்டு சிரமம் கருதாமல் மூல நூல்களை நாடிச் செல்ல வேண்டியது அவசியம்; இவ் விவாதத்தின் இக் கட்டத்தில் நான் அதைத் தவிர்க்க விழைகிறேன். இருந்த போதிலும் வெளிப்படையாகத் தெரியக்கூடிய சில சான்றுகளை மட்டும் இங்கே காண்போம்.

லோகாயதவாதிகளைப் (ஆதிப் பொருள் முதல்வாதிகளைப்) பொறுத்த மட்டில் தெளிந்த, முரணற்ற பொருள் முதல்வாதக் கண்ணோட்டத்தின் அங்கமாக நாத்திகம் விளங்கியது. பருப் பொருள்களின் தனித்துவமான இருப்பைப் பற்றிய தங்களின் கொள்கை காரணமாக அவர்களுக்குக் கடவுள் மறுப்பு அவசியப்பட்டிருக்க வேண்டும். பொருள்முதல்வாதத்துடனான சாங்கிய வாதத் தத்துவாசிரியர்களின் தொடர்பு எளிதில் அங்கீகரிக்கப்படுவதில்லை என்ற போதிலும் அவர்களின் நிலைபாடும் கிட்டத்தட்ட இதேதான். ஆகப் பெரும் ஆற்றல் படைத்த

யாதொன்றின் செயலுக்கும் ஆட்படாது 'பிரகிருதி' அல்லது 'பிரதானம்' என்றழைக்கப்படும் ஆதி(மூல)ப் பொருள் ஒன்றிலிருந்தே இந்த உலகம் தோன்றியது எனச் சாங்கியவாதம் சாதித்தாலும் அதன் ஆதரவாளர்கள் இந்திய தத்துவத்தில் பிடிவாதமான நாத்திகர்களாகக் கருதப்படுவது ஏன் என்பதைக் கண்டறிவதில் சிக்கல் ஏதுமில்லை. தண்டேகர்[1] கூறுவதைப்போல் ஆதி (மூலப்) பொருளிலிருந்து (பிரகிருதியிலிருந்து) பருவுலகும், மனவுலகும் பரிணமித்தமை தானாகவே நடந்தேறியதாக நம்பப்பட்டது; வைபாசிக பவுத்தர்களின் நிலைபாடு அவ்வளவு எளியதன்று; அணுவாதம் மற்றும் ஐம்பூதங்கள் (அதாவது தீ, வளி அல்லது காற்று, நீர், நிலம், விசும்பு அல்லது ஆகாயம்) பற்றிய அவர்களின் நிலைபாடுகள் எத்தகையனவாயினும் அவர்களைப் பொருள் முதல்வாதிகளாகக் கருதுவதில் சிரமம் உண்டு. அதே சமயம் கடவுள் உண்டு என்பதை ஏற்றிட மறுத்து அவர்கள் நடத்திய கருத்துப் போர் மிகவும் தெளிவானது, கூர்மையானது. தங்களை 'மஹாயான பவுத்தர்'கள் என அழைத்துக் கொண்டவர்களை அணுகுகிறபோது பிரச்சனை மேலும் சிக்கலாகிறது. நாத்திகத்தை ஆதரிப்பதில் அவர்கள் காட்டிய ஆர்வமும், அதில் அவர்களுக்கிருந்த ஆற்றலும் இன்றைய நாத்திகவாதிகளின் எழுத்துகளோடு ஒப்பிடுகையில் மிகவும் மலைப்பூட்டுகிறது. அதேபோல் கற்பனாவாதத் தத்துவத்தின் ஓர் அதி தீவிர வடிவத்திற்கு ஆதரவாக வாதிடுவதில்அவர்களுக்கிருந்த ஆற்றலும் அதன் இன்றைய ஆர்வலர்களுக்கு மிகவும் மகிழ்ச்சி தரத் தக்கதே. ஆதி அல்லது பூர்வ மீமாம்சகர்களின் நிலைமையோ சற்று வித்தியாசமானது; இந்திய தத்துவ வரலாற்றில் வேறெவரையும் போன்றே இவர்களும் கற்பனாவாதத் தத்துவத்தைக் கடுமையாக எதிர்த்தார்கள் எனலாம்; கற்பனாவாத்தின் மீதான அவர்களின் இவ் வெறுப்பு பிற்கால நியாய-வைசேசிகர்களின் கருத்துகளுக்கு மிகவும் நெருக்கமானவர்களாக அவர்களை மாற்றியது; அதே சமயம் நியாய-வைசேசிகர்களின் தெய்வ நம்பிக்கையை அவர்கள் உறுதியாக எதிர்க்கவே செய்தனர். அப்படியாயின் நாத்திக வாதத்தில் அவர்களுக்கிருந்த ஆர்வத்தின் ஊற்றுக் கண்தான் எது? நாம்புரிந்து கொண்டிருக்கிற அர்த்தத்தில் தத்துவார்த்த காரணங்களுக்காக ஆதி மீமாம்சகர்கள் நாத்திகத்தின்பால் ஈர்க்கப்படவில்லை என்பதைப் பின்னர் அத் தத்துவத்தை ஆய்கிறபோது பார்க்கவுள்ளோம். மாறாக, ஆதிகால மந்திரச் சடங்குகளின் அடிப்படை அம்சங்களைத் தூக்கிப்பிடிக்கிற நோக்கந்தான் அவர்களின் இந்த ஆர்வத்திற்குக் காரணம். அதே சமயம் தலைசிறந்த இந்திய தத்துவ ஞானிகளின் வரிசையில் வைத்தெண்ணத்தக்க வகையில் சில மீமாம்சகர்கள் விளங்கினர் என்பதை மறுப்பதற்கில்லை. தத்துவ நோக்கில் பார்ப்போமாயின்

நாத்திகத்திற்கு ஆதரவான அவர்களின் வாதம் ஆரம்பக் கட்டத்தோடு நின்றுபோன, முதிர்ச்சியற்ற ஒன்றன்று.

தொடக்க கால நியாய-வைசேசிகர்களின் மூல நூல்களை விளக்குவதில் உள்ள சில பிரச்சனைகளுக்குத் தீர்வு கண்ட பின்னரே கடவுளைப் பற்றிய அவர்களின் உண்மையான கண்ணோட்டம் இன்னதென அறுதியிட முடியும்; ஆதலால் இங்கே நான் அவர்களைப் பற்றிக் குறிப்பிடவில்லை; சமணர்களைப் பற்றியும் இங்கே நான் குறிப்பிடாமைக்கு அவர்களின் நாத்திக வாதம் அவ்வளவாக வெளித் தெரியவில்லை என்பதால் அன்று; மாறாக, நம் விவாதத்தின் இக் கட்டத்தில் இந்திய தத்துவத்தில் முதிர்ச்சி பெற்ற நாத்திகமும், ஆதிப் பழைமை வாய்ந்த நம்பிக்கைகளும் சேர்ந்த விநோதமான கலவையிலிருந்து மேலும் பல சான்றுகளை எடுத்துரைக்க வேண்டிய அவசியமில்லை என்பதால்தான்.

சுருங்கச் சொல்வதெனில், இந்திய வாரலாற்றில் பாகுபாடின்றி எல்லாத் தத்துவப் போக்குகளுடனும் நாத்திகம் உறவு கொண்டிருந்தது. ஏன் இந்த உறவால் நாத்திகம் உண்மையான பலவீனத்துக்கு ஆட்பட நேர்ந்தது என்பதை இனி நாம் பார்ப்போம்.

இந்திய நாத்திகர்கள் கடவுள் நம்பிக்கை என்பது தவறான குதர்க்க வாத சிந்தனையின் நன்கறியப்பட்ட சில வடிவங்களில் மட்டுமே வேரூன்றிப்போன விசயம் என்று நிறுவ விழைந்தார்கள்; இதன் பொருள் யாதெனில், அவர்களைப் பொறுத்த மட்டில் புற உலகு எனும் எதார்த்தத்தைக் கணக்கில் கொள்கிறபோது கடவுள் என்பது ஒரு மாயை, அக உணர்வு காரணமாக நேரும் கோளாறு; அத்தகைய மாயையை ஒப்புக் கொள்வது என்பது மூட நம்பிக்கையாகவே இருக்க முடியும். இவ்வாறு இந்திய நாத்திகம் கருதியதன் விளைவு எதுவாக இருந்திருக்க வேண்டுமெனில் அது இக் குறிப்பிட்ட மாயையுடன் இதனை யொட்டிய பிற மாயைகளை ஒதுக்கித் தள்ளியது மட்டுமின்றி இந்த மூட நம்பிக்கையுடன் இதன் 'கூட்டாளி'களான இன்ன பிற மூட நம்பிக்கைகளையும் புறந்தள்ளியிருக்க வேண்டும். ஆயினும், இந்திய நாத்திகத்தின் விசித்திரமான இக் கூட்டணி அதைப் பெரும்பாலும் தனது நிலைபாட்டிற்கு எதிர்த் திசையிலேயே கொண்டு போய்த் தள்ளியது. கடவுள் நம்பிக்கையுடன் தொடர்புள்ள மூட நம்பிக்கைகளை விலக்குவதற்குப் பதிலாக அவற்றுக்குத் தாராளமாக இடமளித்ததுடன் தமக்குள் துல்லியமான மாறுபாடுகள் கொண்டிராத பலவற்றுக்குத் தானே பலியாகவும் செய்தது. சுருங்கக் கூறின், இந்திய நாத்திகர்கள் ஒரே சிந்தனை வட்டத்துக்குள் கடவுள் பற்றிய மாயையை மட்டும் நிராகரித்துவிட்டு அதனுடன்அணுக்கமான தொடர்புள்ள மற்றும்

தாங்கள் மறுதலிக்க விரும்பிய ஒரு நூறு மாயைகள் 'சுதந்திரமாக உலா வர' வாய்ப்பளித்தனர். தான் மறுதலித்த மூட நம்பிக்கைகளிலிருந்து தற்காத்துக் கொள்ளத் தோதான பாதுகாப்பு வளையத்தை அமைத்துக் கொள்ளாததுதான் இந்திய நாத்திகத்தின் ஆகப் பெரிய பலவீனமாகும்.

மஹாயான பவுத்தர்களின் கடவுளர் கூட்டத்தைக் காண விரும்பும் ஒருவர் அவர்களின் மடங்களுக்குள் போனால் அங்கே ஹெருகர்கள், ஹேவஜ்ரர்கள், தாராதேவிகள் (Herukas,Hevajras, Taradevis) போன்றோருடன் எண்ணற்ற பேய்கள், பிசாசுகள், மனித தெய்வங்கள் ஆகியோரின் படங்களையும், உருவங்களையும் ஒருசேரக் காணலாம்! அவற்றைக் கண்ணுறுகிற ஒருவர் இந்த மஹாயானத்தின் தத்துவாசிரியர்கள் இதே அல்லது இது போன்ற மடங்களில் அமர்ந்து கொண்டா கடவுள் நம்பிக்கைக்கு எதிரான மிக விரிவான தருக்கக் கருத்துகளுக்கு வடிவம் தந்தனர் என வியக்கவும், ஐயுறவும் செய்வார்! பவுத்தர்கள் மட்டுமா இப்படி? இல்லை; குறிப்பாக, ஆதி மீமாம்சகர்களும், சமணர்களும் எவ்வாறு தாங்கள் எழுப்பிய கடவுள் நம்பிக்கை எதிர்ப்புத் தத்துவக் கோட்டையின் முன் கதவை மட்டும் அந்த மூட நம்பிக்கை நுழையா வண்ணம் இறுகச் சார்த்திவிட்டு அதற்கு மிகவும் நெருக்கமான எண்ணற்ற பிற மூட நம்பிக்கைகளைப் பின் கதவு வழியே தாராளமாக நுழைய விட்டனர் என்பதைப் பிறகு பார்க்கவுள்ளோம். கடவுள் நம்பிக்கையுடன் நெருக்கமான இத்தகைய மூட நம்பிக்கைகளின் நெடியில் மூழ்கித் திக்குமுக்காடிக் கொண்டிருந்த இந்திய மனத்திற்கு 'அன்பின் உருவிலான கடவுள் மற்றும் அதை அடைவதற்கான ஒரு வித தியான வழி' என்கிற கருத்துகள் சில சமயங்களில் மூச்சு விட வாய்ப்பளித்திருக்கும் என்பதில் வியப்பேதுமில்லை! குறிப்பாக சூஃபிகள் மற்றும் மத்திய கால சமூக சீர்திருத்தவாதிகளான கபீர், நானக், சைதன்யர் போன்றோருடன் தொடர்புள்ள சமூக, சமய இயக்கங்களின் விசயத்தில் இது மிகவும் பொருந்தும்!

எனினும், இக் குறைபாடுகள் இந்திய நாத்திகத்தின் உண்மையான பலத்தை எவ்விதத்திலும் பாதிக்கவில்லை என்பதை நாம் காணத் தவறக் கூடாது; அதாவது அது தனக்கேயுரிய பாணியில் தத்துவத் தற்சார்பை எய்தியிருந்தது, தத்துவ வறட்சி அது அறியா ஒன்று என்பதே அதன் ஆகப் பெரிய பலம்! இந்த அளவுக்குப் பெரும்பான்மையான இந்திய தத்துவ ஞானிகளிடையே நிலவிய கருத்தொற்றுமையின் பெரும் பகுதி இதன் வீச்செல்லைக்குள் இருந்தமையும் இதற்கு வாய்ப்பாக அமைந்தது.

இந்திய தத்துவ ஞானிகள் நாத்திகத்தை ஏற்றுக் கொண்டதற்கான நோக்கங்கள் பலவாறானவை; ஆனால் அதை ஆதரித்ததற்கான

அடிப்படைகள் ஒரே மாதிரியாகவே அமைந்தமைதான் மிகவும் வியப்பூட்டும் விசயமாகும்! இது எப்படி சாத்தியமாயிற்று?

தங்களுக்கிடையே பிறவற்றில் மாறுபாடுகள் இருந்த போதிலும் நாத்திகத்தைப் பொறுத்த மட்டில் ஒத்த அல்லது ஒரே மாதிரியான கண்ணோட்டங்களை அவர்கள் கொண்டிருந்தனர்; அதனால்தான் அதை மிகவும் திருப்தி தரும் கருத்தோட்டமாக ஏற்க முன்வந்தார்கள். அக் கண்ணோட்டங்கள், மனித அறிவு, மெய்ப் பொருள் மற்றும் நன்னெறி சார்ந்த மூன்று வகைப்பட்டவை. முக்கியமாக மூன்று கேள்விகளுக்கு விடையளிக்கிறபோது இந்திய தத்துவ ஞானிகளில் பலர் கடவுளை மறுக்க வேண்டிய கட்டாயத்துக்கு ஆளாயினர்: முதல் கேள்வி, சரியென ஏற்கத் தக்க அறிவின் கருவிகளில் நன்கறியப்பட்ட ஏதேனும் ஒன்று கடவுளின் இருப்பை நிறுவியுள்ளதா? இரண்டாவது, பகுத்தறிவுக்கு உகந்த எதார்த்தம் பற்றிய கோட்பாட்டை வகுத்திடக் - குறிப்பாக இயற்பியல் விதிகளுக்கு இணங்கிய இந்த உலகின் தோற்றம் பற்றிய பிரச்சனைக்குத் தீர்வுகண்டிடக் - 'கடவுளை' முன்நிறுத்தத்தான் வேண்டுமா? மூன்றாவது, மனித குலத்தின் 'தலைவிதியைத் தெளிவுபடுத்த அல்லது மனிதனின் பொறுப்புணர்வுக்கும், உள்நோக்கங்களுக்கும் பகுத்தறிவுக்கேற்ற விளக்கத்தைக் 'கற்பிக்க' அனைத்தையும் கண்காணிக்கிற ஒரு நெறியாளர் இருக்கிறார் என நாம் நம்பியாகத்தான் வேண்டுமா?

பொதுவாகக் கூறுவதாயின், இந்திய தத்துவ ஞானிகள் தங்களின் ஆராய்ச்சியின் ஏதேனுமொரு கட்டத்தில் இக் கேள்விகளுக்குத் தாங்களே விடை கண்டிட விழைந்தார்கள்; இதன் பொருட்டு அத் தருணத்தில் அவர்களின் கவனத்துக்கு உட்பட்டிருந்த மற்றெப் பிரச்சனையையும் இவற்றுடன் இறுகப் பிணைத்திட விரும்பவில்லை; இக் கேள்விகளுக்குத் தெளிவான தருக்க விதிகளுக்கு உட்பட்டே விடை காண விரும்பினர்; பிற நம்பிக்கைகள் தங்களுக்கு எவ்வளவு முக்கியத்துவம் வாய்ந்தனவையாக இருப்பினும் அவற்றைப் புறந்தள்ளிவிட்டு கடவுளைப் பற்றிய கேள்வியில் மட்டுமே தனிக் கவனம் செலுத்தினரோ எனச் சற்று விசித்திரமாக நமக்கு எண்ணத் தோன்றுகிற அளவுக்கு அவர்கள் இக் கேள்விகளில் ஆழ்ந்து போயிருந்தனர்! சுருங்கச் சொல்வதெனில், கடவுளைப் பற்றிய கேள்வி அதன் உள்ளார்ந்த முக்கியத்துவத்துக்கு ஏற்ப கடுமையான தருக்க முறைமைக்கு உட்பட்டே அணுகப்பட்டது.

அதனால்தான் பிற விசயங்களில் தமக்குள் முட்டி மோதிக் கொண்டிருந்த இந்திய தத்துவங்கள் நாத்திகத்தைப் பற்றிய 'விசாரணை'யில் ஒருவகையான கட்டுக் கோப்புடன் கூடிய — ஏன், ஒரேகண்ணோட்டத்துடன் கூடிய என்று கூடச் சொல்லும்

அளவுக்கு - ஒத்த பார்வையைக் கொண்டிருந்தன. 'கடவுள்' எனும் கருதுகோள் தனிப்பட்ட முறையில் ஆய்வுக்கு உட்படுத்தப்பட்டது; தமக்குள் பிற உலகக் கண்ணோட்டங்களில் கடுமையாக முரண்பட்ட தத்துவ ஞானிகள் சில சமயங்களில் கடவுள் பற்றிய பிரச்சனையில் மட்டும் ஒரே குரலில் வாதிட்டனர்; எனவேதான் இந்திய நாத்திகம் எல்லாவிதமான மாறுபட்ட கருத்தோட்டங்களுடனும் வியப்பளிக்கும் வகையில் சக வாசம் செய்திருப்பினும் அது தன்னளவில் போதுமான ஆற்றலைக் கொண்டது என்பதால் தனியான ஆய்வுக்குத் தகுதியாகிறது.

மிகத் தெளிவான வரையறையைக் கொண்ட இந்திய நாத்திகத்தை ஆதரித்த குறிப்பிடத்தக்க எண்ணிக்கையிலான தத்துவ ஞானிகளின் வாதத் திறமையைக் காணத் தவறுவது குருட்டுத்தனமானது; அதே சமயம் அவர்களின் ஆதரவால்தான் அதற்குச் சிறப்பு என்பதில்லை; ஏனெனில் அதைப் பற்றிய நூல்களின் உள்ளார்ந்த ஆற்றலை ஒருக்காலும் குறைத்து மதிப்பிட முடியாது. கடவுளின் 'இருப்பு'க்கு எதிரான இந்திய சர்ச்சையில் அடங்கியுள்ள வாதத் திறன் எவ்வித பாதிப்புமின்றி இன்றும் தொடர்கிறது.

ஆயின், இவையனைத்தின் சாரமாக அல்லது தொகுப்பாக மட்டுமே நமது விவாதம் சுருங்கிப் போகுமாயின் இந்திய நாத்திகம் பற்றிய நமது ஆய்வு அரைகுறையானதாகப் போய்விடும். நமது ஆதி மற்றும் மத்திய காலத் தத்துவ அறிஞர்கள் எதிர்கொண்ட சில இடைஞ்சல்கள் காரணமாகத் தங்களால் முன்மொழியப்பட்ட இந்திய நாத்திகத்தின் முழுப் பரிமாணத்தையும் கண்டிட அவர்களால் இயலவில்லை.

தங்களிடமிருந்த வாதத்திறமை மற்றும் சத்தான கொள்கை எனும் வலுமிக்க ஆயுதங்களைப் பயன்படுத்திட அவர்களிடம் மிகுந்த ஆர்வம் இருந்தபோதிலும், இந்திய மனதிலிருந்து கடவுள் நம்பிக்கையை வேரோடும், வேரடி மண்ணோடும் கெல்லியெறிய வேண்டும் எனும் குறிக்கோளை அவர்களால் எய்த இயலவில்லை; இதை எவ்வாறு புரிந்து கொள்வது? இந்திய தத்துவாசிரியர்கள் இந்திய மக்களின் எண்ணங்கள், நம்பிக்கைகள் பற்றிய அக்கறையற்றவர்கள் என்பதா? (இந்து) சட்ட வல்லுநர்களால் 'சூத்திரர்' என்றழைக்கப்பட்ட உழைக்கும் மக்களுக்கு உயர் தத்துவ ஞானம் பெறும் உரிமையில்லை என்றார் சங்கரர்[2]. ஆயின் இதுவொரு விதிவிலக்கே என்பது தெளிவு; பொதுவாக இந்திய மக்களின் எண்ணங்களைத் தங்களுக்கேற்ற அச்சில் வார்ப்பவர்களாகவே—அவற்றை ஆள்பவர்களாகவே — இந்திய தத்துவஞானிகள் இருந்தனர்; அத்துடன், மிகவும் பூடகமான

(எளிதில் பொருள் புரிந்திடாத) தத்துவச் சிந்தனைகளைக்கூட தொலைதூரக் கிராமங்களுக்குக் கொண்டு செல்லும் தனித் திறன் படைத்த ஊடகங்கள் தோன்றலாயின. இச் சூழலில், மிகத் திறமையான வாதங்களையெல்லாம் மீறி இந்திய மக்களின் மனதில் கடவுள் நம்பிக்கை வேரூன்றியது என்றால் அதற்கான காரணங்களை நாம் வெறும் புரிதலுக்கான தத்துவ ஆராய்ச்சியின் மூலம் மட்டுமே கண்டறிய முடியாது; அதற்கு வெளியேதான் தேட வேண்டும்.

அப்படியானால் கடவுள் நம்பிக்கையின் ஊற்றாகவும், அதன் வேருக்கு உரமாகவும். தத்துவார்த்த அரங்குக்கு வெளியே அமைந்த அக் காரணிதான் எது? பிற்காலத்திய தத்துவ ஞானிகளில் மார்க்ஸ் மட்டுமே இப் பிரச்சனையை நாம் தெளிவாகப் புரிந்து கொள்ளவும், புறங்காணவும் உதவுகிறார்!

வேறு விதமாகச் சொல்வதெனில், கடவுள் என்பது வெறும் கற்பனையே — மாயையே — எனத் தருக்கவியலின் அடிப்படையில் நிறுவிட இந்திய தத்துவ ஞானிகள் தங்களால் இயன்ற வரை முயன்றார்கள்; அதில் அவர்கள் பெருமளவுக்கு வெற்றி பெறவும் செய்தார்கள்; உண்மையில் இந்திய தத்துவ நூல்களை அலசுகிறபோது கடவுள் நம்பிக்கைக்கு எதிரான வாதங்களில் இத்தனை வகைகளா என வியப்பும், மலைப்புமே மேலோங்குகிறது. எனினும் மார்க்சுக்கு முந்தைய நாத்திகர்கள் பலரைப் போலவே நம்மவர்களும் மிகப் பொருத்தமானதொரு கேள்வியை எழுப்பவேயில்லை: 'அம் மாயை எவ்வாறு மனித மனதைக் கவ்விப் பிடித்துக் கொண்டுள்ளது' என்பதே அக்கேள்வி! மார்க்ஸ் இக் கேள்வியைத் தொடுப்பதுடன் அதற்கு விடையளிக்கவும் செய்கிறார்! இக் கண்ணோட்டத்தில்தான் நமது தத்துவ ஞானிகள் விட்டுச் சென்றுள்ள பணியை நாம் முடித்திட மார்க்சியம் நமக்குப் பெருமளவில் கை கொடுக்கிறது.

அதற்கிணங்க மார்க்சிய நாத்திகம் குறித்ததொரு சுருக்கமான விவரிப்புடன் நான் இந்த ஆய்வை இப்போதைக்கு முடித்திட விழைகிறேன்; இதற்கான முக்கியக் காரணம் நமது தத்துவ ஞானிகளின் நாத்திகவாதத்தின் அறிவியல் பூர்வ வெளிப்பாடாக மார்க்சியம் விளங்குவது ஏன், எவ்வாறு என்பதைக் கோடிட்டுக் காட்டுவதே.

ஆயினும் இந்திய 'ஆன்மீகம்' எனும் மூடு திரையைக் கொண்டு, நாத்திகத்தின்பால் நமது தத்துவ ஆசான்களுக்கு இருந்த ஈர்ப்பு எவ்வாறு மறைக்கப்படுகிறது என்பதிலிருந்து இவ் விவாதம் தொடங்குவது தற்செயலானதன்று; தவிர்க்கவியலாதது!

# 3

# இந்திய ஆன்மீகம் என்றொரு கற்பிதம்

பொய்யான நாட்டுப்பற்று எனும் புனுகுப் பூச்சுடன் உலா வரும் இப் புனைகதைக்கு எஸ்.இராதாகிருஷ்ணனின் எழுத்துகளே முன் மாதிரி! எனவே அவற்றிலிருந்து இங்கே எடுத்துரைக்கப்படும் சில மேற்கோள்களே இவ் விவாதத்துக்குப் பொருத்தமானதும், போதுமானதுமாகும்.

"இந்தியாவில், தத்துவம் சாராம்சத்தில் ஆன்மீக வயமானது" என்கிறார் அவர்[3]; அவர் மேலும் தொடர்கிறார்: "காலத்தின் கரடு முரடான சோதனைகளையும், வரலாற்று விபத்துகளையும் எதிர்த்துத் தாக்குப் பிடிக்க இந்தியாவுக்குப் பேருதவியாக இருந்தது அதன் தீவிரமான ஆன்மீகமேயன்றி எந்தவொரு பெரிய அரசியல் அல்லது சமூக அமைப்புமன்று....... ஆன்மீக நோக்கே இந்திய வாழ்வை ஆக்கிரமித்துள்ளது". அவர் மீண்டும் வலியுறுத்துகிறார்: "இந்திய மனதை ஆள்கிற ஆன்மீகப் போக்கே அதன் அனைத்து விதமான பண்பாட்டையும், சிந்தனைகளையும் வார்த்தெடுத்திருக்கிறது; ஆன்மீக அனுபவமே இந்தியாவின் வளமான பண்பாட்டு வரலாற்றைத் தாங்கி நிற்கிறது; அது எந்தவோர் அருவமான சக்தியையும் துணைக்கழைக்காத —ஆனால் ஆன்மீக சக்தியைக் கைவரப் பெறுகிறவாறு மனித மனதைப் பக்குவப்படுத்துகிற — மாயாவாதம் ஆகும்"[4];

ஆகவே, இந்தியச் சிந்தனையின் இத் தீவிர ஆன்மீகத் தன்மைதான் மேற்கத்திய சிந்தனையின் (ஆகப் பெரும் போக்காக அவர் கருதுகிற) விமர்சனப் பாங்கிலான கூர் நோக்கு மூலம் உண்மையைக் கண்டறிகிற அறிவியல், தருக்கவியல், மனித நேய வாதம் ஆகியவற்றுக்கு நேர் எதிரே அதனை நிறுத்துகிறது. இங்கே இராதாகிருஷ்ணனால் உருத் தெரியாமல் திரிக்கப்பட்ட - ஆனால் சரியான தத்துவார்த்த நிலைபாட்டுக்குச் சொந்தக்காரரும், வெளிப்படையான நாத்திகவாதியுமான - மார்க்சைப் பற்றிக் குறிப்பிட வேண்டியதில்லை.[5] இராதாகிருஷ்ணன் தொடர்கிறார்:

“மேற்கத்திய மனம் அறிவியல், தருக்கம், மனித நேயவாதம் ஆகியவற்றுக்கு மிகுந்த அழுத்தம் கொடுக்கிறது[6]; எதார்த்தத்தை வெறும் மேலோட்டமான அல்லது புலன்களுக்கு வசப்படுகிற அம்சங்களைக் கொண்டு மட்டுமின்றி அதன் அணுக்கமான தனித்துவத்தில் காண்கிற அறிவை விடவும் ஆழமாக ஊடுருவிப் பார்க்கும் சக்தியை நாம் கொண்டுள்ளோம் என்றே இந்திய தத்துவ ஞானிகள் அனைவரும் ஒரு சேரக் கருதுகின்றனர்; இந்துக்களுக்குத் தத்துவம் என்பது (கடவுள்) தரிசனமே.... **கடவுளைக் காண்பது எனில் புறவுலகின் தாக்கம் இன்றி தெய்வீகத் தன்மையை அடைவது எனப் பொருள்—** மாறாக, “மேலை நாட்டார் விமர்சன அறிவுக்கே முக்கியத்துவம் தருகின்றனர்; கீழைத் தேசச் சிந்தனை படைப்பூக்க உள்ளுணர்வுக்கு அழுத்தம் கொடுக்கையில் மேலைச் சிந்தனை பொதுவாக விமர்சன ஞானத்திற்கே அதிக முக்கியத்துவம் தருகிறது [7] கருத்தாக்கம் பற்றிய சாக்ரட்டீஸ் அவர்களின் வலியுறுத்தல் தொடங்கி ரஸ்ஸல் அவர்களின் கணிதவியல் பாங்கிலான தருக்க முறை வரை மேலை நாட்டுச் சிந்தனையின் வரலாறு தருக்கவியலுக்கே முக்கியத்துவம் கொடுக்கிறது”[8]

இவ்வாறு கூறுவதால் இராதாகிருஷ்ணன் மேலைநாட்டுச் சிந்தனை மரபை முற்றிலுமாக மறுக்கிறார் என்பதன்று; அதில் உண்மையிலேயே நல்லதும், பயன்படத் தக்கதும் உண்டு என அவர் கருதுகிறார்; எனினும், தெரிந்தோ தெரியாமலோ இந்த நல்ல அம்சங்கள் என்பவை இந்திய ஆன்மீகத்தின் கூறுகளை மேலும் விரிவாக விளக்கக் கூடிய வகையிலேயே அமைந்துள்ளன என்கிறார்! அண்மைக் காலத்திய மேலைத் தத்துவச் சிந்தனைகளை ஆய்வு செய்திடும் நோக்கில் எழுதப்பட்ட நூலொன்றில்[9] ஜேம்ஸ், பெர்க்சன், பெர்ட்ரண்ட் ரஸ்ஸல் ஆகியோரின் ஊக முயற்சிகளிலும், அவர்களுடையதை விடச் சற்றுக் குறைந்த அளவில் பால்ஃபொர், ஹொவிசன், ஷில்லர் ஆகியோரின் அத்தகைய (உய்த்துணர்வு) முயற்சிகளிலும் நேர் மறைக் கருத்துமுதல் வாதத்தின் சாயல் ஆங்காங்கே தென்படுவதாக அவர் கருதுகிறார். அவற்றைச் சுட்டிக் காட்டி பின் வருமாறு முடிக்கிறார்: “உபநிடதங்கள் ஒரு தத்துவ முறைமையின் கூறுகளைக் கொண்டிருப்பதால் அவை மனித வாழ்வின் நிரந்தரத் தேவையொன்றை நிறைவு செய்கின்றன; அவை இவ்வுலக வாழ்வின் ஒரு பேருண்மையாம் கடவுளை நாம் உருவகப்படுத்துவதற்குரிய சூத்திரங்களை நமக்கு அளித்திருக்கின்றன; அவை ஒரு வேளை அனைத்தையும் விளக்காமல் இருக்கலாம்; ஆனால் பிற்கால தத்துவம் என்பது அவற்றின் உள்ளடக்கத்தை முழுமையாக வெளிக் கொணரும் தொடர் முயற்சியே என்பதை மறுப்பதற்கில்லை. இவ்வாறு கூறுவதால் உபநிடதங்களில் தொடங்கி அவற்றின் அடியொற்றியே பிற்கால தத்துவம் பயணித்தது,

வளர்ந்தது என நாம் கருதுவதாக இதற்குப் பொருள் கொள்ளக் கூடாது; இங்கே நாம் வலியுறுத்த விழைவது யாதெனில், இவ்வுலகில் உபநிடதங்களே ஊக (அல்லது உய்த்துணர்வு) கருத்துமுதல் வாதத்தின் ஆரம்பகால வடிவங்களாக விளங்குவதால் **பிற்கால தத்துவத்தின் சிறந்த, சீரிய அம்சங்கள் அனைத்தும் உபநிடதக்கருத்தின் விளக்கவுரைகளாகவே தோன்றுகின்றன என்பதைத்தான்!**[10]

இக் கூற்று துணிச்சலும், தைரியமும் ஒரு சேரக் கலந்தது என்பதில் ஐயமில்லை! இதில் அச்சத்தின் சாயல் அறவே இல்லை. ஒருவேளை இந்திய ஆன்மீகத்தின் மீதான அசைக்க முடியாத பிடிப்பு இந்த அச்சமின்மையின் ஆதாரமாக இருக்கலாம்! உபநிடத ஞானிகளின் கூற்றுப்படி ஆன்மாவை தரிசித்தபின் (அதாவது மெய்ப் பொருளை உணர்ந்தபின்) அச்சம் என்பதே இராது போலும்!: "பிரம்மப் பேரின்பத்தை அறிந்து அனுபவிக்கிற ஒருவன் எக்காலத்தும் எதற்கும் அஞ்சவே அஞ்சான்!"[11]

எனினும், இந்திய ஆன்மீகத்தை ஏற்றிப் போற்றிடும் இப் பின்னணியிலுங்கூட பின் வரும் அற்பமான கேள்வியைத் தவிர்ப்பது இயலாது: இந்திய ஆன்மீகத்திற்கு ஆதரவாக முன் வைக்கப்படும் இந்த ஆர்ப்பாட்டமான வாதங்களுக்கு முன்னோர்களிடமிருந்து நமக்குக் கொடையாகக் கிடைத்திருக்கிற தத்துவ நூல்களில் ஏதேனும் ஆதாரம் உண்டா? வேறுவிதமாகக் கூறுவதெனில், வாழ்வின் உன்னதமான உண்மை எதுவோ அதை உணர்வது தெய்வீகத் தன்மையை எய்துவதற்குச் சமம் என்றெல்லாம் பேசப்படுகிற கடவுளைப் பற்றி அந்த நூல்கள் உண்மையிலேயே கவலைப் படுகின்றனவா? இராதாகிருஷ்ணன் அவையனைத்துமே இந்திய ஆன்மீகத்தின் பதவுரையாகவும், பொழிப்புரையாகவும் விளங்குகின்றன என நாம் நம்ப வேண்டும் என்கிறார்!

ஆனால் இத் தேசத்தின் மெய்யான தத்துவார்த்த இலக்கியம் இக் கூற்றுக்கு ஆதரவாக இல்லை என்பது சற்று 'வருத்தமளிக்கும்' செய்தியே! பெரும்பாலான இந்திய தத்துவ ஞானிகள் "கடவுள் எனும் கருத்தே வாழ்வின் உன்னதமான உண்மை" என்பதை அவ்வளவு ஆர்வத்துடன் ஆமோதிக்கவில்லை என்பது மட்டுமன்று; "கடவுள் என்ற ஒன்று இல்லவே இல்லை" என்பதில் உறுதியாகவும் நிற்கிறார்கள்; அவர்கள் அதை நிறுவுவதையே தமது தத்துவ ஆராய்ச்சியின் மிக முக்கியமான அம்சமாகக் கருதினர்; அதாவது, அவர்களின் நாத்திகக் கோட்பாட்டுக்கு "விமர்சனப் பாங்கிலான மதி நுட்பத்தை நம்பினரேயன்றி "படைப்பூக்க உள்ளுணர்வையன்று". உண்மையைச் சொல்வதாயின், அவர்களில் மிகவும் முன்னோடிகளாக விளங்கிய குமாரிலபட்டர் போன்றோர் "படைப்பூக்க உள்ளுணர்வு" (creative intuition) எனும் கருத்தை எள்ளி

நகையாடினர்[12]; இந்திய தத்துவ ஞானிகள் இவ்வாறுதான் சிந்திக்க வேண்டுமென இராதாகிருஷ்ணனைத் தவிர வேறு யாரும் விரும்பியதில்லை எனக் கருத வேண்டாம்; ஆனால் அத்தகையோர் மிகச் சிலரே! அவர்களின் 'கெட்டநேரம்' ஆதிகாலத்திலும், இடைக்காலத்திலும் செழுமையான நாத்திக நூல்களைப் பிற சிந்தனையாளர்கள் எழுதிக் குவித்த வண்ணமிருந்தனர்; அது அச்சிலருக்கு ஏற்படுத்திய சிரமத்திற்கு அளவே இல்லை!

# 4

# நாத்திகத்தின் பொருள்

இந்திய நாத்திகம் தொடர்பான தத்துவ நூல்களை நாம் ஆராயத் தொடங்குமுன் - அதாவது, பெரும்பாலான இந்திய தத்துவஞானிகள் தீர்க்கமான நாத்திகர்கள் என நாம் குறிப்பிடுகிறபோது - அந்த 'நாத்திகம்' எனும் சொல் எந்த அர்த்தத்தில் பயன்படுத்தப்பட்டுள்ளது என்பதை மிகவும் கறாராகப் புரிந்திருக்க வேண்டும்.

வரலாற்றின் வழியே பின்னோக்கினால் இந்த 'நாத்திகம்' எனும் சொல் பல்வேறு அர்த்தங்களிலும், அனைத்து வகையான பின்னணிகளிலும் பயன்படுத்தப்பட்டுள்ளது என்பதை அறியவியலும். ஆரம்ப காலக் கிருஸ்துவர்கள் கடவுள் மறுப்பாளர் அல்லர் எனினும் அரசனை ஆண்டவனாகக் கருதி வணங்கிடும் வழக்கத்தை எதிர்த்து நின்றனர் என்பதாலேயே நாத்திகப் பட்டம் சூட்டப்பட்டனர். "சூரியனை இயற்பியல் விதிகளுக்கு இணங்கிய ஒரு பொருளாகப் பாவித்ததாலேயே அனக்சகோரசை 'நாத்திகர்' என்றனர்! "வாழ்க்கை மிகக் குறுகியது; கடவுள் பற்றிய சர்ச்சை மிகவும் கடினமானதொரு விவாதப் பொருள்; ஆகவே கடவுளைப் பற்றித் தனக்கு எதுவும்தெரியாது" எனக்கூறிய குற்றத்திற்காகவே பிரோத்தகோரஸ் ஏதென்ஸ் நகரிலிருந்து துரத்தப்பட்டார். சாக்ரட்டீசுக்கு எதிரான குற்றச்சாட்டுகளில் நாத்திகமும் ஒன்று; அரிஸ்டாட்டிலும் அதே 'குற்றதைச் சுமந்தார்[13]. எபிகியூரியஸ் விவகாரமோ இவற்றை விடவும் வேடிக்கையானது! "இவர்கள்அனைவரும் உண்மையிலேயே கடவுள் நம்பிக்கை உள்ளவர்களே! அதாவது, புறவுலகில் பிற பொருட்களின் இருப்பை எவ்வாறு கண்டார்களோ அதேபோன்று" கடவுளர்களையும் நம்பியவர்கள்தாம்; அவர்களின் வாயாலேயே சொல்வதெனில், அவற்றைத் 'தெளிந்த பார்வை' 'வழிகண்டார்கள்' என்கிறார் பாரிங்டன்[14].

இருப்பினும் அவர்கள் தீர்க்கமான நாத்திகர்கள் எனப் பழித்துரைக்கப்பட்டது ஏன்? பாரிங்டன் பதிலுரைக்கிறார்: "சிசரோ,

புளூடார்க் போன்ற பழங்கால எழுத்தாளார்கள் எபிகியூரசையும் அவரின் சீடர்களையும் நாத்திகர்கள் என அழைத்ததற்குக் காரணம் அவரின் இறையியல் கொள்கையை அவர்கள் அறிந்திராமையன்று; அக் காலத்திய மூடத்தனங்கள் நிறைந்த எண்ணற்ற இறை நம்பிக்கைகளைப் போன்றதாகவே அவரின் இறையியல் கொள்கையும் விளங்கியபோதிலும் அவர்களின் கண்ணோட்டத்தில் அது மதத்தின் ஒரு முக்கியமான நோக்கத்தை நிறைவேற்றவில்லை. கெட்டவர்களைக் கண்டுகொள்ளாத கடவுளர்கள் அரசைக் கண்காணிக்கப் பயன்படமாட்டார்கள். மேலும் எபிகியூரிய மதம் ஒரு தீவிரமான பிரசார நோக்கமுடையது போலத் தோன்றுகிறது. அரசால் ஆதரிக்கப்பட்ட மதக் கோட்பாட்டையே எபிகியூரிய மதம் நேரடியாகத் தாக்கியது[15].

தற்கால ஐரோப்பாவிலுங் கூட 'நாத்திகம்' எனும் சொல் சற்று வரைமுறையின்றி பயன்படுத்தப்பட்டு வருகிறது; கடவுளைப் பயபக்தியுடன் நம்புகிறவர்களைக் கூட நாத்திகர் என்கின்றனர்; சான்றாக, டெஸ்கார்ட்டிஸ் கடவுளின் இருப்பை நிறுவிடத் தன்னால் இயன்ற வகையிலெல்லாம் முயன்று இயல் கடந்த முறையில் விரிவான விளக்கங்களைத் தந்தவர்; மேலும், பகுப்பாய்வு வரைகணிதத்தைக் கண்டுபிடித்த பின்னர் லொரெட்டொ மாதாக் கோயிலுக்குச் சென்று தனது ஆழ்ந்த இறைப் பற்றுக்கு அடையாளமாக நன்றிக்கடன் செலுத்தியவர்; ஆயினும், கசந்தி, ஹாப்ஸ் ஆகியோருடன் அவரையும் சேர்த்து மூவருமே அக் கால கட்டத்தின் படுமோசமான நாத்திகர்கள் என ஆக்ஸ்ஃபோர்டு ஆயர் சாமுவேல் பார்க்கரால் 'முத்திரை குத்தப்பட்டனர்'[16] (கடவுள் 'பித்து' பிடித்த ஸ்பினோசாவைக் கூட 'நாத்திகர்' என்று திருச் சபையிலிருந்து தள்ளி வைத்தமை அனைவர்க்கும் நன்கு தெரிந்த ஒன்று! விவிலியத்தின் ஒரு பகுதியான "வெளிப்பாட்டுக்கு' ஆதரவாக மிகச் சிறந்த முறையில் வாதிட்ட பிக்டே இதே 'குற்றம்' சுமத்தப்பட்டு ஜெனா பல்கலைக்கழகத்திலிருந்து பணி நீக்கம் செய்யப்பட்டார்.

இது தொடர்பான சான்றுகள் ஏராளம்! அவை அனைத்தையும் இங்கே எடுத்துக் காட்ட வேண்டியதில்லை. எதிரியை வீழ்த்த இன்னார் இனியார் எனப் பாராமல் நாத்திகப் 'பட்டம்' கட்டுவது என்பது அன்றைய ஐரோப்பிய மதக் குழுக்களுக்கு இடையேயான பகைமைச் சூழலில் சர்வ சாதாரணமான நடை முறை; தான் சார்ந்த பிரிவுக்குமாறான கண்ணோட்டம் எதுவும் நாத்திகமே! இதன் விளைவாக 'நாத்திகம்' என்பது எதையும் குறிப்பிட்டுப் பேசாத குழப்பமானதொரு சொல்லாக மாறியது.

இந்திய தத்துவ அரங்கில் அத்தகைய குழப்பமேதும் இருக்கவில்லை என்பது நல்வாய்ப்பே! இதன் பொருள் இந்தியரிடையே குழு

மோதலோ, உட்பகையோ இல்லை என்பதில்லை. இது உண்மையில் மிகக் கடுமையாகவும், காரசாரமாகவும் இருந்தது. ஆயின், இதனை இதர வழிகளில் வெளிக்காட்டினரேயொழிய கடவுள் உண்டா, இல்லையா என்கிற கேள்வியுடன் போட்டுக் குழப்பிக் கொள்ளவில்லை; சான்றாக, வேதப் பழைமைவாதிகள் தங்களை 'ஆஸ்திகர்' என அழைத்துக் கொண்டதுடன் தமது எதிரிகளை 'நாஸ்திகர்' எனவும் பழித்தனர்! ஆனால் இந்த இரு சொற்களுமே வேதத்தின் மேன்மையை ஒப்புக் கொள்வதைப் பொறுத்தே அவற்றின் அர்த்தத்தைப் பெற்றன. **வேதத்தை வழி மொழிந்தவர் ஆத்திகர்; மறுத்தவர் நாத்திகர்!**[17] **கடவுளை நம்புவதும், நம்பாததும் முற்றிலும் வேறுபட்ட பிரச்சனை.** இவ்வாறு கடவுளை முற்றாகக் 'கைகழுவிய' பூர்வ மீமாம்ச தத்துவம் ஆத்திகக் கருத்துடன் மிகச் சிறப்பாக ஒன்றியிருந்தமை இதற்குச் சான்றாக எப்போதும் காட்டப்பட்டு வருகிறது! இதற்கு மாற்றாக சைவர்களும், பாசுபதர்களும் பிரபலமான பக்தி மார்க்கங்களின் பிரதிநிதிகளாக விளங்கினர் எனினும் அவர்களின் தத்துவம் அவ்வளவு சிறப்புடையதாக இல்லை. ஆயினும் அவர்கள் வேத நெறி முறைகளைச் சட்டை செய்யாதது அல்லது அரை குறையாகவே அவற்றைக் 'கண்டுகொண்டது' வேதப் பழைமைவாதிகளாம் இந்தியச் சட்டாம் பிள்ளைகளுக்கு எரிச்சலூட்டியதால் சைவர்களையும், பாசுபதர்களையும் தொட்டாலே 'பாவம்' என்றனர்; தவறித் தொட்டுவிட நேர்ந்தால் சடங்கு சம்பிரதாயப்படி குளிப்பது தீட்டுக்குத் தீர்வு எனத் தீர்மானித்தனர்![18]. சமயக் குழுக்களுக்கு இடையேயான உட்பூசல் எந்த எல்லை வரை போகும் என்பதற்கு இதுவோர் எடுத்துக்காட்டு என்பதுடன் கடவுள் நம்பிக்கை அல்லது மறுப்பு இதில் ஒரு பிரச்சனையே இல்லை என்பதையும் இங்கே காண்கிறோம்.

பவுத்தர்களும் இதே மாதிரியான குழு வாதத்தை முன் வைத்தனர்; புத்தரைப் பின்பற்றாதவர்களை எல்லாம் 'தீர்த்திகர்கள்', 'பாஹ்யர்கள்' - அதாவது மத நம்பிக்கையற்றவர், புறச் சமயத்தவர் - என்றனர். புத்த மத வரலாற்றிலேயே, பிற்காலத்தவர் தங்களை 'மஹாயானர்'கள் (பேரூர்திப் பயணிகள்) என அழைத்துக் கொண்டதுடன் ஆரம்ப கால பவுத்தர்களை 'ஹீனயானர்'கள் (தாழ்வகை ஊர்திப் பயணிகள்) என இழித்துரைத்ததைப் பார்க்கிறோம்! பவுத்தர்களுக்கு இடையிலேயே நிலவிய குழுப் பூசலுக்கு இதுவோர் எடுத்துக்காட்டு. ஆயினும், தீவிரமான தத்துவார்த்த நிலைபாட்டைப் பொறுத்தமட்டில் தனது வரலாறு நெடுகிலும் நாத்திகத்தையே பவுத்தம் பற்றி நின்றது.

இந்தியச் சிந்தனையாளர்களிடையே குழுப் பூசலுக்குக் குறைவே இல்லை என்பது தெளிவு; இருப்பினும் தமது எதிரியை வீழ்த்திட

வகைதொகையின்றி நாத்திகக் குற்றச்சாட்டை அவர்கள் நாடவில்லை; மாறாகக் கடவுள் நம்பிக்கையும், நாத்திகமும் நன்கு வரையறுக்கப்பட்ட தத்துவ நிலைபாடுகளாகவே அவர்களால் நோக்கப்பட்டன. 'கடவுள் நம்பிக்கை' என்பதன் நேர் இந்தியச் சொல் 'ஈஸ்வர வாதம்' ('கடவுள் கோட்பாடு') ஆகும்., எல்லாம் வல்ல, அனைத்தும் அறிந்த ஒரு பரம் பொருளே இவ்வுலகைப் படைத்துப் பாதுகாக்கிறது என்ற ஆணித்தரமான நம்பிக்கைதான் அது. கடவுள் மறுப்பைக் குறிக்கும் இந்தியச் சொல் 'நிரீஸ்வர வாதம்' (அதாவது மேற்சொன்ன நம்பிக்கையை முற்றும் மறுதலிக்கிற கோட்பாடு) என்பதாகும்.

இது இவ்வாறு இருக்கையில், 'கடவுள் நம்பிக்கை, கடவுள் மறுப்பு' (அதாவது ஆத்திகம், நாத்திகம்) எனும் சொற்களை வேறு எந்த அர்த்தத்தில் பயன்படுத்துவதையும் இந்திய தத்துவ ஞானிகள் அனுமதிக்க மாட்டார்கள்; அதே போன்று 'கடவுள்' என்ற சொல்லையும் அவர்கள் பயன்படுத்திய அதே பொருளைத் தவிர வேறெந்தப் பொருளில் பயன்படுத்துவதையும் அனுமதிக்க மாட்டார்கள்; சுருங்கக் கூறின், **'படைப்பவர்' (சிருஷ்டி கர்த்தா) மற்றும் 'உலகை நன்னெறிப்படுத்துபவர்' எனும் பொருளில் மட்டுமே 'கடவுள்' என்ற சொல்லையும், அதை ஒப்புக் கொள்ளும் சொல்லாக 'ஆத்திகம்' அல்லது கடவுள் நம்பிக்கை என்பதையும் இந்தியச் சூழலில் புரிந்து கொள்ள வேண்டும்.**

இந்த அர்த்தத்தில் பெரும்பாலான இந்திய தத்துவ ஞானிகள் நாத்திகரே! அவர்களைப் பொறுத்தவரை 'கடவுள்' என்பது வெறும் மூட நம்பிக்கை; வெற்று அனுமானம்; வழி தவறி பூசிக்கப்படும் ஒரு பொருள்.

கடவுளை அவர்கள் எவ்வாறு எள்ளி நகையாடினர் என்பதற்குப் பின்வரும் தகவலே சான்று: 'என்றும் நிலைத்திருக்கிறவர், அனைத்தும் அறிந்தவர், எங்கும் எதிலும் நிறைந்தவர், எல்லாம் வல்லவர்' என எத்தனையோ அருங் குணங்களை ஆத்திகர்கள் ஆண்டவனுக்குக் கற்பித்தனர்: குணரத்னா எனும் சமண தத்துவ ஆசிரியரோ இந்த வர்ணனைகளையெல்லாம் வீண் வார்த்தைகள் என்றதுடன் ஆத்திகர்களின் இச் செயலை 'அழகான இளம் பெண்ணை அலிக்கு மணம் முடிப்பதைப்' போன்றதோர் உதவாக்கரை வேலை' என்றும் சாடினார் (19); அப் பெண்ணின் கவர்ச்சி அலிக்கு எவ்வளவு அர்த்தப்படுமோ அதைவிடக் கொஞ்சமும் கூடுதலானவையன்று ஆண்டவனுக்குரிய அடைமொழிகள் என்கிறார் அவர்.

'கடவுள்' என்பது வெறும் மூட நம்பிக்கை என்பதைப் பறைசாற்ற இதுவொரு வழி; ஆனால் அதை நிறுவிடப் பெரு முயற்சி மேற்கொண்ட இந்திய தத்துவாசிரியர்கள் எல்லாரும் எவ்வித மூடப் பழக்கத்திற்கும் ஆட்படாதவர்களோ அல்லது நாத்திகக் கருத்துக்கு

உடன்படுவதால் அதன் பொருட்டுப் பின்பற்றியே ஆக வேண்டிய அறிவியல் பாங்கிலான நடைமுறைகளை அப்படியே ஏற்றுக் கொள்ள முன் வந்தவர்களோ அல்லர். மாறாக, அவர்களில் பலர் தீவிர நாத்திகர் எனினும் ஆதி காலந் தொட்டுத் தொடர்ந்து நிலவிய பல மூட நம்பிக்கைகளின் ஆதரவாளர்களாக விளங்கினர்! இந்திய நாத்திகத்தின் பிரதானமான பலவீனமே இது தான் என்பதை நாம் முன்னரே கண்டோம். அதே சமயம் அதன் உண்மையான பலத்தை நாம் காணத் தவறக் கூடாது என்பதையும் ஏற்கெனவே குறிப்பிட்டுள்ளோம். இந்திய நாத்திகர் 'கடவுள்' எனும் கருத்தை ஆய்வுக்குட்படுத்தியபோது தங்களின் இந்த (மூட) நம்பிக்கைகளை யெல்லாம் ஓரங்கட்டிவிட்டுத் தத்துவக் கண்ணோட்டத்திற்கே உரிய தீவிரத்துடன் அதை அணுகினர் .நாத்திகத்திற்கும் அவர்களின் பிற நம்பிக்கைகளுக்கும் இடையே நிலவிய முரண்களின் தன்மை எத்தகையதாயினும் 'கடவுள்' என்பது தீர்வற்ற முரண்பாடுகளைக் கொண்ட, கொஞ்சமும் ஆதாரமற்ற அனுமானமே என்பதை நிறுவுவதில் மிக உயர்ந்த, நுட்பமான வாதத் திறமையைக் காட்டினர்.

ஆகவே அறிவியல் நோக்கில் இந்திய தத்துவ ஆசான்களின் நாத்திகம் முழுத் திருப்தி தரக்கூடியதாக இருக்க முடியாது என்பது இதிலிருந்து புலனாகும்; தத்துவக் கண்ணோட்டத்தில் நோக்கினால்,, அவர்கள் நாத்திகத்தின் உறுதி மிக்க அடித்தளமான பொருள்முதல்வாதத்தைத் தழுவியிருக்கவில்லை என்பது தெளிவு; ஆதி மற்றும் மத்திய கால இந்தியப் பொருள்முதல்வாதிகளின் பொருள்முதல்வாதத் தத்துவங் கூட ஒப்பு நோக்கில் அவ்வளவாக உருப் பெறாத பருப் பொருள் கொள்கையைச் சார்ந்திருக்க முடிந்தது; அத்துடன் அவர்கள் தமது பொருள்முதல்வாதத் தத்துவத்தை சமூக, வரலாற்றுத் தளங்களுக்கு விரிவுபடுத்தும் தெளிவு அறவே அற்றவர்களாக இருந்தனர்; ஆதலால் கடவுள் நம்பிக்கையின் ஆணிவேர் சமூக தளத்தில் உள்ளது என்பதையும், அந்த நம்பிக்கையை வெறும் வாதத் திறமையையும், பகுத்தறிவுக்குப் பொருத்தமான செய்முறைகளையும் கொண்டு விரட்டிட முடியாது என்பதையும் உணர முடியவில்லை. மார்க்ஸ் சொன்னது போன்று சமூகப் புரட்சி தவிர்த்த வேறெதனாலும் கடவுளின்பால் மனித குலத்துக்குள்ள ஏக்கத்தைத் தணிக்க முடியாது; இது குறித்து இன்னும் விரிவாகப் பின்னர் காண்போம்.

இப்போதைக்கு இங்கே நாம் குறிப்பிட வேண்டியது யாதெனில் ஆதி மற்றும் மத்திய கால இந்தியாவில் முற்றிலும் திருப்தி தரக் கூடிய, அறிவியல் பூர்வமான நாத்திகம் என்பது காலத்துக்கு ஒவ்வாத ஒன்று என்பதே! லாமெட்ரீ, டி ஹொல்பாக், பாயர்பாக்

ஆகியோருக்கு முன்னேறிய அறிவியல் கண்டுபிடிப்புகளைக் கணக்கில் கொள்கிற வாய்ப்பு மிக நன்றாகவே இருந்த போதிலும் அவர்களின் நாத்திகமும் விஞ்ஞான சோசலிசத்தின் தத்துவ மூலவர்களுக்கு முழுமையான திருப்தியைத் தரவில்லை என்பது வெள்ளிடைமலை. அதே சமயம் அவர்கள் தமது முன்னோடிகளுடைய நாத்திகவாதங்களின் முக்கியத்துவத்தை ஒதுக்கி விடவுமில்லை; இன்று இந்திய சோசலிச வாதிகள் அந்த நாத்திக வாதங்களின் முக்கியத்துவத்தைக் குறைத்து மதிப்பிடுவது மிகவும் தவறாகப் போய்விடும். மரபுசார் பண்பாடு என்பது ஒருபுறம் இருப்பினும் ஒரு விசயம் உண்மை; அதை நாம் பின்னர்க் காண்போம். ‘கடவுள்’ எனும் அனுமானத்துக்கு எதிராக இந்திய சிந்தனையாளர்களால் முன் வைக்கப்பட்ட தத்துவார்த்த கருத்துகள் மிகவும் சிறப்பாகக் குறிப்பிடத்தக்கவை; தருக்கவியல் நோக்கில் பார்க்கையில் பல நூற்றாண்டுகள் கடந்து போன பின்னும் இன்றும் அவற்றின் உண்மைத் தன்மைக்கு ஊறு நேரவில்லை.

# 5

# இந்திய தத்துவத்தில் 'கடவுள்'

ஆயின், இந்திய தத்துவாசிரியர்களில் பெரும்பாலர் நாத்திகர் என்பது உண்மையில் சரியான கூற்றா? இக் கேள்விக்கு மத்திய காலக் கடவுள் வாதிகளுக்கு இருந்தது போன்றே இன்றைய ஆத்திகர்களுக்கும் மிகவும் நெருடலான ஒரேயொரு விடை தான் உண்டு! தமக்குச் சங்கடமான உண்மைகளை மூடி மறைக்கத் தத்துவ ஞானிகள் கைக்கொள்ளும் வழக்கமான தந்திரம் என்ன? வார்த்தை ஜாலத்தில் அடைக்கலம் தேடுவதே அது.

இதுதான் நாணயமற்ற அறிவாளித் தனத்தின் வழக்கமான வடிவமாக ஆதி காலத் தத்துவப் போர்களில் இருந்திருக்க வேண்டுமென்பது இத்தகைய சர்ச்சைகள் தொடர்பான நூல்களிலேயே மிகவும் பழைமையான ஒன்றில் நாம் காணும் இத் தந்திரம் குறித்த விரிவான விவாதத்திலிருந்து தெரிய வருகிறது; ஆம், அதன் தத்துவார்த்தப் பயன் ஏதுமில்லைதான்[20]

இந்திய தத்துவம் சார்ந்த கலைச் சொற்களில் இது "சள' எனப்படும்; அதாவது, தனது வார்த்தை ஜாலத்தால் எதிரியின் நிலைபாட்டைத் திருத்தி விவாதத்தைத் திசை திருப்பி அவர் கனவிலும் நினைத்திராத கருத்தை முன் வைத்ததாகக் கதைப்பது! இதைப் பல வழிகளில் செய்யலாம்; 'சாமான்ய சள' என்பது அவற்றுள் ஒன்று: ஒரு விசயத்தை அல்லது ஒரு பொருளைப் பற்றிய விவரிப்பில் எதிரி குறிப்பாக முன்வைக்கிற கருத்தைப் புறந்தள்ளிவிட்டு அவ் விசயத்தின் அல்லது அப் பொருளின் பொதுவான குணாம்சத்தில் பொதிந்திருக்கிற — ஆனால் அவரால் பேசப்படாத கேலிக் கூத்தான அம்சத்தைப் பிடித்துத் 'தொங்குவது'[21]!

இந்திய கடவுள் வாத நூல்களில் தலையாயதாகக் கருதப்படும் 'நியாய-குசுமாஞ்சலி'யின் ஆசிரியரும், நியாய-வாதக் கூட்டத்தைச் சேர்ந்தவரும், மத்திய காலத் தத்துவ ஞானிகளில் பெரும் புகழ் பெற்றவருமான உதயணர் என்பாரின் எழுத்துகளில் மேற்சொன்ன தந்திரத்தின் உதாரணம் ஒன்றைக் காண முடியும். 'ஒவ்வொருவரும்

அவரவர் வழியில் கடவுளை நம்புகின்றனர்; ஆதலால் நாத்திகர் என நானிலத்தில் எவருமில்லை' என அந்நூலின் ஆரம்பத்தில் அடித்துச் சொல்கிறார். நம் காலத்தில் மிகத் திறமை வாய்ந்த ஒருவரால் மொழி பெயர்க்கப்பட்ட அப் பத்தியை முழுமையாக இங்கே மேற்கோள் காட்டுவது அவசியம்:[22]

"இயற்கையிலேயே தூய்மையானதும், அறிவொளி பரப்புவதுமான பரம்பொருள் 'ஒன்றே' என உபநிடத ஆதரவாளர்களும், 'முழுமுதல் ஞானி' எனக் கபிலரின் சீடர்களும் இவ்வுலகத் துன்ப துயரங்கள்,செயல்பாடுகள், பலாபலன்கள் ஆகியவற்றால் அண்ட முடியாதவராகவும், விஸ்வ ரூபம் எடுத்து வேதங்களை இவ்வுலகுக்கு அளிப்பவராகவும், அருள் பாலிக்கிறவராகவும் விளங்குபவர் எனப் பதஞ்சலியின் சீடர்களும், வேதங்களாலும், சாதாரணப் பழக்கங்களாலும் அங்கீகரிக்கப்பட்ட எந்த வித நடவடிக்கைகளாலும் மாசு படுத்த முடியாத, முற்றிலும் தனித்துவமான ஒன்று என மகா பசுபதியின் மாணவர்களும், சிவன் எனச் சைவர்களும், புருசோத்தமன் என வைணவர்களும், முதன்மைத் தந்தை (அதாவது தந்தைமார்களின் தந்தை) எனப் பவுராணிகர்களும், உயிர்ப் பலியின் ஆன்மா எனப் பலி கொடுப்பவர்களும், சர்வ ஞானி எனப் பவுத்தர்களும், நிர்வாணக் கோலத்தவன் எனத் திகம்பரர்களும், வேதங்களால் வழிபாட்டுக்குரியது என நிர்ணயிக்கப்பட்டது என மீமாம்சகர்களும், தனக்குரிய அனைத்துக் குணங்களும் ஒருங்கே அமையப் பெற்றது என நையாயிகர்களும், உலக வழக்காறுகளால் நிர்ணயமாகிய அதிகாரத்தைச் செலுத்துபவர் எனச் சாருவாகர்களும் - மேலும் கூறுவதாயின் — விஸ்வகர்மா (மாபெரும் வரைகலைஞர்) எனக் கைவினைஞர்களும் - போற்றிப் பாராட்டுகிற, மற்றும் சாதி, கோத்திரம், மிகச் சிறந்த முனிவர்களின் கூட்டம் (pravara), (வேதப்) பள்ளி, குடும்பக் கடமைகள் போன்றவை தொடர்பான மேலதிகாரத்தைச் செலுத்துபவராக அனைவரும் அறிந்து கொண்டுள்ள சிவன் பற்றிய ஐயத்திற்கு எந்த ஆதாரமும் இருக்கமுடியாது என்பதால் அவனின் இருப்பு குறித்த ஆராய்ச்சிக்கு அவசியமே இல்லை! அந்த சிவனின் சிந்தனை என அழைக்கத் தக்கதும், தருக்கவியல் அடிப்படையில் அமையப் பெற்றதுமான இந்த விளக்கவுரை, ஸ்ருதியைக் காதில் வாங்கி அதைப் பின்பற்றி எழுதப்பட்டுள்ளதால் இதனை அவருக்குரிய வழிபாடு எனக் கருதலாம்".

ஒவ்வொருவரையும் கடவுள் நம்பிக்கையாளராக மாற்றிடும் காரியத்தை லாவகமாகச் செய்திடும் இத்தகைய எடுப்பான (சமஸ்கிருத) மொழிநடை, சமஸ்கிருத மொழி மற்றும் இலக்கியம் ஆகியவற்றில் ஈடுபாடு கொண்டோருக்குக் கவர்ச்சிகரமாகத் தோன்றலாம்; ஆனால், வேண்டுமென்றே உண்மையைத்

திரித்துரைப்பதற்காக வலிந்து புனையப்பட்ட சொல் அலங்காரம் என்றே இந்திய தத்துவ வரலாற்று மாணவருக்கு இது தோன்றும். கடவுள் இருப்பைப் பொய்யென நிறுவிடப் பகீரதப் பிரயத்தனம் மேற்கொண்ட கபிலரின் சீடர்கள், சாங்கிய தத்துவாசிரியர்கள், சவ்கதர்கள், பவுத்தர்கள், திகம்பர சமணர்கள், மீமாம்சகர்கள் ஆகியோரை மட்டுமின்றி சாருவாகர்களையுங் கூடக் கடவுள் நம்பிக்கையாளர்களாகச் சித்தரிக்க மேற்கண்ட மிடுக்கான மொழிநடை முயற்சிக்கிறது; சுருங்கச் சொல்வதாயின், நாத்திகத்திற்குப் பெயர்போன கூட்டத்தைச் சேர்ந்த எல்லோரையுமே கடவுள் நம்பிக்கையாளர்கள் எனக் கதை கட்டுகிற உதயணரைக் கண்ணுறுகிற ஒரு மந்திரவாதி கூடக் கண் சிமிட்டும் நேரத்தில் தொப்பியிலிருந்து பொருட்களைக் கொட்டி உடன் மறைக்கும் கண்கட்டி வித்தையில் அவர் தன்னைவிடக் கை தேர்ந்தவரோ எனப் பொறாமைப்படுவார்! அவர் இந்த மாயா ஜால வித்தையை எவ்வாறு செய்தார்? இந்திய தத்துவாசிரியர்களால் 'சாமான்ய சள' என அழைக்கப்படுகிற எதிரியின் உண்மையான நிலைபாட்டைத் திரித்துக்கூறிடும் தருக்க முறையைக் கையாண்டுதான் இந்த சாதனையை நிகழ்த்தியுள்ளார்!

பவுத்தர்களும், சமணர்களும் எவ்வாறு முறையே புத்தர், ஜீனர்கள் ஆகியோரின் ஞானத்திற்கு வரம்பே இல்லை எனக் கருதினரோ அதே போன்றுதான் சாங்கியர்களும் கபிலரை முதல் ஞானி அல்லது 'ஆதி வித்வான்' என அழைத்தனர்; அப்படியாயின் அவர்கள் 'எல்லையற்ற அறிவு' எனும் பாதை வழியே கடவுளை நம்பினர் என்பது சரியா? இல்லவே இல்லை! தங்களின் தத்துவத்தை நிறுவியவர் தெரிந்தே கடவுளைப் புறந்தள்ளிவிட்டு இப் பேரண்டத்தின் படிமலர்ச்சி பற்றிய விளக்கத்தைத் தேடிட மேற்கொண்ட முயற்சியைப் பல முக்கியமான காரணங்களில் ஒன்றாக எண்ணியே அவரின்அறிவாற்றலை வியந்தனரேயொழிய அவரை எல்லையற்ற ஞானக் கடலெனக் கருதிடவில்லை! பவுத்தர், சமணர் விசயத்திலும் இது பெரும்பாலும் பொருந்தும்; மந்திரச் சடங்குகள் தொடர்பான வேதக் கட்டளைகளில் மீமாம்சகர் ஆழ்ந்த நம்பிக்கை கொண்டிருந்தனர்; ஆயினும், அவர்களின் எந்த ஏட்டிலும் அந்த வேதக் கட்டளைகள் வழிபாட்டுக்குரியவை என்பதற்கான குறிப்பு எவ்விடத்தும் காணப்படவில்லை; மாறாக, அவர்கள் வேதக் கட்டளைகளே எதனினும் உண்மையானவை என்பதை உறுதிப் படுத்த விரும்பியதால் கடவுள் மறுப்பில் சளைக்காமல் ஆர்வம் காட்டினர்; அதன் பொருட்டே வழிபாட்டு முறைகளையும் உதவாதவை எனப் புறந்தள்ளினர். சடங்குகளால் அவற்றின் உள்ளார்ந்த ஆற்றலைக் கொண்டே சகலத்தையும் சாதித்திட முடியும்.[23] இந்த நம்பிக்கையில் தெய்வீகத் தலையீட்டுக்கு இடமிருக்க முடியாது.

'சள' எனும் சொல்லாடலை உதயணர் எவ்வாறு பயன்படுத்துகிறார் என்பது சாருவாகர்களையும் கடவுள் நம்பிக்கையாளர்கள் என அவர் கூறுவதிலிருந்து விளங்கும்; உலக வழக்கின் அடிப்படையில் ஆண்டவனின் அதிகாரம் அவர்களால் ஏற்றுக் கொள்ளப்பட்டதாகக் கூறுகிறார். பிற்காலத்திய எழுத்தாளர்கள் இதிலிருந்து உருப்படியாக எதையாவது உய்த்துணர முயன்றார்கள்[24]; முடியாத ஒன்றைச் சாதிக்கும் முயற்சியே இது; .இத்தகைய முட்டாள்தனமான "சள" எனும் வாத முறை பொருளற்றது; மார்க்ஸ், லெனின் மற்றும் பொதுவுடைமைத் தத்துவம் ஆகியவற்றிலுங் கூட மதத்தைத் தேடுகிற மகா புத்திசாலித்தனத்தை(!) இதற்கு இணையான நம் சம காலத்திய வாதம் எனலாம்.

"கம்யூனிசம் என்கிற மதத்தின் இறைத் தூதர் லெனின்; அறிவியல் (அதாவது விஞ்ஞானம்) அதன் புனிதச் சின்னம்" என்கிறார் இராதாகிருஷ்ணன்[25] இதற்குச் சான்றாக மாஸ்கோ மனமகிழ் மன்றத்தின் சுவர்களில் வரையப்பட்டுள்ள பின் வரும் வாசகங்களை அவர் குறிப்பிடுகிறார்: "உலகம் தோன்றியது எப்போது என்பதை எவரும் அறியார்; ஆனால் அக்டோபர் 1918இல் புத்துலகு ஒன்று பிறந்ததை அறியாதார் யார்?", விண்ணுலகிலிருந்து கடவுளர்களையும் மண்ணுலகிலிருந்து முதலாளித்துவத்தையும் வெளியேற்றுவோம்! கட்டிளங் கம்யூனிசக் காளைகளுக்கு வழி விடுவோம்![26] இத்தகைய பிசிறற்ற(!) சான்றுகளைக் கண்டு பிடித்த மகிழ்ச்சியில் அவர் மேலும் தொடர்கிறார்: "பூடகமான ரஷ்ய மண்ணின் மீது தூவப்பட்ட கார்ல் மார்க்சின் கம்யூனிச விதை மதமாக முகிழ்த்து அதிகாரத்தின் அரவணைப்பில் தன்னை வளர்த்துக் கொள்ள அதற்கேற்ற உத்திகளைக் கையாள்கிறது; செஞ்சேனை, பள்ளிக் கூடங்கள், பத்திரிகைகள், பொதுக் கூட்ட மேடைகள் ஆகிய அனைத்தும் அந்த மண்ணிலிருந்து மதத்தைத் துரத்திடப் பகீரதப் பிரயத்தனம் செய்து வருகின்றன! நம்பிக்கை, ஆழ்ந்த ஈடுபாடு, சாகவும் துணியும் தியாகம் ஆகியவையே போல்ஷ்விக் கொள்கையின் உந்து சக்தி! யூத மதத்தவர் கடவுளின் அருள் வெளிப்படும் நாளை எதிர் நோக்கி இருப்பதைப் போன்றே போல்ஷ்விக்குகளும் புதிய விண்ணுலகம் — மண்ணுலகம் பற்றிய கனவுகளில் மூழ்கிக் கிடக்கிறார்கள்! "நாங்கள் மதத்திற்கு எதிரிகளோ, ஆதரவாளர்களோ அல்லர்; அதைப் புறந்தள்ளிவிட்டு நாங்கள் படைக்கவுள்ள 'உலகளாவிய சகோதரத்துவம்' என்பது கடவுள், கிருஸ்து அல்லது வேறெந்த மதத்தை விடவும் உன்னதமானது என்றொரு சோசலிச வாதி முழங்குவாராயின் அவர் பெரும்பாலான கடவுள் நம்பிக்கையாளர்களை அல்லது கிருஸ்துவை வணங்குகிறவர்களை விடவும் மேலான மத நம்பிக்கையாளர் என நாம் ஒப்புக் கொள்ளத்தான் வேண்டும்![27]

மார்க்ஸ், லெனின் ஆகியோரிடத்திலும், பொதுவுடைமைத் தத்துவத்திலும் மதத்தைக் 'கண்டுபிடிக்கிற' இராதாகிருஷ்ணனின் வாதத்தையும், சாங்கியம், பவுத்தம், சமணம், பூர்வ மீமாம்சம் ஆகியவற்றோடு நிற்காமல் சாருவாகத் தத்துவத்திலும் கடவுளை அடையாளங் காட்டுகிற உதயணரின் முயற்சியையும் ஒன்றை மற்றொன்று முந்துவதற்காகத் தமக்குள் மோதிக் கொள்ளத் தற்போதைக்கு வழி விடுவோம்! அதே சமயம் புனைகதைகளைப் புறந்தள்ளி விட்டு உண்மைகளை நாடிப் போவோம்!

இந்தியாவின் மரபு எனக் கறாராக வரையறுக்கப் படக்கூடிய தத்துவத்தை விருப்பு வெறுப்பின்றி ஆராய்கிறபோது கடவுளுக்கு அங்கே இடம் தேடுவது வேண்டாத வேலையே என்பது தெளிவாகும். .இந்தியாவின் தத்துவங்களில் இரண்டே இரண்டை மட்டுமே ஆத்திகம் சார்ந்தவை என மிகுந்த தயக்கத்துடன் கூறலாம்; பிரபலமான பிற அனைத்தும் நாத்திக உள்ளடக்கத்தைக் கொண்டவையே! இதிலிருந்து இந்திய தத்துவ ஞானிகளில் ஓரிருவரைத் தவிர வேறெவருக்கும் கடவுள் நம்பிக்கையால் எவ்விதப் பயனும் இல்லை என்பது விளங்கும். மேலும் அவர்கள் அத்தகைய நம்பிக்கை ஏற்புடையதே அன்று என்பதைத் தத்துவப் பாங்கில் நிறுவுவதில் ஆழ்ந்த அக்கறை காட்டினர்.

பல கிளைகளைக் கொண்ட பவுத்தம், சமணம், சாருவாகம் அல்லது லோகாயதம், பொதுவாக மீமாம்சம் எனப்படுகிற பூர்வ மீமாம்சம், சாங்கியம், வேதாந்தம் அல்லது உத்தர மீமாம்சம், நியாய - வைசேசிகம் ஆகியவற்றைப் பிரதானமான இந்திய தத்துவக் கண்ணோட்டங்களின் வழியேதான் புரிந்து கொள்ள முடியும்; இப் பட்டியலில் பதஞ்சலியின் யோக முறையையும் சேர்த்துக் கொள்ளலாம் எனப் பொதுவாகக் கூறப்படுகிறது; இதற்குத் தத்துவ அடிப்படை ஏதுமில்லை என்பதை நாம் இங்கே காணப் போகிறோம்! ஆகவே இந்திய தத்துவ ஆசான்களால் ஆத்திகத்தைக் குறிப்பிடப் பயன்படுத்தப்பட்ட 'ஈஸ்வர வாதம்' அல்லது 'கடவுள் கோட்பாடு' எனும் சொல்லின் கறாரான அர்த்தத்தில் மேற்சொன்ன எந்தத் தத்துவத்தை ஆத்திக வயமானது என அழைக்க முடியும் என்பதே நமது கேள்வி.

இதற்கான விடை தெளிவானது, திட்டவட்டமானது; இவற்றில் இரண்டே இரண்டுதான் இந்த இலக்கணத்திற்குள் வரக் கூடியவை: வேதாந்தமும், நியாயவைசேசிகமும். முக்கியமான இதர தத்துவங்கள் எல்லாமே நாத்திகத்தின்பாற்பட்டவையே! எனினும் இந்த இரண்டையும் கருதி ஆத்திகம் பற்றி நாம் பேசுகிறபோது சில முக்கியமான கேள்விகள் உடனடியாக எழுகின்றன.

'வேதாந்தம்' எனில் 'வேதத்தின் இறுதி' – அதாவது, வேதத்தின் முடிவில் சேர்க்கப்பட்ட உபநிடதங்கள் - எனப் பொருள்; இந்திய வரலாற்றில் காலப் போக்கில் உபநிடதங்களின் அடிப்படையில் அமைந்ததாகக் கூறிக் கொண்ட இறையியலின் சாயலைக் கொண்ட தத்துவ உட்பிரிவுகளைத் தழுவியதால் இப் பெயர் ஒருவகையான பரந்து பட்ட சிறப்பைப் பெறலாயிற்று. இந்த உட்பிரிவுகளில் சங்கரரால் பரப்பப்பட்ட அத்வைத வேதாந்தமே பெரும் புகழ் பெற்றது எனக் கருதப்படுகிறது. மற்ற இரு பிரிவுகளும் "படைப்பவர்", 'நெறிப்படுத்துபவர்" எனும் கறாரான இந்தியக் கண்ணோட்டத்தில் கடவுளை ஏற்றுக் கொண்ட போதும் அத்வைத வேதாந்தம் அதை ஏற்க மறுத்தது; இத் தத்துவம் 'உலகமே மாயை' என்றதால் அதைப் படைக்கிற கேள்விக்கு இடமேது? 'இவ்வுலகம் எப்போதும் தோன்றவே இல்லை' என்று வாதிடும் இந்த வேதாந்தக் கோட்பாட்டின் இன்னொரு பெயர்தான் 'அஜாதவாதம்'; எனவே இல்லாததோர் உலகைத் தோற்றுவித்து நெறிப்படுத்துவதற்கான வாய்ப்பே இதில் இல்லை! தற்கால அறிஞர்கள் இந்த வேதாந்தத் தத்துவத்தின் மீது மஹாயான புத்த மதத்தின் தாக்கம் இருக்கிறதா என்று ஆராய முற்பட்டுள்ளனர்.[28] இந்திய தத்துவத்தின் இலக்கிய மரபிலுங்கூட அத்வைத வேதாந்தத்தைப் புத்தமதத்தின் ஒரு மறைமுக வடிவம் எனப் பழித்திடும் வண்ணம் அமைந்த குறிப்புகள் உள்ளன[29]; இந்தக் கூற்றுகள் அனைத்திலும் ஏதோ கொஞ்சம் அர்த்தம் இருக்கத்தான் செய்கிறது; அதே சமயம், மஹாயான பவுத்தம் போன்று சுத்தமாக நாத்திகம் பேசுவதாக வேதாந்தத் தத்துவத்தைக் கருதுவது மிகைப்படுத்தப்பட்ட கூற்றே. இறையியல் பாங்கில் கூறுவதெனில், அது ஆத்திகத்தின் ஓர் உயரிய வடிவம் என்று வேண்டுமானால் சொல்லலாம்! முற்றிலும் நமது இருப்பு அல்லது அனுபவம் சார்ந்த கண்ணோட்டத்திலிருந்தே ஆழ்ந்த இறை நம்பிக்கையாளர்களால் கடவுள் பற்றிய கருத்து வலுவாக முன் வைக்கப்பட்டு அதை மெய்ப்பிக்கவும் முயலப்பட்டது; உண்மையில் சங்கரரே ஏராளமான பக்திச் சுவை ததும்பும் செய்யுள்களை இயற்றியதாகப் பாராட்டப்படுகிறார்; மக்களின் பயன்பாட்டுக்காக அவை இயற்றப்பட்டன என்பதிலிருந்து இறை நம்பிக்கையில் வேறெவருக்கும் அவர் சளைத்தவர் அல்லர் என்பது தெளிவாகும். 'அனைத்தையும் கடந்தது' அல்லது 'அது ஒன்று மட்டுமே உண்மை' என்கிற பொருளில்தான் அத்வைதத் தத்துவம் மாபெரும் ஆற்றல் வாய்ந்த கடவுளை — அதாவது, 'இரட்டைத் தன்மையற்ற பிரம்மனைக் — கற்பித்து அதற்குத் 'தனித்துவமான தன்மையை'யும் ஊட்டியது. இருப்பினும், 'அனைத்தையும் கடந்த ஆண்டவன்' எனும் கருத்தை முன் வைத்த இந்த அத்வைத

வேதாந்ததிற்கும், 'கடவுள்' எனும் கருத்தை மட்டும் முன்மொழிந்த 'வேதாந்த'த்தின் பிற பிரிவுகளுக்கும் இடையிலான முரண்பாட்டில் சுவை மிகு கூறுகளுக்குப் பஞ்சமில்லை; 'கடவுள்' என்பதே மாயை அல்லது அறியாமையின் வெளிப்பாடு என்ற அத்வைத வேதாந்தத்தின் நிலைபாட்டால் ஆத்திரமடைந்த ஆத்திக வேதாந்திகளில் ஒருவரான மத்வர்[30] அத்வைத வேதாந்தத்தைக் கருவறுக்கக் கடவுளே மறு அவதாரம் எடுத்துள்ளதாகக் கொக்கரித்தார்;

கடவுளைப் பற்றிய நியாய-வைசேசிகத் தத்துவத்தின் நிலைபாடு இன்னுங் கொஞ்சம் சிக்கலானது; இத் தத்துவத்தின் பின்னாளையப் பிரதிநிதிகள் ஆகப் பெரிய ஆத்திகவாதிகள் என்பது அனைவர்க்கும் தெரிந்ததே! கடவுள் இருப்புக்கு ஆதாரமாக இந்திய தத்துவம் முன் வைக்கும் நுட்பமான எடுத்துக் காட்டுகளை முன்மொழிந்தவர்கள் இவர்கள்தாம்! சத்கரி முகர்ஜி[31] தெளிவாகக் குறிப்பிடுவதைப்போல் வாத்ஸ்யாயனர், பிரசஸ்தபாதர் ஆகியோர் தொடங்கி இந்நாளைய 'நவத்விபா' குழுவைச் சேர்ந்த அனைவருமே கடவுளின் இருப்பை வலுவாக ஆதரித்தவர்கள், நாத்திகவாதிகளின் தாக்குதல்களுக்கு எதிராகப் போரிட்டவர்கள் என்பதால் அவர்களை ஆத்திகத் தூண்கள் என அழைத்தது நியாயமே!

நான் சத்கரி முகர்ஜியை மேற்கோள் காட்டியதற்குக் காரணம் அவர் இந்திய தத்துவ மரபில் ஆழ்ந்த ஞானி என்பது மட்டுமன்று; தீவிர பழைமை வாதிக்குக் கூட அவரை நாத்திகத்தின்பால் சாயக் கூடியவர் என எண்ணவே தோன்றாது என்பதால்தான்! ஆகவே, பிற்கால நியாய-வைசேசிகர்கள் ஆத்திக வாதத்தில் காட்டிய ஆர்வம் (அக் கூட்டத்தவரின்) மூல தத்துவ நூல்களின் உட்பொருளுக்கு ஏதோவொரு விதத்தில் உகந்ததன்று என அவரே கருதுகிறார் எனில், அப் பின்னாளைய சீடர்கள் ஆத்திகத்தைக் கைக்கொண்டது அந்த முன்னோர்களின் தத்துவத்துக்கு முற்றிலும் முரணான புதிய போக்கு என நாம் உறுதிபடக் கூறிட முடியும்! மேலும், அத் தத்துவத்தின் பிற்காலப் பிரநிதிகள் குறிப்பாக எந்தப் பின்னணியில் கடவுளைப் பற்றி மிகுந்த உற்சாகத்துடன் பேசினரோ அந்த அர்த்தத்தில். 'நியாய-சூத்திரம்,' 'வைசேசிக- சூத்திரம்' ஆகிய அவர்களின் நூல்களில் கடவுளைப் பற்றிய விவரிப்பு ஏதுமில்லை எனும் வியப்பூட்டும் உண்மையை முகர்ஜி கோடிட்டுக் காட்டுகிறார்; இதிலிருந்து அவர்களின் மூலத் தத்துவ நிலைபாட்டுக்குக் கடவுள் அவ்வளவு பொருத்தமாகப் படவில்லை எனும் முடிவுக்கு மிகவும் எச்சரிக்கை உணர்வுடனேயே அவர் வருகிறார்.

"உண்மை அறிவின் இலக்குகள் எனப் பட்டியலிடப் பட்டனவற்றுள் (காண்க நியாய- சூத்திரம்; i.1.9) கடவுளைப் பற்றிக்

குறிப்பிட்டுப் பேசாததும், உளவியல் போக்குகள் அல்லது செயல்பாடுகளுக்குப் புறத்தே தனித்து இயங்குகிற ஆன்மாவுக்கு ஆதாரமாகக் காண்பிக்கப்பட்ட நிரூபணங்களில் கடவுளை அதற்குச் சமமான பலவற்றுள் முதலாவது என்றோ அல்லது தனியொரு வகைப்பட்டதாகவோ குறிப்பிடவே இல்லை என்பதும் மிகவும் வியப்புக்குரியது என முகர்ஜி கருதுகிறார்.[32] மேலும், 'நியாய சூத்திரத்திலோஅல்லது 'வைசேசிக சூத்திரத்திலோ வேதங்களின் மேலதிகாரத்தைப் பற்றி விவாதிக்கிறபோது கடவுளைப் பற்றிய பேச்சே இல்லை; இதனை (அதாவது, கடவுளைப்பற்றிய குறிப்பின்மையை)க் 'கொஞ்சமும் எதிர்பாராத இடத்தில் காணப்படும் விடுதல்' எனச் சரியாகவே கருதுகிறார் முகர்ஜி அவர்கள்.[33] பிற்கால நியாய-வைசேசிகர்கள் இந்த வொரு விசயத்தைப் பற்றியே மீமாம்சகர்களுடன் முடிவற்றதொரு சர்ச்சையில் ஈடுபட்டிருந்தார்கள்; வேதங்களின் உண்மைத் தன்மை அல்லது செல்தகைமை அவற்றினுள்ளேயே பொதிந்துள்ளதால் எந்த வொரு கடவுளும் அதற்குச் சாட்சியாக வேண்டியதில்லை என மீமாம்சகர்கள் கூறிக்கொண்டிருக்கையில் அவற்றின் அதிகாரம் கடவுளிலிருந்தே பிறக்கிறது எனப் பிற்காலத்திய நியாய வைசேசிகர்கள் ஆணித்தரமாக வாதிட்டனர். ஆனால் இத் தத்துவத்தின் மூல நூல்கள் இத்தகைய வாதத்தையோ அல்லது வேதங்களின் தெய்வீகத் தன்மையையோ அறியா. 'நியாய-சூத்திரம்'[34] வேதங்களையும், ஆயுர்வேத மருத்துவ நூல்களையும் ஒரே தட்டில் நிறுத்துகிறபோது 'வைசேசிக-சூத்திரம்'[35] மட்டும் அவை பேரறிவாளர்களால் இயற்றப்பட்டவை என்கிறது. இது குறித்து முகர்ஜி கூறுகையில் "சூத்திரங்களின் சொற் பிரயோகத்தைக் கொண்டு பார்க்கையில் 'வைசேசிக-சூத்திரம் தனது இயல் கடந்த தத்துவ ஏற்பாட்டில் திண்ணமாகவும், தெளிவாகவும் கடவுளுக்கு இடமளித்ததாகக் கருதிட நமக்கு வாய்ப்பேதுமில்லை என்கிறார்; நியாய சூத்திரத்திலுள்ள சான்றுங் கூட அவ்வளவு வலுவானதில்லை என்பதை நாம் பின்னர் காண்போம்.; மேலும், இந்த இரண்டு அமைப்புகளும் அவற்றின் தொடக்க காலத்தில் கடவுளுக்கு 'ஆதரவான' உறுதிமிக்க நிலைபாட்டைக் கைக்கொள்ளவில்லை எனக் கருத இடமுண்டு' என்கிறார்; 'நியாய-சூத்திரத்தின் மூன்று குறும்பாடல்களில் மட்டுமே கடவுளைப் பற்றிய ஒரு வகையான விவாதம் இடம் பெற்றிருப்பதைக் குறிப்பிட்டு, 'சூத்திரங்களின் சொற்சிக்கனத்தால் அவற்றை மாறுபட்ட கோணத்தில் விளக்குவதில் ஒருவர்க்குள்ள வாய்ப்பு, நியாய-வைசேசிக மாயாவாதக் கட்டமைப்பில் கடவுளுக்கு இடமளிக்க தருக்கவியல் பாங்கில் அவசியமுண்டா என ஐயுறுவதற்கு இடந்தருகிறது' என்கிறார்.

இவையனைத்துடன் 'நியாய சூத்திரத்திலும், வைசேசிக சூத்திரத்திலும் உள்ள அகச்சான்றுகள் சிலவற்றைப் பற்றியும் நான் பின்னர் விவரிக்க உள்ளேன். அப்போது முகர்ஜி அவர்களின் மிகவும் எச்சரிக்கை உணர்வுடன் கூடிய இந்த ஐயப்பாடு சரியே என்பதற்கு அந்த நூல்களே எவ்வாறு சான்றாக உள்ளன என்பதைக் காணும் வாய்ப்பு நமக்குக் கிட்டும். மூல நூல்களின் உட்பொருளை வெளிப்படுத்துவதில் பிற்காலத்திய அறிஞர்கள் எவ்வளவுதான் சாமர்த்தியம் காட்டினாலும் உண்மையில் நியாய-வைசேசிக அணுவிய வாதம் அதன் தொடக்கத்தில் நாத்திகமாகவே இருந்திருக்க வேண்டும்; ஒரு வேளை ஆதிகால கிரேக்க அணுவியல் வாதத்தைப் போன்றதாக இருந்திருக்கலாம்.

பிற்கால நியாய-வைசேசிகர்களைக் கடவுளின் பக்கம் 'விரட்டியது' எது என்ற கேள்வி சற்று ஆர்வத்தைக் கிளறக்கூடியது; அதற்கான விடையை நான் அதற்குரிய இடத்தில் அளிப்பேன். இப்போதைக்கு இந்திய தத்துவத்தில் கடவுளுக்குரிய உண்மையான இடத்தை அடையாளங் காட்டிட விழைகிறேன்:

> நமது முக்கியமான தத்துவங்களுள் வேதாந்தமும் (அதுவுங் கூட ஓரளவுக்கே எனலாம்) நியாய- வைசேசிகமும் - குறிப்பாகப் பிற்கால நியாய-வைசேசிகமும் - மட்டுமே ஆத்திகம் சார்ந்தவை; இதற்கு மாறானவை பவுத்தம், சமணம், பூர்வ-மீமாம்சம், சாங்கியம், லோகாயதம் மற்றும் ஆதி நியாய-வைசேசிகம் ஆகியன; அவையனைத்தும் தீவிர நாத்திக-வயமானவை. ஆக, இந்திய ஞானத்தில் நாத்திகத்திற்குள்ள ஆகப்பெரும் முக்கியத்துவத்தைக் கேள்விக்குள்ளாக்க விரும்பினால் அதைப் பிரநிதித்துவப்படுத்திய பல்வேறு இந்திய தத்துவ ஆசான்களைப் புறந்தள்ளியாக வேண்டும்..

இந்திய தத்துவச்சூழல் குறித்த மேற்கண்ட விவாதத்தில் பதஞ்சலியுடன் தொடர்புபடுத்தப்படும் யோக தத்துவத்தைக் கணக்கில் கொள்ளவில்லையே எனக் கேட்கக்கூடும்; அது உண்மையே; வேண்டுமென்றேதான் அது விடப்பட்டது; இந்த யோகம் என்பது தனித் தன்மை கொண்ட கருத்தார்ந்ததொரு தத்துவக் கண்ணோட்டம் என்பதற்கான ஆதாரம் ஏதுமில்லை; அத்துடன் அதில் கடவுளுக்குள்ள இடம் தத்துவ நோக்கில் எவ்வித பாதிப்பையும் விளைவிக்கக்கூடியதன்று.

யோக முறைமையில் தத்துவப் பாங்கிலான பயன் ஏதேனும் இருக்குமாயின் அது சாங்கிய தத்துவத்திலிருந்து 'குண்டுகட்டாகப்' பிய்த்தெடுக்கப்பட்டு எப்படியோ கடவுளுடன் ஒட்டுப் போடப்பட்ட ஒன்று என்பதன்றி அதில் வேறெந்த சிறப்புமில்லை. அதனால்தான் அதனை 'ஸேஸ்வர—சாங்கியம்'— அதாவது, 'கடவுள் சார்ந்த சாங்கியம்'- என அழைக்கலாயினர்; இந்த விவரிப்பிலிருந்து 'கடவுள்' எனும் கருத்தும் சாங்கிய தத்துவத்தின் அடிப்படைகளும்

ஒன்றுக்கொன்று கொஞ்சமும் இணக்கமற்றவை என்பது விளங்கும். கார்ப் அவர்கள் சரியாகவே குறிப்பிடுவதைப் போன்று "ஆத்திகர்களைத் திருப்திப்படுத்தவும், பேரண்டம் பற்றிய சாங்கியக் கோட்பாட்டைப் பரப்புவதற்கு ஏதுவாகவுமே யோக முறையானது சாங்கியத்தில் 'கடவுளைப் புகுத்தியது; யோகத்தில் கடவுளைப் பற்றிய கருத்து உயிரோட்டமாகப் பின்னிப் பிணைந்திருக்கவில்லை; மாறாக, தொளதொளவென்று ஒட்டுப் போடப்பட்டுள்ளது; யோக, 'சூத்திர'த்தில் வரும் கடவுளைப் பற்றிய பகுதிகள் தொடர்பற்றுத் தனித்து நிற்கின்றன; உண்மையில் அவை அந்த அமைப்பின் உள்ளடக்கங்களுக்கும், நோக்கத்திற்கும் நேர் முரணானதாக உள்ளன; கடவுள் இப் பேரண்டத்தைப் படைக்கவோ கட்டியாளவோ இல்லை; அவர் மனிதர்களின் நடவடிக்கைகளுக்காக அவர்களைப் பாராட்டிப் பரிசளிப்பதோ, பரிகசித்துத் தண்டிப்பதோ இல்லை; கடவுளைச் சேர்வதே தங்களின் பிறவிப் பயன் என மனிதரும் கருதவில்லை; முடிவற்ற பயணத்தில் தன்னுடன் வருகிற பிற ஆன்மாக்களிலிருந்து சாராம்சத்தில் அவ்வளவாக வேறுபடாத ஓர் ஆன்மாதான் கடவுளும். இதிலிருந்து இக் கடவுள் நாம் புரிந்து கொண்டுள்ள பொருளிலானதன்று என்பதும், நாத்திகமே இந்த அமைப்பின் அடிப்படைக் குணாம்சம் என்ற உண்மையை மூடி மறைக்கும் நோக்கில் நம்மைக்குழப்புகிற மற்றும் அந்த அமைப்பின் அடிப்படைக் கோட்பாட்டுடன் 'கடவுள்' எனும் கற்பனையைக் கட்டிப் பிணைக்கிற ஊகங்களே இத்தகைய வாதங்கள் என்பதும் தெளிவாகும். உண்மையான சாங்கிய யோகத்தில் தனியொரு சொந்தக் கடவுளுக்கு இடமில்லை என்பதற்குச் சான்று அல்லது நிரூபணம் ஏதேனும் அவசியம் எனில் அதற்கு மேற்குறிப்பிட்ட ஊகங்களே போதும்'[36]

பதஞ்சலியால் 'கடன் வாங்கப்பட்ட' சாங்கிய தத்துவத்துக்கு இக் 'கடவுள்' எவ்வாறு அந்நியமானதும், வலிந்து புகுத்தப்பட்டதுமானதொரு விசயமோ அதே போன்றதுதான் உடலுக்கும் உள்ளத்திற்கும் மட்டுமின்றி இயற்கையை மீறிய சக்திகளுக்குங்கூட உதவக் கூடியவை எனக் கருதப்பட்ட உடல் — மனம் சார்ந்த சில பயிற்சிகள் எனப் பொருள்படும் யோக முறைக்குச் சாங்கிய தத்துவமும் புறம்பானது. உண்மையில் அப் பயிற்சிகள் மிகப் பழங்காலத்தவை; ஹரப்பாவில் கண்டெடுக்கப்பட்ட சிலைகள் மற்றும் முத்திரைகளின் மீது தீட்டப்பட்டுள்ள சித்திரங்கள் ஆகியன அப் பயிற்சிகள் கிருஸ்து பிறப்பதற்கு மூவாயிரம் ஆண்டுகளுக்கு முன்னரே இம் மண்ணில் மேற்கொள்ளப்பட்டுள்ளன என்பதற்குத் திடமான சான்றுகளாகும்[37] (காலவோட்டத்தில் இப் பயிற்சிகள் பல தரப்பட்ட குழுக்களிடத்தில் மட்டுமின்றி ஏராளமான தத்துவ ஞானிகளிடத்தும் செல்வாக்கு

பெற்றன. இப் பயிற்சிகளுக்கும் சாங்கிய தத்துவத்துக்கும் இடையே ஒரு வகையான பிணைப்பை ஏற்படுத்த 'யோக சூத்திரம்' எனும் தனது நூலில் பதஞ்சலி முயற்சித்தார்; ஆனால் அப் பிணைப்பு மிகவும் தளர்வானதாகவே இருந்தது; இது பற்றி சொல்லப்பட வேண்டிய அனைத்தும் ஏற்கெனவே தாஸ்குப்தா அவர்களால் எடுத்துரைக்கப்பட்டுள்ளது[38]: "யோக முறை பல்வேறுபட்ட குழுக்களிடத்தும் பல தரப்பட்ட மாற்றங்களைக் கண்டிருப்பினும் அவற்றில் ஒன்று கூட சாங்கிய தத்துவத்துடன் பொருந்துவதாக இல்லை; ஆக, யோகப் பயிற்சிகள் சைவர்கள் மற்றும் சக்தர்களின் கோட்பாடுகளுக்கு ஏற்பவே வளர்ந்து வந்துள்ளன....... அவை 'ஹத்த யோகம்' எனும் இன்னொரு திசை நோக்கியும் சென்றன; இந்த யோக முறையில் மேற்கொள்ளப்படும் தொடர்ந்த, விரிவான மற்றும் கடுமையான நரம்பியல் பயிற்சிகளின் மூலம் மந்திர, தந்திர, மாயாஜால வித்தைகளைச் செய்திடும் ஆற்றலையும் நோய் நொடிகளைப் போக்கவும், இன்னபிற இயற்கையை விஞ்சும் வல்லமைகளையும் பெறமுடியும் என்று நம்பப்பட்டது ..... தந்திரம் போன்ற வழிபாட்டு முறைகள் வடிவம் கொண்டதிலும் இந்தப் பயிற்சிகளுக்குப் பெரும்பங்குண்டு... பல்வகை யோகப் பயிற்சிகளையும் அந்த யோக முறையுடன் தொடர்புள்ள பல தரப்பட்ட கருத்துகளையும் தேடி வெளிக் கொணர்ந்ததுடன் அவையனைத்தையும் சாங்கியத்தின் இயல் கடந்த தத்துவத்துடன் பொருத்தி அவற்றுக்கு நாம் இன்று காண்கிற வடிவத்தையும் தந்ததால் அவர் மிகவும் குறிப்பிடத்தக்க ஒருவர் எனலாம்! பதஞ்சலி யோக முறையைத் தொகுத்தவரேயன்றி அதன் ஆசான் அன்று எனும் நமது கருத்து வாசஸ்பதிக்கும் விஞ்ஞானபிட்சுவுக்கும் .... ஏற்புடையதே!

இச் சூழலில் கடவுள் நம்பிக்கைக்குச் சான்றாகப் பதஞ்சலியின் யோகத்தைக் காட்டுவதால் இந்திய தத்துவத்தில் ஆத்திகத்தின் இடம் பற்றிய பார்வை பெருமளவில் மாறுபடாது.

# 6

# நாத்திகம், ஆத்திகத்துக்குமுன் மற்றும் மேன்மைமிகு ஆத்திகம்

பதஞ்சலியின் யோகத்துடன் ஆத்திகத்துக்குள்ள தொடர்பின் அற்பத் தன்மையைச் சுட்டிக் காட்டவே கார்ப் அவர்களை இங்கே மேற்கோள் காட்டினேன். இது இந்திய நாத்திகத்தைச் சரியான கோணத்தில் நோக்கிட நமக்கு உதவுகிறது. ஆனால், இந்திய நாத்திகத்தின் வரலாற்றைப் புரிந்து கொள்ளும் முயற்சியில் நாம் வழி தவறிப் போவதற்கு இன்ன பிற தற்கால அறிஞர்களைப் போன்றே இவரும் காரணமாகக் கூடும் என்பதாலும் இவரை நாம் குறிப்பிட்டாக வேண்டும். அவர் கூறுவதாவது:

"இந்திய நாத்திகம் வேத காலத்திலேயே வேர் விடத் தொடங்கியது; ரிக் வேதத்தின் பல பத்திகளில் தேசியக் கடவுளான இந்திரன் எள்ளி நகையாடப்படுகிறான் (iv.24.10; x..119); அவனது இருப்பு அந்த ஆரம்ப நாட்களிலேயே கேள்விக்குள்ளாக்கப்பட்டது; அப்படி ஒருவன் இல்லவே இல்லை எனச் சாதித்தவர்களைப் பற்றி நாம் அவற்றில் படிக்கிறோம் (ii.22.5; viii.133.3). தங்களுக்குப் புலப்படாத ஒன்றை நம்ப மறுக்கிற — தத்துவ நோக்கில் ஆய்வு மேற்கொள்கிற அளவுக்கு வளர்ந்திராத — எளிய வகை நாத்திகத்தின் முதல் அடையாளங்களே இவை; இதுவே பிற்காலத்தில் லோகாயதத்தின் அவநம்பிக்கை என அறியப்பட்ட கரடு முரடான பொருள் முதல்வாதமாகும்"[39]

இதுவொரு கடும் பிழையாகும்; வேத மூலங்களைப் பற்றிய முதல்தர ஞானமற்ற பிற அனைவரும் இந்திய நாத்திகம் பற்றி மிக மோசமானதொரு கருத்தைக் கொள்வதற்கு இது வாய்ப்பளித்தது; கோஹென் கூறுவதைக் கேளுங்கள்: "கடவுள் மறுப்பாளர்களைப் பற்றிய ரிக் வேதக் குறிப்புகளின் பொருள் எதுவாயினும் (x.82:121), 'எல்லாம் அவனே' எனப் பறை சாற்றிய உபநிடதங்கள் மக்களின் கடவுள்களைக் கனவுலகத்திற்குத் துரத்தியடித்தன: பிரம்மாவும், இந்து சிந்தனையின் 'உண்மையான ஆன்மாவும்' ஒருவர்க்கு மட்டுமானதன்று;

பொதுவானது. இது சாருவாகர்களின் வெளிப்படையான நாத்திகமாகவும், அவர்களை விடப் பழைமைவாதிகளான சாங்கிய தத்துவ வாதிகளின் நாத்திகமாகவும் மாறுகிறது"[40]

இவையனைத்தும் நாத்திகத்தை ஒரு வகையில் ஆதி ஆத்திகத்துடனும் இன்னொரு வகையில் மேன்மைமிகு ஆத்திகத்துடனும் போட்டுக் குழப்புகிற வேலை என நான் வாதிடப்போகிறேன். நாத்திகத்திற்கும் மேன்மைமிகு ஆத்திகத்திற்கும் அவ்வளவாக வேறுபாடு தெரியவில்லையெனில் சில சமயங்களில் எதிர் மாறான இரண்டு பொருட்கள் அல்லது விசயங்கள் ஒன்றேபோல் தோன்றுகிற விந்தைதான் இத்தகைய குழப்பத்திற்குரிய காரணம் எனலாம். ஆதி ஆத்திகத்திற்கு ஆதரவான இலக்கியச் சான்றுகள் இங்கே காணப்படுகிற அளவுக்கு உலகில் வேறெங்கும் இல்லை; எனினும் அந்த ஆத்திகக் கருத்து வரலாற்றின் வளர்ச்சிப் போக்கில் தோன்றியதே என்பதைத்தான் இவ்வளவு சான்றுகளும் மெய்ப்பிக்கின்றன; மேலும் நமது நாகரிகத்தின் வரலாற்றைப் பின்னோக்கி நுணுகி ஆராய்ந்து பார்க்கிறபோது வரலாற்றுக்கு முந்தைய ஒரு கட்டத்தில் அங்கே கடவுளே காணப்படவில்லை என்பதால் இன்று நாம் புரிந்து கொண்டிருக்கிற பொருளிலான மதமும் இருக்கவில்லை என்பதை அறிய முடிகிறது; ஆகவேதான் வேதங்களில் பேசப்படும் ஆதி ஆத்திகம் மிக முக்கியமானது.

ரிக் வேதத்திலேயே நாத்திகத்தின் தோற்றம் பற்றிக் கோடிட்டுக் காட்டும் பத்திகள் எனப்படுபவை குறித்து முதலில் நாம் கொஞ்சம் தெரிந்து கொள்வோம்!

தேசியக் கடவுள் இந்திரனைக் கிண்டலடிக்கிற பத்திகள் என iv.24.10 மற்றும் x. 119 ஆகியவற்றையும், அப்படி ஒருவன் இல்லவே இல்லை எனச் சாதிக்கிறவர்களைப்பற்றிக் குறிப்பிடுவனவாக ii.12.5 மற்றும் viii 100.3 ஆகிய பத்திகளையும் கார்ப் அவர்கள் எடுத்துக்காட்டுகிறார்; அப் பத்திகளின் உண்மையான உள்ளடக்கத்தை அவர் தவறாகப் புரிந்து கொண்டதால் முற்றிலும் அவசியமற்ற முடிவுக்கு வந்துள்ளார்.

ரிக் வேதத்தின் iv.24.10 - ஆம் பத்தியை மேலோட்டமாக மொழி மாற்றினால்:

'என் இந்திரா! பத்து பால் மாடுகளைக் கொடுத்து இதை யார் வாங்குவார்? எதிரிகளை அவன் கொன்று முடித்த பிறகு என்னிடம் அவனைத் திரும்பக் கொடுத்தால் போதும்!' என்றுதான் அது பொருள்படும்.

இதிலிருந்து எதிரிகளைக் கொல்லப் பத்து கறவை மாடுகளைக் கொடுத்துத் தற்காலிகமாக இந்திரனைச் சிலர் விலைக்கு வாங்குவது

வழக்கம் எனத் தெரிகிறது; இன்று ஒருவனைக் 'கூலிக்குக் கொலை புரிகிறவன் 'என்று அழைப்பது பெருமைக்குரியதாகாது என்பதில் எவருக்கும் ஐயமிருக்காது; ஆனால் அதுவொரு பொருட்டன்று; மாறாக இந்திரனைப்பற்றிய இந்த ரிக் வேதக் குறிப்பை இப்படி அல்லது இதே போன்றுதான் புரிந்து கொள்ள வேண்டுமா என்பதே இங்கே விடை தேட வேண்டிய உண்மையான கேள்வி; கார்ப் அவர்கள் அவ்வாறுதான் நினைக்கிறார் என்பது தெளிவு. எனவேதான் தேசியக் கடவுளான இந்திரனைக் கெக்கலி செய்ததற்கான சான்றாக இதனை அவர் எண்ணுகிறார். ஆனால் இந்திரனைப் பற்றிய இந்த வர்ணனை வேத காலக் கவிஞனின் ஒரு வகையான புகழுரை என்பதே உண்மை. மேற்கண்ட வரிகளை உள்ளடக்கிய முழுப் பாடலையும் ஆய்கிறபோது இவ்வுண்மை புலப்படும்:

அத் துதிப் பாடல் இவ்வாறு தொடங்குகிறது:

'நமக்குச் செல்வத்தைச் சேர்க்கிற பலசாலியாம் இந்திரனை எத்தகைய புகழுரையால் நாம் வரவழைக்கவியலும்? மானிடரே! கோவேந்தனும் மாவீரனுமாகிய நம் வள்ளல் இந்திரன் தனது எதிரிகளின் செல்வத்தை நமக்களிப்பவன்! போரில் விருத்திரனைக் கொன்றிட அவனை அழைப்பர்! அவன் புகழத் தக்கோன்! முறைப்படிப் புகழ்ந்தேத்துவோர்க்குப் போரில் வென்றிடும் பொருட் செல்வத்தை அளிப்பவன்!....'

கார்ப் அவர்களால் மேற்கோள் காட்டப்படும் வரிகளுக்கு அடுத்து அப் பாடல் இவ்வாறு முடிகிறது:

' ஓ இந்திரா! இப்போதும் எப்போதும் ஏற்றிப் போற்றப்படுகிற நீ ஆற்றை நிரப்புகிற மழைநீரைப் போல உன்னைப் போற்றிப் புகழ்கிறவர்களின் உண்டி பெருக்கு! ஓ இந்திரா! குதிரைகளின் கோமானே! உன்னைத் துதிக்க ஒரு புதுப் பாட்டு! எண்ணற்ற அடிமைகளுக்கும் ஏராளமான தேர்களுக்கும் சொந்தக்காரர்களான நாங்கள் என்றும் சளைக்காமல் உன்னைப் புகழ்வோமாக!'

நாம் கார்ப் அவர்களின் கூற்றை ஏற்கவேண்டுமாயின் அவரால் எடுத்துக்காட்டப்பட்ட வரிகளைப் பிறவற்றிலிருந்து பிரித்துத் தனியே படிக்கவேண்டுமென அக் கவிஞன் விரும்புகிறான் எனப்பொருள்; அல்லது அவனது அளவற்ற புகழ்ச்சியில் இந்திரனைக் 'கூலிக் கொலைஞன்' என இகழ்ந்திடும் தொனியை அவன் தந்திரமாக ஏற்றியிருக்கிறான் எனக் கொள்ளவேண்டும்! (அதாவது அத் துதிப் பாடல் வஞ்சப் புகழ்ச்சியணி வகைப்பட்டது எனக் கருத வேண்டும்!) இந்த இரண்டு அனுமானங்களுமே வலிந்து கொள்ளப்பட்டவை என்பதால் அவற்றை ஒதுக்கி விட்டு மேற்கண்ட வரிகளை

இந்திரனைப் பற்றிய புகழ்ந்துரைகளின் ஓர் அங்கமென்றே நாம் கருதிட முடியும். வேறு விதமாய்க் கூறுவதெனில், எதிரிகளைக் கொன்றிடத் தன்னைத் தற்காலிகமாகக் கூலிக்கமர்த்த இந்திரன் இணங்குகிறான் என்பது அவனுக்குப் பெருமை சேர்க்கிற ஓராயிரம் விசயங்களில் ஒன்று என அவ் வேத காலக் கவிஞன் எண்ணுகிறான் எனலாம். அக் கவிஞனைப் பொறுத்தவரை இந்திரனை இகழ்ந்துரைக்கும் நோக்கம் எள்ளளவும் இல்லை.

வேத காலக் கவிஞர்கள் விதந்தோதிய மாண்புகளை நம் காலத்திய விழுமியங்களுடன் போட்டுக் குழப்பிக் கொள்ளக்கூடாது என்பதற்கு இதுவோர் எடுத்துக்காட்டு. ரிக் வேதம் நம் காலத்திய நோக்கையும், போக்கையும் பிரதிபலிக்க அதுவொன்றும் தற்காலக் கவிதையன்று; மாறாக, ஹெச்.பி. சாஸ்திரி அவர்கள் உறுதிபட உரைப்பது போன்று அது உண்மையில் பழைய மற்றும் அதற்கடுத்த காலத்தைச் சேர்ந்த கவிதைகளின் தொகுப்பேயன்றி வேறில்லை; அதை நுணுகிஆய்ந்திட ஒருவர்க்கு அக் கால கட்டம் பற்றிய ஞானம் அவசியம்[41]; அக் கவிதையின் அளவு, அதன் தொன்மை ஆகிய இவையனைத்தையும் விட அதைச் சிதைவின்றி அப்படியே ஒவ்வோர் எழுத்தையும் பாதுகாத்து வைத்திருப்பது என்பது உலக இலக்கிய வரலாற்றில் எங்கும் கண்டிராத மாபெரும் அதிசயம்தான். அதே சமயம் மக்களின் மனதில் அதற்கிருக்கிற பிரமிப்பூட்டும் புனிதத்துவம் அதன் உள்ளடக்கம் பற்றிய அரைகுறை அறிவின் விளைவே. அதனால்தான் ஹெச்.பி. சாஸ்திரி அவர்கள் அதன் உண்மை இயல்பு குறித்துப் பரிவு காட்டுவது போல் கேலியாகப் பேசுகையில் பின்வருமாறு குறிப்பிடுகிறார்: "சமஸ்கிருதத்தைப் பற்றி உயர்வாகப் பேச வேண்டிய அவசியம் உள்ளவர்கள் இவற்றை யெல்லாம் கண்டு கொள்ளாப் பெருந்தன்மை கொண்டோர் என உறுதியாக நம்புகிறேன்! ஆனால் வேதங்களைப் படிக்க வேண்டிய எண்ணம் எள்ளளவும் எப்போதும் இல்லாதோர் அவை பிரம்மாவின் படைப்பு எனப் போகிற போக்கில் சொல்லி விட்டுப் போவார்கள்"[42]; இந்த எள்ளல், "வேதங்களைப் படிக்கிற உரிமையைத் தனக்கு மட்டுமே உரித்தாக்கிக் கொண்டு அதன் புனிதத்தை நிறுவுகிற இந்திய பிராமணன் எனும் காரல்மார்க்சின் பரிகசிப்பை நினைவு படுத்துகிறது[43]

பொதுவான இக் கருத்துகளை மனதிற் கொண்டு நமது முக்கியமான முந்தைய விவாதத்தைத் தொடர்வோம்: ரிக் வேதத்திலுள்ள புகழுரையையோ, இகழ்ச்சியையோ அதன் அளவு கோலை வைத்தே நாம் அணுகவேண்டும்; அப்போதுதான் நமது பார்வையில் பிசிறு இராது. இந்த அளவு கோல் நம்முடையதை விட மாறுபட்டது என்பதை விடக் குறைவாக இதை நம்மால்

விமர்சிக்க இயலாது. இதே இந்திரன் சோம பானத்தைக் குடித்துவிட்டுத் தன்தந்தையைக் கொன்று தாயை விதவையாக்கியதை அளவற்ற ஆரவாரத்துடன் கீழ் வரும் வரிகளில் விவரிக்கிறவன் நாம் சற்று முன்னர் மேற்கோள் காட்டிய அதே வாமதேவன் எனும் கவிஞனாகத்தான் இருக்க வேண்டும்:

*'உன் தாயை விதவையாக்கியது யார்? உறங்கிக் கொண்டிருப் போரையும் விழித்திருப்போரையும் தேடிப் பிடித்து அழிப்பவர் யார்? தன் தந்தையின் கால்களை வாரிவிட்டுக் கொன்ற உன்னைவிடச் சிறந்த தெய்வம் ஏது?'*[44]

இத்தகைய வீர தீர(!) செய்கைக்காகத் தன் பாட்டுடைத் தலைவனைப் பாராட்டுகிற ஒரு புலவரை இன்று நாம் எங்கும் காணல் அரிது; எனவே வேத கால விழுமியங்களை நம் சம காலமாண்புகளுடன் போட்டுக் குழப்பிக் கொள்ளக்கூடாது என்பதில் நமக்கிருக்க வேண்டிய எச்சரிக்கை உணர்வை இது எடுத்துக்காட்டுகிறது. ஆனால் இக் குழப்பந்தான் கார்ப் அவர்களின் பார்வைக்கு அடிப்படையாக அமைந்துள்ளது! ஏனெனில், அவர் ரிக் வேத X.119ஆம் பாடலில் தேசியக் கடவுளாம் இந்திரன் பரிகசிக்கப்படுவதால் அது இந்திய நாத்திகத்தின் தொடக்கத்தைக் குறிப்பதாகும் என்று மீண்டும் கூறுகிறார். அத் துதிப் பாடல் இந்திரன் சோம பானத்தைக் குடித்து விட்டுத் தனது அருமை பெருமைகளையும் ஏறுமாறான போக்கையும் பற்றி சுய - புராணம் பாடுவதாக அமைந்துள்ளது; குடிகாரன் ஒருவனின் தற்பெருமை சார்ந்த உளறல்களின் மீது கார்ப் அவர்களுக்கு எவ்வளவுதான் வெறுப்பிருப்பினும், இந்திரனின் மகன் எனக் கருதப்படுகிற அந்த வேத காலக் கவிஞன் தன் தந்தையையும் சோம பானத்தையும் ஏற்றிப் போற்றும் விதத்திலேயே அப் பாடலை எழுதியுள்ளான் என்பதே உண்மை. மக்டொனெல் அவர்கள் சரியாகவே குறிப்பிடுவதுபோல் 'இந்திரன் சோம பானத்தில் மூழ்கிக் குடி வெறியில் திளைப்பதைச் சரியா தவறா என்று ஆய்கிறபோது சோம பானத்தில் கிடைக்கிற கிறுகிறுப்புக்கு தெய்வீக சக்தி காரணம் எனக் கருதிய வேத காலக் கவிகளின் நம்பிக்கையை நாம் கணக்கில் கொள்ள வேண்டும்; அந்த பானத்தில் உள்ள அபரிமிதமான போதையே அதற்கு அழிவற்ற தன்மை இருப்பதாக அவர்களைக் கருத தூண்டியது. ஒரு வேளை அந்த நம்பிக்கைதான் சோம பானத்தின் போதை தலைக்கேறியபோது விண்ணையும் மண்ணையும் அதனதன் இடத்தில் இருத்தியது போன்ற எண்ணற்ற பிரம்மாண்டமான (இந்திர) ஜால வித்தைகளை அவன் செய்தான் என அவர்களை எண்ணத் தூண்டியிருக்கலாம்! கடவுளின் மீது சோம பானத்திற்கு இருந்த தாக்கம் அக் கவிஞர்களை ஈர்த்த விதத்திலிருந்து அக் காலத்திய ஒழுக்க நியதியை நாம் புரிந்து கொள்ளமுடியும்[45]

சுருங்கக்கூறின், ரிக் வேதத்தின் iv.24.10 அல்லது x.119 ஆகிய இரண்டில் எதுவுமே இந்திரனைப் பழித்துரைத்ததற்கான சான்றாக கார்ப் அவர்கள் கருதுவது போல் அமையவில்லை; எனவே அவற்றைக் கொண்டு இந்திய நாத்திகத்தின் தொடக்கத்தை அடையாளங் காண முடியாது. ஆனால் இந்திரனின் இருப்பையே சந்தேகித்த அல்லது நம்ப மறுத்தவர்களைப் பற்றிய கார்ப் அவர்களின் சான்றுகள் ஆர்வத்தைக் கிளறக் கூடியவை. இந்திய நாத்திகத்தின் தொடக்கம் பற்றிய நம்முடைய புரிதலின் மீது இவற்றின் தாக்கம் ஓரளவு உண்டு; அது கார்ப் அவர்களின் புரிதலின் மீதான பாதிப்புக்கு நேர் எதிரானது என்பதை நாம் இங்கே காண உள்ளோம்:

ரிக் வேதப் பாடல் எண் ii.12.5இல்

'ஓ மானிடரே! சிலர் 'எங்கே இருக்கிறான்?' எனக் கேட்கிற அல்லது 'அப்படி ஒருவன் இல்லை' என மறுக்கிற அந்த பயங்கரமான கடவுள் வேறு யாருமில்லை! எதிரிகளின் செல்வத்தைச் சூறையாடுகிற இந்திரன்தான் அவன்! அவனை நம்புங்கள்!" என்று வேண்டுவதும்,

அதேபோன்று இன்னொரு பாடலான viii.100. 3இல்

'ஓ போர் மறவர்களே! இந்திரன் இருப்பது உண்மையெனில் அவன் புகழ் பாடுங்கள். நேமன் என்கிறமுனிவன் அப்படியொருவன் இல்லை என்கிறான். யார் அவனைக் கண்டார்? யாரைப் புகழ்ந்து நீங்கள் பாடப் போகிறீர்கள்?' என்ற கேள்விகளும், இந்திரனின் இருப்பை ஏற்க மறுத்த வேத கால மக்களைப் பார்த்தே என்பதில் ஐயமில்லை.; ஆனால் இந்த ஐயப்பாட்டின் அர்த்தமென்ன என்கிற கேள்விக்கு விடை காண வேண்டியுள்ளது. இதில் நாம் காண்பது இந்திய நாத்திகத்தின் ஆரம்ப காலச் சுவடுகளா அல்லது அப்படியே அதற்கு நேர்மாறான ஆதி ஆத்திகத்தின் வேர்களா? கார்ப் அவர்கள் முன்னதை வலியுறுத்துகிறபோது ஏனையோர் இரண்டாம் சாத்தியக் கூற்றை ஏன் ஏற்க வேண்டும் என்பதற்கான வலுவான வாதங்களைத் தொடுக்கிறார்கள்! வேறு வார்த்தைகளில் சொல்வதெனில், முறையான ஆத்திகத்தை நோக்கி வேத காலச் சிந்தனை நகரத் தொடங்கியதற்கான ஆதாரமான அந்த வரிகளை இந்திய நாத்திகத்தின் சான்றுகள் எனத் தவறாகக் கருதுகிறார். இது எங்கே கொண்டு போய் அவரை நிறுத்துகிறது என்றால், உண்மையில் இந்திய ஆன்மீகத் தத்துவமாகப் பின்னர் பரிணமித்த வேத காலச் சிந்தனையின் தொடக்கம் என்பதை மறுதலித்து அதற்கு நேர்மாறாகக் கரடு முரடான பொருள்முதல்வாதம் எனத் தக்க லோகாயதத்தின் அவநம்பிக்கை என்று நம்மை நம்பச் சொல்கிற பெருங் குழப்பத்தில் ஆழ்த்தி விடுகிறது!

அவரை இந்தத் தவறான முடிவுக்கு இட்டுச் சென்றது எது என்பதை அறிவதில் சிரமம் ஏதுமில்லை; கடவுள் மீது ஐயம் அல்லது அவநம்பிக்கை என்பதே நாத்திகத்தின் அடையாளம்! ஆதலால் ரிக் வேதத்தில் காணப்படும் இந்திரன் மீதான ஐயப்பாட்டை நாத்திகத்தின் ஆரம்பச் சின்னம் என அவர் கருதுகிறார்; ஆனால், கடவுள் அல்லது முறையான ஆத்திகத்தைப் பற்றிய தெளிவான கருத்தை மனித சிந்தனை எய்திடும் கட்டத்தில்தான் இத்தகைய அவநம்பிக்கை நாத்திகத்தின் சாயலாக உருக் கொள்வது சாத்தியம் என்பதை அவர் காணத் தவறுகிறார். ஆத்திகத்தின் அக் கட்டத்தை அடைவதற்கான முன் நிபந்தனை ஒன்றுண்டு: ஆத்திகத்திற்கு முந்தைய காலத்திய நம்பிக்கையின் மீதான ஐயப்பாடுதான் அந்த முன்நிபந்தனை. வேறுவிதமாய்ச் சொல்வதெனில், 'மறுப்பின் மறுப்பு' என்பதன் வளர்ச்சிப் போக்கின் விளைவே நாத்திகமாகும்; ஆதி கால ஆத்திகத்திற்கு முந்தைய நம்பிக்கை பற்றிய ஐயம் அதன் மறுப்பாகும்; அதுவே முறையான ஆத்திகத்தின் தொடக்கமும் ஆகும்; இந்த ஆத்திகத்தின் மீதான அவநம்பிக்கை அல்லது ஐயப்பாடு அதன் மறுப்பாகிற அதே சமயத்தில் முறையான நாத்திகத்தின் ஆரம்பமாகவும் விளங்குகிறது.

கடவுளைப் பற்றிய தெளிவான கருத்தை எட்டிட முதலில் தனது ஆரம்ப கால நம்பிக்கையை ஆக்கிரமித்திருந்த எண்ணிறந்த பல்வகை தெய்வக் கூட்டங்களின் மீது தானே ஐயப்பாட்டை வளர்த்துக் கொள்ள வேண்டிய அவசியம் வேத காலச் சிந்தனைக்கு நேர்ந்தது; ஆத்திக- நாத்திகங்களுடன் முரண்பட்டதால் அதனை ஆத்திகத்துக்கு முந்தையது என்றே அழைக்க வேண்டும். இந்த ஐயத்தைத்தான் கார்ப் அவர்கள் நாத்திகத்தின் தொடக்கம் எனக் கருதுகிறார்; ஆனால் உண்மையில் அது ஆத்திகத்தின் மலர்ச்சிக்கு அவசியமானதொரு முன்தேவை என்பதால் அதை ஆத்திகத்தின் தொடக்கத்திற்கான அடையாளம் என்றே கொள்ள வேண்டும்!

ஆத்திகத்திற்கு முந்தைய கட்டத்திலிருந்த மனித சிந்தனை குறித்த விரிவான இலக்கியச் சான்றுகள் என்ற வகையில் வேதங்களுக்கு உலக சமயங்களின் வரலாற்றில் ஒரு தனித்துவமான இடமுண்டு; எனவே, அது குறித்துப் பேசிட நாம் இங்கே நமது உடனடி விவாத விசயத்திலிருந்து கொஞ்சம் விலகிச் செல்வது சரியே!

வேத கால உணர்வின் ஆரம்பக் கட்டத்தில் கண்ணில் தென்பட்ட அத்தனைப் பொருட்களும் ஆச்சரியத்தையே ஏற்படுத்தின; அந்நாளைய மக்கள் உயிர் தப்பித்திருக்க உதவிய ஒவ்வொருவரும், ஒவ்வொன்றும் வேத காலக் கவிகளுக்கு உன்னதமானதாகத் தோன்றியது; அவர்களின் உய்வுக்கு உலை வைப்பதாகத் தோன்றிய

ஒவ்வொருவரும், ஒவ்வொன்றும் மந்திர தந்திரங்களால் மடக்கப்பட வேண்டும் அல்லது வரைமுறையற்ற புகழ்ச்சியால் சமாதானப்படுத்தப்பட வேண்டும்! ஆக, இந்த அர்த்தத்தில்தான் அனைத்து வகையான மனிதரும், பிற பொருட்களும் அவர்களுக்கு தெய்வங்களாக வேதகாலத் 'தேவர்'களாகத் — தெரிந்தனர்.

இந்தத் 'தேவர்' எனும் கருதுகோளில் பின்னாளைய கடவுளுக்கு ஆதாரம் தேடுவது வீண்; இந்தத் 'தேவர்'கள் என்பார் எதிரிகளிடமிருந்து உணவுப் பொருட்களையும், ஆநிரைகளையும்[46] கவர்ந்து கொண்டு வந்து தம் கூட்டத்தாருக்குப் பகிர்ந்தளித்த[47] அசல் மனித உயிர்கள், வீரர்கள்![(48)]

அவர்கள் தமது கூட்டத்தாரின் கவுன்சில்கள், சபைகளில்[49] அமர்ந்திருந்தபோது 'நண்பர்கள், மிகச்சிறந்த நண்பர்கள்' என விளிக்கப்பட்டனர்;[50]

பல சமயங்களில், இந்தத் தேவதைகள் என்பவை தீ, புயற் காற்று, நீர் ஆகியனவே தவிர வேறேதுமில்லை! மலைக் குன்று (பர்வதம்)[51], மூலிகைச் செடி (ஓசாதி)[52], மரம் (வனஸ்பதி),[53] காடுகள் (ஆரண்யானி)[54] அம்பும் வில்லும் போன்ற படைக்கலன்கள் (ஆயுதம்) [55] ஆகியனவும் இவ் வரிசையில் அடங்கும்; சில சமயங்களில் இந்தத் தேவதைகள் கருச்சிதைவு![56], ஈளை (எலும்புருக்கி)[57] மற்றும் பயங்கரக் கனவுகள்[58] ஆகியவற்றிலிருந்து பாதுகாப்பு தேடும் எளிய விருப்பங்களின் சாதாரணமான வடிவங்களே! இவற்றில் நம் புரிதலுக்கு உகந்த வாறான மத உணர்வுகளைத் தேடிக் கண்டுபிடித்திட நமக்கு வேதங்களின்பால் பெருமதிப்பு இருந்தால் மட்டும் போதாது; அவற்றின் உள்ளடக்கமான கருத்துகளைப் புறந்தள்ளவும் வேண்டும்.

வேத காலத்தில் நிலவிய ஆத்திகத்திற்கு முந்தைய சூழலை ஆராய்வதில் மிகுந்த ஈர்ப்பு உண்டு; அதன் சில அம்சங்களைப்பற்றி நான் வேறோரிடத்தில் விவரித்துள்ளேன்;[59] மேலுமொரு சான்று என்ற வகையில், இப்போதைக்குப் 'பிட்டு' எனும் வேத கால தேவதை பற்றி மட்டும் குறிப்பிடவுள்ளேன்; 'பிட்டு' எனில் உணவுதான், வேறொன்றுமில்லை. ஆகவே அந்தத் தேவதையைக் காரமும், இன்சுவையும் கொண்டுள்ளதாகவும், உடலைக் கொழுகொழு எனச் செய்வதாகவும் புகழ்ந்தனர்.

மேலோட்டமாக மொழி பெயர்க்கப்பட்ட i.187 எனும் ரிக் வேதப் பாடலைக் கேளுங்கள்!:

'தீர்த்தன் விருத்திரனை வதம் செய்து விகாரமாக்கிட உதவிய மாபெரும் வலிமை வாய்ந்த பிட்டுவை நான் பெருமைப்படுத்துவேன்! காரமும் தேன்சுவையும் கொண்டவனே! உன்னை நாங்கள் வரவேற்கிறோம்; எங்களின் இரட்சகனாக இரு; பொறாமையோ

பொச்சரிப்போ இல்லாத, நன்மதிப்பைத் தேடிக்கொண்ட நண்பனே! நீ மகிழ்ச்சியின் ஊற்றுக் கண்! ஓ உணவே! எங்கும் பறந்தோடும் தூசு துகள்களையும், வானகமெங்கும் விரவிக் கிடக்கும் காற்றையும் போல உன் நறுமணம் நாடெங்கணும் பரவிக் கிடக்கிறது! ஓ இனிய உணவே! உன்னை உலகெங்கும் எடுத்துச் செல்கிற, உன்னையும் உனது சாறுகளையும் உண்டு களிக்கிற இந்த மாந்தர் உன்னைப் போன்றே நீண்ட கழுத்துகளுடன் வீங்கிப் புடைத்துப் போகிறார்! பெத்துப் பெரிய தேவதைகளெல்லாம் உன் மீதே கண்ணாக இருக்கிறார்! உன் ஊக்கமூட்டும் உதவியால்தான் இந்திரன் அஹியைக் கொன்றான்! ஓ உணவே! மலைகளுடன் இணைத்துப் பேசப்படுகிற செல்வமெல்லாம் உன்னையே சென்றடைந்தன! ஓ இனியனே கேள்! நீ எங்களை எளிதில் வந்து சேர்! ஓ உடம்பே! நாங்கள் ஏராளமான நீர் வளத்தையும், செடி கொடிகளையும் கொண்டிருப்பதால் நீ நன்கு கொழுத்து வளர்வாயாக! கொதிக்க வைத்த பால் அல்லது வேக வைத்த பார்லியில் சோம பானத்தைக் கலந்து நாங்கள் குடிப்பதால் ஓ உடலே நீ கொழுத்துப் போவாயாக....!"

எல்லா வேத காலத் தேவதைகளும் இதேபோல் இல்லை என்பது உண்மையே; அதே போல் ஆத்திகத்திற்கு முந்தைய சூழல் சார்ந்த உணர்வே ரிக் வேதமெங்கும் தென்படுவதாகவும் சொல்ல முடியாது; பல நூற்றாண்டுகளைச் சேர்ந்த ஓராயிரத்துக்கும் மேற்பட்ட துதிப் பாடல்களைக் கொண்டது ரிக்வேதம்! அப் பாடல்களின் கால நிரல் மேலும் ஆராயப்பட்டு அறுதியிடப்பட வேண்டியுள்ளது; அதே போழ்தில் அப் பாடல்களின் உட்பொருள்களைக் கொண்டு ரிக் வேதத்தில் பொதிந்து கிடக்கிற வேத சிந்தனையின் வெவ்வேறு வளர்ச்சிக் கட்டங்களைக் கணிப்பதில் சிரமம் ஏதுமில்லை. நமக்குத் தெரிந்த வரை எவ்வித ஆன்மீகச் சிறப்புமற்ற எண்ணற்ற தெய்வங்களின் மீதான நம்பிக்கையில் தொடங்கிய இக் கருத்தோட்டங்கள் 'ஒரு கடவுள்' அல்லது அதையொட்டிய கருத்துக்கு மிக நெருங்கி வரும் ஒன்றின் மீது மிகத் தெளிவான நம்பிக்கையில் போய் முடிவுற்றன; வேறுவிதமாய்ச் சொல்வதெனில், ஆத்திகத்துக்கு முந்தைய கட்டத்திலிருந்து தெளிவான ஆத்திகத்துக்கு வந்து சேர்ந்த இப் போக்கின் வரலாறு ரிக் வேதத்திலேயே பதிவாகியுள்ளது.

'ஒருகடவுள்' எனும் கருத்து அதன் முழுமையான மற்றும் முடிவான வடிவத்தை ரிக் வேதத்திலேயே பெற்றுவிட்டதா என்பதல்ல இங்கே நம் பிரச்சனை; எது முக்கியம் எனில் ஆத்திகத்துக்கு முந்தைய கட்டத்திலிருந்து முறையான ஆத்திகத்துக்கு மாறிடத் தேவைப்பட்ட முன்நிபந்தனையான இந்திரன் உள்ளிட்ட பன்னூற்றுக்கணக்கான தெய்வங்களின் மீதான நம்பிக்கையின்

தளர்ச்சி தென்படத் தொடங்கி விட்டதா என்பதே! ஆகவே, இந்திரன் மீது அவநம்பிக்கையைப் புலப்படுத்தும் அதே ரிக் வேதப் பாடல்கள் கார்ப் அவர்களும் இன்ன பிறரும் கருதுவதைப் போல் நாத்திகத்துக்கு ஆதாரம் என்பதை விட வின்டர்னிட்ஜ் கூறுவதைப் போல் இந்தியச் சிந்தனையின் ஒரு கட்டத்தில் ஆதி நாத்திகத்தை நோக்கிய பயணத்தின் தொடக்கத்திற்கான சூழல்கள் தோன்றியமைக்கான சான்று என்பதே சரியாகும்..

வின்டர்னிட்ஜ் கூறுகிறார்[60]: "கடவுளர் அனைவரினும் உயர்ந்தவனும் சக்தி மிக்கவனுமான இந்திரனையே ஐயுறத் தொடங்கிய மக்களின் மனதில் பல தெய்வங்கள் பற்றிப் பொதுவாகவும் அவற்றுக்குப் பலிபூசை செய்வதில் அர்த்தம் ஏதுமுண்டா எனக் குறிப்பாகவும் பலத்த சந்தேகம் கிளம்பியது; இவ்வாறு x.121 எனும் ரிக் வேதப் பாடலில் பிரஜாபதியைப் 'படைத்தலும் காத்தலும்' செய்கிறவன் என்று ஏற்றிப் போற்றுவது, ஒவ்வொரு பாடலிலும் "எக் கடவுளுக்கு நாம் பலியிட்டு மரியாதை செலுத்திட வேண்டும்?" எனத் திரும்பத் திரும்பக் கேட்பது ஆகியனவற்றில், உண்மையில் பல தெய்வக் கோட்பாட்டில் இருந்த பிடிப்பு தளர்ந்து 'படைப்புக் கடவுளாம்' பிரஜாபதி ஒருவன் மட்டுமே போற்றுதலுக்குரியோன் என அவர்களிடம் வேரூன்றத் தொடங்கிய நம்பிக்கை தொக்கி நிற்கிறது. இறுதியாக, இந்த ஐயப்பாட்டின் ஆழமான தாக்கம், 'படைப்பு' குறித்த x. 129 ஆம் ரிக் வேதப்பாடலில் மிகவும் காத்திரமாக வெளிப்படுவதைக் காண்கிறோம்."

'தத்துவம்சார் துதிப் பாடல்கள்' என வின்டர்னிட்ஜ் அவர்களால் அழைக்கப் பெறும் இவற்றில் "பிரஜாபதி, பிரமனாஸ்பதி, பிரஹஸ்பதி,விஸ்வகர்மன் எனப் பலவாறாக அறியப்பட்டவனும் ஆனால் தமது சொந்தக் கடவுளாக மக்களால் கருதப்பட்டவனுமாகிய 'படைத்தோன்' பற்றிய கருத்தே முன்வைக்கப்படுகிறது....இவ்வாறாக, இயற்கையில் நாம் காண்கிற ஒவ்வொன்றும், பரந்துபட்ட மக்கள் திரளால் 'கடவுள்கள்" என நம்பப்படுபவையும் உண்மையில் அந்த ஒன்றின்—அந்த ஒன்றின் மட்டுமான—வெளிப்பாடே! 'அனைத்துமாகிய ஒருமை' மட்டுமே உண்மை! 'பன்மை' வெறும் கற்பனையே என்கிற உயரிய இக் கருத்து அப் பாடல்களில் ஏற்கெனவே நிழலாடுகிறது; i.164. 46 ஆம் ரிக் வேதப் பாடலில் இது தெளிவாகவும், வெளிப்படையாகவும் பேசப்படுகிறது. அந்த ஒன்றைத்தான் இந்திரன், மித்திரன், வருணன், அக்னி என அழைக்கின்றனர்; மேலுலகப் பறவையாம் 'கருத்மத்' என்பதும் அதனையே குறிக்கும்; அந்த ஒன்றையே கவிகள் அக்னி, எமன், மாதரீஸ்வன் எனப் பல பெயர்களில் அழைக்கின்றனர்.[61]

ஆத்திகத்துக்கு முந்தைய நிலையிலிருந்து முறையான ஆத்திகம் நோக்கிய கோட்பாட்டளவிலான இந்த மாற்றத்திற்குரிய காரணிகளான சமூக மாற்றங்களின் வரலாற்றை ஆராய்ந்திட இங்கே இடமில்லை.[62] அது தனிப்பட்ட ஆய்வுக்குரிய ஒன்று. ரிக் வேதப் பாடல்களில் ஒப்பு நோக்கில் பின்னாளையதாகக் கருதப்படும் சிலவற்றில் இடம் பெற்றுள்ள இந்த 'ஒன்று' — 'ஒன்றே ஒன்று' — (அதாவது, 'அனைத்துமாகிய ஒருமை, எனும் வேத காலச் சிந்தனைதான் தனது வளர்ச்சிப் போக்கில் உபநிடதங்களில் பேசப்படும் 'பிரமன்' ஆனது என்பதை மட்டும் இங்கே நாம் கவனத்தில் கொள்வது இப்போதைக்குப் போதுமானது. இந்த 'பிரமன்' எனும் கருத்தை எல்லாம் வல்ல, அனைத்தும் அறிந்த, படைப்பாளன், உலகின் நெறியாளன் என்றும், அவனை இறைஞ்சி வழிபடுவதன் மூலம் மீட்சி பெறலாம் என்றும் பொருள் படுத்தும் பணி மிகப் பிற்காலத்திய தத்துவ ஞானிகளான இராமானுஜர் போன்றோர்க்கு விடப்பட்டது. இன்னொரு பக்கத்தில் சங்கரரும் அவரின் சீடர்களும் இந்த 'பிரமனை' உயர்நிலை ஆத்திகக் கண்ணோட்டத்தில் அர்த்தப்படுத்துவதில் ஆர்வம் காட்டினர்.

இந்த இரண்டு விவரிப்புகளில் அடங்கியுள்ள இறையியல் கூறுகளின் சிறப்புகள் குறித்து நாம் இங்கே ஒப்பு நோக்கப் போவதில்லை; எது நம்மை இங்கே ஈர்க்கக்கூடியது எனில் ஆத்திகத்தின் இந்த இரு வடிவங்களிலிருந்தும் நாத்திகம் எவ்வாறு தெளிவாக வேறுபடுகிறது என்பதுதான். ஆத்திகத்துக்கு முந்தைய நம்பிக்கைகளின் மறுப்பாக வேத காலச் சிந்தனையில் தோன்றிய ஆத்திகம் நாத்திகத்தின் முன்தேவையாகும்; ஏனெனில் அப்போதுதான் நாத்திகம் ஆத்திகத்தின் மறுப்பாக முடியும். இந்த வளர்ச்சிப் போக்கைக் காணத் தவறிய கார்ப் ஆத்திகத்தின் தோற்றத்துக்கு அவசியமான முன்நிபந்தனையாகவும், நாத்திகத்துக்கு எதிர்மறையாகவும் அமைந்த ஆதி கால நம்பிக்கைகளையே நாத்திகத்தின் வேர்களாகக் கருதினார்; அவரின் இக் குழப்பம் உபநிடத 'பிரமனில்' சாருவாக மற்றும் சாங்கிய நாத்திகத்துக்கான விதை விழுந்துள்ளது எனத் தவறாகப் பார்த்த கோஹன் அவர்களால் மேலும் மோசமானது.

# 7

# இந்திய நாத்திகத்தின் வேர்கள்

முன்னர் குறிப்பிடப்பட்டவற்றைக் கொண்டு வேத மரபில் பிற்கால நாத்திகத்தின் தோற்றத்திற்கான முகாந்திரம் கொஞ்சமும் இல்லை எனும் முடிவுக்குப் போய்விடக்கூடாது. இந்திய தத்துவங்களிலேயே பூர்வமீமாம்சம்தான் வேத மரபின் மிகப் பழைமை வாய்ந்த பிரதிநிதி என்பதில் எவருக்கும் ஐயம் இராது; அதுவேதான் இந்திய நாத்திகத்தின் மிகத் தீவிரமான ஆதரவாளருங்கூட. நாத்திகத்திற்கான உந்துதலை இந்திய வேத மரபின் சில கூறுகளிலிருந்தே அது பெற்றது; வேத காலச் சிந்தனையில் முறையான ஆத்திகத்தின் தோற்றத்திற்கான சூழலை மட்டும் உருவாக்கிய சிறு தெய்வங்கள் மீதான ஐயப்பாடு அல்லது அவ நம்பிக்கையிலிருந்து அன்று எழுந்ததே நாத்திகம்.

அவ்வாறாயின், வேதங்களை அறிவார்த்தமாக ஆதரிக்க முயன்ற பிற்காலத் தத்துவாசான்களான மீமாம்சகர்கள் அவ் வேதங்களின் உட்பொருளில் எதை முன் வைத்து கடவுளை மறுக்க முனைந்தனர்? இதுவொரு மிகவும் ஆர்வத்தைக் கிளறக் கூடிய கேள்வி; வேத மரபில் ஆத்திகத்துக்கு முந்தைய நம்பிக்கைகளுக்கும், நாத்திகத்துக்கும் இடையே உள்ளதாகக் கருதப்படும் உறவு பற்றிய பிரச்சனையும் ஒரு வேளை இதனுடன் இணைந்திருக்கலாம் ஆயினும் பூர்வ—மீமாம்சம் பற்றிய விரிவான விவாதத்தைத் தொடங்கும் வரை நாம் இது குறித்த ஆய்வை ஒத்திப் போடலாம்.

இப்போதைக்கு ஒப்பு நோக்கில் மிக எளிதாகப் படும் கேள்வி ஒன்றை எழுப்புவோம்! மீமாம்ச நாத்திகத்தின் தோற்றுவாயாக இருக்கக் கூடியது எதுவாயினும் வேத நூல்களில் இந்திய நாத்திகத்தின் தொடக்கம் குறித்த நேரடியான, தெளிவான குறிப்பு ஏதேனும் தென்படுகிறதா?

“சொற்பிறப்பியலின் படியும், வழக்காற்றின் படியும் ‘நாத்திகம்’ என்பது சாராம்சத்தில் ஓர் எதிர்மறைப் பொருள் கொண்டதே! அது ஆத்திகம் சார்ந்த நம்பிக்கைகளின் மறுப்பாகவே உள்ளது;

எனவே ஆத்திகம் அதற்கு அவசியமான முன்தேவையாகும்" என்கிறார் அப்டன் அவர்கள்.[63] இதில் தென்படும் உண்மையைப் புறந்தள்ளக் கூடாது; அதே சமயத்தில் ஆத்திக நம்பிக்கைகளுக்கு எதிர்மறையான இந்த அணுகுமுறை, பொருள்முதல்வாதிகளுடையதைப் போன்று பிறிதொரு தத்துவ நிலைபாட்டிலிருந்து (தனித்துவமாக) வெளிப்படும்போதே தத்துவத் தன்மையைப் பெறுகிறது. எது எவ்வாறாயினும் ஆத்திகமின்றி நாத்திகம் இல்லையாதலால் அதன் ஆரம்ப அறிகுறிகளை வேத நூல்களில் ஆத்திகக் கருத்துகள் தெள்ளத் தெளிவாக இடம் பெற்றுள்ள பகுதிகளில் மட்டுமின்றி ஆத்திகத்தைக் கேள்விக்குள்ளாக்கும் மாற்று உலகக் கண்ணோட்டத்தைப் பற்றிப் பேசக்கூடிய இடங்களிலும் தேட வேண்டும்; வேறுவிதமாய்க் கூறுவதெனில், இந்திய நாத்திகத்தின் தொடக்கம் குறித்த ஆவணச் சான்றுகளை வேத மரபைச் சேர்ந்த ஆதி கால ஆத்திக வாதிகள் தங்களின் கருத்துகளுக்கு எதிரானவை எனக் கருதிய மற்றும் பொதுவாகப் பேரண்டத்தின் இருப்பு - அதிலும் குறிப்பாக அதன் தோற்றம் — பற்றிய புதிருக்கான காரணி கடவுளுக்கு 'வெளியே' இருப்பதாய்க் கருதிய அவர்களின் சிந்தனைப் போக்குகளில்தான் தேட வெண்டும்; ஏனெனில் ஆதி ஆத்திகமே கூட அதன் ஆரம்ப நாட்களில் கடவுள் நம் புலன்களுக்குப் புலப்படும் ஒவ்வொரு திட்பமான பொருளின் மூல காரணமாகவும், அடிப்படையாகவும் இருப்பதுடன் அதைச் சார்ந்தே மானுடம் உட்பட அனைத்தும் இருப்பதாக நம்பி அதையே அனைவரும் வணங்கவும், வழிபடவும் வேண்டும் என்றது[64]. உபநிடதங்களிலேயும் நாத்திகம் குறித்து ஆத்திகம் கொண்டிருந்த 'கவலைக்கான' சான்றுகள் உள்ளதால் இந்திய சிந்தனையில் நாத்திகம் ஏற்கெனவே இடம் பிடித்து விட்டது என்பது தெளிவு..

இக் கண்ணோட்டத்தில் ஸ்வேதஸ்வதரா உபநிடதம் மிகவும் ஆர்வத்தைக் கிளறக் கூடியது; அது ஆத்திகத்தின் அனேக அனுமானங்களுக்கு மாற்றாக முன் வைக்கும் கருத்தோட்டங்களில் சில பொருள்முதல்வாதத்தை ஒட்டியவை; இந்த உபநிடதத்தின் ஆசிரியரே முழுமையான ஆதி கால வேத ஆத்திகர்களில் ஒருவர் ஆதலால் அவற்றைச் சரியான காரணத்தின் பேரிலேயே மறுக்கவும் ஒதுக்கவும் விழைந்தார். இக் கருத்துகளில் நாம் இந்திய நாத்திகத்தின் வெளிப்பாட்டிற்குரிய ஆரம்ப கால ஆவணச் சான்றினைக் காண்கிறோம்.

அந்த நூலின் தன்மை குறித்த ஒரு சில வார்த்தைகளுடன் விவாதத்தைத் தொடங்குவோம்!

உபநிடதங்கள் அனைத்திலும் 'ஸ்வேதஸ்வதரா'தான் ஆத்திகம் பற்றிஅதிகமாகப் பேசுகிறது; ஆத்திகத்தின் அனைத்துத்

தேவைகளையும் அது ஏற்கெனவே நிறைவு செய்துள்ளது என்கிறார் ஹிரியன்னா[65] இராதாகிருஷ்ணன் கூறுகிறார்: "அது ஆத்திகவயமானது; உலகைப் படைத்ததுடன் காக்கவும் வழி நடத்தவும் செய்கிற முதன்மைக் கடவுளாம் பிரமனை ருத்ரனுடன் ஐக்கியப் படுத்திப் பார்க்கிறது; பிற உபநிடதங்களில் காணப்படுகிற ஆத்திகத்தின் அடிப்படைக்கூறுகளான சொந்தக் கடவுளும், அதனிடம் ஆழ்ந்த பக்தியும் 'ஸ்வேதஸ்வதரா' உபநிடதத்தில் மிகவும் உயர்வாகப் பேசப்படுகிறது. எவ்வகை மாற்றத்தையும், படிமலர்ச்சியையும் அனுமதிக்காத, தனித்துவமான, முழுமை பெற்ற (பூரணத்துவமான) பிரமனைவிட அவனின் மறு வடிவமான, அனைத்தும் அறிந்த, ஆகப் பெரும் ஆற்றல் கொண்ட தமது சொந்தக் கடவுளாம் ஈஸ்வரனுக்கே முக்கிய இடம் அளிக்கப்படுகிறது.[66]

இவ்வாறு, தன்னைத் தெளிந்த ஞானங் கொண்ட 'ஸ்வேதஸ்வதரா என அழைத்துக் கொள்ளும் இந்த நூலாசிரியர், தனது 'ஒரு - கடவுள்' கோட்பாட்டை வலுவான தளத்தின் மீது நிறுவிட வேண்டுமாயின் சம காலத்தில் நிலவிய உலகத் தோற்றம் பற்றிய ஆத்திக நிலைபாடுகளை 'அச்சுறுத்திய' பல்வேறு பொருளாயத அல்லது அதனுடன் மிக அணுக்கமான மாற்றுக் கருத்தோட்டங்களை மறுதலித்தாக வேண்டும் என்பதைத் தெளிவான ஆத்திகத்தின் தேவைகளை நிறைவு செய்திடும் பொருட்டுச் சரியாகவே உணர்ந்தார்.[67] இக் கண்ணோட்டத்தின்படி புத்த மதம் தோன்றியதற்கு முன்னுள்ள காலத்தைச் சேர்ந்த 'ஸ்வேதஸ்வதரா' உபநிடதம் உணர்த்துவது யாதெனில் இந்தியாவில் ஆத்திக - நாத்திகப் போர் குறைந்த பட்சம் அந்த கால கட்டத்தைச் சேர்ந்தது என்பதைத்தான்!

அது இக் கேள்வியுடன் தொடங்குகிறது:

"காரணம் எது? பிரமனா? நாம் எங்கிருந்து பிறந்தோம்? எவ்வாறு உயிர் வாழ்கிறோம்? எதன் மீது நாம் நிலை கொண்டுள்ளோம்?" [68]

இக் கேள்விகள் அனைத்துக்கும் இந்நூலாசிரியரிடம் உள்ள ஒரே விடை 'கடவுள்' அல்லது 'ஈஸ்வரன்' என்பதுதான். அதே சமயம், தன் காலத்திய - அல்லது ஒரு வேளை அதற்கு முன்னரே இருந்த— சிந்தனையாளர்களிடம் இவற்றுக்கு வேறு விளக்கங்கள் இருந்தன என்பதையும் அவற்றில் சில ஆத்திக அனுமானத்திற்கு நேர் எதிரானவை என்பதையும் அவர் அறிந்திருந்தார்; எனவேதான் உடனே அவற்றை ஒவ்வொன்றாக வரிசைப் படுத்தி பதிலிறுத்து ஒதுக்கித் தள்ளுகிறார். இந்த வழி முறையைப் பின்பற்றியதால் ஆத்திக — நாத்திக நிலைபாடுகளை நியாயப் படுத்த வெவ்வேறு ஆதாரங்களை முன்வைத்த அவர் காலத்து அறிவுச் சூழலைப் பற்றிய அருமை மிகு சித்திரம் நமக்குக் கிடைத்துள்ளது! கோபிநாத் கவிராஜ்

கூறுவதுபோல், " தன் காலத்தில் செல்வாக்குடன் திகழ்ந்த பேரண்டத் தோற்றம் பற்றிய சில கோட்பாடுகளை 'ஸ்வேதஸ்வதரா' உபநிடதம் பெயர்களுடன் குறிப்பிடுகிறது; ஈஸ்வரவாதம் அவற்றுள் ஒன்று[69]

ஹியூம் அவர்களின் மொழியாக்கத்தில், ஆத்திகம் அல்லது ஈஸ்வரவாதத்திற்கு மாற்றானவை பின்வருமாறு:

"காலம், அல்லது உள்ளுறை இயல்பு (ஸ்வபாவம்), அல்லது விதி (நியதி), அல்லது தற்செயல் நிகழ்வு (எதேர்ச்சை), அல்லது தனிமங்கள் (பூதங்கள்), அல்லது பெண்ணின் கருப்பை (யோனி) அல்லது ஆண்மகன் (புருஷன்) ஆகிய இவற்றைத்தான் காரணிகளாகக் கருத வேண்டும்."[70]

இங்கே மூலத்தை மொழி பெயர்த்ததில் கொஞ்சம் சிக்கல் நேர்ந்துள்ளது. இராதாகிருஷ்ணனும் ஹியூம் அவர்களின் அடியொற்றியே இப் பத்தியை மொழி பெயர்த்துள்ளார்; இது ஏற்புடையதாகவே படுகிறது[71]

எனினும் அந்த மொழியாக்கத்தை அப்படியே ஏற்கையில் ஒரு முக்கியமான கேள்விக்கு விடை தேட வேண்டியுள்ளது: 'யோனி' அல்லது பெண்ணின் கருப் பையே இறுதிக் காரணி எனும் கருதுகோளின் உட்பொருள் என்னவாக இருந்திருக்கும் என்பதே அக் கேள்வி. தாயொருத்தி குழந்தையைப் பெற்றெடுப்பது போன்று பிரகிருதி அல்லது முழுமுதற் பொருள் இப் பேரண்டத்தைப் படைத்திருக்க வேண்டும் எனும் சாங்கியக் கண்ணோட்டத்தைக் குறிப்பதாகவே அதைக் கருத வேண்டும் என்கிறார் இராதாகிருஷ்ணன்: "யோனி: கருப்பை, பிரகிருதி: உலகின் அனைத்து சாத்தியக்கூறுகளுக்கும் ஊற்றுக்கண்"[72]. இக் கருத்து மிக மிக முக்கியத்துவம் வாய்ந்தது, தனது ஆத்திகத் தத்துவத்துக்கு ஆதரவாக வாதிடும் நோக்கில் 'ஸ்வேதஸ்வதரா' உபநிடதத்தின் ஆசிரியர் அந்த நூலை சாங்கியப் பார்வையை மறுப்பதற்கே அர்ப்பணித்துள்ளார்; ஆகவேதான் தனக்கு எதிரான நிலைபாடுகளைப் பட்டியலிடத் தொடங்குகிறபோது அவரால் சாங்கியத்தைக் குறிப்பிடாமல் இருக்க முடியவில்லை போலும்! ஆனால் 'ஸ்வபாவம்' எனும் சொல்லைப் பயன்படுத்தியதற்கு அப்பால் ஆத்திகத்திற்கு எதிரான கருத்துகளின் பட்டியலில் சாங்கியம் பற்றிய குறிப்பு எங்குமில்லை; இது சாங்கியமும் இன்ன பிற ஆதி கால இந்திய தத்துவங்களும்[73] பகிர்ந்து கொண்ட நிலைபாட்டைக் குறிக்கிறது; இது 'யோனி'யை நாம் எவ்வாறு அர்த்தப்படுத்த வேண்டுமென இராதாகிருஷ்ணன் விழைந்தாரோ அவ்வாறு பொருள் கொண்டால் மட்டுமே சாத்தியம்.

அப் பத்திக்கான மேற்காண் விளக்கத்தை ஏற்றுக் கொண்டால் 'ஸ்வேதஸ்வதரா' உபநிடதத்தில் ஆத்திகத்திற்கு எதிரான ஏழு

பழம்பெருங் கருத்தோட்டங்களைப் பற்றிய குறிப்புரையைக் காணலாம். அவையாவன: (1) காலம், (2)இயற்கை, (3) விதி அல்லது ஊழ்வினை, (4)தற்செயல் நிகழ்வு, (5) இயற்பியல் விதிகளுக்கு இணங்கிய தனிமங்கள், (6) முழுமுதற் பொருள், (7) ஆண்மகன்; இவற்றில் கடைசியாக வரும் புருசன் அல்லது ஆண்மகன் என்பது ரிக் வேதத்தில் உள்ள 'அண்டமளாவிய ஆன்மா' (புருச சுக்தம் என்பதன்) கருத்தைக் குறிப்பதாகப் படுகிறது[74].

ஸ்வேதஸ்வதரா அவர்கள் எதன் அடிப்படையில் இவை அனைத்தையும் மறுக்க விழைந்தார் எனில்:

"ஆன்மாவின் இருப்பு மேற்கண்டவற்றின் கலப்பு அல்லது சேர்க்கையை அவசியமற்றதாக்கி விட்டது; இன்ப துன்பங்களுக்குரிய காரணத்தைப் பொறுத்தவரை ஆன்மா உண்மையிலேயே ஆற்றலற்றது[75]. இந்த வாதத்தின் உண்மையான கருத்தை உணர நாம் இராதாகிருஷ்ணனைப் பின் தொடர்வோம்![76] புலனுணர்வற்றது அவ்வுணர்வின் ஆதாரமாக இருக்க முடியாது என வாதிடப்படுகிறது; எனவே காலம், இயற்கை, விதி போன்ற உணர்வற்ற கோட்பாடுகள் உணர்வுள்ள மனித உயிர் அல்லது ஆன்மாவின் இருப்பை விளக்கிட இயலாது. அதேபோல் உணர்வுள்ள மனித உயிர் தன் விதியைத் தானே தீர்மானித்திட இயலாதாகையால் அது இறுதிக் காரணியாக இருக்க வழியில்லை; ஆகவேதான்,

"தியானம், யோகம் ஆகியவற்றில் ஈடுபட்டோர் கடவுளின் குணநலன்களுக்குள் மறைந்து கிடக்கும் சுய பலத்தை அறிந்தனர்; ஆண்டவனே 'காலம்' தொடங்கி 'ஆன்மா' ஈறாக உள்ள காரணிகள் அனைத்தின் மீதும் அதிகாரம் செலுத்துபவன்"[77] எனும் முடிவுக்கு ஆரம்ப கால ஆத்திகர் வந்தார்.

இவ்வாறுதான் ஆதி ஆத்திகர் வாதிட்டார்; இந்திய நாத்திகத்தின் தொடக்கம் பற்றிய நமது விவாதத்தில் இத்தகைய வாதத்தின் உள்ளார்ந்த மதிப்பை விட அவ் வாதம் அழித்தொழிக்க விரும்பும் 'ஆத்திகத்துக்கு மாற்றாக விளங்கிய' கருத்தோட்டங்களின் தன்மையே நமக்கு இங்கே முக்கியம்; இந்திய தத்துவத்தில் இந்த மாற்றுகள் அனைத்துக்கும் ஒரே மாதிரியான எதிர்காலம் வாய்த்திடவில்லை; ஆனால் அவற்றில் பெரும் பாலானவை ஆத்திகத்தின் நிலைபாடுகளைப் பல நூற்றாண்டுகள் எதிர்த்து நின்றன என்பது இங்கே குறிப்பிடத் தக்கது. இவ்வாறு, தோராயமாக நான்காம் நூற்றாண்டைச் சேர்ந்ததாகக் கருதப்படுவதால்[78] 'ஸ்வேதஸ்வதரா' உபநிடதத்துக்கு சுமார் ஓராயிரம் ஆண்டுகள் பின்பு தோன்றியதாகக் கூறப்படும் 'சுஸ்ருத - சம்ஹித' எனும் மருத்துவ நூலில் 'இறுதிக் காரணிகள்' குறித்து ஏறத் தாழ இதே போன்றதொரு பட்டியல் இடம்

பெற்றுள்ளது; அவற்றில் ஒன்றே ஒன்று மட்டுமே ஈஸ்வர வாதம் அல்லது கடவுள் வாதம்; பிற அனைத்தும் அதைக் கேள்வி கேட்பவை:

"தொலை நோக்குடையோர் (கீழ்க்காண்பனவற்றுள் ஒன்றை முதற் காரணியாகக்) கருதுகின்றனர்: இயல்பு (ஸ்வபாவம்), கடவுள் (ஈஸ்வரன்) நேரம் (காலம்), தற்செயல் நிகழ்வு (எதேர்ச்சை), விதி (நியதி), முழுமுதற் பொருளின் (பிரகிருதியின்) படிமலர்ச்சி[79]

இரு முக்கியமான விசயங்களில் இப் பட்டியல் 'வேதஸ்வதரா' உபநிடதத்தில் உள்ளதுடன் முரண்படுகிறது; முதலாவதாக, அந்த உபநிடதத்தின் இரு கண்ணோட்டங்கள் சுஸ்ருதத்தில் கைவிடப்பட்டுள்ளன; அவற்றில்ஒன்று 'அண்டமளாவிய ஆன்மா'தான் இறுதிக் காரணி என்பது, மற்றொன்று இயற்பியல் விதிகளுக்கிணங்கிய தனிமங்கள் அல்லது பூதங்கள்தாம் அக் காரணி என்பது. இரண்டாவது, சாங்கிய தத்துவத்தைக் குறிப்பிட 'யோனி' எனும் அறுதிப் பழைமையான சொல்லைத் தவிர்த்து பிற்காலத்திய தத்துவச் சொல்லாடல் வழி 'பிரகிருதத்தின் அல்லது முழுமுதற் பொருளின் படிமலர்ச்சி' எனும் சொல்லைச் சுஸ்ருதர் பயன்படுத்துகிறார்.

இந்த மாற்றங்களில் இரண்டாவதை சுஸ்ருதர் நியாயப் படுத்துவது நன்கு புலனாகிறது. ஆனால் முதலாவதை — அதாவது, ஸ்வேதஸ்வதராவின் பட்டியலில் உள்ள இரு கண்ணோட்டங்களைத் தவிர்ப்பதை— நாம் எவ்வாறு விளங்கிக் கொள்வது? ஒரு வேளை இவ்விரண்டில் ஒன்றான 'அண்டமளாவிய ஆன்மா' அல்லது 'புருசன்' இறுதிக் காரணி எனக் கருதிய கண்ணோட்டம் சுஸ்ருதர் காலத்தில் காலாவதியாகிப் போயிருக்கும்; ஆனால் இயற்பியல் விதிகளுக்கிணங்கிய தனிமங்கள் அல்லது 'பூதங்கள்'தாம் இறுதிக் காரணியாகக் கருதப்பட வேண்டும் என வலியுறுத்திய கண்ணோட்டத்தை சுஸ்ருதர் எவ்வாறு கண்டு கொள்ளாமல் இருக்க முடியும்? இதை லோகாயதவாதிகளின் பார்வையாகக் கருத வேண்டும் என்பது மகா பாரத உரையாசியரான நீலகந்தர் அவர்களின் நியாயமான வாதம்[80] சுஸ்ருதரின் காலத்தில் லோகாயதப் பொருள் வாதத்தை ஒருவரால் பொருட்படுத்தாமல் ஒதுக்க முடியும் எனக் கனவிலும் கருத முடியாது! ஆயினும் அவர் அதைக் குறிப்பிட்டுப் பேசவில்லை என்பதில் ஐயம் ஏதுமில்லை; இதற்குக் காரணம், முழுமுதற் பொருளின் மாற்றத்தின் விளைவாகவே இப் பூவுலகம் தோன்றியது எனும் சாங்கிய தத்துவார்த்தப் பார்வையை முறையாக வடிவமைக்கிறபோது அது ஏற்கெனவே பூதங்கள் பற்றிய கோட்பாட்டைத் தழுவியுள்ளதாக சுஸ்ருதர் எண்ணியதா? அல்லது இந்த இயற்பியல் விதிகளுக்கு இணங்கிய தனிமங்களின்

கோட்பாட்டிற்கும் 'பிரகிருதி' அல்லது முழுமுதற் பொருள் கோட்பாட்டுக்கும் இடையே அவ்வளவு வேறுபாடு இல்லை என அவர் கருதியதுதான் காரணமோ? மத்திய கால இந்தியாவில் லோகாயத மற்றும் சாங்கியக் கண்ணோட்டங்களுக்கு இடையேயான வேறுபாடு மிகச் சொற்பமே எனும் கருத்து மேலோங்கி இருந்ததால் மேற் சொன்னவாறு சுஸ்ருதர் கருதியிருக்கலாம்; அவர் அவ்வாறு எண்ணியிரார் என 'அடித்துச் சொல்ல' வாய்ப்பில்லை.[81]

ஆனால் நமது விவாதத்தின் இக் கட்டத்தில் அதில் நமக்கு அதிக நாட்டம் தேவையில்லை; மாறாக, நாம் இப்போது 'ஸ்வேதஸ்வதரா' உபநிடதத்தில் உள்ள தரவுகளைக் காண்போம்: அதில் பட்டியலிடப்பட்டுள்ள, ஆத்திகத்துக்கு எதிரான, எந்தவொரு கருத்தையும் விட "காலம், இயல்பு (ஸ்வபாவம்) ஆகியன மட்டுமே இறுதிக் காரணிகள் எனும் முதலிரண்டு கருத்துகள்தாம் அதன் ஆசிரியரின் கவனத்தைக் கவர்ந்துள்ளன; அந்த உபநிடதத்தில் அவர் மீண்டும் கீழ் வருமாறு வாதிடுகிறார்:

"சில அறிவாளிகள் இயல்பு(ஸ்வபாவம்)தான் முதற் காரணி என்றும்,இன்னும் சிலர் அதை மறுத்து 'காலம்'தான் என்றும் கூறுகின்றனர்; (அவர்கள்) தெளிவற்றவர்கள்; ஆண்டவனின் பெருங் கருணையால்தான் 'பிரம்ம சக்கரம் 'சுழல்கிறது'[82]

காலம்தான் இறுதிக் காரணி எனக் கருதியது யார்? இக் கேள்வி குறித்து பருவா[83] அவர்கள் எவ்வளவு விரிவாக அலசியிருப்பினும் அதற்குரிய சரியான விடையைக் காண்பது மிகவும் கடினம்; அது வொரு பழைமையான வேத காலப் பார்வை என்கிறார் தாஸ்குப்தா; "அதர்வ வேதத்தில் (xix.54) 'காலம்' முதற் கடவுளாகக் கருதப்படுவதை நாமறிவோம்; அது 'படைப்புப் பணியை ஆரம்பித்து வைத்தது ….. 'காலம்' அனைத்துக்கும் ஆசானாகக் கருதப்பட்டது; அது பேரண்டம் முழுவதையும் உருவாக்கி 'உருள' வைத்ததால் பிரமன் ஆனது; அதர்வ வேதத்தின் இக் கருத்து உபநிடதங்களால் பெரும்பாலும் ஒதுக்கித் தள்ளப்பட்டது; 'கால'மே அனைத்தின் மூலம் எனும் கருத்தை வேதப் புரட்டு என்றது 'ஸ்வேதஸ்வதரா'.[84] ஆனால் இதுவே பழங்கால இந்திய வானியலாரின் பார்வையாக இருந்திருக்கலாம் என்கிறார் கோபிநாத் கவிராஜ்: அவர் மேலும் கூறுகிறார்:"கால'த்தை 'உலகின் ஆற்றல் மிக்க காரண கர்த்தாவான 'ஈஸ்வரன்' என வர்ணிக்கும் ஸ்ரீபதியின் பாடலை டாலனர் எனும் எழுத்தாளர் மேற்கோள் காட்டுகிறார்; இதுவும் இராம தீர்த்தர் மற்றும் அக்னிசித் புருசோத்தமர் ஆகியோரின் கூற்றுகளும் அது (அதாவது, 'கால'மே அனைத்தின் மூலம்' எனும் கருத்து) வானியலாரின் கருத்துதான் என்பதை உணர்த்துவதாகப் படுகிறது[85] "இது நீலகந்தர் வலியுறுத்திக்

கூறுகிற ('kala iti daivajnanam' எனும்) கருத்துடன் முழுமையாக உடன்படுகிறது[86]

ஏற்கெனவே அதர்வ வேதத்தில் முன் வைக்கப்பட்டுள்ள கருத்தைச் சார்ந்து நிற்பதில் வானியலாருக்குச் சிரமம் ஏதுமில்லை என்பதால் மேற்கண்ட (அதாவது, 'இயல்பு' மற்றும் 'காலம்') ஆகிய இரு கருத்துரைகளையும் இணங்க வைக்கலாம்; ஆயினும் இப் பார்வையின்பால் வானியலாருக்கு ஏற்பட்ட ஈர்ப்போ அல்லது ஆதி கால ஆத்திகருக்கு அதன் மீதிருந்த அக்கறையோ இந்திய தத்துவ வரலாற்றில் அதன் எதிர்காலத்தை உறுதிப்படுத்தவில்லை; முக்கியமான பிற்காலத்திய தத்துவ நூல்களில் பவுத்தத்தின் நிலையாமைக் கொள்கையில் மட்டுமே 'காலம்' தனது முக்கியத்துவத்தைக் கொஞ்சம் தக்க வைத்துக் கொண்டது; நியாய —வைசேசிகர் இதை ஒன்பது பொருட்களில் (திரவியங்களில்) ஒன்றாகவும், பாட்ட மீமாம்சகர் இதைப்பதினொரு பொருட்களில் ஒன்றெனவும் வைத்தெண்ணியபோது அத்வைத வேதாந்திகளோ அதைப் புறவுலக எதார்த்தத்திலிருந்து அறவே அகற்றிட முனைந்தனர்; எது எவ்வாறாயினும் பின் தொடர்ந்த இந்திய தத்துவத்தில் 'கால'த்தை இறுதிக் காரணியாகக் கருதிடும் எண்ணமே தென்படவில்லை என்பதால் பிற்கால ஆத்திகர் 'கால வாதம்' அல்லது 'காலக் கோட்பாட்டைக் கண்டு 'முகம் சுழிக்க' நேரவில்லை.

புத்திக் கூர்மை மிக்க ஸ்வேதஸ்வதரர் தனது ஆத்திகக் கண்ணோட்டங்களுக்கு அச்சுறுத்தலாகக் கருதிய பிற பார்வைகள் விசயத்திலுங் கூட சற்றேறக்குறைய இதுவே உண்மை; இவ்வாறாக, பிற்கால இந்திய தத்துவ வரலாற்றில் 'கடவுளை'த் தவிர்த்து விட்டு 'விதி'[87] அல்லது 'தற்செயல் நிகழ்வு' அல்லது 'அண்டமளாவிய ஆன்மா'தான் இறுதிக் காரணி எனக் கூறிடும் கோட்பாட்டைமுன் மொழியும் வலுவான வாதம் எதையும் நாம் காணவில்லை; ஆனால் இந்த ஆரம்ப கால ஆத்திக எதிர்ப்புக் கண்ணோட்டங்களின் செல்வாக்கு காலப் போக்கில் மங்கிப் போனதாலேயே இந்திய ஆத்திகம் ஒப்பு நோக்கில் மிக எளிதாக மேலோங்கியது எனச் சொல்ல முடியாது; மாறாக, இந்திய தத்துவம் மேலும் செழுமைப்பட்டபோது ஆத்திக அனுமானங்களுக்கு எதிராகப் புதுப் புது எதிர்ப்புகள் முளைத்தன; முந்தைய ஆத்திக எதிர்ப்புப் போக்குகள் சிலவற்றுடன் ஒப்பிடுகையில் பிற்கால நாத்திகம் மேலும் வலுவான தத்துவ தளங்களின் மீது கட்டப்பட்டுள்ளது; இந்திய நாத்திகத்தின் கண்ணோட்டத்தில் 'ஸ்வேதஸ்வதரா' உபநிடதத்தில் உள்ள ஆதாரம் குறிப்பிட்டுப் பேச வேண்டிய அளவுக்கு முக்கியத்துவம் வாய்ந்தது; எனினும், அது, இந்திய தேசத்தில் முதிர்ச்சி வாய்ந்த தத்துவார்த்த செயல்பாடு நடை பெற்ற காலத்தில்

நாத்திகம் அடைந்த தருக்கச் செறிவைக் குறிப்பதாகாது; மாறாக, அது தனது தெளிவான முதல் வடிவத்தைப் பெற்ற கொஞ்ச காலத்துக்குள்ளாகவே கடவுள் பற்றிய அனுமானங்களைக் கேள்விக் குட்படுத்திய நிலைபாடுகளின் எண்ணிக்கையைக் குறிப்பதாகும்.

அத்துடன் 'ஸ்வேதஸ்வதரா'வில் எதிர் வாதத்துக்கு உள்ளான ஆத்திக எதிர்ப்பு நிலைபாடுகளில் குறைந்தது மூன்றேனும் இந்திய தத்துவ வரலாற்றில் உறுதியான எதிர் காலத்தைக் கொண்டிருந்தன; அவற்றின்படி, இறுதிக் காரணியை இயற்பியல் விதிகளுக்கிணங்கிய தனிமங்கள் (பூதங்கள்), (2) முழுமுதற் பொருள் (பிரகிருதி=யோனி), (3)இயற்கை (ஸ்வபாவம்) ஆகியவற்றின் பேரிலேயே விளக்கிட இயலும்; இவற்றில் முதலாவதை நீலகந்தர் லோகாயதவாதிகளின் பார்வை எனக் கருதியது நியாயமே என்பதை நாம் முன்னரே குறிப்பிட்டுள்ளோம்; ஆத்திகத்துக்கு எதிரான பொருள் முதல்வாதக் கண்ணோட்டம் ஏற்கெனவே சாங்கிய தத்துவத்தால் போதுமான அளவு முன் வைக்கப்பட்டுவிட்டதால் ஒரு வேளை சுஸ்ருதர் அதைக் குறிப்பிடாமற் போயிருக்கலாம்; எது எவ்வாறாயினும் 'ஸ்வேதஸ்வதரா'வை வரைந்தவரே சாங்கிய கண்ணோட்டத்தை எதிர்ப்பதில் பேரார்வம் காட்டியுள்ளார்; நாம் இப்போது இதனையும், சாங்கிய மற்றும் லோகாயதப் பார்வைகட்கு இடையேயுள்ள பொருள்முதல்வாதப் பிணைப்பையும் விரிவாகப் பார்க்க உள்ளோம்; இப்போதைக்கு அவற்றில் மூன்றாவதான இயற்கை அல்லது ஸ்வபாவமே இறுதிக் காரணி எனும் கூற்றைப் பற்றிச் சற்று நோக்குவோம்.

இக் கோட்பாட்டின் பொருள் தான் என்ன? அதை உண்மையில் உயர்த்திப் பிடித்தோர் யார்? இக் கேள்விகளைப் பற்றி ஏராளமான குழப்பங்கள் இருப்பினும், 'இயற்கை விதி' எனும் நவீன காலக் கருத்துக்கு முன்னோடியாக இந்த ஸ்வபாவக் கோட்பாடு அமைந்துள்ளதால் அது மிகவும் ஆர்வம் ஊட்டுவது என்பேன்! அது ஆரம்பத்தில் எந்தத் தத்துவக் கோட்பாட்டையும் சாராது ஒரு விதத் தனித்துவமான பார்வையாக இருந்திருப்பினும் லோகாயதவாதிகளையும், சாங்கியவாதிகளையும் உள்ளிட்ட பொருள்முதல்வாத அல்லது பொருள் முதல்வாதத்திற்கு மிக நெருக்கமான தத்துவ ஞானிகள் 'கடவுள்தான் இவ்வுலகின் காரண கர்த்தா' எனும் வாதத்தைத் தவிடு பொடியாக்கத் தங்களுக்குக் கிடைத்த வலுவான ஆயுதமாக அதைக் கொண்டாடினர்; சுருங்கச் சொல்வதெனில் 'கடவுள் (ஈஸ்வர) வாதத்துக்கும் இயற்கை (ஸ்வபாவ) வாதத்துக்கும் இடையிலான இந்த வாக்கு வாதம் பின்னாட்களில் இந்தியச் சிந்தனையில் தோன்றிய மதத்துக்கும் அறிவியலுக்கும் இடையிலான மோதலின் தெளிவான முன்னோட்டமே.

# 8

# அறிவியலுக்கு எதிராக மதம்: இயற் பண்பு வாதம் (ஸ்வபாவ வாதம்)

*மதத்துக்கும் அறிவியலுக்கும் இடையேயுள்ள அடிப்படையான முரண்பாட்டின் பொதுவான பின்னணியில் இயற் பண்பு வாதத்தை (ஸ்வபாவம்) ஆத்திக அனுமானத்துடன் உரசிப் பார்க்கிறபோது அதன் உண்மையான சிறப்பை முறையாகப் புரிந்திடவியலும்; பல்வேறு அறிஞர்கள் அவரவர் கோணத்தில் இந்த முரண்பாட்டை விளக்கியுள்ளனர்; அதற்கும் மேலாக இறையியல் சார்ந்த நுணுக்கங்கள் மற்றும் தத்துவம் சார்ந்த சொற்புரட்டுகளின் துணையுடன் இந்த முரண்பாட்டின் முக்கியத்துவத்தைக் குறைத்துக் காட்டவும் முயன்றுள்ளனர்; நமது இப்போதைய தேவைக்கு, மிகுந்த முக்கியத்துவம் வாய்ந்த பிரச்சனைகளின் மீது வரலாற்றுப் பாங்கில் நீண்ட நெடுங் காலமாக அறிவியலும் மதமும் தொடர்ந்து கொண்டிருக்கிற மோதலை- ரஸ்ஸல் வர்ணித்தது போல் "குடுமிப்பிடிச் சண்டை"யைப் பற்றி இங்கே விவாதிப்போம்.[88]*

*'இயற்கைக்கு அப்பாற்பட்ட ஏதோ ஒன்றால் — (கடவுளால்)— படைக்கப்பட்ட இவ்வுலகில் உள்ள அனைத்துப் பொருட்களும், நிகழ்வுகளும் அதன்முழுக்கட்டுப்பாட்டிலேயேஇயங்குகின்றன ' என்பதுதான் மதத்தின் அடிப்படையான அனுமானம்; ஹீக்கல் கூறுவது போல் 'கடவுள்' எனப் பெயரிடப்பட்ட ஆகப் பெரும் ஆற்றல் கொண்டதொரு காரணியைத்தான் அனைத்துக்கும் மூலம் என ஆயிரக்கணக்கான ஆண்டுகளாக மனித இனம் நம்பி வருகிறது"[89] பெர்த்தோலெட் கூறுகிறார்: "ஈர நெஞ்சும் எதார்த்த குணமும் கொண்ட இக் கடவுள், பண்புக்குப் பரிசும் பாவத்துக்குத் தண்டனையும் தருகிறான்; வழிபாடுகள், வேண்டுதல்கள், நேர்த்திக் கடன் செலுத்துதல் போன்றவற்றின் மூலம் அவன் அருளைப் பெறலாம்; அவனை அறியவும், அடையவும் நம்பிக்கை மட்டும் போதும்; பகுத்தறிவும், அனுபவமும் அவனைக் கண்டு அஞ்சும்; சில விசேடமான சமயங்களில் மனிதரில் சிறந்த மாண்புடையோருக்கு*

இந்த இயற்கையை மீறிய சக்தியிடம் நேரடியாகத் தொடர்பு கொள்ளும் அதிசய வரம் கிட்டும்; இதைத்தான் எளியவருக்கு புலப்படச் செய்யாதவரை அவர்களால் பார்க்கவும்,கேட்கவும் முடியாத—ஆனால் அந்த ஞானிகளுக்குத் தங்களின் அகக் கண்களாலும், காதுகளாலும் காணவும், கேட்கவும் வாய்த்த - "அதிசய ஆற்றல்' என்பர்"[90]. இந்தமுனிவர்களுக்கும், ஞானிகளுக்கும் ஆண்டவனால் 'அருளப்பட்ட' செய்திதான் 'எக்காலமும்தொடர்கிற, தனித்துவம் வாய்ந்த உண்மை' எனக் கருதப்படவேண்டும் என்பது தெளிவு.

மேற்கண்ட அனைத்தையும் அறிவியலின் அடிப்படை அனுமானம் அறவே மறுக்கிறது; இவ்வுலகு சாராம்சத்தில் இயற்பியல் விதிகளுக்கு இணங்கியது என்பதே அறிவியலின் வாதம்; சடப்பொருளின் உள்ளார்ந்த இயற்கை விதிகளின் இடைவினையாலேயே அது தோன்றியது; அப் பொருளுக்கு வெளியே இருந்து பொருள் அல்லாத வேறெந்த ஒன்றும் அதன்மீது எவ்வித வினையும் புரியவில்லை; இவ்வுலகில் காணப்படுகிற (சடப்) பொருள்களும், நிகழ்வுகளும் அந்த இயற்கை விதிகளின் இடையறாத செயல்பாடுகளின் விளைவே அன்றி வேறல்ல; அவற்றைப் பூசிப்பதாலோ, இறைஞ்சி வழிபடுவதாலோ ஆகப்போவது ஏதுமில்லை; ஆனால் அந்த இயற்கைச் சக்திகளின் 'கண்மண் தெரியாத,' தன்னுணர்வற்ற செயல்பாடுகளை மனிதன் வெறுமனே வேடிக்கை பார்க்கத்தான் வேண்டும் என இதற்குப் பொருள் கொள்ள வேண்டியதில்லை; மாறாக, அந்த விதிகளை அறிந்திடவும் அவற்றைத் தனக்குச் சாதகமாக 'வளைக்கவும்' மனிதனால் இயலும் என அறிவியல் கருதுகிறது; அவை சாராம்சத்தில் இயற்கையானவை என்பதால் அவற்றைப் பகுத்தறிவாலும் பட்டறிவாலுமே அறியவியலும்; அந்த ஞானத்தை நடை முறையில் சோதித்துப் பார்த்து அதில் கிடைக்கும் வெற்றியைக் கொண்டே அதன் சரித்தன்மையை உறுதிப் படுத்த முடியும்; சாராம்சத்தில் அந்த ஞானம் முற்போக்கானது; இவ்வாறாக, அறிவியல் இயற்கை விதிகளைப்பற்றிய ஞானத்தின் தொடர் வளர்ச்சிக்கும், அதனூடே மனிதன் இயற்கையைத் தன் கட்டுப்பாட்டின் கீழ்க் கொண்டு வருவதில் தொடர் முன்னேற்றத்திற்கும் வழி கோல்கிறது.

இவைதாம் மதம் மற்றும் அறிவியலின் அடிப்படையான அனுமானங்கள்; ஒவ்வொரு கட்டத்திலும் இவை வெளிப்படையான மற்றும் நேரடியான மோதலைச் சந்திக்கின்றன; எனவேதான் இவை இரண்டுக்கும் இடையிலான சண்டை வரலாற்றுப் பாங்கில் தவிர்க்க முடியாதது என்கிறோம்! இந்த சச்சரவு ஆதி கால இந்தியாவில் எவ்வாறு நடந்தது என்பதை அறிவதில் இங்கே நாம் ஆர்வம்

கொண்டுள்ளோம். 'கடவுள் கோட்பாட்டிற்கும்' 'இயற்கை வாதத்துக்கும்' இடையிலான சச்சரவில் மதத்துக்கும் அறிவியலுக்கும் இடையிலான மோதலின் ஆரம்ப கால வடிவங்களில் ஒன்றைப் பற்றிய தடயத்தைக் காண்கிறோம் என நான் வாதிடப் போகிறேன்!

இந்த சண்டை குறைந்த பட்சம் கி.மு. 6ஆம் நூற்றாண்டில் தொடங்கியது எனலாம்; இதன் அடையாளத்தை புத்தருக்கு முந்தைய 'ஸ்வேதஸ்வதரா' உபநிடதத்தில் தெளிவாகக் காண்கிறோம்; அத்தகைய ஆரம்ப கட்டத்தில் இந்த சர்ச்சை ஆழமற்றதாக இருந்தமையும், இந்த இரு கோட்பாடுகளின்—குறிப்பாக இயற்கைவாதத்தின் — விளைவுகள் முழுமையாகக் கணிக்கப்படாமையும் நாம் எதிர் பார்க்கக் கூடியதே! எனினும் ஏதோவொரு இயற்கையை மீறிய சக்தியே உலகின் சூத்திரதாரியெனக் கருதியதுதான் இச் சர்ச்சையின் மையப்புள்ளி; அது போதுமான அளவுக்குத் தெளிவாக்கப்பட்டுள்ளது; ஆத்திகத்துக்கு ஆதரவாக அந்த உபநிடத ஆசான் பின்வருமாறு வாதிடுகிறார்: "அத்தகைய சக்திக்குக் குறைந்த ஒன்று இந்த உலகின் தோற்றத்திற்கும் இதில் அடங்கியுள்ள (சடப்) பொருள்கள், நிகழ்வுகள் ஆகியவற்றுக்கும் காரணமாக முடியாது; ஆகவே அவர் எந்த ஒன்றின் இருப்புக்கும் அல்லது எந்தவொரு நிகழ்வுக்கும் சடப் பொருளின் உள்ளார்ந்த ஆற்றலே காரணம் எனக் கருதிடும் இயற்கை (ஸ்வபாவ)க் கோட்பாட்டை மறுப்பதில் மிகவும் ஆர்வம் காட்டினார்; சுருங்கச் சொல்வதாயின், இச் சச்சரவு இயற்கைக்கு அப்பாற்பட்ட காரணிக்கும் இயற்கைக்கும் இடையிலான ஒன்றே; இந்த இரு பார்வைகளுக்கும் இடையில்தான் மதத்துக்கும் அறிவியலுக்கும் இடைப்பட்ட எல்லா வேறுபாடும் அடங்கியுள்ளது.

பிற்காலத்தில் 'இயற்கை விதி' என்று அறியப்பட்ட ஒன்றையே 'ஸ்வபாவம்' எனும் சொல்லால் ஆதி கால இந்தியா அழைத்தது என்பதே இதன் பொருள்; ஆயின் இந்த விளக்கத்தைச் சிலஅறிஞர்கள் ஏற்கவே மாட்டார்கள்; மத்திய கால இந்தியாவில் இந்த இயற்பண்பு (ஸ்வபாவ) வாதத்தைக் 'காரணிவிதி'யை மறுதலித்ததாக மட்டுமே கருதிடும் போக்கு நிலவியது[91] தற்கால அறிஞரில் சிலர் அக் கருத்தை அப்படியே பின்பற்றுகின்றனர்[92]; ஆயினும் இது அப்பட்டமான கருத்துப் பிழையே; இந்திய வரலாற்றில், 'காரணி விதி'யை இரண்டே இரண்டு வழிகளில்தான் மறுதலிக்க முயற்சிக்கப்பட்டது: விளைவையோ அல்லது காரணத்தையோ அடியோடு மறுப்பது என்பதே அந்த இரண்டு வழிமுறைகள்; முதலாவது போக்கின் பிரதிநிதியாக விளங்குவது இந்திய கற்பனா வாதத்தின் வடிவமான அத்வைத வேதாந்தமாகும்; அதன்படி 'காரணி' மட்டுமே உண்மை; அக் காரணியின் மறு வடிவமாகத் தோன்றும் 'விளைவு' என்பது வெறும் மாயத் தோற்றமே![93] 'காரணியையே மறுப்பதன் மூலம்

'காரணி விதி'யைக் கேள்விக்குள்ளாக்குகிற இரண்டாவது போக்கைப் பொறுத்தவரை இந்திய தத்துவத்தின் எந்தவொரு பெரிய பிரிவும் அதை ஆதரித்ததாகத் தெரியவில்லை; அந்தப் போக்கே மிகவும் பழைமையானதாக இருந்திருக்க வேண்டும்; 'வெறும் தற்செயல் நிகழ்வே இறுதிக் காரணி' எனும் இப் பார்வையை ஆத்திகத்துக்கு எதிரான போக்குகளின் பட்டியலில் 'ஸ்வேதஸ்வதரா' உபநிடதம் சேர்த்துள்ளது; இது 'காரணி' என ஏதுமில்லை என்றோ அல்லது எந்தவொரு நிகழ்வும் முற்றிலும் தற்செயலானதே என்றோதான் பொருள்படும். இதனை 'எதேர்ச்சை' என இந்த உபநிடதம் அழைக்கையில் பின்னர் வந்த அறிஞர் சிலர் 'அகஸ்மிகத்வம்' எனக் குறிப்பிட விழைந்தனர்.[94] (எதேர்ச்சை', 'அகஸ்மிகத்வம்' இரண்டுமே 'தற்செயல் நிகழ்வு' என்றே பொருள்படும்).

இத் தற் செயல் நிகழ்வு கோட்பாட்டை இயற்கைக் கோட்பாட்டுடன் போட்டுக் குழப்பிக் கொள்கிற போதுதான் இயற்கைக் கோட்பாடு, காரணியை மறுப்பதாகவும், ஆகவே 'காரணி விதி'யையே மறுதலிப்பதாகவும் தோன்றும்; இந்த இரு கோட்பாடுகளிலுமே நாத்திகத்தின் கூறுகள் அடங்கியிருப்பது இக் குழப்பத்திற்கான காரணமாகலாம்; உலகின் ஆகப் பெருங் காரணனாகக் கருதப்படும் கடவுளை மேற்கண்ட இரு கோட்பாடுகளுமே மறுத்தன; ஆனால் அவ்விரண்டும் இரண்டு எதிரெதிர்த் திசைகளிலிருந்து அதனைச் செய்தன; ஒன்று முற்றிலும் அவநம்பிக்கை சார்ந்தது; மற்றொன்று நேரான அறிவியல் பார்வை கொண்டது; தற்செயல் நிகழ்வு கோட்பாட்டின்படி, எல்லாமே தாமாக, சற்றும் எதிர்பாராமல் நிகழ்வதால் உலகின் ஆதாரத்தை இயற்கையிலோ அல்லது அதற்கு வெளியிலோ தேடுவது வீண் வேலை; இதற்கு மாறாக, இயற்கைக்கு வெளியே 'காரணியைத் தேடும் வாதம் அடிப்படையற்றது எனவும் இயற்கை விதி மிகச் சரியானது என்றும் இயற்கைக் கோட்பாடு கருதியது; இக் கருத்தோட்டத்தின்படி இயற்கையான காரண காரியத் தொடர்பு எனும் தனித்துவமான உண்மையே இயற்கைக்கு அப்பால் (இவ்வுலகின்) காரணியைத் தேடும் கோட்பாட்டின் சாத்தியப்பாட்டை அடியோடு மறுதலிப்பதற்கான ஆதாரமாகும். இவ்வுலகின் தோற்றம், இருப்பு ஆகிய அனைத்துக்கும் இயற்கையின் உள்ளார்ந்த ஆற்றலே ஆதாரமாதலால் கடவுளை இவ்வுலகின் காரண கர்த்தா எனக் கருதிடும் பேச்சுக்கே இடமில்லை என்கிறது இக் கோட்பாடு; 'எதேர்ச்சைக் கோட்பாட்டை 'எதிர்பாரா நிகழ்வு வாதம்' என்று அழைப்பது வழக்கம்; எனவே 'ஸ்வபாவக் கோட்பாட்டை' இயற்கை (அல்லது) இயற் பண்பு வாதம்' என மொழி பெயர்ப்பதே சரியானது [95]; தற்செயல் நிகழ்வு கோட்பாடு, 'காரணி' பற்றிய கருத்தை 'கட்டுக் கதை என்றது; இயற்கை விதிக்கு மேலானதாகக் கருதப்பட்ட

'முதற் காரணி 'எனும் பார்வையை இயற்கைக் கோட்பாடு வெறும் புனைகதை என்றது.

'ஸ்வேதஸ்வதரா' உபநிடதத்தின் ஆசிரியர் இயற்கை வாதத்திற்கும் எதிர்பாரா நிகழ்வு வாதத்திற்கும் இடையிலான வேறுபாட்டைத் தெளிவாக வரையறுத்துள்ளார்; இந்த இரண்டும் எந்த இடங்களில் உண்மையிலேயே முரண்படுகின்றன என்பதைச் சில மரபுசார் தத்துவ ஞானிகள் விளக்கியுள்ளனர்; சங்கரர் சொல்கிறார் : "ஸ்வபாவம்' எனில் (நெருப்பிலிருந்து பரவும்) சூடு போன்ற சடப் பொருள்களின் பிரிக்க முடியாத ஆற்றல் எனப் பொருள்... 'எதேர்ச்சை' எனில் முற்றிலும் தற்செயலான தொடக்கம் எனப் பொருள்படும்;[96]. சங்கரானந்தா கூறுகிறார்: "ஸ்வபாவம்' எனில் சம்பந்தப்பட்ட பருப்பொருட்களின் உள்ளார்ந்த ஆற்றல் - அதாவது அவற்றின் தனித்துவமான காரணிய ஆற்றல்—எனப் பொருள்; சான்றாகத் தீயின் எரிதிறன், நீரின் கீழ் நோக்கிப் பாயும் தன்மை.... 'எதேர்ச்சை ('தற்செயல் நிகழ்வு') என்பது' காக்கை அமரப் பனம் பழம் விழுந்தது' எனும் நீதிக் கதையில் வரும் நிகழ்வு போன்றவற்றைக் குறிக்கும்;[97] 'காகதாலிய' (kakataliya): என்பது எதிர்பாராத சூழலில் ஒரே சமயத்தில் நடைபெறும் இரு நிகழ்வுகளைக் காரணம் ஒன்றுடன் தொடர்பு படுத்திடும் ஒருவகை இந்தியச் சொல்லாடல்; அதாவது, ஒன்றையடுத்து மற்றொன்று நிகழ்கிறபோது முன்னதன் காரணமாகப் பின்னது நடந்தது என்ற தவறான தருக்க வாதம் — இலத்தீன் மொழியில் இதனை 'இதன் பின்னர், ஆகவே இதனால்' எனும் வெற்றாரவாரச் சொல் நிரம்பிய மூன்றாம்பிழை என்பர். -['post hoc ergo propter hoc'].

அமலானந்த சரஸ்வதி இயற்கை வாதத்திற்கும் எதிர்பாரா நிகழ்வு வாதத்திற்கும் இடையிலான அதே வேறுபாட்டைத் தானும் வலியுறுத்த முயல்கிறார்: "எதேர்ச்சை என்பது காரண, காரியம் பற்றிய நிர்ணயமான விதியைப் பின்பற்றாத அங்கொன்றும் இங்கொன்றுமாகத் தொடர்பேதுமின்றி நிகழ்கிற ஒன்றைக் குறிப்பது; 'ஸ்வபாவம்' என்பது ஒரு பொருளின் கூடவே அதன் காலம் முழுவதும் நிகழ்கிற ஒன்றைச்- சான்றாக, (உயிர்வாழ்வனவற்றின்) உயிர்ப்பு அல்லது சுவாசம் போன்றவற்றைக் - குறிப்பது[98]; ஆயினும் இயற்கை வாதத்திற்கும் எதிர்பாரா நிகழ்வு வாதத்திற்கும் இடையிலான வேறுபாட்டை இதுகாறும் எவரும் செய்திடாத வகையில் மிகத் தெளிவாகவும், மிக விரிவாகவும் எடுத்துரைத்திருப்பவர் குணரத்னா எனும் சமணத் தத்துவாசிரியரே யாவார்; அவரைக் கொஞ்சம் விரிவாகவே இங்கு மேற்கோள் காட்டுவது அவசியம்:

'இயற்கையியலாளர்கள் பின்வருமாறு உரத்துக் கூறுகிறார்கள்: 'ஸ்வபாவம்' எனில் சடப் பொருட்கள் தம்மைத் தாமே (உரு)மாற்றிக்

கொள்வது (அதாவது, அவற்றின் உள்ளார்ந்த இயல்பின் காரணமாக). 'ஸ்வபாவ்த்தின் இயக்கமே இங்கிருக்கிற அனைத்தின் தோற்றத்திற்கும் காரணம்; சான்றாக, மண் பானையாகிறது; துணியாவதில்லை; நூல் துணியாகிறது; பானையாவதில்லை; இது போன்றே பிறவும்; இத்தகைய முறையான நடப்புகள் ஸ்வபாவத்தின் இயக்கமின்றி சாத்தியமில்லை... ஆதலால் யாதொன்றையும் ஸ்வபாவத்தின் விளைவென்றே கருத வேண்டும்; எனவே கீழ் வருமாறு பேசப்படுகிறது

"முள்ளைக் கூர்மைப்படுத்துவது யார்?

விலங்குகளிலும், பறவைகளிலும் இத்தனை வகைகளை யார் படைத்தார்?

இவையனைத்தும் ஸ்வபாவத்தின் வேலையே!

எவரின் விருப்பத்தாலும் இவை நிகழ்வதில்லை; 'அவனின்' முயற்சி என அரற்றுவதால் பயனென்ன?

பிளம் மரத்தின் முட்களில் சில கூர்மையாகவும், இன்னும் சில நேராகவும்,

மற்ற பிற முறுக்கிக் கொண்டும் இருக்கின்றன;

அதன் பழங்களோ வட்ட வடிவமாக!

சொல்லுங்கள், யார் அவற்றைச் செதுக்கியது?"

மற்ற விளைவுகளை ஒரு பக்கம் ஒதுக்கித் தள்ளுங்கள்! ஸ்வபாவமின்றி அவரைக் காய்களைக் கூட வேக வைக்க முடியாது! மேலும், பானை, விறகு, நேரம் போன்ற எல்லாம் இருந்தாலும் 'கங்க — துக' அவரையை (இது அவரைக் காய்களில் ஒரு வகை) வேக வைக்க முடியாது; ஆகையால், எது இல்லையெனில் ஒன்றை உருவாக்க முடியாதோ அது அந்த ஒன்றுடன் 'இருத்தலில் இணக்கம்' மற்றும் 'இன்மையில் இணக்கம்' ஆகிய இரண்டு வகையிலும் சம்பந்துப்பட்டுள்ளது; எனவே அதுவே அந்த ஒன்றின் காரணி; (ஸ்வபாவத்தால்தான் வேக வைக்க முடிகிறது; ஸ்வபாவம் இன்றி அது (அதாவது, வேக வைத்தல்) நடப்பதில்லை; ஆகவே ஸ்வபாவந்தான் அந்நிகழ்வின் காரணி; எனவே அவரைக்காய் வேகுதல் என்பது ஸ்வபாவத்தால்தான் எனக் கருத வேண்டும்; ஆதலால் இந்த எல்லாப் பொருள்களும் ஸ்வபாவத்தால்தான் ஆகின்றன என முடிவு செய்தல் வேண்டும்[99]"

ஒப்பீட்டளவில் எதிர்பாரா நிகழ்வு வாதத்தின் அடிப்படையான அம்சங்கள் குணரத்னா அவர்களால் கீழ்வருமாறு விளக்கப்பட்டுள்ளன:

"தற்செயல் நிகழ்வு (எதேர்ச்சை) எவ்வித முன்யோசனையோ, திட்டமோ இன்றி நிகழ்வது; இந்த எதிர்பாரா நிகழ்வு வாதத்தின்

தீவிர ஆதரவாளர்கள் யார்? விடை: தொடர் நிகழ்வினூடே பொருட்களுக்கு இருக்கிற காரணகாரிய உறவை அங்கீகரிக்காமல் இடையில் வரும் எந்த ஒன்றையும் தற்செயலானதாகவே கருதுபவர்கள்தாம் அந்த ஆதரவாளர்கள்; அவர்கள் இவ்வாறு வாதிடுகிறார்கள்: பொருட்களுக்கிடையே நிர்ணயமான காரண-காரியத் தொடர்பு ஏதுமில்லை;ஏனெனில், செல்தகைமை வாய்ந்த அறிவின் யாதொரு கருவியாலும் அத்தகைய உறவு புரிந்து கொள்ளப்படவில்லை; அல்லிச் செடியிலிருந்து மற்றோர் அல்லி வளர்கிறது; அதுவே சாணத்திலிருந்தும் முளைக்கிறது; தீயும் அப்படியே; இன்னொரு நெருப்பிலிருந்து மட்டுமின்றி சிக்கிமுக்கிக் கற்களிலிருந்தும் உண்டாகிறது; புகையிலிருந்தும் புகை வருகிறது; நெருப்பும், விறகும் சேரும் போதும் புகை எழுகிறது; அடித் தண்டிலிருந்தும், விதையிலிருந்தும் வாழைக் கன்று முளைக்கிறது; அத்தி போன்றவை விதையிலிருந்தும், கொம்பு அல்லது கிளையிலிருந்தும் வளர்கின்றன... ஆகவே இதில் எங்கேயும் காரண காரியத் தொடர்பில்லை; சில சமயங்களில் எதிர்பாராமல் சில பொருட்கள் தோன்றுகின்றன , சில விசயங்கள் நடக்கின்றன என நாம் இவற்றைப் புரிந்து கொள்ள வேண்டும்; புத்திசாலிகள் எது எங்கிருந்து வந்தது என்ற ஆராய்ச்சியில் மூளையைக் கசக்கிக் கொள்வதில்லை; கீழே கூறப்பட்டுள்ளதைப் போல:

'எவ்வித புத்திசாலித்தனமான ஏற்பாட்டுக்கும் அவசியமின்றி காக்கை அமரப் பனம் பழம் விழுந்த கதையாய் மாந்தருக்கு இன்பமும், துன்பமும் திடீரென வந்து போகின்றன; ஆகவே காரண காரியத் தொடர்பு பற்றிய ஞானம் என்பதெல்லாம் வெறும் வெற்றுரையே; பிறப்பு, மூப்பு, இறப்பு போன்ற எதுவும் முற்றிலும் எதிர்பாரா நிகழ்வுகளே; காக்கைக்கும் பனம் பழத்துக்கும் உள்ள உறவைப் போன்றதே அவற்றுக்கிடையிலான தொடர்பும்.'[100]

"இயற்கை (ஸ்வபாவம்') வாதமும், எதிர்பாரா' அல்லது தற்செயல் நிகழ்வு' (எதேர்ச்சை') வாதமும் 'இயற்கைக்கு அப்பாற்பட்ட காரணி' 'எனும் பார்வையை எதிர்கொள்வதில் ஒன்றாக இருப்பினும் தமக்கிடையே கடும் மோதலில் ஈடுபட்டமை இதிலிருந்து விளங்கும்; தற்கால அறிஞர்களில் ஹிரியன்னாதான் இதை மிகத் தெளிவாக அலசுகிறார்[101]; இந்த இரண்டுக்கும் "இயற்கை (ஸ்வபாவம்') வாதம், எதிர்பாரா' அல்லது தற்செயல் நிகழ்வு' (எதேர்ச்சை') வாதம் எனப் பெயரிட்டதுடன் பின்வருமாறு அவற்றை விளக்கவும் செய்கிறார் : "இயற்கை திரை மறைவில் இயங்கிக் கொண்டுள்ள தெய்வீக சக்தி யொன்றை வெளிப்படுத்துவதாக அல்லது அதையும் மீறியதொரு சக்திஅதைக் கட்டுப்படுத்துவதாக அல்லது அத்தகைய கட்டுப்படுத்தும் தன்மை அதன் செயல்பாட்டில் தொனிப்பதாகக் கூறுவதை இந்த இரு

கோட்பாடுகளும் எதிர்ப்பதில் ஓரணியில் நிற்கின்றன; அவை இரண்டில் எதுவும் தனது கருத்துகளுக்கு இயற்கைக்கு அப்பாற்பட்ட எந்தவொரு சக்தியின் ஒப்புதலையும் கோரவில்லை"[102] அதே போழ்தில் அவை இரண்டுக்குமிடையிலானஅடிப்படை முரண்பாடுகளை நாம் காணத் தவறக் கூடாது; ஹிரியன்னா கூறுவதுபோல், "ஒன்று (எதிர்பாரா' நிகழ்வு வாதம்) இந்த உலகமே ஒரு குழப்பம் என்றும் அதில் காணப்படும் ஒழுங்கு வெறும் தற்செயலானது என்றும் சாதிக்கிறது; மற்றொன்று '—அதாவது இயற்கை (ஸ்வபாவம்') வாதம்— 'சடப்பொருட்கள் தமது இயல்புக்கு ஏற்பவே அமைந்துள்ளன என்கிறது; முந்தையது எந்த ஒன்றுக்கும் எக் காரணமும் இல்லை என்கிறது; பிந்தையது 'காரணியின் உலகளாவிய பொருத்தப்பாட்டினை ஒப்புக் கொள்கிறது; அதே போழ்தில் எல்லா மாற்றங்களையும் அவை நிகழ்வுறும் பொருட்களிலேயே தேடுகிறது... ஆகவே இயற்கை (ஸ்வபாவ') வாதத்தின்படி நாம் வாழும் உலகம் ஒழுங்கற்றதன்று; அதற்கு வெளியேயுள்ள யாதொன்றும் அதை ஆளவில்லை என்பது தான்உண்மை; அது நிர்ணயமற்றதன்று; சுயநிர்ணயமானது.[103] இது குறித்து அவர் மேலும் வாதிடுகிறார்: "இது பற்றி முதலில் அறிய வேண்டியது யாதெனில் இதன் நேர்மறைத் தன்மைதான்; சில சமயங்களில் இதற்கும், 'அதிர்ஷ்டவாதத்திற்கும் அல்லது 'இயற்கைக்கு அப்பாற்பட்ட சக்தி என்பதான நம்பிக்கை'க்கும் இடையிலான வேற்றுமையைப் பற்றிப் பேசுகிறபோதுதான் இத் தன்மை அறியலாகிறது; இந்த விசயத்தில், மந்திரங்கள், பிராமணங்கள் ஆகியவற்றின் இயற்கையை மீறிய சக்தி எனும் வாதத்தோடு இது முரண்படுவது ஒரு புறம்; இன்னொரு புறத்தில், இது உபநிடதங்களின் இயல் கடந்த வாதத்துடனும் மாறுபடுகிறது; இயற்கை, (ஸ்வபாவ) வாதம் பிற்கால இலக்கியத்தில் 'லோகாயதம்' எனப் பொதுப்படையாக அழைக்கப்பட்டது; 'லோகாயதம்' எனில் அனுபவ உலகுக்குப் பொருந்துவது எனப் பொருள். இயற்கை (ஸ்வபாவ') வாதத்தின் இந்த நேர்மறைத் தன்மை — அதாவது, மண்ணுலகு சார்ந்த கற்பனாவாதம்— 'லோகாயதம்' எனும் அச்சொல்லின் உண்மையான சிறப்பாகத் தெரிகிறது.[104]

சுருங்கக் கூறின், 'ஸ்வேதஸ்வதரா' உபநிடதம் இந்தியாவில் புத்தருக்கு முந்தைய காலத்திலேயே என்று கூடச் சொல்லுமளவுக்கு மிகத் தொன்மையான காலத்திலேயே தோன்றியிருந்த எண்ணற்ற நாத்திக நிலைபாடுகளுக்குரிய சான்றுகளை நமக்காகப் பாதுகாத்து வைத்துள்ளது; அவற்றில் நேரிய அறிவியல் கண்ணோட்டத்தில் - அல்லது குறைந்த பட்சம் ஆரம்ப கால அறிவியல் கண்ணோட்டத்தில் - ஆத்திக அனுமானங்களை எதிர் கொள்ளக் கூடிய தெளிவான போக்கைக் கொண்டுள்ள இயற்கை (ஸ்வபாவம்') வாதமே நம்மைப் பெரிதும் கவர்கிறது; ஒரு வேளை, இக் கடவுள் கோட்பாட்டுக்கும்

இயற்கைக் கோட்பாட்டுக்கும் இடையிலான சண்டை மதத்துக்கும் அறிவியலுக்கும் இடையில் இந்திய வரலாற்றில் நடந்த போரின் மிகத் தொன்மையான தடயமாக இருக்கலாம்.

இது அடுத்த கேள்வியை நோக்கி நம்மைத் தள்ளுகிறது; இந்திய தத்துவ ஞானிகளில் யார் இந்த இயற்கைக் கோட்பாட்டை ஏற்றுக் கொண்டவர்? இக் கேள்வி மிக முக்கியமானது; இந்திய தத்துவ ஞானிகளில் பெரும்பாலர் நாத்திகராயினும் அவர்தம் வாதம் வெவ்வேறு கருத்தோட்டங்களிலிருந்து வந்தது என்பதை நாம் முன்னரே கண்டோம்; ஆதலால் இந்திய நாத்திகத்துக்கு சதா சர்வகாலமும் அறிவியல் பார்வை எனும் வலுவான அடிப்படை இருந்ததில்லை எனலாம்; இத்தகைய சூழலில், இயற்கை (ஸ்வபாவம்') வாதத்துடன் இந்திய தத்துவஞானிக்குள்ள உறவு, அவரின் அறிவியல் சுபாவத்தை அல்லது அறிவியல் மனநிலையைத் தீர்மானிக்கும் அடையாளங்கள் பலவற்றில் குறைந்த பட்சம் ஒன்றாகவும், அதன் பொருட்டு அவரின் நாத்திகம் அறிவியலின் தூண்டுதலால் ஏற்பட்டது என நிறுவுவதற்கான வாய்ப்பாகவும் இருக்க முடியும்..

அப்படியானால், இந்திய தத்துவ வரலாற்றில் யார்தான் இயற்கைவாதிகள்?

'ஸ்வேதஸ்வதரா' உபநிடதமே இதற்கான தடயத்தைக் கொண்டிருக்கவில்லை; அது இயற்கை வாதத்தைத் தன்னிறைவு பெற்றதோர் உலகப் பார்வை என்று குறிப்பிடுகிறது; புத்த சரிதம்[105], லங்காவதார சூத்திரம்[106] போன்ற ஒப்பு நோக்கில் ஆரம்ப காலத்திய புத்த மத நூல்கள் சிலவற்றில் உள்ள இப் பார்வை தொடர்பான குறிப்புகளும் இதே போன்ற எண்ணத்தை ஏற்படுத்துகின்றன; மகா பாரதமும் அடுத்தடுத்துப் பலமுறை இப் பார்வை பற்றிப் பேசுகிறது[107] எனினும் ஒரு வேளை ஓரிடம் தவிர மற்றெந்த இடத்திலும் நன்கறியப்பட்ட ஏதேனுமொரு பிற தத்துவத்துடன் இப் பார்வைக்குள்ள உறவு பற்றித் தெளிவான குறிப்பேதுமில்லை; ஆயினும், சில மகாபாரதப் பத்திகளில் அத்தகைய குறிப்பைச் சேர்ப்பதற்கான மிகவும் ஆர்வத்தைத் தூண்டக்கூடிய யோசனை தென்படுகிது; இந்த ('ஸ்வபாவ'க்) கோட்பாட்டிலிருந்து தூய பற்றறு நிலையை வலியுறுத்தும் நன்னெறிக் கோட்பாடு வந்தது என்பதே அந்த யோசனை[108]; இந்த யோசனையைத் தொடர்ந்து ஆதி கால இந்திய இயற்கைக் கோட்பாட்டின் ஒழுக்கவியல்சார் உட்பொருள் பற்றிய விவரங்களுக்குள் நுழைய ஆர்வம் மேலிடுகிறது; எனினும் இங்கே இப்போதைக்கு அதற்கான வாய்ப்பு இல்லை.

பின்னாளைய இந்திய தத்துவ ஞானிகள், ஆதிகால இயற்கையியலாளர்களின் ஒழுக்கவியல் கண்ணோட்டம் குறித்து

மவுனம் சாதிக்கிறார்கள்; ஆனால் அவர்களில் சிலர், இயற்கை வாதத்திற்கு யாதொரு குறிப்பிட்ட தத்துவ அமைப்புடனுமான உறவைப் பற்றிய கவலையின்றி அதை ஆய்ந்தனர்; சான்றாக, இயற்கை வாதத்தைத் தங்களின் தத்துவார்த்த அனுமானங்களுக்கு எதிரானதொரு தனித்துவமான தத்துவ நிலைபாடு என அங்கீகரிக்க மறுத்த புத்த மத அறிஞர் சாந்தரக்சிதர்,[109] சமணர் குணரத்னா[110] ஆகியோர் கடவுள் (ஈஸ்வர) வாதத்தையும் தங்களின் அதே அனுமானங்களுக்கு எதிராகப் பார்த்தது வியப்புக்குரியது; இது அவர்களை இயற்கைவாதத்தையும், ஆத்திகத்தையும் ஒரே மூச்சில் எதிர்ப்பதில் கொண்டு போய் நிறுத்தியது[111]

இவையனைத்திலிருந்தும், இயற்கை (ஸ்வபாவ) வாதம் - குறைந்த பட்சம் அதன் ஆரம்பக் கட்டத்திலேனும் — எந்தவொரு திண்ணமான தத்துவ அமைப்புடனும் எவ்வித வலுவான பிணைப்புமின்றி சார்பற்றதோர் உலகக் கண்ணோட்டமாகத் திகழ்ந்தது என நாம் எண்ணத் தோன்றுகிறது; ஆயின், அத்தகைய உறவு எப்போதுமே ஏற்படவில்லை என இதற்கு அர்த்தமில்லை; மாறாக, இந்தியப்பொருள் முதல்வாதிகளும், பொருள்முதல்வாதத் தத்துவத்தின்பால் வெளிப்படையான ஈடுபாடு கொண்டோரும் இந்த இயற்கை (ஸ்வபாவ) வாதத்தில் தங்களின் தத்துவார்த்த — குறிப்பாக ஆத்திகர் மற்றும் அவர்தம் 'கடவுள் படைத்த உலகு' எனும் கோட்பாட்டுக்கு எதிரான — நிலைபாடுகளைக் கெட்டிப் படுத்திக் கொள்ளும் வாய்ப்புள்ளது என எண்ணினர்; லோகாயதவாதிகள் மற்றும் சாங்கிய வாதிகள் விசயத்தில் இது மிகவும் தெளிவாகத் தெரிந்த ஒன்று; ஆதி கால அணுவியவாதிகளுக்கும் இது கிட்டத்தட்ட பொருந்தும்; ஆதலால், இந்தப் பொருள்முதல் வாதிகள் மற்றும் அத் தத்துவத்துக்கு மிக நெருக்கமானவர்கள் விசயத்தில் மட்டுமே இந்திய நாத்திகம் அறிவியலை அடிப்படையாகக் கொண்டது எனலாம்.

ஆனால் இந்த அணுவியவாதிகள் பெரும் சர்ச்சைக்குரியவர்கள்; அவர்களைப் பற்றிப் பின்னர்ப் பேசுவோம். இப்போதைக்கு இயற்கை (ஸ்வபாவ) வாதத்தை ஏற்றுக் கொண்டவர்கள் என நம்பப்படுகிற லோகாயத மற்றும் சாங்கிய வாதிகளைப் பற்றி மட்டும் இங்கே காண்போம்:

பொருள்முதல் வாதக் கோட்பாட்டுடன் இயற்கை (ஸ்வபாவ) வாதத்துக்குள்ள தொடர்புக்கான ஆரம்ப காலச் சான்று மகாபாரதத்தின் ஒரு பத்தியில் உள்ளது; அதன்படி, சடப் பொருட்களான தனிமங்கள் மட்டுமே இறுதியில் உண்மையானவை என எண்ணியோர்தாம் இயற்கை வாதத்தை (ஸ்வபாவ'த்தை) ஆதரித்தனர்.[112]

இங்கே இந்த 'பூத சிந்தகர்' எனும் சொல் பொருள் முதல்வாதிகளைத்தான் குறிக்கிறது என்பதில் எவருக்கும் ஐயமிராது; எனினும், பொருள் முதல்வாதிகளின் தத்துவப் பிரிவை அல்லது அமைப்பைக் குறிப்பிடாமல் அவர்களைப் பற்றிப் பேசுகிற முறைகளில் இது ஒருவகை. அவ்வாறெனில் இப் பெயர்தான் ஏன்? 'சாருவாகம்' அல்லது 'பிரஹஸ்பதியம்' என்றெல்லாம் அறியப்பட்ட லோகாயதமே அது; அதற்கேற்ப, ஒப்பு நோக்கில் பிற்காலத்தைச் சேர்ந்த இந்திய நூல்களில் ஸ்வபாவ வாதத்தை அடிக்கடித் தயக்கம் ஏதுமின்றி லோகாயதத்துடன் இணைத்துப் பேசுவதைக் காண்கிறோம்.

'பிரஹத்சம்ஹிதத்தை விளக்கவந்த பாட்ட உத்பலா' கூறுகிறார்: "பிறர், அதாவது லோகாயதர்கள், 'ஸ்வபாவ'ந்தான் இவ்வுலகின் காரணி என்றனர்; அதிலிருந்துதான் உலகின் பன்முகத் தன்மை பரிணமிக்கிறது; பின்னர் இவ்வுலகின் அழிவுக்கும் அதுவே காரணமாகிறது.[113]" சாருவாகர்களைப் பொறுத்தவரை ஸ்வபாவமே ஒரு காரணிதான் என அக்னிசித் புருசோத்தமர் உறுதிபடக் கூறுகிறார்[114]; அதே போக்கில் மாதவாச்சார்யா லோகாயதர்களைக் கீழ்வருமாறு வாதிட வைத்தார்:

("ஆயின், எதிரி சொல்வான்) இவ்வாறு நீ காணப்படாததை (அதிர்ஷ்டத்தை) நம்பவில்லையெனில் உலகின் பல்வகைப்பட்ட நிகழ்வுகள் அல்லது தோற்றப்பாடுகள் தற்செயலாக (அகஸ்மாத்தாக) ஏற்படுபவை என்பதாகும்; இதற்கு லோகாயதர்களின் பதில் இதுதான்: "அனைத்து நிகழ்வுகள் அல்லது தோற்றப்பாடுகளுக்குமான காரணகாரியத் தொடர்பு ஸ்வபாவத்தில் போதுமான அளவுக்கு விளக்கப்பட்டிருப்பதால் இது முறையான கூற்றன்று."

"இவ்வாறு சொல்லப்படுகிறது.

"தொட்டால் தீ சுடும், தண்ணீர் குளிரும், காற்று சுடவோ, குளிரவோ செய்யாது; இத்தனையும் யாரால் நிகழ்கிறது? எல்லாம் ஸ்வபாவத்தால்தான்"[115]

இத்தகைய சான்றுகளின் பேரில் இயற்கை (ஸ்வபாவ') வாதத்தை லோகாயதத்துடன் இணைத்துப் பார்ப்பது என்பது ஒரு வழக்கமான நடைமுறையாக நமது காலத்திய அறிஞரிடையே காணப்படுகிறது; கோபிநாத் கவிராஜ் அவர்கள் கூறுவதுபோல் "ஆரம்பத்தில் 'லோகாயதர்' என்றும் பின்னர் 'சாருவாகர்' எனவும் பரவலாக அறியப்பட்ட ஆதி இந்திய சுதந்திரச் சிந்தனையாளர்களில் ஒரு பிரிவினர் 'ஸ்வபாவ 'வாதத்தின் மிகத் தீவிரமான வடிவத்தைப் பிரதிநிதித்துவப்படுத்தியதாகத் தெரிகிறது; கரடு முரடான பொருள்முதல்வாதம், கண்ணுக்குத் தெரியாததை நம்பாமை, மேலதிகாரத்தை ஏலாமை, சமரசமற்ற பகுத்தறிவு — இன்னும்

சரியாகச் சொல்வதெனில் விதண்டாவாதம்-போன்றவையே அவர்களின் ஆரம்ப காலக் குணங்கள்”[116]

லோகாயதர்களின் மீது புத்த மத வட்டாரங்களில் இருந்து வீசப்படும் 'விதண்டாவாதிகள்' எனும் பொதுவான குற்றச் சாட்டு உண்மையில் சரியானதுதானா என நாம் இங்கே விவாதிக்க வழியில்லை;[117] எனவே மேற்கண்ட வாதத்திற்குப் பதிலாக ஆதி இந்திய இயற்கை (ஸ்வபாவ) வாதம் பற்றிய ஆய்வை மட்டும் மேற்கொள்வோம்! லோகாயதர்கள் இதன் ஆதரவாளர்கள் என்பதில் எவருக்கும் ஐயமில்லை; வழக்கமாக எது எல்லோராலும் ஒப்புக் கொள்ளப்படுவதில்லை எனில் சாங்கியர்களும் இதன் ஆதரவாளர்களே என்பதுதான்; தற்கால முன்னணி அறிஞர்களில் சிலர் இவ்வுண்மையின்பால் நமது கவனத்தைத் தொடர்ந்து ஈர்த்த வண்ணம் உள்ளனர்; இயற்கை (ஸ்வபாவ) வாதத்தை ஏற்றாக வேண்டிய அவசியம் சாங்கியர்களுக்கு ஏற்பட்ட தற்குரிய தருக்கவியல் பாங்கிலான காரணத்தைத் தெளிவாக்கிடும் கோபினாத் கவிராஜ் அவர்களையே நான் மீண்டும் ஒரு முறை இங்கே மேற்கோள் காட்ட விழைகிறேன்: “திறன்மிகுகாரணியின் செய்திறனை மறுதலிக்கிற அதே நேரத்தில் சடப்பொருள் தனது உள்ளார்ந்த ஆற்றலினால் உந்தப்படுகிறது என்றும் கூறியதால் சாங்கியரும் இயற்கை (ஸ்வபாவ) வாதியின் நிலைபாட்டுக்கு நெருக்கமாக வருகிறார்[118] மகாபாரதத்தில் உள்ள சாங்கிய அல்லது ஆதி சாங்கியக் கருத்துகளை ஆய்ந்திடும் ஹிரியன்னா அவர்கள் அவை பல ஆன்மாக்களை ஒப்புக் கொண்டாலும் “தன்னுள்ளிருந்து இப் பேரண்டத்தை முழுமையாகப் 'பிரசவிக்கத் தேவையான ஆற்றல்கள் அனைத்தும் (சடப்) பொருளுக்குண்டு” என்றும் கூறுவதால் இந்த சாங்கிய வாதம் இயற்கை (ஸ்வபாவ) வாதத்தை ஒத்துள்ளது என்கிறார் [119] இயற்கை (ஸ்வபாவ) வாதத்தைத் தெளிவாகக் குறிப்பிடும் iv.1.22 எனும் நியாயசூத்திர'த்தை விளக்கிட வந்த ரூபென் அவர்கள் அச் சூத்திரத்தின் கருத்துகள் கடவுளை மறுத்திடும் சாருவாகர், சாங்கியர் ஆகியோரின் நிலைபாட்டுக்கு[120] உகந்ததாக இருப்பதைச் சுட்டுகிறார்[121]: “கூர்மதி படைத்த யாதொரு மூலக் காரணியின் எவ்வித முயற்சியுமின்றி தானாகச் சுரக்கும் தாய்ப்பால்” எனும் சான்றைச் சாங்கியர் மிகவும் விரும்பி எடுத்துரைப்பர் என்கிறார் ரூபென்;[122] ஸ்வேதஸ்வதரா உபநிடதப் பாடலில் (vi.l) குறிப்பிடப்படும் இயற்கை (ஸ்வபாவ) வாதத்தை சாங்கிய தத்துவத்துடன் இயைபுடையதாக ஹியூம் கருதுகிறார்[123].

இவ்வாறு, சாங்கிய நிலைபாடு இயற்கை ('ஸ்வபாவம்') வாதத்தைத் தருக்கவியல் பாங்கில் சார்ந்திருக்கிறது என இத் தற்கால அறிஞர்கள் கூறிடக் குறைந்த பட்சம் சில மரபுசார் சிந்தனையாளர்களின் 'ஆதர'வேனும் அவர்களுக்கு உண்டு; இயற்கை (ஸ்வபாவ) வாதம்

சாங்கியர்தம் கோட்பாடே என்கிறார் நீலகந்தர்[124]. 'சாங்கிய காரிகை' எனும் நூலைப் பற்றிப் பேச வந்த கவுடபாதர் இயற்கையின் ('ஸ்வபாவத்தின்') வடிவத்தில் ஒரு காரணி உண்டென சாங்கியர் கருதுவதாக ஒப்புக்கொள்கிறார்[125]; சங்கரர், இயற்கையின் ('ஸ்வபாவத்தின்') வடிவத்தில் ஒரு காரணி உண்டெனத் தருக்கவியல் பாங்கில் சாங்கியர் கருதுவது ஏனெனத் தெளிவுபடுத்துகிறார்: இத் தத்துவ ஞானிகள் கீழ் வருமாறு வாதிட்டிருப்பர் என்கிறார் அவர்:

"விலங்குகளின் குட்டிகளைக் காப்பதற்காகவே உணர்ச்சியற்ற தாய்ப்பால் தன்னியல்பாய்ச் சுரப்பது போலவும், மனிதரின் பொருட்டுத் தன்னியல்பாய்த் தண்ணீர் பாய்வதே போலவும், உணர்ச்சியற்றதேனும் ஆதி மூலச் சடப் பொருளும் மனிதனின் இறுதி வடிவத்தைச் 'சமைப்பதற்காக'வே தன்னியல்பாய் அசைந்திருக்கும்"[126]

இயற்கை ('ஸ்வபாவ') வாதத்தைச் சார்ந்திருக்க வேண்டிய இதே அவசியம் சாங்கியர்க்கு ஏற்பட்டதற்குரிய காரணத்தை சங்கரர் மீண்டும் விவரிக்கிறார்:

"புல், பூண்டு, நீர் போன்றவை வேறெந்த புறக் கருவியின் துணையுமின்றி (தம் சொந்த இயல்பைக் கொண்டே) பாலாக மாறுவதைப் போன்று ஆதி மூலச் சடப்பொருளும் தானே அரும் பெரும் தத்துவமாயும் இன்ன பிறவாகவும் தன்னை உருமாற்றிக் கொள்கிறது என நாம் அனுமானிக்கிறோம்; புல் வேறெந்த புறக் கருவியின் துணையுமின்றி தன் சொந்த இயல்பைக் கொண்டே பாலாக மாறுவதை நாம் எங்ஙனம் அறிவோம் எனக் கேட்பீராயின் "அத்தகைய காரணி ஏதும் தென்படவில்லை' என்பதே அதற்கான பதில்! ஏனெனில், அத்தகைய காரணி ஏதேனும் காணப் படின் அதைப் புல் முதலானவற்றுடன் நம் விருப்பத்துக்கேற்ப கட்டாயமாக வினையாற்றச் செய்து பாலை உற்பத்தி செய்வோம்! ஆனால் நம்மில் எவரும் உண்மையில் அவ்வாறு செய்வதில்லை; ஆகவே புல் போன்றவற்றின் உரு மாற்றம் சாதாரணமாக அவற்றின் உள்ளார்ந்த இயல்பின் விளைவே என அறிதல் வேண்டும்; இதைக் கொண்டு ஆதி மூலச் சடப்பொருளும் அவ்வாறே உரு மாறுகிறது என உய்த்துணரலாம்![127]

இதுகாறும் நாம் விவாதித்ததை இங்கே சுருக்கமாகச் சொல்லலாம்: கடவுள் (ஈஸ்வர) வாதத்துக்கும் இயற்கை (ஸ்வபாவ') வாதத்துக்கும் இடையிலான இம் மோதலில் இந்தியச் சிந்தனை வரலாற்றில் நடைபெற்ற அறிவியலுக்கும் மதத்துக்கும் இடையேயான போராட்டத்தின் முன்னோட்டத்தை நாம் காண்கிறோம்; இயற்கை (ஸ்வபாவ') வாதம் வேறெந்தத் தத்துவத்துடனும் இறுக்கமான

தொடர்பற்ற, தனித்துவமான உலகப் பார்வையாக இருந்திருக்கலாம்; ஆயினும், பொருள் முதல்வாத மற்றும் பொருள்முதல்வாதத்துக்கு நெருக்கமான தத்துவ ஞானிகள் தங்களின் நிலைபாடுகளை வலுப்படுத்தும் கூறுகளை இக் கோட்பாட்டில் கண்டதால் அதனைச் சார்ந்திருக்க விரும்பினர்; லோகாயதர், சாங்கியர் போன்றோரின் விசயத்தில் இது மிகவும் உண்மை; ஆதி இந்திய அணுவியவாதிகளுக்கும் இது பொருந்தும் என்பதை நாம் பின்னர்க் காண்போம்!

இத் தத்துவங்கள் அனைத்திலும் மிகப் பழைமையானது சாங்கியம்; அதன் நாத்திக உள்ளடக்கமே இந்தியச் சிந்தனை வரலாற்றில் மிகவும் புகழ் பெற்றது எனலாம்.

# 9

# சாங்கிய நாத்திகம்

எண்ணற்ற காரணங்களின் பொருட்டு சாங்கிய நாத்திகம் தத்துவங்களின் வரலாற்றில் தனித்துவமான ஈர்ப்பைக் கொண்டுள்ளதாகப் படுகிறது; அக் காரணங்களில் அதன் தொன்மை ஒன்று; ஒரு காலத்தில் அதற்கிருந்த ஆகப் பெரும் செல்வாக்கும், அறிவியல் அல்லது அறிவியலின் சாயலிலான கண்ணோட்டங்கள் அதன் ஆதாரமாக அமைந்தமையும் பிற காரணங்களாகும்; எனினும் லோகாயதத்தைத் தவிர வேறெந்தத் தத்துவமும் சாங்கியத்தைப் போன்று இம் மண்ணில் இவ்வளவு பெரும் சேதாரத்தைச் சந்தித்ததில்லை; ஒரு காலத்தில் ஓங்கிச் செழித்திருந்த அறுதிப் பழைமையான இத் தத்துவத்தில் 'தப்பிப் பிழைத்திருப்பவை' அதன் சிதிலமடைந்த சில துண்டுகளே!

பழைமையான இந்திய நாத்திகத்தின் சிறப்பினைப் பேசும் சில செய்திகளைத் தாங்கியது என நம்மால் முன்னர்க் குறிப்பிடப்பட்ட 'ஸ்வேதஸ்வதரா' உபநிடதத்திலுள்ள சில குறிப்புகளிலிருந்து சாங்கிய தத்துவத்தின் தொன்மை மற்றும் அதன் செல்வாக்கு ஆகியனவற்றைப் பற்றி ஓரளவு நாம் அறிந்திட வியலும்.

'ஸ்வேதஸ்வதரா' உபநிடத ஆசிரியர் தனது 'ஒரு-கடவுள்' கோட்பாட்டைச் சாங்கியத்தின் அடிப்படைகளைவிட மேலானதென நிறுவுவதில் மிகுந்த, இடைவிடாத ஆர்வமும், விழைவும் கொண்டிருந்தார்; ஆனால் அதைச் சாதிக்க அவர் எவ்வாறு முயற்சித்தார் என்பதுதான் ஆர்வத்தை ஊட்டக்கூடியது. அவர் 'நேரம்' 'இயற்கை (ஸ்வபாவம்') ஆகியவற்றை மறுதலித்தபோது செய்தது போல சாங்கியப் பார்வையை ஏற்க மறுத்த போது குழப்பவாதியின் உளறல் என அதை உதறித் தள்ளவில்லை[128]. மாறாகப், 'பிரக்ருதி' அல்லது 'பிரதான'க் கோட்பாட்டின் தனித்துவத்தை அல்லது எதையும் சாராமையை (மட்டும்) ஒப்புக் கொள்ள மறுத்தாரே யொழிய அதனை முழுமையாக அங்கீகரித்தார்; 'பிரக்ருதி' கடவுளுக்குக் கட்டியங் கூறியது; கடவுள்தான் அதை

ஆள்கிறவர்; தன் மந்திர சக்தியால் அதனை உருவாக்கியவரும் அவரே:

"அழிவது எதுவோ அதுதான் 'பிரதானம்'; அழிவற்றதும், நிலை பெற்றதும் எதுவோ அதுவே ஆண்டவன்; அழிவது மற்றும் ஆன்மா ஆகிய இரண்டையும் ஆள்பவன் ஆண்டவன் ஒருவனே; அவனையே நினைத்து, அவனுடன் கலந்து, அவனின் எல்லையற்ற பரிமாணத்தை எப்போதும் அசை போடுகிற ஒருவனால் இவ்வுலக மாயையிலிருந்து முற்றாக விடுபட முடியும்"[129]

கடவுளுடன் ஒன்றுவதன் மூலமாகமட்டுமே இவ்வுலகம் பற்றிய மாயையிலிருந்து தப்பிக்க முடியும்; 'பிரக்ருதி' அல்லது 'பிரதான'த்தின் காரணமாகவே அம்மாயையில் நாம் மாட்டிக் கொள்கிறோம்; ஆயினும் ஆண்டவனே அதன் காரணகர்த்தா; அது அவனின் விளையாட்டு (லீலை):

"பிரக்ருதி'யே மாயை மஹேஸ்வரனே அந்த மாயையை ஏற்படுத்துபவன் என்பதை இப்போது அறிக! இந்த அவனியெங்கும் பரவியிருப்பவை அவனில் அடக்கமான உயிர்களே!"[130]

மீண்டும் கூறுகிறார்:

"'பிரதான'த்திலிருந்து 'புறப்படும்' இழைகளைக் கொண்டு தன்னை மூடிக் கொள்ளும் சிலந்தியைப் போன்று தன் இயல்பால் தன்னை மறைத்துக் கொள்ளும் அந்த ஒரு கடவுள், 'பிரம்ம'த்தைச் சேர நம்மை அனுமதிப்பாராக![131]

சாங்கியத்தை முற்றிலும் மறுத்திடாமல் 'ஆதி மூலச் சடப் பொருள்' பற்றிய அதன் கோட்பாட்டை விடத் தமது ஆத்திக அனுமானங்கள் மேலானவை என்பதை உரக்கச் சொல்வதற்கான உபாயங்களே இவை என்பது எளிதில் புலப்படும்; ஆயின், இவை அனைத்தையும் விட ஆர்வத்தைக் கிளறக் கூடியது கபிலரைப் பற்றிய இந்த உபநிடதத்தின் அணுகுமுறையே; கபிலர் சாங்கியர்களுக்கு அவர்களுடைய தத்துவத்தின் நிறுவனர் மட்டுமில்லை; அசல் ஞானத்தின் மொத்த உருவமும் அவரே. 'ஸ்வேதஸ்வதரா' உபநிடதம் அவரின் தொன்மை குறித்தோ அல்லது ஞானம் பற்றியோ கேள்வி எழுப்பாமை இங்கே குறிப்பிடத்தக்கது. அவரின் ஞானம் ஆண்டவனின் கொடையே எனவும், அவர் எத்தனைக் காலத்திற்கு முந்தையவர் எனினும் அவரின் பிறப்பை அவன் அறிவான் என்றும் மட்டுமே அது கூறுகிறது:

"ஒவ்வொன்றையும், ஒவ்வொரு தனிப்பட்ட மூலத்தையும் மட்டுமின்றி அனைத்து வகைகளையும், அது போன்றே அத்தனை ஆதாரங்களையும் கட்டியாள்கிற அந்த 'ஒருவன்'தான் கபில முனிவரின் பிறப்பைக் கண்ணுற்றவனும் அவருக்கு 'ஞானப் பால் ஊட்டியவனும்" [132].

கடவுளின் புகழ் பாடும் வழிமுறைகளில் இது வொன்று; அதே சமயம் இது ஏற்கெனவே கபிலருக்கிருந்த அபரிமிதமான செல்வாக்கின் அடையாளமும் ஆகும்; கபிலரின் ஆதி மூலச் சடப் பொருள் கோட்பாடு மற்றும் அதன் வெளிப்படையான நாத்திகத் தொனி ஆகியவற்றுடன் இந்த உபநிடத ஆசிரியர் தீவிரமாக முரண்பட்டார் எனினும் கபிலரை மாயா வாதி என்றோ, அவரின் ஞானத்தில் உருப்படியாக ஒன்றுமில்லை என்றோ அவரால் தைரியமாகக் கூற முடிவில்லை; ஏனெனில் ஏற்கெனவே கபிலர் பெரும் புகழ் பெற்று விட்டதுடன் அவரின் ஞானமும் கேள்விக்குரியதாக இல்லையாதலால் அவரை அவ்வளவு எளிதில் புறக்கணிக்க முடியவில்லை.

'ஸ்வேதஸ்வதரா' உபநிடதம் புத்தருக்கு முந்தையது எனக் கருதுவது வழக்கம் என்பதை நாம் மீண்டும் நினைவிற் கொள்வோம்! அது கி.மு.6—ஆம்நூற்றாண்டுக்கு முந்தையது எனக் கருதப்படுகிறது.

கபிலரையும், அவரின் ஞானத்தையும் பற்றிய இந்த உபநிடதத்தின் கண்ணோட்டம் மகா பாரதத்திலும், புராணங்களிலும் உள்ள சான்றுகளால் முழுமையாக மெய்ப்பிக்கப்படுகிறது; இந்த நூல்களின் இப்போதைய வடிவம் உருப் பெற்ற காலம் எதுவாயினும் அவை மிகத் தொன்மையான இந்திய மரபுகளை உள்ளடக்கியவை என்பதில் எள்ளளவும் ஐயமில்லை; இவை கபிலரின் புகழை ஆர்ப்பாட்டமாகப் பாடுபவை என்பதோடன்றி சாங்கிய தத்துவத்தின் அடிப்படைகளை வெகுவாகச் சார்ந்திருப்பவையுமாகும்; கார்ப் அவர்கள் சரியாகவே குறிப்பிடுவதைப் போல், "தத்துவச் சிந்தனையைத் தொட்டுப் பேசுகிற மகா பாரதம் முதல் மனுவின் சட்ட நூல் ஈறாகவுள்ள எந்தவோர் இந்திய இலக்கியமும்— குறிப்பாகப் பழங்கதைகளும், வீரகாவியங்களும், புராணங்களும்—சாங்கியக் கோட்பாடுகளின் தாக்கத்தைப் பெருமளவில் கொண்டுள்ளவையே[133]

ஆதலால் சங்கரருக்கு இச் சூழல் ஏன் எரிச்சலூட்டியது என்பதை நம்மால் புரிந்து கொள்ள முடியும்; சாங்கியக் கண்ணோட்டம் வேதாந்த மற்றும் உபநிடத போதனைகளுக்கு எதிரானது என்பதில் அவர் மிகத் தெளிவாக இருந்தார்;[134]; எனவே அவர் வேதங்களை மட்டுமின்றி அவற்றின் அடிப்படையில் அமைந்த மனுவின் வாசகங்களையும் சாங்கியம் மறுதலிக்கிறது என மிகத் தைரியமாகவும், ஆணித்தரமாகவும் பறைசாற்றினார்.[135] அதே சமயம், ஸ்மிருதிகள் கபிலரின் மீது அளவற்ற மதிப்பு கொண்டவை என்பதையும், அவரின் போதனைகளைப் பெருமளவில் தாங்கியவை என்பதையும் சங்கரர் அறிந்தே இருந்தார்; இதைச் சங்கரர் எவ்வாறு நியாயப்படுத்தினார்? இந்த நூல்களில் வரும் 'கபிலர்' எனும் பெயர் ஒரே நபரை மட்டும்

குறிப்பதாகாது என்பதே இதற்கான அவரின் பதில்; ஆகவே இந்த ஸ்மிருதிகளில் வரும் கபிலர் சாங்கிய தத்துவத்தை வகுத்த கபிலராக இருக்க வேண்டும் எனும் அவசியமில்லை என்றார் அவர்[136;] அதே சமயம் கபிலரின் கருத்துகளே ஸ்மிருதிகளில் நிறைந்துள்ளன என்பதே உண்மை; ஆதலால் மனுவைப் போன்ற மதிப்பு வாய்ந்த பழங்கால அறிஞர்கள் சாங்கியப் பார்வையைக்-குறிப்பாக வேதங்களையும், பிற விதிமுறைகளையும் பாதிக்காத அதன் அம்சங்களை- ஓரளவேனும் ஏற்றுக் கொண்டனர் என்பதைச் சங்கரர் வேண்டா வெறுப்புடன் ஒப்புக் கொள்ள வேண்டியதாயிற்று[137]

சங்கரரின் இத்தகைய சங்கடம் ஒரு பக்கம் இருப்பினும் மகா பாரதமும், புராணங்களும் சாங்கியத்தின் தொன்மையை மட்டுமின்றி ஆதி காலத்தில் இத் தத்துவத்துக்கு இருந்த பிரமிக்கத் தக்க செல்வாக்கை ஐயத்திற்கிடமின்றி மெய்ப்பிக்கவும் செய்கின்றன; இதன் தொன்மையும், உபநிடதங்களின் அடிப்படைகளுக்கு எதிரான இதன் தெளிவான பார்வையும் இதன் தொடக்கத்தை வேத காலத்துக்கு முந்தைய ஆரியம் சாராத சிந்தனைத் தொகுப்பில் தேட வேண்டும் எனத் தற்கால அறிஞரில் சிலரைப் பேச வைக்கிறது; அது சரியே[138] சாங்கியம் ஆத்திக அல்லது வேத மரபில் வந்த தத்துவம் எனும் பின்னாளைய கூற்று முற்றிலும் செயற்கையானதாக இருக்க வேண்டும்.

பழைமை வாய்ந்ததும், ஒரு காலத்தில் ஆகப் பெரும் செல்வாக்குடன் திகழ்ந்ததுமான இத் தத்துவம் எவ்வாறு தகர்ந்து போனது என்பது இன்று நம் ஊகத்துக்குரிய சங்கதியே; அது சிதைந்து போனது என்பது மட்டும் ஊகத்துக்கு அப்பாற்பட்ட உண்மை, எப்போது, எவ்வாறு என்பதை இனிமேல்தான் நாம் அறிந்திட முடியும்.

கபிலர் மட்டுமின்றி இன்ன பிற சாங்கிய தத்துவ ஆசான்களின் பெயர்களும் நமக்குக் கிடைத்திருக்கின்றன;[139;] ஆயினும் நம்மைப் பொறுத்தவரை இவையனைத்தும் வெறும் பெயர்களே யன்றி வேறல்ல; நாம் சில பழங்கால சாங்கிய நூல்களைப் பற்றிய குறிப்புகளைக் காண்கிறோம்;[140] உண்மையில் இருந்த நூல்கள் எல்லாம் தொலைந்து விட்டன; சாங்கியத்தைத் தழுவி நிற்பதாகக் கூறிக் கொள்ளும் இரண்டு அடிப்படையான நூல்கள் மட்டும் இன்று நம்மிடம் உள்ளன[141;] அவ்விரண்டில் பழைமையானதாகக் கருதப்படும் சாங்கிய காரிகை என்பது ஈஸ்வரக்ருஷ்ணா என்பாரால் கி.பி. 2 ஆம் நூற்றாண்டில் எழுதப்பட்டது எனப் பொதுவாகக் கருதப்படுகிறது[142;] அது வெறும் 72 பாடல்களைக் கொண்டதொரு சிறு புத்தகம்; அதுகூட சாங்கியப் பார்வையுடன் முழுமையாகப் பொருந்தவில்லை எனக் கருதப்படுகிறது[143] இன்னொரு நூல் ‘சாங்கிய

சூத்திரம் என்று அழைக்கப்படுகிறது; அது கபிலரால் எழுதப்பட்டதாகச் சொல்லப்படினும் கி. பி. 14ஆம் நூற்றாண்டுக்கு முன்னதாக இருக்க வாய்ப்பில்லை[144]; அதன் சில போக்குகள் சாங்கியத்துக்கு எதிரானவை[145] என்பது வெளிப்படையாகவே தெரிந்தாலும் நாம் நம்பத் தகுந்த வகையில் தாஸ்குப்தா அவர்கள் கூறுவதுபோல் அது சாங்கிய வாதத்தின் உண்மையிலேயே பழைமையான கூறுகளைத் தக்க வைத்துக் கொண்டுள்ளது என்பதை மறுக்க முடியாது[146] இந்த இரு மூலங்களுமே சாங்கியப் பார்வையைப் பகிர்ந்து கொண்ட எந்தவொரு தத்துவ ஞானியாலும் கண்டு கொள்ளப்படவில்லை என்பது குறிப்பிடத்தக்கது[147]. அத்துடன் சாங்கியத்தின் சில கூறுகளை அவற்றின் பின்னணியிலிருந்து பிரித்தெடுத்து மாறுபட்ட பொருளில் வேதாந்தத்தின் மீது ஒட்டவைக்கும் வேலை, அது வேதாந்தத்தில் மெதுவாக அதே சமயம் முழுமையாகக் கரைந்து போகும் வரை தொடர்ந்து நடை பெற்று வந்தது; ஸ்ட்செர்பாட்ஸ்கி சொல்வதுபோல் “சாங்கியர் காலப் போக்கில் ஒரு தனிப் பிரிவு எனும் தமது அடையாளத்தை இழந்து போயினர்”[148] அவர்களின் ஆரம்ப காலக் கருத்துகள் பல தப்பிப் பிழைத்தன என்பதில் ஐயமில்லை; ஆனால் அவை வெறும் வெற்றுக் கூடுகளாக ஆகிப் போனதால் அவற்றில் வேதாந்தத்தின் அனைத்து விதமான கருத்துகளும் திணிக்கப்பட்டன அல்லது அவை பலவிதமான அந்நிய தத்துவார்த்த கோட்பாடுகளின் பகுதிகளாக ஆவதற்கேற்ப தாறுமாறாகப் பிரிக்கப்பட்டன; பிற்கால பவுத்தத் தருக்க வாதிகளின் எழுச்சியால் தேசத்தின் தத்துவார்த்த அரங்கில் ஏற்பட்ட கொந்தளிப்புக்குப் பின்னர் உண்மையான தத்துவப் பேராசான்கள் மீமாம்சம், வேதாந்தம், நியாயம், வைசேசிகம் ஆகியனவற்றின் பழைய நிலைபாடுகளை உயர்த்திப் பிடிக்க முன்வந்தனர்; ஆனால் சாங்கியத்தை ஆதரிக்க எவரும் முன் வரவில்லை; இச் சமயத்தில் அதுவொரு தனித் தத்துவம் எனும் தகுதியை இழந்திருந்தது.

இதுவே சாங்கியத்தின் சுருக்கமான வரலாறு; அதன் தொடக்கம் நமக்குத் தெரிந்திராத ஆதி காலத்தில் ஒளிந்திருக்கிறது; ஆரம்ப காலத்தில் அது அபாரமான செல்வாக்குடன் திகழ்ந்ததற்கான ஆதாரங்கள் எவராலும் மறுக்க முடியாதவை; ஆயின் அது காலப் போக்கில் உளுத்து உருக் குலைந்து போனது.

சாங்கியம் சாரமற்றுப் போனமை மரபார்ந்த தத்துவ ஞானிகளாலும் தற்கால அறிஞர்களாலும் ஒருசேர ஒப்புக் கொள்ளப்படுகிறது; இடைக் கால விளக்கவுரையாளரான விஞ்ஞானபிட்சு அதன் சிதைவைச் சிறந்த கவி நடையில் விளக்க விழைந்தார்[149]; அக் கவிதையின் மையக் கருத்து நன்கு தெளிவானது. எனினும் அதன் சொற் பெயர்ப்பு அவ்வளவு நன்றாக இராது; காலனால்

விழுங்கப்பட்டது போக உயிர் பிழைத்திருந்த ஒன்றிரண்டே இன்று மிச்சம் என்கிறார் அவர்; கே.சி.பட்டாச்சார்யா இதே கருத்தை இன்னும் சற்றுத் தெளிவாகக் குறிப்பிடுகிறார்: "சாங்கிய இலக்கியத்தின் பெரும் பகுதி தொலைந்து போய் விட்டது; ஆதி நாட்களுக்கும் அதன் பிறகு அதனை விமர்சிக்க வந்த விளக்கவுரையாளர்களின் காலத்திற்கும் மரபுத் தொடர்ச்சி ஏதுமில்லை எனலாம்; நமக்குக் கிடைத்துள்ள சில நூல்களிலும் ஊக வயப்பட்ட கற்பனாவாதம் பற்றிய மங்கலானதொரு பார்வையே பதிந்துள்ளது; அவற்றின் செய்யுள் வடிவத்திலான அல்லது மறைபொருளிலான நடையை நமக்குப் புரியும் விதத்தில் விளக்கவுரையாளர்களால் விரித்துரைக்க முடியவில்லையெனினும் அத் தத்துவத்தைப் புதிதாகக் கட்டமைக்க நம்மைத் தூண்டும் விதத்தில் அது அமைந்துள்ளது; அனைத்து ஆதி அமைப்புகளின் மறு கட்டமைப்பிற்கும் ஆக்க பூர்வமான முயற்சி தேவைப்படுகிறது; ஆனால் ஏராளமான நுலாதாரங்களையும், மரபுத் தொடர்ச்சியையும் கொண்ட சில அமைப்புகளை அவ்வாறு மறு கட்டமைப்பது என்பது அவற்றின் கருத்துகளைத் தற்காலக் கோட்பாடுகளுடன் பொருத்துவதுஎன்ற அளவில் இருக்கையில், இங்கே சாங்கியத்தைப் பொறுத்தமட்டில் அது 'ஒருவரின் கற்பனைத்திறன் கொண்டு அறுந்த கண்ணிகளை அணி சேர்க்கும்' வேலையாக உள்ளது"[150]

ஆதி சாங்கியத்தை விளக்கிடும் பணியை 'ஒருவரின் கற்பனைத் திறன் கொண்டு அறுந்த கண்ணிகளை அணி சேர்க்கும்' வேலை எனக் குறிப்பிடுவது சாலப் பொருத்தமானது; இவ் வேலையில் உள்ள சிக்கலையும், சிரமத்தையும் குறைத்து மதிப்பிடுவதோ, கண்டு கொள்ளாமற் போவதோ கூடாது; சாங்கிய இலக்கியத்தின் எஞ்சியுள்ள துண்டு துக்காணிகள் உட்கொண்டுள்ள அத் தத்துவத்தின் சாரத்தை நீர்த்துப் போகச் செய்யாத வரையில் அல்லது தேசத்தின் தத்துவ மரபு இடைவிடாமலும், விடாப்பிடியாகவும் வலியுறுத்தி வரும் அதன் அடிப்படை அம்சங்களை மறுதலிக்காதவரையில் அப் பணி முறையானதே; இல்லையேல் அது முறைகேடானது என்பது தெளிவு. இந்த இரு நிபந்தனைகளையும் மீறியதால் - அதாவது சாங்கிய தத்துவத்துள் கடவுளை வலிய நுழைத்திடும் போக்கால் - விஞ்ஞானபிட்சுவின் வேலை எவ்வாறு முறையற்றதாய்ப் போனது என்பதை நாம் இப்போது பார்க்கப் போகிறோம்; எனினும், நம் விவாதம் முறையான முயற்சிக்கான எடுத்துக்காட்டு ஒன்றுடன் தொடங்குவது நல்லது; அது சாங்கிய காரிகையைப் பற்றிய கவுடபாதரின் விளக்கத்திலும், அதை விடச் சிறப்பானதான வாசஸ்பதி மிஸ்ரரின் விரிவுரையிலும் காணப்படுகிறது.

சாங்கிய காரிகையில் கடவுளைப் பற்றி ஏதும் சொல்லப்பட வில்லை; ஆயின் அது எதிர்பார்த்த ஒன்றுதான்; இந்திய தத்துவ மரபுக்குக் குந்தகமின்றி நாம் ஒப்புக்கொள்ள வேண்டியது யாதெனில் சாங்கியத்தில் கடவுளைப் பற்றி ஏதேனும் உண்டெனில் அது அதன் இருப்பையே கேள்விக்குள்ளாக்கும் வகையிலான விவாதமே! ஆனால், சாங்கியகாரிகையின் தொகுப்புக்கான திட்டத்தில் சர்ச்சைக்குரிய விசயங்களைத் தவிர்ப்பது என்று தெளிவாக முடிவு செய்யப்பட்டிருந்தது[151].

சாங்கியத்தின் அடி நாதமான நாத்திகத்தைத் தவிர்த்துவிட்டு அதனை விரித்துரைப்பது அரைகுறை வேலையே என கவுடபாதரும் வாசஸ்பதி மிஸ்ரரும் கருதினர்; எனவே அவ்விருவரும் சாங்கியகாரிகையின் பொருத்தமானதொரு பத்தியைக் கொண்டு சாங்கியத்தின் ஆத்திக எதிர்ப்பு வாதங்களை அறிமுகப்படுத்திட முயன்றனர்; அதன் பொருட்டு 61 ஆம்பாடலைக் கவுட பாதரும், 57ஆம் பாடலை வாசஸ்பதி மிஸ்ரரும் தேர்வு செய்தனர்; ஆத்திக எதிர்ப்புவாதங்களை அறிமுகப்படுத்திடும் சூழலில் இந்த வேறுபாடு குறிப்பிடத்தக்கது; அதை விடச் சிறப்பானது அவ்விருவரும் தத்தமது தத்துவார்த்த கொள்கைகளில் நாத்திகராய் இல்லாதது; எனவே அவர்களுக்கு நாத்திகத்தை அதற்குரியதல்லாத இடத்தில் அமர்த்திப் பார்த்திட எவ்வித எண்ணமும் இருந்திருக்க வாய்ப்பில்லை.

சாங்கிய நாத்திகம் பற்றிய விவாதத்தை அறிமுகம் செய்ய சாங்கியகாரிகையின் எங்கோ ஒரு மூலையில் மறைந்து கிடக்கிற பத்திகளில் ஒன்றைக் கவுடபாதர் தேர்ந்தார்; அதன் பொருளாவது: “என் பார்வையில் முழுமுதற் பொருளை விட (பிரக்ருதியை விட) மென்மையானது எதுவுமில்லை; தான் பிறர் கண்ணில் பட்டு விட்டோம் எனத் தெரிந்து கொண்டவுடன் புருசனின் பார்வையில் சிக்காமல் அவள் இருக்கிறாள்“; இன்று இதன் சரியான பொருளைப் புரிந்திடுவது மிகவும் சிரமம்; சாங்கியத்தின்படி முதற் காரணியான ‘பிரக்ருதி’ அல்லது ஆதி மூலச் (சடப்) பொருளை இப் பத்தி குறிப்பிடுவதாகக் கவுடபாதர் எடுத்துக் கொண்டார்; ஆகவே ‘கடவுள் அல்லது ஈஸ்வரன்தான் முதற்காரணி’ என்றவர்களைப் பார்த்து “நிர்க்குணவானாகிய கடவுளிடமிருந்து குணநலன்களுடைய பொருட்கள் எவ்வாறு தோன்ற முடியும்?...”. எனச் சாங்கியர்கள் வினவியதாகவும், “வெள்ளையான நூலிலிருந்து வெள்ளைத் துணியும் கருமையான நூலைக் கொண்டு கருப்புத் துணியும் நெய்யப்படுகிறது; அதேபோன்றுதான் முக்குணங் கொண்ட பிரக்ருதியிலிருந்து அதே முக்குணங்களையுடைய மூன்று உலகங்கள் தோன்றுகின்றன; கடவுள் குணங்களற்றவர்; ஆகவே அவரிடமிருந்து முக்குணங்களையுடைய மூன்று உலகங்கள் தோன்றின என்பது முன்னுக்குப் பின் முரணானது” என அவர்கள் வாதிட்டதாகவும் கவுடபாதர் சொல்கிறார்[152].

சாங்கியப் பார்வையில் குணம் அல்லது பண்பு எனப்படுவது (சடப்)பொருளின் அங்கமாகும்; "முக்குணங்களால் ஆனது எனில்பொருள் வடிவில் இருப்பது என்று அர்த்தம்; இவ்வாறு, சாங்கியர்களின் ஆத்திக எதிர்ப்பு வாதத்தின் மையக் கருத்தாகச் சொல்வது யாதெனில் உலகம் பருப் பொருளாதலால் அவ்வாறல்லாத கடவுள் அதன் மூல காரணியாக முடியாது; ஏனெனில் காரண விதியின்படி அவசியமாகிய காரணத்திற்கும் அதன் விளைவுக்கும் இடையிலான ஒற்றுமை (அதாவது, காரணகாரியத் தொடர்பு) இங்கே காணப்படவில்லை; ஆகவே கடவுளைப் போல் இல்லாத—அதாவது தானே பொருள் வடிவிலான — ஆதி மூலப் பொருளே (முழு முதற் பொருளே) இவ்வுலகத் தோற்றத்தின் ஊற்றுக்கண்ணாக இருத்தல் வேண்டும்".

இத்தகைய ஆத்திக எதிர்ப்பு வாதத்தின் பலவீனத்தை எளிதில் அறியலாம்; பிற்கால நியாயவைசேசிகர் கூறியது போல் 'பொருள் வடிவிலான உலகின் தோற்றத்திற்கு அதே பொருள் வடிவிலான காரணியை முன்னிறுத்துவது சரிதான்; ஒரு களிமண் கட்டியிலிருந்து மட்குடுவையைச் செய்திட அது மட்டுமே போதாது; குயவர் வேண்டும்; அதற்கும் மேலாகத் திறன் மிகு காரணி தேவை என்பதை ஏற்றுக் கொண்டேயாக வேண்டும்; மட்குடுவைக்குக் குயவரைப்போல உலகுக்கு அந்த ஒருவன்; அவனே அக் கடவுள்' என்பது அவர்களின் ஆணித்தரமான வாதம்.

இந்திய தத்துவக் கண்ணோட்டங்கள் அனைத்தையும் கரைத்துக் குடித்த சுய சிந்தனையாளர் எனப் போற்றப் படும் வாசஸ்பதிமிஸ்ரர் (பருப்) பொருள் வடிவிலான காரணியின் சுய தேவைப் பூர்த்தியை நிறுவுவதற்கென்றே — அதாவது, அதன் வழி இவ்வுலகின் தோற்றத்துக்குத் திறன்மிகு காரணி ஒன்றின் அவசியத்தைக் கற்பிப்பது தவறு எனும் கருத்தை மறுதலிப்பதற்காகவே - வரையப்பட்ட பத்தியில்தான் சாங்கிய காரிகையின் உண்மையான நாத்திகச் சாயலைக்காண வேண்டும் எனச் சரியாகவே உணர்ந்தார்; அதுதான் 57ஆம் பத்தி; அதன்படி கன்றைக் கண்டதும் பசுவின் உடலில் தானாகப் பால் ஊறுவதைப் போன்று வேறெந்த வெளிப்புறச் சக்தியின் உந்துதலுமின்றி இவ்வுலகின் படிமலர்ச்சி தானாகவே நிகழ்ந்தது; 'ஸ்வபாவம்' அல்லது இயற் பண்புக் கோட்பாட்டைக் கேள்விக்கு உட்படுத்தாமல் அனுமானித்துக் கொண்டதன் அடிப்படையில் இக் கருத்து அமைந்துள்ளது என்பதை நாம் ஏற்கெனவே கண்டோம்; இது குறித்த வாசஸ்பதியின் விளக்கம் கீழ்வருமாறு:

"தன்னுணர்வின்றி தாமாகக் கூட ஒரு சில நிகழ்வுகள் நடைபெறுவதைப் பார்க்கலாம்; சான்றாகக் கன்றுக் குட்டியின்

*ஊட்டத்துக்காகப் பசுவின் உடலில் பால் சுரக்கிறது; அதே போல் பிரக்ருதி உணர்வற்ற நிலையில் இருப்பினும் மனிதனின் விடுதலைக்காக வினை புரியும்*[153]*; ஆத்திகர் ஒருவர் கீழ்வருமாறு கேட்கலாம்: இந்தப் பால் சுரப்புங் கூடக் கடவுளின் கண்காணிப்பால்தான்; ஆகவே 'எல்லாம் அவன்செயல் 'எனும் எமது பொதுவான கருத்து மறுப்புக்குள்ளாக வில்லை 'எனலாம்; இது ஏற்புடையதன்று; ஏனெனில், (கீழ்வரும் காரணங்களால் கடவுள் கொள்கை ஏற்கக்கூடியதாக இல்லை):*

*"விதிவிலக்கின்றி ஒவ்வோர் உணர்வு பூர்வச் செயல்பாடும் தன் வயப்பட்ட அல்லது அன்பின் வழிப்பட்ட நோக்கத்தின் பாற்பட்டதே; உலகத்தின் படைப்பில் இந்த இரு நோக்கங்களுமே இல்லையாதலால் அதன் படைப்பு ஓர் உணர்வு பூர்வமான செயல்பாட்டின் விளைவு எனக் கருதுவதற்கு வாய்ப்பில்லை; தனது விழைவுகள் அனைத்தையும் நிறைவேற்றிக் கொள்கிற வாய்ப்புள்ள ஒரு கடவுளுக்கு உலகப் படைப்பில் எவ்விதச் சொந்த நலனும் ஈடேறப் போவதில்லை; இதில் சொந்த நலன் சார்ந்த நோக்கத்திற்கான வாய்ப்பு அடிபட்டுப் போகிறது; அன்பின் காரணமாகவும் ஆண்டவன் இவ்வுலகைப் படைத்திருக்க வாய்ப்பில்லை; ஏனெனில் உலகப் படைப்புக்கு முன்னர் ஆன்மாக்கள் துன்பதுயரம் எதையும் துய்த்திராததால் — அதாவது புலன்கள், உடல்கள், பிற பொருட்கள் என யாதொன்றும் தோன்றியிருந்திராத நிலையில் — எதிலிருந்து கடவுளின் கருணை ஆன்மாக்களை விடுவிக்கமுடியும்? மாறாக உலகைப் படைத்த பின் உயிரினங்கள் படும் அவலத்தைக் கண்ட கடவுள் அதன்பிறகு அவற்றின்பால் இரக்கம் காட்டினார் என்றால் 'அவரின் கருணையால் படைப்பு நிகழ்ந்தது, படைப்பின் விளைவாய்க் கருணை வெளிப்பட்டது' எனும் ஒரே வட்டத்துக்குள் சுற்றிச்சுற்றி வரும் வாதத்திலிருந்து நம்மால் தப்பிக்க முடியாது; மேலும், கருணையால் உந்தப்பட்டதொரு கடவுள் மகிழ்ச்சியான உயிர்களையே படைத்திருப்பார்; பல்வேறு சூழல்களைக் கொண்டவற்றையல்ல".*

*"இதனை மறுக்க விழைவோர், வேறுபாட்டுக்குக் காரணம் கடவுளின் கருணைக்கு இலக்காகும் பணியில் உள்ள வேறுபாடே என்பரேல், அதற்கு நமது பதில் இதுதான்: அவ்வாறாயின் அப் பணியை விழிப்புடன் நிர்வகிக்கிற அனைத்துக்கும் மேலான அக் கடவுளின் பணி மிகவும் மேலோட்டமானது என்பதால் அது அவசியமற்றது என்பதே! ஏனெனில், தீதும் நன்றும் தன் வினைப் பயனே என்கிற போது கடவுளின் ஆளுகைக்கு அங்கே இடமேது? மாறாகத், தன்னுணர்வற்ற சடப்பொருளின் இயக்கம் என நாம் கருதிக் கொண்டிருப்பதற்குத் தன் வயப்பட்ட நோக்கமோ அல்லது கருணையோ காரணமில்லை; ஆகவே ஏற்கெனவே மொழியப்பட்ட*

மறுப்புக்கான ஆதாரங்கள் இதற்கும் பொருந்தும் எனக் கூறிக் கொண்டு எமது கோட்பாட்டை எதிர்க்க இதனை முன் வைக்கமுடியாது".[154]

வாசஸ்பதி சாங்கிய நாத்திகத்துக்கு ஆதரவான இந்த வாதத்தை எங்கிருந்து எடுத்தார் என்பதை யாமறியோம்; எனினும் இந்த வாதம் சாங்கிய நிலைபாட்டுடன் கனகச்சிதமாகப் பொருந்துவதாகப் புகழ்பெற்ற பிற இந்திய தத்துவ ஞானிகள் கண்டறிந்துள்ளனர் என்பது மட்டும் உண்மை; சான்றாக 'சர்வதர்சன சங்கிரஹம்' எனும் நூலில் மாதவர் சாங்கிய நிலைபாட்டை இவ்வாறு விளக்குகிறார்:

''இப்படிக் கேட்கலாம். உணர்வுள்ள பிறிதொன்றன் வழிகாட்டலின்றி - 'மஹாத்' அதாவது, முழுமுதற் பொருளின் முதல் படிநிலை - போன்ற விளைவுகளையும், பிறவற்றையும் உண்டாக்கும் பணியில் அறிதிறனற்ற முதன்மைப் பொருள் (பிரதானம்) தானாகவே ஈடுபட்டிருக்க முடியாது. ஆகவே அதனை வழி நடத்த உணர்வுள்ள ஒன்று இருந்தாக வேண்டும். இவ்வாறு அனைத்தும் அறிந்த, அனைத்துக்கும் மேலான ஆண்டவன் ஒருவன் உண்டு என்பதை உய்த்துணர வேண்டும்."

"அறிதிறனற்ற முதன்மைப் பொருள் (பிரதானம்) கூடச் சிலவற்றை நோக்கி செயல்படக் கூடுமாதலால் இது நியாயமன்று, உணர்வுள்ள ஒன்றின் துணையின்றி சில பயன்பாட்டைக் கருதி தன்னுணர்வற்ற முதன்மைப் பொருள் செயலில் இறங்கும். கன்றின் ஊட்டம் கருதி பசுவின் மடியில் பால் சுரக்கிறது. உலகின் நலன் கருதியே நீரோட்டம்; அதேபோல் 'பிரக்ருதி' உணர்வு பூர்வமற்றதாயினும் மனித விடுதலைக்காக வினையாற்றும். ஆகவேதான் இவ்வாறு கூறப்பட்டது...." (சாங்கிய காரிகையின் 57ஆம் பாடலை மாதவர் இங்கே மேற்கோளிடுகிறார்.)

"ஆயின் அக் கோட்பாட்டை - அதாவது, ஆகப் பெருங் கடவுள் பரிவுணர்வால் உந்தப்பட்டு செயலில் இறங்குகிறார் எனக் கூரைமேல் நின்று கூப்பாடு போடுகிறவர்களால் உயர்த்திப் பிடிக்கப்படும் 'தனிப் பெருங்கடவுள்' எனும் தத்துவத்தைப் - பொறுத்த மட்டில் அது கருச் சிதைவைப் போன்று சத்தற்ற, சாரமற்ற வாதமே. ஏனெனில் அது பின் வரும் எதிர்நிலைபாடுகளை எதிர் கொள்ள முடியாது. அவரின் கனிவான செயல்பாடு படைப்புக்கு முன்னர் நிகழ்ந்ததா அல்லது அதற்குப் பிறகா? படைப்புக்கு முன்னர் அவரின் கருணைக்கு அவசியம் எழவில்லை. காரணம் அப்போது உயிர்கள் தோன்றியிராததால் துயருறும் உடலும் இல்லை. எனவே அவர் படைப்புக்கு முன்பு கருணையால் தூண்டப்பட்டார் எனச் சொல்ல முடியாது. படைத்தபின் கருணையுடன் காக்கிறார் எனில் அந்த

அனுமானமும் 'கருணையின் விளைவாய்ப் படைப்பும், படைத்ததன் பொருட்டுக் கருணையும்' எனும் நச்சு வட்டத்திற்குள் நம்மைத் தள்ளி விடுகிறது.[155] இவ்வாறு வாசஸ்பதி மிஸ்ராவுடன் மாதவர் முழுமையாக ஒத்துப் போகிற சாங்கிய நாத்திகம் பற்றிய இரு கருத்துகளாவன.

முதலாவது 'கடவுள்' குறித்த அனுமானம் மெய்ப்பொருள் ஆராய்ச்சிக்குப் பொருத்தமற்றது. இரண்டாவது, தருக்கவியலின்படி வெறுத்தொதுக்கித் தள்ளப்பட வேண்டியது. ஒரு பகுத்தறிவுக் கோட்பாடு என்ற வகையில் சாங்கியம் வகுத்திருந்த சில நேரிய கொள்கைகள் கடவுள் நம்பிக்கையை அறவே அவசியமற்றதாக்கி விட்டன. வாசஸ்பதி மிஸ்ராவும் மாதவரும் தெளிவாகவே நமது கவனத்தை இதன்பால் திருப்பியுள்ளனர். முழுமுதற் பொருளின் உள்ளார்ந்த இயக்க விதிகளின்படி இவ்வுலகு உருவாயிற்று என்பதே உலகத் தோற்றத்துக்கும், அதன் மாற்றத்துக்கும் போதுமான விளக்கமாகும் எனும் பார்வையிலிருந்து சாங்கிய நாத்திகம் தோன்றியது என அவர்கள் சுட்டிக் காட்டினர். ஆகவே இங்கே கடவுளுக்கு அவசியமில்லை. வேறு விதமாய்ச் சொல்வதெனில், இந்த அவசியமின்மையும் 'பிரக்ருதி'க் கோட்பாட்டின் தன்னிறைவான (அதாவது வேறெந்த தத்துவத்தின் துணையும் தேவைப்படாத) தன்மையிலிருந்து அறியப்பட்டதே. 'பிரக்ருதி'க் கோட்பாட்டின் தன்னிறைவான (அதாவது வேறெந்தத் தத்துவத்தின் துணையும் தேவைப்படாத) தன்மையும் 'இயற்பண்புக் (ஸ்வபாவக்) கோட்பாட்டை எவ்வித கேள்விக்கும் உட்படுத்தாமல் அப்படியே ஏற்றுக் கொண்டதன் விளைவே; பசு உட்கொள்ளும் புல்லும், தண்ணீரும் கன்றின் பசியாற்றும் பாலாக மாறுகிறது. அதே போன்றுதான் - முழுமுதற் பொருள் உலகமாக உருமாறியதும் - அல்லது இன்னும் சரியாகச் சொல்வதெனில்- முழுமுதற் பொருளிலிருந்து உலகம் தோன்றியதும், இவற்றில் எதுவும் இயற்கைக்கு அப்பாற்பட்ட எந்தவோர் சக்தியாலும் வழி நடத்தப்படவில்லை. எனவே கடவுளை உலகின் காரண கர்த்தாவாகக் கருதிடும் கேள்வியே இங்கு எழவில்லை.

இத் தத்துவத்தின் பழம்பெரும் தொன்மையைக் கருத்தில் கொள்வோமாயின் இயற்கைக்கு அப்பாற்பட்ட சக்தியின் இருப்பைப் புறந்தள்ளி வளர்ந்திடும் வழிமுறையைப் பின்பற்றிய அதன் முயற்சியை அறிவுத் தளத்தில் ஒரு மாபெரும் சாகசம் என்றே சொல்ல வேண்டும். கபிலரின் சம கால அறிஞர்கள் எல்லாம் இயற்கையைப் பற்றிய தங்களின் புரிதலுக்கும் அதன் விதிகளுக்கும் இடையில் உள்ள இடைவெளியை அந்த இயற்கைக்கு அப்பாற்பட்டதோர் ஆற்றலின் துணை கொண்டு நிரப்பிடத் - தலை சுற்றும்படியான உலகின் சிக்கல்களுக்கு அதனை 'வடிவமைத்த'

ஆண்டவனைப் பற்றிய கற்பனையின் மூலம் விடை காண - முயன்று கொண்டிருந்தபோது கபிலர் மட்டும் சடப் பொருளின் இயல்பு, இயக்கம் ஆகியன குறித்துத் தனக்குக் கிடைத்த விவரங்கள் அரைகுறைய.ானவையே ஆயினும் அவற்றை முன்னிறுத்தி (சடப்பொருளின் இயல்பு. இயக்க வழியிலான அதன் இருப்பு ஆகியவற்றின் தன்னிறைவான தன்மையில் - அதாவது, அதன் இயல்புக்கும், இயங்கு நிலைக்கும் வேறெந்த புறக் காரணியும் இருக்க முடியாது என்பதில் - உறுதியான நம்பிக்கை கொண்டிருந்தார். உலகத் தத்துவ வரலாற்றில் ஆதிப் பழைமையானதும் நன்கு திட்டமிட்டு வகுக்கப்பட்டதுமான நாத்திகத்தின் பிரதிநிதியாக மட்டும் சாங்கியம் விளங்கிடவில்லை. அதன் நாத்திகம் மிகத் தெளிவான அறிவியல் பார்வையால் அல்லது குறைந்த பட்சம் அறிவியல் கண்ணோட்டத்தின் முன்மாதிரியால் அமையப் பெற்றதுமாகும்.

ஆதி உலகின் அதிசயிக்கத் தக்க அறிவுலகச் சாதனைகளின் கூறுகளைக் கொண்டதாக சாங்கியத்தை வர்ணித்திட இந்த அறிவியல் பாங்கிலான அல்லது அறிவியல் முன் மாதிரியி.ின்படியான ஆராய்வுகளே போதுமானவை. ஆனால் 'உயிரியல்' ஆய்வு நோக்கில் கடவுள் நம்பிக்கையின் பொருத்தமின்மை' என்கிற ஓரம்சத்தை மட்டும் கருதுவது சாங்கிய நாத்திகத்தின் வரலாற்று முக்கியத்துவத்தைக் குறைத்து மதிப்பிடுவதில் போய் முடியும். உண்மையில் சாங்கிய அறிஞர்கள் அதற்கு மேலும் சென்று ஏனையோரால் ஏற்றுக் கொள்ளப்பட்ட 'கடவுள்' எனும் கருத்து தருக்கவியல் பாங்கில் எந்த அளவுக்கு உள்ளார்ந்த பலம் கொண்டது என வினவினர். தனது உள் முரண்பாடுகளால் ஊனமுற்ற அது அத்தகைய பலம் ஏதுமற்றது என ஆய்ந்தறிந்து முடிவு கட்டினர்.

உலகைப் படைக்காதவர் எனக் கருதப்படுகிற ஒருவரைக் கடவுள் எனக் கொள்ள முடியாது. அதே போன்று அவரின் படைப்பு 'நோக்கம் ஏதுமற்றது' எனக் கருதுவதிலும் அர்த்தமில்லை. ஆக, உலகின் படைப்பு என்பதை ஒரு திண்ணமான நோக்கத்துடன் நிகழ்ந்த ஆண்டவனின் 'அருஞ் செயல்' என ஆத்திகர் ஒப்புக் கொண்டேயாக வேண்டும். அப்படியாயின் அந்த நோக்கம் என்னவாக இருக்க முடியும்? அது முற்றிலும் சுய நலம் சார்ந்ததா? அதாவது கடவுள் தனது சொந்த விருப்பத்தை நிறைவு செய்திட விரும்பியதன் விளைவா இவ்வுலகத் தோற்றம்? ஆத்திகரால் அத்தகைய சாத்தியக் கூற்றை ஒப்புக் கொள்ள முடியாது. என்றும் முழு நிறைவான, குற்றமற்ற அவரின் கடவுளுக்கு நிறைவேறாத- உலகப் படைப்பின் மூலம் நிறைவு செய்திட வேண்டிய - ஆசை ஏதும் இருக்க முடியாது. மேலும் கடவுள் கருணை வடிவானவர். ஆதலால் அவர் சுய நலமியாக இருக்கவே முடியாது. ஆகவே கடவுள்

கருணையால் அல்லது இரக்க உணர்வால் உந்தப்பட்டே இவ்வுலகைப் படைத்தார் எனும் முடிவுக்கு வருவதைத் தவிர ஆத்திகருக்கு வேறு வழி இல்லை. அப்படியானால் அக் கருணைக்கு ஓர் அவசியம் அல்லது நோக்கம் இருந்திருக்க வேண்டும். அந்த நோக்கம் - அதாவது அவர் இவ்வுலகைப் படைத்திட வேண்டிய அத்தகைய அவசியம்தான்-என்ன? சடப் பொருட்களின்பால் கருணை காட்ட வேண்டியதில்லை. எனவே அவரின் கருணை உயிர்களின்பாற்பட்டதாகத் தான் இருந்திருக்க வேண்டும்; ஆமெனில் அதன் அர்த்தம் என்னவாக இருக்கும்? ஆண்டவனின் நோக்கம் அவ்வுயிர்களின் துன்ப துயரங்களைக் களைந்து அவற்றின் மகிழ்ச்சிக்கு வழி வகுப்பதாகத்தான் இருக்க முடியும். ஆனால் ஆத்திகரால் அவ்வாறு கருதிட இயலாது. அவற்றுக்குக் குறைந்த பட்சம் உடலும், பிற புலன்களும் இருந்தாலேயே அது சாத்தியம். ஆத்திகரின் கூற்றுப்படி அவையனைத்தும் ஆண்டவனின் படைப்பே. வேறு விதமாய்ச் சொல்வதானால் உயிர்களின் துன்ப துயரங்களுக்குரிய முன் தேவைகளான அவ்வுடலும், புலன்களும் இவ்வுலகம் தோன்றுவதற்கு முன்னர் இருந்திராதபோது அவருக்கு இவ்வுலகைப் படைக்க வேண்டிய நோக்கமே தோன்றியிருக்க வாய்ப்பில்லை. ஆத்திகரின் நோக்கில் உலகின் படைப்புக்குப் பின்னரே - அதாவது உயிர்களினிடத்து உடலும், புலன்களும் அமையப் பெற்ற பின்னரே- ஆண்டவனின் கருணைக்கான அவசியம் எழுகிறது. அவ்வாறாயின் கடவுளே உயிர்களின் துன்ப துயரங்களுக்குரிய முன் தேவைகளை உண்டாக்குகிறார் எனப் பொருள்படும்.

ஆக, சுருங்கக் கூறிடின், ஆத்திகர் தனது நிலைபாட்டை அடிக்கடி மாற்றிட வேண்டிய அவலமே இத்தகைய வாதத்தால் அவர் அடையும் 'பேறு' ஆகும்! ஒரு பக்கம் நம் துன்ப துயரங்களுக்கான முன் தேவையை கடவுள் தோற்றுவித்தார் எனவும் இன்னொரு பக்கத்தில் நம் துன்ப துயரங்களைப் போக்கவே அவர் விழைகிறார் என்றும் ஆத்திகர் வாதிட வேண்டிய அவலம் நேர்கிறது. 'துடைத்தெறியவே' துன்ப துயரங்களைக் கடவுள் படைக்கிறார்' - இது பிதற்றலேயன்றி வேறென்ன?

ஆத்திகரின் இந்த அர்த்தமற்ற தருக்க நிலைபாட்டை சாங்கியக் கண்ணோட்டத்திலிருந்து கேள்விக்குள்ளாக்குவதில் வாசஸ்பதி மிஸ்ரருடன் மாதவர் முழுமையாக ஒத்துப் போகிறார். இந்த இருவருக்கும் நாத்திகத்தின் மீது தனிப்பட்ட அனுதாபம் ஏதுமில்லை என்பது இங்கே கவனத்தில் கொள்ளத் தக்கது. மாதவர் பயபக்தி மிக்க வேதாந்தி. நியாயம் பற்றிய தனது விளக்கவுரை வழி வாசஸ்பதி மிஸ்ரர் ஆத்திகத்தைத் தாங்கிப் பிடிப்பதில் தான் எத்தகைய தத்துவ

விற்பன்னர் என்பதை நிறுவிக் காட்டியவர். ஆகவே அவர்கள் சாங்கியத்தைக் காப்பாற்ற இத்தகைய நாத்திக வாதத்தை முன்வைக்கின்றனர் என எண்ணுவது வீணான கற்பனையே. பின்பு எங்கிருந்துதான் அவர்கள் இந்த வாதத்திற்கான விசயங்களைப் பெற்றனர்? வாசஸ்பதி மிஸ்ரரிடமிருந்து மாதவர் அவற்றைக் கடன் வாங்கியிருக்கலாம். அதே போன்று வாசஸ்பதி மிஸ்ரர் உண்மையான தொரு சாங்கிய வழக்கத்திலிருந்தோ அல்லது மறைந்தொழிந்த சாங்கிய நூலொன்றிலிருந்தோ அவற்றைக் கையாண்டிருக்கலாம்.

'சாங்கிய' சூத்திரம் எவ்வளவு பிற்காலத்தியதாயினும் அதில் இடம் பெறும் ஆத்திக எதிர்ப்பு வாதங்களுக்கும் இதே அனுமானம் பொருந்தும். எது எவ்வாறாயினும் இந்த வாதங்கள் தம்மளவில் சாரமுள்ளவை என்பதுடன் தெளிந்த, நன்கறியப்பட்ட ஆதி கால 'நாத்திகர்' எனும் கபிலரின் பெருமைக்குப் பொருத்தமானவையுங் கூட; (மாதவர் சாங்கியம் பற்றிய தன் கருத்துரையைக் 'கபிலர்' நாத்திக சாங்கியத்தின் 'நிறுவனர்.... எனும் சொற்களுடன் முடிக்கிறார்.[156]

சாங்கிய சூத்திரத்தின் பெரும்பாலான குறும்பாடல்கள் ஆத்திக வாதங்களை மறுத்திடும் வண்ணம் அமையப் பெற்றவையே. கடவுள் மறுப்புக்கான ஆதாரங்கள் பலதரப்பட்டவை. அது போன்றே அவை இந்த நூலில் காணப்படும் சூழல்களும் வெவ்வேறானவை. இவையனைத்தும் சாங்கிய சூத்திரத்தின் ஆசிரியர் தனது நாத்திகக் கோட்பாட்டில் ஐயந்திரிபறத் தெளிவாக இருக்க விரும்பியதன் அடையாளங்களே! ஏனிந்த ஆர்வம்? இது சாங்கிய நிலைபாட்டின்பால் அவருக்குள்ள பிடிப்பை எடுத்துரைத்திடும் ஒரு வழியாக இருக்குமோ? அத்தகைய சாத்தியக் கூற்றை அடியோடு மறுப்பதற்கில்லை. ஏனெனில் இந்த நூல் பெரும்பாலான சாங்கிய நூல்களின் அழிவுக்குப் பிறகே மிகவும் காலங் கடந்து வெளிவந்துள்ளது. அதன் ஆசான் மறைந்துபோன பழங்கால சாங்கிய நூல்களில் சிலவற்றின் தொகுப்பாளராகவும் இருந்திருக்கலாம். ஆதலால் தன்னை அத் தத்துவத்தின் உண்மையானதொரு பிரசாரகனாகக் காட்டிக் கொள்ளும் அவசியம் அவருக்கு நேர்ந்திருக்கலாம். இதற்கான வழிகளில் ஒன்று, தன் பெயரை மறைத்துக் கொண்டு அனைவராலும் பாராட்டப்படும் கபிலரிடமிருந்தே அந்த நூல் வந்ததாகக் கூறியிருக்கலாம். இன்னொரு வகையில் பார்ப்போமாயின், அவர் எளிதில் மனதில் இருத்திட ஏதுவான ஆதிகாலக் குறும்பாடல்களின் மறைபொருள் வடிவில் - அதாவது சூத்திரங்களின் வடிவில் - இந்த வாசகங்களை இயற்றி இருக்கலாம். மூன்றாம் வழி யாதெனில், நாத்திகத்துக்கு - அதாவது இந்தியத் தத்துவ மரபில் கபிலரின் பெயருடன் இரண்டறக் கலந்துவிட்டதொரு நிலைபாட்டுக்கு - ஆதரவான பிரகடனத்தை மீண்டும் வலியுறுத்துவது.

சாங்கிய சூத்திரத்தின் நாத்திகக் கருத்துகளை அந் நூலில் அவை இடம்பெற்றுள்ளவாறு இப்போது நாம் காண்போம்.

நூலுள் புகுமுன்: சாங்கிய சூத்திரத்தின் பாணி ‘சாங்கிய’ காரிகைக்கு மாறானது என்பதை நாம் நினைவிற் கொள்ள வேண்டும். சாங்கியத்தின் அடிப்படைகளைத் தெளிவுறுத்த பயன்படுத்தப்பட்ட நீதிக் கதைகளைத் தவிர்ப்பதுடன், அதற்கு எதிரான கருத்துகளை மறுத்திட, எதிர் வாதம் செய்வதையும் விடுத்து, அதன் நேர்மறையான கொள்கைகளைச் சுருக்கமாக விளக்குவதே சாங்கிய காரிகையின் நோக்கம். அதற்கு நேர் மாறாக, சாங்கிய சூத்திரத்தின் ஆறு பகுதிகளில் நான்கு மட்டுமே சாங்கியத்தின் கோட்பாடுகளை நேரடியாக விளக்கிடும் வகையில் அமைந்துள்ளன. மற்ற இரண்டும் நீதிக் கதைகளுக்கும், எதிர் வாதத்துக்கும் ஒதுக்கப்பட்டுள்ளன. அந் நூலின் ஐந்தாம் பகுதியில் இடம் பெற்றுள்ள எதிர் வாதத்தில் ஆத்திக அனுமானத்துக்கான மறுப்பை நாம் தருக்கப் பாங்கில் எதிர்பார்க்கலாம். சாங்கிய சூத்திரத்தின் மிகவும் குறிப்பிடத் தக்க நாத்திக வாதங்கள் தருக்க ரீதியில் எதிர்பார்க்கலாம் சாங்கிய சூத்திரத்தின் மிகவும் குறிப்பிடத் தக்க நாத்திக வாதங்கள் இந்த அத்தியாயத்தில்தான் தேடப்பட வேண்டும் என்பதில் ஐயம் ஏதுமில்லை.[157] ஆயின் இந்நூலின் நாத்திக ஆர்வம் இந்த அத்தியாயத்துடன் முடிந்துபோய் விடவில்லை என்பதும் இங்கே குறிப்பிடத் தக்கது. சாங்கியத்துக்கு எதிரான கருத்துக்களை மறுதலிக்கும் நோக்கில் திட்டமிடப்படாத முதல், மூன்றாவது மற்றும் ஆறாவது அத்தியாயங்களிலும் அந்த ஆர்வத்தை நாம் காண்கிறோம்.[158] இது நாத்திகத்தின்பால் இந்நூலாசிரியர் கொண்டுள்ள அக்கறையின் வெளிப்பாடல்லவா?

இந் நூலில் முதன் முதலாக நாத்திகத்தை அறிமுகப்படுத்திடும் இடம் முற்றிலும் வழக்கத்திற்கு மாறானது எனில் அது மிகையன்று. புலனுணர்வு (புலனறிவு) அல்லது மனக் காட்சிக்கான விளக்கத்தை ஆதரித்துப் பேசுகையிலேயே இந்த அறிமுகம் நிகழ்கிறது. “புலன் வழி உணரப்படுகிற ஒரு (சடப்) பொருளுடன் ஏற்படுகிற தொடர்பே புலனறிவின் ஆதாரம்[159] ஆதலால் அது ஒரு போதும் நிலைத் தன்மை கொண்டதாகாது; தற்காலிகமானதே என்பதுதான் இந்த ‘இலக்கணத்தின்’ ஒரு குறிப்பிடத் தக்க அம்சமாகும். புலனுணர்வு (புலனறிவு) அல்லது மனக் காட்சிக்கான இந்த வரையறை யாதொரு (சடப்) பொருளுடனும் தொடர்பற்ற, என்றென்றும் நின்று நிலவும் தெய்வீக ஞானத்திற்கு - அதாவது கடவுளின் ஞானத்திற்குப் - பொருந்தாதாகையால் இது மிகவும் குறுகலானது என மறுக்கப்பட்டது. ‘கடவுளின் இருப்பு நிரூபிக்கப்படவில்லையாதலால் இந்த மறுப்பு பொருத்தமற்றது என

இந் நூல் வாதிடுகிறது.[160] வேறு விதமாய்ச் சொல்வதெனில், கடவுள் என்பதே வெறும் கற்பனை என்கிறபோது புலனுணர்வு (புலனறிவு) அல்லது மனக் காட்சிக்கான இந்த விளக்கத்தைத் தெய்வீக (அல்லது கடவுளின்) ஞானத்திற்குப் பொருத்துகிற கேள்வியே எழவில்லை.

'கடவுள் நிரூபிக்கப்படாததால்" எனும் சொற்றொடர் இந்திய நாத்திகத்தின் மிகப் பிரபலமான பிரகடனங்களுள் ஒன்று. ஆயின் அது 'சாங்கிய சூத்திர'த்தில் செருகப்பட்ட சூழல்தான் சற்று விசித்திரமானது; அந் நூல் 14ஆம் நூற்றாண்டுக்கு முந்தையதாக இருக்க முடியாது எனும் பொதுவான கருத்தைச் சரியெனக் கருதினால், அது வெளிவந்தபோது பிற்கால நியாய - வைசேசிகரின் ஆத்திகச் சார்பு என்பது இந்திய தத்துவஞானிகளுக்கு நன்கு தெரிந்த ஒன்றாக இருந்திருக்க வேண்டும்; இதே நியாய - வைசேசிகர் புலனறிவு குறித்த ஆய்வுக்கு முக்கிய இடமளிக்கப்பட்ட அறிவாராய்ச்சி பற்றிய பிரச்சனைகளில் கைதேர்ந்தவராக இருந்தனர். 'சாங்கிய சூத்திர' ஆசிரியருக்கு இவையனைத்தும் தெரியாமல் இருந்திருக்க வாய்ப்பே இல்லை. புலனறிவு குறித்த பிற விளக்கங்களில் சாங்கியத்துடன் நியாய - வைசேசிகம் மாறுபட்டதாயினும் அப் புலனறிவு தொடுவுணர்வின்பாற்பட்டது என்பதிலும், ஆகவே, அது இம்மண்ணுலகம் சார்ந்த விசயமே - அதாவது தற்காலிகமானதே- என்பதிலும் அதற்கு உடன்பாடுதான். வேறு விதமாய்ச் சொல்வதெனில்; சாங்கிய சூத்திரத்தில் இடம் பெற்றுள்ள புலனறிவு பற்றிய விளக்கத்தில் காணப் பெறும் எந்த இரு குறிப்புகளின் பொருட்டு அந்த நூலாசிரியர் கடவுளை மறுக்க வேண்டி வந்ததோ அவ்விரண்டும் பிற்கால நியாய- வைசேசிகரால் முழுமையாக ஏற்றுக் கொள்ளப்பட்டன. ஆயினும், புலனறிவு பற்றிய தமது வரையறையில் உள்ள இவ்விரு குறிப்புகளுக்கும், கடவுள் இருப்பில் அவர்களின் விடாப்பிடியான கருத்துக்கும் இடையில் எவ்வித முரண்பாட்டையும் அவர்கள் காணவில்லை. நமது இப்போதைய நோக்கத்துக்குப் புலனறிவு தொடுவுணர்வின் விளைவே என்பதால் அது இம் மண்ணுலக விசயமே (தற்காலிகமானதே) என்பதை ஒப்புக் கொண்ட பிற்கால நியாய-வைசேசிகர் தமது ஆத்திகத்தையும் இறுகப் பற்றி இருந்தமை எவ்வாறு எனும் கேள்வி அவசியமில்லை.

இங்கே கவனிக்க வேண்டியது யாதெனில் புலனறிவுக்கும் ஆத்திகக் கருத்தாக்கத்துக்கும் இடையிலான முரண்பாட்டை இயல்பானதாக 'சாங்கிய சூத்திரம்' எடுத்துக் கொண்டதைப் பிற்கால நியாய-வைசேசிகர் உணரவே இல்லை என்பதுதான். இதன் பொருள், இம் முரண், தருக்கப் பாங்கில் தவிர்க்க இயலாதது அல்ல என்பதாகவோ அல்லது புலனறிவின் நிலையற்ற தன்மையை ஆதரித்து வாதிடக் கடவுள் மறுப்புதான் ஒரே வழி என்பதில்லை என்றோ இருக்கலாம்.

வேறுவிதமாய்ச் சொல்வதெனில் எதை மறுப்பதற்காக 'சாங்கிய-சூத்திரத்தின் ஆசிரியர் கடவுள் மறுப்பைக் கைக் கொண்டாரோ அதற்கு (அதாவது, அப்புலனறிவு பற்றிய வரையறைக்கு) எதிரான அந்த வாதம் தீவிர அறிவாராய்ச்சிக் கண்ணோட்டத்தின் விளைவன்று. அப்படியானால், விவாதத்தின் போக்குக்கு அந்த மறுப்பு அவ்வளவு கறாராகப் பொருந்தாத போதும் நாத்திகத்துக்கு சாதகமாகத் தன்னைக் காட்டிக் கொள்ளும் நோக்கில் தனக்குக் கிடைத்த முதல் வாய்ப்பைக் கெட்டியாகப் பிடித்துக் கொள்ள வேண்டும் என எண்ணியதன் விளைவா?

ஆயின், இந்த ('கடவுளின் இருப்பு மெய்ப்பிக்கபடவில்லை' எனும்) வாசகம் அப்பட்டமான நாத்திகப் பிரகடனமாகக் கருதப்பட்டதா? வெளிப்படையான ஆத்திகச் சார்பு கொண்ட விஞ்ஞானபிட்சு இது குறித்து சில ஐயங்களைக் கிளப்பினார்; நமது கோட்பாடு கடவுளின் இருப்பை நிரூபிக்கத் தவறியிருப்பின் அதனாலேயே அவர் இல்லாமற் போக வாய்ப்பில்லை என்பதால் கடவுள் மறுப்பையும் அவரின் இருப்பை நிறுவிடும் ஆற்றல் கொண்ட கோட்பாட்டுக்கான சாத்தியப்பாட்டின் மறுப்பையும் ஒன்றாய்ப் போட்டுக் குழப்பிக் கொள்ளக்கூடாது என்கிறார் விஞ்ஞானபிட்சு; இந்த அனுமானத்தை மனங் கொண்டு அவர் வாதிடுகிறார்: சாங்கிய— சூத்திரத்தின் சொல்லாட்சியைக் கவனமாக ஆய்ந்தறிகிற ஒருவர் அது கடவுள் இல்லை என்பதை நிறுவுவதற்குப் பதிலாகக் கடவுளை நிறுவிடும் சாத்தியத்தை மறுதலிக்கும் நோக்கிலேயே அமைந்திருப்பதை உணர்வார்; அச் சூத்திரம் ''கடவுள் இருக்கிறார் என நிரூபிக்கப்படவில்லை என்பதால்' என்றுதான் பொருள்படுமேயொழிய ''கடவுள் இல்லை என்பதால்'' என்றன்று;[161] அச் சூத்திரம் உண்மையான நாத்திக நோக்கில் அமைந்திருந்து இருப்பின் அதன் ஆசிரியர் முதலாவது வாசகத்துக்குப் பதிலாக அந்த இரண்டாவது வாசகத்தை - அதாவது "கடவுள் இல்லை என்பதால்" என்பதையே - தேர்ந்திருப்பார்.

ஆயின், அந்த வாசகத்துக்கு அப்படியொரு பொருள் விளக்கம் தரப்படுவதைப் புகழ் வாய்ந்த சில மரபு சார் பண்டிதர்கள் உட்படத் தற்கால அறிஞர்கள் அப்பட்டமாக மறுக்கிறார்கள்; காளீவர வேதாந்தவாகீசர் "கடவுள் நிருபிக்கப்படவில்லை' மற்றும் 'கடவுள் இல்லை' என்கிற இந்த இரு வாசகங்களும் பிற விளக்கவுரையாளார் களுக்கு எவ்வாறு தோன்றிடினும் எமது புரிதலைப் பொறுத்தவரை நடைமுறை அர்த்தத்தில் ஒரே பொருள் படுபவையே என்கிறார்[162]; கார்ப் கூறுகிறார்: விஞ்ஞானபிட்சு 'வேதாந்தக் கோட்பாடு' என்று அழைத்திடப் பிரியப்படும் தனது தத்துவக் கோட்பாட்டுக்கும் சாங்கிய தத்துவத்துக்கும் இடையேயுள்ள விரிசலைச் சரிக்கட்ட

உண்மையான சாங்கியத்தின் அடிப்படைக் கோட்பாடுகளில் ஒன்றான 'கடவுள் மறுப்பை' ஒழித்துக் கட்டும் அதீத முயற்சியில் இறங்குகிறார்."[163]

('கடவுளின் இருப்பு மெய்ப்பிக்கபடவில்லை' எனும்) மேற்கண்ட வாசகத்துக்கு விஞ்ஞானபிட்சுவால் அளிக்கப்பட்ட இத்தகைய மரியாதையற்ற விளக்கத்தைத் தற்கால அறிஞர்கள் தள்ளுபடி செய்தது எவ்வகையில் நோக்கினும் முற்றிலும் சரியானதே! அவர்களின் பல கருத்துகளில் ஒன்றுதான் நாம் விவாதித்துக் கொண்டிருக்கிற சூத்திரத்துக்கு அடுத்து வருகிற சூத்திரங்களின் தெளிவான பொருளும், 'கடவுள் நிரூபிக்கப்படவில்லை' எனச் சொன்ன அடுத்த நிமிடமே 'கடவுள் கோட்பாடு தீர்க்கப்படாத முரண்பாட்டைக் கொண்டுள்ளது என்கிறார் அந்நூலின் ஆசிரியர்; புதிரான மொழி நடையைக் கொண்ட அந்நூல், கடவுள் மெய்ப்பிக்கப்படாமைக்குக் காரணம் அவர் (தன் விருப்பத்திற்கு இயங்கிடும்) சுதந்திரமுள்ள ஏவலராகவோ அல்லது அடிமைத் தொழில் புரிபவராகவோ இருக்க முடியாது என்கிறது;[164] தொடர்ந்து, "அவர் இவ்விரண்டில் எதுவாக இருப்பினும் படைப்பாற்றல் அற்றவரே'" என்கிறது அது.[165]; இந்த வாதத்தின் உட்பொருள்களை நாம் காண்போம்:

ஆத்திகரைப் பொறுத்த மட்டில் கடவுள்தான் இவ்வுலகைப் படைத்தவர்; படைக்கிறவர் எனில் அவர் ஏதேனும் ஒன்றைச் செய்கிற பேராள் எனப் பொருள்; ஆயின் ஒரு பேராள், (Agent) தன் விருப்பத்துக்கு இயங்கிடும் முழுச் சுதந்திரமுள்ளவராக அல்லது ஒன்றைச் செய்யப் பணிக்கப்படுகிற ஏவலாளாக—இவ்விரண்டில் ஏதேனும் ஒருவராக இருந்தால்தான் ஒரு காரியத்தைச் செய்யவியலும்; கடவுள் இவ்விரண்டில் எந்த ஒன்றிலும் அடங்க மாட்டார்; ஒரு பேராளைக் கற்பிக்க இவ் விரு வழிகள் தவிர மூன்றாவதாக இன்னொன்றில்லை என்பதாலும், அவர் உலகின் கர்த்தாவாக இருந்திட (மேற்சொன்ன வகையில்) ஏதேனுமொரு பேராளாக இருந்தேயாக வேண்டும் என்பதாலும் கடவுள் இருப்பு குறித்த கற்பிதம் வாதப் போரில் எதிர்த்து நிற்கும் வலுவற்றது.

ஆயின், கடவுளைத் தன் விருப்பத்துக்கு இயங்கிடும் முழுச் சுதந்திரமுள்ளவராக அல்லது ஒன்றைச் செய்யப் பணிக்கப்படுகிற ஏவலாளாக — இவ்விரண்டில் ஏதேனும் ஒருவராக— ஏன் கருதிட இயலாது? தடையற்ற முழுச் சுதந்திரம் எனில் பற்று, பாசம், ஆசை என எல்லாத் தளைகளிலிருந்தும் விடுதலை எனப் பொருள்; ஆகவே, கடவுள் முழுச் சுதந்திரமானவர் எனில் ஆசாபாசமற்றவர் என்றே கருதப்படல் வேண்டும்; அவ்வாறாயின் அவருக்கு இவ்வுலகைப்

படைக்கும் ஆர்வம் அறவே இருந்திராது; ஆமெனில், அவர் உண்மையில் விருப்பமின்றி இந்த உலகைப் படைத்திட இயலுமா? ஆத்திகரால் அவ்வாறு நினைத்திட இயலாது; அவரால் இவ்வுலகம் கடவுள் சித்தப்படியல்லாமலும், யாதொரு திட்டமும் இன்றியும் தன்னிச்சையாகத் தோன்றியது எனக் கருதிட முடியாது; ஆகவே அவரின் கடவுளுக்குக் குறைந்த பட்சம் இந்த உலகைப் படைக்க வேண்டும் என்ற ஆசையோ, விருப்பமோ இல்லாமல் இருக்க வாய்ப்பில்லை; ஆத்திகருக்குள்ள இன்னொரு மாற்று வழியாதெனில், 'கடவுள் சுதந்திரமானவராக இல்லை, அவர் ஏதோவொரு கட்டுக்குள் சிக்கியவர் எனக் கருதுவதே; அவ்வாறாயின் கட்டுண்ட ஒருவர், ஆத்திகரின் கூற்றுப்படி உலகைப் படைக்க அவசியப்படும் அடிப்படையான முன்நிபந்தனையான சர்வ வல்லமையைக் கொண்டவராக இருக்க முடியாது;

தொகுத்துக் கூறுங்கால்; ஆத்திகர் தனது கடவுளைத் தன்னிச்சையாய்ச் செயல்படுகிறவர் என்றோ, ஏதேனும் ஒன்றுக்குக் கட்டுப்பட்டவர் என்றோ ஒப்புக் கொண்டேயாக வேண்டும்; முதலாமவருக்கு உலகைப் படைத்திடும் ஆசை உண்டாகியிராது; இரண்டாம் வகையாருக்கு அதற்கான ஆற்றல் இருந்திராது; ஆகவே எப்படிப் பார்க்கினும் இவ்வுலகம் இறைவனால் படைக்கப் பட்டிருக்க முடியாது; அவ்வாறாயின் அப்படிப்பட்ட ஒருவர் கடவுளாக முடியாது; குறைந்த பட்சம் இந்திய தத்துவத்திலேனும் ஆத்திகர்கள் ஆண்டவன்தான் இந்த அகிலத்தின் காரணகர்த்தா எனக் கருதியுள்ளனர்.

கடவுள் நிரூபிக்கப்படவில்லை எனில் கடவுள் இல்லை— இவ்வாறாகத்தான் 'சாங்கிய சூத்திரம் முடிவு கட்டுகிறது.

இந் நூலின் 5ஆம் அத்தியாயத்தில் இத்தகைய நாத்திக வாதம் மேலும் விரிவான விவாதத்துக்கு உட்படுத்தப் பட்டுள்ளது; இந்திய தத்துவ சர்ச்சையின் மரபுப்படி 'கடவுள் நிரூபிக்கப்படவில்லை' எனும் கருத்துக்கு முதலில் மறுப்பு தெரிவிப்பதிலிருந்து அவ் விவாதம் ஆரம்பமாகிறது; கடவுள்தான் வினைப் பயனை உறுதிப்படுத்துகிறவர் என்பதால் அவரின் இருப்பு ஐயத்துக்கு அப்பாற்பட்டது; ஆகவே மேற்கண்ட மறுப்பு சரியன்று என அந்த ஆத்திகர் வாதிடுகிறார்[166] சாங்கிய சூத்திரத்தின் இதற்கான பதிலாவது:" வினைப்பயன் அவ் வினையின் எதிர்விளைவேயன்றி அது கடவுளின் கண்காணிப்பால் நிகழ்வதன்று"[167]

இது இந்திய தத்துவத்தின் அடிப்படையான சர்ச்சைகளில் ஒன்றை நமக்கு அறிமுகப்படுத்துகிறது; தீவிரமான பொருள் முதல்வாதிகள் மட்டுமின்றி கிட்டத்தட்ட எல்லாத் தத்துவ ஞானிகளும் ஒவ்வொரு வினையும் அதற்குரிய விளைவுகளை

ஏற்படுத்தவே செய்கிறது என நம்பவே செய்தனர்; ஆயின், எங்கே அவர்கள் மோதுகிறார்கள் எனில் இந்த வினைப் பயன் தானாகவே விளைகிறதா அல்லது கடவுளின் தலையீட்டால் அல்லது கண்காணிப்பால் நிகழ்கிறதா என்கிற இடத்தில்தான்; மீமாம்சகர் வினையின் விளைவே அதன் பலன் என்பதால் இதில் ஆண்டவனை இழுப்பது அவசியமற்றது என்றனர்; இதற்கு மாறாக, இந்த முழு நிகழ்வுக்கும் கடவுள் வடிவிலான அறிவார்ந்த ஒருவரின் கண்காணிப்பு அவசியம் தேவை என ஆத்திகர்கள் வாதிட்டனர்; இது முக்கியமாக உலக நடவடிக்கைகளை உன்னிப்பாகக் கண்காணிக்க ஒரு நன்னெறிக் காவலர் தேவை எனும் அனுமானம் குறித்ததொரு சர்ச்சையாகும்; 'நற்குணமும், நல்லொழுக்கமும் தாமாகவே நற்பயனைக் கொண்டு வரா; அதேபோல், தீமையைத் தீவினை தானாகவே கொண்டு சேர்க்காது' என்பது ஆத்திகர் வாதம்; 'நீதியரசராம் கடவுள்தான் நல்லவர்க்கு நல்லதையும், தீயோர்க்குத் தீங்கையும் தருகிறார்'.

பின்னர் இந்த சர்ச்சை குறித்து நாம் மேலும் பேசுவோம்! இங்கே நாம் இது குறித்து சாங்கியசூத்திரம் என்ன சொல்கிறது எனப் பார்ப்போம்:

'உலகைப் படைத்தவர்' என்கிற கற்பனையைப் போலவே 'அதற்கொரு 'நன்னெறிக் காவலர்' என்கிற அனுமானமும் அவசியமே இல்லாதது; 'வினையே அதன் விளைவுக்குக் காரணம்' என்ற சாங்கிய சூத்திரம் 'நீதியரசர் எனும் கருத்துக்கு எதிராகக் கிளப்பிய வாதம் வறட்டுத்தனமானதன்று; திட்டவட்டமான ஆதாரங்களை அது அடுக்கிச் செல்கிறது.

அந்த ஆதாரங்கள்தாம் யாவை?

முதல் கேள்வியாவது: ஆண்டவனே உண்மையில் உலகை ஆள்பவர் எனில் அவரின் அரசு ஏனைய சாதாரண அரசர்களுடையதைப் போன்றே அவரின் சொந்த நலன்களை முன்னிறுத்துவதாகவே இருக்க முடியும்[168]; அந்த சூத்திரத்தின் சுருங்கிய வடிவத்தில் இந்த வாதம் அவ்வளவு வலுவாகத் தெரியாது; ஆயினும் அதன் உட்பொருள் குறித்து சற்று விரிவாக இங்குக் காண்போம்:

ஆட்சி செலுத்துகிற ஒருவரின் அடிப்படை நோக்கத்தை முதலில் இங்கே தெளிவு படுத்திட வேண்டும்; இதற்கான விளக்கம் ஒருவரின் விருப்பத்துக்கு ஏற்பவோ, விசித்திரமாகவோ இருந்து விடக் கூடாது எனில், நாம் கண்ணுற்ற நிகழ்வுகளின் பேரில்தான் அது அமைய முடியும்; அத்தகைய நிகழ்வுகள் நிச்சயமாக இவ்வுலக ஆட்சியாளர்களான சாதாரண அரசர்களின் நடவடிக்கைகளாகத்தான் இருக்க முடியும்; ஆகவே, இவ்வுலகில் எதற்காக அரசாட்சி நடைபெற்று வருகிறது என்பதுதான் கேள்வி. சாங்கியக்

கண்ணோட்டத்தில், அரசனின் சுய நலமே அரசாட்சியின் அடிப்படை நோக்கம்; ஆகவே இந்த அர்த்தத்தில் ஆண்டவனின் அதிகாரத்தை ஆத்திகர் ஒருவர் முன்மொழிவாரேல் அதை நமக்குத் தெரிந்த இந்த ஒரு மாதிரியைக் கொண்டு மட்டுமே புரிந்து கொள்ள முடியும்!

ஆனால், அந்த ஆத்திகர் இப்படியும் வாதிடலாம்: 'கடவுள் தனது நலன் பொருட்டே இவ்வுலகை ஆள்கிறார் எனில் அதில் தவறேதும் இல்லை; அல்லது சில தெய்வீக நோக்கத்தை நிறைவு செய்வதுங் கூட அவரின் நோக்கமாக இருக்கலாம்' எனலாம் ; அவ்வாறாயின் சாதாரண இவ்வுலக அரசனுக்கும் ஆண்டவனுக்கும் இடையே வேறுபாடு ஏதுமிராது; அவனது நிலைக்கு இறைவன் இறங்கி வரும் இழிநிலைதான் ஏற்படும் என்பதே இதற்கு சாங்கிய சூத்திரத்தின் பதில்[169] இக் கருத்துடன் ஆத்திகர் இணங்குகிறார் எனில் அவரின் கடவுள் பெயரளவிலான ஒருவராகவே இருக்க முடியும்[170]

இந்த வாதம் இன்னும் நீண்டு 'உலகாளும் தலைவன் என ஆண்டவனைக் கருதினால் ஆத்திகர் அவனின் இன்றியமையாக் குணாம்சம் எனக் குறிப்பிடுகிற 'முடிவற்ற சுதந்திரம்' அந்த ஆண்டவனுக்குக் கிட்டாமற் போகும் என்றது; இக் கருத்து இந் நூலில் எவ்வாறு செழுமைப் படுத்தப் பட்டது எனக் காண்போம்:

நமக்குப் புலப்படுகிற செயல்பாடுகள் அனைத்தும் ஏதேனும் ஒன்றின் மீதான பற்றுதான் ஒவ்வொரு செய்கைக்கும் ஆதாரம் என்கிற பொது விதியை மெய்ப்பிக்கின்றன; வேறு விதமாய்ச் சொல்வதெனில், அப் பற்றுதான் எந்தவொரு செயலுக்கும் உந்து சக்தியாகும்; ஆகவே, ஆண்டவன் ஆசா பாசங்களுக்கு அப்பாற்பட்டவன் எனில் அவன் எவ்விதமான செயலிலும் — நீதியை நிலை நாட்டிடும் வேலையிலுங் கூட— இறங்க மாட்டான் என்றுதான் நாம் கொள்ளவியலும்; கடவுளை உலகின் நீதியரசராகக் கருதிடும் ஆத்திகர் பற்றின் காரணமாகத்தான் அவர் அத்தகைய செயலில் இறங்குகிறார் என்பதை ஏற்றாக வேண்டும்; அவ்வாறு ஒப்புக் கொண்டால் அந்த ஆண்டவனின் இன்றியமையாக் குணாம்சம் எனப்படுகிற 'முடிவற்ற சுதந்திரம்' அவரிடமிருந்து பறிபோகும்; ஆகவே, ஆண்டவன் ஆட்சி செய்வதில்லை என்றோ அல்லது அவன் எல்லையற்ற சுதந்திரத்தை அனுபவிப்பதில்லை என்றோ ஆத்திகர் ஒப்புக்கொள்ள வேண்டும்[171] இந்த இரண்டில் எதுவாயினும் அவர் இனிக் கடவுளாகக் கருதப்பட மாட்டார்.

ஆயின், "இறைவனுக்குள்ளேயே அடக்கமாகிய தெய்வீக குணங்கள் அவனைப் போன்றே நிலையானவை என்பதால் அவை அவனை எவ்விதத்திலும் கட்டுப் படுத்த மாட்டா; ஆண்டவனின் ஆசை, அறிவுக் கூர்மை போன்றவை அவனைப் போன்றே

அழிவற்றவை" என ஆத்திகர் வாதிடலாம்; சாங்கிய சூத்திரத்தின் ஆசிரியர் இந்த வாதத்தை அபத்தமானது என்கிறார்; தீ எதைப் பற்றினாலும் தீயே; அது போல, ஒரு பண்பு அதன் பாத்திரத்துக்கு ஏற்ப மாறுபடாது;[172]. அறிவுக் கூர்மை உள்ளிட்ட பிறவும் அது போன்றவையே; அவை அழிவற்றதொன்றின் அங்கமாக இருப்பினும் என்றும் நிலைத்திருக்க முடியாது; அந் நூலாசிரியர் அத்தகையதொரு விசித்திரமான ஊடகம் இருப்பது மெய்ப்பிக்கப் படாததால் அது குறித்த கேள்வி எழாது என்கிறார்.[173]. வேறு வார்த்தைகளில் சொல்வதெனில், ஆத்திகர் முதலில் தனது கடவுள் என்றும் இருக்கிறவர் என்பது நன்கு நிறுவப்பட்டதோர் உண்மை என்பதை உறுதி செய்த பின்பே அவரின் அழிவற்ற தன்மை போன்றே தெய்வீக குண நலன்களும் நிலைபேறுள்ளவை எனப் பேச முடியும் என்கிறார். ஆயின், அப்படியொரு கடவுளே இல்லாததால்அவர் நிரூபிக்கப்படவில்லை என்பதே முடிவான உண்மை என்கிற போது அந்த ஆத்திகரால் எவ்வாறு அப்படி அடித்துப் பேச முடியும் ?

இது சாங்கிய நாத்திகத்தின் அடிப்படைக் கருத்தின்பால் நம்மை மீண்டும் இட்டுச் செல்கிறது . முழுமுதற் பொருள்தான் இவ்வுலகின் முதற் காரணி எனக் காரண காரியத் தொடர்புள்ள ஆதாரங்களின் பேரில் ஏற்றுக் கொண்ட சாங்கிய தத்துவ ஞானிகள் கடவுளின் இருப்பு குறித்த கருத்து அவசியமற்றது என்றனர். இத்தகைய பகுத்தறிவுப் பார்வையுடனேயே கடவுள் அவசியமற்றது என்பதை நிறுவ முயன்றனர் . அதை இரு வழிகளில் செய்தனர் : முதலில் கடவுள் தீர்க்கப்படாத முரண்களைக் கொண்டது என்பதையும் அடுத்து அனைவராலும் நன்கறியப்பட்ட செல்லத் தக்க அறிவின் கருவி ( பிரமாணம் ) ஏதும் கடவுளை நிரூபிக்கவில்லை என்பதையும் எடுத்துக் காட்டி கடவுள் அவசியமற்றது என்பதை நிரூபித்தனர்.

கடவுளின் இருப்பை உறுதி செய்யும் செல்லத் தக்க அறிவின் கருவி ஏதுமின்மையால் அவர் நிரூபிக்கப் படவில்லை என்கிறார் ' சாங்கியசூத்திரத்தின் ஆசிரியர்.[174]. இங்கே அவர் தன் கருத்தை மீள வலியுறுத்துவதுடன் தருக்கவியல் பாங்கில் அதை நிறுவவும் முயல்கிறார்.

புலனறிவு, உய்த்தறிதல் போன்றவைதாம் இந்திய தத்துவம் அங்கீகரித்துள்ள செல்தகைமை (அதாவது, தகுதி) வாய்ந்த அறிவின் கருவிகளாகும்; ஆனால், அனைத்துப் பிரிவுகளையும் சார்ந்த தத்துவ ஞானிகளிடம் அவற்றின் தன்மை, எண்ணிக்கை ஆகியவற்றின் மீதான கருத்தொற்றுமை ஏற்பட்டிருக்கவில்லை; சாங்கிய காரிகையும், சாங்கியசூத்திரமும்[175] புலனறிவு, உய்த்தறிதல், வேதங்களின் வடிவிலான வாய்மொழிச் சான்று ஆகிய மூன்று கருவிகளை

ஏற்றுக்கொண்டன; இம் மூன்றில் கடைசியாக உள்ள வாய்மொழிச் சான்று, வேத மறுப்பாகப் பிறவி எடுத்தது எனத் தகுதி மிக்க தற்கால அறிஞர்களால் குறிப்பிடப்பட்ட சாங்கிய தத்துவத்தின் பழைய உணர்வுக்கு எதிரானது[176] ஆகவே, வேதங்களுக்கு சாங்கிய சூத்திரம் சுட்டிக் காட்டும் தகுதி, உண்மையான சாங்கியக் கண்ணோட்டத்துக்கு முரணானது; எனவேதான் கடவுளுக்குப் பதிலாகப் பிரக்ருதியை (அதாவது, ஆதி மூலப் பொருளை) உலகின் காரணி என நிறுவிட முயலும் சூத்திரங்கள் நமக்கு அவ்வளவாகப் பிடிபடவில்லை; கடவுள் மறுப்புக்கு ஆதரவான அறிவாராய்ச்சியின் விளைவாக சாங்கிய நோக்கில் முன் வைக்கப்பட்டவாதங்களின் தீவிரமான அம்சம் யாதெனில் புலனறிவோ அல்லது உய்த்தறிதலோ கடவுளை மெய்ப்பிக்கவில்லை என்பதுதான்; இவ்விரண்டில் ஒன்றான புலனறிவு வழி கடவுள் இருப்பை மெய்ப்பிக்கும் சாத்தியக் கூறு அநேகமாக இல்லையாதலால் அதைப் பொருட்படுத்த வேண்டியதில்லை; நேரடியான புலனறிவு வழி கடவுள் இருப்பை அறிவது என்கிற கேள்விக்கே இடமில்லை எனும் நிலைபாட்டை மிகச் சாதாரணமாக சாங்கிய சூத்திரம் மேற்கொண்டதாக விஞ்ஞானபிட்சு எனும் அதன் உரையாசிரியர் கூறுகிறார்[177]; இதுநம்மை அடுத்த கேள்வியாகிய உய்த்தறிதல் வழி கடவுளை மெய்ப்பிக்கும் சாத்தியப்பாட்டை நோக்கித் தள்ளுகிறது; தமது ஆத்திகத்தை நிரூபிக்கப் பிற்கால நியாய-வைசேசிகர்கள் உண்மையில் இதைத்தான் நம்பினர்; ஆனால் சாங்கியசூத்திர ஆசிரியர் இதற்கு இவ்வாறு பதிலளித்தார்:" இரு பொருட்கள், நிகழ்வுகள் அல்லது விசயங்களுக்கு இடையே இருக்க வேண்டிய) எதற்கும், எங்கும் பொருத்தமான உறவு ஏதும் இங்கே இல்லாததால் உய்த்தறிதல் மூலம் கடவுளை மெய்ப்பிக்க வழியில்லை[178]

ஆர்வத்தைக் கிளறும் இந்த விவாதத்தைக் காலவரையின்றி தொடரலாம்; நாம் அதன் விளைவுகளை இங்கே சுருக்கமாகப் பார்ப்போம்: ஓர் அடையாளம் அல்லது சின்னத்துக்கும் (அதாவது, கண்ணில் படுகிற ஒன்றுக்கும்), (அதைக்கொண்டு உய்த்துணரப்படுகிற) அதன் இயல்புக்கும் இடையேயுள்ள எங்கும், எதற்கும் பொருத்தமான உறவு பற்றிய ஞானமே உய்த்தறிதலுக்கான தவிர்க்கவியலாத முன் நிபந்தனை என்பது இந்திய தருக்கவியலின் பொதுவான அனுமானம்; புகையைக் கண்டதும் நெருப்பைப் பற்றிய எண்ணம் எழ அந்த ஞானம்தான் காரணம்; அந்த ஞானத்துக்கு அவ்விரண்டையும் ஒருசேரக் கண்ட முன் அனுபவம் அவசியம்; எனவேதான் புலனறிவுக்கு அடுத்ததே உய்த்தறிதல் என்பது பழங்கால இலக்கணம்[179]; வாத்ஸ்யாயனர் கூறுவது போல் 'புலனறிவுக்கு அடுத்ததே உய்த்தறிதல்' எனும் சொற்றொடர் ஓர் அடையாளம்

அல்லது சின்னத்துக்கும் (அதாவது கண்ணில் படுகிற ஒன்றுக்கும்), (அதைக் கொண்டு உய்த்துணரப்படுகிற) அதன் இயல்புக்கும் இடையேயுள்ள எப்போதும் மாறாத, எதற்கும் பொருத்தமான உறவையும் அந்த அடையாளம் அல்லது சின்னங்களைப் பற்றிய புலனறிவையும் குறிக்கிறது[180] உய்த்தறிதல் பற்றிய இத்தகைய புரிதல் வழியான கண்ணோட்டத்திலிருந்துதான் சாங்கிய சூத்திர நூலாசிரியர் பின் வருமாறு வாதிடுகிறார்; கடவுள் உய்த்தறியப்பட முடியுமெனில் அதற்குப் பொருத்தமானதோர் அடையாளம் தேவை; அந்த அடையாளத்துக்கும் ஆண்டவனுக்கும் இடையேயுள்ள மாற்றப்பட முடியாத உறவு பற்றிய புலனறிவுதான் அந்த உய்த்தறிதலுக்குரிய முன் நிபந்தனையாகும்; ஆயின், கண்ணில் படாதவர் கடவுள் என்பதால் மேற்சொன்ன உறவை அறியவோ, உணரவோ முடியாது; இந்நிலையில் அவரை எங்ஙனம் உய்த்தறிவது? ஆகவே கடவுளின் இருப்புக்கு உய்த்தறிதல் வழி நிரூபணத்தைத் தேடுவது வீண் வேலையே!

பிற்கால நியாய-வைசேசிகர் இத்தகைய 'மட்டையடி மறுப்பை' ஏலார் என்பதை நானறிவேன்; உய்த்தறிதல் எனும் பொதுவான பிரச்சனை மற்றும் கடவுள் இருப்புக்கு உய்த்தறிதல் மூலமான நிரூபணம் ஆகியன குறித்து அவர்கள் அடைந்திருந்த வாதத் திறமை ஆகியவற்றிலிருந்து நோக்கிடின் சாங்கிய - சூத்திரத்தில் அத்தகைய நிரூபணம் மறுப்புக்குள்ளாவதை மிகவும் மேலோட்டமான, ஆழமற்ற பார்வை என்றே எண்ணுவர்; இவையனைத்தையும் பற்றிய விவாதம் இப்போதைய நமது நோக்கத்திற்கு அவசியமற்றது; இங்கே நாம் கவனப் படுத்த வேண்டியது யாதெனில் அசல் சாங்கியத்துக்கு அந்நியமான கருத்துகள் அளவின்றி நுழைந்த சாங்கிய-சூத்திரம் போன்றதொரு மிகவும் பிற்காலத்திய நூலில் கூட நாத்திகத்துக்கு அத் தத்துவம் அளித்த முக்கியத்துவமும், அந் நாத்திகத்தை ஆழ்ந்த மற்றும் அறிவார்ந்த அடித்தளங்களின் மீது நிலை நிறுத்திடும் போக்கும் தொடரச் செய்தன என்பதைத்தான்!

# 10

# புத்தரின் நாத்திகம்

புத்தரின் போதனைகளின் மீது சாங்கியப் பார்வையின் நேரடித் தாக்கம் இருந்தததாக ஆரம்ப கால புத்த மத ஆராய்ச்சியில் புகழ் வாய்ந்த தற்கால அறிஞர்கள் இடைவிடாமல் வாதிட்டனர்; ஜாக்கோபியும், பிஷல் அவர்களும் சாங்கிய தத்துவம்தான் தொடக்க கால புத்த மதக் கோட்பாட்டின் அடித்தளமாக அமைந்தது என்கின்றனர்;[181] ஹெச்பி. சாஸ்திரி ஒரு படி மேலே சென்று கூறுகிறார்: புத்தரின் முழுமையான வாழ்க்கை வரலாறு குறித்த ஆரம்ப கால நூல்களில் ஒன்றான 'புத்தசரித்'த்தை எழுதிய கவிஞரும், தத்துவ ஞானியுமான அஸ்வகோசர் கி.பி. முதல் அல்லது இரண்டாம் நூற்றாண்டிலேயே இதைப் பற்றி ஏராளமாகச் சொல்லியுள்ளார்;[182].

சாங்கியத்துக்கும் பவுத்தத்துக்கும் இடையில் நிலவிய வரலாற்றுப் பாங்கிலான உறவு பற்றிய விவாதத்திற்கோ அல்லது புத்தரது போதனகளின் கருத்தியல் அம்சங்களில் கபிலரின் தாக்கம் உண்டு என்பதற்கான முக்கியச் சான்றுகளில் ஒரு சிலவற்றையேனும் மீளாய்வு செய்வதற்கோ இங்கே இடமில்லை; ஆயினும் சாங்கியத்துக்கும் பவுத்தத்துக்கும் இடையிலான ஒற்றுமையைக் கண்டு கொள்ளாமலிருப்பது, இந்திய நாத்திகக் கண்ணோட்டத்தின்படிக் கடும் பிழையாகும்; கடவுள் மறுப்பில் பவுத்தம் சாங்கியத்தை விட எவ்விதத்திலும் குறைந்ததில்லை; புத்தர் தனது முக்கியமான ஈடுபாட்டில் கபிலரிடமிருந்து வெகுவாக மாறுபட்டார் என்பது நன்கு தெரிந்திருந்தும் அவர் தனது நாத்திகத்துக்காக சாங்கியத்துக்கு மிகவும் கடமைப்பட்டவர் எனும் எண்ணம் நம்மிடையே வலுவாக ஏற்பட்டு விட்டது; சாங்கியம் பவுத்தத்துக்கு மிக முந்தையது என்பதில் எள்ளளவும் ஐயமில்லை என்பதுதான் அதற்கான காரணமாகும்.

கடவுள் கொள்கைக்காகவே கடவுள் என ஒருவர் இருப்பதாக நம்புவதும், அறிவாராய்ச்சிக் கண்ணோட்டத்தில் அதற்காக வாதிடுவதுமான போக்கு சாங்கிய தத்துவ நிறுவனருக்கு வெறுப்பூட்டியது; அதனாலேயே அவர் அக் கொள்கை அவசியமற்றது

என்றார்; எதார்த்தத்தைப் பகுத்தறிவுக் கண்ணோட்டத்தில் அணுகுவதிலும், அதை விடவும் முக்கியமாக இவ்வுலகின் இறுதிக் காரணி எத்தகையது என்பதைத் தீர்மானகரமாக நிர்ணயிப்பதிலும் அவர் அதிக ஆர்வம் காட்டினார்; இம் முயற்சியில் இறைக் கொள்கையின் குறுக்கீடு அவசியமற்றது என நன்கு யோசித்த பிறகு அவர் முடிவு கட்டினார்; இதற்கான காரணம் எளியது: கடவுள் ஒரு மாயை என்பதால் அதற்கு நிரூபணம்ஏதுமில்லைஎன்றார்; இவரின் கோட்பாடு தீர்க்கப்படாத முரண்களைக் கொண்டது; மனிதன் தனது தலைவிதியைத் தானே தீர்மானிக்கிறவன் எனில் இவ்வுலகுக்கு ஒரு நீதியரசர் இருப்பதாகக் கருதுவதில் அர்த்தமே இல்லை.

ஆயின்,' 'கடவுள் இருக்கிறார்' எனும் கொள்கைக்காகவே அவர் இருப்பதாக நம்புவதும், அறிவாராய்ச்சிக் கண்ணோட்டத்தில் அதற்காக வாதிடுவதுமான விசயங்களில் பவுத்தத்தை நிறுவியவருக்கு ஆர்வமில்லை; இவற்றை விவாதிப்பதில் அவருக்கு விருப்பமில்லை என்பதுடன் ஏனையோர் அவற்றால் ஈர்க்கப்படுவதையும் அவர் ஊக்குவிக்கவில்லை; எதார்த்தத்தின் இயல்பையும், இவ்வுலகின் இறுதிக் காரணியையும் பற்றிய விசாரணை ஒரு வீண் வேலை என்பது அவரின் கருத்து; இகம் தாண்டிய (அதாவது, புறவுலகுக்குப் புறம்பான) கேள்விகளுக்கு அவர் எந்த விடையும் அளிக்கமாட்டார்; தனக்குச் சரியெனப் பட்ட வடிவத்திலமைந்த நெறிசார் கேள்விகளே அவரின் கவனத்தைக் கவர்ந்தன; கடவுள் கருத்தின் மீதான அவரின்அக்கறையின்மை எவ்வளவு தனித்துவமானது அல்லது விசித்திரமானது என்பதைப் புரிந்து கொள்ள இன்னும் கொஞ்சம் முயல்வோம்:

அவனியெங்கும் அவலமே நிறைந்திருப்பதை புத்தர் கண்டார்; பனாரஸில் நிகழ்த்திய சொற்பொழிவில் அவர் குறிப்பிட்டதாவது: "பிறப்பு துன்பமானது; மூப்பும் அது போன்றதே; நோய்மையும் (sickness), இறப்பும், பிரியமில்லாதவருடனான பிணைப்பும், பாசத்துக்குரியோரைப் பிரிவதும் துன்பமயமானவை; விரும்பியதை அடையவியலாமை சஞ்சலம் தருவது... சுருங்கச்சொன்னால், இவ்வுலக வாழ்வில் ஒருவர் கொண்டுள்ள ஐவகைப் பற்றும் அவலம் தரக்கூடியது[183] இன்னொரு சமயம் தனது சீடர்களிடம் பின் வருமாறு வினவினார்: "சீடர்களே! நீவிர் என்ன கருதுகிறீர்? எது மிகையானது? நாற்கடல் நீரா அல்லது உங்களின் இந்த நீள் பயணத்தினூடே தனியராக அலைந்து திரிகையில் நீங்கள் நினைத்ததை அடைய இயலாமல் உங்களின் விருப்பத்துக்கு மாறாக உங்களை வந்தடைந்தவற்றை ஏற்க மனமின்றி வருந்தி அழுத போது உங்களின் கன்னங்களில் வழிந் தோடிய கண்ணீரா? இத்தனைக் காலமும் தாயை, தந்தையை, பெற்ற பிள்ளைகளை, உடன் பிறந்தாரை,

உற்றார் உறவினரை, சொத்து சுகங்களை இழந்த சோகத்தைச் சுமந்து திரிகிறீர்! இந்த நீண்ட நெடும் பயணத்தில் சோகம் ததும்ப சுற்றித் திரிந்த காலங்களில் உமக்கு விருப்பமானவை கைக்கெட்டாமற் போனதால் வேண்டா வெறுப்புடன் 'நமக்கு வாய்த்தது இவ்வளவுதான்' எனச் சமாதானமடைந்து நீவிர் அனுபவித்த இந்த அவலங்களால் உம் கண்களிலிருந்து ஆறாய்ப் பெருக் கெடுத்த கண்ணீரே இந்த நாற்பெருங்கடல்களிலும் நிறைந்திருக்கும் நீரைக் காட்டிலும் மிக அதிகமானது!"[184]

ஆக, அந்த தீர்க்க தரிசியின் உணர்வு இவ்வாறு தான் இருந்தது; நோய், சிதைவு (அல்லது) நுவலம், இறப்பு போன்றவற்றைப் பற்றிய கருத்துதான் அவரிடம் மேலோங்கியிருந்தது: அதனால் அவர் துன்ப துயரங்களுக்கு ஆளாகாத எதையும் கண்டதில்லை; மனிதரின் கண்களிலிருந்து கண்ணீரை வரவழைக்காத எதையும் பார்த்ததில்லை; ஆகவே அவரைப் பொறுத்தவரை விடை காண வேண்டிய ஒரே கேள்வி சகித்திட முடியாத மனித குலத் துயரங்களைக் களைவது எப்படி என்பதுதான்; துயரின் ஆணிவேர் எங்கே இருக்கிறது? அதைக் கெல்லி எறியவே முடியாதா? முடியுமாயின் எவ்வாறு?

பவுத்தர்களால் 'மேலான உண்மைகள்' எனப் போற்றப்படுகிற நான்கு சொற்றொடர்களில் புத்தரின் (மூல) போதனைகள் சுருக்கமாகத் தரப்பட்டுள்ளன; அவற்றில் முதலாவதான "எங்கும் நிறை துயரம்' பற்றி நாம் ஏற்கெனவே குறிப்பிட்டுள்ளோம்; பனாரஸ் சொற்பொழிவில் அவரால் மொழியப்பட்ட பிற மூன்றும் பின்வருமாறு:

"ஓ துறவியரே! ஒவ்வொரு பிறவியிலும் விடாது நம்மை ஒட்டிக் கொண்டு தொடர்கிற உயிர்வாழ்தல் மீதான ஆசைதான் துன்பத்துக்குக் காரணம்; இங்குமங்கும், இப்படியும் அப்படியும் தீர்த்துக் கொள்கிற காம உணர்ச்சி அதன் உடன் பிறப்பு; உலக இன்பங்கள், உயிர் வாழ்க்கை, அதிகாரம் ஆகியவற்றின் மீதான அடங்காக் காதல்தான் துன்பக் கேணியின் ஊற்றுக்கண் என்பதைப் புனிதமான உண்மையெனப் போற்றுவீர்!"

"ஓ துறவியரே! துன்பத்தை அறவே அகற்றிட வல்ல புனித உண்மை இதோ! ஆசையை நம்மிடமிருந்து தானாக அகல அனுமதிப்பது அல்லது துரத்துவது அல்லது ஒருவன் அதனிடமிருந்து தன்னை முற்றிலுமாக விடுவித்துக் கொள்வது அல்லது அதற்கு இடங் கொடாமால் இருப்பது ஆகிய வழிகளில் ஏதேனும் ஒன்றின் மூலம் அதை ஒழித்திடின் அவனின் துன்பம் தொலைந்துபோம்! "

'ஓ துறவியரே! துன்பம் தொலைய ஒருவன் பயணப்பட வேண்டிய எட்டுவகை புனிதப் பாதை இதோ! நன்னம்பிக்கை, நன்மை

பயக்கும் துணிவு, நல்வாக்கு, நன்னடத்தை, நல்வாழ்க்கை, நன்முயற்சி, நற்சிந்தனை, நல்ல தன்னோக்கு'[185] இந்த எண் வகைப் பாதையில் பயணிக்கிறவன் துன்பக் கடலில் விழுவதில்லை; 'வீடு' பெறுகிறான்; அதாவது,/ நிர்வாணம் எய்துகிறான்) / பிறவிப் பெருங்கடலை நீந்திக் கடக்கிறான் /துன்பங்களிலிருந்து முழு விடுதலை பெறுகிறான்!

இங்கே நாம் சிறப்பாகக் கவனிக்க வேண்டியது யாதெனில், புத்தர் துன்பத்துக்கான காரணத்தையும் அதிலிருந்து மீள்வதற்கான வழிமுறைகளையும் ஆராய்கிறபோது—சுருங்கக் கூறின், மிக உயர்வானதென அவர் கருதிய ஞானத்தைக் கட்டமைக்கிற போது—ஏனையோர் 'அவன் சித்தமின்றி இந்த அவனியில் ஒரு புல் பூண்டு கூட அதன் இப்போதைய வடிவில் இருந்திராது' என எந்த ஆண்டவனைப் பற்றி விதந்தோதுகின்றனரோ அக் கடவுள் குறித்து கடுகளவும் சிந்திக்கவில்லை; அப்படியொன்று இருக்கலாம் என எள்ளளவும் எண்ணவில்லை! கடவுள் குறித்த அவரின் இந்த அலட்சியத்தைக் - குறிப்பாக மானுட சமூகத்தின் ஆகப் பெரிய கேள்வி தொடர்பான தனது சீரிய தேடலின்போது அவருக்கு ஆண்டவன் பற்றிய கருத்தின்மையை - நாம் எவ்வாறு விளக்குவது? இதற்கு ஒரே யொரு விடை தான் இருக்க முடியும்: அது யாதெனில் 'கடவுள் இல்லை என்பதில் அவர் மிகவும் தெளிவுடன் இருந்தார் என்பது தான்!

அவருக்கு அத்தகைய திடமான கருத்து உருவானது எங்ஙனம்? கபிலரின் தாக்கமா? கடவுள் ஒரு மாயை என்றும் அவரின் இருப்பை நிறுவிட எத்தனிப்பது 'மாய மான் வேட்டை'யைப் போன்றதொரு வீண் வேலை என்றும் புத்தருக்கு முன்னமே சாங்கிய தத்துவத்தின் மூலகர்த்தா ஆதாரங்களுடன் வாதிட்டது புத்தருக்குத் தெரிந்திருக்கும் என்பதில் ஐயமில்லை; தற்கால அறிஞர்கள் இந்த சாத்தியக் கூற்றின்பால் நம் கவனத்தைத் தொடர்ந்து ஈர்த்து வருவதும் உண்மை; அஸ்வகோசரால் புத்தருடன் தொடர்பு படுத்தப்பட்ட ஆத்திக எதிர்ப்பு வாதங்கள் எவ்வாறு சாங்கியத்தின் வாதங்களை நினைவு படுத்துகின்றன என்பதுடன் இவ்வகையில் அஸ்வகோசரின் கருத்தை மறுத்துப் பேசிட ஏன் வலுவான ஆதாரம் ஏதுமில்லை என்பதையும் நாம் இங்கே பார்க்கப் போகிறோம்:

எனினும் இவற்றுக்குள் புகுமுன் ஒரு விசயம் குறித்து நமக்குத் தெளிவு தேவை; கடவுள் பற்றிய கேள்வி இயல் கடந்தது — அதாவது பொருண்மை சாராதது - என்பதால் புத்தருக்கு அதில் நாட்டமில்லை என்பதை நாம் ஏற்கெனவே கண்டோம்; இயல் கடந்த — அதாவது பொருண்மை சாராத— எந்த ஒரு கேள்வியோ, விசாரணையோ அல்லது விசயமோ அவரிடம் வந்தால் அவர் அதைக் கண்டு கொள்ளார்; இந்த அமைதியைக் காட்டி சில சமயங்களில் அவர்

*நாத்திகர் இல்லை என்பதற்குச் சான்று என விளக்க முற்பட்டனர்; கெடன் அவர்கள் 'புத்தர் இயற்கையை மீறிய ஆற்றல் அல்லது கடவுள் ஒன்றின் மீதான தனது அவ நம்பிக்கையைக் குறிப்பால் உணர்த்திடவோ அல்லது அதைத் தனது சீடர்கள் மீது திணிக்கவோ செய்தார் என அனுமானிப்பது முற்றிலும் தவறாகும்..... அவர் தன்னை நாத்திகராகவோ அல்லது கடவுள் குறித்த வாதப் பிரதி வாதங்களில் அக்கறையுள்ளவராகவோ காட்டிக் கொள்ள விரும்பியதில்லை; அவரின் உரைகளைச் செவிமடுத்தோருக்கும் அக் கேள்விகளுக்கான விடை நேரடியானதா, எதிர்மறையானதா என்பதைப் பற்றிய கவலையில்லை; அக் கேள்வி குறித்த ஊகங்களில் இறங்குவது அவர்களின் உள்ளங்களில் ஊன்ற விரும்பிய 'உறுதி மிக்க தற்சார்பு உணர்வு' எனும் விதையைக் கருகச் செய்து விடும் என்பதால் அதனை ஊக்கப்படுத்தாததுடன் தடுக்கவும் செய்தனர்.... நடை முறை வாழ்க்கைக்கு உதவாத ஞானத்தைத் தன் சீடர்களுக்கு ஊட்டுவதை அவர் அறவே வெறுத்தார்; கரணம், அது மனித அறிவுக்கு அப்பாலுள்ள விசயங்களில் ஆர்வங் கொள்ள அவர்களைத் தூண்டும்.*[186]

இயல் கடந்த — அதாவது இயல் உலகு சாராத — கற்பனா வாதத்தில் புத்தர் ஆர்வம் காட்டாததைப் பற்றிய இந்த விளக்கத்தைப் புரிந்து கொள்வதில் சிரமம் ஏதுமில்லை; அது மிகவும் மேலோட்டமானது; அந்த தீர்க்கதரிசி தனக்கு முழுமையாக ஞானம் கை வரப் பெற்றதைத் தானே வெளிப்படுத்தியதைப் பார்க்கையில் அக் காலத்தில் ஆகப் பெரிய கேள்வியாக முன்னுக்கு வந்த 'உலகைப் படைத்துக் காப்பவர்' எனும் பிரச்சனையில் அவருக்கு ஐயம் ஏற்பட்டிருக்கும் எனக் கருத இடமில்லை; மனித குலத்தைத் துன்பக் கடலிலிருந்து மீட்பதைத் தனது தலையாய கடமையாகக் கருதி அதற்கான நடைமுறைத் திட்டத்தை வகுத்திட முனைந்திருந்த புத்தருக்குக் கடவுள் உண்டா இல்லையா என்கிற கேள்வி மற்றெந்த இயல் கடந்த - அதாவது, இயல் உலகு சாராத - கேள்வியை விடவும் முக்கியமானதாகவே பட்டிருக்கும்; ஆகவே அந்த (கடவுள்) பிரச்சனையைத் தனது சீடர்கள் விவாதிப்பது ஒரு வீண் வேலை என அவர் எண்ணினார் எனில் அதன் பொருள் அவர் தன்னளவில் கடவுள் இன்மையில் தெளிவாகவே இருந்தார் என்பதுதான்; கடவுள் இருக்கிறார் என நம்பிக் கொண்டே அவருக்கும் மனித குலத்தின் தலை விதிக்கும் சம்பந்தமில்லை எனவும் கருதுவது ஒருக்காலும் சாத்தியமில்லை; சரியில்லை.

துன்பத்துக்கு முடிவு காண்பதில் தன் சீடர்கள் முழுக் கவனத்தையும் செலுத்த வேண்டும் என புத்தர் பணித்தார் என்பதில் யாருக்கும் ஐயமில்லை; உலகியல் சாராத விசயங்களுக்குள் அவர்கள் புகுவதையும்

அவர் அனுமதிக்கவில்லை என்பதும் உண்மையே; அதே சமயம் அவர் தன் நடைமுறைத் திட்டத்துக்காக ஒரு குறைந்த பட்சக் கருத்தியல் அடிப்படையைக் கட்டமைக்க வேண்டியிருந்தது; அதில் இக் கடவுள் கண்டுகொள்ளப்படவே இல்லை; இதுதான் இங்கே தீர்மானகரமானது; கெடன் அவர்கள் கருதுவதுபோல் அல்லாமல், புத்தர் கபிலரைப் பின்பற்ற விரும்பினார். அத்துடன் கடவுள் வெறும் கற்பனை என எண்ணினார் என்பது நிரூபணமாகிறது; இக் கண்ணோட்டத்திலிருந்து நோக்கிடின் நாத்திகம் பவுத்த உலகப் பார்வையின் ஒரு பிரிக்கமுடியாத அங்கம் எனப் பிற அறிஞர்கள் கருதியது முற்றிலும் சரியே; வல்லீபவ்சின் அவர்கள் சொல்வதுபோல் "ஒரு தத்துவார்த்த அமைப்பு என்கிற வகையில் 'எல்லாவற்றுக்கும் மேலே ஒன்று'—அதாவது மேலை நாட்டார் பார்வையிலான கடவுள் ஒன்று — இருப்பதாகக் கருதுவதை பவுத்தம் காட்டமாக மறுக்கிறது'[187] இந்த வெறுப்புக்கான முக்கியக் காரணங்களில் ஒன்று, பவுத்தமும் சாங்கியத்தைப் போன்றே மனிதச் செயல்பாடுகளின் விளைவுகள் அவற்றிலேயே அடக்கம் ஆகையால் அவற்றுக்குப் புறத்தே 'உலக இரட்சகர்' எனும் வேறொரு காரணி ஏதும் இருக்க முடியாது எனத் திடமாக நம்பியமைதான்; வல்லீபவ்சின் மேலும் கூறுகிறார்:" 'அழித்தற்கரியது' (பிராமணிய ஆய்வுக் கட்டுரைகளின் படி 'காணற்கரியது'). எனும் ஆற்றலால் ஒரு வினையின் விளைவுகள் தாமாகவே ஏற்படுகின்றன என்பது பொது விதி என நம்பப்படுகிறது; ஆகவே மனிதரின் 'கடன் பேரேட்டைச் சரிபார்த்து கணக்கை நேர் செய்திட' மேலே ஒருவன் இருக்கிறான் எனப் பிராமணிய ஆய்வுக்கட்டுரைகள் குறிப்பிடுகிற கருத்தை அறவே ஒதுக்கித் தள்ளுகிற அந்தத் தத்துவ அமைப்பு நாத்திக வயப்பட்டதாகத் தான் இருக்க முடியும்[188]

மனிதச் செயல்பாடுகள் அவற்றுக்கு ஏற்ற விளைவுகளை ஏற்படுத்தும் ஆற்றலைத் தமக்குள்ளேயே கொண்டிருக்கின்றன என்பதால் அவற்றுக்கு வெளியிலிருந்து எந்த சக்தியும் அவசியமில்லை எனும் கருத்து இந்திய நாத்திகத்தின் வலுவான தூண்களில் ஒன்றாக இருந்து வந்துள்ளது; சாங்கியம் கடவுளை நிராகரித்ததற்குரிய முக்கியக் காரணங்களில் இப் பார்வையும் ஒன்று என்பதை நாம் முன்னரே கண்டோம்; இதுவே மீமாம்ச நாத்திகத்துக்கும் மிக முக்கியமான ஆதாரம் என்பதை இனிக் காண்போம்: மேலும், வழக்கமாக எவரும் கண்டுகொள்ளாத ஒரு விசயம் யாதெனில், நியாய—வைசேசிகரின் தத்துவமும் பெரும் பாலும் இதே கண்ணோட்டத்தில்தான் கடவுள் கொள்கையை ஒதுக்கித் தள்ளியது என்பதுதான்; வேறுவிதமாய்ச் சொல்வதெனில், மனித நடவடிக்கை களால் ஏற்படும் (எதிர்) விளைவுகள் அவற்றுக்குள்ளேயே

அடங்கியுள்ளனவா அல்லது உலகை நெறிப்படுத்தும் ஒருவரின் எண்ணப்படி அவை நிகழ்கின்றனவா என்கிற இக் கேள்வியைச் சுற்றியே இந்திய தத்துவ அரங்கில் ஆத்திக — நாத்திக சச்சரவு வலம் வந்தது.

இந்த சச்சரவு பற்றி இன்னும் கூடுதலாகப் பின்னர் விவாதிக்கலாம்; இப்போதைக்குப் புத்தரின் போதனைகளின் மீது கவனம் கொள்வோம்; 'கடவுள் இருக்கிறார்' எனும் வாதத்தின் பக்கம் அவர் கொஞ்சம் சாய்ந்திருந்தாலும் அவருடைய போதனைகளின் கருத்தியல் அடிப்படை அப்படியே நொறுங்கிப் போயிருக்கும்; துயரமே வாழ்க்கையின் மாபெரும் அடிப்படை உண்மை என்பது அவரின் அசைக்க முடியாத நம்பிக்கை; அறியாமை முதலான பன்னிரண்டு காரணங்கள்தாம் துன்பத்தின் தோற்றுவாய்; நன்னம்பிக்கை, நன்மை பயக்கும் துணிவு போன்ற எட்டு வழிகளைப் பயில்வதன் மூலம் அதை வெற்றி கொள்ளமுடியும்; ஆயினும்,

*கடவுள் என ஒருவர்—அனைத்தையும் ஆக்குகிற, அனைத்தும் அறிந்த, எல்லாம் வல்ல ஒருவர் — இருந்திருந்தால்,

++இவ்வுலகின் சகல நிகழ்வுகளும் அவரின் சித்தப்படிதான் நடந்தேறின என்றால் ,

+++அவர் மட்டுமே நற்பண்புகளுக்கு நல்வரமும் குற்றங்களுக்குத் தண்டனையும் கொடுத்தவர் எனில், இவையனைத்தையும் உண்மையெனக் கொள்வோமாயின்

பிறகு, இந்திய மனம் வழிவழியாய் நம்பி, வந்த இறைஞ்சுதல், பலி கொடுத்தல் அல்லது காணிக்கை அல்லது நேர்த்திக் கடன் செலுத்துதல் ஆகியனவற்றின் மூலம் அடையப் பெறுகிற அவரின் கருணை மட்டுமே மனித இடர்களுக்குக்கான மாமருந்தாகும்; சுருங்கச் சொன்னால், இந்த வாதத்தை புத்தர் ஏற்றிருந்தால் துயரம் பற்றியும் அதைத் துடைத்தெறிவதற்கான வழிமுறைகள் குறித்தும் அவரால் மொழியப்பட்ட தத்துவம் தலைகீழாய்த் தொங்கியிருக்கும்; உண்மை என்னவென்றால், அவர் தனது நிலைபாட்டில் உறுதியுடன் இருந்ததால் இறைஞ்சுதல், பலி கொடுத்தல் அல்லது காணிக்கை அல்லது நேர்த்திக் கடன் செலுத்துதல் போன்றவைக்கும் ஏதோ 'கொஞ்சம் சக்தியுண்டு' என்கிற கோணத்தில் கூட அவர் அவற்றைப் பரிந்துரைக்கவில்லை; அவர் காலத்திய ஆத்திகர் கடவுளையும், இறைஞ்சுதல், பலி கொடுத்தல் அல்லது காணிக்கை அல்லது நேர்த்திக் கடன் செலுத்துதல் போன்றவற்றின் வலிமையையும் பற்றி 'வாய் கிழியப்' பேசி வந்தனர்; இதிலிருந்து அனுமானிக்கக் கூடிய சரியான ஒரே விசயம் யாதெனில் அவர் ஆத்திகர்தம் போதனைகளைத் தெரிந்தே மீறித்தான் துயரம் மற்றும் 'நிர்வாணம்' குறித்த

தத்துவத்தைப் பரப்பி வந்தார் என்பதுதான்; அவ்வாறாயின் அவர் இயல் உலகு சாராத பிரச்சனைகள் பற்றி வாய் மூடி இருந்திருக்க மாட்டார்; கடவுள் வெறும் கற்பனையே எனத் தன் சீடர்களுக்குக் கற்பித்திருப்பார்; இறைஞ்சுதல், பலி கொடுத்தல் அல்லது காணிக்கை அல்லது நேர்த்திக் கடன் செலுத்துதல் போன்றவை நம்மை நாமே ஏமாற்றிக் கொள்கிற வெற்று வேலை என நன்கு விளக்கியிருப்பார்! பாலி மொழியிலான அவருடைய போதனைகளின் தொகுப்புகள் அவற்றை முழுமையாக நமக்குத் தரவில்லை என்பது உண்மையே; இயல் உலகு சாராத விசயங்களைப் பற்றிய விவாதங்களில் அவருக்கு விருப்பமில்லையெனினும் அவ்வப்போது அவ் விசயங்களில் பல வெறும் கற்பனையானவை என்பதை அவர் அம்பலப்படுத்தியுள்ளார் என்பதே அத் தொகுப்புகள் உணர்த்திடும் செய்தி; அஸ்வகோசர் புத்தரின் போதனைகளுக்குச் சற்றும் முரண்படாமல் அவை எவ்வாறு கடவுள் நம்பிக்கையுடன் கடுகளவும் பொருந்தவில்லை என்பதைத் தான் எழுதிய 'புத்தசரித'த்தில் விளக்கியுள்ளார்; புத்தர் கடவுளை ஏற்பது பொருளற்றது என்றார் என அஸ்வகோசர் கூறுகிறார்.

ஆகவே, புத்தருடையனவாக அஸ்வகோசரால் 'புத்த சரித'த்தில் குறிப்பிடப்படும் ஆத்திக எதிர்ப்பு வாதங்களின் உண்மைத் தன்மையைக் கண்டறிய முற்படுகையில் அஸ்வகோசரால் பயன்படுத்தப்படும் அத்தனைச் சொற்களும், சொற்றொடர்களும் புத்தருடையனவா எனக் கேட்பதை விட உண்மையிலேயே வரலாற்றுப் பாங்கில் பொருத்தமான கேள்வி யாதெனில் அவ் வாதங்கள் எந்த அளவுக்குப் புத்தரின் அடிப்படையான போதனைகளுக்கு ஏற்றவை என்பதுதான்; புத்தரின் போதனைகளை விளக்க முன் வந்த ஆரம்ப கால அறிஞர்களில் ஒருவரான அஸ்வகோசர் அவற்றைப் புத்தர் விரும்பியவாறு விரிவுபடுத்தவும், அவற்றின் உள்ளார்ந்த கருத்துகளை வெளிக் கொணர்ந்து வளர்த்தெடுக்கவும் செய்தமை முற்றிலும் சரியே! கடவுள் ஒரு மாயை எனப் புத்தரே கருதினாரெனில் அஸ்வகோசர் அதை மேலும் விரித்துரைக்க முற்பட்டது மிகவும் சரியே! அதற்கு அஸ்வகோசர் பயன்படுத்திய சொற்களில் எவையெவை புத்தரின் வாயிலிருந்து வந்தவை என ஆராய வேண்டியதில்லை; போதுமான அளவுக்குத் தெளிவான ஆத்திக எதிர்ப்பு நிலைபாடு புத்தருக்கு இல்லாமற் போயிருப்பின் அவரால் தனது போதனைகளின் அடித்தளத்தை வலுப்படுத்தியிருக்க முடியாது என்பதே இங்கே நாம் கவனத்தில் கொள்ள வேண்டிய விசயமாகும்.

புத்தருடையன என அஸ்வகோசரால் கூறப்படும் ஆத்திக எதிர்ப்பு வாதங்களாவன:

*"இவ்வுலகம் கடவுளால் இயற்றப்பட்டது எனில் தூயதும், தூய்மையற்றதுமான எல்லாப் பொருட்களும் அவனிடமிருந்தே இங்கு வந்திறங்க வேண்டும்; ஆமெனில், அவற்றில் மாற்றமோ, அழிவோ கூடாது; துன்பமோ, (இயற்கைப்) பேரிடரோ ஏற்படக்கூடாது; சரி, தவறு என எதுவும் இருக்க முடியாது;

**"இன்பமும், துன்பமும், விருப்பும், வெறுப்பும் எல்லா உயிர்களுக்கும் இறைவனின் கொடை எனில் அவனுக்கும் அவை உண்டு என்றாகிறது; ஆமெனில், அவனைக் குணங்களற்றவன் (நிர்க்குணவான்) எனக் கூறுவதேது?

***"படைத்த கடவுளின் ஆணைக்குப் பணிவதைத் தவிர உயிர்களுக்கு வேறு வழியில்லை யெனில் நற்குணங்களைப் பேணவேண்டிய அவசியமென்ன? அனைத்தும் அவன் செயல் எனில் நல்லது, கெட்டது ஏது? மேலும் அவை அவனுக்கும் உரியனவன்றோ?

**** "துன்ப துயரங்களுக்குப் பிறிதொன்றே காரணமெனில் அந்தப் பிறிதொன்றுக்கு ஆண்டவன் காரணமில்லை; ஆமெனில், இவ்வுலகிலுள்ள பிற எதற்குங்கூட அவன் காரணமாக இருக்க வேண்டியதில்லை யல்லவா?

*****"படைத்தவர் கடவுளெனில் அவர் ஏதேனுமொரு நோக்கத்துடனோ அல்லது நோக்கம் ஏதுமின்றியோ இயங்குகிறார்; அவருக்குப் படைப்பில் நோக்கமுண்டு எனில் அதை நிறைவேற்றுவதில் அவர் மன நிறைவு காண வேண்டியதிருக்கும்; ஆமெனில், அவர் முழுமை (பூரணத்துவம்) பெற்றவர் ஆகார்; நோக்கமேதுமின்றி இயங்குகிறார் எனில் அவர் பைத்தியக்காரனாகவோ அல்லது பால் உறிஞ்சும் பச்சைக் குழந்தையாகவோ தான் இருக்க வேண்டும்;

******"படைத்தவர் கடவுளெனில் மானிடர் (எப்போதும்) அவருக்குப் பயபக்தியுடன் பணிந்திராமல் ஏதேனும் அவசியம் ஏற்படுகிறபோது மட்டும் வேண்டுதல்கள் செய்வதேன்?

******* "ஒன்று போதாதென்று ஒன்றுக்கு மேற்பட்ட கடவுள்கள் ஏன்?

ஆகக், கடவுள் உண்டு எனும் கருத்து பொய்யானது என்கிறது பகுத்தறிவுக்குப் பொருந்துகிற வாதம்; அதற்கெதிரான வாதங்கள் முன்னுக்குப் பின் முரணானவை என உரத்து முழங்கிட வேண்டும்."[189]

கடவுளின் இருப்புக்கு எதிரான புத்தரின் இந்தவாதங்கள் பிற்கால பவுத்தத் தத்துவ ஞானிகளின் நூல்களில் காணப்படுவனவற்றைவிடச் சிக்கலற்றவை, மிகவும் எளிமையானவை; அவை ஏன் அவ்வாறு அமைந்துள்ளன என்பதை அறிவதில் சிரமம் ஏதுமில்லை; வரலாற்றுப் பாங்கில் பார்த்தால், அஸ்வகோசர் நாத்திகத்துக்கு

ஆதரவான புத்தரின் இந்த வாதங்களை விவரித்த அக் கால கட்டத்தில் ஆத்திகர் கூட அவர்களின் நிலைபாட்டுக்கு ஆதாரமாக மதி நுட்பம் நிறைந்த வாதத்தைக் கண்டுபிடிக்க வேண்டியிருந்தது; கடவுள் உலகைப் படைத்தவர், காப்பவர் எனும் அவர்களின் எளிமையான நம்பிக்கைக்கு எதிராக —அது எவ்வாறு உண்மையிலேயே ஆதாரமற்றது என்பதற்கு - அதே போன்ற எளியமுறையில் இயல்பறிவுக்கு ஏற்ற வாதங்களை முன் வைத்தல் போதுமானது எனப் புத்தருக்குப் பட்டிருக்கலாம்; அவர் காலத்திய ஆத்திக நம்பிக்கையின் எளிமைக்கு ஏற்ற விகிதத்தில் அவரின் நாத்திக வாதங்களும் அமைந்திருந்தன; ஆனால் ஆத்திகர்களோ அல்லது பிற்கால பவுத்தர்களோ அவரவர் நிலைபாடுகளுக்கு ஆதரவான வாதங்களை அடுத்தடுத்த உயர்மட்டத்துக்கு வளர்த்தெடுக்கவே செய்தனர்; புத்தரின் போதனைகளுக்கு ஏற்புடையவாறு கடவுளை மறுதலிப்பதில் உறுதியாக நின்ற பிற்கால பவுத்தர்கள் தத்துவப் பாங்கில் மிகவும் சிக்கலான ஆத்திகர்தம் கேள்விகளுக்கு ஈடுகொடுக்கும் வகையில் தாங்களும் மேலும் மேலும் மதி நுட்பம் வாய்ந்த வாதங்களை வகுத்திட வேண்டிவந்தது.

பிற்கால பவுத்தர்களின் ஆத்திக எதிர்ப்பு வாதங்கள் குறித்த விவரங்களுக்குள் புகுமுன் பவுத்தத் தத்துவத்தின் தோற்றம் பற்றிய சிறு குறிப்பைத் தருவது சாதாரண வாசகர்களுக்குப் பயனுள்ளதாக அமையும்.

# 11

# பிற்கால பவுத்தத் தத்துவம் பற்றியதொருகுறிப்பு

பவுத்த நாத்திகத்தின் அடுத்த கட்ட வளர்ச்சி குறித்த விவாதத்தில் பிற்கால பவுத்த தத்துவத்தின் உட்பிரிவுகள், அவற்றின் சார்பாளர்கள்ஆகியோரைப் பற்றிப் பேச வேண்டி வருகிறது; இச்சிறு குறிப்பு அப்பெயர்களை அறிமுகப்படுத்திட உதவும்.

புத்தர் எதையும் எழுதி வைக்கவில்லை; வெறும் வாய் வழியான அறிவுரைகளின் மூலமே அவர் தனது கோட்பாட்டைப் பரப்பினார்; அவற்றையுங் கூட அவரின் சீடர்கள் குறிப்பெடுக்கவில்லை; மாறாக மனதில் பதிய வைத்துக் கொண்டதோடு சரி.

அவர் மறைந்தவுடன்தான் அவருடைய கோட்பாட்டை அதற்கேயுரிய தூய்மையுடன் பாதுகாக்க வேண்டிய தேவை உணரப்பட்டது; அதன் பொருட்டு கோட்பாட்டின் நியதிகள் அடங்கிய நூல்களைத் தொகுக்க முயன்றனர்; அதற்காக இராஜகிருகத்தில் புத்தத் துறவிகளின் சபை கூட்டப்பட்டது; புத்த மத வரலாற்றில் இது முதல் சபை எனப்படுகிறது; விரிவானதொரு நடத்தை விதிகளின் தொகுப்பை - குறிப்பாக புத்தத் துறவிகளுக்கு - வரைந்ததுதான் அதன் சாதனைகளில் முக்கியமானது; அவை மிகக் கடுமையாக இருந்ததால் புத்தத் துறவிகளில் ஒரு பகுதியினரிடையே அவற்றுக்கு ஒரு வகையான எதிர்ப்பு கிளம்பியது; நடத்தை விதிகள் தொடர்பான பிரச்சனையை மீளாய்வு செய்வதற்கென்றே வைசாலியில் அத் துறவிகளின் இரண்டாம் சபை கூட்டப்பட்டது; மிகப் பழைமையான அவ் விதிகள் காலாவதியானவை என்பதால் அவை உரிய முறையில் தளர்த்தப்பட வேண்டும் என அவர்கள் கோரினர்; இரண்டாம் சபை அக் கோரிக்கையை நிராகரித்தது; ஆனால் புத்தத் துறவிகள் அச் சபையின் முடிவை ஏற்க மறுத்தனர்; ஆகவே அவர்கள் சபையிலிருந்து அகற்றப்பட்டார்கள்; அவ்வாறு வெளியேற்றபட்டவர்கள் தனியே ஒரு சபையைக்

கூட்டினர்; அதில் பத்தாயிரம் பேர் கலந்துகொண்டதாகக் கூறப்பட்டது; "உண்மையிலேயே அது மாபெரும் கூட்டந்தான்;! அக் கூட்டத்தின் பெயரிலேயே அது பின்னாட்களில் 'மகா சங்கம்' எனப்பட்டது; அதற்கு முற்றிலும் மாறுபட்டது 'தேரவாதி'கள் எனப்பட்ட பழைமைவாதிகளின் சபை.[190]

சில பத்தாண்டுகளுக்குப் பிறகு இந்த மகா சங்கிகர்களுக்கு அதிகாரமும், மக்கள் செல்வாக்கும் அபரிமிதமாகப் பெருகியது; இவர்கள்தாம் சாதாரணமாக 'மகா யானம்' என்றழைக்கப்பட்ட புதிய—பவுத்தத்தின் பின்னாளைய வடிவத்தின் முன்னோடிகள் எனத் தற்போது கூறப்படுகிறது; நாம் இப்போது அது குறித்துப் பார்ப்போம்.

அசோகரின் ஆதரவில் அழைக்கப்பட்ட மூன்றாம் சபையின் போதுதான் பவுத்தர்களிடையே இரண்டாவது மாபெரும் பிளவு ஏற்பட்டதாக நம்பப்படுகிறது; அந்த மூன்றாம் சபையில் அதிக பலத்துடன் இருந்த தேரர்கள் அல்லது ஸ்தவிரர்களால் - அதாவது, மூத்தோர் அல்லது பழைமை வாத புத்தத் துறவிகளால் - பதினொரு குழுக்கள் புத்த மதத்தில் இருந்தே வெளியேற்றப்பட்டதாக அறிகிறோம்; இதிலிருந்து புத்தத் துறவிகளிடையே காலப் போக்கில் இயல் உலகு சாராத அல்லது இயல் கடந்த போக்குகள் வளரத் தொடங்கிவிட்டன என்பது தெளிவு.

மூன்றாம் சபையால் விலக்கி வைக்கப்பட்டவர்களில் பெரும்பாலர் நாளந்தாவில் இருந்த மடத்தில் தஞ்சமடைந்தனர்; அவர்கள் சர்வாஸ்தி வாதிகள் என்றழைக்கப்பட்டனர்; மவுரியர் காலத்தின் இறுதிக் கட்டத்தில் (அதாவது, கி.மு 2ஆம் நூற்றாண்டில்) அவர்கள் மதுராவுக்கு இடம் பெயர்ந்து பிறகு இறுதியாகக் காஷ்மீருக்கும், காந்தாரத்துக்கும் குடி பெயர்ந்தனர்; அங்கே, கனிஷ்க மன்னனின் ஆதரவில் பெரும் செல்வாக்குடன் திகழ்ந்தனர்; கி.பி. 100ஆம் ஆண்டு வாக்கில் கனிஷ்கர் விருப்பத்துக்கு இணங்கக் கூட்டப்பட்ட 4ஆம் சபையில் பெருமளவில் இலக்கியப் பணி நடைபெற்றதாகச் சொல்லப்படுகிறது; அதை உயர்வு நவிற்சி என ஒதுக்கினாலும் அந்த சபையில் சேர்ந்த துறவிகளின் புதிய பணி திருநூல் சார்ந்த (scriptural) மிக உயர்ந்த ஒன்றாக மதிக்கப்பட்டதென நாம் கருதலாம்; அதுதான் 'விபாசம்' அல்லது 'மகா - விபாசம்' எனப்பட்ட 'அபிதர்ம விபாசம்'[191] அது சர்வாஸ்தி வாதிகளால் மிக முக்கியமானதாகக் கருதப்பட்டது; ஆகவே அவர்கள் 'விபாசத்தின்' சீடர்கள்' எனப் பொருள்படும் 'வைபாசிகர்கள்' என அறியப்பட்டனர்; பிற்கால பவுத்தர்களின் ஆத்திக எதிர்ப்பு வாதங்களில் வைபாசிகர் களுடையவை எப்படிப்பட்டவை என முதலில் பார்ப்போம்.

புத்த மத வரலாற்றில் அடுத்த பேரியக்கம் எனப் பொதுவாக அறியப்படுவது 'மகாயானம்' ஆகும்; அதன் ஆரம்பம் எப்போது என்பது இதுகாறும் அறுதியிடப்படவில்லை; எனினும் அது கிருத்துவ நூற்றாண்டுகளின் தொடக்கத்தில் மிகவும் செல்வாக்கு பெற்றதாக விளங்கியது; அதன் பெயரே ஒரு கட்டுக்கதை; 'மாபெரும் ஊர்தி' எனப் பொருள்படும் அதன் ஆதரவாளர்கள் ஆதி பவுத்தத்தை 'ஹீனயானம்' – அதாவது 'கீழ்மையான ஊர்தி' – என்று அழைத்துத் தங்களுக்குத் தாங்களே பெருமை கொண்டாடினர்; இந்த வசைமாரிக்கு இறையியல் அடிப்படையாக அமைந்தது யாதெனில், இவர்கள் அனைத்துயிர்களின் ஈடேற்றத்துக்கும் பாடுபடுவதாகவும், ஹீனயானிகளின் நோக்கம் தனியொருவனின் மீட்சிமட்டுமே என்றும் இவர்கள் செய்த பிரசாரம்தான்; ஆனால், 'புதிய பவுத்தத்தின்' ஒரு வடிவம்' எனத் தக்க அளவுக்கு புத்த மதத்தின் ஆரம்ப கால வடிவத்திலிருந்து மகாயானம் முழுமையாக வெளியேறியது என்பதே உண்மை;

நாகார்ஜுனர்தான் மகாயானத்தின் ஆரம்ப கால விரிவுரையாளர்களில் மிகவும் புகழ் வாய்ந்தவர்; அவர் கி.பி. 2ஆம் நூற்றாண்டின் இரண்டாம் பாதியைச் சேர்ந்தவர்; 'சூனிய வாதம்' அவரின் கோட்பாடு; தத்துவப் பாங்கில் அது வொரு தீவிரமான எதிர்மறுப்பு வாதம் [nihilism]; அதன்படி - அல்லது பொதுவாக அதை அனைவரும் புரிந்துகொண்டுள்ளபடி—'எதுவும் உண்மையில்லை அல்லது எதார்த்தம் என்பது வெறும் சூனியமே!'

பிற்காலத்தில் மகாயானிகளில் பலர் தருக்கம், தத்துவம் ஆகியவற்றில் தன்னிகரற்றோராய் விளங்கினர்; அவர்களில் சிலர் நாகார்ஜுனரின் தத்துவ நோக்கைப் பகிர்ந்து கொள்ள, வேறு சிலரோ 'விஞ்ஞான—வாதம்' எனும் ஒரு விதமான அகவயப்பட்ட (அதாவது, அக எண்ணஞ் சார்ந்த) கருத்துமுதல்வாதத்தின் (subjective idealism) ஆதரவாளராயினர்; கருத்துகள் மட்டுமே உண்மை என்பது இவர்களின் கூற்று.

மகாயானிகள் என்றழைக்கப்பட்ட இந்த பிற்கால பவுத்தர்கள் அனைவருமே இவ்வுலகைப் படைத்து நெறிப்படுத்துபவர் எனப்படும் கடவுளை மறுப்பதில் உறுதியாக நின்றனர் என்பதுதான் இதில் ஆர்வமூட்டும் விசயம்;[192]. மகாயான நாத்திகம் பற்றிய நமது விவாதத்திற்கு நாகார்ஜுனருடன் மேலும் இரு பிற்காலத் தத்துவ ஞானிகளின் வாதங்களை ஆய்வது போதுமானது; உத்தேசமாகக் கி.பி 7ஆம் நூற்றாண்டைச் சேர்ந்தவராகக் கருதப்படுகிற சாந்திதேவர் என்பவர் ஒருவர்;[193] இன்னொருவர் கி.பி. 8, 9ஆம் நூற்றாண்டுகளில் திபெத்தில் சமயப் பணியாற்றிப் புகழ் பெற்ற சாந்தரக்சிதர்.[194]

# 12

# பவுத்த நாத்திகம்: வைபாசிகம்

தெள்ளத் தெளிவான கூர் நோக்கு மூலம் கண்டறியப்பட்டுள்ள வலுவான தரவுகள் கடவுளின் இருப்பை ஆணித்தரமாக மறுப்பதால் கடவுள் இல்லை என்கிறது வைபாசிக வாதம்;[195] அந்தத் தரவுகளாவன:

(1) கறாராகத் தீர்மானிக்கப்பட்ட அடுத்தடுத்த கட்டங்களைக் கடந்து செல்கிறபோதுதான் (உயிரினிடத்தும், சடப்பொருளினிடத்தும் விளைவுகள் (அதாவது, மாற்றங்கள்) தோன்றும்;

(2)அந்த விளைவுகள் திண்ணமான இடம், காலம் சார்ந்த சூழமைவுகளால் (அதாவது, பின்புலங்களால்) தீர்மானிக்கப்படுகின்றன:

மேற்கண்ட தரவுகள் ஐயத்திற்கு அப்பாற்பட்டவை எனப்படுவது ஏன் என்பதையும் அவை எவ்வாறு கடவுள் உண்டு எனும் கருத்தைக் கண்ட துண்டமாகக் கிழித்துப் போடுகின்றன என்பதையும் இப்போது நாம் பார்ப்போம்:

முதலாவதாக ஒரு விளைவு ஏற்பட அடுத்தடுத்த கட்டங்கள் சங்கிலித் தொடராய் நிகழ்வதைக் காண்கிறோம்; சான்றாகக், காய் கனிவது திடீரென ஒரு குறிப்பிட்ட சமயத்தில் நடப்பதில்லை; அதன் தோற்றம் அடுத்தடுத்து நிகழும் பல கட்டங்களின் இறுதி விளவே! விதையிலிருந்து மொட்டு- மொட்டிலிருந்துஇலை - இலைக்குப்பின் தண்டும், கிளைகளும்-பிறகு பூ -இறுதியில் பழம்! இத் தொடர் நிகழ்வு கேடணுகத்தகாதது (பிரிக்கப்பட முடியாதது); அதே போன்றுதான் முழு வளர்ச்சி பெற்ற மனித உடலும் திடீரென உருப் பெறுவதில்லை; கருவாகி அதைத் தொடர்ந்து உடலின் ஒவ்வொரு பாகமும் படிப்படியாகத் தோன்றுகிறது; இறுதியாகக் குழந்தை வெளி வருகிறது.

இரண்டாவதாக, அந்த விளைவுகள் (மாற்றங்கள்) திண்ணமான இடம், காலம் சார்ந்த சூழமைவுகளால் (அதாவது பின் புலங்களால்) தீர்மானிக்கப்படுவதை நாம் கண்கூடாகக் காண்கிறோம்,; சில

விளைவுகள் குறிப்பிட்ட இடங்களில் குறிப்பிட்ட நேரங்களில்தான் ஏற்படும்; வேறு சிலவோ வேறு இடங்களில் குறிப்பிட்ட சமயங்களில் நிகழ்கின்றன; சான்றாக, சில வகைப் பூக்களும், பழங்களும் நம் நாட்டின் வடமேற்குப் பகுதியில்தான் வளர்கின்றன; அவை தென்பகுதியில் நன்றாக வருவதில்லை; அப்படியே வளர்ந்தாலும் அவற்றின் நிறம், மணம், சுவை ஆகியன மாறுபடுகின்றன; அதனால் அவற்றை அதே மாதிரியானவை என ஒப்புக் கொள்ள முடிவதில்லை; அவையுங் கூடக் குறிப்பிட்ட பருவங்களில்தான் வளர்கின்றன; மற்ற பருவங்களில் மற்ற வகைச் செடிகொடிகள் தோன்றுகின்றன.

ஆக, இரு விசயங்கள் மறுக்க வொண்ணாதவை; முதலாவது, ஒரு விளைவு அல்லது மாற்றத்துக்குப் பல கட்டங்களின் கறாரான, அடுத்தடுத்த தொடர் நிகழ்வு என்பது தவிர்க்க முடியாத, இன்றியமையாத முன்நிபந்தனை; இரண்டாவது, அந்த விளைவு அல்லது மாற்றத்தின் மீது இடமும், காலமும் தமது தீர்மானகரமான பாதிப்பைச் செலுத்துகின்றன; இந்த இரண்டு விசயங்களுந்தாம் கடவுளை அறவே மறுக்கின்றன; ஏன் என இங்கே காண்போம்:

அனைத்தும் (அதாவது முக்காலமும்) அறிந்த, எல்லாம் வல்ல இறைவனே இவ்வுலகைப் படைத்தான் என நம்பப்படுகிறது; இதன் பொருள் அவனே இவ்வுலகிலுள்ள எதற்கும் தனிப் பட்ட முறையில் முழு முதற் காரணன் என்பதாகும்; ஆதலால், அவன் எதையும் சாராத தனித்துவம் உடையவன்; ஏதேனும் ஒன்றைச் சார்ந்திருப்பது அல்லது தனித்துவமின்மை என்பது 'எல்லாம் வல்லவன்' எனும் இலக்கணத்துக்கு எதிரானது; ஆகவே, அனைத்துக்கும் ஒரே மூல காரணியாக — அதாவது, உலகிலுள்ள ஒவ்வொன்றின் தோற்றத்துக்கும் அம் மூல காரணி ஒன்றே போதுமானதாக- இருக்கிறது எனில் இவ்வுலகிலுள்ள அனைத்தும் சதா சர்வ காலமும் உற்பத்தியாகிக் கொண்டே இருக்க வேண்டும்; காரணியின் நிரந்தரத் தன்மை அதன் விளைவுகளின் நிரந்தரத் தன்மைக்கு இட்டுச் செல்கிறது; இவ் வாதத்தின் இப் பின்னணியில் இதன் பொருள் இவ்வுலகிலுள்ள ஒவ்வொன்றும் அதே (ஒரே) சமயத்தில் (அதாவது, ஏக காலத்தில்) நிகழ்ந்த வண்ணமுள்ளன என்பதாகும்; சிலவற்றை உண்டாக்குவதில் ஏதேனும் கால தாமதம் நேருமேல் அதற்குரிய அனைத்து முன் நிபந்தனைகளும் அப்போதைக்கு அங்கில்லை எனப் பொருள்; எந்த ஒன்றின் உருவாக்கத்துக்கும் போதுமான முழு முதற் காரணி எப்போதும் இருக்கிற கடவுள் ஒருவரே எனும்போது அவ்வாறான முன்நிபந்தனை இல்லாமைக்கு இடமில்லை; ஆகவேதான் எந்தவொரு விளைவு அல்லது மாற்றத்துக்கும் இடமும், காலமும் சார்ந்த சூழமைவுகளின் சங்கிலித் தொடர் அவசியம் என்பதையோ அதனால்

அந்த விளைவின் நிகழ்வில் கால தாமதம் ஏற்படும் என்பதையோ இந்த வாதத்தின்படி ஏற்பதற்கில்லை; கடவுளையும் ஒப்புக் கொண்டு இந்த விளைவுகள் அல்லது மாற்றங்கள் படிப்படியாகக் கால தாமதமாக நிகழ்வதைப் பின் எப்படி நாம் விளக்குவது? இதற்கான விடை மிக எளிதானது; நம்மால் அதை ஒப்பேற்ற முடியாது; (இடமும், காலமும் சார்ந்த) சூழமைவுகளின் சங்கிலித் தொடர் இவ்வுலக வாழ்வின் நிதர்சனமான உண்மையாக இருப்பதால் கடவுள் பற்றிய கருத்து அதனுடன் இணங்க மறுக்கிறது; எனவே கடவுள் கலப்படமற்ற கற்பனையே.

திண்ணமான இடமும், காலமுமே விளைவைத் தீர்மானிப்பவை என்பதன் பொருளும் இது போன்றதே! ஒரு காரணி எல்லாம் வல்லதாய் விளங்கிட அது மற்றெதன் துணையுமின்றி தன்னிச்சையாகவே ஒரு விளைவை ஏற்படுத்த வேண்டும்; ஆக, உலகிலுள்ள அனைத்துக்கும் ஆதாரமான மூல கர்த்தா உண்மையிலேயே சர்வ வல்லமை கொண்டதெனில் வட மேற்கில் மட்டுமே கிடைக்கிற பூக்களும், பழங்களும், தென் பகுதியிலும் அதே போன்று தென்பகுதிக்கு மட்டுமே உரியவை வடமேற்கிலும் விளவதில் என்ன தடை இருக்க முடியும்? அதே போன்று கோடை காலத்துக்கு மட்டுமே உரிய பூக்களும், பழங்களும் இலையுதிர் காலத்திலும் இருக்க வேண்டும்! அவ்வாறு எதுவும் நடப்பதில்லை என்கிற போது திண்ணமான இடமும், காலமுமே விளைவைத் தீர்மானிக்கிறபோது — நாம் இதை எவ்வாறு விளக்குவது? இதற்கான விடையும் மிக எளிதானதே: நம்மால் இயலாது; திண்ணமான இடமும், காலமுமே விளைவைத் தீர்மானிப்பவை என்பது இவ்வுலக வாழ்வின் நிதர்சனமான உண்மையாக இருப்பதால் கடவுள் பற்றிய கருத்து அதனுடன் இணங்க மறுக்கிறது; எனவே கடவுள் கலப்படமற்ற கற்பனையே!

ஆத்திகர்கள் இந்த வாதங்களின் வல்லமையை ஒப்புக்கொள்ளார் என்பது தெளிவு; கடவுள் நம்பிக்கை பிழையானது எனும் வாதம் வறட்டுத்தனமானது என நிரூபிக்க அவர்கள் முயல்கின்றனர்; அனைத்தும் அறிந்த, எல்லாம் வல்ல இறைவன் எந்த வொன்றையும் சாராத, கட்டற்ற, தன்னிச்சையான மனப் போக்குடையவன் என நாம் எண்ணிட வேண்டும் என்கின்றனர்; தான் விரும்பும் வண்ணம் படைக்கிறான்; அதாவது, இன்னின்ன பூக்களும், பழங்களும் இந்த இந்த இடத்தில் இன்னின்ன பருவ காலத்தில்தான் கிடைக்க வேண்டும் என அவன் விருப்பப்படி நிர்ணயிக்கிற வண்ணமே அவை தோன்றுகின்றன; இதில் ஏதேனும் கோளாறு நேர்ந்தால் அவனின் விருப்பத்தை அவனுக்கு அப்பால் இயங்குகிற வேறு ஏதோ ஒன்று பாதித்திருக்கிறது எனும் ஐயம் நமக்கு ஏற்படும்; அதன் பொருள்

அவனின் ஆகப் பெரும் ஆற்றலை மறுப்பது என்பதே; அனைத்தும் அவன் விரும்புகிறவாறே நடக்கின்றன என்பதால் அவனின் பேராற்றலைச் சந்தேகிக்க வாய்ப்பே இல்லை; இந்த சர்வ வல்லமை காரணமாக மிகுந்த மதி நுட்பம் வாய்த்த தத்துவ ஞானி உட்பட எவருமே அவன் ஏன் அவ்வாறு விரும்புகிறான் என்றோ அல்லது ஏன் அவன் வேறு விதமாக விரும்பவில்லை என்றோ கேள்வி எழுப்ப உரிமை இல்லை; இதே வாதம் ஒரு விளைவு அல்லது மாற்றத்துக்கு முன்பு நேர்கிற (இடமும், காலமும் சார்ந்த) சூழமைவுகளின் சங்கிலித் தொடர் போன்ற நிகழ்வுகளுக்கும் பொருந்தும்; அவையும் அவனின் விருப்பப்படியே அமைகின்றன.

வைபாசிகர்கள் இந்த வாதத்தை எள்ளி நகையாடுகிறார்கள்; ஏதோவொரு கெட்ட நட்சத்திரத்தின் தாக்கத்தால்தான் ஆத்திகர் அவ்வாறு பேசுகிறார் என்பது அவர்களின் பரிகாசம்; எந்த ஆதாரத்தை நம்பி ஆத்திகர் தனது வாதத்தை முன் வைக்கிறாரோ அது போலியானது என்பதை அவர் உணரவில்லை; ஒரு பக்கம், சர்வ வல்லமையும், சர்வஞானமும் கொண்ட கடவுள் கட்டற்ற சுதந்திரத்துடன் இயங்குவதால் அவர் ஒருவர் மட்டுமே முழு முதற் காரணி என்கிறார்; மறு பக்கத்தில், அதே கடவுள் தன் சொந்த இயல்புக்குக் கட்டுப்பட்டவராக வெவ்வேறு பொருட்களை வெவ்வேறு இடங்களில் வெவ்வேறு காலங்களில் படைக்கிறார் என்கிறார்; இங்கே எழும் மிக முக்கியமான கேள்வி: இலையுதிர் காலத்தில் அல்லது தென்பகுதியில் கிடைக்கக் கூடிய பூக்களையும், பழங்களையும் கோடையில் அல்லது மேற்குப் பிரதேசத்தில் உண்டாக்கும் திறன் கொண்டுள்ளாரா? உண்மையாகவே அவற்றை உற்பத்தி செய்துதான் அத்தகைய ஆற்றலை நிரூபிக்க முடியுமே தவிர தத்துவ வாதிகளின் வெற்று உளறல்களால் அதை மெய்ப்பிக்க முடியாது; இலையுதிர் கால அறுவடையைக் கோடையிலும், வடபுறத்துக் கனிகளையும் மலர்களையும் தென்புறத்திலும் கடவுள் நிகழ்த்தினால் மட்டுமே அவருக்கு அத்தகைய ஆற்றல் உண்டெனத் தத்துவ ஞானியால் கூற முடியும்; எதையும் செய்திடும் ஆற்றல் படைத்த ஒருவர் எதற்காக ஒன்றை உருவாக்க உரிய காலத்தையும் , இடத்தையும் எதிர்பார்த்து காத்திருக்க வேண்டும்? ஒரு குறிப்பிட்ட பருவத்திலும் இடத்திலும் மட்டுமே வளரக் கூடிய தன்மை கொண்டனவாக மட்டுமே அப் பூக்களும், பழங்களும் இருக்கையில் (ஆத்திகரால் நம்பப்படுகிற) ஆண்டவனுக்கு எவ்விடத்தும், எப்பருவத்திலும் அவற்றைப் படைத்திடும் அவ்வாற்றல் இல்லை எனும் முடிவுக்கு வருவதே சரியாகும்; இக் குறிப்பிட்ட ஆற்றல் இல்லை எனில் பொதுவான படைப்பாற்றல் இருக்கவும் வாய்ப்பில்லை என்றே பொருள் கொள்ள வேண்டும்; ஒருவருக்கு ஒன்றைத் (தான்

விரும்பியவாறு) ஒரு குறிப்பிட்ட பருவத்திலும், இடத்திலும் உண்டாக்க இயலவில்லை எனில் அவருக்கு வேறெதையும் எவ்விடத்தும் எக்காலத்திலும் உருவாக்கும் ஆற்றல் அறவே கிடையாது என்றுதான் அர்த்தமாகும்; ஏனெனில் ஒன்றைச் செய்திடும் ஆற்றல் காலம், இடம் போன்றவற்றின் கட்டுப்பாட்டுக்குள் இராது; ஆற்றலும், ஆற்றலின்மையும் ஒன்றையொன்று மறுதலிக்கக் கூடியவையாதலால் அவற்றுக்கு ஒரே வகையான அடித்தளம் அமைய முடியாது.

எதையும் எவ்விடத்தும் எச்சமயத்திலும் உண்டாக்கும் ஆற்றல் இருப்பதாலேயே அவற்றைப்படைத்திட வேறெந்தத் தேவையும் ஆண்டவனுக்கு இராது என எண்ண முடியாது என்று ஆத்திகர் வாதிடலாம்; உண்மையாகவே பொருட்களை உருவாக்க அல்லது விளைவுகளை ஏற்படுத்த அவர் சில துணைகளை நாடலாம்; அதனாலேயே அவரின் ‘அளவற்ற ஆற்றலை’ மறுக்க முடியாது; ஒருவர்க்கு ஒன்றைச் செய்திடும் ஆற்றல் உள்ள போதும் உண்மையிலேயே அச் செயலில் இறங்குகிறபோது அவர் அடுத்தவரின் அல்லது இன்னொன்றின் உதவியை நாடுவது வழக்கந்தான்; எழுதத் தெரிந்தவருக்குப் பேனாவும், மையும், தாளும் அவசியம் தேவை; அவருக்கு எழுதும் ஆற்றல் எவ்வளவு இருப்பினும் அவற்றில் எந்த வொன்று இல்லையெனினும் அவரால் அதை முழுமை பெறச் செய்ய முடியாது; பேனா இன்மையால் அவர் எழுத இயலவில்லை என்பதாலேயே அவருக்கு அச்சமயத்தில் அவ்வாற்றல் இல்லாமற் போனதாகச் சொல்ல முடியுமா? ஆகவே ஒருவர்க்கு ஒன்றைச் செய்திடும் ஆற்றல் உள்ள போதும் அதற்கு உதவியாகப் பிறிதொன்று தேவை என்பது நன்கு நிரூபணமானதோர் உண்மை; துணைப் பொருட்கள் பற்றிய கேள்வியின்றி ஒன்றைச் செய்து காண்பிப்பது மட்டுமே அவரின் அவ்வாற்றலுக்கான ஒரே சான்றாக முடியாது; ஆகவே ஆண்டவனின் ஆகப் பெரும் ஆற்றலுக்கு அவன் எதையும் எவ்விடத்தும் எச்சமயத்திலும் உருவாக்குவதுதான் ஒரே நிரூபணம் என வாதிடுவது வீணான வேலை; அவன் எதையும் எவ்விடத்தும் எச்சமயத்திலும் உண்மையாக உண்டாக்கவே செய்கிறான்; எதையும் செய்யும் ஆற்றல் இருக்கிற போதும் அதை உண்மையாகச் செய்கிறபோது அவனுக்குத் திண்ணமான இடம், (பருவ) காலம் போன்றவற்றின் வடிவிலான துணைப் பொருட்களின் உதவி தேவைப் படுகிறது; ஒரு விளைவு ஏற்பட அவசியப்படும் அடுத்தடுத்த கட்டங்களையும் இதே போன்று இன்னொரு துணயாகக் கருதலாம்.

இந்திய தருக்கவியலின் சொல்லியலில் இதற்கான வைபாசிக மறுமொழி யாதெனில், ஆத்திகர் எது மெய்ப்பிக்கப்பட வேண்டுமோ

அதையே இங்கு நிரூபணத்துக்குரிய சான்றாகப் பயன்படுத்துகிறார் என்பதுதான்; விளைவை ஏற்படுத்தும் திறன் ஒரு காரணியில் அமைந்துள்ளமை நேரடியாக என்றும் புலப்படுவதே இல்லை என்பதுதான் இதில் அடங்கியுள்ள முக்கிய அம்சம்; விளைவைக் கொண்டே அவ்வாற்றல் அனுமானிக்கப்படுகிறது; அவ்வனுமானம் பின்வரும் வடிவிலானது: "உண்மையாகவே விளைவை உண்டாக்கும் அனைத்து நேர்வுகளும் காரணியில் அதற்குரிய ஆற்றல் அடங்கியிருப்பதைக் குறிப்பனவே; இது உண்மையிலேயே விளைவை உண்டாக்கும் நேர்வு ஆகும்; ஆதலால், இது அக் காரணி அவ் விளைவை உண்டாக்கும் திறன் கொண்டிருப்பதை உறுதிப் படுத்தும் நிகழ்வாகும்." எனினும், ஒருவேளை, இப்போது பேனா கிடைக்காத தால் ஒருவர் உண்மையிலேயே எழுதிக்கொண்டிராதபோதும் அதற்கான ஆற்றல் அவரிடம் இருப்பதாக ஆத்திகர் அனுமானிக்கிறார்; அந்த அனுமானத்தின் அடிப்படையில் அவர் தனது கருத்தை வலியுறுத்தும் எடுத்துக்காட்டை இங்கே முன் வைக்கிறார்; ஆனால் உண்மையில் ஒருவர் எழுதிடாதபோது அவருக்கு அத் திறன் இருப்பதை உய்த்தறிந்திட வேறெந்த அடையாளமும் இல்லை; வேறுவிதமாய்ச் சொல்வதெனில், அவர் எழுதிக் கொண்டிராத சமயத்தில் அவரிடம் அதற்கான ஆற்றல் இருப்பதை அறிந்திட வேறெந்த சான்றுமில்லை; கடந்த காலத்தில் அவர் எழுதியதைக் கொண்டு அச் சமயத்தில் அவருக்கு அத் திறன் இருந்தமையைத்தான் நம்மால் உய்த்துணர முடியும்; அதன் பேரிலேயே அவர் அச் செயலில் ஈடுபட்டிராத இன்னொரு சமயத்திலும் அவரிடம் அத் திறன் (அப்படியே) தொடரும் எனக் கருத முடியாது; ஆகவே, ஒரு விளைவை உண்டாக்கும் திறனை உண்மையாகவே கொண்டுள்ள ஒருவர் அவ் விளைவை நடைமுறையில் ஏற்படுத்த கொஞ்சம் அவகாசம் எடுத்துக் கொள்வார் என அத்தகைய உறுதிப்படுத்தும் சான்றின் அடிப்படையில் ஆத்திகர் வாதிட முடியாது; எதையும் எவ்விடத்தும் எச்சமயத்திலும் உண்டாக்கும் ஆற்றல் ஆண்டவனிடம் இருப்பதாக ஆத்திகர் நம்புவது, உண்மையில் அவ்வாறு செயல் வடிவில் நிகழ்கிறபோதுதான் சரியானதெனக் கருதப்படும்; அது உண்மையில்லை என்பதால் ஆண்டவனின் அதிசய குணங்களாகக் கருதப்படும் சர்வ சக்தியும், சர்வ ஞானமும் அடிபட்டுப் போகின்றன; அவற்றுடன் கடவுளும் வெறும் கற்பனைதான் என்பதும் உறுதியாகி விடுகிறது.

# 13

# பவுத்த நாத்திகம்: மஹாயானம்

கடவுளின் இருப்பைப் பொய்ப்பிக்கவென்றே எழுதப்பட்ட முதல் மஹாயான நூலை எழுதியவர் நாகார்ஜுனர் எனக் கருதப்படுகிறது; நமது தற்கால அறிஞர்கள் குறிப்பிடத் தவறுகிற போதிலும் அந்நூலின் சமஸ்கிருத மூலமும், திபெத்திய மொழியில்[196] அதன் நேர் மொழி பெயர்ப்பும் அழியாமல் பாதுகாக்கப்பட்டுள்ளது என ஸ்ட்செர்பாட்ஸ்கி கூறுகிறார்; அவற்றைக் கொண்டு சொல்லுக்குச் சொல் சரியான ரஷ்ய மொழி பெயர்ப்புடன் விளக்கக் குறிப்புகளும் விமர்சன பூர்வ முகவுரையும் சேர்ந்ததோர் அருமையான பதிப்பை அவரே தயாரித்துள்ளார்[197]; அந்நூலின் பதிப்பகக் குறிப்பில் "இது வணக்கத்துக்குரிய ஆச்சார்ய நாகார்ஜுனரின் படைப்பு; அவருடைய மாணவரால் எழுதப்பட்டது" எனக் குறிப்பிடப்பட்டுள்ளது; இதிலிருந்து வாயால் மொழியப்பட்ட அது அவரின் மாணவரின் கையால் வரையப்பட்டு இன்றைய நூல் வடிவில் நமக்குக் கிடைத்துள்ளது எனத் தெரிகிறது; அதை அவ்வாறே எடுத்துக் கொண்டு, அம் மாணவர் மிகக் கவனமாகவும், தனது ஆசானின் கருத்தோட்டத்திலிருந்து சற்றும் வழுவாமலும் அதை எழுதியிருக்க வேண்டும் என நாம் ஏற்றாக வேண்டும்; ஏனெனில் ஸ்ட்செர்பாட்ஸ்கி சரியாகவே சுட்டிக் காண்பிப்பதுபோல், அந் நூலில் உள்ள வாதங்கள் கொஞ்சம் அழுத்தமின்றி இருந்தபோதிலும் அடிப்படையில் அவை அவரின் பெரிய மற்றும் பிரபலமான பிற நூல்களில் உள்ளவற்றைப் போன்றே அமைந்துள்ளன; மேலும் அந்த நூலின் உள்ளடக்கமான எதிர்மறை வாத முறை நாகார்ஜுனரின் இயல்புக்கு ஏற்பவே அமைந்துள்ளது.

அந்த நூல் சிறிதெனினும் அதன் பெயர் மிக நீளமானது; "(கடவுள் உலகைப் படைத்தார் என்பதற்கும், விஷ்ணுதான் உலகம் முழுவதையும் உருவாக்கிய ஒரே கடவுள் என்ற கருத்துக்கும்) மறுப்பு "என்ற பொருள் படும்படியான சமஸ்கிருதப் பெயர் அது; "விஷ்ணு" எனும் பெயர் அக் கால வழக்கத்தை ஒட்டியதே ஒழிய அந் நூலில்

வைணவர்களின் குறுகிய குழு வாதத்துக்கு எதிரான எதுவும் எவ்விடத்தும் இல்லை. மாறாக, 'உலகைப் படைத்த ஒருவர்' உண்டு எனும் நம்பிக்கைக்குப் பொதுவான தத்துவார்த்த கருத்துகளை முன்வைப்பதே அதன் முக்கிய நோக்கமாகும்; ஸ்ட்செர்பாட்ஸ்கியின் ஆக்கத்தின் வழியிலான அக் கருத்துகளை இங்கே தருவோம்:

"(உலகைப் படைத்த) கடவுள் ஒருவர் உண்டு (எனச் சிலர் உறுதிபடக் கூறுகின்றனர்); அந்த ஒருவரை(நாமும்) இங்கே விமர்சன பூர்வமாக வினவுவோம்; ஒன்றை உண்டாக்குகிறவரே படைப்பவர்;

"(அனைவராலும் நன்கறியப்பட்ட) செயல் ஒன்றில் ஈடுபடுகிறவர் (அச் செயலை யொட்டி) படைப்பாளி" எனப்படுகிறார்;

"இது குறித்து நாம் (கீழ்வருமாறு) வாதிடுவோம்:

"நமக்குத் தெரிந்து ஏற்கெனவே இருக்கிற அல்லது இல்லை என நாம் நன்கறிந்த ஒன்றை அவரால் படைக்கவியலும்;

"முதலாவதாக, நமக்குத் தெரிந்து ஏற்கெனவே இருக்கிற ஒன்றுக்குப் படைப்பாளி எனும் கருத்து பொருந்தாது என்பதால் அந்த ஒன்றை அவர் படைத்திருக்க முடியாது எனலாம்; சான்றாக, மனிதன் இருக்கிறான் என்பதை நாமறிவோம்; அவனை மீண்டும் உருவாக்குவது படைப்பாகாது; ஏனெனில் அவனின் இருப்பு (ஆண்டவனின் படைப்பு எனப்படுவதற்கு முன்னரே) ஏற்கெனவே நிறுவப்பட்டு விட்டது;

"இல்லாத ஒன்று என நமக்கு (ஏற்கெனவே) நன்கு தெரிந்ததைக் கடவுள் படைக்கிறார்" என ஆத்திகர் வாதிடலாம்; (இதற்கான நம் பதில் இதுதான்): கடவுள் பின் வருவனவற்றையும் செய்கிறார் எனக் கொள்வோம்: மணலைப் பிழிந்து எண்ணெய் எடுப்பது, ஆமை ஓட்டிலிருந்து கம்பளியைத் தருவிப்பது என்று நடக்கவே நடக்காது என நாம் நன்கறிந்த இவற்றையும் அவர் உண்டாக்கிக் காண்பிக்கட்டும்; ஆயின், அவற்றை ஆக்கிடும் ஆற்றல் அவருக்கில்லையே ஏன்? அவையனைத்தும் உண்மையில் இல்லை என்பதை நாமறிவோம்; அவரும் அப்படித்தான் (அதாவது, உண்மையில் அவரும் இல்லை)

"கடவுள் (ஏற்கெனவே) இல்லாத ஒன்றைத் தனது தெய்வீக ஆற்றலால் புதிதாகப் படைக்கிறார் என வாதிடப் படலாம்; அதுவும் சாத்தியமில்லை; ஏனெனில் (ஏற்கெனவே) இருப்பது மற்றும் இல்லாதது என்கிற இவ்விரண்டும் ஒன்றுக் கொன்று முரண்பாடான கருதுகோள்கள்; (இப்போது) இருப்பது (இனி) இல்லாமற் போவதில்லை; அதே போன்று (இப்போது) இல்லாதது (இனி) எப்போதும் இருக்கப்போவதில்லை; ஆகவே இந்த இரு கண்ணோட்டங்களுக்கும் இடையே யுள்ள முரண்பாடு இருளுக்கும்,

ஒளிக்கும் அல்லது உயிர்ப்புக்கும், இறப்புக்கும் இடையிலான வேறுபாடு போன்றது; உண்மையில் ஒளியுண்டேல் இருளில்லை; அதே போன்று இருள் இருக்குமிடத்து ஒளி இராது; உயிருடன் இருப்பவர் இறந்தவராகார்; இறந்தவர் இறந்தவரே; அதாவது உயிரற்றவரே; எனவே, இருப்பது மற்றும் இல்லாதது என்கிற இவ்விரண்டுக்கும் இடையில் இசைவு ஏதும் இன்மையால் இல்லாததிலிருந்து (தற்போது) இருப்பதைப் படைக்கிற கடவுள் என்றொருவர் இருந்திட வாய்ப்பே இல்லை.

“இன்னும் சில மறுப்புகளுக்கும் வாய்ப்புண்டு:

“தனக்கு அப்பால் (அதாவது தனக்கு வெளியே) ஒன்றைப் படைக்கிறவர் அதைத் தான் தோன்றிய பின்னர் உருவாக்கினாரா அல்லது தான் பிறவா நிலையிலேயே அதை உண்டாக்கினாரா?

*தானே பிறவாத போது அவர் தனக்குப் புறத்தே ஒன்றைத் தோற்றுவிக்க முடியாது; ஏன்? ஒரு ‘மலடியின் மகன்’ தானே பிறந்திராதபோது மண்ணைத் தோண்டுதல் போன்ற யாதொரு வேலையையும் அவனால் செய்திட முடியாது; அதே போன்றுதான் ஆண்டவனும்; அவனே தோன்றியிராதபோது படைப்புத் தொழிலை அவன் மேற்கொள்வதேது?

“(நாம் இப்போது இன்னொரு நேர்வைக் கருதுவோம்): தான் தோன்றிய பின்னரே ஆண்டவன் பிறவற்றைப் படைத்தான் எனில் அவன் எங்கிருந்து வந்தான்? தன்னிலிருந்தேவா அல்லது தனக்குப் புறத்தேயிருந்த பிறிதொன்றிலிருந்தா அல்லது அவ்விரண்டிலிருந்துமா?

இவ்விரண்டில் முதலாவதைப் பொறுத்த மட்டில் அவன் அவனிலிருந்தே அவதரித்திருக்க முடியாது; ஏனெனில் (படைப்பு போன்ற) ஒருவனின் செய்கை அந்த ஒருவனுக்குப் பொருந்தாது; ஒரு கத்தியின் முனை எவ்வளவுதான் கூர்மையானதாயினும் அது தன்னைத் தானே காயப்படுத்திக் கொள்வதில்லை; ஒரு நாட்டியக்காரர் எவ்வளவு திறமையானவராயினும் தன் தோள்களின் மீது தானே அமர்ந்து கொண்டு நாட்டியமாட முடியாது; மேலும், ஒன்றே ஆகு பொருளாகவும், ஆக்குவதாகவும் அமைவதென்பது ஆகாத காரியம் என்பதே நம் அனுபவம்; ஒரு தகப்பன் (அவனுக்கே) மகனாவது எங்கும் நடந்திராத ஒன்று.

அவ்வாறாயின் கடவுள் பிறிதொன்றிலிருந்து வந்தவர் என வைத்துக் கொள்வோம்; அதுவும் சரிப்படாது; ஏனெனில் கடவுளே தோன்றியிராத போது வேறெதுவும் இருப்பதற்கு வாய்ப்பே இல்லை.

“அவர் பிறிதொன்றிலிருந்து நேரடியாகத் தோன்றிடாமல் அடுத்தடுத்து நிகழ்ந்த எண்ணற்ற காரணிகளின் வழியே (பாரம்பரியமாக) வந்தவர் என வாதிடப்படலாம்;அவ்வாறாயின்,

*கடவுளுக்கு ஆதி என எதுவுமில்லையாதலால் (அதாவது அவர் அனாதியாதலால்) பிறிதொன்றினைச் சார்ந்த எல்லையற்ற காரணிகளை நாம் கருத வேண்டும்; ஆயின், தொடக்கமற்ற (ஆதியற்ற) பிறிதொன்று உண்மையிலேயே இருக்குமாயின் அதற்குத் தொடர்ச்சி என்றொன்று இருக்க முடியாது; (இது ஸ்ட்செர்பாட்ஸ்கியின் குறிப்புகளில் உள்ள சொல்லுக்குச் சொல் நேரடியான பின்வரும் மொழி பெயர்ப்பின்படியான விளக்கத்தை அடிப்படையாகக் கொண்ட வாதமாகும்): ("ஆரம்பமே இல்லை என்கிறபோது, அதுவே, முடிவு என்றொன்று இல்லை எனும் மறுப்பாகிறது"); விதை இல்லாதபோது முளைப்பு அல்லது குருத்து, அடிப் பகுதி அல்லது உடற் பகுதி, கிளைகள், இலைகள், பூக்கள், பழங்கள் போன்றவை ஏது? ஏன்? விதையே இல்லையே அதனால்; (அதே போன்றுதான் ஆண்டவனுக்கு ஆரம்பம் என்றொன்று இல்லாதபோது அவனின் இருத்தலுக்கும் வழியில்லை.)*

*"அவர் தன்னிலிருந்தும், பிறிதொன்றிலிருந்தும் — அதாவது அவ்விரண்டிலிருந்தும் — வந்திருக்கவும் முடியாது; ஏனெனில், இந்த அனுமானமும் முதலிரண்டு (அதாவது, தன்னிலிருந்து அல்லது தனக்குப் புறத்தேயிருந்த பிறிதொன்றிலிருந்து தோன்றியதான) அனுமானங்களைப் போன்றே குற்றமுடையது.*

*"ஆகவே உலகைப் படைத்த ஒருவர் உண்டு என நாம் கருதிட முடியவே முடியாது."*

இந்த விவாதம் முழுவதும் (உலகைப்) படைத்த ஒருவர் உண்டு எனும் கருத்து உள்ளீடற்றது என நிறுவிடும் நோக்கிலேயே வடிவமைக்கப்பட்டுள்ளது; அதன் பொருட்டு இரு பெரும் வாதங்கள் முன்வைக்கப்பட்டன; அவற்றில் இரண்டாவதிலிருந்து தொடங்குவோம்; ஏனெனில், அதன் இறுதிப் பகுதியின் சரியான உட்பொருள் (implication) குறித்து சற்று குழப்பம் காணப்படுகிறது.

இந்த வாதப்படி கடவுள் அல்லது (உலகைப்) படைத்தவர் குறித்து சிந்திக்க இரு வழிமுறைகள்தாம் உண்டு; தான் தோன்றிய பின்னரே இவ்வுலகைப் படைத்தார் என்பது ஒரு வகைச் சிந்தனை; தனது தோற்றத்துக்கு முன்னரே அதனைச் செய்தார் என்பது இன்னொன்று; வேறுவிதமாய்ச் சொல்வதெனில் அவர் தன் இருப்பைத் தேடிய பின்னரே இவ்வுலகைப் படைத்தார் அல்லது தன் இருப்பை எய்திடும் முன்னரே அதனை ஆக்கினார்; ஆத்திகரைப் பொறுத்தமட்டில் இந்த இரண்டாம் கருத்து முற்றிலும் அபத்தமானது; கடவுளே தோன்றிடவில்லை எனிலோ அல்லது இனிமேல்தான் அவர் தனது இருப்பைத் தேடிட வேண்டும் என்றாலோ அவர் 'மலடியின் மகனைப்' போன்று உண்மையில் இல்லவே இல்லை என்பதேசரி;

(இந்த' மலடி மகன் 'என்பது கொஞ்சமும் உண்மையற்ற, முற்றிலும் கற்பனையான ஒன்றைக் குறிப்பிடும் பொருட்டு இந்திய தத்துவத்தில் புழங்கப்படும் சொற்றொடராகும்); முற்றிலும் கற்பனையான ஒன்று யாதொரு செயலிலும் ஈடுபட வாய்ப்பில்லை; 'மலடியின் மைந்தன்' மண்ணைத் தோண்டிட இயலாது; அதே போன்று, கடவுள் என்பது வெறும் கற்பனை எனில் அவர் உலகைப் படைத்தவர் எனக் கருதுவது வீண்; ஆகவே, ஆண்டவன் தனது தோற்றத்துக்குப் பிறகே – அதாவது, தனது இருப்பை எய்திய பிறகே — இவ்வுலகைப் படைத்தான் எனக் கொள்வதே ஆத்திகருக்குள்ள ஒரே வழி; இந்த அனுமானத்திலும் ஒரு சிக்கலுண்டு; கடவுள் எங்கிருந்து வரவியலும் அல்லது எங்கிருந்து தன் இருப்பைத் தேடிக் கொள்ள முடியும் என்பதை அவர் விளக்கியாக வேண்டும்; இதற்கு மூன்று வகையான விடைகள்தாம் சாத்தியம்; முதலாவது, அவர் தன்னிலிருந்தே தோற்றம் கொண்டார் என்பது; இரண்டாவது, அவர் தனக்கு அப்பாலுள்ள பிறிதொன்றிலிருந்து பிறப்பெடுத்தார் என்பது; மூன்றாவது, அவர் இரண்டிலிருந்தும் —அதாவது, தன்னிலிருந்தும், தனக்கு அப்பாலுள்ள பிறிதொன்றிலிருந்தும் வந்தார் என்பது; இவையனைத்துமே முற்றிலும் அபத்தமானவை; முதலாவது, கடவுள் தன்னிலிருந்து தோன்றுவது என்பது ஒரு கோடரி தன்னைத் தானே வெட்டிக் கொள்வது அல்லது ஒரு நாட்டியக்காரர் தனது தோள் மீது தானே அமர்ந்து கொண்டு நடமிடுவது அல்லது ஒருவர் தந்தையாகவும், தானே தனக்குத் தனயனாகவும் இருப்பது போன்றது; அல்லது, ஆத்திகர் ஆண்டவன் தனக்கு அப்பால் உள்ளதிலிருந்து வந்தார் என்பாரா? அது சாத்தியமே யில்லை; ஏனெனில், அனைத்தும் அவன் செயலே, அவன் படைப்பே என்பதுதான் ஆத்திகரின்வாதம்; ஆகவே அவனுக்கு அப்பாலுள்ள அந்த ஒன்றுங்கூட அவனின் ஆக்கமே யாதலால் அவனைப் பெற்றெடுப்பதற்காக அந்தப் பிறிதொன்று அவனுக்கு முன்னரே அவதரித்திருக்க முடியாது; அவன் தன்னிலிருந்தோ தனக்கப்பாலுள்ள பிறிதொன்றிலிருந்தோ தோன்றியிருக்க வழியில்லை என்கிறபோது அவன் அவ்விரண்டிலிருந்தும் வந்தான் என்பது உப்புச் சப்பற்ற உதவாக்கரை வாதமே! வேறு வார்த்தைகளில் விளம்புவதெனில், இந்த மூன்றாம் வகைவாதம் அதற்கு முந்தைய இரு கருத்துகளில் பொதிந்துள்ள பொருட் குற்றம் காரணமாக மேலும் ஊனப்பட்டுப் போகிறது.

இதுகாறும் கண்டவற்றிலிருந்து இரு பெரும் வாதங்களில் இரண்டாவதன் முக்கியத்துவம் மிகத் தெளிவாகப் புலப்படுகிறது; அதை மேலும் தொடர்கிறபோது அதன் சிறப்புத் தன்மை சற்று மங்குகிற நிலை ஏற்படுகிறது; அதைத் தவிர்த்திடும் பொருட்டு, மேலே அடைப்புக் குறிகளுக்குள் காணப்படும் ("ஆரம்பமே இல்லை

என்கிறபோது, அதுவே, முடிவு என்றொன்று இல்லை எனும் மறுப்பாகிறது'' என்கிற) அந்த சொல்லுக்குச் சொல் நேர் மொழியாக்கத்திலுள்ள சொற்களை அப்படியே எடுத்துக் கொள்ள வேண்டாம் என்கிறார் ஸ்ட்செர்பாட்ஸ்கி; இந்த சொல்சார் பொருளைக் கொண்டு நாகார்ஜுனரின் கருத்தைப் பின் வருமாறு புரிந்து கொள்ள நாம் ஒரு வேளை முயற்சிக்கலாம்:

ஆத்திகரைப் பொறுத்த மட்டில் 'ஆண்டவன் இருக்கிறான்; அவன் ஆதியற்றவன் (அனாதி); அவன் 'மலடி மகனைப்' போன்று பிறவாதவன் எனினும்அவனின் இருப்பைப் புனைகதை எனலாகா'து; இது எடுபடக்கூடிய வாதமன்று; கடவுளுக்கு ஆதி (மூலம்) ஏதுமில்லை எனில் அந்தமும் (அதாவது, 'இறுதி'யும்) இருக்க முடியாது; அந்த மற்றவன் ஆண்டவன் எனில் அவனின் 'செயல்களும் அவற்றின் விளைவுகளுங்'கூட அவ்வாறே முடிவற்றவையாகத் தான் இருக்க முடியும்; காரணி இல்லையேல் காரியமில்லை என்பது பொதுவான அனுபவ உண்மை; விதையில்லையேல் துளிர் உள்ளிட்ட பிற எதுவும் இருக்க முடியாது; ஆகவே ஆண்டவன் ஆதியும் அந்தமும் (அதாவது, முதலும் முடிவும்) அற்றவனாயினும் அவனது 'செயலின்' வெளிப்பாடு எனப்படுகிற இவ்வுலகமும் முடிவில்லா ஒன்றே! அதாவது, கடவுளின் இருப்பையும், இவ்வுலகின் இன்மையையும் ஒரு சேரக் கருதுதல் சாத்தியமன்று; ஆத்திக அனுமானத்தின்படி படைப்புக்கு முன்னர் கடவுள் இருப்பும் இவ்வுலக இன்மையும் ஒரு சேர அமைந்தவை.

நாகார்ஜுனரின் நாத்திகக் கண்ணோட்டத்தைப் பற்றிய கொஞ்சம் ஐயத்துக்குரிய இக் கருத்தைப் புறந் தள்ளி அவரின் முதற் பெரும் வாதத்தைக் கேட்போம்: ஒன்றை ஒருவர் உருவாக்குகிற போதுதான் அவரை அதன் படைப்பாளி எனக் கருதமுடியும்; ஆகவே ஆண்டவன்தான் அனைத்தையும் படைக்கிறவன் எனில் அவன் ஏதேனும் ஒன்றை உருவாக்குகிறவன் என ஆத்திகர் நிரூபிக்க வேண்டும்; கடவுள் படைத்திடுவதாகச் சொல்லப்படும் அந்த ஒன்றின் இயல்பு எத்தகையதாக இருக்கும்? இதற்கு ஆத்திகரிடம் மூவகை விடைதான் உள்ளது; முதலாவது, அதன் இருப்பு என்பது அதன் உள்ளுறை இயல்பு; இரண்டாவது, அதன் இன்மை கூட அதன் உள்ளார்ந்த இயல்புதான்; மூன்றாவது, முன்பு அது இல்லாமலிருந்து பிறகு இருப்பது. நாகார்ஜுனரின் பார்வையில் இந்த மூன்றுமே அபத்தமானவை; முதலாவதாக, ஒன்றின் இருப்பு அதன் உள்ளுறை இயல்பு எனில் அதைக் கடவுள் மீண்டும் உருவாக்கத் தேவையில்லை; சான்றாக, ஏற்கெனவே இருக்கிற மனிதனை இறைவன் மீண்டும் படைத்திட வேண்டியதில்லை; இரண்டாவது பதிலும் அதே

போன்று பொருளற்றதே; இன்மை, ஒன்றின் உள்ளார்ந்த இயல்பாகவே இருக்கிறபோது அதை ஒருக்காலும் உயிர்ப்பிக்க அல்லது உருவாக்க முடியாது; ஆத்திகக் கற்பிதமாகிய தெய்வீகக் கட்டளையால்கூட அது சாத்தியமேயில்லை; “இல்லை இல்லை! இறைவனுக்கு இருக்கும் அற்புத ஆற்றலால் அது சாத்தியமே” என ஆத்திகர் வாதிடுவாராயின் அவரின் ஆண்டவனை மணலிலிருந்து எண்ணெயையும், ஆமை ஓட்டிலிருந்து கம்பளியையும் வரவழைக்கச் சொல்லுங்கள் பார்ப்போம்! இன்மையே அவற்றின் உள்ளார்ந்த இயல்பாதலால் அவற்றை அவரால் உருவாக்கவோ அல்லது படைக்கவோ முடியாது; இறுதியாக எஞ்சியிருப்பது, “முன்பு இல்லாதிருக்கிற ஒன்றைப் பின்பு கடவுள் தோற்றுவிக்கிறார் “எனும் வாதந்தான்; நாகார்ஜுனரின் நோக்கில், இதுவுங் கூட அர்த்தமற்றதே! இருப்பும் இன்மையும் இருளையும் ஒளியையும் போல ஒன்றை யொன்று ஒதுக்கித் தள்ளும் பாங்குடையன; இருள் இருக்குமிடத்தில் ஒளி இராது; ஒளியுண்டேல் இருளில்லை; அதே போலத்தான் உயிர்ப்பும், இறப்பும்; ஒன்றுண்டேல் பிறிதொன்றில்லை; அதாவது ஒன்றின் இருப்பு இன்னொன்றின் இன்மையாகிறது; இன்மையும் இருப்பும் ஒரே புள்ளியில் (இடத்தில்) நிலை கொண்டிருக்க வாய்ப்பே இல்லை; ஒரே சமயத்தில் ஒன்று இருப்பதும் இல்லாமலிருப் பதும் நடக்கவே நடக்காது; முன்பு இல்லாமலிருந்து தற்போது இருப்பது என்கிற பொருளில் கூட அது சாத்தியமில்லை.

நாகார்ஜுனரின் இந்த வாதம் நாத்திக உள்ளடக்கத்தைக் கொண்டுள்ள போதும் அது தற்கால நாத்திகருக்குப் பிடித்தமானதாக இல்லை; கடவுள் கற்பனையே எனும் பின்னணியில் அவ் வாதம் அமைந்திருப்பினும் உண்மையில் மாயா வாதம் எனும் பொதுவான தத்துவார்த்த நிலைபாட்டையே அது பற்றி நிற்கிறது; கடவுள் மட்டுமன்று அவன் படைத்ததாகக் கருதப்படும் இவ்வுலகுங் கூட மாயமே! ‘படைக்கப்பட்ட ஒன்று அல்லது ‘ஒன்றைப் படைத்தல்’ ‘எனும் கருத்து வலுவற்றது என்பதால் ‘படைத்தற்கு ஒருவன்’ உண்டு எனும் கருத்து தீர்வு காணப்படாத முரண்பாட்டைக் கொண்டது; குயவர் பானை வனைவது அனைவர்க்கும் தெரிந்த ஒன்று; ஆனால் நாகார்ஜுனரின் எதிர்மறை தருக்கத்தின்படி, இருப்போ அல்லது இன்மையோ அல்லது இரண்டுமோ பானையின் உள்ளார்ந்த இயல்பன்று என்பதால் குயவரால் அதைச் செய்திட முடியாது என ஒருவர் வாதிடலாம்; இதே வெற்றெண்ணத்தை அல்லது இல்பொருள் சிந்தனையை எந்தவொரு செய்பொருளுக்கும் பொருத்திட முடியும்; அவ்வாறு பொருத்தினால் ஒரு பொருளைச் செய்கிற ஒருவர் இருக்கிறாரோ இல்லையோ அப்படி உருவான பொருள் என ஒன்று இல்லவே இல்லை என்றாகும்; சான்றாக, விதையிலிருந்து செடியோ,

மரமோ முளைக்கிறது; அப்படியானால் அந்த செடிக்கோ மரத்துக்கோ இருக்க அல்லது இல்லாமலிருக்க அல்லது (ஒரே சமயத்தில்) இருக்கவும், இல்லாமலிருக்கவும் கூடிய உள்ளார்ந்த இயல்புண்டா? அதன் இருப்பு அதன் உள்ளார்ந்த இயல்பு எனில் அது உற்பத்தியானது என்பதில் அர்த்தமில்லை; அதன் இன்மை அதன் உள்ளார்ந்த இயல்பு எனில் அது என்றும் உருக்கொள்ளவே முடியாது; அது (ஒரே போழ்தில்) இருக்கவும் இல்லாமலிருக்கவும் வாய்ப்பில்லை; ஏனெனில் இருப்பும், இன்மையும் ஒன்றை மற்றொன்று மறுதலிக்கக் கூடியது; இந்த விலக்கு தனித்துவமானது, சார்பற்றது.

நாகார்ஜுனரின் எதிர்மறை வாதம் நம்மை இந்த இக்கட்டில்தான் கொண்டு சேர்க்கிறது; வைபாசிகர்தம் ஆத்திக எதிர்ப்பு வாதங்களுடன் அதை ஒப்பு நோக்குகையில் அதன் பொருத்தமின்மை நமக்கு நன்கு தெளிவாகிறது; வைபாசிகர்கள் பட்டறிவின் வழி மெய்ப்பிக்கப்பட்ட வலுமிக்க உண்மைகளிலிருந்து தமது வாதங்களைத் தொடங்குகிறார்கள்; கடவுள் எனும் கருத்து அந்த உண்மைகளுடன் உடன்படாமல் கடுமையாக முரண்படுவதால் அது செல்லத்தக்கதன்று என்கின்றனர்; நாகார்ஜுனரைப் பொறுத்தவரை முரண்பாட்டு விதி என்பது கழைக் கூத்தாடியின் வெற்று வித்தையைப் போன்றது; தனது மாயா ஜாலத்தின் மூலம் யாதொன்றையும் கணப் பொழுதுக்கு நம் கண்களினின்றும் மறைத்திடும் கழைக் கூத்தாடியைப் போல புலனறிவுக்குட்படுகிற உண்மைகள் அனைத்தையும் நாகார்ஜுனர் சூனியத்துக்குள் தள்ளி விடுகிறார்; இந்த 'மாயா ஜால'த்தில் மறைந்துள்ள இரகசியம்தான் என்ன? இருப்பு, இன்மை ஆகிய இரு கோட்பாடுகளையும்— உள்ளுறை இருப்பு மற்றும் உள்ளுறை இன்மை ஆகிய இரண்டையும் — இருளையும் ஒளியையும் போன்று ஒன்றோடொன்று தொடர்பற்ற தனித்துவமான கருதுகோள்களாகப் பார்ப்பதில்தான் அந்த இரகசியம் அடங்கியுள்ளது; இருப்பையும், இன்மையையும் எதிரெதிரே நிறுத்திட இதே போன்று இருளையும் ஒளியையும் பற்றிய ஒப்புமையைச் சுட்டி 'பிரம்ம — சூத்திரம்' பற்றிய தனது விளக்கவுரையைத் தொடங்குகிற சங்கரரை நினைவுபடுத்து வதாகவே இது உள்ளது; பவுத்த மாயா வாதிகளின் மீதும், சூனிய வாதிகளின் மீதும் வெறுப்பைக் கக்கிய இந்த சங்கரர் இறுதியில் உலக எதார்த்தத்தை ஒரேயடியாக மறுதலிக்கிற தத்துவார்த்த நிலைபாட்டை அடையவே விரும்பினார்[198]

நாகார்ஜுனரின் வாதங்கள் ஒரு பக்கமிருப்பினும், இவ்வாறு இருப்பையும், இன்மையையும் கருத்தியலாக எதிரெதிரே நிறுத்துவது தவறான தருக்க முறை என பவுத்தத்தின் நிறுவனர் கருதினார்; பிறிதொன்றன் தொடர்பற்ற இருப்பும், பிறிதொன்றன் தொடர்பற்ற இன்மையும் என்கிற — அதாவது 'இது இருக்கிறது மற்றும் இது

இல்லை' எனும் கறாரான- வகைபடுத்துதலைக் கைவிட்டு முப்போதும் இடைவிடாது உருக் கொண்டும், உருவழிந்தும் போகிற இயல்பினதே இவ்வுலகம் எனப் பார்க்க வேண்டுமெனத் தனது சீடர்களுக்கு அறிவுறுத்தினார்; இருப்பையும், இன்மையையும் பற்றிய இறுக்கமான, நெளிவு சுழிவற்ற கோட்பாடுகளைத் தவிர்த்து 'ஆகுதல்' எனும் கருதுகோளைத் தழுவினார்; புத்தர் பின்வருமாறு இதனை விளக்கினார்: "இருக்கிறது மற்றும் இல்லை என்கிற இரட்டைத் தன்மையது இவ்வுலகு; ஆயின், எவரொருவர் இவ்வுலகில் எவ்வாறு பொருட்கள் தோன்றுகின்றன என மெய்யாகவும், அறிவார்த்தமாகவும் நோக்குகிறாரோ அவர் 'இது இல்லை' என்பது இவ்வுலகில் இல்லை என்பதைக் காண்பார்; எவரொருவர் இவ்வுலகில் எவ்வாறு பொருட்கள் அழிகின்றன என மெய்யாகவும், அறிவார்த்தமாகவும் நோக்குகிறாரோ அவர் 'இது இருக்கிறது' எனக் கருதமாட்டார்"[199].

உலக தத்துவத்தின் வரலாற்றில் இயற்கையின் நேர்மறையான இயக்கவியலைப் பற்றிய தருக்க முறையை இங்கே நாம் முதன் முதலாகக் காண்கிறோம்; இதுவே புத்தருக்குப் பின்னர் சில தலை முறைகள் தாண்டி கிரேக்க தத்துவ ஞானியானஹெராக்ளிட்டஸ் அவர்களால் மீளவும் எடுத்துரைக்கப்பட்டது; தற்கால நாத்திகர்களான மார்க்சும், அவரின் வழிச் சென்றோரும் ஹெராக்ளிட்டஸின் இக் கருத்தை மிகுந்த ஆர்வத்துடன் பின்னோக்கினர்; எங்கெல்ஸ் கூறுகிறார்: "இவ்வாறு நாம் கிரேக்க தத்துவத்தின் புகழ் பெற்ற மூலவர்களுடைய ஆய்வுமுறைக்கு மீண்டும் திரும்பியுள்ளோம்: 'இயற்கையிலுள்ள நுண்ணியது முதல் ஆகப் பெரியது வரையிலான அனைத்தின் இருப்பும்......எதில் அடங்கியுள்ளது எனில் அது தோன்றுவதும், மறைவதுமான முடிவற்ற, ஓய்வற்ற இயக்கத்திலும், மாற்றத்திலுமே' என்கிறார் எங்கெல்ஸ்.[200].

ஆயின், நவீன நாத்திகம் குறித்துப் பின்னர் பேசுவோம்; இப்போதைக்குத் தங்களைத் தாங்களே 'மஹாயானிகள்' என அழைத்துக் கொண்ட பிற்கால பவுத்தர்களின் நாத்திகம் பற்றி மீண்டும் வினவுவோம்; நாகார்ஜுனரின் எதிர்மறை தருக்கம் நாத்திக உள்ளடக்கத்தைக் கொண்டிருப்பினும் இன்றைய அறிவியல் பூர்வமான நாத்திகத்தின் பார்வையில் அதை ஏற்பது இயலாது; இந்தப் பேரண்டம் முழுமையும் வெறும் சூனியமே என்கிற தனது நிலைபாட்டிலிருந்து கடவுள் அதைப் படைத்திருக்க முடியாது என்கிறார் அவர்; ஆத்திக மாயைக்கு எதிரான அவரின் இந்த மாயா வாதம் தத்துவப் பாங்கில் மிகவும் ஆபத்தானது;

கடவுள் மறுப்பை ஒப்பு நோக்கில் ஒரு தனிப்பட்ட தத்துவக் கேள்வியாக மாயா வாதத்தின் துணையின்றி பாவிக்கிற போக்கு

பிற்கால மஹாயான நூல்களில் காணப்படுவது நமது நற்பேறே! கடவுள் உண்டு எனும் கருத்தை வலியுறுத்தி ஆத்திகர்களால் தருக்கப் பாங்கில் முன்வைக்கப்பட்ட ஆதாரங்களுக்குக் குறிப்பாக பதிலிறுக்கும் வகையில் ஆத்திக எதிர்ப்புவாதங்கள் மென்மேலும் பெருகின; அதன் விரிவான சான்றாக சாந்தரக்சிதரின் 'தத்துவ சங்கிரகம்' அமைகிறது; எனினும் அவருக்கு முன்னரே சாந்தி தேவரின் 'போதிகார்யாவதாரம்' எனும் நூலில் இதே போக்கைக் காண்கிறோம்:

"கடவுள் நம் புரிதலுக்குட்படுகிற அளவுக்கு அவ்வளவு சாதாரணமானவர் அல்லர் என ஆத்திகர்கள் பீற்றிக் கொள்கிறார்கள்; இதன் பொருள் அவரின் குணங்களுங்கூட நமது 'சிற்றறிவுக்கு' எட்டாதவை என்பதே! ஆகவே நம்மால் அவரின் இருப்பை அறிந்திடவோ அல்லது உலகின் படைப்பாளி எனும் ஆற்றலை அல்லது பண்பை அவருக்குச் சாற்றவோ இயலாது; (எனவே ஆத்திகர் கடவுளைப் பற்றிய தனது கருத்தையே கைவிட வேண்டும் அல்லது கடவுள் இருக்கிறார், அவர்தான் உலகைப் படைக்கிறவர் என ஆர்ப்பரிப்பதை அவர் நிறுத்திக் கொள்ள வேண்டும்.")

ஆத்திகரின் இன்னொரு கூற்று ஆண்டவனின் இயல்பை உணர முடியாவிடினும் அவரின் செயலை நம்மால் அறியமுடியும் என்பது; (ஆயின், ஆத்திகராலேயே அவரின் ஆண்டவனுக்குப் பெருமை சேர்க்கும்படியான விசயங்களை அவ்வளவாக அடுக்கிக் காட்ட முடியவில்லை; அதாவது,) ஆன்மாக்களையும், தனிமங்களையும் (மூலகங்களையும்) இறைவன் படைக்கவில்லை; (ஆத்திகரே— அதாவது, நியாய-வைசேசிகரே - ஒப்புக் கொள்வதைப் போல்) அவை தொடக்கமோ முடிவோ இன்றி என்றும் நிலைத்திருக்கின்றன; அறிவு நம் புலன்களின் வயப்படும் பொருளிலிருந்து புறப்படுவது; கடவுளின் செய்கையன்று; இன்பமும், துன்பமும் வினைப் பயன்களே; கடவுளால் விளைவதில்லை; (இவ்வாறு, கடவுளைப் பலவாறு புகழ்வதும், பெருமைப் படுத்துவதும் ஆத்திகரின் வழக்கம் எனினும் அவர் ஆரவாரமாகப் பேசும் ஆண்டவனின் 'திரு விளையாடல்கள்' அவ்வளவு சிறப்பானவையன்று).

"அத்துடன், கடவுள் ஒன்றைச் செய்ய வேண்டுமென விரும்பிச் செயல்படுவதில்லை எனில் அவர் இன்னொன்றுக்குக் கட்டுப்பட்டவர் ஆகிறார்; இதன் பொருள் அவர் சார்பற்றவர் அல்லர் என்பதே: ஆயினும், அவர் அவ்வாறு யாருக்கும் கட்டுப்பட்டவர் அல்லர் எனில் அவர் ஏன் உலகைப் படைத்தல், காத்தல், அழித்தல் ஆகிய மூன்றையும் ஒரே சமயத்தில் செய்து முடிப்பதில்லை? மாற்றமின்றி என்றும் நிலைத்திருக்கிற ஒரு காரணி அதன் விளைவுகளை ஒரே சமயத்தில் ஏற்படுத்தியாக வேண்டும்"[201]

அனைத்தும் அறிந்த, எல்லாம் வல்ல இறைவன் ஒருவன் உண்டு என நம்பினாலும் ஆன்மாக்களையும். அணுக்களையும் ஆதியந்தமற்று என்றும் நிலைத்திருப்பவை எனவும் கருதிய பிற்கால நியாய-வைசேசிகர்களை எதிரிகளென எண்ணினார் சாந்திதேவர் என்பதைப் புரிந்து கொள்வதில் நமக்குச் சிரமம் ஏதுமில்லை; அவர்கள்ஆண்டவனை உலகின் தார்மீக நெறியாளர் எனக் கருதிய போதும் வினைப் பயன்களான இன்ப, துன்பங்களுக்கு இறைவன் காரணமில்லை எனவே வாதிட்டனர்; வேறுவிதமாய்ச் சொல்வதெனில், சாந்தி தேவரின் ஆத்திக எதிர்ப்பு வாதங்கள் குறிப்பாகப் பிற்கால நியாய-வைசேசிகர்களின் நிலைபாடுகளை மனதில் கொண்டே வைக்கப்பட்டன; இது சாந்தரக்சிதரின் எழுத்துகளில் இன்னும் வெளிப்படையாகத் தெரிகிறது; இவர் தனது ஆத்திக எதிர்ப்பு வாதங்களை முதலில் முன் வைக்காமல் கடவுளை நியாயப்படுத்த நியாய-வைசேசிகர்கள் அடுக்கும் ஆதாரங்களின் சுருக்கத்தைத் தருவதுடன் அவரின் உரையாசிரியரான கமலசீலர் சரியாகவே சுட்டுவதுபோல்அவித்தகர்ணர், உத்யோதகரர் போன்ற மிகப் புகழ்பெற்ற நியாய-வைசேசிகர்களை மேற்கோள் காட்டவும் செய்கிறார். சாந்தரக்சிதரின்ஆத்திக எதிர்ப்பு வாதங்கள் இப் பிற்கால நியாய-வைசேசிக வாதங்களில் குறை காண்பவையாகவே இருக்கின்றன.

இந்த நடை முறையைப் பின்பற்றியதற்கான சிறப்புக் காரணத்தை இங்கே குறிப்பிட்டாக வேண்டும்; நாம் ஏற்கெனவே 5ஆம் அத்தியாயத்தில் சுட்டிக் காட்டியதைப் போன்று நமது மாபெரும் தத்துவங்களிலேயே உண்மையான ஆத்திக உள்ளடக்கம் கொண்டவை வேதாந்தமும், குறிப்பாகப் பிற்கால நியாய — வைசேசிகமுமே; (வேதாந்தத் தத்துவத்தை முழுமையாக அவ்வாறு சொல்ல முடியாது.) இந்த இரண்டுக்கும் இடையிலுங் கூட மிக முக்கியமான வேறுபாடு உண்டு; வேதங்களே கடவுளின் இருப்புக்குப் போதிய ஆதாரம் எனக் கருதிய வேதாந்திகள் அதை நிரூபிக்க வேறு சான்றுகளைத் தேடி அலையவில்லை; ஆனால் பிற்கால நியாய— வைசேசிகர்கள் அப்படியில்லை; வேதங்களின் செல்தகைமையை அவர்கள் ஒப்புக் கொண்ட போதும் அவற்றின் வாசகங்களை வைத்து மட்டுமே கடவுளை நிரூபிக்க முடியாது என கருதினர்; எனவே அவர்கள் அதற்கு தீர்க்கமான தத்துவ விளக்கத்தை வலியுறுத்தினர்; இந்தியச் சொல்லாடலில், கடவுளின் இருப்பை உய்த்துணர்வு மூலம் மெய்ப்பிக்க விரும்பினர்; இந்திய தத்துவ வரலாற்றில் அவர்கள் மட்டுமே இத்தகைய முயற்சியில் இறங்கியவர்கள் எனில் அது மிகையன்று; ஹிரியன்னா கூறுவது போல், "இங்கே கடவுளின் இருப்பைப் புரிந்து கொண்ட விதத்தில் உள்ள சிறப்பான அம்சம்யாதெனில், அதை உய்த்துணரத்தான் முடியுமே தவிர வேதாந்தம் விளம்புவதுபோல்" வெளிப்பாட்டின்' 'மூலமாகவன்று"

என்பதுதான்".[202] ஆகவே முறையான தத்துவ அடிப்படையில் அமைந்ததும், ஒப்பீட்டளவில் பிற்காலத்தியதுமான ஆத்திக—நாத்திக சர்ச்சை பிற்கால நியாய -வைசேசிக நிலைபாட்டுக்கும் நாத்திகர்களுக்கும் இடையிலான சர்ச்சையாகவே உருவெடுத்தது; பிற்காலத்தில் ஆத்திகம் குறித்து இந்திய தத்துவத்தில் நடைபெற்ற சர்ச்சையைப் புரிந்து கொள்ள இதனை நினைவில் இறுத்துவது மிகவும் அவசியம்; நியாய—வைசேசிகரின் கடவுள் கொள்கை வித்தியாசமானது; இதை மனதில் கொள்ளாவிடில் பிற்கால பவுத்தர்கள், சமணர்கள் , பூர்வ—மீமாம்சகர்கள் ஆகியோரின் ஆத்திக எதிர்ப்பு வாதங்களின் உண்மையான பொருத்தப்பாட்டைப் பெருமளவில் தவற விட்டவராவோம்; வேறு வார்த்தைகளில் சொல்வதெனில், இந்த நாத்திக வாதங்கள் சில சமயங்களில் பிரதான பிரச்சனையிலிருந்து திசை மாறி கடவுள் உண்டா, இல்லையா என்கிற வெளிப்படையான கேள்வியுடன் தொடர்பின்றி வெகுதூரம் விலகிப் போய் — நியாய வைசேசிகரின் சில தத்துவ நிலைபாடுகளுடன் மோதுவதைக் காணலாம்; சான்றாக, சாந்தரக்சிதர் தனது ஆத்திக எதிர்ப்பு வாதங்களை முன்வைக்கிறபோது 'பகுதி' மற்றும் 'முழுமை' எனும் நியாய—வைசேசிகரின் கருதுகோள்கள் எதிர் வாத விளக்கத்தை எதிர்த்து நிற்கும் வலுவற்றவை என நிரூபிக்கப் பெரும்பாடுபட்டார்; கடவுள் குறித்த கேள்வியில் மட்டுமே அக்கறை கொண்ட இக்கால வாசகருக்கு இத்தகைய வாதங்கள் இன்றைய நிலையில் கொஞ்சம் பொருத்தமற்றவையாகத் தோன்றும்;ஆனால், அவை அத்தகையதன்று என்பதே உண்மை; ஏனெனில், சாந்தரக்சிதர் கடவுள் தொடர்பான ஒவ்வொரு நிரூபணத்தையும் மறுத்திடவில்லை; மாறாக, நியாய—வைசேசிகர்களால் முன்வைக்கப்படும் உய்த்துணர்வு மூலம் கடவுளின் இருப்பை அறியலாம் என்கிற வாதம் குறித்த சான்றுகளையும், அவற்றின் பொதுவான செல்தகைமை, பகுதி மற்றும் 'முழுமை' எனும் கருது கோள்களின் செல்தகைமையைச் சார்ந்திருப்பதையுமே அவர் குறிப்பாக மறுதலிக்கிறார்; இந்திய தத்துவ வரலாற்றில் நியாய—வைசேசிகரின் இந்த நிரூபணங்கள் மட்டுமே கடவுளின் இருப்பைத் தருக்கப் பாங்கில் மெய்ப்பிப்பதற்கான ஆதாரங்களாகக் காண்பிக்கப்படுகின்றன; ஆகவே ஒப்பீட்டளவில் பிற்காலத்தவர்களான நாத்திகர்களைப் போல் சாந்தரக்சிதரும் அவற்றைச் சாடுவது முற்றிலும் நியாயமே!

இச் சூழலில் நாம் கடவுளைப் பற்றிய நியாய- வைசேசிகரின் விசித்திரமான, கருதுகோள்கள் குறித்து முதலில் சில வார்த்தைகளைப் பேசி விட்டு அப்புறம் சாந்தரக்சிதரும் அவரின் விரிவுரையாளராகிய கமலசீலரும் நியாய- வைசேசிகரின் நிரூபணங்களுக்கு எதிராகத் தொடுக்கும் வாதங்களுக்குள் போவோம்.

கடவுள் அனைத்தும் அறிந்த, எல்லாம் வல்ல படைப்பாளி, இவ்வுலகை நன்னெறிப்படுத்துபவர் என்றெல்லாம் இத் தத்துவத்தில் பேசப்படுகிறது என்பதில் ஐயமில்லை; உண்மையைச் சொல்வதெனில் இறைவனுக்குக் கற்பிக்கப்படும் இத்தகைய குணநலன்களைச் சற்று தயக்கத்துடனேயே ஏற்க வேண்டியுள்ளது; முதலாவதாக, இவ்வுலகின் 'திண்ணமான நோக்கம் கொண்ட, திறன்மிகு காரணகர்த்தா' (சேதன நிமித்தகாரண') எனும் பொருளில்தான் அவர் அதன் படைப்பாளி எனப்படுகிறார்; இதன் பொருள், அவர் ஒருவர் மட்டுமே இவ்வுலகின் பிரத்யேகக் காரணிஎன்றில்லாவிடினும் அவர் மட்டுமே' பிரத்யேகமான திறன் மிகு காரணி' என்றுகூடக் கருதப்படவில்லை என்பதுதான்; ஏனெனில், அவரைப் போல் தன்னுணர்வற்ற அண்டவெளி- (திக்கு), காலம், மனம், ஆன்மாக்களின் நல்வினை, தீவினை (தர்மம்– அதர்மம்) போன்ற பிறகாரணிகள் உள்ளன; இவ்வுலகின் சடப்பொருள்சார் இறுதி—அதாவது, மூலக்காரணி அணுக்களின் நான்கு வடிவங்களால் ஆனது; அவை விசும்பையும் (akasa) தனிப்பட்ட ஆன்மாக்களையும் போன்று—அதற்கும் மேலாக ஆண்டவனைப் போலவே—என்றும் நிலைபெற்றவை எனக் கருதப்படுகிறது; இரண்டாவதாகக், கடவுள் இவ்வுலகை நன்னெறிப்படுத்துபவர் எனக் கருதப் படினும் அவரால் நன்மைக்குப் பரிசோ தீமைக்குத் தண்டனையோ தர முடியாது; ஏனெனில் 'தீதும் நன்றும் பிறர் தர வாரா'; அவை ஆன்மாக்களின் கடந்த கால வினைப் பயன்களே; நல்வினை, தீவினை (தர்மம்– அதர்மம்) எனும் இக் கருதுகோள் குறித்து சற்று விளக்கியாக வேண்டும்; பொதுவாகச் சொல்வதெனில், அதை ஆன்மாக்களின் ஊழ்வினை அல்லது விதி எனும் கருத்துக்கு மிக நெருக்கமானது எனலாம்; அந்த ஊழ்வினையும் ஆன்மாக்களின் ஆக்கமே என்பதை இதனுடன் இணைத்துப் பார்க்க வேண்டும்; இது பற்றிக் 'காணாதது' எனும் பொருள்படும் 'அதிர்ஷ்டம்' எனும் இன்னொரு சொல் அடிக்கடிப் பயன்படுத்தப்படுகிறது; எந்தவொரு பருப் பொருளையும் போலவே இந்த ஊழ்வினை அல்லது 'காணாதது' என்பதும் தன்னுணர்வற்ற இயல்புடையதே எனப் படுகிறது; பிற்கால நியாய—வைசேசிகத் தத்துவம் தன்னுணர்வற்ற தன்மையைத் தன் உள்ளுறை இயல்பாகக் கொண்டிருக்கிற எந்த ஒன்றாலும் தன்னைத் தானே இயக்கவோ, வழிநடத்திக் கொள்ளவோ முடியாது என வாதிடுகிறது; ஆகவே இந்த 'அதிர்ஷ்டம்' என்பது கடவுளின் உணர்வார்ந்த நேரடிப் பார்வையில் நிகழ்கிறது என்கிறது; இத் தத்துவத்தின் மூலக் கருத்துக்கு அல்லது 'அதிர்ஷ்டம்' என்பதன் அசல் (ஆரம்ப காலக்) கருத்துக்கு இது எந்த அளவுக்கு உண்மையாக உள்ளது என்பதை நாம் இனிப்பார்த்தாக வேண்டும்; இக் கருதுகோள் முதலில் மீமாம்ச தத்துவத்தின் அங்கமாக இருந்தது; பின்னர் நியாய—வைசேசிகர்கள்

அதைத் தமதாக்கிக் கொண்டனர்; கடவுள் எனும் கருத்து தத்துவப் பாங்கில் மீமாம்சகர்களுக்கே கொஞ்சமும் பிடிக்காத ஒன்று என்பதால் அவர்கள் கடவுளின் உருவிலான எந்தவோர் உணர்வார்ந்த புறச் சக்தியின் தலையீடுமின்றி தானாகவே இயங்கக் கூடிய தன்னுணர்வற்ற, தன்னிறைவான சக்தியே ‘அதிர்ஷ்டம்’ என்றனர்; நியாய— வைசேசிகத்தை நிறுவியவர்களால் வடிவமைக்கப்பட்ட அத் தத்துவத்தில் ‘அதிர்ஷ்டம்’ பற்றிய கருத்து அதன் ஆரம்ப கால நாத்திக அர்த்தத்திலேயே வழங்கப்பட்டுள்ளது எனலாம்; இது குறித்து நாம் பின்னர் விவாதிப்போம்; இப்போதைக்கு ஒப்பு நோக்கில் பிற்காலத்தவரான நாத்திகர்தம் வாதங்கள் அனைத்தும் யாரைக் குறி வைத்து முன்வைக்கப்பட்டனவோ அந்தப் பின்னாளைய நியாய—வைசேசிகர்களின் நிலைபாட்டை மட்டும் எடுத்துக் கொள்வோம்.

உலகத் தோற்றத்துக்குத் தன்னிறைவான அல்லது தனித்துவமான காரணியாகக் கடவுள் இல்லாவிடினும் அவர்தான் அதன் மூல கர்த்தா என்பதே பிற்கால நியாய—வைசேசிகரின் நிலையாகும்; அவரே உலகைப் படைக்கிறார்; ஆயினும் அப் படைப்பைத் தனியொரு விதமாகப் புரிந்து கொள்ளல் வேண்டும்; அவ்வாறெனில் அது எவ்விதம்? அவர் அணுக்கள், ஆன்மாக்கள், வெற்று வெளி, இன்ன பிறவற்றையெல்லாம் படைப்பவரல்லர்; மாறாக, அவர் உலகின் சேர்ந்தமைந்த பல்பொருட்களை மட்டும் ஒட்டு மொத்தமாகப் படைப்பவர்- அதாவது அவற்றின் அறிதிறன் மிகு காரணி; இந்த ‘சேர்ந்தமைந்த’ எனும் சொல் நியாய- வைசேசிக தத்துவத்தின் ‘விளைவு’ எனும் சொல்லுடன் இணைந்து வரும் ஒன்று; வேறு வார்த்தைகளில் சொல்வதெனில், ‘விளைவு’களைத் தமது இயல்பாகக் கொண்ட எதுவும் இறைவனின் படைப்பே! பெருங்கடல்களும், மலைகளும், விண்மீன்களும், கோள்களும் உயிருள்ளனவற்றின் உடற் சட்டமும் அல்லது கூடும் உண்மையில் பருப் பொருள் வடிவிலான நிலம், நீர், தீ, வளி ஆகிய தனிமங்கள் அனைத்தும் அவனின் ஆக்கமே! இவையனைத்தும் அணுக்களின் கூட்டமைவால் சேர்ந்தமைந்த பல்பொருட்களே; எனினும் அவற்றை வெறும் அணுக்கள்தாம் என்றோ அல்லது அணுக்களின் குவியல் என்றோ குழம்பிப் போகத் தேவையில்லை; மாறாக, அவை தமக்கே யுரிய தனி இருப்பைக் கொண்டவையாகக் கருதப் படுகிறது; நியாய — வைசேசிகத் தத்துவத்தில் இதை அங்கங்கள் அத்தனையின் ஒட்டு மொத்தத் தொகுப்பையும் கடந்த‘ முழுமை’ என்கின்றனர்; தமக்கெனத் தனி இருப்பைக் கொண்ட இந்த ‘முழுமை’களின் அறிதிறன் மிகு காரணியாக ஆண்டவன் இருக்கிறான் என்கிற அர்த்தத்திலேயே அவன் இவ்வுலகின் படைப்பாளி எனப்படுகிறான்;

இவ்விதக் கடவுள் கோட்பாடு வாலாயமான மத நம்பிக்கைகளில் நாம் காண்பதற்கு நேர்மாறானது என்பதைச் சொல்ல வேண்டியதில்லை; இது நியாய-வைசேசிகர்களின் அணு வாதக் கருதுகோளிலிருந்து பிரித்தறிய முடியாததொரு நுட்பமான கோட்பாடு; உண்மையில் பிற்கால நியாய-வைசேசிகர் தமது கடவுள் கோட்பாட்டில் எவ்வளவு பிடிப்புடன் இருந்தனரோ அதில் எள்ளளவும் குறைவின்றி இந்த அணு வாதக் கருதுகோளிலும் ஆர்வம் காட்டினார்.

ஆயின், நாம் எவ்வாறு ஒப்புக்கு - அதாவது பெயரளவுக்கு - எல்லாம் வல்லவராகவும் எதார்த்தத்தில் மிகவும் கட்டுப்படுத்தப்பட்ட செயல்பாடுகளைக் கொண்டவருமாகக் கருதப்படுகிற கடவுளைப் பற்றிய கோட்பாட்டுக்கு இட்டுச் செல்லும் அறிவியலும், இறையியலும் கலந்த இந்த வித்தியாசமான கலவையை விளக்குவது? இது குறித்த விரிவானதொரு விவாதத்தைப் பின்னர் வைத்துக் கொள்வோம்; இப்போதைக்குக் கடவுளின் இருப்புக்குக் காண்பிக்கப்படும் ஆதாரங்களைப் புரிந்து கொள்ள உதவும் நியாய—வைசேசிகக் கடவுள் கோட்பாட்டின் சில அம்சங்களை மட்டும் இங்கே குறிப்பிடுவோம்.

அணு வாதக் கருதுகோளை ஆதரிக்க அணுக்களின் சேர்க்கையைப் பற்றிய திருப்திகரமான விளக்கம் அவசியப்படுகிறது; உறுப்புகளற்றதாகக் கருதப்படும் அணுக்களை ஒன்றோடொன்று ஒட்டுவதெப்படி? அவ்வாறு அவற்றைச் சேர்ப்பது அறவே இயலாது என நிறுவிடும் நோக்கிலேயே அணு வாத மறுப்பு என்பது இந்திய தத்துவத்தில் இடம் பெற்றுள்ளது; ஆகவே சிக்கலான இக் கேள்விக்குரிய பதிலைத் தேடும் அவசியம் அணு வாதிகளுக்குமே ஏற்பட்டது; நியாய—வைசேசிகர்களே கூட அத் தேவையை உணர்ந்தார்கள்; ஏனெனில் அவர்களின் கண்ணோட்டத்தில் இந்தப் பேரண்டத்தின் படைப்புக் கான செய்முறை ஏதேனும் இரண்டு ஆதி (மூல) அணுக்களின் ஆரம்ப காலப் பிணைப்பிலிருந்துதான் தொடங்கியிருக்க வேண்டும்.

அறிவியலும், தொழில் நுட்பமும் வளர்ச்சியடைந்திராத வரலாற்றுப் பின்னணியில் இது அவ்வளவு எளிய காரியமன்று; ஆயினும், நியாய—வைசேசிகர்கள் அணுச் சேர்க்கை குறித்த கேள்விக்கான விடையைத் தேடிடத் தங்களால் இயன்றவரை முயன்றார்கள்; பட்டறிவின் வாயிலாக அவர்களுக்குக் கிடைக்கப் பெற்ற தரவுகளைக் கொண்டுதான் இது சாத்தியப் பட்டிருக்க வேண்டும்; இந்த அனுபவப் பாங்கிலான தரவுகளுங் கூட அவர்களுக்குத் தெரிந்த உற்பத்தி முறை சார்ந்த தொழில் நுட்பத்திலிருந்துதான் திரட்டப் பட்டிருக்க வேண்டும்; வேறு

விதமாய்ச் சொல்வதெனில், அவர்களுக்கு அத்துப்படியான உற்பத்தி நுட்பத்தைக் கொண்டுதான் அணுக்களைச் சேர்த்து இறுதியாகப் பொருட்கள் எவ்வாறு உற்பத்தி செய்யப்பட்டன என்பதை அவர்கள் விளக்க முயற்சிக்க முடியும்.

இதன் பொருட்டு நமது நியாய-வைசேசிகர்கள் பானை வனைபவரின் நுட்பத்தைத்தான் பிரதானமாகப் பேசினார்கள்; அவ்வப்போது நெசவாளரின் கைவினையையும் துணைக்கழைத்துக் கொண்டார்கள்; குயவர் ஏற்கெனவே தனித் தனியாய்ச் செய்து வைத்திருக்கிற இரண்டு ஓடுகளை இணைத்து குடுவையைச் செய்கிறார்—அதாவது இரு தனித் தனிப் பாகங்களை ஒன்றாக்கி ஒரு 'முழு' அல்லது 'சேர்ந்தமைந்த' குடுவையைச் செய்து அதற்கெனத் தனியொரு வடிவம் தருகிறார்- என்றனர்; அவரைப் போன்று ஆண்டவனும் அணுக்கள் இரண்டை முதலில் சேர்த்து இந்தப் பேரண்டத்தின் படைப்புக்கான செய்முறையைத் தொடங்கி வைத்தார் என்றனர். அந்த இரண்டு அணுக்களின் இயைபு 'சேர்ந்தமைந்த பல பொருட்கள் இவ்வுலகில் உருவாகிடக் காரணாமாயிற்று.

இதன் விளைவாகப் பானை வனையும் குயவரின் உதாரணம் கடவுளின் இருப்பை நிறுவிடும் தீர்மானகரமான முக்கிய நிரூபணமாக நியாய—வைசேசிகரால் முன்வைக்கப்பட்டது; அந்த வாதம் பெரும்பாலும் பின் வருமாறு அமைந்திருந்தது: அந்த ஓடுகள் தன்னுணர்வற்ற தன்மையன என்பதால் அவற்றால் குடுவையைச் செய்திட இயலாது; குயவரைப் போன்ற அறிதிறன் மிகு வினைஞரின் வழிகாட்டுதல் அல்லது மேற் பார்வையின் மூலமே அவ்வோடுகளைக் குடுவையாக்க முடியும்; ஆகவே தன்னுணர்வின்மையைத் தமது உள்ளுறை இயல்பாகக் கொண்டவற்றிலிருந்து ஏதேனும் ஒன்றை உருவாக்கிடத் திறன் மிகு காரணி மிகவும் அவசியமான முன் தேவையாகும்; மலைகள், பெருங்கடல்கள் போன்ற இவ்வுலகின் எல்லாப் பொருட்களும் இறுதியில் பல்லுறுப்புகளின் கலவையே — அதாவது தன்னுணர்வின்மையைத் தம் இயல்பாகக் கொண்ட அணுக்களின் சேர்க்கையால் அமைந்தவையே; ஆகவே அவற்றுக் கொரு திறன்மிகு காரணி தேவைப்படுகிறது; அந்த ஒன்றுதான் ஆண்டவன்.

கடவுள் தொடர்பான நியாய-வைசேசிகரின் நிரூபணங்கள் குறித்து இங்கே இன்னும் கொஞ்சம் கூடுதலாக விளக்குவது அவசியம்; தத்தவப் பாங்கில் கூறுவதெனில், நாம் ஏற்கெனவே சொன்னது போலத் தமது அணு வாதக் கருதுகோளை மேலும் செழுமைப்படுத்தவே நியாய- வைசேசிகர் கடவுள் இருப்பை

அனுமானிக்க வேண்டி வந்தது; இரண்டு ஆதி அணுக்களின் முதல் சேர்க்கைதான் இந்த அகிலத்தின் தோற்றத்தை ஆரம்பித்து வைத்திருக்க வேண்டும் எனும் அவர்களின் பார்வை காரணமாக அவர்கள் அவ்வணுக்களின் இயைபு பற்றிய பிரச்சனையில் குறியாக இருந்தார்கள்; இதற்கான தீர்வு அவர்கள் அந்நிகழ்வை ஓர் அதிசயமாக, அற்புதமாகக் கண்டதில் மட்டுமே அடங்கியிருந்தது; கடவுளால் மட்டுமே அந்த இரண்டு அணுக்களின் முதல் சேர்க்கை நடந்திருக்க முடியும் என அவர்கள் நம்பினர்; இதற்கு வேறெதையும் விடக் குயவர் உதாரணம் அவர்களுக்கு மிகவும் கைகொடுத்தது; எனவே இரண்டு ஓடுகளை இணைத்து குடுவையைச் செய்த குயவரைப் போல இறைவன் இரண்டு அணுக்களை இணைத்து இவ்வுலகத் தோற்றத்தைத் தொடங்கி வைத்தான் எனக் கருதினர்.

எனினும் ஒரு தத்துவம் என்ற வகையில் நியாய - வைசேசிகம்தான் தருக்கவியலுக்கும், நிரூபணத்துக்கான செய்முறையியலுக்கும் மிக வலுவான அழுத்தம் கொடுத்தது; ஆகவே, கடவுளைத் தத்தவப் பாங்கில் ஏற்றுக் கொண்ட பின்பு அவனின் இருப்பை நிரூபிக்க அனைத்து வகைப்பட்ட தருக்க முறைச் சான்றுகளையும் தேடித் திரட்டுவதில் ஒப்பீட்டளவில் பிற்காலத்திய நியாய-வைசேசிகர் இறங்கினர்; மிக முக்கியமானவையாகக் கருதப்பட்ட அச் சான்றுகளில் குயவர் உதாரணம் தனது தீர்மானகரமான இடத்தைத் தக்க வைத்துக் கொண்டது எனினும் 'இரண்டு ஓடுகளை இணைத்து குடுவை செய்தல்' எனும் அதன் செய் நுட்பம் அடிக்கடி குறிப்பிடப்படவில்லை; மாறாகக் களி மண், கோல், மணை, சக்கரம் போன்ற கருவிகளின் உதவியுடன் குடுவை செய்யப்படுவதாகப் பொதுவாகக் குறிப்பிடப் படுகிறது; ஆயினும் அவர்களுடைய வாதங்களின் அடிநாதமாக ஒலிப்பது தன்னுணர்வுள்ளவராகக் குயவர் இருப்பதால்தான் உள்ளார்ந்த நிலையில் தன்னுணர்வற்ற இப் பொருட்களைக் கொண்டு அவரால் குடுவையைச் செய்ய முடிகிறது எனும் வாதமே! வேறு விதமாய்ச் சொல்வதெனில், தன்னுணர்வுள்ள ஒன்றினால் மட்டுமே உள்ளார்ந்த நிலையில் தன்னுணர்வற்ற உருபொருள்களைக் கொண்டு பிறிதொன்றைப் படைக்க முடியும்; தன்னுணர்வற்றவை தாமாகவே ஒரு பொருளாக உருக்கொள்ள மாட்டா; எனவே, இப் பேரண்டத்தில் உள்ள குடுவையைப் போன்ற யாதொன்றன் தோற்றத்துக்கும் திறன்மிகு வினைஞர் ஒருவர் அவசியப்படுகிறார்; அந்த ஒருவர்தான் ஆண்டவன்; வேறு வார்த்தைகளில் கூறுவதெனில், கடவுள் இருப்பு குறித்த நியாய—வைசேசிகரின் அடிப்படையான வாதம் யாதெனில், உள்ளார்ந்த நிலையில் தன்னுணர்வற்றவை தன்னுணர்வுள்ள திறன்மிகு காரணி ஒன்றின் துணையின்றி எவ்வித விளைவையும் ஏற்படுத்த முடியாது என்பதுதான்;, இவ்வுலகின்

'சேர்ந்தமைந்த' பொருள்கள் அனைத்தும் உள்ளார்ந்த நிலையில் தன்னுணர்வற்ற உருபொருள்களைக் கொண்டே உருவாக்கப்டுகிற இயல்பு கொண்டவை என்பதால் அதற்கொரு திறன்மிகு உற்பத்தியாளார் தேவைப்படுகிறார்.

திறன் மிகு உற்பத்தியாளாரின் இன்றியமையாமை இவ்வாறு உறுதிப் படுத்தப்பட்ட பின்பு அத்தகைய ஒருவர் அனைத்தும் அறிந்த ஆண்டவனாகத்தான் இருக்க முடியும் என நிறுவுவது ஒப்பீட்டளவில் மிக எளிது; ஏனெனில் இப் பேரண்டத்திலுள்ள யாதொன்றின் உருவாக்கத்துக்கும் அவசியப்படும் பொருட்களைப் பற்றிய ஞானம் வரம்பற்றது; அது நிலையற்ற அல்லது அழியும் இயல்புடைய மனிதரின் அறிவைப் போல ஓர் எல்லைக்குட்பட்டதன்று.

இந்த ஆத்திகப் போக்கு தத்துவத்தால் ஏற்றுக் கொள்ளப்பட்ட உடனே அது தனக்கேயுரிய உந்துதலைப் பெற்றது; பிற்கால நியாய—வைசேசிகர் கடவுள் இருப்புக்கு ஆதாரமாக ஒரேயொரு சான்றுடன் மட்டும் மன நிறைவு கொள்ளவில்லை; தமது அணு வாதக் கருதுகோளுக்கு ஆதாரமாக அமைந்துள்ள ஈரணுக்களின் முதல் இயைபு இறைவனின் கட்டளையின்றி சாத்தியமில்லை என நம்பியதால் அவர்கள் அவனின் இருப்பு குறித்து தங்களுக்கு எவ்வித ஐயமும் இருந்திடலாகாது என்பதில் மிகுந்த கவனம் செலுத்தினர்; அதன் பொருட்டு அவர்கள் பல்வகைப்பட்ட சான்றுகளைத் திரட்டுவதில் தொடர்ந்து முயற்சித்த வண்ணம் இருந்தனர்; அதன் இறுதி விளைவே உதயணரின் 'நியாய- குசுமாஞ்சலி' எனும் மிக நுட்பமான, எளிதில் புரிபடாத நூல்; ஆயின், ஆண்டவனின் இருப்புக்கு ஆயிரம் சான்றுகளைத் தேடிடும் இந்த வழக்கம் உதயணருக்கு முந்தையதாக இருக்க வேண்டும்; உதயணருக்குப் பல்லாண்டுகள் முந்தையவரான சாந்தரக்சிதர் ஆத்திகத்துக்கு ஆதரவாக நியாய — வைசேசிகர் முன்வைத்த எண்ணற்ற வாதங்களைத் தனது ஆத்திக எதிர்ப்பு எவ்வளவு அர்த்தமுள்ளது என்பதை நிறுவுவதற்காகவேனும்எடுத்துக் காட்டினார்.

நியாய — வைசேசிக நிலைபாட்டின் இந்த விசேடமான தன்மைகளை மனதிற் கொண்டு இனி நாம் சாந்தரக்சிதரும், அவரின் விரிவுரையாளரான கமலசீலரும் ஆத்திக வாதங்களை எவ்வாறு எதிர்கொண்டனர் என்பதை நோக்குவோம்; கடவுள் பற்றிய சாந்தரக்சிதரின் விவாதம் இரு பகுதிகளைக் கொண்டது; இந்திய வழக்கப்படி அவர் முதலில் நியாய-வைசேசிகரின் நிலைபாட்டை விளக்கினார்; அவருக்கு அது எதிரியின் பார்வை; அதை மிக விரிவாக விளக்கிய பின்னர் மறுக்க முற்பட்டார்; அந்த மறுப்புதான் அவரின் பார்வையாகியது.

தத்துவ சங்கிரகத்திலும், அதன் மீதான விரிவுரையிலும் அந்த விவாதம் எப்படி இடம் பெற்றுள்ளதோ அதே வடிவத்தில் அதை இங்கே பின் தொடர்வோம்.[203]

**எதிரியின் பார்வை**

(நியாய வைசேசிகர்களின் வார்த்தைகளில் ஆத்திகரின் வழக்கு)

உயிரும் , உணர்வும் அற்ற எந்த ஒன்றுக்கும் யாதொரு விளைவையும் ஏற்படுத்தும் திறனில்லை; ஆதலால் படைக்கப்பட்ட பொருட்கள் அனைத்துக்கும் பரமனே மூல-காரணியாக இருக்க வேண்டும் என்பதுதான் நியாய-வைசேசிக வாதத்தின் பிரதான அம்சம் என்பது சாந்தரக்சிதரின் கருத்து; ‘படைக்கப்பட்ட பொருட்கள் ‘என்பதை இவ் விரிவுரை பின் வருமாறு வரையறுக்கின்றது: “படைக்கப்படாத அணுக்கள், வெற்று வெளி போன்றவை நிலைபேறுடையவை -அதாவது, என்றும் இருப்பவை —என்பதால் அவற்றுக்குக் காரணி ஏதும் இல்லை“.

இந்த உரை நூலில் ஆத்திக வாதம் முழுமையாக விளக்கப் பட்டுள்ளது; அதன் விவரமாவது: “அறிதிறனற்ற ஒன்றால் இன்னொன்றின் துணையின்றி எதையும் உண்டு பண்ண முடியாது; களிமண் கட்டி, நீர், கோல், கயிறு, இன்ன பிற பொருட்கள் குயவர் இன்றி தாமாகவே குடுவையாகிடா; உலகின் காரணிகளாகக் கருதப்படும் நல்வினை, தீவினை (தர்மம் அதர்மம்), அணுக்கள் போன்றவை அறிதிறனற்றவை; எனவே உலகத் தோற்றத்துக்கு அவை மட்டும் போதும் என்கிற கருத்து ஏற்கெனவே குறிப்பிடப்பட்டவாறு இயல்பாகப் பல பொருள்களுக்கும் உரித்தானது எனக் கொள்ளத் தக்க பொது மூலக் கருத்துக்கு முரணானது; இவ்வாறு, துணை ஒன்று தேவை என்பதும் அது கடவுள்தான் என்பதும் உறுதிப் படுத்தப் படுகிறது; எனினும், (இவ்வுலகின் தோற்றத்துக்குக்) கடவுள் ஒருவரே திறன் மிகு காரணி என்பதாலேயே நல்வினை, தீவினையும் (தர்மம் அதர்மம்) இன்ன பிறவும் பயனற்றுப் போவதில்லை; (அவை படைப்புக்கு உதவியாக இருக்கும் பொருளாயத காரணிகளாக இன்னமும் கருதப்படுகின்றன)

விளைவுகளை ஏற்படுத்த அறிதிறனுள்ளதொரு துணை தேவையென ஒப்புக் கொள்வதாயினும், அதைப் போன்றே அறிதிறனுள்ள- ஆனால் வரையறைக்குட்பட்ட - ஆன்மாக்களும் இந்த விளைவுகளை உண்டாக்கும் வல்லமை கொண்டுள்ளபோது கடவுள் எதற்கு என ஆத்திகரைக் கேட்கமுடியும்; வரையறைக்குட்பட்ட ஆன்மாக்கள் கடவுளின் படைப்புகளான பிறிதோர் உடலிலோ அல்லது புலனுறுப்புகளிலோ புகுகிறபோதுதான் தன்னுணர்வு பெறுகின்றன என்பதுதான் இதற்கான நியாய - வைசேசிகரின் பதில்; உடல்கள், புலனுறுப்புகள் போன்றவை உலக நாயகனால் உண்டாக்கப்

படாத நிலையில் அந்த ஆன்மாக்கள் "பளிச்செனத் தெரிகிற பல வண்ணங்களைக்கூடப் பார்த்தறியவியலாத—அதாவது முற்றிலும் தன்னுணர்வற்ற — நிலையில் உள்ளன; இவ்வாறு, பொருட்களாகவோ அல்லது விளைவுகளாகவோ இவ்வுலகிலுள்ள எதற்கும் வரையறைக் குட்பட்ட ஆன்மாக்கள் காரணிகளாக முடியாது; கடவுள் ஒருவரே அவற்றின் காரண கர்த்தா.

ஆத்திகவாதத்தை இத்தகைய பொதுவானதொரு வடிவத்தில் விவரித்தபிறகு கடவுள் இருப்புக்கு ஆதரவான சில வாதங்களைப் புகழ் வாய்ந்த சில நையாயிகர் எவ்வாறு முன் வைத்தனரோ அதே போன்று அவற்றைச் சாந்தரக்சிதர் எடுத்துரைத்தார்; அவித்தகர்ணர் என்பார் அவர்களில் ஒருவர்; அவரின் வாதங்களில் இரண்டைச் சாந்தரக்சிதர் மேற்கோள் காட்டுகிறார்:

முதலாவது: மட்குடுவை போன்றவற்றுக்கு அறிதிறன் கொண்டதொரு காரணி இருந்தாக வேண்டும் என்பதில் மாறுபட்ட கருத்தேதும் இல்லை: எனினும் நிலம், நீர், நெருப்பு, வளி அல்லது காற்று ஆகியவற்றுக்கு அத்தகையதொரு காரணி உண்டா என்கிற கேள்விக்கு நாம் விடை கண்டாக வெண்டும்; ஆகவேதான் அப் பொருட்கள் "சர்ச்சைக்கிடமானவை' எனப்படுகின்றன; சர்ச்சைக்கிட மான அப்பொருட்கள் இரு வகைப்பட்டவை: (1) நிலம், நீர், நெருப்பு, போன்றவை காட்சி மற்றும் தொடுவுணர்வால் அறியப்படுவன; (2) வளி அல்லது காற்று எவ்வாற்றானும் புலனறிவுக்குட்பட்டதில்லை; அவித்தகர்ணரைப் பொறுத்தவரை இவ்வாறு "சர்ச்சைக்குட்பட்ட' பொருட்கள் இரு புலன்களால் அறியப்படுவன அல்லது அவ்வாறு அறியப்பட முடியாதவை 'எனும் இருவகைப் பட்டவை; எனினும், கூறொப்புக்கு (similarity) எடுத்துக் காட்டாக விளங்கிடும் குடுவையைப் போன்ற பொருட்கள் அறிதிறன் மிகு காரணியால் படைக்கப்பட்டவை என்றுதான் கருதப்பட வேண்டும்; ஏனெனில் சேர்மானப் பொருட்களின் விசேடமான தொகுப்பால் அதனதன் பண்பு நிர்ணயமாகிறது; கூறொப்பின்மைக்குச் (dis-similarity) சான்றாக உள்ள அணு, சேர்மானப் பொருட்கள் அல்லது உட்கூறுகள் அற்றது; ஆகவே அதன் உற்பத்திக்குக் காரணி ஏதுமில்லை; இந்த வாதத்தில் இடம் பெறும் "சேர்மானப் பொருட்களின் விசேடமான தொகுப்பால் அதனதன் பண்பு நிர்ணயமாகிறது" என்பதன் பொருள் ஒன்றை முழுமையாக உருவாக்க அதன் உறுப்புகள் அனைத்தையும் ஒன்றிணைப்பது" அல்லது அந்த ஒன்று அவ்வுறுப்புப் பொருட்களையும் தாண்டி தனித்த இருப்பைக் கொண்டிருப்பது" என்பதாகும்.

அவித்தகர்ணரின் இரண்டாவது வாதமாவது; அறிதிறன்மிகு நெசவாளியால் கையாளப்படும்போது மட்டுமே நூலிழை அதன்

விளைவுகளை வெளிப்படுத்துகிறது; அதைப் போல நிறமும், பிற குணங்களும் கொண்ட உடல், இன்ன பிற பொருட்கள் ஆகியனவற்றின் பொருளாயத காரணங்களும் அறிதிறன்மிகு காரணியால் கட்டுப்படுத்தப் படுகின்றன.

உத்யோதகரர் என்பாரின் ஆத்திகவாதம் வேறொரு தளத்திலிருந்து உலகின் அறிதிறன்மிகு காரணியை ஊகிக்க முயல்கிறது; "துணி நெய்யத் தேவைப்படும் நூலிழை, தறிநாடா [shuttle] போன்றவற்றைப் போல இவ்வுலகத் தோற்றத்துக்கு இன்றியமையாதவையான ஆதி (மூலப்) பொருள், அணுக்கள், தற்செயல் நிகழ்வு அல்லது அதிர்ஷ்டம் ஆகியன விட்டு விட்டு வினை புரிதலால் அவற்றின் விளைவுகளை உண்டாக்கிட உயர் மதி நுட்பம் வாய்ந்த ஒன்றின் கண்காணிப்பு அவசியம்."

உத்யோதகரர் இவ்வுலகியற்றியானை ஊகித்துணர மேலுமோர் ஆதாரத்தை முன்வைக்கிறார்: "அடிப்படையான அல்லது மூலக் கூறுகளையும், பிறவற்றையும் தன்னகத்தே கொண்டிலங்கும் இப் பூவுலகு அதில் உறையும் மானுடர்தம் இன்ப, துன்பங்களின் ஊற்றுக் கண்ணாய்த் திகழ்வது எப்போதெனில் அதையோர் அறிதிறன்மிகு காரணி ஆட்சி செய்கிறபோதுதான்; கோடரியையும், இன்ன பிறவற்றையும் போன்று தானே ஒரு பொருளாய் உணர்திறனற்று, நிலையற்று இவ்வுலகம் இருப்பதால் அது தானே இயங்கிட இயலாது"; 'உணர்வும், பிற திறனுமற்ற கோடரி தானே இன்ப துன்ப ஊற்றாக முடியாது; அறிதிறன் மிகு ஒன்றின் கட்டுக்குள் வருகிறபோதுதான் அது சாத்தியம் 'என்கிற இந்த உண்மையைக் கூடுதலான சான்றாகப் பயன்படுத்தி ஆத்திகர் அறிதிறன் மிகு ஒன்றின் கட்டுக்குள் வராமல் உள்ளார்ந்த நிலையில் உணர்வும், பிற திறனுமற்ற யாதொன்றாலும் இன்ப, துன்பக் கேணியாகிட இயலாது என வாதிடுகிறார்; உண்மை இதற்கு நேர்மாறானது; அடிப்படையான அல்லது மூலக் கூறுகள் உணர்வும், பிற திறனுமற்ற நிலையிலும் இன்ப, துன்பங்களின் காரணமாகின்றன: இது அவை அறிதிறன் மிகு ஒன்றால் வழிகாட்டப்படுகின்றன என்பதை உறுதிப்படுத்துகிறது.

இந்த அறிதிறன் மிகு ஒன்று இவ்வுலகம் முழுவதையும் படைத்ததாக அல்லது அதன் காரணியாக நிரூபிக்கப்பட்டுவிட்டதால் அது அனைத்தும் அறிந்ததாய் இருக்க வேண்டும்; பிரசாஸ்தமதி வாதிடுவது போன்று "ஒட்டு மொத்த உலகையும் படைத்தவர் என்கிறபோது கடவுள் எல்லாம் அறிந்தவர் என்பது நிரூபிக்கப்படுகிறது; ஏனெனில், அவர் தன்னால் படைக்கப்படுவதைப் பற்றிய அனைத்து விவரங்களையும்—அதன், பொருளாயத மற்றும் உதவிகரமாக இருக்கும் காரணங்கள், அதன் பயன்பாடு, அதனைக் கொள்பவர்

போன்றவற்றையெல்லாம்— முழுமையாக அறிந்திருக்க வேண்டும்; இவ்வுலகில் மனிதன் ஏதேனும் ஒன்றைச் செய்கிறபோது அதன் பொருளாயத காரணம் போன்றவற்றை அறிந்தே வைத்திருக்கிறான்; சான்றாக, மட் குடுவையைச் செய்கிறவர் மண்கட்டி வடிவில் அதன் பொருளாயத காரணத்தையும், சக்கர வடிவில் அதற்கு உதவிகரமான காரணத்தையும், தண்ணீர் மொள்ளுதலில் அதன் பயன்பாட்டையும், வீட்டுக்காரரின் வடிவில் அதனைக் கொள்பவரையும் அறிந்தவரே; அது போன்றே, உலகங்களைப் படைக்கிற கடவுளும் அணுக்கள் முதலானவற்றின் வடிவில் அவ்வுலகங்களின் பொருளாயத காரணத்தையும், தற்செயல் நிகழ்வு அல்லது அதிர்ஷ்டம் , அண்டவெளி, காலம், குறிப்பாகவும், உள்ளார்ந்தும் எங்கும் பரவிக் கிடக்கிறதுணைக்கோள்கள் போன்றவற்றின் உருவில் அவ்வுலகங்களின் தோற்றத்துக்கு உதவிகரமாக இருக்கும் காரணங்களையும், மனிதரின் பட்டறிவின் வடிவில் அவ்வுலகங்களின் பயன்பாட்டையும், அதே மனிதரின் உருவில் அவ்வுலகங்களின் கொள்வாரையும் அறிந்திருக் கிறார்; இதிலிருந்து அவர் அனைத்தும் அறிந்தவர் என்பது எளிதில் விளங்கும்." அதாவது, எல்லைக்குட்பட்ட அறிவுடைய எவராலும் இவற்றை அறிந்திட இயலாது.

பிரசாஸ்தமதி தனிப்பட்ட முறையில் (அதாவது வேறெவரையும் துணைக்கழைக்காமல்) கடவுளை மெய்ப்பிக்க இன்னொரு சான்றை அவரே முன்னிறுத்துகிறார்;[204]

படைப்பின் தொடக்கத்தில் மனிதர்களின் அனைத்து விதமான பயன்பாடுகளும், பழக்க வழக்கங்களும் மற்றொருவரின் போதனைப்படியே இருந்திருக்கும்; ஏனெனில் பின்னாட்களில் விவரமானவர்களின் பழக்க வழக்கங்கள் குறிப்பிட்ட சிலவற்றுடன் மட்டுமே எனக் குறுகிப் போயுள்ளன; சான்றாகச், சிறுவர்களின் சொற்பயன்பாடு ஒரு சில பொருட்களுடன் சுருங்கிப் போவதற்கு முன்னர் அவர்களின் தாய் அல்லது பிறரின் தலையீடு எப்போதும் உண்டு; படைப்புக் காலத்திய பழக்க வழக்கங்களை நெறிப்படுத்திய அந்த நபர் யாரெனில் அவர்தான் கடவுள்; அவரின் தலை சிறந்த ஞானம் அனைத்தும் அழிகிற சமயத்திலும் அன்றலர்ந்த தாமரையாய் விரிந்து மணம் பரப்பும்.

**எதிரிக்கு பதில்**

(கடவுள் கோட்பாட்டுக்கு சாந்தரக்சிதரின் மறுப்பு)

கடவுள் இருப்புக்கு ஆதாரமாக நியாய—வைசேசிகரால் முன்வைக்கப்பட்ட சான்றுகளை மறுப்பது எனும் வடிவில் சாந்தரக்சிதரின் நாத்திக வாதம் ஏன் வேறு வழியின்றி அமைய நேர்ந்தது என்பதை நாம் ஏற்கெனவே கண்டோம்; இதன் பொருட்டு

அவர் மேலே குறிப்பிடப்பட்ட அவித்தகர்ணரின் முதல் வாதத்தை விரிவாக ஆய்வதைத் தனது முதற் கடமையெனக் கருதினார்.

அந்த வாதப்படி, சர்ச்சைக்கிடமான பொருட்கள் — அதாவது, இரு புலன்களால் அறியப்படும் நிலம், நீர், நெருப்பு, ஆகியனவும், புலனறிவுக்கு எட்டாத பொருளான காற்றும் - கடவுள் வடிவிலான அறிதிறன் மிகு காரணியால் படைக்கப்பட்டிருக்க வேண்டும்: ஏனெனில் சேர்மானப் பொருட்களின் விசேடமான தொகுப்பால் அதனதன் பண்பு நிர்ணயமாகிறது; சாந்தரக்சிதரின் பார்வையில் அத்தகைய வாதம் அடுக்கடுக்கான பிழைகளைக் கொண்டது.

முதலாவதாக, பவுத்தர்கள் இரு புலன்களால் அறியப்படும் எதுவும் இருக்க வாய்ப்பில்லை என நம்புகிறார்கள்; அவர்களின் பார்வையின்படி, இந்திய தருக்க முறைக்கான சொல்லாட்சியில் இந்த அனுமானத்தின் உரிப்பொருள் (subject) போலியானது; இந்திய தத்துவத்தில் நையாயிகர்களுக்கும், பவுத்தர்களுக்கும் இடையில் இரு புலன்களால் — இன்னும் விரிவாகச் சொல்வதெனில், அறிதலுக்கு ஆதாரமான இரு தனித்தனியான தோற்றுவாய்களால் — ஒன்றை உணர்வதற்கான சாத்தியப்பாடு குறித்து நீண்ட நெடிய சர்ச்சை நிலவி வந்தது உண்மைதான்; நமக்கு இந்த விவகாரத்துக்குள் போக இப்போது சாத்தியமோ, அவசியமோ கூட இல்லை; தனித் தனியான இரு புலன்களால் ஒன்றை உணர்வது எனும் கருத்துக்கு உடன்படுவதில் இறுதியாக எத்தகைய தத்துவார்த்த ஈடுபாடு இருந்தது என்பதைக் கூட நம்மால் இப்போதைக்கு இங்கே ஆய்ந்திட இயலாது; ஆயினும், அனைவராலும் ஒப்புக் கொள்ளப்பட்ட இந்திய தருக்கவியல் நியதிகளின் படி எந்தவோர் அனுமானத்தின் செல்தகைமை எதிரியால் முற்றிலும் நிராகரிக்கப்படுகிறதோ அந்த அனுமானத்திலிருந்து தனது வாதத்தைத் தொடங்கும் உரிமை மற்றவர்க்குக் கிடையாது; இருவரும் பொதுவாக ஏற்றுக் கொள்கிற புள்ளியிலிருந்துதான் விவாதம் தொடங்கும்; இந்த நிலையிலிருந்து நோக்குங்கால் அவித்தகர்ணருடைய அனுமானத்தின் உரிப் பொருள் (subject) சாந்தரக்சிதரால் மறுக்கப்பட்டதில் ஓரளவு நியாயம் இருப்பதாகப் படுகிறது: ஆயினும் இந்த மறுப்பு மட்டுமே ஆத்திக எதிர்ப்புக்கு அவ்வளவு முக்கியமானதாகப் படவில்லைதான். கடவுளை நிரூபிக்க முயன்ற பிற நையாயிகர் தமது அனுமானத்தின் உரிப்பொருள் இதே வடிவத்தில்தான் அமைய வேண்டும் என விரும்பவில்லை; இதிலிருந்து குறிப்பிட்ட இந்த வடிவத்தில் அந்த அனுமானத்தின் உரிப்பொருள் இருந்தால்தான் கடவுள் இருப்புக்கான சான்றாக அது அமையும் என நியாய—வைசேசிகர் எண்ணவில்லை என்பது தெளிவாகும்.

கடவுளைப் பற்றிய அவித்தகர்ணருடைய அனுமானத்திற்கு எதிரான சாந்தரக்சிதரின் பிற மறுப்புகள் மேலும் கடுமையானவை; இந்த முழு விவாதமும் இந்திய தருக்கவியலுக்குரிய மொழியில் அமைந்திருப்பினும் முக்கியமான வாதங்களை நோக்குதல் அவசியம்; ஏனெனில், சாராம்சத்தில் இதே போன்ற முறையைத்தான் கடவுளுக்கெதிரான சமண. மீமாம்ச விவாதங்களிலும் நாம் காணவிருக்கிறோம்; அவித்தகர்ணருடைய முதலாவது வாதத்தை சாந்தரக்சிதரே அக்கு வேறு ஆணி வேறாக அலசிட விழைந்தார்; ஏனெனில் அது கடவுள் குறித்த நியாய-வைசேசிகர்தம் அனுமானத்தின் பிம்பமாக விளங்கியதால் அதுவும் ஓர் அனுமானத்தைப் பாதிக்கிற வழக்கமான பிழைகள் பலவற்றைக் கொண்டுள்ளது என நிரூபிப்பது சாந்தரக்சிதரின் நோக்கமாகும்; இப் பிழைகளின் தன்மையைப் புரிந்து கொள்ள ஏதுவாக இந்திய தருக்கவியலைப் பற்றிக் கொஞ்சம் பார்ப்போம்.

'ஹெத்வாபாஷ' என்பது 'Fallacy' என்பதற்கான இந்தியச் (அதாவது, சமஸ்கிருத—மொ-ர்) சொல்லாகும்; வார்த்தைக்கு வார்த்தை அப்படியே அதனைப் பெயர்த்தால் போலி அடையாளம் அல்லது சின்னம் — அதாவது, போலியான ஆதாரம்- எனப் பொருள்படும்; அடையாளம் அல்லது சின்னம் என்பது எதிலிருந்து இன்னொன்று உய்த்துணரப்படுகிறதோ அது; சான்றாகப், புகையைக் கண்டதும் தீயை உய்த்துணர்கிறோமே இதில் புகை என்பது அடையாளம் அல்லது சின்னம்; அதுவே உய்த்துணர்தலின் ஆதாரம் என்பது தெளிவு; அந்த அடையாளம் அல்லது சின்னம் குறையுடையதானால் ஒட்டுமொத்த உய்த்துணர்வும் பிழைபட்டுப் போகும்; அதனால்தான் இந்திய தருக்கவியலாளர்கள் ஓர் உய்த்துணர்வு மெய்யாவதற்கு அதன் அடையாளம் அல்லது சின்னம் நன்கு வரையறுக்கப்பட்ட எண்ணற்ற சிறப்பியல்புகளைக் கொண்டிருக்க வேண்டும் என வலியுறுத்துகின்றனர்; அவற்றில் ஏதேனுமொன்று இல்லையெனினும் அது போலியான அடையாளம் அல்லது சின்னம் ஆகிவிடும்; அத்தகைய அடையாளத்தின் அடிப்படையிலான உய்த்துணர்வும் அடிபட்டுப் போய்விடும்.

கடவுள் குறித்த அவித்த கர்ணருடைய முக்கியமான அனுமானத்தில் பயன்படுத்தப்பட்டுள்ள அடையாளம் அல்லது சின்னம் எண்ணற்ற குறைகளைக் கொண்டிருப்பதால் அது போலியானது என நிறுவிக் காண்பிக்க சாந்தரக்சிதர் விரும்பினார்; அதாவது, அது ஓர் உண்மையான அடையாளம் அல்லது சின்னத்துக்கு அவசியமான பல நிபந்தனைகளை மீறுகிறது; இதன் பொருள் கடவுள் குறித்த இந்த அனுமானத்தில் பிழைகள் மலிந்துள்ளன என்பதாகும்.

“சேர்மானப் பொருட்களின் விசேடமான தொகுப்பால் அதனதன் பண்பு நிர்ணயமாகிறது என்பதால்” என்கிற வாசகமே இந்த அனுமானத்தின் அடையாளம் அல்லது சின்னம், இந்த அடையாளம் அல்லது சின்னத்தின் அடிப்படையிலேயே இவ்வுலகின் மலைகள், மரங்கள் போன்ற சேர்ந்தமைந்த பொருட்களின் தோற்றத்துக்குக் கடவுள் வடிவிலான அறிதிறன் மிகு காரணி ஒன்று உண்டு எனப்படுகிறது.

இந்திய தருக்கவியலில் ‘நிரூபிக்கப்படாதது’ எனப்படும் போலி அடையாளம் அல்லது சின்னம் இந்த வாதத்தில் இடம்பெற்றுள்ளமையே இதன் முதற் குறை என்கிறார் சாந்தரக்சிதர்; உண்மை என இனிமேல்தான் நிரூபிக்கப்பட வேண்டிய நிலையிலுள்ள ஒன்றை நிறுவப்பட்டதாகக் கருதுகிற அடையாளம் அல்லது சின்னத்தைப் பயன்படுத்துவது என்பதே அக் குறைபாடு; அவித்தகர்ணருக்கு எதிராக சாந்தரக்சிதர் ஏனிந்த குற்றச்சாட்டை வைக்கிறார் என்பதை இங்கே காண்போம்:

“சேர்மானப் பொருட்களின் விசேடமான தொகுப்பால் அதனதன் பண்பு நிர்ணயமாதல்” எனும் சொற்றொடரை நியாய - வைசேசிகர் பயன்படுத்துகிறபோது அது எவ்வாறு மிகு நுட்பமாக அர்த்தப்படுத்துகிறது? கமலசீலர் விளக்குவது போல அதன் பொருள் (1) அவற்றின் வெவ்வேறு உறுப்புகளுக்கிடையே ஒரு வகையான இயைபு நிலவுகிறது; (2) அவ்வாறு இணைந்த பிறகு அவை தனித் தனி உருபொருளாக வடிவம் கொள்கின்றன — அதாவது, நியாய - வைசேசிகரின் சொல்லியலில் ஒவ்வொன்றும் அதனதன் உறுப்புகளின் வெறும் கூட்டுத் தொகையாக இல்லாமல் அவ்வுறுப்புகள் அனைத்தையும் உட்கொண்டு “முழுமை” பெற்ற தனியொரு வடிவம் கொண்டவையாக மாறுகின்றன; ஆக, இங்கே நம் ஆய்வுக்குட்பட்டுள்ள அடையாளம் அல்லது சின்னம் இயைபு மற்றும் ‘முழுமை’ எனும் கருதுகோள்களை எவ்விதக் கேள்வியுமின்றி அப்படியே ஏற்றுக் கொள்கிறது; ஆனால் பவுத்தர்கள் அவற்றை ஒட்டு மொத்தமாக உதறித் தள்ளி விட்டார்கள்; எனவே இனி மேல் நிரூபிக்கப்பட வேண்டிய ஒன்றை மறுப்பின்றி ஒப்புக்கொள்கிற அந்த அடையாளம் அல்லது சின்னத்தைப் பவுத்தர்கள் மறுப்பதற்கு எல்லா உரிமையும் உடையோரே! உண்மையில், பவுத்தர்களின் பார்வையில் ஆத்திகரின் இந்த அடையாளம் அல்லது சின்னத்தைப் போன்றே அதன் உதவியுடன் அவர் நிறுவ முயலும் கடவுளின் இருப்பும் நிரூபிக்கப்படாத ஒன்றே! கடவுள் இருப்பு குறித்த நியாய - வைசேசிகர்தம் அனுமானத்துக்கு எதிராக வாதம் புரிந்திட சாந்தரக்சிதருக்குச் சிறப்பான காரணமுண்டு: ஏனெனில், ‘பகுதிகள்

அனைத்தும் உட்கொண்ட முழுமை' 'எனும் இக் கருதுகோள் ஏன் என்றுமே நிரூபிக்கப்பட முடியாத ஒன்று என்பதை விளக்கிட அவரின் "தத்துவ சங்கிரகம் "எனும் நூலில் நீண்டதொரு பகுதியை ஒதுக்கியுள்ளார்.

சாந்தரக்சிதர் 'பகுதிகள் அனைத்தும் உட்கொண்ட முழுமை' 'எனும் இக் கருதுகோளை அவ்வளவு ஆழமாகவும், விரிவாகவும் ஆய்ந்ததற்கான காரணத்தை அறிவதில் நமக்குச் சிரமம் இல்லை; இக் கருதுகோள் நியாய-வைசேசிக தத்துவத்தில் ஒரு விசித்திரமான முக்கியத்துவத்தைக் கொண்டுள்ளது. உலகிலுள்ள சேர்ந்தமைந்த பொருள் ஒவ்வொன்றும் பல்லுறுப்புகளின் பிணைப்பால் உருவானதே'; இதை மேலும் உள்நோக்குவோமாயின் இறுதியில் காணப்படுவன அணுத் துகள்களே: ஆயின் இதை வெறுமனே அணுக்களின் திரட்சி எனக் கருதக் கூடாது; அதாவது, மட்குடுவை தன்னளவில் தனியோர் 'முழுமை'யின் தனியொரு வடிவம், வெறும் மண்அணுக்களால் ஆனதோ அவற்றின் மொத்தக் குவியலோ அன்று; அவற்றை விட மேலானது; ஆக, நியாய-வைசேசிகர்தம் அணுவியக் கருதுகோளுடன் அவர்களின் 'அனைத்தும் உட்கொண்ட முழுமை' எனும் கருத்தாக்கம் இன்றியமையாத பிணைப்புடையது; இந்த "அனைத்தும் உட்கொண்ட முழுமை' எனும் கருத்தாக்கத்தைப் பொய்ப்பிப்பதன் மூலம் நியாய- வைசேசிகர்தம் அணுவியக் கருதுகோளை மறுத்திடவியலும் எனச் சாந்தரக்சிதரும் அவரின் சக தத்துவாசிரியர்களும் நம்பினர்.

கடவுள் பற்றிய நியாய- வைசேசிகர்தம் அனுமானத்துக்கு எதிரான சாந்தரக்சிதரின் பிற மறுப்புகளை நோக்குமுன் இன்னொரு கேள்விக்குள் நுழைவது கொஞ்சம் உதவிகரமாக இருக்கும்; தற்கால நாத்திகர், 'பகுதிகள் அனைத்தும் உட்கொண்ட முழுமை' 'எனும் இக் கருதுகோளை ஏற்பது தொடர்பான சர்ச்சையை எவ்வாறு பின்னோக்குவார்? கடவுள் பற்றிய நியாய - வைசேசிகர்தம் அனுமானத்துக்குப் 'பகுதிகள் அனைத்தும் உட்கொண்ட முழுமை' 'எனும் இக் கருதுகோள்தான் அடிப்படை என்பதில் ஐயமில்லை; இந்த அடையாளம் அல்லது சின்னத்தைப் போன்றே அதன் உதவியுடன் அவர் நிறுவ முயலும் கடவுளின் இருப்பும் நிரூபிக்கப்படாத ஒன்றே என்பது குறித்துத் தனக்கு முழு மன நிறைவு ஏற்படும் அளவு சாந்தரக்சிதர் வாதிட்டுள்ளார்; எனவே 'அனைத்தும் உட்கொண்ட முழுமை' எனும் கருத்தாக்கத்தை மறைமுகமாக ஒப்புக்கொண்ட இந்த அடையாளம் அல்லது சின்னத்தைப் போலி அடையாளம் அல்லது சின்னம் எனத் தான் கருதியதை நியாயப்படுத்துவதற்கு சாந்தரக்சிதருக்கு நுட்பமான காரணமுண்டு என்பதிலும் ஐயமில்லை.

இது காறும் நடந்து வந்திருக்கிற சர்ச்சை பெரும்பாலும் ஒரு தத்துவத்தின் அடிப்படைகளை மற்றொன்றுக்கு உரியனவற்றுக்கு எதிரே நிறுத்துவதாகத்தான் இருந்துள்ளது; தற்கால நாத்திகருக்கு இந்த இரண்டில் நியாய- வைசேசிகரின் தத்துவ அடிப்படைகள்தாம் மிகவும் குறிப்பிடத்தக்கவையாகத் தெரிகின்றன. அணுவியக் கருதுகோள் இந்திய தத்துவத்தின் உண்மையான அறிவியல் மரபைச் சேர்ந்தது; சாந்தரக்சிதரின் பார்வை அகவயப்பட்ட கற்பனாவாதத்தின் சாயல் கொண்டதாதலால் இந்திய அறிவியல் வளர்ச்சிக்கு எதிராக அமைந்தது. ஆகவே, (அனைத்தையும் உட்கொண்ட) 'முழுமை' குறித்த கருத்தாக்கத்துக்கு எதிரான நாகர்ஜுனரின் மறுப்பு நாத்திக உள்ளடக்கத்தைக் கொண்டிருந்தபோதும் தற்கால நாத்திகர் அது குறித்துப் பரவசப்பட வேண்டியதில்லை. 'படைத்தவர்' என்கிற கருத்துக்கு எதிரான நாகார்ஜுனரின் எதிர்மறை வாதத்தை ஆய்ந்தபோது இந்திய தத்துவ நூல்களில் இடம் பெற்றுள்ள கடவுள் மறுப்பு வாதங்கள் அனைத்தையும் விமர்சனத்துக்கு உட்படுத்தாமல் அப்படியே ஒப்புக் கொள்ள வேண்டிய அவசியமில்லை என்பதை நாம் முன்னரே கண்டோம். தற்கால நாத்திகரின் பார்வையில் கடவுள் கருத்து வெறும் கற்பனையே என்பதில் ஐயமில்லை. ஆனால் தத்துவப் பாங்கில் மேலும் காட்டமாகத் தாக்கவல்ல மற்றொரு மாயையை நாகர்ஜுனரைப் போலவே எதிர்த்திடவியலும். நியாய வைசேசிக ஆத்திகர்களுக்கு எதிரான சாந்தரக்சிதரின் அனைத்து வாதங்களையும் மறுப்பேதுமின்றி ஆர்வத்துடன் அப்படியே ஏற்றுக் கொள்ளும் தற்காலிக நாத்திகர்க்கு அடிப்படையில் இதையொத்த விமர்சனம் பொருந்தும். குறிப்பாக, நியாய - வைசேசிக அணுவிய வாதத்தின் அடிப்படைகளைத் தகர்த்திட முயன்ற சாந்தரக்சிதரின் வாதங்களில் நாத்திக வாடை வீசிடினும், அவற்றைத் தான் பற்றி நிற்பதை நியாயப்படுத்த நுட்பமான வாதங்களை அவர் முன் வைத்திடினும் அவ் வாதங்களைத் தற்காலிக நாத்திகர் அப்படியே ஏற்றுக் கொள்ள வேண்டியதில்லை.

ஆனால், 'அனைத்தையும் உள்ளடக்கிய முழுமை' எனும் கருத்தாக்கத்திலிருந்து பெறப்பட்ட ஆத்திகக் கிளைக் கருத்தை ஒப்புக் கொள்ளத் தற்காலிக நாத்திகருக்கு வழியுண்டு என இதற்கு அர்த்தமா? அல்லது சாந்தரக்சிதரின் ஒட்டுமொத்த கடவுள் எதிர்ப்பு வாதத்தையும் தத்துவப் பாங்கில் பயனற்றது எனக் கொள்ள வேண்டுமா? இந்த இரண்டுமே சரியன்று; நாம் ஏற்கெனவே குறிப்பிட்டதைப் போல நியாய- வைசேசிகத் தத்துவத்தின் பிற்கால வடிவம் அறிவியலும், இறையியலும் இயைந்ததொரு விசித்திரமான கலவையை முன்னிலைப்படுத்துகிறது. அதில் எஞ்சியிருப்பது அதன் அறிவியல் அம்சமே. மறைந்தது, அதன் இறையியல் கூறு; இந்த இறையியல்

அம்சம் உதறித் தள்ளப்படத் தனது பிற மறுப்புகளின் வழியே சாந்தரக்சிதர் நமக்கு எவ்வாறு உதவியாக உள்ளார் என்பதை இப்போது காண்போம். எனினும் அதன் இறையியல் அம்சத்தை விட்டொழிப்பதற்காக அதன் அறிவியல் அம்சத்தையும் விலக்க வேண்டியதில்லை. ஏனெனில் இத் தத்துவத்தின் இந்த இரு கூறுகளும் வரலாற்றுப் பாங்கிலோ அல்லது தருக்கவியல் பாங்கிலோ என்றுமே தொடர்பற்றவை. இப்போதைக்கு, 'அனைத்தும். உள்ளடக்கிய முழுமை' எனும் கருத்தாக்கத்தை முன்னிறுத்தி இதனை ஆய்வோம்.

நியாய வைசேசிக 'அணுவிய வாதத்துக்கு', 'அனைத்தும் அடங்கிய முழுமை' எனும் கருத்தாக்கம் உயிர்நாடி போன்றது. ஏற்கெனவே 'நியாய - சூத்திர'த்தில் இதற்கு ஆதரவான நீண்ட விளக்கம் இடம் பெற்றுள்ளதை நாமறிவோம். ஆயினும் அந் நூலின் ஆசிரியர் அவ் வாதத்தில் ஆத்திகச் சாயல் எதையும் காணவில்லை என்பது குறிப்பிடத் தக்கது. மாறாக, அவரால் உருக் கொடுக்கப்பட்ட அத் தத்துவம் ஒரு வகையான தீவிர நாத்திக வடிவம் கொண்டது நாம் பின்னர் இது பற்றிப் பேசுவோம். கடவுளின் இருப்பைக் கருதிட - அல்லது அவரின் இருப்பை அலட்சியப்படுத்த - வேண்டிய அவசியம் இருப்பதாகக் கருதாதது மட்டுமின்றி அவர் கடவுள் பற்றிய கருத்தை மிகவும் மேலோட்டமாக மறுத்தார். 'வைசேசிக சூத்திரத்திலும் கடவுள் மேம்போக்காக அவசியமற்றதாகவே கருதப்படுகிறது. நியாய - வைசேசிகத் தத்துவத்தை நிறுவியவர்களின் கருத்தில் 'அனைத்தையும். உட்கொண்ட முழுமை' எனும் கருத்தாக்கம் ஆத்திக நிழல் அண்டிடாததொன்று எனினும் அதை ஒப்புக் கொள்ள வேண்டிய அவசியம் ஆழமாக உணரப்பட்டது; ஆகவே வரலாற்றுப் பாங்கில் 'முழுமை' பற்றிய கருத்தாக்கம் ஆத்திக உள்ளடக்கம் அற்றது. தருக்கவியல் பாங்கிலும் கூட அவ்வாறான ஆத்திகச் சாயலுக்கு வாய்ப்பில்லை; சாதாரணமாக ஒரு பொருள் அணுக்களின் இயைபால் உண்டாகிறதெனினும் அது அவ் வணுக்களின் வெறும் சேர்க்கையாக மட்டுமின்றித் தனக்கெனத் தனியோர் அடையாளத்தைப் பெறுவதால் அதை அவ் வணுக்களின் வெறும் கூட்டுத் தொகையாகப் பார்க்கக் கூடாது என்பதே இக் கருத்தாக்கத்தின் எளிய வெளிப்பாடு. ஒரு பொருளுக்கு அதன் அங்கங்களைத் தாண்டி தனியொரு உருவைத் தருவதில் கடவுளுக்கு எவ்விதப் பாத்திரமும் இருப்பதாக எங்கும் சிறு குறிப்பு கூட இல்லை.

கடவுள் உண்டு எனும் கருத்தைப் பிற்கால நியாய—வைசேசிக தத்துவம் ஏற்கவும், ஆதரிக்கவும் வைத்தது எது என்பது முற்றிலும் வேறான கேள்வி; ஆதி கால அணுவியக் கருதுகோளின் பலவீனம் இதற்கான காரணங்களில் ஒன்றாக இருக்கலாம்; அக் கருதுகோளுக்கு

அணுச் சேர்க்கை பற்றி உண்மையிலேயே எதுவும் தெரியாது. ஆகையால் இரண்டு அணுக்களின் ஆரம்ப இணைப்பைப் பிற்காலத்தில் ஓர் அதிசயம் என்றது; கடவுள் உண்டு எனும் கருத்தைத் தீவிரமாக ஆதரிக்கத் தொடங்கி அதை அணுவியம் குறித்த கருது கோளுடன் ஒட்டுப் போட்டதன் விளைவாக அணுவியம் குறித்த ஒட்டு மொத்த கருதுகோளையும் கடவுள் உண்டு எனும் கருத்தை ஆதரிக்கச் செய்ய வேண்டிய அவசியம் நேரலாயிற்று; 'அனைத்தும் உட்கொண்ட முழுமை' எனும் கருத்தாக்கம் அணுவியம் குறித்த கருதுகோளின் உயிர் நாடியான அம்சமானதால் பிற்கால நியாய—வைசேசிகர் கடவுள் இருப்பை மெய்ப்பிக்க அதைப் பயன்படுத்துவது தவிர்க்க இயலாததாயிற்று; இத்தகைய சூழல்களில் நியாய—வைசேசிகத்தின் கடவுள் கோட்பாட்டை மறுக்க வந்த சாந்தரக்சிதர் பிற்கால நியாய—வைசேசிகர் கடவுள் இருப்பை மெய்ப்பிக்கப் பயன்படுத்திய அணுவியம் குறித்த கருதுகோளின் அத்தனை அம்சங்களையும் ஒதுக்கித் தள்ளியதில் நியாயம் இருந்திருக்கலாம்; ஆயின் தற்கால நாத்திகர் இவை அனைத்தையும் அப்படியே உள்வாங்கிடாமல் இனம் பிரித்துப் பார்ப்பது அவசியம்.

இது காறும் பார்த்தவற்றைத் தொகுத்துக் கூறிட: கடவுள் இருப்பை அனுமானிக்க அவித்தகர்ணர் பயன்படுத்திய அடையாளம் அல்லது சின்னத்துக்கு எதிராக சாந்தரக்சிதர் எழுப்பிய முதலாவது மறுப்பு தற்கால நாத்திகருக்குப் பெருமளவு உதவிடவில்லை; ஆயின், இதன் பொருள் கடவுள் கோட்பாட்டுக்கு எதிரான சாந்தரக்சிதரின் சர்ச்சை முழுவதையும் பொருட்படுத்த வேண்டியதில்லை என்பதன்று; அவரின் பிற மறுப்புகள் நியாய—வைசேசிக அணுவியக் கருதுகோளின் அடிப்படைகளை ஒதுக்கித் தள்ளாமலேயே கடவுள் இருப்பு பற்றிய அனுமானம் உள்ளார்ந்த நிலையில் எவ்வளவு ஊனமானது என்பதை நிறுவும் நோக்கில் அமையப் பெற்றுள்ளன; இது கடவுள் இருப்பை அனுமானிக்க அவித்தகர்ணர் பயன்படுத்திய அடையாளம் அல்லது சின்னத்துக்கு எதிராக சாந்தரக்சிதர் எழுப்பிய இரண்டாம் மறுப்பு விசயத்தில் தெளிவாகிறது.

இந்திய தருக்கவியலின் சொல்லியலில் அந்த அனுமானத்துக்கு இடைஞ்சலாக இருக்கும் இரண்டாம் பிழை யாதெனில் 'முறையற்றது' அல்லது 'ஒழுங்கற்றது' எனப்படும் போலி அடையாளம் அல்லது சின்னமே—அதாவது, போலியான ஆதாரமே; ஓர் அடையாளம் அல்லது சின்னம் செல்லுபடியாக வேண்டுமாயின் அது எதனை மெய்ப்பிக்க வருகிறதோ அதனுடன் இரண்டறக் கலந்திருக்க வேண்டும்; இப் பிணைப்பு எந்த விதிவிலக்குக்கும் இடமளிக்கக் கூடாது; அதாவது, தான் மெய்ப்பிக்க முயலும் ஒன்று

இல்லாதபோது, அதன் அடையாளம் அல்லது சின்னம் மட்டும் எந்தவொரு நேர்வில் காணப்படுகிறதோ அது அந்த அடையாளம் அல்லது சின்னத்தைச் செல்லுபடி ஆகாததாகச் செய்து விடுகிறது; இதற்கொரு சிறந்த எடுத்துக்காட்டு இதோ: "கரையான் புற்றும் மண்ணால் ஆனது என்பதால் மட்குடுவையைப் போன்றே அதையும் ஒரு குயவரே செய்திருப்பார்........" இந்த அனுமானத்தில் "மண்ணால் ஆனது" என்பதுஅடையாளம் அல்லது சின்னம்; "குயவரால் செய்யப்பட்டது "என்பது மெய்ப்பிக்கப்பட வேண்டியது; இந்த அனுமானத்தில் அடையாளம் அல்லது சின்னம் பயன்படுத்தப்பட்டுள்ள விதம் 'முறையற்றது'; அதாவது, மட்குடுவை விசயத்தில் 'மண்ணால் ஆனது 'என்பதும் 'குயவரின் கைவண்ணம்' என்பதும் இரண்டறக் கலந்தது; ஒன்றின்றி மற்றது இல்லை; நாம் நன்கறிந்த பல நேர்வுகளில் இத்தகைய பொருத்தப்பாடு இல்லவே இல்லை. சான்றாக, ஒரு குழந்தை களிமண்ணால் பொம்மை செய்வது; ஆகவேதான் இந்த வாதம் பிழையானது; இதிலுள்ள பிழையின் தன்மையாதெனில் அடையாளம் அல்லது சின்னத்துக்கும் அது மெய்ப்பிக்க விழையும் "குயவரால் செய்யப்பட்டது" என்பதற்கும் முறையான பிணைப்பு இன்மையே!

ஆயின், கடவுள் பற்றிய அனுமானத்திலும் இதே மாதிரியான பிழை காணப்படுகிறது என்பதை சாந்தரக்சிதர் எவ்வாறு நிரூபிக்க முயல்கிறார்? அவித்தகர்ணருடைய அனுமானத்தில் "சேர்மானப் பொருட்களின் விசேடமான தொகுப்பால் அதனதன் பண்பு நிர்ணயமாகிறது" என்கிற அடையாளம் அல்லது சின்னம் பயன்படுத்தப் படுகிறது; அது அறிதிறன் மிகு காரணியை நிறுவ முயல்கிறது. வேறு விதமாய்ச் சொல்வதெனில், மலைகள், மரங்கள், விலங்குகளின் உடல்கள் போன்றவற்றின் குணநலன்கள் அவ்வவற்றின் "சேர்மானப் பொருட்களின் விசேடமான தொகுப்பால் நிர்ணயமாவதால்"அவை அறிவார்ந்த ஒருவரால் உண்டாக்கப்படு கின்றன; எனினும், இந்த அனுமானத்தில் பயன்படுத்தப்படும் அடையாளம் அல்லது சின்னம், அது நிறுவிட முயல்வதனுடன் கச்சிதமாகப் பொருந்தாமல் ஒழுங்கற்ற வகையில் உள்ளது; "சேர்மானப் பொருட்களின் விசேடமான தொகுப்பால் அதனதன் பண்பு நிர்ணயமாகிறது" என்பதன் நுட்பமான விளைவைக் கருதாவிடினும் — அதாவது, 'இயைபு,' 'முழுமை' ஆகிய நியாய வைசேசிக கருத்தாக்கங்களைச் "சேர்மானப் பொருட்களின் விசேடமான தொகுப்பு குறிப்பிடவே செய்கின்றது என்பதை ஒப்புக் கொள்ளாமலேயே — பல்வேறு பொருட்களில் அதன் இருப்பை ஒருவர் பொதுப்படையாக ஏற்கலாம்; எனினும் குறிப்பிட்ட ஒரு சில நேர்வுகளில்தான் சேர்மானப் பொருட்களின் அத்தகைய

விசேடமான தொகுப்பு அறிதிறன்மிகுகாரணியுடன் பிணைந்துள்ளது; வேறு சிலவற்றில் அத்தகைய பிணைப்பு அறவே இல்லை; ஆக, கோயில்கள், கட்டடங்கள் போன்றவற்றில் அப் பிணைப்பு தெளிவாகத் தெரிகிறது; ஆனால் மலைகள், மரங்கள் போன்றவற்றின் விசயத்தில் "சேர்மானப் பொருட்களின் விசேடமான தொகுப்புக்கும் அறிதிறன் மிகு காரணிக்கும் யாதொரு தொடர்பும் இல்லை; வேறு வார்த்தைகளில் சொல்வதெனில், சேர்மானப் பொருட்களின் விசேடமான தொகுப்பு ஒவ்வொன்றிலும் அறிதிறன் மிகு காரணியின் பாத்திரத்தை அனுமானிப்பது இயலாது; எங்கெல்லாம் அறிதிறன் மிகு காரணியால்தான் அத்தகைய விசேடமான தொகுப்பு சாத்தியப்பட்டது எனத் திண்ணமாக அறியப்படுகிறதோ அங்கெல்லாம் மட்டுமே அத்தகைய அனுமானம் சரியானதாக இருக்க முடியும்; இதர நேர்வுகள் அனைத்தின் விசயங்களிலும் அது வெறும் வெற்றுப் பிதற்றலே!

சாந்தரக்சிதர் கூறுவதுபோல் "கோயிலைக் கட்டியவரை உண்மையிலேயே காணாவிடினும் அதன் கட்டுமானப் பொருட்களின் விசேடமான தொகுப்பை நம்மால் நன்கு உணர முடியும்; அதைக் கொண்டு அக் கோயில் ஓர் அறிதிறன் மிக்கவரால்தான் எழுப்பப்பட்டிருக்கிறது என நாம் அனுமானிக்கவியலும்; மலைகள், உடம்பு ஆகிய பிறவற்றில் அத்தகைய ஏற்பாட்டைத் தெளிவாக உய்த்துணர வாய்ப்பிருந்தால்தான் அதிலிருந்து ஆத்திகர் விரும்பும் முடிவை அடைவது சரியாகும்"; ஆனால் மலைகள் போன்றவற்றில் அத்தகைய விசேடமான தொகுப்பை உய்த்துணர இயலவில்லை; எனவே கோயில் விசயத்தில் அறிதிறன் மிக்க ஒருவரை உய்த்துணர்வதுபோல் இவற்றுக்கு அத்தகையதொரு காரணியை ஆத்திகரால் அனுமானிக்க முடியாது; சாந்தரக்சிதர் மேலும் தொடர்கிறார்: "நேரடி மற்றும் எதிர்மறையான உடனிகழ்வுகளைக் கொண்டு ஒன்றைப் பிறிதொரு காரணியின் விளைவுதான் எனத் திண்ணமாக அறிந்திடும்போது அந்த விளைவைப் பற்றிய அனுமானம் அதற்கான காரணியை நிரூபிக்க வேண்டும்- இதுவே பொது விதி; மலைகள், உடம்பு போன்றவற்றில் காணப்படும் சேர்மானப் பொருட்களின் விசேடமான தொகுப்பு இவ்வகையான விளைவன்று; இவையனைத்தும் அப்படிப்பட்டவையே என்பது வெற்றுரை; அத்தகைய கூற்று கரையான் புற்றுக்கும் குயவரே காரணர் என்பது போன்ற எளிதில் கேள்விக்குள்ளாகி மறுப்புறக் கூடிய மொட்டை வாதமே".

கமலசீலர் இந்த வாதத்தை மேலும் செழுமைப் படுத்தினார்: "கோயில் முதலானவற்றில் கட்டுமானப் பணியாளரைப் போன்ற

நேரடி மற்றும் எதிர்மறையான உடனிகழ்வுகளைக் கொண்டு சேர்மானப் பொருட்களின் விசேடமான தொகுப்பு அறியப்படுகிறது: அந்த அனுமானத்தை முன் வைத்து அக் கோயிலைக் கட்டிய ஒருவரை அதைக் கண்ணுறும் அச் சமயத்தில் நேரே பாராவிடினும் அப்படி யொருவர் இருந்திருக்க வேண்டும் எனும் கருத்து உருவாகிறது; மலைகள், உடம்பு முதலானவற்றில் சேர்மானப் பொருட்களின் அத்தகைய விசேடமான தொகுப்பை முன்னிறுத்தினால் (ஆத்திகராகிய) நீங்கள் விரும்பும் முடிவை நிரூபிக்க வாய்ப்புண்டு; ஏனெனில், காரண, காரியங்களுக்கு இடையிலுள்ள நேரடி மற்றும் எதிர்மறையான உடனிகழ்வை முறையாக விவாதித்திடும் பட்சத்தில் அத்தகைய காரியம் அதற்கான காரணியால் நிகழ்த்தப்படுவது என்பது என்றும் சாத்தியமே; அது தவறுமாயின் அக் காரணிக்கு அங்கே வேலையில்லை; உண்மையைச் சொல்வதெனில், மலைகள், உடம்பு முதலானவற்றில் அறிதிறன் மிகு காரணியின் அடையாளமாக அத்தகைய விசேடமான தொகுப்பு ஏதும் நன்கறியப்படவில்லை; அத்தகையது ஒன்றுண்டு என்கிற பிதற்றல் மட்டும் தொடர்கிறது; தன்னியல்பால் தெளிவாகத் தெரிகிற ஒரு பண்பு அது பற்றிய வெற்றுரை காரணமாக அவ்வாறு வெளிப்படாமற் போவதில்லை; அதையோர் அடையாளம் அல்லது சின்னமாக அல்லது காரணமாக முன்னிறுத்தினால் விரும்பும் முடிவை நிரூபிக்க அத்தகைய பண்பு போதுமானதாகாது; ஏனெனில் அம் முடிவுடன் முரண்படுகிற ஒன்றுடன்கூட அப் பண்பு பொருந்தும்; சான்றாகக், கரையான் புற்றும் களிமண்ணால் ஆனதே என்பதால் அதுவும் குயவரால் உருவாக்கப்பட்டதே எனவாதிட முடியும்.

"நியாய—வைசேசிகர் இதனை எதிர்த்து இவ்வாறு வாதிடலாம்: 'அறிதிறன் மிக்கவரால் ஆக்கப் படுதல்' எனும் பண்புக்கும் 'ஒன்றின் விளைவாதல் -அதாவது ஒரு காரணியின் காரியமாதல்' - எனும் பண்புக்கும் இடையே 'மாற்றமில்லா உடனிகழ்வு' உள்ளதைப் போன்றே 'சேர்மானப் பொருட்களின் விசேடமான தொகுப்பைக் கொண்டிருத்தல் எனும் பண்புக்கும் 'அறிதிறன் மிக்கவரால் ஆக்கப்படுதல்' எனும் பண்புக்கும் இடையே மாறாத உடனிகழ்வு உண்டு"; இதற்கு சாந்தரக்சிதரின் பதிலாவது: "நியாய—வைசேசிகரின் அடையாளம் அல்லது சின்னத்துக்கும் அது நிறுவிட முயல்வதற்கும் இடையில் மாற்றமில்லா உடனிகழ்வு உண்டு எனும் இக் கூற்று ஏற்புடைய புலனறிவு வழி மெய்ப்பிக்கப் பட்டிருக்குமாயின் அவர்கள் 'விரும்பிய முடிவு' தருக்க முறையில் எவராலும் மறுக்க வொண்ணாவாறு நிரூபிக்கப் பட்டிருக்கும்; ஆயின், அனைத்தையும் அணைத்துக் கொண்டு முடிவற்றுத் தொடரும் உணர்வு நிலையையும், அதே போல முடிவிலாப் பரம்பொருளையும் என்றும் நிரூபிக்க

முடியாது; ஏனெனில் இந்த அனுமானத்தின் பொருட்டு முன்வைக்கப் படும் யாதொரு 'மாற்றமிலா உடனிகழ்வுக்கும் 'அது நிறுவிடுவதற்கென ஏதுமிராது.

ஆத்திக வாதத்தில் தென்படுவதாக சாந்தரக்சிதரால் சுட்டிக் காட்டப்பட்ட மூன்றாம் பிழையை நோக்கி இது நம்மை இட்டுச் செல்கிறது; இந்திய தத்துவத்தில் இதனை முரண் பிழை என்பர்; தான் எதை நிரூபிக்க முயல்கிறதோ அதை மறுதலிக்கும் விதத்தில் அடையாளம் அல்லது சின்னத்தின் பயன்பாடு அமைதல் என்பதே இதன் பொருள்; இதற்கு நியாய—வைசேசிகர்கள் "ஓசை பிறிதொன்றால் உண்டாக்கப்படுவதால் முடிவற்று என்றும் இருப்பது "என்பதைச் சான்றாகக் காண்பிக்கின்றனர்; "பிறிதொன்றால் உண்டாக்கப்படுவதால்" என்பது இங்கே அடையாளம் அல்லது சின்னம்; "முடிவற்று என்றும் இருப்பது "என்பது அந்த அடையாளம் அல்லது சின்னம் நிறுவிட முயல்வது; "பிறிதொன்றால் உண்டாவது என்றும் இருப்பதாகாது; இது முரண் பிழை சார்ந்தது; இதே போன்று "சேர்மானப் பொருட்களின் விசேடமான தொகுப்பால் அதனதன் பண்பு நிர்ணயமாவதால் "என்பதற்கும் "அறிதிறன் மிகு காரணி'யைக் கொண்டிருத்தல் 'என்பதற்கும் இடையே என்றும் பொருந்தும் இணக்கமுண்டு என வைத்துக் கொண்டாலும் வரையறைக்குட்பட்ட ஞானமுள்ள பல அறிதிறன் மிகு காரணிகளைத்தான் அந்த அடையாளம் அல்லது சின்னம் நிரூபிக்க முடியும்; இது அந்த அடையாளம் அல்லது சின்னம் நிரூபிக்க முயலும் அனைத்தும் அறிந்த ஒரு கடவுள் கோட்பாட்டை அறவே மறுதலிக்கிறது; சாந்தரக்சிதர் வாதிடுவதுபோல் "சான்றாக, வீடுகள், படிக்கட்டுகள், வாயில்கள், கோபுரங்கள், போன்றவற்றைக் கட்டுவோர் அச் சமயத்தில் அவர்களின் மனதில் உதிக்கும் எண்ணங்களைக் கொண்டு அவற்றை உருவாக்குகிறார்கள்; இதே காரணத்தால் அந்த அடையாளம் அல்லது சின்னம் அது நிறுவ விழைவதற்கு விரோதமாகிறது; ஏனெனில் அது (ஒன்றுக்கு மேற்பட்ட) பலவாகவும். வெறும் சமயத்துக்கேற்ற எண்ணங்களின் அடிமூலக் கூறாகவும் விளங்குகிற காரணியைத்தான் நிரூபிக்கிறது; ' மாற்றமில்லா உடனிகழ்வு' என நீங்கள் அடித்துச் சொல்வது 'அறிதிறன் மிகு காரணி'யைக் கொண்டிருத்தல் 'என்பதைக் குறித்தே; நாம் அதற்கு மாறான வேறொன்றை முன்வைத்து அதை வலியுறுத்துப் போகிறோம்; "கமலசீலர்" இதை இவ்வாறு விளக்கினார்: "ஓ ஆத்திகரே! கடவுளைக் காட்ட 'அறிதிறன் மிகு காரணி'யைக் கொண்டிருத்தல் 'எனும் 'மாற்றமில்லா உடனிகழ்வை' முன்வைக்கிறீர்; அது அப்படி இல்லை எனில்—பொதுவான இக் கூற்று ஏற்கப்பட்டிராவிடில் —அனைத்துக்கும் கடவுள் எனும் படைப்பாளி உண்டு என்பதை

எவ்வாறு நிரூபித்திருக்கக்கூடும்? வாதத்திற்காக, உங்களின் பார்வையில் பொதிந்துள்ள 'அனைத்தும் அறிதிறன் மிகு காரணி'யைக் கொண்டிருத்தல் 'எனும் கூற்றை ஏற்றுக் கொள்கிறோம்; ஆயின், உங்களின் அடையாளம் அல்லது சின்னம் நீங்கள் நிரூபிக்க விரும்புவதற்கு மாறான ஒன்றன்- அதாவது 'நிலையற்ற ஞானமுள்ள பலரால் ஆக்கப்படுகிற பண்பு' என்பதன் - மாற்றமில்லா உடனிகழ்வு என்பதைத் தெளிவுபடுத்த நாங்கள் முற்படுவோம்".

இவ் வாதத்தைத் தொடர்ந்து, கடவுளைப் பற்றிய அவித்தகர்ணரின்அனுமானத்துக்கு எதிராக மற்றொரு மறுப்பை சாந்தரக்சிதர் எழுப்பலானார்: இந்திய தருக்க வாதிகளைப் பொறுத்த மட்டில் 'உறுதிப் படுத்தும் சான்று' என்பது அனுமானத்தின் அவசியமான உட்கூறாகும்; 'அடையாளம் அல்லது சின்னத்துக்கும் அது நிறுவிட முயல்வதற்கும் இடையிலான உறவைத் திண்ணமாக வெளிப்படுத்துகிற கூர்நோக்கு" "என்பதுதான் இதன் பொருள்; ஆகப், 'புகையிலிருந்து தீயை அனுமானித்தல்' எனும் எடுத்துக் காட்டில் உறுதிபடுத்தும் சான்றாக அடுப்பைக் காண்பிப்பது வழக்கம்; இங்கே புகைக்கும், தீக்கும் இடையிலான எங்கும் காணப்படுகிற தொடர்பு எளிதாகத் தென்படும்; வேறுவிதமாய்ச் சொல்வதெனில், புகைக்கும், தீக்கும் இடையிலான எங்கும் காணப்படுகிற தொடர்பை இந்த அனுமானம் வெகுவாகச் சார்ந்துள்ளது; மேலும், இத் தொடர்பை உண்மையிலேயே ஏற்புடையதாக்கிட புலனறிவுக்கு எட்டுகிற திண்மையான சான்றைச் சுட்ட வேண்டும்; இதுதான் இந்திய அனுமானத்தை அரிஸ்டாட்டிலின் நேரியல் வாத முறையிலிருந்து முற்றாக வேறுபடுத்திக் காட்டுகிறது; அவரின் வாத முறையில் அத்தகைய உண்மையை எங்கும் பொருந்துகிற கூற்றாகச் சுட்ட வேண்டியதில்லை. இதன் விளைவாக. அரிஸ்டாட்டிலின் நேரியல் வாதமுறை 'தருக்கப் பாங்கில் உண்மையாக' இருக்கவே முயல்கிறது; ஆனால் உண்மைகளைக் கூர்நோக்கி 'எங்கும் காணப்படுகிற தொடர்பை' எடுத்துக் காட்டுகளுடன் வலியுறுத்த வேண்டிய அவசியம் காரணமாக இந்திய அனுமானம் "புலனறிவுக்கு உட்படுகிற பொருளாயத உண்மை"யாகவும் இருக்க நேர்கிறது.

அடையாளம் அல்லது சின்னத்தை அது நிறுவிட முயல்வதற்குத் தொடர்புடையதென உண்மையாகவே காண்பதென்பது அனுமானத்திற்கு ஒரு தவிர்க்கவியலாத நிபந்தனையாகும்; அல்லது எந்த அடையாளம் அல்லது சின்னத்தைக் கொண்டு ஒன்றை அனுமானிக்க விரும்புகிறோமோ அந்த அடையாளம் அல்லது சின்னத்தைத் திண்மையான பருப் பொருள் வடிவில் காண்பது; நியாய—வைசேசிகர்களின் நுட்பமான மொழியில் இதனை அடையாளம் அல்லது சின்னத்தை முதன் முதலாகக் காண்பது

என்பர்; ஆயின், இது வெறும் அடையாளம் அல்லது சின்னத்தை மட்டும் தனித்துக் காண்பதன்று; அதை அது நிறுவிட முயல்வதுடன் உண்மையாகவே தொடர்புடையதெனக் காண்பது; வேறு விதமாய்ச் சொல்வதெனில், இது அனுமானத்தின் மூலம் நிறுவிட முயல்வதையும் காண்பதே; நமது ஆய்விலுள்ள நியாய—வைசேசிக அனுமானம் என்பது கடவுளன்றி வேறேதுமில்லை'; 'சேர்மானப் பொருட்களின் விசேடமான தொகுப்பால் அதனதன் பண்பு நிர்ணயமாகிறது' எனும் அடையாளம் அல்லது சின்னத்தைக் கொண்டு கடவுளின் இருப்பை நிறுவிட முயற்சிக்கப்படுகிறது; ஆயின் அவை இரண்டுக்குமிடையே அத்தகைய தொடர்பு இருக்கிறது என்பதற்கு ஏதேனும் ஒரு சான்றையாவது நியாய—வைசேசிகரால் காண்பிக்க முடியுமா? அதற்கு வழியே இல்லை; ஏனெனில் கடவுளுக்கு முன்னரே அந்த சான்று இருப்பதாக ஆகி விடும்; நியாய—வைசேசிகரே கூடக் கடவுளைப் புலனறிவு வழியே காண்பதற்கான சாத்தியம் இருப்பதாகக் கூறிடவில்லை; உண்மையைச் சொல்வதெனில் கடவுளை அவ்வாறு காண்பதற்கான சாத்தியம் இல்லவே இல்லை என்பதால்தான் நியாய—வைசேசிகர் அதன் இருப்புக்கு உதவிடும் அனுமானச் சான்றை வலுப்படுத்துவதில் இவ்வளவு குறியாய் இருக்கின்றனர்.

இத்தகைய வாதம் மிகக் கடுமையான தத்துவச் சூழலில் தள்ளிவிடுகிறது; இதை இன்னும் விரிப்போமாயின், புலன்களுக்கு அப்பாற் பட்டவற்றை அனுமானத்தின் வழி அறிவதைக் கூடச் சாத்தியமற்றதாக்கி விடுகிறது; அடையாளம் அல்லது சின்னம் எதை நிறுவிட வேண்டுமோ அது அந்த அடையாளம் அல்லது சின்னத்துடன் தொடர்புடையதாக இருக்க வேண்டும் என்பதை அனுமான அறிவுக்கு முன்நிபந்தனையாக்கிடின் அப்புறம் புலன்களுக்கு அப்பாற்பட்டதை நிறுவிடும் அனுமானம் என்ற ஒன்றே இருக்க முடியாது; இதைச் சரியெனக் கொண்டால் அணுக்களை அனுமானிப்பது சாத்தியமே இல்லை; ஏனெனில் அவை புலன்களுக்குஅப்பாற்பட்டவை எனக் கணிக்கப்பட்டவை.

ஆயின், நியாய- வைசேசிகர்தம் தன்னியல்பான நிலைபாட்டின்படி ஏற்கெனவே கண்டிராத ஒன்றை உய்த்துணரும் சாத்தியம் உண்மையிலேயே உண்டா என்கிற சிரமமான கேள்விக்குள் நாம் போக வேண்டாம்; ஆத்திகருக்கு எதிரான சாந்தரக்சிதரின் வாதத்தைப் பொறுத்த மட்டில் இந்த சிரமமான கேள்விக்குள் அவ்வளவாகச் சிக்காமலேயே அதை ஒப்புக் கொள்ள இடமுண்டு; அவரின் வாதம் எளிமையானதாகத் தெரிகிறது; நியாய -வைசேசிகர் சுட்டும் சான்று அடையாளம் அல்லது சின்னத்துக்கும் அது எதை

நிறுவிட வேண்டுமோ அதற்கும் இடையிலான தொடர்பை வெளிப்படுத்துவற்குப் பதிலாக அது நிறுவிட வேண்டியதற்கு நேரெதிரான ஒன்றுடன் உள்ள உறவையே குறிக்கிறது; "அனைத்தும் அறிந்த ஆண்டவன்" அல்லது "என்றுமுள்ளதும், எல்லையற்ற ஞானங் கொண்டதுமானதொரு காரணி" என்பதுதான் நியாய வைசேசிகர் நிறுவ முயலும் உண்மையான கூற்று; 'சேர்மானப் பொருட்களின் விசேடமான தொகுப்பால் அதனதன் பண்பு நிர்ணயமாகிறது' எனும் அடையாளம் அல்லது சின்னத்தைக் கொண்டு அவர்கள் அதை நிறுவிட முயற்சிக்கின்றனர்; ஆயின், இந்த அனுமானத்துக்கு உரமூட்ட அவர்கள் எதை எடுத்துக் காட்டுகிறார்கள்? மட்குடுவைதான் அவர்களின் வழக்கமான சான்று; இதைச் செய்பவர் எல்லைக்குட்பட்ட அறிவுடையவர்; இது இந்த அனுமானத்தின் 'எல்லாமறிந்த படைப்பாளி' எனும் அடையாளம் அல்லது சின்னத்துக்கு மாறானது; ஆகவே "நீங்கள் இவ்வுலகு என்றுமுள்ள, எல்லாமறிந்த ஒருவரால் இயற்றப்பட்டது என நிறுவிட விழைந்திடின் அதன் பொருட்டு உங்களால் சுட்டப்படும் ஆதாரமான மட்குடுவையில் அதற்கு வாய்ப்பில்லை" என்கிறார் சாந்தரக்சிதர்; அவருடைய வாதத்தின் உண்மையான உட்பொருள் அந்த வலுப்படுத்தும் சான்றில், எது நிறுவப்பட வேண்டுமோ அதற்கு நேர்மாறான ஒன்றே இடம் பெற்றுள்ளது என்பதுதான்; மட்குடுவை போன்ற சான்றுதனில் வரையறைக்குட்பட்ட ஞானம் கொண்ட ஒரு படைப்பாளி மட்டும் சுட்டப்படுகிறார்; வீடு கட்டுதல் போன்றவற்றில் ஒன்றுக்கு மேற்பட்ட அத்தகையோர் குறிப்பிடப்படுகின்றனர்.

இந்த மட்குடுவை போன்ற வலுப்படுத்தும் சான்றில் இடம்பெறும் அனுமானத்தின் நோக்கம் இவ்வுலகுக்கு அறிதிறன் மிக்கதொரு படைப்பாளி உண்டு என்பதை நிறுவிடல் மட்டுமே என நியாய-வைசேசிகர் வாதிடுவர் என்பதில் ஐயமில்லை; இக் கருதுகோளை நிறுவிட இந்த அறிதிறன் மிக்கதொரு படைப்பாளி அனைத்தும் அறிந்தவர் என்கிற வேறொரு வாதம் பயன்படுத்தப் படுகிறது; இந்த வாதம் இன்னோர் அனுமானமா, இல்லையா என இதற்கெதிராக சாந்தரக்சிதர் வினவியிருப்பார்.

இது இன்னோர் அனுமானமே எனப்படுமாயின் இதற்கு எல்லாமறிந்த கடவுள் அல்லது எல்லையற்ற, முடிவற்ற ஞானங் கொண்ட அறிதிறன் மிகு காரணியைக் குறிக்கும் இன்னொரு சான்று தேவை; ஆத்திகரால் அத்தகையதொரு சான்றை எடுத்துரைக்க இயலாது; மாறாக, அவரால் சுட்டப்படக்கூடிய ஏதேனுமொரு வலுப்படுத்தும் சான்று என்பது இதற்கெதிரானதாக எல்லைக்குட்பட்ட, நிலையற்ற ஞானங்கொண்ட ஒன்று அல்லது பல அறிதிறன் மிகு படைப்பாளிகளாகவே இருக்க முடியம்.

சாந்தரக்சிதரின் இந்த வாத முறைக்குப் பின்னால் 'எல்லையற்ற, முடிவற்ற' ஞானங் கொண்ட அறிதிறன் மிகு காரணி ' என்கிற கருதுகோளே வலுவற்றது என்ற அவரின் உணமையான கருத்து ஒளிந்திருக்கிறது; அவர் சொல்கிறார்: "நம்மைப் பொறுத்தவரை அடுத்தடுத்த நிகழ்வும் (கிரமம்), என்றுமிருப்பதும் (அகிரமம்) ஒன்றுக்கொன்று முரணானவை என்பதால் படைப்பவர் நிலைபேறுடையவராய் இருக்க முடியாது; அறியப்படும் பொருட்கள் அடுத்தடுத்து வருபவையாதலால் அவை பற்றிய அறிவும் அத்தகையதே; கடவுள் எனப்படுபவரின் ஞானமும் தொடர் நிகழ்வாகவே இருக்கவியலும்; என்றுமிருப்பதன்று; ஏனெனில், தேவதத்தர், இன்ன பிறரின் தீக் கொழுந்து முதலானவை குறித்த அறிவைப் போலவே இறைவனின் அந்த ஞானமும் இடையறாது இயங்கிக் கொண்டு (மாறிக்கொண்டு) இருக்கிற பொருட்களுடன் தொடர்புடையது.

"தமக்குள் நெருக்கமான தொடர்புடைய இரு கருதுகோள்களை நிறுவுவதே இந்த வாதங்களின் நோக்கம் என்கிறார் கமலசீலர்.

முதலாவது, முடிவற்றது எனப்படுகிற எதுவும் எந்தவொரு விளைவையும் ஏற்படுத்த இயலாதது என்பதால் கடவுள் முடிவற்றவராக இருக்க முடியாது; இரண்டாவது, நிலையற்ற பொருட்களுடன் தொடர்புள்ள கடவுளின் ஞானமும் நிலையற்றதாகவே இருக்க முடியும்; நிலையற்றதையும், நிலையானதையும் பற்றிய கோட்பாடுகள் ஒன்றையொன்று ஒதுக்கக் கூடியவை என்கிற அடிப்படைக் கருத்திலிருந்து இவ்விரு கருதுகோள்களும் வருகின்றன.

முதலாவதாக, காரணி என்பது மாற்றம் எனும் பண்பினதாய் இருத்தல் வேண்டும் அல்லது கமலசீலர் கூறுவதுபோல் 'இந்த நொடியில் இருப்பது அடுத்த நொடியே காலம் கடந்ததாக ஆவது' என்ற நிலையினதாய் இருத்தல் வேண்டும்; ஆகவே "நிலையற்றவைதாம் உற்பத்தியின் காரணிகளாக முடியும்; சாந்தரக்சிதர் இந்த வாத முறையை மேலும் எப்படி செழுமைப்படுத்தினார் என்பதைப் பின்னர் காண்போம்; இப்போதைய நம் தேவைக்கு பிரபலமானதொரு சான்று போதும்; முளைப்பின் காரணி விதை; அவ்விதை நிலையற்றது என்பதாலேயே இது சாத்தியம்; அவ்விதை அழிவற்றதாய் இருந்திருப்பின் - அதாவது அது என்றுமே விதையாகத்தான் இருந்திருக்கும் எனில்- முளைவிட்டிருக்கவே முடியாது; முளைவிட விதை மறைகிறது—அதாவது விதை நிலையற்றது என்பதால்; ஆகவே, கடவுளை ஒரே சமயத்தில் காரணியாகவும், நிலைபேறுடையதாகவும் கருதுவது நிலையற்ற தன்மையையும், நிலைபேறுடைமையையும் வலியுறுத்துவதாகும்; இது முற்றிலும் பொருத்தமற்றது, சாத்தியமற்றது.

நிலையற்ற தன்மையும், நிலைபேறுடைமையும் ஒன்றையொன்று விலக்கக் கூடியன என்பதிலிருந்து நிலையற்ற பொருட்களுடன் தொடர்புள்ள கடவுளின் ஞானமும் நிலையற்றதாகவே இருக்க முடியும் என்பது விளங்கும்; குறிப்பாக நியாய—வைசேசிகரின் பார்வையின் படிப் பொருளுடன் தொடர்பற்ற அறிவென்பதே கிடையாது; எந்தவோர் அறிவும் ஏதேனுமொரு பொருளை முன்வைத்தே ஏற்படுகிறது; அறிவுடன் தொடர்புள்ள பொருள் நிலையற்றது; எனவே அந்த அறிவுங் கூட நிலையற்றதே; அதாவது தீக் கொழுந்து பற்றிய ஒருவனின் அறிதலைப் போல! கமலசீலர் கூறுவதுபோல், "கடவுளின் ஞானம் முடிவற்றது" எனும் கூற்று பகுத்தறிவுக்குப் புறம்பானது; எந்த வொரு பொருள் நிலையற்றதோ அது குறித்த அறிவும் அத்தகைத்தே;, தேவதத்தர், இன்ன பிறரின் 'தீக் கொழுந்து' முதலானவை குறித்த அறிவைப் போலவே இதுவும்; கடவுளின் ஞானம்- அடுத்தடுத்து வரும் பொருட்கள்பற்றியது; அவரின் அறிவு அத்தகைய பொருட்களால் ஆவதெனில் அவ்வறிவும் —அதாவது தெய்வீக ஞானமும்- அடுத்தடுத்து நிகழக் கூடியதே என்பது நிரூபணமாகிறது; அவரின் அறிவு அவ்வாறு பொருட்களால் விளைவதில்லை எனில் கடவுளுக்கு எப் பொருள் குறித்தும் எவ்வித அறிவும் இருக்க வாய்ப்பில்லை; ஏனெனில் அங்கே (அறிவுக்குக் காரணமான பொருளுடன்) அணுக்கமான தொடர்பிராது; இதன் விளைவு யாதெனில், அறிவுக்குக் காரணமான ஒன்று இல்லாத போதும் அறிவு சாத்தியமே எனக் கொள்ளவேண்டும்; அல்லது ஆத்திகராகிய நீவிர் கடவுளின் எல்லையற்ற ஞானம் பற்றிய உங்களின் கோட்பாட்டைக் கைவிட வேண்டும்; இதில் அடங்கியுள்ள இன்னுமோர் அபத்தம் யாதெனில் அழிந்து போன அல்லது இனி ஆக்கப்படப் போகும் பொருட்கள் விசயத்தில் கடவுளின் ஞானம் பொருளற்றதாகிப் போகும்."

இவ்வாறு வாதிட பவுத்த தத்துவாசிரியர்களுக்கு சிறப்புக் காரணம் உண்டு; ஏனெனில் அவர்களைப் பொறுத்தவரை நிலையானதெனெ ஏதுமில்லை; ஒவ்வொன்றும் கண நேரமே உள்ளது -அதாவது தோன்றி மறைவது; இடைவிடாது தொடர்ந்து மாறும் இயல்புள்ளது; ஒன்றின் வருகைக்கான சமயம் அதன் போக்குக்கானதுமே — அதாவது தோற்றம் நிகழும் அக் கணமே அதன் மறைவுக்கும் ஆனதாகும்; நியாய—வைசேசிகர் இதனை மறுத்தது சரியே; ஏனெனில் அவர்களின் பார்வையில் அணுக்கள், வெற்றுவெளி, அகல் பொதுவிரி (the Universal) ஆகியன என்றும் உள்ளவை; எதிர்வாதியால் ஒதுக்கித் தள்ளப்பட்டதொரு கருத்தைச் சரியெனத் தானாகவே எடுத்துக் கொள்ள வாதிக்கு உரிமை இல்லை என்பது இந்திய தருக்கவியலின் கொள்கை; ஆகவே சாந்தரக்சிதர் தனது

நிலையாமைக் கோட்பாட்டைப் பொதுமைப் படுத்தி அதன்பேரில் அறிவின் தோன்றி மறைகிற தன்மையை நிறுவிட முயல்வது நியாயமன்று என நியாய—வைசேசிகர் மறுத்திட வியலும்.

இத்தகைய மறுப்புக்குள்ள வாய்ப்பைக் கருத்தில் கொண்டு கமலசீலர் இவ்வாறு வாதிட்டார்: ('முறையான அனுமான வாதமாக இல்லாமல் ஆத்திகரின் நிலைபாட்டில் உள்ள) முரணைஅம்பலப் படுத்தும் விதமாகவே இந்த தருக்கம் முன்வைக்கப்படுகிறது; அடையாளம் அல்லது சின்னம் 'நிரூபிக்கப்படவில்லை - 'அதாவது, இரு சாராராலும் ஏற்கப்படவில்லை- என இதற்கெதிராக வாதிடப்படலாம்; ஏனெனில் நியாய—வைசேசிகரால் அழிவற்றவை (என்றுமிருப்பவை) எனக் கருதப்படுகிற போன்றவற்றைப்பற்றிய தேவதத்தர் போன்றோரின் ஞானம், அடையாளம் அல்லது சின்னத்தின் முக்கிய அம்சமாகக் கருதப்படுகிற அகல் பொது விரி அல்லது எங்குமிருப்பது மற்றும் (the Universal) இன்ன பிற நிலையாமை எனும் பண்பற்றதாகி விடும்; ஆயின் அத்தகைய வாதம் எடுபடாது; ஏனெனில், (எல்லோராலும் நிலையற்றது என ஒப்புக் கொள்ளப்படுகிற) தீக் கொழுந்து போன்ற சான்றுதான் இதன் பொருட்டு எடுத்துக் காட்டப்படுகிறது; வேறு விதமாய்ச் சொல்வதெனில், நியாய—வைசேசிகரே கூடத் தீக் கொழுந்து போன்றவை நிலையற்றவை என ஒப்புக் கொள்கின்றனர்; ஆகவே அத்தகைய நிலையற்ற பொருட்கள் தொடர்பான கடவுளின்அறிவைப் பொறுத்தமட்டில் அதுவுங் கூட நிலையற்றதாகத்தான் இருக்கமுடியும் என நியாய—வைசேசிகரே கூட ஒப்புவர்: எனவே இங்கே அனுமானங்களின் ஒரு தொகுதியை மற்றொன்றுக்கு எதிராக நிறுத்தும் கேள்வியே எழாது; மாறாக, இரு சாராரும் உடன்படுகிற புள்ளியிலிருந்து தொடங்கி கடவுளுக்கு இருப்பதாகக் கருதப்படும் நிலைபேறுள்ள ஞானம் உண்மையில் வெறும் கற்பனையே என நிறுவிட சாந்தரக்சிதர் முயன்றார்.

கடவுள் கோட்பாடு குறித்த தனது விவாதத்தின் பிற்பகுதியில் இதர பல சுயேச்சையான தத்துவப் போக்குகளின் காரணமாக அக் கோட்பாட்டை ஒதுக்கித் தள்ள வேண்டிய அவசியம் இருக்கிறதென அவர் எடுத்துரைக்க முயன்றார்; இதைச் செய்யப் போகுமுன் பிற்கால நியாய—வைசேசிகரால் கடவுள் இருப்பை நிறுவிட முன்மொழியப்பட்ட வாதங்களை மேலும் காட்டமாக (தீர்க்கமாக) மறுத்திட அவர் விழைந்தார்; அவரின் வாதத்தை அவர் எவ்வாறு தொடுக்க விரும்பினாரோ அதன்படியே தொடர்வோம்:

கடவுளைப் பற்றிய அவித்தகர்ணரின் முதல் வாதத்தை நுணுகி ஆய்ந்த பின்னர் அவரின் இரண்டாம் வாதத்தை சாந்தரக்சிதர்

ஒரேயடியாக ஒதுக்கித் தள்ளினார்; ஏனெனில் அதில் முதல் வாதத்திலுள்ள அத்தனைப் பிழைகளும் அப்படியே அடங்கியுள்ளதாக அவர் கருதினார்; அவர் சொல்கிறார்: "அவித்த கர்ணரின் மற்ற தருக்கமும் சிற்சில மாற்றங்களுடன் கூடிய இதே விமர்சனத்துக் குட்பட்டதே"; எனினும் ஒரு வாதத்தை மறுத்திட அதில் பிழைகள் மலிந்துள்ளன எனும் காரணத்தைக் காட்ட வேண்டிய அவசியமில்லை; மாறாக, ஒரேயொரு பிழையைச் சுட்டியே அதன் செல்தகாமையை நிறுவிட முடியும்; ஆகவே கடவுளைப் பற்றிய அவித்தகர்ணரின் இரண்டாம் வாதத்தை ஏற்க இயலாமைக்குக் கமலசீலர் அதிலுள்ள பெரும் பிழை யொன்றின் மீது கவனம் செலுத்தினார்.

அடையாளம் அல்லது சின்னத்துக்கும் அது எதை நிறுவிட வேண்டுமோ அதற்கும் இடையில் உள்ள பொருந்தாக் கூட்டுதான் அப் பிழை; அவித்தகர்ணரின் வாதமாவது: "நூலிழை முதலானவை அவற்றின் விளைவுகளை ஏற்படுத்த அறிதிறன் மிகு பிறிதொன்றின் கண்காணிப்பு அவசியப்படுவது போல நிறமும், பிற பண்புகளுங் கொண்ட உடம்பு போன்றவற்றின் பொருளாயதகாரணிகள் அறிதிறன் மிக்க ஒருவரின் கட்டுப்பாட்டில் உள்ளன": "நிறமும், பிறபண்புகளுங் கொண்டிருத்தல்" என்பது இந்த அனுமானத்தின் அடையாளம் அல்லது சின்னம்'; "அறிதிறன் மிகு பிறிதொன்றின் கண்காணிப்பு" என்பது அந்த அடையாளம் அல்லது சின்னம் எதை நிறுவிட வேண்டுமோ அது; ஆனால் இவ்விரண்டுக்கும் இடையிலான கூட்டு பொருத்தமற்றது; நூலிழை போன்றவற்றின் விசயத்தில் அத்தகைய தொடர்பு உண்மையிலேயே உள்ளது: மரங்கள் முதலானவற்றில் அது இல்லை; ஆக, மரம் போன்றவற்றுக்கு நிறமும், பிற குணமும் உண்டெனினும் அவை யாதோர் அறிதிறன் மிகு காரணியின் கண்காணிப்பிலும் இல்லை; கமலசீலர் கூறுவது போல்" "சான்றாக, அறிதிறன் மிகு காரணி யொன்றின் கண்காணிப்பிலுள்ள நிறமும், பிற குணமும் மரம் போன்றவற்றில் உண்டென்பதை ஒப்பாமற்போனால்..... வெறும் நிறம் மட்டுமே நிறுவுவதற்குரிய ஒன்றின் உடனிகழ்வாக முடியாது; ஆகவே அந்த அடையாளம் அல்லது சின்னம் பொருத்தமற்றது.

உத்யோதகரரின் வாதத்துக்கு எதிராக சாந்தரக்சிதர் இரு மறுப்புகளை எழுப்பினார்; இவற்றில் இரண்டாவது மிகக் கடுமையானது.

உலகின் காரணிகளான அணுக்கள் போன்றவை உரிய விளைவுகளை ஏற்படுத்த மேம்பட்ட ஞானம் கொண்ட நெறியாளர் ஒருவரின் கண்காணிப்பு அவசியம் என வாதிடப்படுகிறது; ஏனெனில் துணியின் காரணிகளான நூலிழை, தறி நாடா போன்றவற்றைப் போலவே அவற்றின் செயல்பாடுகளும் தொடர்ச்சியற்றவை;

இடைவிட்டு நிகழ்பவை; இதற்கு எதிரான முதல் மறுப்பு யாதெனில் இந்த அடையாளம் அல்லது சின்னம் நிரூபிக்கப்படாத ஒன்று —அதாவது பவுத்தப் பார்வையில்; ஒன்றின் தொடர்ச்சியற்ற செயல்பாடு எனில் அது சில சமயம் இயங்கும், மற்ற சில சமயங்களில் இயங்காது எனப் பொருள்; இத்தகைய கருத்தாக்கம் அப் பொருள் ஏறத்தாழ நிலைபேறுடையது (நிரந்தரமானது) எனும் முன்கருத்தின்-பாற்பட்டது; பவுத்தப் பார்வையில் எதுவும் தொடர் மாற்றத்துக்கு உட்பட்டதே; தோன்றியவுடன் மறைவதே: ஆகவே தொடர்ச்சியற்ற செயல்பாடு எனும் அனுமானத்திலிருந்து தனது வாதத்தைத் தொடங்க உத்யோதகரருக்கு உரிமையில்லை என பவுத்தர்கள் எதிர்த்தது சரியே; ஆக, நாம் இங்கே மீண்டும் ஒரு சிக்கலான சூழலை - ஒரு தத்துவத்தின் அடிப்படைகளை மற்றொன்றின் அடிப்படைகளுக்கு எதிராக நிறுத்துகிற நிலைமையை-எதிர்கொள்கிறோம்: ஏனெனில் நியாய — வைசேசிகரின் பார்வையில் அணுக்கள் நிலையற்றவை யல்ல, நிலையானவை; இத்தகைய சூழலில் உத்யோதகரரின் அடையாளம் அல்லது சின்னம் நிரூபிக்கப்படாத ஒன்று எனக் கருதிட சாந்தரக்சிதருக்கு நுட்பமான காரணம் ஏதேனும் இருக்கலாம்; ஆனால் தருக்க முறைப்படி இந்த வாதத்தை முற்றாக மறுத்திட அதுமட்டுமே போதுமானதாகாது.

சாந்தரக்சிதர் இதைத் தானே உணர்ந்ததாலோ என்னவோ இதே அடையாளம் அல்லது சின்னத்துக்கு எதிராக இன்னொரு மறுப்பை எழுப்பினார்; தருக்கப் பாங்கில் கூறுவதெனில் இது மிகத் தீவிரமானது.

அம் மறுப்பாவது: ஆத்திகக் கண்ணோட்டத்தின்படியே கூட இந்த அடையாளம் அல்லது சின்னம் பொருத்தமற்றது எனக் கருதப்பட்டாக வேண்டும்; ஏனெனில் தொடர்ச்சியற்ற செயல்பாடு அறிதிறன் மிகு நெறியாளார் ஒருவருடன் தொடர்புள்ளதாக இருக்க வேண்டிய அவசியமில்லை; கடவுளின் சொந்த நடவடிக்கைகளையே தொடர்ச்சியற்றவை என்கிறார் ஆத்திகர்; கடவுள் சில நேரங்களில் சிலவற்றைப் படைக்கிறார்; சில நேரங்களில் அவர் எதையும் படைப்பதில்லை; எனினும் கடவுளையே நெறிப் படுத்தும் ஒன்றை ஆத்திகர் கனவிலும் கருதுவதில்லை; கமலசீலர் இதனை மேலும் விளக்குகிறார்: "இடைவிட்டு இயங்குகிறவற்றின் மீதும் கடவுள் வினைபுரிகிறார்: அவரைக் கட்டுப்படுத்த அறிதிறன் மிக்கவர் ஒருவருமில்லை."

பிரசஸ்தமதியின் வாதமாவது: 'படைப்பின் தொடக்கத்தில் யாரோ ஒருவரின் போதனைகளின்படியே மனிதர்தம் நடத்தை இருந்திருக்க வேண்டும்; அந்த ஒருவர் ஆண்டவராகத்தான் இருக்க முடியும்.

இதற்கெதிராக சாந்தரக்சிதர் எழுப்பும் ஒரு கேள்வி வினைப் பயன், மறு பிறப்பு ஆகியவற்றைப் பற்றிய கண்ணோட்டத்திலிருந்து வருவது; அது தற்கால நாத்திகருக்கு அவ்வளவு முக்கியமன்று; ஆயின் இது ஒன்றுதான் இதற்கெதிரான கேள்வி என்பதில்லை: கமலசீலர் விளக்குவதுபோல், 'பிறரின் போதனைகளுக்குப் பின்னரே… "என்பதை நிரூபிப்பதுதான் நோக்கமெனில் இந்த வாதம் வீணானது; ஏனெனில் நடத்தை ஆரம்பமற்றது, மனிதர்கள் தமக்குள் பரிமாறிக் கொள்வனவற்றிலிருந்து கற்றுக் கொள்கிற விசயம் என்பதை எல்லோரும் ஒப்புக் கொள்கின்றனர்; எனினும் இங்கே நிரூபிக்க முயல்வது 'கடவுள் எனும் குறிப்பிட்ட ஒருவரின் போதனைக்குப் பின்னரே….' 'என்பதாயின் இந்த அடையாளம் அல்லது சின்னம் பொருத்தமற்றது; ஏனெனில் (அத்தகைய போதனையின்றிப்) பிற வழிகளிலுங் கூட அது (அதாவது, நடத்தை என்பது) சாத்தியம்; மேலும், இந்த அடையாளம் அல்லது சின்னத்தின் வலுப்படுத்தும் சான்றுக்கு அது நிறுவிட முயல்வது என்பது ஏதுமிராது; இது பொதுவானதொரு குறைபாடு என ஏற்கெனவே (ஆத்திகரின் வாதத்தில்)எடுத்துரைக்கப்பட்டுள்ளது."

இந்த வாதம் இன்ன பிறவற்றின் விசயத்திலும் ஏற்கப் பட இயலாதது என சாந்தரக்சிதர் கூறுகிறார்: "வாய் பேசாத ஒருவரின் கற்பித்தல் பணி கண்மூடித்தனமான நம்பிக்கையின்பாற்பட்டது; நல்வினை, தீவினை (தர்மம் - அதர்மம்), போன்றவை கடவுளுக்குப் பொருந்தாது என்பதிலிருந்து அவருக்கு வாயில்லை என்பது நிரூபணமாகிறது; எள்ளல் தொனியில் இவ் வாதம் அமைந்திருப்பது தெளிவு; ஆயின் இதை வெறும் கிண்டல் எனக் கருதிடக்கூடாது; தெளிந்த தருக்கக் கூறுகள் கொண்டது இது; கமலசீலர் விளக்குவதுபோல், "இங்கே முன்வைக்கப்படுகிற அடையாளம் அல்லது சின்னம் முரணானது; அதன்படியான முடிபும் ஆத்திகரின் சொந்தக் கோட்பாட்டுக்கு மாறானது; நடத்தை கடவுளின் போதனைக்குப் பிந்தையது எனில் அந்த அடையாளம் அல்லது சின்னம் 'முரணானதாகாது'; ஆயின் கடவுளுக்கு வாய் இன்மையால் அவரால் ஆசிரியராக முடியாது: அவர் உடலற்றவர் என்பதால் வாயுமற்றவர் என்பது உறுதியாகிறது; அவர் உடலற்றவர் என்பது எப்படித் தெரியும்? (நியாய—வைசேசிகக் கண்ணோட்டத்தின்படியே கூட) உடல் உருவாகக் காரணமான நல்வினை, தீவினை (தர்மம்-அதர்மம்) போன்றவை கடவுளுக்குப் பொருந்தாது என்பதிலிருந்து இது தெளிவாகும்; ஆதலால் இது உத்யோதகரரால் பின் வருமாறு விளக்கப்படுகிறது: "கடவுள் அறிதிறன் மிக்கவர் என்பதற்கு நிரூபணம் உள்ளது; ஆயின் நல்வினை, தீவினை (தர்மம் அதர்மம் (merit & demerit) போன்ற குண நலன்கள் அவருக்குண்டு

என்பதற்கான நிரூபணம் ஏதுமில்லை; ஆக, போதிக்கும் ஆற்றல் கடவுளுக்கு இல்லாதபோது நடத்தைக்கு அவரின் போதனையைக் காரணமாக்க முடியாது; அவரைத் தவிரப் பிறரின் போதனையே இங்கே குறிப்பால் உணர்த்தப்படுகிறது; இவ்வாறு எதை நிரூபிக்க எண்ணினரோ அதைக் கைவிட்டதால் அந்த அடையாளம் அல்லது சின்னம் 'முரண்பட்டதாகிறது. 'அப்படியில்லை, கடவுளின் போதனைதான் காரணம் எனில் அவர் வாயற்றவர் எனும் கருத்து கைவிடப்படுகிறது: இந்த முடிபு ஆத்திகரின் சொந்தக் கோட்பாட்டுக்கு மாறானது".

உத்யோதகரரின் மற்ற வாதத்துக்கு யாதொரு குறிப்பிட்ட மறுப்பையும் சாந்தரக்சிதரே எழுப்ப வில்லை; இந்த வாதப் படி, மூலாதாரமான தனிமக் கூட்டுப் பொருட்கள் முதலானவற்றைக் கொண்ட பன்மடியான இவ்வுலகு, கோடரி போன்றவற்றைப் போன்று, தானே ஓர் உணருந் திறமற்ற, நிலையற்றதொரு பொருளாதலால், அறிதிறன் மிக்க ஒன்றின் கண்காணிப்பால்தான் மக்கள் அனைவர்க்கும் இன்ப, துன்பங்களின் தோற்றுவாயாக ஆக முடிகிறது; இவ் வாதம் பற்றிக் கமலசீலர் மேலோட்டமாக விமர்சிக்கையில் "இதில் இடம்பெறும் அடையாளம் அல்லது சின்னமும் இதற்கு முந்தையதைப் போலவே (i) பொருத்த மற்றது; ஏனெனில் இங்கே மாறுபட்ட முடிபுக்கு எதிரான நிரூபணம் இல்லை; (ii) அந்த அடையாளம் அல்லது சின்னம் பொதுவாகக் குறிப்பிடப்படின் பயனற்றது; (iii) அந்த அடையாளம் அல்லது சின்னம் குறிப்பாக இதற்கென்றே முன்வைக்கப்படுகிறது எனில் அதற்குரிய வலுப்படுத்தும் சான்றில் அது எதை நிறுவ முயல்கிறதோ அது காணப்படவில்லை.'

கடவுளைப் பற்றிய பிற அனுமானங்களுக்கு எதிரான சாந்தரக்சிதரின் வாதங்களிலுள்ள முக்கியமான அம்சங்களை ஆழ்ந்து நோக்கினால் மேற்கண்டவற்றை விளங்கிக் கொள்வது ஓரளவு எளிதே எனலாம்; இது குறித்து ஏற்கெனவே மிக விரிவாகப் பேசிவிட்டதால் சாந்தரக்சிதரும், கமலசீலருமே கூட அவற்றை அவ்வளவாக இங்கே விரித்துரைக்கவில்லை; காரணம் அத்தகைய முயற்சி 'கூறியது கூறல்' எனும் குற்றத்தின்பாற்படும் என அஞ்சினர்.

கடவுள் இருப்புக்கு ஆதாரமாக நியாய—வைசேசிகரால் முன் வைக்கப்பட்ட முக்கியமான நிரூபணங்கள் அனைத்தையும் மேற்கண்டவாறு புறந் தள்ளிய சாந்தரக்சிதர் அது தொடர்பான இன்ன பிற கருத்தோட்டஙளுங் கூட எவ்வாறு ஊனமானவை என்பதை - அடிப்படைக் கருதுகோளான கடவுள் என்பதே ஏன் ஏற்புடையதாகாது என்பதை —விளக்கிட முனைந்தார்; "(விண்ணில்

வளர்வதாய்க் கற்பனை செய்யப்படும்) ஆகாயத் தாமரையைப் போல அவரே பிறப்பற்றவர் என்பதால் பிறப்பெடுத்த எதற்கும் அவர் காரணராக முடியாது; அன்றெனில் -அதாவது, கடவுள் உண்டெனில் - அனைத்தும் ஒரே சமயத்தில் உருவாகியிருக்கும்"; இந்த வாதத்தின் முற்பகுதி நாகார்ஜுனரின் முக்கியமான கருத்துகளையும், பிற்பகுதி வைபாசிகரின் பார்வையையும் இங்கே நமக்கு நினைவுபடுத்துகின்றன; இவற்றை நாம் ஏற்கெனவே விளக்கியுள்ளோம்; அதே சமயம் இவற்றைக் கமலசீலர் எவ்வாறு செழுமைப் படுத்தினார் என்பதைக் காண்பது தகும்.

"ஆகாயத் தாமரையைப் போல பிறப்பற்ற ஒன்றால் மற்றொன்றைப் பிறப்பிக்க முடியாது; கடவுள் பிறவாதவர்; எனவே அவர் (இவ்வுலகின்) காரணி என்பது எங்கும் பொருந்துகிற பொது விதிக்கு முரணானது; எதிரியின் கோட்பாடு எவ்வளவு அபத்தமானது என்பதைத்தான் இவ் வாதம் உணர்த்துகிறது; எனவே இது அதன் அடையாளம் அல்லது சின்னத்தின் அடிமூலக் கூறு 'நிரூபிக்கப்படவில்லை' எனும் மறுப்புக்குள் வராது.

அன்றெனில் (அதாவது, கடவுள் உண்டெனில்) அனைத்தும் ஒரே சமயத்தில் உருவாகியிருக்கும்" என்கிற சொற்றொடர் எதைச் சுட்டுகிறதெனில், எந்தவொரு காரணியின் செயலாற்றலுக்கு முப்போதும் தடையில்லையோ அனைத்தும் அதிலிருந்து ஒரே சமயத்தில் உருவாகும் - ஒரே சமயத்தில் உருவாக்கப்படுவதாக ஒப்புக் கொள்ளப்படும் மற்ற பிற பொருட்களைப் போலவே."

"மாறா உடனிகழ்வு எனும் ஆத்திகரின் அனுமானத்தைப் பொய்யாக்கும் நிரூபணமே இந்த வாதம்; அல்லது ஏற்கெனவே கூறப்பட்டதன் உட்பொருளை மீண்டும் எடுத்துரைப்பதாக இதைக் கொள்ளலாம்.

"(ஆத்திகரின் நிலைபாட்டில் காணப்படும்) அபத்தத்தைப் பின்வருமாறு வெளிக் கொணர வேண்டும்: காரணி அதன் முழு வடிவத்தில் இருக்கும்போது அதன் விளைவு - முளைப்பில் நாம் காண்பதுபோல — இயல்பாகவே தோன்றிடும்; முளைத்தலுக்குரிய சூழல் முழுமையடைந்தவுடனேயே (விதையிலிருந்து) முளை வெளிவருகிறது; அதே போல, அனைத்துக்கும் காரணனான ஆண்டவன் எக் குறைபாடுமின்றி (அதாவது முழுமையின் மொத்த உருவமாக) என்றும் எங்குமிருப்பவன் எனும் ஆத்திகக் கோட்பாட்டின்படி இந்த ஒட்டு மொத்த உலகமும், அதில் அடங்கியுள்ள அனைத்தும் ஒரே சமயத்தில் உருவாகிட வேண்டும்".

"பின்வருமாறு வாதிடலாம்: கடவுள் ஒருவர் மட்டுமே (அனைத்துக்கும்) காரணரல்லர்; அவர் என்ன செய்கிறாரோ அதை

நல்வினை, தீவினை (தர்மம் -அதர்மம்) போன்றவற்றின் துணை கொண்டு செய்கிறார்; அவர் வெறும் திறன் மிகு காரணி, அவ்வளவே; ஆகவே அவை இல்லையெனில் பொருட்களின் காரணி அதன் முழு வடிவில் அங்கில்லை எனலாம்."

"இது சரியன்று; கடவுளுக்குப் பிறவற்றின் உதவி தேவையெனில் அவர் அவற்றைச் சார்ந்திருக்கிறார் என்றாகிறது; பொதுவாகக் கடவுள் நிலைபேறுடையவர்; திறன்மிக்கவர்; துணைக் காரணிகள் அவருள் செலுத்த வேண்டிய திறன் ஏதுமில்லாததால் அவற்றிடமிருந்து எந்த விதமான உதவியும் அவருக்கு அவசியப்படாது; அப்படியானால் எவ்விதப் பயனுமற்ற அந்த துணைக் காரணிகள் அவருக்குத் தேவைப்படுவதேன்? மேலும், அத் துணைக் காரணிகளும் அவரின் படைப்பே என்கிறபோது அவை அவர் அருகிலேயே இருத்தல் வேண்டும்; இந்நிலையில் நமது அடையாளம் அல்லது சின்னத்தை நிரூபிக்கப்படாதது என எப்படிக் கருத முடியும்? நமது அடையாளம் அல்லது சின்னத்தைப் 'பொருத்தமற்றது எனவும் சொல்ல முடியாது; அவ்வாறாயின்' (பொருட்களுக்குக் குறையற்ற) முழு நிறைவான காரணி என்றொன்று இருக்கவே முடியாது; முழு நிறைவான காரணி எனுமொன்று தோன்றியிருக்கவே இல்லையெனில் பிறப்புஅதாவது உற்பத்தி—என்பதே இருந்திராது; ஏனெனில் 'முழு நிறைவான காரணி 'இன்மை' என்பது எப்போதும் இருக்கும்.

"உத்யோதகரரின் வாதமாவது: அனைத்தின் காரணியாம் கடவுள் முழுநிறைவானவர், என்றுமிருப்பவர், எங்குமிருப்பவர்; எனினும் அவரின் இருப்பின் காரணமாக மட்டுமே பொருட்களின் உற்பத்தி ஒரே சமயத்தில் நடப்பதில்லை; அவர் புத்திசாலித்தனமாகவும், குறித்த நோக்கத்திற்குப் பயன்படுகிற வகையிலும் அதில் ஈடுபடுகிறார்; அவ்வாறின்றி அவர் செயல்பட்டிருப்பின் நமது கோட்பாட்டுக்கு எதிரான குற்றச்சாட்டு சரியாகும்; உண்மையில் கடவுள் புத்திசாலித் தனமாகவே செயல்படுகிறார்; குறிப்பாகப் பொருட்களின்பால் தனது சொந்த விழைவின்படியே இயங்குகிறார்; எனவே இந்த மறுப்பு பொருத்தமற்றது; ஆக, நமது அடையாளம் அல்லது சின்னம் பொருத்தமானதே".

"இது சரியன்று; பொருட்களின் செயல்பாடும், செயல் பாடின்மையும் காரணியின் விழைவைச் சார்ந்ததன்று; அவ்வாறாயின், கடவுளின் உருவில் கட்டுகளற்ற காரணியொன்று நிரந்தரமாக இருப்பினும் அவரின் வெறும் விழைவின்மை காரணமாக யாதொரு விளைவின் தோற்றமும் சாத்தியப்பட்டிராது; பொருட்களின் தோற்றமும், தோற்றமின்மையும் அவற்றுக்குரிய காரணியில் அதற்கான திறன் இருப்பதையும் இன்மையையும் பொறுத்தது;

இதுதான் இப் பிரச்சனையின் மையம்; சான்றாகப், பொருட்களைச் செய்வதற்கான திறன் ஒருவனிடம் இல்லையேல் அவன் விரும்பினாலும் அவற்றை உருவாக்க முடியாது; விதைகளின் வடிவிலான காரணிக்கு முளைப்புத் திறன் இருக்குமேல் முளைத்தே தீரும் -அக்காரணிக்கு அப்படிப்பட்டதொரு விருப்பம் இல்லாவிடினும்; அதே போல் கடவுள் எனும் காரணி ஒரு குறிப்பிட்ட பொருளை உருவாக்குகையில் விளங்குவதைப் போல கட்டற்ற திறனுடன் என்றுமிருப்பின் பொருட்கள் அவரின் விழைவுக்காகக் காத்திருக்க வேண்டியதேன்? அதனால் என்ன பயன்? இதிலிருந்து, ஒரு பொருள் உருவாகும்போதே அனைத்தும் தோன்றிட வேண்டும் என்பது தெளிவு; அவ்வாறு நிகழ்ந்தால்தான் ஆண்டவனின் அபார சக்தி-கட்டற்ற படைப்பாற்றல் - ஐயந்திரிபற அனைவர்க்கும் புலனாகும்.

"பிறவற்றால் உதவிட இயலாத உயர்நிலையிலுள்ள கடவுளுக்கு அவரின் விழைவு அவசியப்படும் யாதொன்றும் தேவையில்லை.

"மேலும், அறிதிறன் இன்றேல் ஆசைக்கு இடமில்லை; ஆண்டவனின் அறிதிறன் என்றும் ஒரே சீரானது என்கிறீர் நீவிர்! ஆக, அவ்வாறு அறிவுக் கூர்மையுடன் ஆண்டவன் செயல்பட்டிருப்பின் ஏன் எல்லாமும் ஒரே சமயத்தில் உருவாக்கப்படவில்லை? ஏனெனில் அவரைப் போன்றே அவரின் அறிவுக் கூர்மையும் என்றும் நின்று நிலவிடும் ஒன்று; அல்லது அவரின் அறிவுக் கூர்மை நிலையற்றது எனில் அப்போதும் அது அவருடனேயே இருப்பது, ஆதலால் அவரைப் போன்றே நிலைத்திருப்பது; எனவே இதன் பொருட்டான மறுப்பு வலுவுடன் தொடர்கிறது.

"ஆக, 'கடவுளின் அறிவுக் கூர்மையால்...' எனும் கூடுதல் தகுதி பயனற்றதாகிறது; நமது அடையாளம் அல்லது சின்னம் பொருத்த மற்றதன்று; முரணற்றதுமன்று; ஏனெனில் அது எதை நிறுவிட வேண்டுமோ அதிலெல்லாம் நிறைவாக இருக்கிறது.

"எனினும் பொருட்களின் ஆக்கம் ஒரே சமயத்தில் நடப்பதாகத் தெரியவில்லை; எனவே (இந்த தருக்கத்தின்) முடிபு ஆத்திகரின் விருப்பத்துக்கு மாறாகவே அமைய வேண்டும்.

"இந்த வாதத்தை இவ்வாறு அமைக்கலாம்; ஒரு பொருள் குறிப்பிட்டதொரு சமயத்தில் உருவாக்கப்படுவதில்லை என்கிற போது அதன் காரணி அச் சமயத்தில் கட்டற்று இல்லை - அதாவது, அதன் திறன் கட்டுண்டிருக்கிறது—எனக் கொள்ள வேண்டும்; சான்றாகக், களஞ்சியத்தில் இருக்கிற விதையிலிருந்து முளை வராதது போல; தனியொரு பொருளின் ஆக்கத்தின்போது இத் தரணி முழுமையும் உருவாகவில்லை என்பது தெரிகிறது; எனவே

(எதிரியால்) எங்கும் பொருந்தும் கூற்று எனப்படுவது உண்மையில்லை என்பது தெளிவாகிறது.

"இதை வீண் வாதம் எனலாகாது; ஏனெனில் கடவுளே அனைத்தின் காரணியானால் ஏதேனும் ஒரு வகையில் கட்டுண்டது எனப் பொருட்களின் காரணியைக் கூறமுடியாது எனச் சுட்டிக் காட்டப்பட்டுள்ளது",

கடவுளின் இருப்புக்கு எதிராக முன்வைக்கப்பட்ட பொதுவான பல்வகை வாதங்களின் துணையுடன் (கடவுள் கோட்பாட்டை மறுக்கும்) தனது வாதத்தை சாந்தரக்சிதர் பின் வருமாறு தொகுத்துரைக்கிறார்; "இங்கே விவரிக்கப்பட்ட (ஆத்திகரின்) தருக்கங்களின் மூலம் வெளிப்படும் முட்டாள்களின் கருத்துகளைப் போலவே அடுத்தடுத்து தோன்றிடும் பொருட்களுக்கும் கடவுள் காரணியாக முடியாது; அக் கருத்துகளும் ஆண்டவனின் ஆக்கமே எனில் (அவற்றுக்கு ஆதரமாகச்) சான்றுகளை அடுக்குவது பயனற்றது; ஏனெனில் கடவுள் நிலைபேறுடையவர். அவர் தீர்வெதற்கும் சிக்காதவர் என்பதால் அக் கூற்று நமக்கு எவ்வகையிலும் உதவிகரமாக இராது; மேலும், ஒருபொருளின் இருப்புக்குக் காரணமாகப் பல பொருட்களின் இருப்பு அமைந்துள்ளதையும், அவை இல்லையேல் அதுவும் இராது என்பதையும் கண்ணுறுகிற நீங்கள், பிறகு அந்தப் பலவற்றுக்கான காரணியைவிட அந்த ஒன்றின் காரணியை அனுமானிக்கையில் அப்படியே முடிவின்றிப் பின்னோக்கிச் செல்வதைத் தவிர்ப்பது எவ்வாறு? கடவுளின் படைப்புத் தொழிலை மறுக்கிறபோது (அதே வாதங்கள்) அவரின் சர்வ ஞானத்தையும் சேர்த்தே அதைப் புறந்தள்ளுவதாகத் தான் புரிந்து கொள்ளப்படுகிறது 'ஏனெனில் படைப்புத் தொழிலின் அடிப்படையிலேயே அவரின் சர்வ—ஞானத்தைப் பற்றிய வாதம் அமைந்துள்ளது; உமது தருக்கங்களை மேற்கண்ட குறைபாடுகள் பாதிக்காமற் போகலாம்; ஆயினும் படைப்பாளி ஒருவராக மட்டும் இருக்க முடியாது; காரணம் அத்தகைய கருத்தின் பொய்மை மேலே விளக்கப்பட்டுள்ளது; படைப்பாளியின் ஒருமைத் தன்மையே நிரூபிக்கப்படாத போது சர்வ—ஞானத்துக்கு இடமேது?"

மேற்கண்டவற்றில் கடைசியாகவுள்ள வாதம் குறித்த கமலசீலரின் விமர்சனம் தனிச் சிறப்பானதாகத் தெரிவதால் அதை விரிவாக இங்கே எடுத்தாள்வது தகும்:

"இந்த ஒட்டுமொத்த விவாதத்தின் இறுதி முடிவு இதுதான்: உடல், மலைகள் முதலானவற்றைப் படைத்தவரை நிரூபிக்க முன்வைக்கப்படும் தருக்கங்கள் அதில் வெற்றி பெற்றுவிட்டன என்று (வாதத்துக்காக) ஒப்புக் கொண்டாலும் ஒன்றை உருவாக்கியவரே இன்னொன்றையும்

இயற்றியவர் என உறுதிபடக் கருத முடியாது; ஒவ்வொரு விளைவுக்கும் ஒவ்வொரு காரணி தனித் தனியே இருக்கும் எனக் கருதுவது சாத்தியமே; உண்மையில் வீடு போன்றவை பலரால் கட்டப்படுபவை; எனவே எல்லாவற்றுக்கும் ஒரேயொரு படைப்பாளிதான் உண்டென நிரூபிக்க முடியாது; இத்தகைய சூழலில் சர்வ—ஞானம் நிரூபிக்கப்பட்ட ஒன்றெனக் கருதுவது எங்ஙனம்?

"தனியொரு படைப்பாளியை நிரூபிக்க பிரசஸ்தமதி பின்வரும் வாதத்தை முன்வைத்தார்: பிரம்மா முதல் பிசாசு வரையிலான அனைத்து உயிர்களுக்கும் மேலான ஒரேயொரு படைப்பாளிதான் இருக்கமுடியும்; ஏனெனில் அவ்வுயிர்கள் பலதரப் பட்டவை; மேல், கீழ்ப் படிநிலைகளைக் கொண்டவை; அவ்வாறு பல தரப் பட்டவர்கள், எல்லாருக்கும் மேலான ஒருவனின் ஆளுகையின் கீழேயே என்றும் இருந்து வருவது உலகில் சாதாரணமாக உள்ள காட்சி; சான்றாக, வீட்டு, ஊர், நகர, நாட்டு நிர்வாகிகள் எல்லாரும் இவ்வுலகைக் கட்டிக் காக்கும் ஒரு முடி மன்னனின் கீழ்தான் இருக்கிறார்கள்; பாம்புகள், இராட்சசர்கள், யக்சர்கள் (நல்ல ஆவிகள்) போன்றவை தமக்குள் பல தரப்பட்டவை; இந்த உண்மைகளிலிருந்து அவையுங் கூட ஆண்டவன் வடிவிலான ஒருவனின் கட்டுப்பாட்டில்தான் இருக்கின்றன என எண்ண வேண்டியுள்ளது."

"இவையனைத்தும் இறைவனின் 'கட்டுப்பாட்டின் கீழ் உள்ளன' என நிரூபிப்பதுதான் நோக்கமெனில் அதற்காக முன் வைக்கப்படும் காரணம் பொருத்தமற்றது; ஏனெனில், குறிப்பாக, மாறா உடனிகழ்வு ஏதும் இருப்பதாக ஒப்புக்கொள்ளப்படாமையால் இதற்கு (அதாவது இவையனைத்தும் இறைவனின் கட்டுப்பாட்டின் கீழ் உள்ளன என்பதற்கு) மாறான முடிபை மறிப்பதற்கு ஏதுவான காரணம் ஏதுமில்லை; வலுப்படுத்தும் சான்றிலுங் கூட அது எதை நிரூபிக்கவேண்டுமோ அது காணப்படவில்லை...."

# 14

# சமண நாத்திகம்

இந்த மண்ணில் இன்றும் நின்று நிலவி வருகிற சமணம் பவுத்தத்துக்கு முந்தையது; இதன் மாபெரும் ஆசானாகிய மகாவீரர் புத்தரை விட மூத்தவர்; ஆனால் சம காலத்தவர்; எனினும் சமணர்களுக்கு நீண்ட பாரம்பரியத்தைக் கொண்ட அவர்களின் மதத்தில் அவர் கடைசித் தீர்த்தங்கரர்; பார்சவநாதர் அவருக்கு நேர் மூத்தவர்; ஜாகோபி அவர்களின் கருத்துப்படி பார்சவநாதர் மகாவீரருக்கு 250 ஆண்டுகளுக்கு முன்னர் வாழ்ந்ததொரு வரலாற்று நாயகராக இருக்கலாம்; சமண மரபின் படி அதன் தோற்றம் அறுதியிடப்படவும், நம்பவும் முடியாத ஆதிகாலத்தது.

அத்தகைய ஆதிப் பழங்காலத்திய இச் சமயக் கோட்பாட்டின் தத்துவ நிலைபாடுகள் தற்கால வாசர்களுக்கு அறுதிப் பழைமையான — விந்தையான —கருத்துக் கோவையாகவே தெரியும்; எனினும் இதன் குறிப்பிடத்தக்க அம்சம் யாதெனில் கடவுள் கொள்கையை அது கொஞ்சமும் சட்டை செய்யாததுதான்; அதாவது, இவ்வுலகின் படைப்பாளியும், தார்மீக நெறியாளருமாகக் கடவுள் விளங்குகிறார் எனும் கண்ணோட்டத்தை அது கனவிலும் கருதவில்லை; சமணம் எவ்வளவு விந்தையானதாகத் தோன்றிடினும் அதன் அப்பட்டமான நாத்திக உள்ளடக்கம் நம்மை வியப்பில் ஆழ்த்துகிறது.

இப் பேரண்டத்திலுள்ள ஒவ்வொன்றையும் ஆன்மாக்கள், ஆன்மா அல்லாதவை (ஜீவன்கள், அஜீவன்கள்) —அதாவது, உயர்திணை&அஃறிணை) - எனும் இரு பெரும் பிரிவுகளுக்குள் பிரிப்பதிலிருந்து சமணத்தின் தத்துவ விசாரணை தொடங்குகிறது; ஆன்மாக்களாக இல்லாதவை காலம், வெற்றுவெளி, சடப் பொருள் ஆகியவற்றுடன் மிக நுட்பமான பொருட்களான நன்னெறி, தீநெறி (தர்மம், அதர்மம்) என ஐவகைப்பட்டது; இந்த நல்வினையும், தீவினையும் (தர்மமும், அதர்மமும்) இயக்கத்துக்கும், இயங்கா நிலைக்குமான சாதனங்களாகக் கருதப்பட்டமை விசித்திரமானது; ஆன்மாக்கள், ஆன்மா அல்லாதவை (ஜீவன்கள், அஜீவன்கள்)

எனும் இரு பெரும் பிரிவுகள் மட்டுமின்றி நல்லொழுக்கம். தீயொழுக்கம், களங்கப்படுத்துதல் முதலான மேலும் ஏழு பிரிவுகளும் இத் தத்துவத்தில் உண்டு; ஆயின் ஆன்மா அல்லாதவற்றுள் ஆன்மா எவ்வாறு மாட்டிக் கொள்கிறது என்பதையும், அதிலிருந்து விடுவித்துக் கொள்வது எங்ஙனம் என்பதையும் விளக்குவதற்காக இவையனைத்தும் கற்பிக்கப்பட்டன.

ஒரு முக்கியமான சங்கதியைத் தவிர பிற அனைத்தும் இங்கே நமக்குப் பயனற்றவை; ஆன்மா அல்லாதவற்றுள் ஆன்மா எவ்வாறு மாட்டிக் கொள்கிறது என்பதையும், அதிலிருந்து விடுவித்துக் கொள்வது எங்ஙனம் என்பதையும் விவரிக்கிற சமண வாதத்தின் யாதொரு கட்டத்திலும் கடவுள் அல்லது ஈஸ்வரனுக்கு இடமே இல்லை; ஆகவே சமணர்கள் ஆத்திகரின் கடவுள் (ஈஸ்வர) வாதத்தை எதிர் கொள்ள நேர்ந்த போதிலெல்லாம் அதை மறுத்துப் பேசவேண்டியவர்களாகத் தங்களைக் கருதிக் கொண்டனர். எனவேதான் சமணர்கள் தீவிர நாத்திகராயினர்.

இந்த நாத்திகம் வெகுளித்தனமான அல்லது வறட்டுத்தனமான கட்டத்தோடு நின்று விடவில்லை; சமணத்தின் இயல் கடந்த தத்துவ அடிப்படைகள் எவ்வளவுதான் பழைமையானவையாக இன்று நமக்குத் தோன்றிடினும், அதன் வரலாற்றை நோக்குவோமாயின், புகழ் பெற்ற தருக்கவியலாளர்களின் ஒரு பெரும் படையே அதன் பிரதிநிதிகளாய் விளங்கினர் என்பதும் அவர்கள் மிக நுணுக்கமான தத்துவ வாதப் போர்களில் கைதேர்ந்த சொற்புரட்டர்களையும் எளிதில் எதிர்கொண்டனர் என்பதையும் அறியலாம்; அதன் விளைவாக, பிற்கால சமண தத்துவ ஞானிகள் கடவுள் கோட்பாட்டை மறுக்கக் கூடிய சமயத்தில் அப் பிரச்சனையைத் தருக்கவியல் பாங்கிலேயே அணுகினர்; ஒப்புக் கொள்ளப்பட்ட இந்திய தருக்கவியல் நியதிகளின்படி 'கடவுள்' எனும் கருத்து கடுகளவும் பயனற்றது என நிறுவிட விழைந்தனர்.

இவ்வாறு இந்தியர்கள் இன்று சமண மதச் சிந்தனையாளர்களின் அடியொற்றி நாத்திகத்தை ஆதரிக்க முனைகின்றனர்; தத்துவ நோக்கில் இதன் முக்கியத்துவத்தை எவ்வகையிலும் குறைத்து மதிப்பிடவே முடியாது.

ஒரு குறிப்பிட்ட நூலை முன்னிறுத்தி இங்கே நான் சமணர்களின் வாதத்தை விளக்கிட முயல்கிறேன்: குணரத்னா அவர்களின் 'தர்க்க ரகஸ்ய தீபிகை' எனும் அந் நூல் ஏற்கெனவே வெளிவந்த ஹரிபத்ரரின் 'சத்தர்சனசமுசயம்' பற்றிய விரிவுரையாகும்; ஹரிபத்ரர் என்பார் கி.பி. 8ஆம் நூற்றாண்டைச் சேர்ந்த வளமிக்க சமண சமய எழுத்தாளர்; பன்னூல் ஆசான்; குணரத்னா அவர்கள்

கி.பி.15 ஆம் நூற்றாண்டைச் சேர்ந்த கூர்மதி வாய்ந்த தருக்கவியலாளர்.[205]

கடவுளுக்கு எதிரான குணரத்னா அவர்களின் வாதங்களுக்குள் நுழையுமுன் கடவுளுக்கு ஆதாரமாக நியாய —வைசேசிகரால் எடுத்துரைக்கப்பட்ட நிரூபணங்களை மறுப்பதொன்றே அவரின் முதற் குறிக்கோள் என்பதை நாம் நினைவிற் கொள்ளல் வேண்டும்; ஒப்பீட்டளவில் பிற்காலத்திய இந்திய தத்துவ ஆராய்ச்சியில் கடவுளுக்கு எதிரான எந்தவொரு சர்ச்சையும் தவிர்க்க வியலாதவாறு கடவுளைப் பற்றிய நியாய—வைசேசிக அனுமானத்துக்கு எதிரான வாதமாகவே இருக்க நேர்ந்தது ஏன் என்பதை ஏற்கெனவே சாந்தரக்சிதரின் நாத்திக வாதங்களைப் பற்றிய ஆய்வின்போது கண்டோம்; இந்திய வரலாறு நெடுகிலும் இரண்டே இரண்டு தத்துவங்கள் மட்டுமே ஆத்திக ஆதரவில் தெளிந்த நிலைபாட்டைக் கொண்டவை; அவை வேதாந்தமும், பிற்கால நியாய —வைசேசிகமுமே; இவற்றில் முன்னது கடவுளுக்கு ஆதாரவான வேதப் பிரகடனத்துடன் நின்று கொண்டது; அதைத் தாண்டி கடவுள் இருப்புக்குத் தருக்கவியல் பாங்கிலான நிரூபணங்களைப் பற்றி அது அலட்டிக் கொள்ளவில்லை; உண்மையைச் சொல்வதெனில் வாதப் பிரதி வாதங்கள் உள்ளார்ந்த உரமற்றவை என்பது வேதாந்த நிலைபாடு;[206]. ஒருவரின் வாதம் மற்றொருவரால் மறுக்கப்பட்டு விடும் இது முடிவின்றித் தொடரும்; மாறாக, வேதங்கள் ஐயங்களுக்கு அப்பாற்பட்டவை; ஆகவே ஆண்டவனின் இருப்புக்கு ஆதரவாக அவை இருக்கையில் அதை நிரூபிக்கத் தனிநபர்களின் தருக்கம் கொஞ்சமும் அவசியமற்றது; நியாய—வைசேசிகர் இதற்கு மாறானவர்கள்; அவர்கள் தருக்கவியலாளர்கள்; நிரூபண வழிமுறைகளில் நம்பிக்கை கொண்டவர்கள்;[207] கடவுள் இருப்புக்கு ஆதாரமே இல்லையாதலால் அதை என்றும் நிரூபிக்கவே இயலாது என்பது நாத்திகர்களின் ஆணித்தரமான ஒரே வாதம்[208]; ஆதலால் நியாய—வைசேசிகர் அந்த ஆதாரத்தை நிரூபிப்பதை விட வேறெதிலும் திருப்தி கொள்ள முடியாது; ஆக, இந்தியாவில் நியாய—வைசேசிகர் மட்டுமே இறைவனின் இருப்புக்கு முறையான நிரூபணத்தை வலியுறுத்தியவர்கள்; இந்த நிரூபணம் காட்சி வடிவிலானதாக இருக்க முடியாது என்பதை அவர்கள் உணர்ந்திருந்தனர்; ஏனெனில் கடவுளை நேரடியாகக் கண்டதாகக் கூறுவது அபத்தமானது, ஆகவே அவர்கள் கடவுளின் இருப்புக்கு அனுமானச் சான்றைத் தேட முனைந்தனர்; இதனால் கடவுள் கோட்பாட்டுக்கு எதிரான தத்துவார்த்த பாங்கிலான சர்ச்சை என்பது தவிர்க்க இயலாதவாறு கடவுளைப் பற்றிய நியாய—வைசேசிக அனுமானத்துக்கு எதிராக அமைய நேர்ந்தது.

குணரத்னா அவர்களின் நாத்திக ஆதரவு வாதம் இதிலிருந்து விலகி இருக்க முடியாது; அது கடவுளைப் பற்றிய நியாய—வைசேசிக அனுமானத்தை மறுப்பதைத் தனது பிரதான நோக்கமாகக் கொண்டது; அதில் தனக்கு முழுத் திருப்தி கிட்டும் வரை அவர் ஓயவில்லை; அத்துடன் நிற்காமல் கடவுள் எனும் கருத்தை முற்றிலும் துடைத் தெறிந்திட வேறு சில ஆதாரங்களையும் அவர் முன்வைத்தார்; அது குறித்துப் பின்னர்ப் பேசுவோம்.

மேலும், அவர் கடவுள் பற்றிய எந்த அனுமானத்துக்கு எதிராகத் தனது வாதத்தின் முழு பலத்தையும் செலுத்தினாரோ அந்த அனுமானம் புதியதன்று; அது சாந்தரக்சிதர் மிக அக்கறையுடன் மறுத்திட விழைந்த கடவுள் குறித்த அனுமானத்தின் நியாய—வைசேசிக வகைமாதிரிதான்; ஆமெனில், கடவுள் இருப்புக்கு எதிரான குணரத்னா அவர்களின் வாதத்தில் அடங்கியுள்ள புதிய அம்சம்தான் என்ன? அதே கடவுள் கொள்கையை மேலும் பல வழிகளில் எதிர்கொள்ள முடியும் என்பதை- அதாவது அக் கொள்கை குறித்த அதே அனுமானத்தில் இன்னும் பல பிழைகள் மலிந்துள்ளன என்பதை- எடுத்துக் காட்ட அவர் மேற்கொண்ட முயற்சிதான் அது; மேலும் அவர் தனது இயல் கடந்த தத்துவ அனுமானங்களை மீண்டும் மீண்டும் துணைக்கு அழைக்காமலேயே அப் பிழைகளை நிரூபிக்க முயன்றார்; வெற்றுவெளி போன்றவை குறித்த சமணப் பார்வையின் தனிச் சிறப்பை எப்போதாவது அவர் குறிப்பிட்டதன் காரணம் கடவுளை நிரூபிக்க இது பற்றிய அவர்களின் பார்வையைப் பயன்படுத்திடும் உரிமை நியாய—வைசேசிகர்களுக்கு இல்லை எனச் சொல்வதற்காகத்தான்; ஆயினும், இதுவன்று அவருடைய வாதத்தின் பிரதானபோக்கு; கடவுளை ஒப்பு நோக்கில் எதையும் சாராத-முற்றிலும் தனித்ததொரு தத்துவக் கண்ணோட்டமாக மட்டும் கருதுகிற -போக்குள்ளவர்; கடவுளைப் பற்றிய நியாய—வைசேசிக அனுமானத்தில் இடம் பெற்றுள்ளதாக அவரால் சுட்டிக் காட்டப்பட்ட பிழைகள் முற்றிலும் நுட்பமானவை; இதனால் அவரின் ஆத்திக எதிர்ப்பு வாதத்தைப் புரிந்துகொள்வது மிகவும் சிரமமாகிறது; குணரத்னா அவர்களே மிகவும் மதி நுட்பம் வாய்ந்த, உருட்டுப் புரட்டு தெரிந்த தருக்க வாதி; 15ஆம் நூற்றாண்டைச் சேர்ந்தவர்; ஆதலால் கடவுளைப் பற்றிய அனுமானத்தை அதற்கெதிரான குறிப்பிடத் தக்க குற்றச்சாட்டுகளிலிருந்து காப்பாற்ற நியாய—வைசேசிகர்கள் பின் பற்றிய வழிமுறைகளை அவர் நன்கறிந்தவர்; ஆகவே எதிரியின் நிலைபாட்டை விளக்க முற்படுகையில்- அதாவது கடவுளைப்பற்றிய நியாய—வைசேசிக அனுமானத்தை விளக்குகையில்- அத் தத்துவாசிரியர்களே அவர்களுக்கு எதிராக எழுந்த பொதுவான

விமர்சனங்களுக்கு எவ்வாறு விடையளித்திருக்க முடியும் என்பதை குணரத்னா எடுத்துரைத்தார்; அவ்வாறு ஓரளவுக்கேனும் நியாய—வைசேசிகர் திருப்தி கொள்ளத் தக்க வகையில் அவர்களுக்காக வாதிட்ட பின்னர் அந்த நிலைபாடு எவ்வாறு சாரமற்றது என்பதை வெளிப்படுத்த முனைந்தார்.

இதுதான் மேன்மைமிக்க இந்திய தத்துவ ஞானிகளின் வழக்கம் என்பதை இச் சமயத்தில் நாம் இங்கே நினைவிற் கொள்ள வேண்டும்; ஒரு தத்துவப் பார்வையை மறுதலிக்கத் தொடங்குமுன் அதை வலுவாக ஆதரித்து வாதிடுவதில் அவர்கள் அலாதி ஆர்வம் காட்டினர் என்பது சிறப்புக்குரியது; இந்த நடைமுறையைப் பின்பற்றிய பின்னரே அதற்கெதிரான தங்களின் நிலைபாட்டில் அவர்களுக்கு உறுதியான நம்பிக்கை பிறக்கும்; வாத்ஸ்யாயனர் கூறுவதுபோல், ஒருவர் தனது கருத்தைப் பல கோணங்களிலிருந்து அலசி ஆராய்கிற போதே அதன் சரித் தன்மையை அவர் உறுதிப் படுத்திக் கொள்ள முடியும்;[209] படகோட்டி படகை நிலை நிறுத்த கழியைச் சேற்றில் உறுதியாக ஊன்றுவதை இந்த செயல் முறைக்குரிய ஒப்புமையாகச் சுட்டுவது வழக்கம்; படகோட்டி வெறுமனே சேற்றில் கழியைச் செருகுவதோடு நின்று விடுவதில்லை; அதை மீண்டும் மீண்டும் எடுத்தும் செருகியும் அது அசையா வண்ணம் நிலை குத்தி நிற்கச் செய்வார்;[210] வேறு விதமாய்க் கூறுவதெனில், தனது பார்வையின்பால் ஆழமான பிடிப்பை ஏற்படுத்திக் கொள்ள எதிரியின் வாதத்தை மறுப்பதற்கு முன் அதை அவரை விடவும் தீவிரமாகவும், சிரத்தையுடனும் ஆராயவேண்டும்; ஆதரிக்க வேண்டும்.

அந்த செயல்முறைக் கேற்ப, குணரத்னா கடவுளைப் பற்றிய நியாய—வைசேசிகரின் அனுமானத்தை மறுக்கத் தொடங்குமுன் அதற்கெதிராகத் தொடுக்கப்படும் வழக்கமான விமர்சனங்களை எதிர்கொள்வது எவ்வாறு என்பதை விளக்கினார்; அதன் பிறகே அதற்கெதிரான தனது தாக்குதலைத் தொடங்கினார்; ஆயின், அவரின் தத்துவ பாணி சொற்செறிவுடையது; சுருக்கமானது; நுட்பமானது; ஆகவே, கடவுள் கருத்து குறித்த அவரின் வார்த்தைகளை அப்படியே மொழி பெயர்ப்பதைத் தவிர்த்து அவரின் விவாதத்தை ஒரு விதமாக விளக்குவது என்கிற முறையில் கீழே முயன்றுள்ளேன்; அதே சமயம் அவருடைய வாதங்களின் உணர்வு (spirit) குன்றா வண்ணம் காத்திடவும் முனைந்துள்ளேன்.

கடவுளைப் பற்றிய குணரத்னா அவர்களின் விவாதம் இரு பகுதிகளைக் கொண்டது; நியாய வைசேசிக ஆத்திகத்தை ஆதரித்துப் பேசுவது முதலாவது; இரண்டாம் பகுதி அதனை மறுத்துரைப்பது[211].

**எதிரியின் பார்வை**

*(கடவுளைப் பற்றிய நியாய—வைசேசிக அனுமானம்)*

செல்லத் தக்க அறிவின் கருவி எதைக் கொண்டும் கடவுளின் இருப்பு நிரூபிக்கப்பட முடியாதாகையால் அவர் இல்லை என்பது நாத்திக வாதம்; நியாய —வைசேசிகரோ அனுமானம் எனும் செல்லத் தக்க அறிவின் கருவி வழி அவரின் இருப்பைத் திண்ணமாக மெய்ப்பிப்பது எளிது என்கின்றனர்; அவ்வனுமானமாவது:

புவி முதலானவை அறிதிறன் மிக்க ஒன்றினால் ஆனவை; ஏனெனில் அவை மட்குடுவையைப் போன்று விளைவுகளேயன்றி காரணிகளன்று.

அறிதிறன் மிகு காரணியின் அனுமானம் குறித்த "ஆகவே இவை (புவிமுதலானவை) விளைவுகளின் தன்மையன என்பதால்" எனும் அடையாளம் அல்லது சின்னம் தருக்கவியலின்படி சரியானதே எனில் அவ்வனுமானம் செல்லத் தக்கது எனவே கருதப்பட வேண்டும்; எனவேதான் நியாய—வைசேசிகர் அந்த அடையாளம் அல்லது சின்னம் இந்திய தருக்க முறையால் வகைப்படுத்தப்பட்ட குறைபாடு ஏதுமற்றது என நிறுவிட முயல்கின்றனர்.

முதலில், ஆய்வுக்குட்பட்ட அடையாளம் அல்லது சின்னம் நிரூபிக்கப்படாததொன்று என வாதிட முடியாது; ஏனெனில் புவி முதலானவை உண்மையிலேயே விளைவுகளின் தன்மையனதாம் என்பதை நிரூபித்திட முடியும்; எவ்வாறு? புவி முதலானவை பல பகுதிகளைக் கொண்டவை; வேறு விதமாய்ச் சொல்வதெனில், உலகுக்கோர் அறிதிறன் மிகு காரணி உண்டு எனும் அனுமானம் குறித்த அடையாளம் அல்லது சின்னம் மற்றோர் அனுமானத்தால் நிரூபிக்கப் படுகிறது; அவ்வனுமானம் 'பல பகுதிகளைக் கொண்டுள்ளதால்' என்பதைத் தனது அடையாளம் அல்லது சின்னமாகக் கொண்டுள்ளமையே இதற்குக் காரணம்;

பிரதான அனுமானத்தின் அடையாளம் அல்லது சின்னத்தின் செல்தகைமையை நிரூபிக்கும் இந்த மற்றோர் அனுமானம் கிழே முழுமையாகத் தரப்பட்டுள்ளது: "புவியும், மலையும், மரங்களும், இன்ன பிறவும் மட்குடுவையைப் போன்றே பல பகுதிகளைக் கொண்டுள்ளதால் அவை விளைவுகளின் தன்மையன", "பல பகுதிகளைக் கொண்டுள்ளதால்" என்பதற்கும் "விளைவுகளின் தன்மையைக் கொண்டிருத்தல்" என்பதற்கும் இடையில் எங்கும் பொருந்தும் உடனிகழ்வு உண்டு; இதற்கு மட்குடுவையே சிறந்ததொரு சான்று; அது பல பகுதிகளைக் கொண்டுள்ளதோர் விளைவு; ஆகவே புவி, மலை, மரங்கள் முதலானவையும் பல பகுதிகளால் ஆனவை; அதே சமயம் அவை விளைவுகளின் தன்மையன; இந்த

அனுமானத்தின் உதவியுடன் மூல முதல் அனுமானத்தின் அடையாளம் அல்லது சின்னம் நிரூபிக்கப் படுகிறது; எனவே மூல முதல் அனுமானத்தின் அடையாளம் அல்லது சின்னம் நிரூபிக்கப்படவில்லை என வாதிட வழியில்லை .

இரண்டாவதாக, மூல முதல் அனுமானத்தின் அடையாளம் அல்லது சின்னம் முரண்பாடுடையது எனல் சரியன்று; 'முரண்பாடுடையது' என்பதன் பொருள், தான் எதை நிரூபிக்க வேண்டுமோ அதற்கு நேர் எதிரான ஒன்றை நிரூபிக்கிற அடையாளம் அல்லது சின்னம் என்பதாகும்; ஆக, சான்றாக, 'ஓசை' எழுப்பப்படுவதால் அது 'என்றுமிருப்பது' என்பது முரண்பாடானது; ஏனெனில் என்றுமிருக்கிற ஒன்றைப் புதிதாய்த் தோற்றுவிக்க முடியாது; ஆனால், புவி போன்றவற்றுக்கு அறிதிறன் மிகு காரணியை அனுமானிக்கும் நியாய—வைசேசிக அடையாளம் அல்லது சின்னத்தில் இக் குறையைக் காண முடியாது; ஏனெனில், மட்குடுவை போன்றவற்றின் விசயத்தில் விளைவின் தன்மையுடைய ஒன்று அறிதிறன் மிகு காரணியைக் கொண்டிருத்தல் தெளிவாகப் புலப்படுகிறது; வேறு விதமாய்ச் சொல்வதெனில், (இங்கே) ஆய்வில் உள்ள அடையாளம் அல்லது சின்னம் தான் எதை நிரூபிக்க வேண்டுமோ அதற்கு நேர் எதிரான ஒன்றை நிரூபிப்பதைத் தெளிவாகவே மறுத்து, தான் நிரூபிக்க வேண்டியதையே மெய்ப்பிக்க முயல்கிறது; ஆகவே அது முரண்பாடானதாக இருக்க முடியாது.

மூன்றாவதாக, (இங்கே) ஆய்வில் உள்ள அடையாளம் அல்லது சின்னம் பொருத்தமற்றது எனச் சொல்ல இயலாது; ஒருபுறம் தான் எதை நிரூபிக்க வேண்டுமோ அது இருக்கும்போது அதனுடன் இணைந்தும், மறு புறம் அது இல்லாத போது தானும் இல்லாமலும் இருக்கிறது; ஆக, மட்குடுவையைப் பொறுத்தவரை விளைவாதல் எனும் அதன் இயல்பு அதற்குரிய அறிதிறன் மிகு காரணியின் இருத்தல் எனும் இயல்புடன் கனகச்சிதமாகப் பொருந்துகிறது; வெற்றுவெளி எதனாலும் ஏற்படுத்தப்படவில்லை; ஆதலால் அதற்கு இன்னொன்றின் விளைவாதல் எனும் இயல்பில்லை; எனவே அதன் அந்த இயல்பின்மை அதற்குரிய அறிதிறன் மிகு காரணியின் இன்மை எனும்

இயல்புடன் மிகவும் பொருந்துகிறது நியாய—வைசேசிகப் பார்வையில் வெற்றுவெளி என்றும் இருப்பதால் அதற்கொரு காரணி இருத்தல் எனும் கேள்விக்கே இடமில்லை; அடையாளம் அல்லது சின்னத்துக்கும் அது எதை நிரூபிக்க வேண்டுமோ அதற்கும் இடையிலான தொடர்பு இவ்வாறு நேரடி மற்றும் எதிர் மறை உடனிகழ்வுகளால் நிரூபிக்கப்பட்டுள்ளபோது அடையாளம் அல்லது

சின்னம் பொருத்தமற்றதாக அல்லது முறையற்றதாக இருக்க வாய்ப்பில்லை; அடையாளம் அல்லது சின்னம் தான் எதை நிரூபிக்க வேண்டுமோ அது இருக்கும் போதும் இல்லாத போதும் அதனுடன் இணைந்துள்ளதாகக் கருதப்படுகிறபோதே இவ்வகைப் பட்ட பிழை ஏற்படுகிறது.

இறுதியாக, (இங்கே) ஆய்வில் உள்ள அடையாளம் அல்லது சின்னம் செல்லத் தக்க அறிவின் இன்னொரு வலுமிக்க கருவியின் தடைக்கு உள்ளாகிறது எனச் சொல்லமுடியாது; ஏனெனில், புலனறிவோ அல்லது வேதக் கட்டளையோ இதற்கு எதிராக இல்லை; இப் பிழைக்கு உகந்த எடுத்துக்காட்டாவது: 'தீ குளிர்ச்சியானது; ஏனெனில் அது நீரைப் போன்றதொரு பொருள் "இந்த அனுமானம் தவறானது; காரணம் புலனறிவு எனும் தகுதி வாய்ந்த அறிவின் வலுமிக்க கருவி இதை மறுக்கிறது; தீ சுடும் என அது ஏற்கெனவே நிரூபித்துள்ளது; எது எவ்வாறாயினும், அனுமானத்தை விட வலுவான செல்லத் தக்க அறிவின் இரு கருவிகள் என நியாய—வைசேசிகரால் அங்கீகரிக்கப்படுகிற புலனறிவோ அல்லது வேதக் கட்டளையோ உலகின் தோற்றத்துக்கு ஓர் அறிதிறன் மிகு காரணி உண்டு எனும் அனுமானத்துக்கு எதிராக இல்லை.[212]

சுருங்கக்கூறின், நியாய — வைசேசிகர் உலகின் தோற்றத்துக்கு ஓர் அறிதிறன் மிகு காரணி உண்டு என்பதை நிறுவிடத் தாங்கள் பயன்படுத்தும் அடையாளம் அல்லது சின்னம் குற்றங் குறைகளுக்கு அப்பாற்பட்டதென அழுத்தமாகக் கூறுகின்றனர்.

ஆயினும், இவையனைத்தையும் சரியென ஒப்புக் கொண்டாலும், கடவுளைப் பற்றிய அவர்களின் அனுமானத்துக்கு எதிரான மிகக் கடுமையான மறுப்பொன்று உண்டு; கடவுளுக்கெதிரான சாந்தரக்சிதரின் வாதத்தை ஆய்கிறபோது அது அவரால் எவ்வாறு எழுப்பப்பட்டது என்பதை நாம் ஏற்கெனவே கண்டோம்; அவர் சொன்னார்: 'இந்த அனுமானம் உலகுக்கொரு வரையறைக்குட்பட்ட காரணியைத்தான் நிரூபிக்க முடியுமே யொழிய அதை விட மேலான ஒன்றைச் சுட்ட வழியில்லை 'இது எல்லையற்ற காரணி அல்லது கடவுள்' எனும் கூற்றுக்கு மாறானது; எனவே இந்த அனுமானம் முரண்பாடுடையது; தான் எதை நிரூபிக்க வேண்டுமோ அதற்கு நேர் எதிரான ஒன்றை இது நிரூபிக்கிறது; முதலில் இந்த மறுப்பின் உண்மையான விளைவு யாதெனக் காண்போம்:

மட்குடுவைக்குக் குயவரின் வடிவில் ஓர் அறிதிறன் மிகு காரணி உண்டு எனும் சான்றை முன்னிறுத்தி எதெல்லாம் விளைவின்பாற்பட்டதோ அதெற்கெல்லாம் அறிதிறன் மிகு காரணி

உண்டு என வாதிடப்படுகிறது; எனினும், குயவர் மட்குடுவை செய்தல் எனும் இந்த சான்றில் அனுமானிக்கப்படும் அறிதிறன் மிகு காரணி எல்லாமறிந்த, எங்கும் நிறைந்த ஒன்றன்று; ஆகவே, நியாய—வைசேசிகர் புவி போன்றவை விளைவுகளின் தன்மையன என்பதால் அவை வரையறைக்கு உட்பட்ட இத்தகைய காரணியை உணர்த்துகின்றன என்றுதான் வாதிட முடியும்; இது அந்த அடையாளம் அல்லது சின்னம் முரண்பாடுடையது என்பதையும், சம்பந்தப்பட்ட வலுப்படுத்தும் சான்று அந்த அடையாளம் அல்லது சின்னம் உண்மையில் எதை நிரூபிக்க வேண்டுமோ அதற்கு எதிரானது என்பதையும் தெளிவாக்குகிறது; ஏனெனில் மட்குடுவை முதலானவற்றில் காணப்படும் அறிதிறன் மிகு காரணி குயவரைப் போன்று வரையறைக்கு உட்பட்டது.

இதற்கு நியாய—வைசேசிகரின் பதில் இதுதான்: ‘இத்தகைய வாத முறை அந்த அனுமானத்திற்கான சாத்தியக் கூற்றையே மறுதலிப்பதில்தான் போய் முடிகிறது’; எந்தவோர் அனுமானத்தின் வலுப்படுத்தும் சான்றும் குறிப்பிட்ட சில பண்புகளுடைய அடையாளம் அல்லது சின்னத்தை அது நிரூபிக்க வேண்டிய அதே போன்ற குறிப்பிட்ட சில பண்புகளுடையதன் உடனிகழ்வாகக் காண்பித்தாக வேண்டும்; இதன் பேரில் இங்கே நிரூபிக்கப் படுகிற உடனிகழ்வு, அடையாளம் அல்லது சின்னத்துக்கும் அது நிரூபிக்க வேண்டியதற்கும் இடையே யானது எனவும், அவ்விரண்டும் தனிச் சிறப்பான குறிப்பிட்ட சில பண்புகளுடையவை எனும் அர்த்தத்தில்தான் அந்த நிரூபணமும் அமைகிறது எனவும் வாதிடப் பட்டால் எவ்வித அனுமான அறிவுக்கும் உண்மையான வழிவகை இராது; ‘புகையைக் கொண்டு நெருப்பு’ எனும் அனுமானத்தில் அவ்விரண்டின் உடனிகழ்வுக்கும் ஆதாரமான சமையல் அடுப்புதான் வழக்கமாக சுட்டப்படும் வலுப்படுத்தும் சான்று; ஆயின், இந்த உடனிகழ்வைச் சமையல் கட்டிலிருந்து கிளம்பும் புகைக்கும், நெருப்புக்கும் இடைப்பட்ட உடனிகழ்வு எனும் குறிப்பிட்ட அர்த்தத்தில் மட்டுந்தான் புரிந்து கொள்ள வேண்டுமா? அல்லது இதனைப் பொதுவாக (எங்கும் எழக் கூடிய) புகைக்கும் நெருப்புக்கும் இடையிலான உடனிகழ்வு என்பதாகப்புரிந்து கொள்ள வேண்டுமா? இந்த உடனிகழ்வை, வலுப்படுத்தும் சான்றில் காணப்படும் தனிச் சிறப்பான குறிப்பிட்ட சில பண்புகளுடைய இரண்டின் இடையில் மட்டுமே காணப்படுவது என—சான்றாக, சமையல் கட்டிலுள்ள அடுப்பிலிருந்து கிளம்பும் புகைக்கும் நெருப்புக்கும் இடைப்பட்ட உடனிகழ்வு மட்டுமே எனக்குறுக்கினால் அப்புறம் மலையில் தெரியும் புகையிலிருந்து நெருப்பை அனுமானிப்பதைச் சரியானதெனக் கூறிட வழியில்லை; உடனிகழ்வை அதன் எங்கும் காணப்படும்

பொதுவான தன்மையைக் கருதி ஏற்கும்போது மட்டுமே 'மலைப் புகையிலிருந்து நெருப்பு' எனும் அனுமானம் சாத்தியப்படும்; ஆகவே, நியாயமான அனுமானத்துக்கு அடிப்படையான அடையாளம் அல்லது சின்னத்துக்கும் அது நிரூபிக்க வேண்டியதற்கும் இடைப்பட்ட உடனிகழ்வைப் பொதுவான பொருளில் புரிந்து கொள்ளப்படுகிற—அதாவது, தனிச் - சிறப்பான குறிப்பிட்ட சில பண்புகளைக் கொண்டிராத- இரு பொருட்களுக்கு இடையிலான உடனிகழ்வு என்பதாகத்தான் எடுத்துக் கொள்ள வேண்டும்; அதற்கு-ஆதாரமாகக் காண்பிக்கப்படும் வலுப்படுத்தும் சான்றில் உண்மையிலேயே காணப்படும் தனிச் சிறப்பான குறிப்பிட்ட சில பண்புகளைத் தானும் கொண்டதாகத்தான் அந்த இரு பொருட்களுக்கு இடைப்பட்ட உடனிகழ்வுக்கான சான்று அமைந்திருக்க வேண்டும் எனும் சூழலிலும் இதனைத் தவிர்க்க இயலாது; வேறு விதமாய்ச் சொல்வதெனில், ஓர் அனுமானத்துக்கு ஆதரவாக முன்வைக்கப்படும் எந்தவொரு வலுப்படுத்தும் சான்றும் அதன் தனிச் சிறப்பான குறிப்பிட்ட சில பண்புகளைக் கொண்டிருக்கத்தான் வேண்டும்; ஆயினும் அந்த அனுமானத்துக்கு அடிப்படையாக அமையும் பொதுவான அல்லது எங்குமுள்ள உடனிகழ்வுக்கு இடைஞ்சல் தர அத் தனிச் சிறப்பான பண்பை அனுமதிக்கக்கூடாது; பின் வரும் விளக்கம் இதை மேலும் தெளிவுறுத்தும்:

'காணப்படல்' மற்றும் 'காணப்படாமை' ஆகிய இரண்டிலும் உள்ள - அதாவது, ஒன்று இருந்தால் மற்றதும் இருக்கும், மற்றது இல்லாவிடில் அந்த ஒன்றும் இராது எனும் - ஒரே சீரான பொருத்தப் பாட்டைச் சார்ந்துதான் இரு பொருட்களுக்கு இடைப்பட்ட உடனிகழ்வை உறுதிபட நிறுவ முடியும்; சான்றாகப், புகை தென்படுகிற எல்லா நேர்வுகளிலும் நெருப்பு தென்படுவதும், நெருப்பு இல்லா எல்லா நேர்வுகளிலும் புகையும் இன்மையும் புகைக்கும் நெருப்புக்கும் இடையிலான உடனிகழ்வுக்கு உறுதி மிக்க சான்றுகளாகும்; எனினும், சம்பந்தப்பட்ட பொருட்களின் தனிச் சிறப்பான பண்புகள் எண்ணற்றவை; பல்வகைப் பட்டவை; ஆகவே, இரு பொருட்களின் தனிச் சிறப்பான பண்புகளைப் பொறுத்தவரை அவற்றுக்கு இடையே 'காணப்படல்' மற்றும் 'காணப்படாமை' ஆகிய இரண்டிலும் ஒரே சீரான பொருத்தப் பாட்டைச் சார்ந்து நிற்பது சாத்தியமே இல்லை; இரு பொருட்களுக்கு இடைப்பட்ட உடனிகழ்வு என்றொன்று உண்டெனில் அது அவற்றின் பொதுவான அம்சங்களில் மட்டுமே இருக்கும்; தனிச் சிறப்பான பண்புகளைப் பொறுத்தன்று;

இக் கருத்தைத் தெளிவாகப் பதிந்த பின்னர் கடவுளைப் பற்றிய தங்களின் அனுமானத்தை நியாய—வைசேசிகர் நிரூபிக்க

எத்தனிக்கின்றனர்; புவி முதலானவற்றின் அனைத்தும் அறிந்த அறிதிறன் மிகு காரணி எனும் பொருளிலான கடவுள் தொடர்பான நிரூபணத்தில் நியாய—வைசேசிகக் கண்ணோட்டத்தின்படி இரண்டு அனுமானங்கள் உண்டு; இவற்றில் முதலாவது, புவி போன்றவற்றுக்கோர் அறிதிறன் மிகு காரணி உண்டு எனும் எளிமையான கூற்று; முற்றிலும் வித்தியாசமான இரண்டாவது அனுமானத்தின்படி அந்த அறிதிறன் மிகு காரணி அனைத்தும் அறிந்த ஒன்றாக இருத்தல் வேண்டும்; இரண்டாவதைப் பற்றிய விவாதத்தை இப்போதைக்கு நிறுத்தி வைத்து முதல் அனுமானத்துக்கு எதிரான மறுப்பை அவர்கள் எவ்வாறு எதிர் கொண்டனர் என்பதைப் பார்ப்போம்:

முதல் அனுமானத்தின்படி புவி போன்றவை 'விளைவு'கள் ஆதலால் அவற்றுக்கு மட்குடுவைக்கு உள்ளது போல ஓர் அறிதிறன் மிகு காரணி உண்டு; இதற்கு எதிரான மறுப்பாவது: 'குயவர் எனும் அறிதிறன் மிகு காரணி உடலையும், வரையறைக்குட்பட்ட அறிவையும் கொண்டது; எனவே புவி போன்றவற்றுக்கான அறிதிறன் மிகு காரணிக்கும் அதே போன்ற தளைகள் பொருந்துமாதலால் இவ்வனுமானம் கடவுள் பற்றிய கருத்துக்கு எதிரானது. 'இம் மறுப்பு செல்லாது என்பது நியாய—வைசேசிக வாதம்: "விளைவாதல்" என்பதற்கும் "அறிதிறன் மிகு காரணி'க்கும் இடையிலான உடனிகழ்வே இந்த அனுமானத்தின் அடிப்படை; மட்குடுவையே இதனை வலுப்படுத்தும் சான்று; அது விளைவாதலால் அதற்குக் குயவர் எனும் அறிதிறன் மிகு காரணி உண்டு; எந்தவோர் அனுமானத்துக்கும் உரிய வலுப்படுத்தும் சான்றைப் போலவே இந்த வலுப்படுத்தும் சான்றும் தவிர்க்க இயலாதவாறு தனிச் சிறப்பான குறிப்பிட்ட சில பண்புகளைக் கொண்டது; ஆக, மட்குடுவையைச் செய்திடும் குயவர் ஓர் அறிதிறன் மிகு காரணி மட்டுமல்லர்; தனிச் சிறப்பான குறிப்பிட்ட சில பண்புகளைக் கொண்டவருங் கூட; இந்த சிறப்பியல்புகள்"வரையறைக்குட்பட்ட அறிவையும்" அவற்றின் நிலைக்களனாக உடலையும்கொண்டவை; ஆயின், விளைவாகும் தன்மையுடைய யாதொன்றின் அறிதிறன் மிகு காரணிக்கும் இந்த சிறப்பியல்புகள் தவிர்க்க இயலாதவாறு உண்டு என நாம் கருதியாகத்தான் வேண்டுமா? நிச்சயமாக இல்லை: அடையாளம் அல்லது சின்னத்துக்கும் அது நிரூபிக்க வேண்டியதற்கும் இடைப் பட்ட உடனிகழ்வை அவ்விரண்டின் பொதுவான பொருளில் அவற்றுக்குப் பொருந்தக் கூடியது எனக் கொள்ளப்படாமற் போனால் அனுமானம் எதற்கும் வாய்ப்பில்லை என்பதைச் சற்று முன்னர்தான் கண்டோம்; புகையிலிருந்து நெருப்பு ஊகிக்கப்படுகிறது; அது சமையல் அடுப்பிலிருந்து கிளம்பும் புகையும், நெருப்புமாகத்தான் இருக்க வேண்டும் என்பதில்லை; ஏனெனில் இந்த அனுமானத்தின்

ஆதாரமான உடனிகழ்வு 'பொதுவான நெருப்பு, பொதுவான புகை' ஆகியனவற்றைச் சார்ந்துள்ளது; அதே போல 'மட்குடுவை' எனும் எடுத்துக்காட்டில், அடையாளம் அல்லது சின்னம் எதை நிரூபிக்க வேண்டுமோ அதற்கு தனிச் சிறப்பான குறிப்பிட்ட சில பண்புகள் உள்ளமை தெரியவரினும், ஆய்வுக்குட்பட்ட அனுமானத்தின் அடிப்படையாக விளங்கும் உடனிகழ்வைப் "பொதுவாக விளைவாதல்" மற்றும் "பொதுவாக அறிதிறன் மிகு காரணியாதல்" ஆகிய இரண்டுக்கும் இடைப்பட்ட உடனிகழ்வு என்பதாகத்தான் புரிந்து கொள்ளப்பட வேண்டும்; ஆகவே, நியாய-வைசேசிகர்கள் பின் வருமாறு வாதிடுகிறார்கள்: இந்த அனுமானம், புவி போன்றவற்றுக்குரிய அறிதிறன் மிகு காரணியைப் பொதுவான பொருளில் குறிக்கிறதே யொழிய குயவரின் விசயத்தில் காணப்படும் குறிப்பிட்டதோர் அர்த்தமுள்ள அறிதிறன் மிகு காரணியை அன்று; வேறு விதமாய்ச் சொல்வதெனில், குயவரின் தனிச் சிறப்பான குறிப்பிட்ட சில பண்புகளைப் புவி போன்றவற்றின் அறிதிறன் மிகு காரணிக்கும் பொருந்துவதாகக் கருதிடல் கூடாது; அந்த அனுமானம் பொதுவான அர்த்தத்திலேயே ஓர் அறிதிறன் மிகு காரணியைச் சுட்டுகிறது; இந்த அறிதிறன் மிகு காரணியின் தன்மையைத் தீர்மானிக்கும் பணி முற்றிலும் மற்றோர் அனுமானத்தைச் சேர்ந்தது; ஆகவே, 'நியாய—வைசேசிக அனுமானம் எதை நிரூபிக்க விரும்புகிறதோ அதற்கு நேர் எதிரானதையே உண்மையில் நிரூபிக்கிறது 'எனும் மறுப்பு தள்ளுபடியாகிறது.

இன்னோர் அனுமானத்தின் உதவியுடன் ஏற்கெனவே குறிப்பிடப்பட்ட புவி போன்றவற்றின் அறிதிறன் மிகு காரணியை 'அனைத்தும் அறிந்த ஒன்று 'என்பதாக 'நியாய—வைசேசிகர் எவ்வாறு நிறுவிட முயல்கின்றனர் என்பதை இப்போது காண உள்ளோம்; இதற்குள் புகுமுன், விளைவை உண்டாக்க உடலின் அவசியம் ஏதும் அறிதிறன் மிகு காரணிக்கு இல்லை என நியாய—வைசேசிகர் எவ்வாறு குறிப்பாக வலியுறுத்துகின்றனர் என்பதை குணரத்னா விளக்குகிறார்: மட்குடுவை விசயத்தில் முன்னதாக ஊகிக்கப் படுகிற அறிதிறன் மிகு காரணிக்கு உடல் உண்டு என்பதில் ஐயமில்லை; ஆயினும், மட்குடுவையைச் செய்திட அறிதிறன் மிகு காரணிக்கு உதவிடும் ஒட்டுமொத்த சூழல்களில் உடலுக்கு அவ்வளவு முக்கியத்துவம் இல்லை—இருக்கிற அந்த கொஞ்ச நஞ்ச முக்கியத்துவமும் தற்செயலானதே; மட்குடுவை விசயத்தில் அந்த விளைவை ஏற்படுத்துவதில் — அதாவது அதை உருப்படுத்துவதில் - 'உடல்' எனும் அர்த்தத்தில் தனிப்பட்ட முறையில் அதற்குச் சிறப்பான இடம் ஏதுமில்லை; மாறாக , மட்குடுவையைச் செய்வதில் அறிதிறன் மிகு காரணிக்கு வல்லமை சேர்ப்பவை குயவரின் ஞானம்,

மன உறுதி மற்றும் முயற்சி ஆகியவையே; அவை இல்லாத பட்சத்தில் உடல் இருந்தால் மட்டுமே ஒருவர் அதைச் செய்ய முடியாது; மட்குடுவையைச் செய்திட அவசியப்படும் முதல் விசயம் அதை எவ்வாறு செய்வது என்பதைத் தெரிந்திருத்தல் அதற்குரிய (மூலப்) பொருட்கள், கருவிகள் ஆகியவற்றைப்பற்றிய அறிவும், அவற்றை எவ்வாறு பயன்படுத்துவது என்பதில் தெளிவும்; இரண்டாவதாக, அதைச் செய்வதில் ஆர்வம்; அதைச் செய்திடும் ஞானம் கொண்ட ஒருவனுக்கு அதில் ஆர்வம் இன்றேல் அது நடக்காது; மூன்றாவதாக , ஞானமும் ஆர்வமும் இருந்தும் அதில் குறிப்பான முயற்சி இல்லையேல் அப்போதும் அது சாத்தியமில்லை; ஆகவே இந்த ஆக்கக் கூறுகள்தாம் அறிதிறன் மிகு காரணிக்கு இது விசயத்தில் உண்மையிலேயே வலு சேர்ப்பவை; இச் செயல் முறை நெடுகிலும் ‘உடலின்’ பங்கு மிகச் சொற்பமானது, தற்செயலானது; இந்த முக்கியமான ஆக்கக் கூறுகளுடன் உடலும் சேர்ந்து இயங்குகிறது என்பது உண்மையே; ஆயினும், அதனாலேயே அதை இச் செயல்பாட்டின் காரணி எனலாகாது; உண்மையான காரணியுடன் ஒத்திருக்கிற காரணத்தாலேயே ஒன்றைப் பிரதான காரணி எனக் கருத முடியாது; அப்படிக் கருதும் பட்சத்தில், நெருப்புடன் மஞ்சள் நிறம் சேர்ந்திருப்பதால் அதுதான் புகை எழக்காரணம் எனல் வேண்டும்; அப்படிச் சொல்வது அபத்தமானது; ஏனெனில் புகையின் உண்மையான காரணி நெருப்பே; அதைப் போலவே (மட்குடுவை விசயத்தில்) அதன் காரணியின் முக்கிய அம்சங்களான செய்திறன்,ஆர்வம், முயற்சி ஆகியவற்றுடன் உடலும் சேர்ந்துள்ளது; இந்த உடனுறைவு மட்டுமே உடலை விளைவின் உண்மைக் காரணி ஆக்கிடாது; இவ்வாறு, உடலைப் புவி முதலானவற்றின் அறிதிறன் மிகு காரணியை உண்மையிலேயே வலுப்படுத்தும் முக்கியமான ஆக்கக் கூறாகக் கருதிடும் சாத்தியப்பாட்டை நியாய - வைசேசிகர்கள் புறந்தள்ளுகிறார்கள்; புவி முதலானவை விளைவுகளின் தன்மையனவாக இருக்கும் சூழல்களில் இருந்து இந்த அறிதிறன் மிகு காரணியை அவர்கள் அனுமானிக்கிறார்கள்.

முதல் அனுமானத்தின்படி நிரூபிக்கப்பட்ட புவி முதலானவற்றின் அறிதிறன் மிகு காரணி அனைத்தும் அறிந்ததாகத்தான் இருக்கமுடியும் எனச் சாதித்திட நியாய—வைசேசிகர்கள் இரண்டாவது அனுமானத்தை முன்வைக்கிறார்கள்; அறிதிறன் மிகு காரணியின் இந்த ‘சர்வஞானம் ‘அண்டத்திலுள்ள சேர்ந்தமைந்த அனைத்து வகைப் பொருட்களுக்கும் ஆதாரமாக அது இருப்பதன் வாயிலாக அதற்கு வாய்த்த ஒன்று; முறைப்படி சொல்கிறபோது அக் கூற்று பின்வருமாறு அமையும். “இப் பேரண்டத்திலுள்ள புவி போன்ற

எல்லா விளைவுகட்கும் காரணியாகக் கடவுள் இருப்பதால் அவர் அனைத்தும் அறிந்தவராகத்தான் இருக்க முடியும்" "மட்குடுவையைச் செய்யும் குயவரைப் போல ஒன்றைச் செய்கிறவர்க்கு அதற்குரிய அனைத்துப் பொருட்களையும் பற்றிய அறிவு இருக்கத்தான் செய்யும்; அதே போல, இப் பேரண்டத்திலுள்ள (உடுக்கள் அதாவது விண்மீன்கள், கோள்கள், மலைகள், கடல்கள் போன்ற) எல்லா விளைவுகட்கும் காரணியாகக் கடவுள் இருப்பதால் அவருக்கு அவற்றில் பொதிந்துள்ள அனைத்து அணுக்கள் பற்றியும், ஒவ்வோர் ஆன்மாவையும், அவற்றின் தலைவிதியைப் பற்றியும் ஐயந்திரிபறத் தெரிந்திருக்க வேண்டும்; அத்தகைய ஞானம் அளப்பரியது; ஆகவே இவை யனைத்தையும் படைக்கிற ஆண்டவன் அனைத்தும் அறிந்தவனாக, எல்லையற்ற, பரந்த ஞானம் கொண்டவனாகத்தான் இருக்க வேண்டும்; வேறு விதமாய்ச் சொல்வதெனில் கடவுள் அனைத்தும் அறிந்தவர்: அனைத்தும் அறிந்த இந்த ஆண்டவன் என்றும் இருப்பவன்; ஆதலால் அவனின் அறிவும் அவ்வாறே முடிவற்று என்றும் தொடர்வதே.

கடவுள் ஒருவரே என்றுதான் கருதப்படல் வேண்டும்; சான்றாக, ஓராயிரம் பேரைக் கொண்டு ஒரு கோயிலோ, அரண்மனையோ கட்டப்பட்டாலும் அதன் மேற்பார்வையாளரான தலைமைக் கட்டடக் கலை வல்லுநரின் பெயர்தான் மேலோங்குகிறது; அதே போல இவ்வுலகில் உள்ள அத்தனைப் பணியாளர்களும் அந்த ஆண்டவன் "ஒருவனுக்கு' ஆட்பட்டோரே எனவும், அவனே அனைவர்க்கும் மேலானவன் எனவும் கருத வேண்டும்.

கடவுள் ஒருவரே என்றும், அவர் என்றும் இருப்பவர் எனவும் கருதப்பட்டால் வித விதமான, எண்ணற்ற விளைவுகளுக்கும் அவை எப்போதோ ஒரு போதில் மட்டும் நிகழ்வதற்கும் என்ன விளக்கம் தரவியலும்? (இங்கே, கடவுளுக்கு எதிரான வைபாசிக வாதங்களை நாம் ஏற்கெனவே கண்டதை நினைவு கூர்வோம்); ஆயின், இந்த மறுப்பு செல்லாது; விளைவுகளின் பன்முகத் தன்மையும், அருமையும் (அதாவது அவற்றின் அரிதான நிகழ்வும்) அவ் விளைவுகளை ஏற்படுத்த தேவைப்படும் துணைக் காரணிகளின் விசேடத் தன்மையை முன்வைத்து ஏற்கெனவே விளக்கப்பட்டு விட்டது; எனவே அவை கடவுளின் ஒருமைக்கும், நிலைபேற்றுக்கும் எதிரான சான்றுகள் ஆகா.

நியாய—வைசேசிக வாதத்துக்கு எதிராக இன்னொரு மறுப்பு எழலாம்; அதன்படிப் புவி, மரங்கள் போன்றவை ஒருவரால் படைக்கப்பட்டதைப் பார்த்தவர் எவருமிலர் எனினும் அவற்றுக்கோர் அறிதிறன் மிகு காரணி கற்பிக்கப்படுகிறது; காரணியொன்றின்

தலையீட்டைக் காணாதவிடத்தும் அத்தகைய அனுமானத்தை ஏற்றுக் கொள்வதற்கான சாத்தியக் கூற்றை ஒருவர் ஏற்றுக் கொள்கிறார் என வைத்துக் கொள்வோம்; அப்போதும்கூட ஒரு கிணறு பாழடைவதற்கான காரணியை அந்த ஒருவரால் அனுமானிக்க முடியும்; வேறு விதமாய்ச் சொல்வதெனில், கிணறு பாழடைவது நாளா வட்டத்தில் இயல்பாக நடக்கிற ஒன்று; அதற்கு ஒருவரின் தலையீடு அவசியமில்லை; அதே சமயம், இந்த அழிவும் விளைவின் தன்மையது என்பதால் அதுவும் யாரோ ஒருவரின் கைங்கரியமே என ஒருவர் வாதிடலாம்; இந்த அழிவுக்குக் காரணமான ஒன்றை என்றும் காணல் அரிது என்பதால் அவ்வழிவு எதனாலும் ஆனதில்லை என இதற்கு மறுப்புரைக்கலாம்; இதே வாதத்தின் பேரில், புவி முதலானவற்றின் காரணியையும் யாரும் என்றும் கண்டதில்லை என்பதால் கடவுள் பற்றிய நியாய—வைசேசிக நிரூபணத்தை மறுதலிக்க முடியும்; ஆக, இக் கூற்றுக்கு வலுவூட்டும் உண்மையான கூர்நோக்குக்கு வாய்ப்பில்லாத சூழலில் கிணறொன்றின் பாழடைவுக்குக் கற்பிக்கப்படுகிற காரணி எந்த அளவுக்கு நிரூபணம் ஆகாததோ அதே அளவுக்குப் புவி முதலானவற்றின் காரணி பற்றிய நியாய—வைசேசிகக் கண்ணோட்டமும் நிரூபணம் ஆகாததே.

இம் மறுப்புக்கு பதிலளிப்பதில் சிரமம் ஏதுமில்லை: நியாய—வைசேசிகர் பின்வருமாறு கேட்கலாம்: “இம் மறுப்பு ஒப்புக் கொள்ளப்பட்ட செல்லத் தக்க அறிவின் கருவியின் பேரில் அமைந்ததா அல்லது வேறெதன் அடிப்படையிலாவது எழுந்ததா? “எதிரி அது வேறொன்றின் பேரில் - அதாவது ஒப்புக் கொள்ளப்பட்ட செல்லத் தக்க அறிவின் கருவியின்பேரில் அல்லாமல் வேறொன்றின் பேரில் - எழுப்பப்பட்டுள்ளது என்பாரேல் தருக்கப் பாங்கிலான விவாதத்துக்கு இனி வாய்ப்பே இல்லை: செல்லத் தக்க அறிவின் கருவிகள் அனைத்தையும் விலக்கி வைத்து விட்டு ஒருவர் ‘புகையைக் கொண்டு நெருப்பு’ எனும் ஊகத்தைக் கூட ஏற்புடையதன்று என வாதிட முடியும்; ஆகவே, ஒப்புக் கொள்ளப்பட்ட செல்லத் தக்க அறிவின் ஏதேனும் ஒரு கருவியின் பேரில் எல்லாக் கூற்றுகளும் அமைந்திருக்க வேண்டும் எனும் நிபந்தனைக்கு எதிரி கட்டுப்பட்டாக வேண்டும்; அதற்கு அவர் கட்டுப்படுவாராயின் தனது மறுப்பையே அவர் கைவிட வேண்டிவரும்: ஏனெனில், புவி முதலானவற்றின் அறி திறன்மிகு காரணி ‘அனுமானம்‘ எனும் செல்லத்தக்க அறிவின் கருவியால் நிரூபிக்கப்பட்டது; இந்த அனுமானம் “விளைவாதல்” மற்றும் “அறிதிறன் மிகு காரணியைக் கொண்டிருத்தல்” எனும் எங்கும் பொருந்துகிற உடனிகழ்வின் அடிப்படையில் அமைந்தது: வேறு விதமாய்ச் சொல்வதெனில், மலையிலிருந்து வரும் புகையைக் கொண்டு நெருப்பை ஊகிப்பது போலப் புவி முதலானவற்றின்

காரணி கடவுள் எனக் கருதப்படுகிறது; இவ்வாறு செல்லத்தக்க அனுமானத்தின் பேரில் கடவுளை நிரூபித்த பிறகு புவி முதலானவற்றை அவர் படைத்ததை உண்மையிலேயே கூர் நோக்கியதன் அடிப்படையில் நிரூபிக்க வேண்டிய அவசியம் அறவே இல்லை.

மேலும், புவி முதலானவற்றுக்கான காரணியை உண்மையில் எவரும் கண்ணாரக் கண்டதில்லை என்பதால் அவற்றுக்கு அறிதிறன் மிகு காரணி ஏதுமில்லை என்பது தருக்க முறைக்கு முரணானது; புலனறிவுக்கு உட்படலைத் தனது உள்ளார்ந்த இயல்பாகக் கொண்டவற்றின் இன்மையை மட்டுந்தான் அத்தகைய காணப்படாமை நிரூபிக்கமுடியும்; ஆக, மட்குடுவை புலப்படாமை அது அங்கு இல்லை என்பதை நிரூபிக்கிறது; ஏனெனில், அது புலனறிவுக்கு உட்படுதலைத் தனது உள்ளார்ந்த இயல்பாகக் கொண்டது; ஆயின், புவி முதலானவற்றுக்கான அறிதிறன் மிகு காரணியான கடவுள் அவ்வாறு புலனறிவுக்கு உட்படாமையைத்தனது உள்ளார்ந்த இயல்பாகக் கொண்டது; ஆகவே புலனறிவுக்கு உட்படாமை அதன் இன்மைக்கான சான்றாக முடியாது; ஒன்றின் காட்சிக்குரிய சூழலைப் பற்றிய கவலையின்றி வெறும் புலனறிவுக்கு உட்படாமையை மட்டுமே ஒன்றின் இன்மைக்குச் சான்றாக்கிடின் அப்புறம் புலனறிவுக்கு உட்படாமையைத் தனது உள்ளார்ந்த இயல்பாகக் கொண்ட அனைத்துமே இல்லாதவையாகி விடும்; இதுவோர் அபத்தமான நிலைபாடு; சான்றாக, அணுக்களைப் போன்றவை புலனறிவுக்கு உட்படாதவை; ஆயின் அதை வைத்து அவற்றை உண்மையில் இல்லை எனல் ஆகாது.

**எதிரிக்கு பதில்**

(கடவுள் கோட்பாட்டுக்குக் குணரத்னாவின் மறுப்பு)

மேற்கண்டவாறு மிக விரிவாகக் கடவுள் இருப்புக்கான சான்றுகளை எடுத்துக் காட்டிய பின்னர் குணரத்னா அதை மறுக்கத் தொடங்குகிறார்; நாம் எதிர்பார்க்கிறபடியே, அவருடைய வாதத்தின் கூர்முனை கடவுள் பற்றிய நியாய—வைசேசிக அனுமானத்தின் அடிப்படையை - அதாவது, புவி முதலானவை 'விளைவாகும்' தன்மையன என்பதால் அவற்றுக்கோர் அறிதிறன் மிகு காரணி உண்டு என்பதைக் - குறி வைக்கிறது; அளப்பரிய சொல் நுணுக்கம், மயிர் பிளக்கும் பகுப்பாய்வு ஆகியவற்றின் துணையுடன் முதலில் இந்த அனுமானத்தின் அடையாளம் அல்லது சின்னமான 'விளைவாதல்' (கார்யத்துவம் என்பது நியாய—வைசேசிக வாதத்தின் சூழமைவுக்குச் சற்றும் பொருத்தமற்றது என நிரூபிக்க முயல்கிறார்:

புவி முதலானவை 'விளைவாகும்' தன்மையன எனில் என்னதான் பொருள் என அவர் வினவுகிறார்; இதற்கு நான்கு விடைகள் தாம்

இருக்க முடியும்; அதாவது, தற்போதைய சூழமைவில், 'விளவாதல்' என்பதற்குக் கீழ்வரும் நான்கு மாற்றுகளில் ஏதேனும் ஒன்றுதான் பொருத்தமான பதிலாக முடியும்:

(1) உறுப்புகளைக் கொண்டிருத்தல்

(2) இதற்கு முன்னர் இருந்திராத விளைவுகளான புவி முதலானவற்றின் உயிருரு அல்லது இருப்பு அப் புவி முதலானவற்றுக் குரிய காரணிகளில் உள்ளியல்பாய் அமைந்திருத்தல்[213]

(3) 'அது உருவாக்கப்படுகிறது" எனும் வடிவத்தில் அறிவின் இலக்காக இருத்தல்.

(4) மாற்றத்துக்கு உட்படும் தன்மை கொண்டிருத்தல்

'விளைவாதல்' என்பதற்கான இந்த நான்கு அர்த்தங்களில் எதுவும் தருக்க முறையிலான கூர்ந்தாய்வுக்குத் தாக்குப் பிடிக்காது என்கிறார் குணரத்னா.

1. மேற்கண்ட நான்கில் முதலாவதான "விளைவாதல்" எனில் "உறுப்புகளைக் கொண்டிருத்தல்" என்பதை இப்போது ஆய்வுக்கு எடுத்துக் கொள்வோம்; "உறுப்புகளைக் கொண்டிருத்தல்" எனில் என்ன பொருள்? குணரத்னாவின் பகுப்பாய்வின்படி இக் கேள்விக்கும் நான்கு மாற்றுகள்தாம் உண்டு: ஆக. "உறுப்புகளைக் கொண்டிருத்தல்" என்பது கீழ்வரும் நான்கில் ஏதேனும் ஒன்றைத்தான் குறிக்கும்:

(1.அ) அதன் அங்கங்களில் (உள் உறுப்புகளில்) விளைவின் இருப்பு

(1. ஆ) உள் உறுப்புகளால் உருவாக்கப்படுதல்

(1. இ) பகுதிகளைக் கொண்டிருத்தல்

(1.ஈ)'அது உருவாக்கப்படுகிறது" எனும் வடிவத்தில் அறிவின் இலக்காக இருத்தல்.

(1அ). இவற்றில் முதலாவதற்கு வாய்ப்பே இல்லை; அதாவது, "விளளைவாதல்' என்பது 'அதன் அங்கங்களில் (உள் உறுப்புகளில்) விளைவின் இருப்பு 'எனும் அர்த்தத்தில் 'உறுப்புகளைக் கொண்டிருத்தல்' எனப் பொருள்பட முடியாது; ஏனெனில், அது "பொருத்தமற்றது" எனும் பிழைக்கு இட்டுச் செல்லும்; அது எவ்வாறு என்பதைக் கீழே காண்போம்:

இந்திய தருக்கவியலில் , யாதொரு நேர்வில் அடையாளம் அல்லது சின்னம் அது நிரூபிக்க வேண்டியதன் இன்மையுடன் ஒருசேரக் காணப் படினும் அது "பொருத்தமற்றது" எனும் பிழையைக் குறிப்பதாகும்; "விளைவாதல்'' என்பது நியாய—வைசேசிக அனுமானத்தின் அடையாளம் அல்லது சின்னம்; "அறிதிறன் மிகு

காரணியைக் கொண்டிருத்தல்" என்பது அது நிரூபிக்க வேண்டியது; இப்போது, "விளைவாதல் 'என்பது 'அதன் அங்கங்களில் (உள் உறுப்புகளில்) விளைவின் இருப்பு' எனப்புரிந்து கொள்ளப் படுமாயின் அங்கே "பொருத்தமற்றது" "எனும் பிழை நேர்கிறது;" உறுப்புகளைக் கொண்டிருத்தல்" என்பது "அங்கமாக இருத்தல் எனும் எங்கும் உள்ள உண்மையையும் குறிக்கிறது; நியாய—வைசேசிகப் பார்வையின்படியே கூட எங்கும் காணப்படுவது என்றும் இருப்பது; ஆகையால், அது எதன் காரணமாகவும் விளைவதன்று;[214] ஆகவே, எங்கும் இருக்கிற உறுப்புத் தன்மைக்கு அறிதிறன் மிகு காரணியைக் கற்பித்தல் எனும் கேள்விக்கே இடமில்லை: ஆக, ஆய்வில் உள்ள அர்த்தத்தில் புரிந்து கொள்ளப்படும் "விளைவாதல்" எனும் "அடையாளம் அல்லது சின்னம் அது நிரூபிக்க வேண்டிய" அறிதிறன் மிகு காரணியைக் கொண்டிருத்தல்" என்பது இல்லாதபோதும் அதனுடன் ஒருசேரக் காணப்படும் நிலைக்கு இட்டுச் செல்கிறது.

(1.ஆ) அடுத்து, "உறுப்புகளைக் கொண்டிருத்தல்" என்பதன் இரண்டாம் அர்த்தமான 'உள் உறுப்புகளால் உருவாக்கப்படுதல்' என்பதை உதறித் தள்ளுகிறார் குணரத்னா; நியாய—வைசேசிக வாதத்தின் "அடையாளம் அல்லது சின்னம் இப் பொருளில் புரிந்து கொள்ளப்படுமாயின் அது "நிரூபிக்கப் படாதது" எனும் பிழையின் பாற்படும்; அதாவது, புவி முதலானவை அணுக்களின் வடிவிலான உள் உறுப்புகளால் உருவாக்கப் படுபவை என்பதே கடவுளை அனுமானிக்க உதவும் உண்மையான "அடையாளம் அல்லது சின்னம்" என்பதாக இக் கூற்று அமைகிறது; ஆயின், புவி முதலானவை அணுக்களால் உருவாக்கப் படுபவை எனும் கருத்து இதுகாறும் நிரூபிக்கப்படாத ஒன்று; 'புவி முதலானவற்றுக்கோர்" அறிதிறன் மிகு காரணி" உண்டு' என்பதைப் போல இதுவும் நிரூபிக்கப்படாத ஒன்றே: இவ்வாறு, "உறுப்புகளைக் கொண்டிருத்தல்" என்பதற்குரிய இரண்டாம் விளக்கம் நிரூபிக்கப்படாதது" எனும் பிழைக்கு உட்படுகிறது; (நியாய—வைசேசிக அனுமானத்தைப்பற்றிய இத்தகைய விமர்சனம் சற்று விசித்திரமாகத் தெரிகிறது: நியாய—வைசேசிகர் தமது அணுவியக் கருதுகோளுக்குத் திண்ணமான சான்றுகளைத் தருவதாகச் சொல்கின்றனர்; சமண தத்துவ ஞானியாதலால் நியாய—வைசேசிகரைப் போல் இல்லையெனினும் தன் நோக்கில் அந்த அணுவியக் கருதுகோளைக் குணரத்னா ஆமோதிப்பவர்; இந்நிலையில், இறுதியாக "அணுவியக் (atomistic) கருதுகோளின்படிப் புரிந்து கொள்ளப்படுகிற கடவுள் குறித்த நியாய—வைசேசிக அனுமானத்தின்" "அடையாளம் அல்லது சின்னத்தை" நிரூபிக்கப்படாதது என அவர் எப்படிக் கூற முடியும்?

இது வேறொன்றுமில்லை; நியாய—வைசேசிகப் பார்வைக்கு எதிரான குணரத்னாவின் இந்த வாதம் மேதாவித்தனமான வெறும் சொற்புரட்டு என்றே நமக்குத் தோன்றுகிறது)

"உறுப்புகளைக் கொண்டிருத்தல்" என்பதன் மூன்றாம் விளக்கமும் பிழையானதே என்கிறார் குணரத்னா; இதன்படி "உறுப்புகளைக் கொண்டிருத்தல்" எனில் "பகுதிகளைக் கொண்டிருத்தல்" எனப் பொருள்; எனினும், குணரத்னா தற்போது நிரூபிக்க முனைவதைப் போல, வெற்று வெளியுங் கூடப்" பகுதிகளைக் கொண்டிருப்பதாகத் தான் கருதப்பட வேண்டும்; ஆனால் நியாய—வைசேசிகப் பார்வையின்படியே கூட வெற்று வெளி காரணி ஏதுமற்ற, என்றும் இருக்கிற ஒன்று; ஆக, வெற்று வெளி விசயத்திலும் "பகுதிகளைக் கொண்டிருத்தல்" எனும் "அடையாளம் அல்லது சின்னம் உள்ளது; அது நிரூபிக்க வேண்டிய அறிதிறன் மிகு காரணியைக் கொண்டிருத்தல்" என்பது இல்லை; ஆகவே, "உறுப்புகளைக் கொண்டிருத்தல்" என்பதன் இந்த விளக்கமும் பிழையானதே.

"பொருத்தமற்றது'' எனும் அதே பிழை "உறுப்புகளைக் கொண்டிருத்தல்" என்பதன் நான்காம் விளக்கத்திலும் - அதாவது, 'அது உருவாக்கப்படுகிறது' எனும் வடிவத்தில் அறிவின் இலக்காக இருத்தல் எனும் விளக்கத்திலும் - காணப்படுகிறது என்கிறார் குணரத்னா; சமணப் பார்வையின்படி வெற்று வெளியுங்கூடப் "பகுதிகளைக் கொண்டிருப்பதால், 'அது உருவாக்கப்படுகிறது' எனும் வடிவத்திலான அறிவின் இலக்கும் அவ்வாறே'' பகுதிகளைக் கொண்டிருக்கிறது"; ஆயின் வெற்று வெளி முடிவற்று என்று மிருப்பது; ஆகவே அதற்கு; "அறிதிறன் மிகு காரணியைக் கற்பிக்கும் கேள்விக்கே இடமில்லை".

ஆயின், வெற்று வெளியுங் கூடப் "பகுதிகளைக் கொண்டிருப்பதாக"ச் சமணர் எவ்வாறு கூறுகின்றனர்? "வெற்று வெளி (vacuum—akasa)'' பகுதிகளைக் கொண்டிருப்பதற்குத் திண்ணமான அனுமானச் சான்று உள்ளதால் அது பகுதிகள் அற்றது என்பது தருக்கவியலுக்கு முரணானது என்கிறார் குணரத்னா; அந்த அனுமானமாவது: அணுக்கள் நீட்சியற்றவை; விரிவடையாதவை என்பதால் அவற்றுக்குப் பகுதிகள் ஏதுமில்லை; ஆகவே எதெல்லாம் நீட்சியுடையதோ, (விரிவடையும் தன்மையதோ) அதெல்லாம் பகுதிகளைக் கொண்டிருக்கும்; வெற்று வெளி விரிவடையும் இயல்புடையது; எனவே அது கட்டாயம் பகுதிகளைக் கொண்டிருக்க வேண்டும்".

மேற்கண்டவற்றைத் தொகுத்துக் கூறின்: நியாய-வைசேசிக வாதத்தின் "அடையாளம் அல்லது சின்னம் எனும் வகையில் "உறுப்புகளைக் கொண்டிருத்தல்" என்பதற்கான நான்கு விளக்கங்களில்

எதுவும் தருக்க முறையிலான கூர்ந்தாய்வுக்குத் தாக்குப் பிடிக்காது; இதன் பொருள் நியாய-வைசேசிகர் கடவுள் பற்றிய தமது அனுமானத்துக்கு "விளைவாதல்" எனும் "அடையாளம் அல்லது சின்னத்தை அதற்குரிய நான்கு அர்த்தங்களில் முதலாவதன் பேரில் எடுத்துக் கொள்ள முடியாது; அடுத்தபடியாக , அதே அடையாளம் அல்லது சின்னம் பற்றிய மீதமுள்ள மூன்று விளக்கங்களுங் கூட இதே போன்று திருப்தியற்றவையே என நிறுவ முயல்கிறார் குணரத்னா".

(2) 'இதற்கு முன்னர் இருந்திராத விளைவுகளான புவி முதலானவற்றின் உயிருரு அல்லது இருப்பு அப் புவி முதலானவற்றுக்குரிய காரணிகளில் உள்ளியல்பாய் அமைந்திருத்தல் என்பதுதான் "விளைவாதல்" என்பதற்கான இரண்டாம் விளக்கமாகும்; ஆயின், இவ் விளக்கம் வலுவற்றது; நியாய—வைசேசிகப் பார்வையின்படியே கூட உள்ளியல்பாய் அமைந்திருத்தலின் உறவு என்றும் இருப்பது; ஆகையால் அது விளைவை அடையாளப்படுத்த முடியாது — அதாவது, அது எவ்வகையிலும் கடவுளைப் பற்றிய நியாய—வைசேசிக அனுமானத்தின் "அடையாளம் அல்லது சின்னமாகிட - முடியாது; வேறு விதமாய்ச் சொல்வதெனில், உள்ளியல்பாய் அமைந்திருத்தலின் உறவை என்றுமிருப்பது என நியாய—வைசேசிகர்களே கருதுகிறார்கள்; ஆகவே, உயிருரு அல்லது இருப்பின் உள்ளியல்பாய் அமைந்திருக்கும் தன்மையும் என்றுமிருப்பதே; ஆக, ஒரு வகையில் உயிருரு அல்லது இருப்பின் உள்ளியல்பாய் அமைந்திருக்கும் தன்மை புவி முதலானவற்றின் வடிவிலான விளைவுகளாக அமைந்துள்ளன எனக் கருதப்படுமாயின் நாம் இந்த விளைவுகளை என்றுமிருப்பவை, எதனாலும் உருவாக்கப்படாதவை எனக் கொள்ள வேண்டிய அபத்தமான நிலைபாட்டை எடுக்க நேரும்; அவ்வாறாயின் எதனுடைய அறிதிறன் மிகு காரணியை நிரூபிக்கும் வண்ணம் நியாய — வைசேசிக வாதம் அமையக்கூடும்?

(3) 'அது உருவாக்கப்படுகிறது"எனும் வடிவத்தில் அறிவின் இலக்காக இருத்தல்' என்பது விளைவாதல்" என்பதற்கான மூன்றாம் விளக்கம் ஆகும்; ஆயின், "அடையாளம்" அல்லது சின்னத்திற்கான அத்தகைய விளக்கம் "பொருத்தமற்றது" என்பது தெளிவு; வெற்று வெளியுங்-கூடச் சில சமயங்களில் 'அது உருவாக்கப்படுகிறது' எனும் வடிவத்தில் அறிவின் இலக்காக அமையும்; அதாவது, தொட்டியிலிருந்து தண்ணீரை வடிக்கிறபோது அங்கே வெற்றிடம் ஏற்படுகிறது என்பதை நாம் அறிவோம்; 'வெற்று வெளியின் விசயத்தில்'அது உருவாக்கப்படுகிறது எனும் வடிவத்தில் அறிவின் இலக்காக இருத்தல்' என்பதுதான் "நியாய—வைசேசிக" அடையாளம்

அல்லது சின்னம்; தான் நிரூபிக்க வேண்டிய 'அறிதிறன் மிகு காரணியைக் கொண்டிருத்தல்' என்பதன் இன்மையுடன் அந்த (நியாய—வைசேசிக) "அடையாளம் அல்லது சின்னம் ஒருசேர இணைந்துள்ளது".

(4) 'மாற்றத்துக்கு உட்படும் தன்மை கொண்டிருத்தல்' என்பது "விளைவாதல்" என்பதற்கான நான்காம் விளக்கம் ஆகும்; "நியாய"—வைசேசிகர் தமது "அடையாளம்" அல்லது சின்னத்திற்கான இவ் விளக்கத்தை ஏற்க மாட்டார்கள் என்கிறார் குணரத்னா: ஏனெனில், "நியாய—வைசேசிகப் பார்வையின்படியே கூடப் படைப்பவர்"எனப்படுபவர் சில சமயங்களில் அதில் ஈடுபடவும், வேறு சில சமயங்களில் அதிலிருந்து விலகி நிற்கவும் செய்கிறார்; ஆதலால் கடவுளே கூட 'மாற்றத்துக்கு உட்படும் தன்மை கொண்டவராகிறார்; 'உண்மையிலேயே இருக்கிற ஒன்று வேறொரு நிலையை எய்துவதையே மாற்றம் என்கிறோம்; சில சமயங்களில் படைப்பில் ஈடுபடவும், வேறு சிலசமயங்களில் அதிலிருந்து விலகி நிற்கவும் செய்கிற கடவுளை மாற்றத்துக்கு ஆளாகிறவர் என்றே கருத வேண்டும்; அதாவது, கடவுள் உலகத் தோற்றத்துக்கான காரணியாவதைவிடத் தானே விளைவாதல் தன்மையைக் கொண்டவர்; அவரே விளைவாக இருப்பதால் அவருக்கோர் அறிதிறன் மிகு காரணி அவசியப் படுகிறது; அந்த அறிதிறன் மிகு காரணிக்கு இன்னொன்று, அந்த இன்னொன்றுக்கு மற்றொன்று... என "நியாய—வைசேசிகரின் இத்தகைய வாதம் முடிவின்றி நீண்டு கொண்டே போகும்; சுருங்கக் கூறின், இது முடிவற்ற பின்னோக்கிச் செல்லும் போக்குக்கே அவர்களை இட்டுச் செல்லும்".

இவ்வாறு, கடவுள் குறித்த அனுமானத்திற்கான "அடையாளம் அல்லது சின்னம்" பற்றிய விளக்கங்கள் அனைத்தையும் சாத்தியமான சகல வழிகளிலும் ஆய்ந்து அவை உப்புச் சப்பற்றவை என எடுத்துக் காட்டிய பின்னர் 'அந்த அடையாளம் அல்லது சின்னம்' போலியானது என முடிவு கட்டுகிறார் குணரத்னா: அதனுடன் சேர்த்து ஆண்டவனை மெய்ப்பிக்க முயல்வதும் வீண் வேலையே என்கிறார் அவர்.

குணரத்னாவின் கடவுள் மறுப்பு இத்துடன் நிற்கவில்லை; மற்ற சில முக்கியமான காரனங்களின் பொருட்டும் கடவுள் கோட்பாடு திருப்தியளிக்காத ஒன்று என நிறுவிட அவர் முனைகிறார் .

கடவுள் உலகின் காரணர் எனக் கருதப்படுகிறார்: அதாவது, இவ்வுலகு அவரின் விளைவு (அதாவது, அவரால் உருவாக்கப்பட்டது) எனப்படுகிறது; ஆயின் உலகை ஒரு விளைவு எனல் அறிவுக்கு உகந்ததா?

விளைவென்பது சில சமயங்களில் இருக்கும், சில சமயங்களில் இராது; உலகம் விளவாதலின் இந்த நிபந்தனையை நிறைவு செய்கிறதா? இல்லை என்கிறார் குணரத்னா; காரணம் அது என்றுமிருக்கிறது; ஆனால் 'உலகம் நிலையானது, (ஆதியந்தமற்று) என்றுமிருப்பது' என்பதை நிறுவிட ஏதுவாக விரிவான விவாதம் எதையும் அவர் மேற்கொள்ளாதது நமது துர்பாக்கியமே; ஆயினும், அவரின் இக் கூற்றுக்கான ஆதாரம் என்னவாக இருந்திருக்கும் என்பதை நாம் இங்கே காண்போம்:

உலகின் ஆக்கத்தைத் தொடர்ந்து அழிவு நிச்சயம் என்பது பிற்கால "நியாய — வைசேசிகரின் இறையியல் கோட்பாடு என்பதில் ஐயமில்லை; இதன்படி, உலகம் என்றுமிருப்பது எனக் கூறிட வழியில்லை; ஆகவே, பிற்கால "நியாய—வைசேசிகர் உலக அழிவுக் கோட்பாட்டை அனைவரும் ஏற்கச் செய்ய ஆகப் பெரும் முயற்சியில் இறங்கினர்: சான்றாகத், தனது ஆத்திகத்துக்கான நிரூபணத்தின் ஒரு பகுதியாக, "உலகின்' படைப்பு' என்பது எவ்வளவு கற்பனையோ அவ்வளவு பொய்யானது அதன் அழிவும்" என்கிற மீமாம்சிகருக்கு எதிராக 'நியாய - குசுமாஞ்சலி'யில் உதயணர் வாதிடுகிறார்:[215] அதே சமயம் மீமாம்சிகருடன் தனக்குள்ள மாறுபடுகளை ஒரு பக்கமாக ஒதுக்கி வைத்து விட்டு, அவர்தம் சக நாத்திகர் என்கிற முறையில், 'அவர்களின் உலக அழிவுக் கோட்பாட்டு மறுப்பை உதயணரால் ஒப்புக் கொள்ளவும் முடிகிறது,

எனினும், இந்த இறையியல் பாங்கிலான சர்ச்சையில் இறங்காமல் எளிய வாத வழியிலேயே உலகின் அழிவற்ற, என்றுமிருக்கிற இயல்பை குணரத்னா எடுத்தியம்பி இருக்கக் கூடும்; உலக உண்மை ஒவ்வொருவருக்கும் நேரடியாகத் தெரிந்ததுதான்; இதற்கு மாறான ஒன்றை - அதாவது, உலக இன்மை குறித்த அனுபவத்தை எவரும் அறிந்திலர்; வேறு விதமாய்ச் சொல்வதெனில், உலக இன்மை எவர் ஒருவரின் அனுபவ ஞானமாகவும் என்றும் இருக்க முடியாது; இதன் பொருள் இவ்வுலகு என்றும் இருந்து வருகிறது என்பதே.

உலகம் என்றுமுள்ளது எனில் அதனை ஒரு விளைவெனக் கருத முடியாது; ஏனெனில், விளைவென்பது வந்து போவது; உலகம் ஒரு விளைவன்று எனில் அதற்குக் கடவுள் வடிவிலொரு காரணியை ஊகிப்பது வீண்.

இதற்கெதிராக, ஒட்டுமொத்த உலகம் என்றுமுள்ளது எனினும், அதிலுள்ள மரங்களும், புல் பூண்டுகளும் போன்றவை அவ்வப்போது தோன்றி மறைகின்றவை என்பதால் அவை விளைவுகளாகக் கருதப்பட வேண்டும் என வாதிடக்கூடும்; உலகிலுள்ளவை. விளைவுகளாயின் ஒட்டுமொத்த உலகும் அவ்வாறே விளைவெனக்

கருதப்படல் வேண்டும்; குணரத்னா இவ் வாதம் அபத்தமானது என்கிறார்: இதன்படி, என்றுமுள்ள ஆண்டவனும், அணுக்களுங் கூட அவற்றினுள் மாற்றங்கள் நிகழ அனுமதிப்பதால் அவற்றையும் விளைவுகளாகக் கருதும் நிலை ஏற்படுகிறது.

நியாய—வைசேசிகரின் கூற்றுப்படி கடவுளின் ஞானமும், விருப்பமும் என்றுமுள்ளவை; ஆயின், குணரத்னா இந்த சாத்தியக் கூற்றை ஏற்கவில்லை; தனது வாதத்தின் பிற்பகுதியில் இது எவ்வாறு ஆத்திகரின் நிலைபாட்டுடன் முரண்படுகிறது என்பதை எடுத்துரைக்கிறார்: உலகின் தோற்றம் கடவுளின் 'திருவுளம்' எனவும், அவரின் படைப்பும் அவ்வப்போது நிகழ்வது எனவும் கூறுகிற ஆத்திகர் படைப்புக்கான ஞானம், விருப்பம் போன்றவற்றை என்று மிருப்பவை என எவ்வாறு கருத முடியும்? எது எவ்வாறாயினும், கடவுளுக்குக் கற்பிக்கப்படும் ஞானம், விருப்பம் போன்றவற்றை அவ்வப்போது தோன்றி மறைபவை என்கிறார் குணரத்னா; ஆக, ஆண்டவன் (ஆதியந்தமற்று) என்றுமிருப்பவர் எனக் கருதப்பட்டாலும் அவரின் ஞானம், விருப்பம் போன்றவை விளைவுகளின் தன்மையன என்றே கொள்ளப்பட வேண்டும்; உலகம் என்றுமுள்ளது எனினும் விளைவுகளின் தன்மை கொண்ட மரங்களும், புல் பூண்டுகளும் போன்றவை அதிலுள்ள காரணத்தால் அந்த ஒட்டு மொத்த உலகுமே 'விளைவாகிறது'—இவ்வகை வாதம் கடவுளையும் விளைவாகவே காட்டிடும்.

மேலும், நியாய—வைசேசிகப் பார்வையில் அணுக்கள் என்றுமிருப்பவை; அவற்றில் சில மாற்றங்கள் நிகழ்வதாக அவர்களே ஒப்புக் கொள்கிறார்கள்; குறிப்பாக வைசேசிகரின் கூற்றுப்படி தீயின்அணுக்களுடன் சேர்வதால் நிலத்தின் அணுக்கள் நிறம் மாறுகின்றன; ஆய்விலுள்ள வாதத்தின்படி அணுக்கள் என்றுமிருப்பவை எனினும் அவற்றில் ஏற்படும் இத்தகைய மாற்றம் அவற்றையும் 'விளைவு'களாகக் கருதச் செய்கிறது;[216]. அணுக்களை என்றுமிருப்பவை என்கிற நியாய—வைசேசிகருக்கு இதில் உடன்பாடு இருக்க முடியாது;

ஆக, ஒன்றின் பொதுவான கட்டமைப்பில் விளைவுகள் ஏற்படுவதற்கான சான்று என்றுமிருக்கிற அந்த ஒன்றையும் ஒரு விளைவாகவே நம்மைக் கருதச் செய்யுமேல், அப்புறம் அணுக்களுக்கும் கடவுளுக்கும் அதே கதிதான்; அவற்றையும் விளைவுகளாகவே கருத வேண்டிய அபத்தமான நிலைக்கு நம்மை அது இட்டுச் செல்லும்; இதிலிருந்து, மரங்களைப் போன்றவை விளைவுகளாக இருப்பதால் ஒட்டுமொத்த உலகையும் அவ்வாறே விளைவெனக் கருத வேண்டும் என நியாய-வைசேசிகர் கூற முடியாது என்பது தெளிவு; உலகை

விளைவாகக் கருத ஆதாரம் ஏதுமில்லையேல் கடவுளின் வடிவில் அதற்கோர் அறிதிறன் மிகு காரணியை அனுமானிக்க வழியில்லை.

உலகம் ஒரு விளைவே என்பதை வாதத்துக்காக ஒப்புக் கொள்வோம் என்கிறார் குணரத்னா; அதன்படியே கூட உலகுக்கோர் அறிதிறன் மிகு காரணியை அல்லது கடவுளை நிரூபிக்க வழியில்லை இது ஆத்திக வாதத்தை எதிர்த்து குணரத்னா தொடுக்கும் புது விதமானதும், ஆர்வத்தைக் கிளறக் கூடியதுமான மறுப்பை நோக்கி நம்மை இட்டுச் செல்கிறது.

உலகை ஓர் விளைவெனக் கருதிட இரு மாற்றுகளே உண்டு ; அவையாவன:

(அ) அவ்வாறான விளைவாதல் மற்றும்

(ஆ) ஒரு குறிப்பிட்ட வடிவிலான விளைவாதல் எனும் அர்த்தங்களில்;

முதல் மாற்றின்படி–அதாவது, அவ்வாறான 'விளைவாதல்' என்பதன் மிகவும் பொதுவான அர்த்தத்தில் - உலகை ஒரு விளைவே எனக் கருதினால்(உலகுக்கோர்) அறிதிறன் மிகு காரணியை ஊகிப்பதற்கான ஆதாரமாக அதைக் கொள்ள முடியாது; ஏனெனில், "வெறும் விளைவாதல்" என்பதற்கும் ஓர் அறிதிறன் மிகு காரணியைக் கொண்டிருத்தல் "என்பதற்கும் இடையில் எங்குமிருக்கிற உடனிகழ்வு காணப்படவில்லை; வேறு விதமாய்ச் சொல்வதெனில், வெறும் விளைவாய் மட்டும் இருக்கிற ஒரு விளைவுக்கு ஒரு காரணி அவசியமாகலாம்; ஆயின், ஒரு குறிப்பிட்ட அறிதிறன் மிகு காரணியோ அல்லது கடவுளோ அவசியப்படாது; ஆக, இந்த அர்த்தத்தில், கடவுளை அனுமானிப்பதற்கான "அடையாளம் அல்லது சின்னம்' பயனற்றதாகிறது: மேலும், அது உண்மையில் எதை நிரூபிக்க வேண்டுமோ அதற்கு எதிரானதை நிரூபிக்க முயல்கிறது.

ஆக, வெறும் விளைவுக்கு வெறும் காரணி இருக்கலாம்; குறிப்பிட்டதோர் அறிதிறன் மிகு காரணி இருக்க அவசியமில்லை; இதற்கு எதிராக,' விளைவோ வெறும் விளைவோ அறிதிறன் மிகு காரணியைச் சுட்டுகிற மட்குடுவையின் வடிவிலான விளைவுடன் அது ஒன்றியுள்ளது' என வாதிடப் படலாம்: இப் பொருத்தப்பாட்டின் பேரில், "விளைவெனப்படும் எந்த ஒன்றுக்கும் ஓர் அறிதிறன் மிகு காரணி அவசியம் இருக்கும்' என வாதிடப் படலாம்; வேறு விதமாய்ச் சொல்வதெனில், மட்குடுவையின் வடிவிலான விளைவுடன் மற்றெல்லா விளைவுகளும் பொருந்தி வருவதால் (அவற்றைப் போலவே) விளைவாக இருக்கிற உலகுக்கும் ஓர் அறிதிறன் மிகு காரணி உண்டென்பது நிரூபணமாகிறது.

குணரத்னா இதை மறுக்கிறார்: வெறும் ஒப்புடைமையைச் சுட்டியாகக் கருதுவது முற்றிலும் தவறு என்கிறார் அவர் (அதாவது, 'வெளுத்ததெல்லாம் பாலாகாது' என்கிறார்; காரணம், இதன்பேரில், புகையைப் போலவே நீராவியும் (ஒரு சுட்டியாக) இருப்பதால் அதைக் கூட நெருப்பைச் சுட்டுவதாகச் சொல்ல முடியும்; ஆகவே, புகையைக் கொண்டு நெருப்பை ஊகிப்பது சரியென்பதால் நீராவியிலிருந்து நெருப்பை ஊகிப்பதும் அதைப் போன்று மிகச் சரியே; ஏனெனில் நீராவியும் புகையும் (சுட்டிகள் என்ற வகையில்) ஒரே மாதிரியானவையே.

(வெறும்) ஒப்புடைமையை விரும்பத் தக்க சுட்டியாக ஆத்திகர் அனுமானிப்பது அவரின் ஆசைப்படியான நிலைபாட்டுக்கு நேரெதிரான திசையில் அவரைக் கொண்டுபோய் நிறுத்துகிறது; நியாய—வைசேசிகர் கடவுளைப் பரமாத்மா-அதாவது, கடைமுடிவான அல்லது யாவுங் கடந்த ஆன்மா - என்கின்றனர்; ஓர் ஆன்மா என்ற வகையில் அது ஏனைய ஆன்மாக்களைப் போன்றதே; ஆயின், மற்ற ஆன்மாக்கள் எல்லைக்குட்பட்ட அறிவும், மாற்றத்துக்குள்ளாகும் தன்மையும் கொண்டவை; ஆதலால் அவை உலகின் காரணியாக முடியாது; ஆகவே, கடவுளும் அவற்றைப் போன்ற ஓர் ஆன்மா எனில் அதுவும் அவற்றைப் போன்றே எல்லைக்குட்பட்ட அறிவும், மாற்றத்துக்குள்ளாகும் தன்மையும் கொண்டதாகத்தான் இருக்கவியலும்; ஆமெனில் அது உலகின் ஆக்கத்தில் எவ்விதப் பங்கு பாத்திரமும் வகித்திருக்க முடியாது.

புகைக்கும் நீராவிக்கும் இடையில் ஓரளவு ஒப்புடைமை உள்ள போதும் புகைதான் தீயின் சுட்டியாக முடியும்; நீராவியன்று; இதற்கு நீராவிக்கும் புகைக்கும் இடையிலான பொதுவான அம்சத்தையும் தாண்டி புகைக்குள்ள சில குறிப்பிடத் தக்க விசேடமான தன்மைதான் காரணாம்; அதைப் போல மட்குடுவை வடிவிலான விளைவுகளைப் போன்றவைதாம் அறிதிறன் மிகு காரணியின் சுட்டிகளாக முடியும்; வேறெந்த விளைவிலும் இல்லாத சில குறிப்பிடத் தக்க விசேடமான தன்மை மட்குடுவைக்கு இருப்பது தான் இதற்குக் காரணமாக இருத்தல் வேண்டும்; ஆகவே, விளைவின் விரிந்த பொருளில் உலகை ஓர் விளைவு என அனுமானிக்கிற போதும் மட்குடுவை வடிவிலான விளைவுடன் அதற்குள்ள வெறும் ஒப்புடைமை மட்டும் அதற்கான அறிதிறன் மிகு காரணியின் சுட்டியாக முடியாது.

இவ்வாறு, விளைவை அதன் வெறுமையான அர்த்தத்தில் உலகுக்குப் பொருத்தி அதன் வழிக் கடவுளை அனுமானிக்கும் சாத்தியப் பாட்டை குணரத்னா கைகழுவுகிறார்; அடுத்து, ஏதேனுமொரு குறிப்பிட்ட அர்த்தத்தில் உலகை ஒரு விளைவு என

ஏற்க நேரிடினும் அதன் வழியாகக்கூட ஆண்டவனை மெய்ப்பிக்க இயலாது என நிறுவிட முனைகிறார் அவர்.

வாதத்துக்காகவேனும், மட்குடுவை எவ்வாறு ஒரு குறிப்பிட்ட அர்த்தத்தில் விளைவாக உள்ளதோ—அதாவது, அறிதிறன் மிகு காரணியின் சுட்டியாக மட்குடுவை உள்ளதோ - அதைப் போல உலகையும் ஒரு குறிப்பிட்ட அர்த்தத்திலான விளைவெனக் கொள்வோம்; அதிலிருந்து நாம் உய்த்தறிவது யாதெனில் (மட்குடுவைக்குக் குயவரெனில்) உலகுக்கும் உடல் அமைந்ததோர் அறிதிறன் மிகு காரணி உண்டென்பதே; இந்திய தருக்கவியலின் சொல்லியலில் இந்த அர்த்தத்திலுங் கூடக் (கடவுளை அனுமானிப்பதற்கான) "அடையாளம் அல்லது சின்னம்'' முரண்பாடுடையதே; ஏனெனில் அது உண்மையில் எதை நிரூபிக்க வேண்டுமோ அதற்கு எதிரானதை நிரூபிக்கிறது.

நியாய—வைசேசிகரின் நிலைபாட்டை 'எதிரியின் பார்வை' என்பதாக குணரத்னா விளக்கிய சமயத்தில் எவ்வாறு கடவுள் அனுமானத்துக்கு எதிராக இம் மறுப்பை எழுப்பி அதற்கு நியாய—வைசேசிகரின் பார்வையில் அவரே விடையளிக்கவும் செய்கிறார் என்பதைக் கண்டோம்; இப்போது, அவர் தனது சொந்தக் கண்ணோட்டத்தில், இம் மறுப்புக்கு எதிரான நியாய—வைசேசிக வாதம் பயனற்றது என நிறுவ எவ்வாறு முனைகிறார் என்பதைக் காண்போம்.

நியாய—வைசேசிகர், கடவுளை அனுமானிப்பதற்கான தமது 'அடையாளம் அல்லது சின்னம்' முரண்பாடற்றது என்கின்றனர்; காரணம், அது அறிதிறன் மிகு காரணியை அதன் பொதுவான அர்த்தத்தில் நிறுவுகிறதே யொழிய அதற்கு உடல் அல்லது உருவைக் கற்பிக்கவில்லை என்பது அவர்களின் வாதம்; இவ் வாதம் பயனற்றது என்கிறார் குணரத்னா; "விளைவாதல்" எனும் 'அடையாளம் அல்லது சின்னம்' புலனுணர்வு வழி அறியப்படக் கூடிய தனித்துவம் அல்லது சிறப்பியல்பின் அடி மூலக் கூற்றை மட்டும் நிறுவ முடியும்; ஆயின், புலனுணர்வுக்குச் சிக்காத தனித்துவம் அல்லது சிறப்பியல்பின் அடி மூலக் கூற்றை (அந்த) 'அடையாளம் அல்லது சின்னத்தால்' அப்படிப் பொதுப்படையாக நிரூபிக்க முடியாது; வேறு விதமாய்ச் சொல்வதெனில், ஒரு விளைவின் காரணியை எவ்வளவுதான் பொதுப்படையான பொருளில் அனுமானித்தாலும் அக் காரணி உள்ளார்ந்த நிலையில் புலனுணர்வுக்கு உட்படாத தனித்துவங்கள் அல்லது சிறப்பியல்புகளின் அடி மூலக் கூறாக அமைய முடியாது; இதற்கான காரணம் மிக எளிமையானது; உள்ளார்ந்த நிலையில் புலனுணர்வுக்குட்படாத எந்தவொரு தனித்துவம் அல்லது

சிறப்பியல்பின் அடி மூலக் கூறும் எந்தவோர் அறிவின் இலக்காகவும்–ஒருவரின் கரடு முரடான கனவின்பாற்பட்ட அறிவின் இலக்காகவுங் கூட - இருக்க முடியாது; சான்றாக, முயற்-கொம்பின் கூர்மையை எந்தவோர் 'அடையாளம் அல்லது சின்னத்தின்' வாயிலாகவும் பொதுவான பொருளில் நாம் அனுமானிக்க முடியாது; அருவமான–அதாவது, உடலற்ற- அறிவின் அடிமூலக் கூறும் அது போன்றதாகத்தான் இருக்க வேண்டும்; ஏனெனில், அருவமான–அதாவது, உடலற்ற- அறிவு உள்ளார்ந்த நிலையில் புலனுணர்வுக்குட்படாதது.

ஆகவே, சில தனித்துவம் அல்லது சிறப்பியல்பைக் கொண்ட விளைவிலிருந்து அதனுடன் உண்மையில் தொடர்புள்ளதாகக் காணப்படுகிற காரணியின் குறிப்பிட்ட வடிவத்தை மட்டும் அனுமானிப்பதே சரியானது; புகை - நெருப்பு விசயத்திலுங்கூட, ஒவ்வொரு வகையான புகையிலிருந்தும் நெருப்பின் எந்தவொரு வடிவத்தையும் அனுமானிப்பது சரியன்று; ஒரு குறிப்பிட்ட வடிவ நெருப்புடன் உறுதியான பிணைப்பு கொண்டதாக ஒரு குறிப்பிட்ட தன்மையதான புகை காணப்படுகிறபோது அத்தகைய புகையிலிருந்து அக் குறிப்பிட்ட வடிவ நெருப்பை அனுமானிப்பது சரியானது; "அடையாளம் அல்லது சின்னத்துக்கும்" அது உண்மையில் எதை நிரூபிக்க வேண்டுமோ அதற்கும் இடையிலான உடனிகழ்வை ஒரு குறிப்பிட்ட அர்த்தத்தில் எடுத்துக் கொள்வது அனுமான அறிவுக்கான வழியை அடைத்துவிடும் செயல் என வாதிடுவது தருக்கவியலுக்கு முரணானது; இவையனைத்திலிருந்தும் குணரத்னா அடைய விரும்பும் முடிவு யாதெனில் மட்குடுவையைப் போல இவ்வுலகும் ஒரு குறிப்பிட்ட அர்த்தத்திலான விளைவே எனக் கொள்கிறபோதும் அதற்கோர் அருவமான அறிதிறன் மிகு காரணியை அனுமானிப்பது சாத்தியமில்லை என்பதே; மாறாக, மட்குடுவையைப் போன்ற விளைவுகள் எப்போதும் உருவமுள்ள அறிதிறன் மிகு காரணியையே சுட்டுகிறபோது, உலகையும் அவற்றைப் போல ஒரு குறிப்பிட்ட அர்த்தத்திலான விளைவே எனக் கருதுகையில் அதற்கும் ஓர் உருவமுள்ள அறிதிறன் மிகு காரணியைத்தான் நம்மால் ஊகிக்க முடியும் என்கிறார் அவர்.

கடவுள் பற்றிய நியாய—வைசேசிக அனுமானம் தருக்கவியலின்படியான இன்ன பிற பிழைகளையும் கொண்டுள்ளன என்கிறார் குணரத்னா; ஆக. அதன் 'அடையாளம் அல்லது சின்னம்' பொருத்தமற்றது; ஏனெனில், காட்டில் உள்ள மரங்களும், புல் பூண்டுகளும் விளைவுகளாயினும் அவற்றுக்கு வளர்ப்பவர், ,தோட்டக்காரர் எனக் காப்பார் யாருமில்லை—அதாவது, எந்தவோர்

அறிதிறன் மிகு காரணியுமில்லை; வேறு விதமாய்ச் சொல்வதெனில், எல்லா விளவுகளுக்கும் ஏதேனுமோர் அறிதிறன் மிகு காரணி இருந்தாக வேண்டும் என்பதில்லை; ஏனெனில், காட்டு மரங்களைப் போன்றவை விளைவுகளாயினும் அவற்றுக்கு ஏது அறிதிறன் மிகு காரணி?

நியாய—வைசேசிக வாதம் இரு வித விளைவுகளுக்கும் இடையிலான வேறுபாட்டை வேண்டுமென்றே காண மறுக்கிறது; அவையாவன: (1)உண்மையிலேயே அறிதிறன் மிகு காரணியைக் கொண்டுள்ள மட்குடுவையைப் போன்ற விளைவுகள்; (2) அவ்வாறானஅறிதிறன்மிகு காரணி ஏதுமற்ற காட்டுமரங்களைப் போன்ற விளைவுகள்; இவ்விருவகை விளைவுகளுக்கும் இடைப்பட்ட வேறுபாட்டை ஒதுக்கி விட்டு அனைத்து விளவுகளையும் முதல் வகைக்கு உரியனவாகவே நாம் நோக்க வேண்டுமென அவர்கள் விரும்புகிறார்கள்; எனவே, அவர்களைப் பொறுத்த மட்டில் விளைவு என்றொன்று இருப்பின் அதற்கோர் அறிதிறன் மிகு காரணி அவசியம் இருந்தாக வேண்டும்; இது “பொருத்தமற்றது” எனும் பிழைக்கு வழிகோலுகிறது; காட்டு மரங்களின் விசயத்தில் இது தெளிவாகிறது.

இப் பிழையைத் தவிர்க்கும் பொருட்டு “அடையாளம் அல்லது சின்ன’த்தைப் “பொருத்தமற்ற”தாக்குவதாகச் சொல்லப்படுகிற காட்டு மரங்கள் முதலானவற்றை அனுமானத்தின் உரிப்பொருளில் (subject or paksa) சேர்த்துவிடலாம் என நியாய—வைசேசிகர் வாதிடக் கூடும்; வேறு விதமாய்ச் சொல்வதெனில், அவர்களின் கூற்றுப்படி அந்த அனுமானத்தைப் பின் வருமாறு திருத்தலாம்: “புவி, மரம் போன்றவற்றுடன் காட்டுமரங்களும், செடி கொடிகளுங் கூட மட்குடுவையைப் போலவே விளைவுகளாதலால் அவற்றுக்கோர் அறிதிறன் மிகு காரணி அவசியம் இருந்தாக வேண்டும்“; தருக்கவியல் பாங்கிலான இத்தகைய தகிடு தத்தம் செல்லாத ஒன்று என்கிறார் குணரத்னா; ஏனெனில், அதைக் கொண்டு “அடையாளம் அல்லது சின்னத்தின்’ “பொருத்தமற்ற“ எல்லா இனங்களையும் ஒருவர் தவிர்த்திட முடியும்: ஆக, மித்ரா என்றழைக்கப்படுகிற ஒரு பெண்ணின் மக்களில் பலர் கருநிறமாகவும் ஒருவன் மட்டும் சிவப்பாகவும் இருக்கலாம்; அவனைச் சுட்டி ஒருவர் இவ்வாறு வாதிடலாம் “அவனைப் போன்ற மித்ராவின் பிற பிள்ளகள் கறுப்பாக இருப்பதால் அவனும் கறுப்பாகத்தான் இருக்க வேண்டும் “இந்த உதாரணத்தில் கூட “அடையாளம் அல்லது சின்னத்துடன்“ மாறுபடுகிற ஒரு நிகழ்வை எப்படியோ உருட்டிப் புரட்டி அனுமானத்தின் உரிப் பொருளில் (subject) சேர்த்து “பொருத்தமின்மை“

எனும் பிழையைத் தவிர்த்திட முயற்சிக்கப்பட்டுள்ளது; ஆயின், தருக்கவியலின் படியான விவாதத்தில் இத்தகைய தந்திரம் அனுமதிக்கப்படுமா? இல்லை என்பது மிகத் தெளிவு; அது அனுமதிக்கப்பட்டால் "பொருத்த மின்மை" எனும் குற்றச்சாட்டிலிருந்து தப்பிப்பது எவருக்கும் எளிது.

மேலும், கடவுள் குறித்த "அடையாளம் அல்லது சின்னம்" பொருத்தமற்றது என்பதற்கு ஏனைய காரணங்களும் உண்டு; நியாய—வைசேசிகரின் உண்மையான பார்வைக்கு மாறாகக் கடவுளின் ஞானம், விருப்பம் ஆகியவற்றை விளைவுகள் எனவே கருத வேண்டும் என்கிறார் குணரத்னா என்பதை நாம் ஏற்கெனவே கண்டோம்; அவ்வாறாயின், விளைவுகளான கடவுளின் இக் குண நலன்களுக்கு மட்குடுவைக்கு உள்ளதைப் போல அறிதிறன் மிகு காரணி ஒன்று அவசியம் இருந்தாக வேண்டும் என்று வாதிட ஆத்திகர் தயாரா? கடவுளின் ஞானம், விருப்பம் ஆகியவற்றுக்கு அவரே அந்த அறிதிறன் மிகு காரணி என்பாரேல் அது நியாய—வைசேசிக நிலைபாட்டைக் கைவிடுவதற்குச் சமம்; அக் குணநலன்கள் பொதிந்துள்ள அடி மூலக் கூறாக இருத்தல் எனும் அர்த்தத்தில்தான் கடவுள் அவற்றின் காரணியாக முடியும்; அதாவது, இந்திய தருக்க முறையின் மொழியில் சொல்வதாயின் கடவுள் அக் குணநலன்களின் உள்ளியல்பான காரணியாகத்தான் இருக்க முடியும்;[217]. ஆயின், மட்குடுவை முன்னுணர்த்துகிற காரணி குறிப்பாக அவ்வப்போது (அவசியப்படும்போது)செயல்படும் காரணி எனும் பொருளிலானதாகும்; ஆகவே, கடவுளின் ஞானம், விருப்பம் ஆகியன விளைவுகளாய் இருப்பினும் அவை மட்குடுவை முன்னுணர்த்துகிற அர்த்தத்தில் ஒரு காரணியை உணர்த்தவில்லை என்பதை ஆத்திகர் ஒப்புக் கொள்ள வேண்டி வரும்; இதன் பொருள் கடவுள் பற்றிய "அடையாளம்" அல்லது சின்னம் "பொருத்தமற்றது" என்பதே; இப் பிழையைத் தவிர்க்கக் கடவுளின் ஞானம், விருப்பம் போன்றவற்றுக்கு அவரைத் தவிர பிறிதொரு திறன்மிகு காரணி உண்டு என்பதை ஆத்திகர் ஆமோதிக்கலாம்; ஆயின் அத்தகைய ஒப்புகை ஆண்டவனின் ஞானம், விருப்பம் போன்றவற்றுக்கான திறன் மிகு காரணிக்கு ஒரு திறன் மிகு காரணி, இக் காரணிக்கு இன்னொரு காரணி என முடிவின்றி நீண்டு கொண்டே போகும் அனுமானத்துக்கு ஆத்திகரை இட்டுச் செல்லும்; இதன் பொருள், இந்திய தத்துவ ஞானிகள் அனைவரும் மிகக் கவனமாகத் தவிர்க்க விரும்புகிற தீங்கு பயக்கும் முடிவற்ற சரிவில் சிக்கிக் கொள்வது என்பதுதான்.

குணரத்னா மேலும் வாதிடுகிறார்: 'கடவுள் பற்றிய நியாய—வைசேசிக அனுமானமும் செல்லத் தக்க அறிவின் இன்னொரு

வலுமிக்க கருவியால் முறியடிக்கப்படுதல் எனும் பிழையுடையது: அதற்கானதோர் எடுத்துக்காட்டு இதோ: "தீயும் நீரைப் போன்றதொரு பொருளாதலால் அது குளிர்ச்சியானது "இது பிழையானது; ஏனெனில், தீ சுடும் என்பது நம் புலனறிவால் ஏற்கெனவே நிரூபணமான ஒன்று; அதே போல, காட்டு மரங்களும், செடி கொடிகளும் விளைவுகளாயினும் அவற்றுக்கு அறிதிறன் மிகு காரணி ஏதுமில்லை என்பது ஏற்கெனவே புலனறிவால் நிறுவப்பட்டுவிட்டது; இவ்வுலகிலுள்ள எல்லாவற்றுக்கும் ஓர் அறிதிறன் மிகு காரணி அவசியம் இருக்க வேண்டும் என்ற வாதம் அர்த்தமற்றது என ஏற்கெனவே புலனறிவால் நிறுவப்பட்டு விட்டது.

இதற்கெதிராக நியாய—வைசேசிகர் இவ்வாறு வாதிடலாம்: 'மரங்களுக்கும், செடிகொடிகளுக்குங் கூடக் கடவுள் வடிவில் ஓர் அறிதிறன் மிகு காரணி உண்டு; 'புலப்படாமை'-அதாவது, 'புலனறிவுக்கு சிக்காமை' - என்பது அக் காரணியின் உள்ளார்ந்த இயல்பு; ஆக, நமக்குப் புலப்படவில்லை என்கிற ஒரே காரணத்துக்காகக் கடவுள் இருப்பு பற்றிய அனுமானச் சான்றை மறுக்கக்கூடாது; 'புலனறிவுக்கு சிக்காமை' என்பது கடவுளின் உள்ளார்ந்த இயல்பாதலால் அவர் காட்டு மரங்கள் முதலானவற்றைப் படைப்பதைப் புலன்களால் அறிதல் என்கிற கேள்விக்கே இடமில்லை.

கடவுள் இருப்புக்கான அனுமானத்துக்கு ஆதரவாக இவ்வாறு வாதிடுவது பயனற்றது என்கிறார் குணரத்னா; இதை அவர்கள் பற்றி நிற்க விரும்பினால் இன்னொரு கேள்விக்கு பதில் சொல்லியாக வேண்டும்; கடவுள் 'புலனறிவுக்கு சிக்காமை'யை எவ்வாறு நிரூபிப்பது? வேறு விதமாய்ச் சொல்வதெனில், 'புலனறிவுக்கு சிக்காத' நிலையிலும் அவர்தான் காட்டு மரங்கள் போன்றவற்றுக்குங் கூட அறிதிறன் மிகு காரணி என்பதை எவ்வாறு நிறுவுவது? கடவுள் இருப்பை நிறுவிடப் பயன்படுத்தும் அதே அனுமானத்தைக் கொண்டு இதையும் நிரூபிப்பதா? அல்லது வேறொன்றின் மூலமா?

முதலாவது சாத்தியமே இல்லை; அதாவது, கடவுளின் இருப்பை நிறுவிட முயலும் அதே அனுமானத்தைக் கொண்டு அவரின் இயல்பு எனப்படும் "புலனறிவுக்கு சிக்காமை'யையும் நிரூபிக்க முடியாது; ஒரே அனுமானத்தை இரண்டு நோக்கங்களுக்குப் பயன்படுத்துவது 'சுழியில் சிக்கிக் கொள்ளல்' எனும் பிழையில்தான் தள்ளிவிடும். அது எவ்வாறு என இனிப் பார்ப்போம்;

மற்றொரு வலுவான சான்றால் கடவுள் ஏற்கெனவே மறுக்கப் பட்டிருப்பதற்கான சாத்தியப் பாட்டை- அதாவது; 'வாதித' (Vadhita) எனும் பிழையைத் - தவிர்க்கும் பொருட்டுக் கடவுளின்

இருப்பை நிறுவ வேண்டியது மிகவும் அவசியமாகும்; எனினும், கடவுளின் இருப்பை நிறுவுவதற்காக மற்றொரு வலுவான சான்றால் கடவுள் ஏற்கெனவே மறுக்கப்பட்டிருப்பதற்கான சாத்தியப் பாட்டைத் தவிர்க்க வேண்டும்; ஒரே சான்று இரு நோக்கங்களுக்குப் பயன்படுத்தப்படுமாயின் இத்தகைய 'சுழியில் சிக்கிச் சுற்றிச் சுற்றி வரவேண்டியதுதான்; அதிலிருந்து மீளவே முடியாது; ஒரு புறம், இந்த அனுமானம் கடவுளை நிரூபிப்பதன் மூலம் மற்றொரு வலுவான சான்றால் கடவுள் ஏற்கெனவே மறுக்கப்பட்டிருப்பதற்கான சாத்தியப்பாட்டைத் தவிர்க்கிறது என வாதிடப்பட வேண்டும்; மறுபுறம் (இதையே தலைகீழாகத் திருப்பிப் போட்டு) இந்த அனுமானம் மற்றொரு வலுவான சான்றால் கடவுள்ஏற்கெனவே மறுக்கப்பட்டிருப்பதற்கான சாத்தியப் பாட்டைத் தவிர்ப்பதன் மூலம் கடவுள் இருப்பு நிரூபிக்கப்படுகிறது எனல் வேண்டும்.

ஆக, ஆத்திகருக்குள்ள ஒரே வழி இரண்டாம் மாற்றுதான் - அதாவது, முற்றிலும் வேறான மற்றோர் அனுமானந்தான். கடவுளின் இயல்பெனப்படும் "புலனறிவுக்கு சிக்காமை'யை நிரூபிக்கிறது என்றுதான் அவர் வாதிடவியலும்; ஆயின் இது சாத்தியமன்று; கடவுள் 'புலனறிவுக்கு சிக்காதவர்' என்பது கடவுளின் இருப்பு எனும் கருத்தை உள்ளடக்கியது; கடவுளைக் 'கண்டவர் விண்டிலர் விண்டவர் கண்டிலர்' 'எனும் கூற்று அவர் இருப்பது உண்மையாயினும் அந்த இருப்பு புலன்களுக்கு அப்பாற்பட்டது என்பதற்கு ஒப்பானது; ஆகவே அவரின் "புலனறிவுக்கு சிக்காத்' தன்மைக்கான எந்தவொரு சான்றுக்கும் முன்னால் அவரின் இருப்புக்கான சான்று அவசியம்; அதாவது, கடவுளின் "புலனறிவுக்கு சிக்காத்' தன்மைக்கான எந்தவோர் அனுமானமும் அவரின் இருப்புக்கானதிலிருந்து பிரித்தறியக் கூடாதது, தனித்திருக்க முடியாதது.

ஆகக், கடவுளின் "புலனறிவுக்கு சிக்காத்' தன்மையை நிரூபிக்க முடியாது; எனினும், வாதத்துக்குக்காக அவர் உண்மையில் அத்தகையவரே என வைத்துக் கொள்வோம் என்கிறார் குணரத்னா; அப்போதுங்கூட நாம் சில அபத்தங்களைக் காண வேண்டியுள்ளது; இப் "புலனறிவுக்கு சிக்காத்' தன்மை'க்கான அறிவுக்குப் பொருந்தும் விளக்கத்தை அளித்திடும் பொறுப்பிலிருந்து ஆத்திகர் விலகிட முடியாது; ஆயின், கடவுள் ஏன் அவ்வாறு காணாமற் போக வேண்டும்? அவர் உருவமற்றவர் என்பதாலா? அல்லது, இது அவரினும் மேலான ஏதோவோர் இயல் கடந்த (இயற்கையை விஞ்சிய) ஆற்றலினாலா? அல்லது, இது அவரின் எங்குமுள்ள "புலனறிவுக்கு சிக்காத்' தன்மையாலா?

கடவுளின் இவ்வியல்புக்கு மேற்கண்ட விளக்கங்கள் மட்டுமே சாத்தியம்; எனினும் அவற்றில் யாதொன்றும் தருக்கப் பாங்கில் ஏற்கத் தக்கவையன்று என்கிறார் குணரத்னா.

முதல் மாற்றின்படி - அதாவது, அருவமானவராதலால் அவர் 'புலனறிவுக்கு சிக்காதவர் எனும் அனுமானத்தின்படி - கடவுள் ஒரு காரணியாகச் செயல்பட வாய்ப்பில்லை; (பூத உடலிலிருந்து) விடுவிக்கப்பட்ட ஆன்மாவின் விசயத்தில் எப்படியோ அப்படித்தான் இதிலும்; நியாய - வைசேசிகரே ஒப்புக் கொள்வதுபோல் (பூத உடலிலிருந்து) விடுவிக்கப்பட்ட ஆன்மா அருவமானது; ஆகவே, அதற்கு உடல் எனும் ஒன்று இல்லாத ஒரே காரணத்தினால் அதனால் எதுவும் செய்ய இயலாது; கடவுளுக்கு உருவமில்லை என்கிறபோது அவரின் விசயமும் அப்படித்தான் இருக்க வேண்டும்; உருவில்லை என்கிற போதும் ஞானம், விருப்பம், முயற்சி ஆகியவற்றின் அடி மூலக் கூறு எனும் வகையில் கடவுளால் அழிவுறுந் தன்மையுடைய அனைத்தையும் ஆக்கிடவியலும் என நியாய-வைசேசிகர் வாதிடக் கூடும்; உடலமைப்பு போன்றதொரு கூட்டுக்குள் இருந்துதான் ஞானம், விருப்பம், முயற்சி ஆகியவை வெளிப்பட முடியும்; சான்றாகக் குயவருக்கு உடம்பு உள்ளதால்தான் அவரின் மட்குடுவை செய்யும் விருப்பம் செயல் வடிவம் பெற முடிகிறது; (பூத உடலிலிருந்து) விடுவிக்கப்பட்ட ஆன்மாவைப் போல் அவருக்கும் உருவமின்றேல் அவரால் எதையும் உருவாக்க முடியாது; மேலும், நியாய-வைசேசிகப் பார்வையின்படியே கூட உடல்தான் ஞானம் பெற உதவும் கருவி; எனவே, உடல் இல்லாத போதும் கடவுள் ஞானம் போன்றவற்றின் அடி மூலக் கூறுதான் எனும் அவர்தம் வாதம் முன்னுக்குப் பின் முரணுடையது; (பூத உடலிலிருந்து) விடுவிக்கப்பட்ட ஆன்மா அருவமானது என்பதாலேயே அது ஞானமற்றது என்கிற அவர்கள், அதே வாதத்தை ஆண்டவனுக்கும் பொருத்திடக் கடமைப் பட்டவர்கள்; ஏனெனில் அவனும் அருவமானவன்; ஆகவே, அருவமானவன் எனினும் ஆண்டவன் ஞானம், போன்றவற்றின் அடி மூலக் கூறு எனும் வகையில் செயல்படுகிறவன் என அவர்கள் வாதிடுவது பொருத்தமற்றது. சுருங்கக்கூறின், உருவமின்மைதான் கடவுளின் "புலனறிவுக்கு சிக்காத் தன்மை'க்கான காரணமெனில் அவரின் காரணியத் திறன் —அதாவது, அனைத்தின் காரணியாக விளங்கும் திறன் — சாத்தியமற்றதாகிறது.

இப்போது இரண்டாம் மாற்றுக்கு —அதாவது, கடவுளின் ஏதோவோர் இயல் கடந்த (இயற்கையை விஞ்சிய) ஆற்றல் தான் அவரின் "புலனறிவுக்கு சிக்காத் தன்மை'க்கான காரணமெனும்

கூற்றுக்கு - வருவோம்: ஆதி மற்றும் மத்திய கால இந்தியாவில் இயல் கடந்த (இயற்கையை விஞ்சிய) ஆற்றலைக் கொண்டு "புலனறிவுக்கு சிக்காத் தன்மையை எய்த முடியும் என்ற நம்பிக்கை நிலவியது; குணரத்னா கூட அதைக் கேள்விக்குள்ளாக்கவில்லை; கடவுளின் "புலனறிவுக்கு சிக்காத் தன்மையை அவரின் இயல் கடந்த (இயற்கையை விஞ்சிய) ஆற்றலைக் கொண்டு விளக்கிட முடியாது என்று மட்டுமே கூறுகிறார்; அவ்வாறு தம்மை மறைத்துக் கொள்ளும் ஆற்றலுடையோர் என்றென்றும் மறைந்திருப்பதில்லை; அவர்கள் அத்தகைய ஆற்றல் கொண்டிருப்பினும் அதைப் பிரயோகிக்காத போது புலப்படவே செய்கின்றனர்; வேறுவிதமாய்ச் சொல்வதெனில், எப்போதோ சில சமயங்களில் மட்டும் மறைந்திருக்கவும் அதே போலப் புலப்படவும் செய்கின்றனர்; கடவுளின் மறைதிறன் அவரின் இயல் கடந்த (இயற்கையை விஞ்சிய) ஆற்றலால்தான் எனில் அவர் ஏதேனும் ஒரு சில சமயங்களில் தென்படவும் செய்வார்; ஆயின், நியாய—வைசேசிகரால் இதை ஏற்கவியலாது; மாறாகக், கடவுள் என்றும் காணப்பட முடியாதவர் (புலனறிவுக்கு சிக்காதவர்) என்பது அவர்களின் வாதம்; இதற்குக் குணரத்னாவின் கிண்டலான பதில் இதுவே: அவ்வாறாயின் பூதங்களையும், பிசாசுகளையும் போலவே கடவுளும் வெறும் கற்பனையே.

இறுதியாக, இறைவன் புலனறிவுக்குப் புலப்படாமைக்கு அவனின் எங்குமிருக்கும் 'புலனறிவுக்கு சிக்காத் தன்மை'யைக் காரணமாக்க முடியாது; ஏனெனில் 'எங்குமிருக்கும்' ஓர் இயல்பு தனிப்பட்ட எந்தவொன்றுக்கும் உரித்தாகாது; எண்ணற்றவற்றில் தென்படும் ஓர் இயல்புதான் எங்குமிருக்கும் இயல்பு எனப்படும்; ஆகவே, இறைவனின் எங்குமிருக்கும் 'புலனறிவுக்கு சிக்காத் தன்மை' இன்ன பிறவற்றுக்கும் இருந்தால்தான் அதை அவனின் மறைதிறனுக்குக் காரணமாக்க முடியும்; ஆயின், அது முற்றிலும் அபத்தமானது.

ஆயினும், வாதத்திற்காகக் கடவுளின் இப் 'புலனறிவுக்கு சிக்கும் இயல்பு குறித்த சர்ச்சையைக் கைவிடுவோம் என்கிறார் குணரத்னா; தன் கடவுள் காட்சிக்கு உரியர் அல்லது அல்லர் எனப்பேசி ஆத்திகர் அகம் மகிழட்டும்; இப்போதுங் கூட அவரால் உலகின்காரணி ஆண்டவனே என நிரூபிக்க முடியாது; ஏனெனில், கடவுள் எவ்வாறு அதைச் செய்திட முடியும் என்பதற்கு ஏற்கத்தக்க விளக்கம் ஏதுமில்லை.

இறைவன் எவ்வாறு உலகை இயற்றினார் என்பதுதான் கேள்வி; மொத்தத்தில், இதற்கு ஐந்து விதமாக விடையிறுப்பது சாத்தியம் என்கிறார் குணரத்னா; ஆக,

(அ) அவரின் வெறும் இருப்பு அல்லது

*(ஆ) அவரின் ஞானம் அல்லது*

*(இ)அவருக்கு இருப்பதாகக் கருதப்படும் ஞானம், விருப்பம் மற்றும் முயற்சி அல்லது*

*(ஈ) ஞானம், விருப்பம் போன்றவை 'செயல்பாட்டுக்கான இடையீடாக-அதாவது, 'இடைபடு செயல் அலகுகளாக - அமைதல்*[218] *அல்லது*

*(உ) அவரின் இறைமை அதாவது, தெய்வீகத் தன்மை.*

*மேற்கண்ட ஐந்தில் ஏதேனும் ஒன்றைக் கொண்டுதான் அவர் இவ்வுலகைப் படைத்திருக்கக் கூடும் எனக் கருத முடியும்.*

*மேற்கண்டவற்றில் முதலாவது வலுவற்றது என்பது தெளிவு; எனினும், அதை உண்மை என்றே வைத்துக் கொண்டாலும் குயவரும், பிறருங் கூட உலகைப் படைக்கிறவர்களாக ஆகிறார்கள்; உயிர் வாழ்க்கை அல்லது இருத்தல் எவ்வித வேறுபடுத்திப் பார்த்தலையும் அனுமதிப்பதில்லை; அது மற்றெந்த காரணியையும் போலவே குயவரையும் பார்க்கிறது; ஆகவே, தனது வெறும் இருப்பின் காரணமாகவே இறைவன் உலகைப் படைக்கிறார் எனில் குயவரும் அவ்வாறே அதை உருவாக்கிட முடியும் எனக் கருதுவதை யாரும் தடுக்கமுடியாது; இரண்டாம் மாற்றின்படி, பழுத்த ஞானிகள் எனப்படும் யோகிகளுங் கூட அவர்தம் அறிவைப் பயன்படுத்தி இந்த அகிலத்தைப் படைத்ததாகக் கொள்ளமுடியும்; மூன்றாம் மாற்று தருக்க முறைக்கு ஒவ்வாதது; ஏனெனில், அருவமான ஒன்றால் ஞானம் முதலானவற்றின் அடி மூலக் கூறாக ஆக முடியாது என்பதை நாம் ஏற்கெனவே கண்டோம்; அருவமானவற்றின் விசயத்தில் (ஞானம் முதலானவை) செயல்பாட்டுக்கான இடையீடாக (அதாவது, இடைபடு செயல் அலகுகளாக) அமைதல் சாத்தியமில்லை என்பதால் நான்காம் மாற்றும் ஏற்புடையதன்று; இறுதியாக, இறைமை (அல்லது தெய்வீகத் தன்மை) என்றால் என்னதான் பொருள்? காரணியாகச் செயல்படுவதற்கான ஞானம் அல்லது ஆற்றல் கொண்டிருத்தலா அல்லது வேறொன்றா? ஞானம் கொண்டிருத்தல் எனில் இங்கே இன்னொரு கேள்வி எழுகிறது; இதை வெறும் அறிவைக் கொண்டிருத்தல் எனும் பொதுவான அர்த்தத்தில் புரிந்து கொள்வதா அல்லது அனைத்தும் அறிந்திருத்தல் எனும் சிறப்பான பொருளிலா? இவ்விரண்டில் முதலாவது அர்த்தத்தின்படி ஆண்டவன் நம் எல்லாரையும் போலவே எளிய அறிவுடையவர்; ஆகவே அவர் கடவுளாகார். 'இரண்டாம் அர்த்தத்தின்படி அவர் அனைத்தும் அறிந்தவர் எனில் புத்தரைப் போன்றவரே; அவ்வாறாயின், புத்தர் அனைத்தும் அறிந்தவராயினும் அவர் தெய்வீக ஆற்றல் கொண்ட படைப்பாளியல்லர்; இறைமை*

(அல்லது தெய்வீகத் தன்மை) என்பதற்குக் காரணியாகும் ஆற்றல் கொண்டிருத்தல் எனப் பொருள் கொள்ள வேண்டுமாயின் குயவரும் கடவுளைப் போன்றவரே; ஏனெனில் அவரும் பல்வகைச் செயல்பாடுகளில் வல்லவர்; கடவுளின் தெய்வீகத் தன்மைக்கு வெறெந்தப் பொருளும் இல்லையாதலால் அவர் தனது தெய்வீக ஆற்றலால் உலகைப் படைத்தார் எனக் கருத முடியாது.

மேலும், உலகைப் படைக்கக் கடவுளைத் தூண்டியது எது என நாம் சொல்லவியலும்? ஆத்திகருக்கு ஆறு வழிகள் மட்டும் உள்ளதாகக் குணரத்னா கூறுகிறார்: அவையாவன:

(அ) திடீரெனத் தோன்றிய வெறும் சொந்த விருப்பம்,

(ஆ) தனித்த ஆன்மாக்களின் விதி காட்டிய வழி,

(இ) இரக்க குணம்,

(ஈ) விளையாட்டுப் போக்கு ,

(உ) தனித்த ஆன்மாக்களை ஊக்குவித்தலும், தண்டித்தலும்,

(ஊ) உள்ளார்ந்த இயல்பு (ஸ்வபாவம்)

ஆயின், இவற்றில் எதுவும் தருக்கப் பாங்கில் தாக்குப் பிடிக்கக் கூடியதன்று;

(அ) இதன்படிப் 'படைப்பு' என்பது யாருக்கும் தெரியாமல் திடீரெனத் தோன்றுகிற சொந்த விருப்பத்தின் பேரில் நிகழக் கூடிய ஒன்று; ஏனெனில், அப்படிப்பட்ட எதுவும் அனைவரும் காணக் கூடியதன்று;

(ஆ) இதன்படிக் கடவுள் தன் சுதந்திரத்தை இழக்கிறார்; ஏனெனில் அவர் பிறவற்றின் விதியைச் சார்ந்திருக்க வேண்டும்;

(இ) இதன்படி உலகிலுள்ள அனைத்தும் மகிழ்வுடனேயே இருந்திருக்கும்; உண்மை அதுவன்று; ஆகவே இதுவும் திருப்திகரமானதாக இல்லை;

இடை நடுவில், கடவுளின் பணி என்னவாகத்தான் இருக்கும் எனக் குணரத்னா வினவுகிறார்; தனித்த ஆன்மாக்களின் அவலங்கள் அவற்றின் கடந்த கால வினைப் பயன் எனில் அப்புறம் கடவுளுக்குச் சொந்த, சுதந்திரமான விருப்பம் இருப்பதாக எவ்வாறு கருதவியலும்? படைப்பின் வடிவிலான இவரின் செயல் தனித்த ஆன்மாக்களின் விதியால் தீர்மானிக்கப்படுவது எனில் இந்த விதியன்றோ படைப்பின் உண்மைக் காரணி? கடவுளுக்கு அங்கே ஏது வேலை?

(ஈ) & (உ)>>> இவற்றின்படிக் கடவுளுக்கு விருப்பும், வெறுப்புமாகிய பண்புகள் உண்டு; பின் வரும் சான்றுகள் இதை நிரூபிக்கின்றன; ஆகக், கடவுள்

*(1) ஒரு சிறுவனைப் போல விளையாட்டில் ஆர்வமுள்ளவர்;*

*(2) ஓர் அரசனைப் போல அன்பளிப்புகளை அள்ளித் தருபவர்; இவை அவரின் விருப்புக்கான சான்றுகள்.*

*ஓர் அரசனைப்போல தண்டிப்பவர்; இது அவரின் வெறுப்புக்கான சான்று;*

ஆயின் ஆத்திகர் ஆண்டவன் விருப்பும், வெறுப்புமாகிய பண்புகள் கொண்டவன் என்பதை ஒப்புக் கொள்வாரா?

இறுதியாக, (ஊ)> வின்படிக் கடவுள் தனது உள்ளார்ந்த இயல்புக்கு இணங்க (ஸ்வபாவம்) உலகைப் படைக்கிறார் எனில் ஆத்திகர் தன் நிலைபாட்டைக் கைவிடுகிறார் எனப் பொருள்; உள்ளார்ந்த இயல்புதான் (ஸ்வபாவம்) உலகின் காரணி எனில் கடவுளுக்கு அங்கே அவசியமில்லை; தன்னுணர்வற்ற உலகு தன் உள்ளார்ந்த இயல்பால் (ஸ்வபாவத்தால்) உருப் பெருகிறது எனக் கருதிக் கொள்லலாம்; சாங்கிய மற்றும் பிற தத்துவ ஞானிகளின் இதே போன்ற கருத்தை குணரத்னா இங்கே குறிப்பிடுவதாகத் தெரிகிறது; குறிப்பாக ஆத்திக அனுமானத்தைத் தவிர்ப்பதே அவரின் நோக்கம்; ஆகவே, இதனை ஏற்பது ஆத்திகருக்குப் பெரும் சிக்கலை உண்டு பண்ணும்.

ஆக, சுருங்கக் கூறின், உலகைப் படைப்பதில் கடவுளுக்கு உள்நோக்கம் எதுவும் இருப்பதாக ஆத்திகரால் கூறமுடியாது; எந்த உள்நோக்கமும் இன்றி ஒருவர் எதையும் உருவாக்க மாட்டார் என்பதால் கடவுளை உலகின் காரணியாகக் கருதவியலாது.

விரிவான இந்த விவாதத்தின் அடிப்படையில், கடவுளை நிரூபிப்பதற்கான மிக முக்கியமான அனுமானம் தருக்கப் பாங்கில் கொஞ்சமும் திருப்தியற்றது என முடிவு செய்கிறார் குணரத்னா.

மிக விரிவாக அலசப்பட்ட கடவுள் பற்றிய பிரதான அனுமானம் ஒரு புறம் இருக்க, அதன் பொருட்டு ஆத்திகர்கள் வேறு சில அனுமானங்களையும் முன்வைக்கின்றனர்; அவை இரண்டாந் தரமானவை; வேறு வார்த்தைகளில் சொல்வதெனில், உலகுக்கொரு காரணி உண்டு என நிரூபித்திட அவர்கள் ஓராயிரம் அடையாளம் அல்லது சின்னங்களைக் குறிப்பிடுகிறார்கள்; அவையாவன:

*"உலகம் விசேடமான உறுப்புகளின் கூட்டமைவாக இருப்பதால்,

**உள்ளார்ந்த நிலையில் தன்னுணர்வற்ற பொருளாயதக் காரணியைக் கொண்டிருத்தலால்,

***(சடப்) பொருளிலிருந்து உண்டாவதால் "...இன்ன பிற;

குணரத்னா இவற்றைக் கண்டு கொள்ள மறுக்கிறார்; கடவுள் பற்றிய பிரதானமான அனுமானத்துக்கு எதிராக ஏற்கெனவே

முன்வைக்கப் பட்டுள்ள வாதங்களைக் கவனத்தில் கொள்ளும் வாசகர் எவரும் தாமாகவே அந்த அடையாளம் அல்லது சின்னங்கள் எவ்வளவு பிழை மலிந்தவை என்பதைக் கண்டுகொள்வார் என்கிறார்; அந்த அடையாளம் அல்லது சின்னங்களை இவ்வாறு ஒரேயடியாக ஒதுக்கித் தள்ளுவது வாசகரைச் சமாதானப்படுத்தாது எனக் கருதும் அவர் அவை பற்றிய பொதுவான ஆய்வை மேற்கொள்கிறார்; அதன் விவரமாவது:

கடவுளை உலகின் காரணி என நிரூபிக்க முன்வைக்கும் யாதோர் அடையாளம் அல்லது சின்னமும் முரணுடையதாகவே இருக்கும்; ஏனெனில் அதற்கான வலுப்படுத்தும் சான்று எப்போதும் உருவமுள்ளதும், ஓர் எல்லைக்குட்பட்ட ஞானம் கொண்டதுமான காரணியையே சுட்டுவதாக இருக்கும்; கடவுளை அனுமானிக்க முன்வைக்கப்படும் அடையாளம் அல்லது சின்னம் எதுவாயினும் அது அறிவார்ந்த காரணியால் உண்மையில் அறியப்படக் கூடிய மட்குடுவை அல்லது துணி அல்லது கட்டடம் போன்றவற்றில் ஏதேனும் ஒன்றாகவே இருக்கும்; ஆயின், இவற்றில் யாதொன்றின் அறிவார்ந்த காரணியும் குயவர் அல்லது நெசவாளர் அல்லது கொத்தனார் போன்று உருவமுள்ளதாகவும், ஓர் எல்லைக்குட்பட்ட ஞானம் கொண்டதாகவுந்தான் இருக்கும்; தான் முன்வைக்கும் அடையாளம் அல்லது சின்னத்தை ஆத்திகர் மாற்றலாம்; ஆனால் (அதற்கான) அவரின் வலுப்படுத்தும் சான்று பெருமளவுக்கு அதுவாகத்தான் இருக்கும்; மேலும், அவ்வனுமானம் எதை நிரூபிக்கப் போகிறதோ அது, அச் சான்று சுட்டுவதைப் போல, அவ்வனுமானம் உண்மையில் எதை நிறுவவேண்டுமோ அதற்கு நேர்மாறானதாகவே இருக்கும்; 'வலுப்படுத்தும் சான்றின் குறிப்பிட்ட விசேடத்தன்மை, அனுமானத்தின் அடிப்படையான எங்குமுள்ள உடனிகழ்வை பாதிக்க அனுமதிக்கலாகாது எனும் இதற்கெதிரான நியாய — வைசேசிகரின் வாதத்துக்கு ஏற்கெனவே பதிலளித்து விட்டார் குணரத்னா.

மேலும், இந்த மாற்று அடையாளங்கள் அல்லது சின்னங்களுங் கூடப் 'பொருத்த மற்றவையாகத்தான் இருக்க வேண்டும்; ஏனெனில், மின்னல் போன்றவற்றுக்கு அறிவார்ந்த காரணி ஏதுமில்லை; ஆயின், இப் பிழைகள் மட்டுமன்று; இந்திய தருக்க முறையில் சுட்டப் பெறும் கிட்டத் தட்ட எல்லாப் பிழைகளும் இவ்வுலகுக்கான அறிவார்ந்த காரணி பற்றிய அனுமானம் ஒவ்வொன்றிலும் காணப்படுகிறதென குணரத்னா வாதிடுவதாகப் படுகிறது; ஆகக், கடவுளை நிரூபிப்பதற்கான எந்தவோர் அடையாளம் அல்லது சின்னமும் "முரணானதாகவும், "பொருத்தமற்றதாகவும் "இருப்பதுடன்

செல்லத் தக்க அறிவின் வலுமிக்க கருவியால் ஏற்கெனவே மறுக்கப்பட்டும் உள்ளது; இது ஏற்கெனவே நிரூபிக்கப்பட்டு விட்டது என்கிறார் அவர்; இப்போதைக்குக், கடவுளை உலகின் காரணியாக அனுமானிப்பதற்கான எந்தவோர் அடையாளம் அல்லது சின்னமும் "முறியடிக்கப்பட்டது" -அதாவது, தான் விரும்பும் கருதுகோளுக்கு எதிரான ஒன்றை நிரூபிக்க எதிர் அனுமானத்துக்கு இடமளிப்பது -எனும் பிழைக்கு உட்படுகிறது என நிறுவ முனைகிறார் அவர்; இவ்வாறு கடவுளை உலகின் காரணி என நிறுவிடும் நோக்கில் ஆத்திகரின் அடையாளம் அல்லது சின்னம் அமையப் பெற்றுள்ளது; பின்வரும் எதிர் அனுமானங்கள் அதற்கு எதிரானதை நிரூபிக்கின்றன என்கிறார் குணரத்னா.

"சக்கரம் முதலானவை இல்லாக் குயவரைப் போன்று கடவுளிடமும் கருவி ஏதுமில்லை ஆகவே அவர் உலகை உருவாக்கியிருக்க முடியாது "" வெற்று வெளியைப் போன்று கடவுளும் எங்கும் விரவி இருப்பவர்: ஆகவே அவர் உலகைப் படைத்திருக்க முடியாது;

"வெற்று வெளியைப் போன்று கடவுளும் ஒன்றே ஒன்று; ஆகவே அவர் உலகை உண்டாக்கியிருக்க முடியாது;

இவை போல இன்னும் பல; ஆத்திகர் தனது அனுமானத்தைக் கொண்டு எதை நிறுவிட விரும்புகிறாரோ அதற்கு நேர் எதிரான ஒன்றை நிரூபிக்க இத்தகைய எண்ணற்ற எதிர்அனுமானங்களை எடுத்துக் காண்பிக்க முடியும்.

இல்லாத இறைவனுக்கு "என்றுமிருப்பவர் "என்பன போன்ற அடைமொழிகளைச் சாட்டுவது உண்மையிலேயே பயனற்றது; இச் செயல் ஆண்மையற்றவனுக்கு ஓர் அழகியைக் கட்டி வைப்பது போன்றது; ஆத்திக நிலைபாடு எவ்வாறு கொஞ்சமும் அர்த்தமற்றது என்பதை நிரூபிக்க மேலும் ஒரு சில சுருக்கமான குறிப்புரைகளை மட்டும் இங்கே தருகிறார்:

ஆத்திகக் கண்ணோட்டத்தின்படியே கூட என்றுமிருப்பவராகக் கடவுள் இருக்க முடியாது; ஏனெனில் கடவுள் தன் சொந்த இயல்பை மாற்றிக் கொள்கிறபோதுதான் இவ்வுலகின் காரணியாக அவரைக் கருத முடியும்; என்றுமிருப்பது எனில் தொடக்கமோ, அழிவோ, மாற்றமோ இல்லாதது—அதாவது, உள்ளவாறே எப்போதும் உள்ளமை - எனப் பொருள்; ஆயின், ஆக்கல், அழித்தல் போன்ற ஒன்றுக்கொன்று முரணான செயல்பாடுகளின் காரணியாகக் கடவுளை ஆத்திகர் கருதுவதால் அவர் கடவுளும் மாறுதலுக்கு உட்பட்டவரே என ஒப்புக் கொள்ள வேண்டியவராகிறார்; கடவுளின் ஞானம் அழிவற்றது, என்றுமிருப்பது எனவும் ஆத்திகரால் கூற முடியாது; ஏனெனில், புலனறிவும் அனுமானமும் அதை

மறுக்கின்றன; ஞானம் எப்போதும் சில திண்ணமான சூழல்களால் விளைவது; ஆகையால் அது உலகியல் சார்ந்தது; நிலையற்றது; மேலும் பின் வரும் அனுமானம் கடவுளின் ஞானம் என்றுமுள்ளதாகாது என்பதை நிரூபிக்கிறது; "கடவுளின் ஞானம் முதலானவை நமது ஞானம் முதலானவை போன்றவையாதலால் அவை நிலையானவையன்று."

இவ்வாறு, நியாய—வைசேசிகப் பார்வையான கடவுளின் ஞானம் முதலானவை என்றுமிருப்பவை என்பது தள்ளுபடியாகிறது.

கடவுள் அனைத்தும் அறிந்தவர் என ஆத்திகர் எண்ணுகிறார்; ஆயின், இந்த சர்வ - ஞானத்தை எவ்வாறு நிரூபிப்பது? இதைப் புலனறிவால் நிரூபிக்க முடியாது: ஏனெனில், ஒரு பருப் பொருளுடன் புலனுக்குத் தொடர்பு இருந்தால் மட்டுமே புலனறிவு சாத்தியம்; புலன்களுக்கு சிக்காத ஒன்றை அவற்றால் அறியவோ, உணரவோ இயலாது; அதை அனுமானத்தைக் கொண்டும் நிரூபிக்க முடியாது; ஏனெனில், 'பொருத்தமற்றதாக' இல்லாவிடில் எந்தவோர் அனுமானத்தாலும் அதை நிரூபிக்க முடியாது; உலகிலுள்ள பருப் பொருட்களின் பல்வகைத் தன்மை கடவுளின் சர்வ ஞானத்தை உணர்த்துவதாக ஆத்திகர் கூறலாம்; இது தருக்க - முறைக்கு ஒத்து வராது; ஏனெனில், அப் பொருட்களின் பல்வகைத் தன்மைக்கும், சர்வ ஞானத்துக்கும் இடையே உடனிகழ்வு ஏதுமில்லை; காரணம், அப் பொருட்களின் பல்வகைத் தன்மை கடவுள் இருப்புக்கு எள்ளளவும் தொடர்பின்றி தனித்த ஆன்மாக்களின் நல்வினை, தீவினைகளின் பயனாகவும் இருக்கக் கூடும்; இறுதியில் மிகவும் கிண்டலாக குணரத்னா கேட்கிறார்: கடவுளின் படைப்பையே நாசப்படுத்துகிற அரக்கர்களையும், அவரின் இருப்பை எள்ளி நகையாடும் நம்மைப் போன்ற நாத்திகர்களையும் அவர்தான் படைத்தவர் என்பதை எவ்வாறு விளக்குவது?

கடவுள் ஒருவரே என ஆத்திகர் கூறுவதற்குக் காரணம் பல காரணர்களை முன்மொழிந்தால் அவர்களிடையே வேற்றுமையும், பூசல்களும் எழும்; அத்தகைய வாதம், உணவுச் செலவை மிச்சப் படுத்தத் தனது மனைவி மக்களைப் பிரிந்து காடேகும் ஒரு கருமியின் கோணல் புத்திக்கு ஈடானது என்கிறார் குணரத்னா: வேறு வார்த்தைகளில் சொல்வதெனில், ஒரு விளைவை ஏற்படுத்த ஒன்றுக்கு மேற்பட்ட காரணிகள் முயலும்போது அவற்றுக்கிடையில் மாறுபாடுகளும், பூசல்களும் தோன்றுவதற்குள்ள வாய்ப்பைத் தவிர்த்திட ஆத்திகர் முயற்சிக்கும் விதம்அல்லது பல கருதுகோள்களை முன்மொழிவதில் அவரின் கஞ்சத் தனம் சுத்தமான முட்டாள்தனம்; மாறாகக், கரையான் புற்றும், தேன் கூடும் எண்ணற்ற காரணிகளின்

இணக்கமும், நெருக்கமும் மிகுந்த கூட்டு உழைப்பின் விளைவுகள் என்பது நாம் நன்கறிந்த ஒன்று.

சர்வ ஞானம் போன்ற பல பண்புகளைக் கொண்டவர் கடவுள் என்று கூறப்படுவதை அப்படியே ஏற்போமாயின் தத்துவப் போர்களில் ஈடுபடும் ஞானிகளிடையில் எழும் கருத்து மோதல்களுக்கும், வேறுபாடுகளுக்கும் தகுந்த விளக்கம் நம்மிடம் ஏது? சிந்தனையாளர் அனைவரும் கடவுளால் வழிநடத்தப் படுகிறவர்களே என்பதால் அவர்கள் அவர் காட்டும் பாதையிலிருந்து விலகிச் செல்ல வாய்ப்பேது? அப்படி விலகிச் செல்லாதபோது அவர்களில் எவரும் அவருடன் முரண்பட வாய்ப்பில்லை; ஆயின், சிந்தனையாளர்கள் முரண்படுகிறார்கள் என்பதுதான் முற்றிலும் உண்மை; ஆக, ஆண்டவனின் சர்வஞானம் வெறும் கற்பனையே!

# 15

# மீமாம்ச நாத்திகம்

சாதாரணமாக 'மீமாம்சம்" எனப்படும் பூர்வ 'மீமாம்சத்தின் நாத்திகத்துக்கு இந்திய தத்துவ வரலாற்றில் தனிச் சிறப்பு வாய்ந்த இடமுண்டு: இதில் வேதத் தத்துவ ஞானிகளே வேத "ஆன்மீக'த்தின் உண்மையான அடி மண்ணை அடையாளங் கண்டிடத் தோதான ஐயத்திற்கிடமற்ற தடயங்களை விட்டுச் சென்றுள்ளனர்; 'சமய உணர்வின் வரலாற்றுக்கு முந்தைய நிலை குறித்த பிரச்சனையைப் பொதுவான கருத்தியல் ஆய்வு வழிப் புரிந்து கொள்வதற்கு இத் தடயங்கள் உதவிகரமாக உள்ளமை குறித்து நான் பின்னர்ப் பேச உள்ளேன்; அதற்கிணங்க, மீமாம்ச நாத்திகத்தின் தனிச் சிறப்பு பற்றிய சில வார்த்தைகளுடன் அதைத் தொடங்குவோம்.

பழைமை வாதச் சிந்தனையாளர்தம் புரிதலின்படியே கூட இந்தியப் பழைமை வாதம் எனில் வேதங்களின் மேன்மையை ஒப்புக் கொள்வது எனப் பொருள்[219] வேத அடிப்படை கொண்ட எந்தத் தத்துவமும் பழைமை அல்லது ஆத்திக மயமானது; வேதங்களின் செல்தகைமையைக் கேள்விக்குட்படுத்துகிற அல்லது அதைக் கண்டு கொள்ளாத எந்தத் தத்துவமும் பழையனவற்றில் பற்றில்லாதது அல்லது நாத்திக வயமானது.

இந்திய தத்துவத்தின் அடிப்படைத் தன்மையைத் தீர்மானிக்க வேதக் கண்ணோட்டத்துடனான உறவு அல்லது உறவின்மை ஒரு முக்கியப் பங்கு வகிப்பதாக இந்தியப் பழைமை வாதிகளால் கருதப்படுவதால் அந்த வேதப் பார்வையின் உண்மையான இயல்புதான் என்ன என அறிந்து கொள்ள வேண்டியது அவசியம்; ஆக, வேதப் பார்வையின் விசேடத் தன்மைதான் என்ன?[220]

வேதங்களில் ஆழ்ந்த 'ஆன்மிக' ஞானம் புதைந்து கிடப்பதாகக் கருதும் போக்கு மரபுசார் இந்திய தத்துவ ஞானிகளில் ஒரு சாராரிடையே எப்போதும் இருந்து வந்ததைப் போன்றே தற்கால அறிஞர்களிடமும் அது காணப்படுகிறது; இருத்தலின் அடிப்படை அம்சத்தை இறைவனிடம் காண்கிற ஞானத்தையே இவ்வாறு

'ஆன்மிக' ஞானம் என்கின்றனர்; ஆயின், வேதக் கண்ணோட்டம் குறித்த இத்தகைய பொதுப்படையான பார்வைக்கு எதிரான வலுமிக்க எச்சரிக்கையாக மீமாம்ச தத்துவச் சான்று விளங்குகிறது; இதன் பொருள் வேதங்களில் கடவுளைப் பற்றி ஏதுமில்லை என்பதன்று; மாறாக, உண்மையாதெனில், "வேதங்கள்' எனில் மலைப்பூட்டக் கூடிய மாபெரும் இலக்கியத் திரட்சி என்றே அது பொருள் படும்; மரபுப்படி அவை சம்ஹிதைகள், பிராமணங்கள், ஆரண்யகங்கள், உப நிடதங்கள் என நால்வகையாகப் பகுக்கப் பட்டுள்ளன; இவற்றில் வேதங்களின் கடைசிப் படி நிலையாக உள்ள, உபநிடதங்கள் வேதாந்தம் அல்லது 'வேத'—முடிவு எனவும் அழைக்கப்படுகின்றன; இந்த இலக்கியத் தொகுப்பை முழுமையாக்கிட வேத காலத்தவருக்கு எத்தனை நூற்றாண்டுகள் ஆகியிருக்கும் என்பதைக் கண்டறிவதில் இன்னமுங் கூடத் தற்கால அறிவுலகத்தால் இயலவில்லை; ஓராயிரம் ஆண்டுகள் அல்லது அதற்கு மேலும் ஆகியிருக்கலாம் என்கிற அளவுக்குதான் பொதுவான கருத்து எட்டப்பட்டுள்ளது.[221]

ஆகவே, இத்தனைக் காலமும் வேத கால மக்களின் உணர்வு மட்டம் தேங்கிய குட்டையாய் உறைந்து போய்க் கிடந்ததாகக் கற்பனை செய்வது (அனுமானிப்பது) வரலாற்றுப் போக்குக்கு விரோதமானது; - அதேசமயம் வேத இலக்கியம் தெளிவானதொரு பார்வையை முன் வைப்பதாகக் கருதுவதும் ஆபத்தானது; வேத இலக்கியத்தின் பிற்காலப் படிநிலைகள் — குறிப்பாக உபநிடதங்கள் — பொதுவாக 'ஆன்மிக'க் கண்ணோட்டத்தைத் தாங்கி நிற்கின்றன அதற்கும் மேலாக, எங்கும், எதிலும் கடவுளைக் காண்கிற 'ஒருதெய்வ'க் கோட்பாட்டின் அதீத வடிவத்தைக் கூட அவை பிரதிநிதித்துவப் படுத்துகின்றன; எனினும், வேதப் பழைமை வாதச் சான்றின்படியே கூட இதே போக்கை வேதங்கள் அனைத்துக்கும் கற்பிப்பது சரியன்று எனக் கருதப்படுகிறது;[222].

ஓர் இந்திய தத்துவப் பார்வை கடவுளை மறுப்பதில் முழு ஈடுபாடு காட்டிடினும் அது வேதக் கண்ணோட்டத்திற்கும் கடப்பாடுடையதாக விளங்க முடியும் என மிகத் தீவிரமான மரபுசார் இந்தியச் சிந்தனையாளர்கள்[223] கூட சர்வ சாதாரணமாக ஒப்புக் கொள்வதிலிருந்து இது தெளிவாகிறது.

பூர்வ-மீமாம்ச, சாங்கிய தத்துவங்கள் இதற்குக் கண்முன் தெரியும் சான்றுகளாகும். நாத்திகம் அவற்றின் வெளிப்படையான சிறப்பம்சம் எனினும் அவை வேதப் பழைமை வாதத்துடன் நெருக்கம் கொண்டிருந்தது எனச் சொல்லப்படுகிறது. ஆகவே வேதங்கள் ஆத்திகப் போக்குக்குக் கடன்பட்டவை எனப் பொத்தாம் பொதுவாகப் பேசுவது சரியன்று.

இக் கண்ணோடத்தில் சாங்கியத்தை விட மீமாம்சம் அதிக ஈர்ப்புடையது, வேதப் பழைமை வாதத்தின் பிரதிநிதியான சங்கரர்[224]

ஏராளமான நூலாதாரங்கள், தத்துவப் பாங்கிலான வாதங்கள் ஆகியவற்றின் பேரில் வேதக் கண்ணோட்டத்துக்கான சாங்கியத்தின் கடப்பாடு முற்றிலும் போலியானது என மிகக் காட்டமாக மறுக்கிறார். உபநிடதக் கண்ணோட்டத்துக்கு முதன் முதலாக முறையான ஒழுங்கமைவை நல்கிய பிரம்ம-சூத்திரத்தின் ஆசிரியரான பாதநாராயணர் கூட உபநிடதப் பார்வைக்கு நேர் எதிரான தத்துவமே சாங்கியம் எனத் தெளிவாகக் கூறினார்.[225] பாதராயணருக்கு வெகு காலத்துக்கு முன்னரே 'ஸ்வேதஸ்வதார' உபநிடத ஆசிரியரே இதைத்தான் தனக்குரிய வழிமுறையில் செய்துள்ளார். வேதப் பழைமை வாதத்தின் தீவிர ஆதரவாளர்களின் வரிசையில் இடம்பெறும் சட்ட வல்லுநர்கள் சிலரும் கூட சாங்கியக் கண்ணோட்டம் பவுத்த, சமண, லோகாயதவாதிகளினுடையதைப் போன்றே (வேதப் பார்வைக்கு) எதிரானது எனக் கருதினர் என்பது இங்கே நினைவு கூரத் தக்கது; இக் கருத்துகளின் ஆதரவாளர்களைத் தொடுவதே பாவமும், தீட்டும் ஆகும்; அப்பாவத்திலிருந்து நீங்க உடனே சடங்குப்படி குளிக்க வேண்டும்.[226]

ஆகவே சாங்கியத்தின் உண்மையான பழைமைவாதம் குறித்து என்னதான் ஆதரவாகப் பேசினாலும் அது பிற்காலத்திய கட்டுக் கதையே. மாறாக, மீமாம்சத்தின் உண்மையான பழைமைவாதம் முற்றிலும் ஐயத்திற்கு அப்பாற்பட்டது; ஒரு தத்துவம் என்கிற வகையில் வேதங்கள் இன்றி மீமாம்சம் இல்லை; அது தனது அறிவு தாகத்தைத் தணித்துக் கொள்ள வேத சாரத்தை ஆசை தீர அருந்துகிறது; வேதங்களால் செறிவூட்டப்படுகிறது; அதன் பெரும் பகுதி, வேதங்களைச் சரியாகப் புரிந்து கொள்ள அவசியப்படும் நூற்பொருள் விளக்கக் கொள்கைகளைத் தீர்மானிப்பதையே நோக்கமாகக் கொண்டது; சுருங்கக் கூறின், மீமாம்சம் வேதங்களை ஒழுங்கமைவு செய்த ஒன்றே தவிர வேறொன்றுமில்லை; இவ்வாறு வேதங்களைச் செழுமைப் படுத்தியதால் ஆதி காலத்திலேயே பெருமதிப்பு பெற்றிருந்தது. பூர்வ-மீமாம்சத்தின் மனித அறிவு மற்றும் மெய்ப் பொருள் மூலாதாரம் குறித்த ஆராய்ச்சி முறைமைகளை அறவே வெறுக்கிற பாதராயணர் கூட அதன் நிறுவனரும் அதன் ஆதார நூலான 'மீமாம்ச சூத்திரத்தின் ஆசிரியருமான ஜைமினியை மிகவும் மதிக்க வேண்டிய அவசியத்துக்கு ஆளாக வேண்டிய நிலை ஏற்பட்டது.[227] அதன் எதிரியின் பார்வையில் கூட மீமாம்சத்தின் வேதப் பழைமைவாதம் கேள்விக்கு அப்பாற்பட்டது.

அதன் நாத்திகமும் அதே அளவுக்கு ஐயத்துக்கு அப்பாற்பட்டது; மேலும் இந்த மீமாம்சத்தின் நாத்திகம் விட்டேற்றித் தனமானதோ சந்தடி சாக்கில் வந்ததோ அன்று; அது அத் தத்துவத்தின் ஒருங்கிணைந்த, பிரிக்க முடியாத பகுதி; கடவுள். கருத்துக்கு செவி

சாய்க்கும் எந்தவொரு சிறு சலனமும் தமது தத்துவ அடிப்படைகளைக் கைகழுவுவதில் போய் முடியும் என மீமாம்சகர்கள் ஆவேசமாக வாதிட்டனர். அது குறித்து நாம் பின்னர்க் காண உள்ளோம். இதனால் மரபுசார் இந்தியாவின் தத்துவப் பாங்கிலான பொது புத்தியில் நாத்திகத்தை மீமாம்சத்தின் பிரிக்க முடியாத அம்சமாக நோக்கும் வழக்கம் ஓர் அங்கமாகவே ஆகிவிட்டது.

தற்கால அறிஞர்களில் முந்தைய தலைமுறையைச் சேர்ந்தோருக்கு இதெல்லாம் புதிராகவே தெரிகிறது; மீமாம்சத்தைப் புரிந்து கொண்டதில் எங்கோ, ஏதோ கோளாறு நேர்ந்திருப்பதாக அவர்கள் தம்மைத் தாமே தேற்றிக் கொண்டனர். வேதப் பழைமை வாதத்தை வெறி கொண்டு பின்பற்றும் ஓர் இந்திய தத்துவப் பிரிவு அதே போன்று நாத்திகத்தையும் ஆரத் தழுவுவது எவ்வாறு? சான்றாக மாக்ஸ் முல்லருக்கு இந்த ஐயம் தோன்றியது; கடவுளைப் பற்றிய மீமாம்ச கண்ணோட்டத்தைப் புரிந்து கொண்டதில் தொடர்ந்து தவறு நேர்ந்துள்ளதாக அவர் கருதுகிறார். ஜைமினியின் மீமாம்சத்துக்கு எதிராக அதற்கு நாத்திகப் பட்டம் கட்டுவது குறித்து அவர் கூறுகிறார்.[228]

“இத் தத்துவத்தின் குணாம்சம், வேதத்தின்பால் அதற்குள்ள மதிப்பு மரியாதை, சடங்கு சம்பிரதாயங்களைப் பிறழ்வின்றி கடைபிடித்தல் பற்றிய வேதக் கட்டளையின்பால் அதற்குள்ள ஈடுபாடு ஆகியனவற்றையெல்லாம் பார்த்த பிறகு அதன் மீதான இக் குற்றச்சாட்டு வியப்பைத்தான் தருகிறது; எனினும் அன்றும் இன்றும் இது தொடர்கிறது... இங்கே அதன் புரிதலில் ஏதோ தவறு நேர்ந்துள்ளது.” இத் தவறான புரிதலைச் சரிப்படுத்த அவர் பின்வரும் ஆலோசனையை அச்சமின்றி முன் வைக்கிறார்: “ஜைமினி உலகில் மேலோங்கி வரும் அநீதிக்கு ஆண்டவனைப் பொறுப்பாக்க மாட்டார்;” எனவே அவர் அனைத்தையும் காரண-காரியத் தொடர்புள்ளவையாகவே பார்த்தார். உலக அநீதிகளை நல்வினை- தீவினைகளின் தொடர் விளைவுகளாகவே அவர் கண்டார். இது நாத்திகமன்று; மாறாகக் கடவுள் கொடியவர், ஓர வஞ்சனைக்காரர் என அவர் மீது காலங் காலமாகச் சுமத்தப்பட்ட குற்றச்சாட்டுகளிலிருந்து அவரை மீட்கும் முயற்சியே... கடவுளின் ஞானத்தை நியாயப்படுத்திட ஆதி காலந் தொட்டு மேற்கொள்ளப் பட்டு வரும் முயற்சியின் மற்றொரு வகையே; இது குறித்து நாம் என்ன கருதினாலும் இது நாத்திகமாகாது.. மீமாம்சகர் ஆத்திகர் என அழைக்கப்பட்டால் அதற்கு அவர்கள், தம் நோக்கில் ஆண்டவனின் நடவடிக்கைகளை ஆதரித்தவர்கள் என்றுதான் பொருள்”.[229]

மாக்ஸ்-முல்லரைப் போன்றதோர் இந்தியவியலாளரிடமிருந்து இத்தகையதொரு கருத்து வருவதென்பது மிகவும் வியப்புக்குரியது. இது ஜைமினியும் அவரின் மீமாம்சமும் நாசூக்காகவோ அல்லது மறைமுகமாகவோ ஆத்திகத்தை ஆதரிப்பதாக நிரூபிப்பதற்குப் பதிலாக எதை நிறுவுகிறதெனில், மீமாம்சத்தில் கடவுள் பற்றிய கேள்வியை விவாதிக்க முற்படுகிற இந்திய தத்துவத்தின் மிகச் சிறந்த விளக்கவுரையாளர்கள்கூட மீமாம்சத்தின் சொந்த இலக்கியத்தைக் கண்டு கொள்வதே இல்லை என்பதைத்தான்.[230] வேதப் பார்வையைப் பற்றிய முன்கருத்து எந்த அளவுக்கு இதைப் பாதித்துள்ளது என்பது ஆர்வத்தைக் கிளறும் கேள்வி; இதற்குள் நாம் இப்போது போக வேண்டாம்; அதே சமயம் மீமாம்ச இலக்கியத்தை விடாப்பிடியாகப் புறக்கணிக்கும்போதுதான் அத்தத்துவம் ஆத்திகச் சார்பு கொண்டதெனக் கூற முடியும் என்பதை இங்கே வலியுறுத்தியாக வேண்டும். அல்லது கெய்த்[231] அவர்கள் தண்மையாய்க் கூறுவதுபோல "மீமாம்சத்தின் நாத்திகம் பற்றிய பரவலான ஒருமித்த கருத்து அதன் நாத்திக உள்ளடக்கத்தை யாராலும் ஒதுக்கித் தள்ளிவிட முடியாத அளவுக்கு வலுவானது."

மீமாம்ச இலக்கியம் மிகவும் பரந்து விரிந்தது. அதில் கடவுளுக் கெதிரான மிகவும் ஆணித்தரமான பிரகடனங்கள் மட்டுமின்றி அப் பிரகடனங்களுக்கு ஆதரவாக தருக்கவியல் பாங்கிலான வாதங்களும் ஏராளமாக உள்ளன. அவற்றை இந்த அத்தியாயத்தில் விவாதிக்க உள்ளோம். மேலே சுட்டப்பட்ட மாக்ஸ் முல்லரின் கருத்துக்கு எதிராக மீமாம்சத்தின் ஆகச் சிறந்த பிரதிநிதிகளில் ஒருவரான குமாரிலரை மட்டும் இங்கே எடுத்துக் காட்டுவது இப்போதைக்குப் போதும். அவர் ஆண்டவனை உலக அநியாயங்களுக்குப் பொறுப்பாக்குவதிலிருந்து விடுவிக்க ஆர்வம் காட்டாததுடன் இத்தனைக் கொடுமைகள் நிறைந்த இந்த மடமையை எள்ளி நகையாடவும் செய்தார்[232] வேறு விதமாய்ச் சொல்வதெனில் நாம் இவ்வுலகில் காண்கிற தீமைகள் அவரைப் பொறுத்தவரை ஆண்டவன் என ஒருவன் இல்லவே இல்லை என்பதற்குத் திடமான சான்றுகளாகும். ஆத்திகரின் வாதத் திறனும், வாக்கு சாதுரியமும் அச் சான்றுகளின் முக்கியத்துவத்தை மறைக்கவே முடியாது.

ஆயின், இது ஒன்றுதான் குமாரிலர் எடுத்து வைக்கிற சான்று என்பதில்லை; அல்லது இவர் ஒருவர்தான் மீமாம்சத்தின் விளக்குநர் என்பதுமில்லை; தங்களுடைய தத்துவத்தின் அடிப்படைகளை உயர்த்திப் பிடிக்கக் கடவுளை மறுப்பது ஒன்றே சரியான வழி என்பதில் முற்காலத்தைச் சேர்ந்த மீமாம்சப் பார்வையின் அதிகார பூர்வமான எல்லாப் பிரதிநிதிகளும் தெளிவாக இருந்தனர்;

மறுபக்கத்தில் இதற்குச் சரியான எதிர் வினையாக இந்திய ஆத்திகத்தின் அதிகாரபூர்வப் பிரதிநிதிகள் அனைவரும் இந்த மீமாம்ச நிலைபாட்டுக்கு எதிராக வாதிடத் தாங்கள் கடமைப் பட்டவர்கள் என எண்ணினர்.[233] கீதையில் பெயர் குறிப்பிடாமல் வெளிப்படையாக இதைக் கடவுளின் 'வாயால்' இடித்துரைக்க வைத்தனர்[234] எனினும் மீமாம்சகர் எதைப் பற்றியும் கவலைப்படாமல் தமது நாத்திகத்தைச் சீரமைப்பதில் மிகச் சிறப்பாகக் கவனம் செலுத்தினர்.

மீமாம்ச இலக்கியத்தில் கடவுளின் இருப்புக்கு எதிராக நாம் காணும் தருக்கவியல் பாங்கிலான முக்கிய ஆய்வுரைகளில் சில பவுத்த, சமண நூல்களில் உள்ளனவற்றைப் போன்றவையே! ஆயினும் வேதப் பழைமைவாதக் கண்ணோட்டத்தின்படி மீமாம்சகர் பவுத்தருக்கும், சமணருக்கும் எதிரானவர் என்பது உலகறிந்த ஒன்று. ஆக, இவர்களுக்கிடையே எத்தனை மாறுபாடுகள் இருப்பினும் அனைவரும் இந்திய நாத்திகக் கூட்டத்தைச் சேர்ந்தவர் என்பதால் ஏதோ ஒரு வகையான கருத்துப் பரிமாற்றம் இத் தத்துவ ஞானிகளுக்கிடையே தொடர்ந்து நிகழ்ந்துள்ளது.

அதே சமயம், மீமாம்ச நாத்திகத்தின் தனித்துவத்தைக் காணத் தவறக்கூடாது. உலகின் படைப்பாளியும், நெறிப்படுத்துபவருமான கடவுள் ஒருவர் உண்டு என்பதற்கான நியாய-வைசேசிக நிரூபணங்களைப் பொய்ப்பிப்பதே அனைத்துக்கும் மேலான பணியாகப் பிற்கால பவுத்த, சமண அறிஞர்களுக்குப் பட்டது என்பதை நாம் ஏற்கெனவே கண்டோம். இதன் விளைவாக அவர்களின் நாத்திக ஆதரவு வாதம் மிகவும் நுட்பமானதாகவும், அறிவாளித் தனமாகவும் அமைய நேர்ந்தது என்பதை நாம் சற்று முன்னர் எடுத்துக் காட்டிய கடவுளுக்கெதிரான சமண சர்ச்சையிலிருந்து தெளிவாகும். தாமும் நாத்திகர் என்ற வகையில், சக நாத்திகர்களைப் போன்று கடவுள் ஒருவர் உண்டு என்பதற்கான நியாய-வைசேசிக நிரூபணங்களைப் பொய்ப்பிப்பதில் குறியாக இருந்தனர். ஆயின் அவர்களின் நாத்திகம் இந்த அளவோடு நிற்கவில்லை. இதர மீமாம்சகர் மிகவும் கவலை கொண்டனர். இது வேதங்களைப் பற்றிய அவர்களின் கண்ணோட்டத்தின் விளைவு; பவுத்த, சமண அறிஞர்கள் வேதங்களின் செல்தமைமையை மறுத்திடும் எதிர்மறை நிலைபாட்டில் உறுதியாக இருந்தனர். மீமாம்சகரோ அவற்றின் அதிகாரத்தை உயர்த்திப் பிடித்தனர். மேலும் குறைந்த பட்சப் புரிதலின்படி வேதங்கள் அனைத்து வகையான கடவுளர்களும், தேவர்களும் நிறைந்தவை. உண்மையில் ஒரு வேதப் புலவரின் கூற்றுப்படி அக்னி, இந்திரன், மித்திரன்,

வருணன்... என ஓராயிரம் அவற்றில் உண்டு[235]. அப்புறம் எப்படி மீமாம்சகர் வேதக் கடவுளரைக் கருதுவர்? பல்தெய்வக் கோட்பாட்டுக்கு ஒப்பி ஒரு தெய்வக் கொள்கையை உதறித் தள்ளுவரா? அல்லது ஒரு தெய்வக் கொள்கையைச் சார்ந்து பல்தெய்வக் கோட்பாட்டுக்கு விடை கொடுப்பரா?

மீமாம்ச இலக்கியத்தின் ஆரம்ப நாட்களிலேயே இக் கேள்வி எழுப்பப்பட்டு திகைப்பூட்டும் விதத்தில் தீர்வு காணப்பட்டது.

நமக்குக் கிடைத்திருக்கிற மீமாம்ச-சூத்திரத்தின் மீதான ஆதி காலத்திய[236] உரையில் சபரர்[237] இவ்வாறு கேட்கிறார்: "மனிதரின் கதி குறித்தோ அல்லது இன்னும் குறிப்பிட்டுச் சொல்வதாயின்.. சடங்குகள் மற்றும் அவற்றின் விளைவுகள் குறித்தோ வேதக் கடவுளருக்குள்ள தொடர்புதான் என்ன? அவரின் கேள்வி உண்மையில் இதை விடவும் தீவிரமானது; ஏனெனில் கடவுள் கொள்கைக்காகவே கடவுள் இருப்பதாக நம்புவதன் அடிப்படையிலான இக் கடவுளர்தம் இருப்பு குறித்த சர்ச்சைக்கு ஒரு முடிவு காண சபரர் விரும்பினார். "வேதக் கடவுளர் மெய்யான இருப்பைக் கொண்டவரா என அவர் வினவினார்: இத்தகைய கேள்விகள் ஒரு மீமாம்சகருக்கு மிக முக்கியமானவை: ஆதலால் சபரர் அவற்றை விவாதிப்பதில் உண்மையான ஆர்வமும், அக்கறையும் கொண்டிருந்தார்; இக் கடவுளர்க்குப் பொருண்மையுடைய இருப்பைக் கற்பிக்கும் சகல விதமான வாதங்களையும் மீளாய்வு செய்து விட்டோமா எனத் தனக்குத் தானே எண்ணிப் பார்த்து அதில் திருப்தி கண்ட பின்னர் அக் கடவுளர் எவருக்கும் 'இருப்பை' அதன் உண்மையான பொருளில் பொருத்தவே முடியாது எனும் முடிவுக்கு வந்தார்; ஆயின் உண்மை யாதெனில் வேதங்கள் இக் கடவுளரைக் குறிப்பிடுகின்றன. அவ்வாறாயின், வேதத்தில் கண்டவாறான இக் கடவுளர் யார்? அவை வெறும் ஓசைகள் அல்லது சொற்களையே குறிக்கின்றன-அதாவது வேதக் கடவுளருக்கு இருப்பு எனும் ஒன்று இருந்திருப்பின் அது சொல் வடிவிலானதே என்கிறார் சபரர். ஆய்ந்தறிந்த இந்த முடிபின்படி அக்னி அல்லது 'தீ' எனும் சொல்லுக்கு இணையாக ஒரு நூறு சொற்கள் வேதங்களில் காணப்படின் அவை நூறு வெவ்வேறு வேத தெய்வங்களைக் குறிப்பவை என்பது சபரரின் கருத்து; அத் தெய்வங்களின் இருப்பு அச் சொற்களில் ஏதேனும் ஒன்றின் ஒலியில் அடங்கியிருக்கும். இதிலிருந்து மீமாம்ச கண்ணோட்டத்தின்படி இவ் வேதக் கடவுளர் மனிதரின் கதியில் தலையிடுவதற்கான சாத்தியமில்லை என்பது தெளிவு; மனித செயல்பாடுகளின் விளைவுகளுக்கும் அக் கடவுளர்க்கும் எவ்வித சம்பந்தமுமில்லை. எனவே அவற்றுக்குப் பலி கொடுப்பதில்

அர்த்தமே இல்லை. அக் கடவுளர்க்குப் பொருண்மையுடைய இருப்பு இன்மையால் அவற்றால் எவ்வித காணிக்கைகளையும் ஏற்கவோ அவற்றில் திருப்தியடையவோ இயலாது; அவற்றின் அருளை வேண்டி நிற்பது அர்த்தமற்ற செயல்.

கடவுளையும், வேத தெய்வங்களையும் பற்றிய மீமாம்ச நாத்திகத்தின் அணுகுமுறை இதுதான்: முதலாவது- அதாவது, கடவுள் என்பது- வெறும் கட்டுக் கதை; வேத தெய்வங்கள் வெறும் வார்த்தைகள்; அதே சமயம், வேதங்களின்பால் மீமாம்சகர் கொண்டிருந்த அதிகபட்ச ஈடுபாடே அவர்களை இத்தகைய நிலையை நோக்கித் தள்ளியது. வேறு விதமாய்ச் சொல்வதெனில் 'ஒரு - கடவுள் மற்றும் பல்தெய்வக் கோட்பாடுகளை அவர்கள் ஒதுக்கித் தள்ளியதற்கு வேதங்களின்பால் அவர்கள் கொண்டிருந்த ஈடுபாடுதான்- அல்லது இன்னும் சரியாய்ச் சொல்வதெனில் அவர்கள் அவற்றைப் புரிந்து கொண்ட விதந்தான்.. காரணம்.

சராசரி இந்தியனுக்கு இன்று இதெல்லாம் புதுமையானதாகவும், குழப்பமானதாகவும் படும்; ஆயின், இதைக் கொண்டு மீமாம்சகர் வேதங்களைப் புரிந்து கொண்டதில் கடும் பிழை இருப்பதாகக் கருத விரைந்திடக் கூடாது; மாறாக, அவர்கள் வேத மரபினூடே வாழ்ந்தவர்கள் என்பதால் அவற்றில் ஆழ்ந்த ஈடுபாடு உடையவர்கள். ஆகவே அவற்றைப் பற்றிய அவர்களின் புரிதலில் குறை ஏற்பட வாய்ப்பில்லை; வேத மரபுக்கும் மீமாம்ச தத்துவத்துக்கும் இடையில் குறைந்தபட்சம் ஒரேயோர் அம்சத்திலேனும் இடையறாத தொடர்ச்சி உண்டு; அது எதில் எனில் வரலாறு, தருக்கவியல் ஆகிய இரண்டின் பாங்கிலும் வேத மரபின் இறுதி வடிவமாக மீமாம்ச தத்துவம் விளங்குவதில்தான்;[238] ஆக, மீமாம்சகரின் வெறித்தனமான' வேதப் பற்று எவ்வாறு தீவிர நாத்திகத்தைத் தழுவிட அவர்களை அனுமதித்தது என்பதை நாம் புரிந்து கொள்ள முடியாமைக்கு வேதங்களுக்கும் நமக்கும் இடையில் உள்ள ஆகப் பெரும் கால இடைவெளி வேத மரபின் இன்றியமையா அம்சத்தை நம்மிடமிருந்து பறித்துக் கொண்டதுதான் காரணம்; சுருங்கக் கூறின், வேதங்களைப் பற்றிய நம் புரிதல் சீரிய மீளாய்வுக்கு உட்படுத்தப்பட்டாக வேண்டும்.

இதை இன்னும் விரிவாகப் பின்னர் பேசுவோம்; இப்போதைக்கு பிற்காலத்திய மீமாம்சகரில் சிலருக்குக் கூட இது பெரும் புதிராகவே இருந்தது என்பதை நாம் கவனத்தில் கொள்வோம். தாங்கள் பின்பற்றும் தத்துவத்தின் தீவிர நாத்திக உள்ளடக்கம் அவர்களுக்குத் திகைப்பூட்டியது. இதற்கு மிகச் சிறந்த சான்றாகத் திகழ்கிறார் 17-ஆம் நூற்றாண்டைச் சேர்ந்த கந்ததேவர்[239] எனும் மீசாம்சகர்.

மீமாம்சத்தின் அடிப்படைகளை விளக்கிய பின்னர் தான் எழுதியதைக் கண்டு தானே மிரட்சியுற்றார். ஜைமினியின் மெய்க்கருத்துக்கு உண்மையாக இருக்க விரும்பியதால், தான் விளக்க வந்த தத்துவத்தில் ஆத்திகத்தின் நிழல் படிவதைக் கூட அவரால் அனுமதிக்க இயலவில்லை. அதே சமயம், ஆதி வேத மரபின் அடிநாதமாய் விளங்கிய ஒன்றிலிருந்து காலச் சக்கரத்தின் கருணையற்ற சுழற்சியால் அவர் முற்றிலும் துண்டிக்கப்பட்டிருந்த ததாலும்-ஒரு வேளை அவர் காலத்தில் வேதாந்தம் அரசோச்சியதாலும்-தான் விளக்க முற்பட்ட மீமாம்ச தத்துவத்தில் தவிர்க்க இயலாதவாறு இடம் பெற்ற கடவுள் மறுப்பு நிலைபாட்டை அவர் ஒரு பாவச் செயலாகவும், தெய்வ நிந்தனையாகவும் கருதினார். அந்த அவப் பழியிலிருந்து அகன்றிட அவர் தனது நூலின் இறுதியில் ஒரு விந்தையான வேண்டுதலை வைக்கிறார்: “இவ்வாறு ஜைமினியின் தத்துவ சாரம் (என்னால்) விளக்கப்பட்டுள்ளது[240] அவற்றை (என்) வாயால் சொன்னதாலேயே என் வார்த்தைகள் தீட்டாகி விட்டன; எனவே, இறைவனின் அருளை இறைஞ்சினால் மட்டுமே எனக்கு மீட்சி கிட்டும்” என்கிறார்.

பிற்காலத்தில் ஏற்பட்ட மாற்றங்களால் ஓர் உண்மையான மீமாம்சகர் தான் நம்பிய (மீமாம்ச) நாத்திகத்தை இவ்வாறு திரும்பிப் பார்க்க நேர்ந்தது; இத் தத்துவத்தின் அடிப்படைக் கருத்தில் அவ்வளவாகப் பிடிப்பில்லாத பலர் ஆத்திகத்துக்கு மாற விரும்பினர்; மீமாம்சகரிடம் தோன்றிய இப் போக்கு இராதாகிருஷ்ணனுக்கு மிகுந்த மகிழ்ச்சியைத் தந்ததில் வியப்பில்லை; மீமாம்ச தத்துவத்தில் கடவுள் காணாப்படாமை குறித்து அவர் இவ்வாறு கூறுகிறார்: “பூர்வ -மீமாம்சத்தின் இக் கோளாறைச் சரி செய்திட பிற்கால எழுத்தாளர்கள் மெதுவாக சத்தமின்றிக் கடவுளைப் புகுத்தினர்[241]. இதன் பொருட்டு வேதாந்த தேசிகரையும், ஆபதேவரையும் இன்ன பிறரையும் மேற்கோள் காட்டுகிறார்; இவ்விருவரில் முன்னவர் (வேதாந்த தேசிகர்) ‘கடவுளுடனான மீமாம்சப் பார்வைக்கு முற்றிலும் அயலானதொரு கருதுகோளை முன்மொழிந்தார். ஊழிப் பெருவெள்ளத்தில் அண்டமே அழிந்தபோது வேதங்கள் ஆண்டவனின் நினைவகத்தில் ‘சேதமின்றி’ சேமிக்கப்பட்டன என்றார். இராதாகிருஷ்ணன் சொல்லாமற் போனது யாதெனில் உண்மையான மீமாம்சகம் பற்றிப் பேசுகையில் வேதாந்த தேசிகரைக் குறிப்பிடுவது கொஞ்சமும் பொருத்தமற்றது என்பதைத் தான்; ஏனெனில் வேதாந்த தேசிகரின் உண்மையான விசுவாசம் இராமானுஜ-வேதாந்தத்திடந்தான் என்பது நன்கறியப்பட்ட ஒன்று[242] வேறு விதமாய்ச் சொல்வதெனில், அவர் மீமாம்சத்துள் கடவுளைப் புகுத்தினார் என்பதை விடத் தனது ஆத்திகத்தினுள் மீமாம்சக்

கருத்துக்களைச் செருகிட முனைந்தார் என்பதே சரியாக இருக்கலாம். அத்துடன் சாஸ்திரி[243] அவர்கள் சரியாகவே சுட்டிக் காட்டியுள்ளது போல 'கடவுளுடனான மீமாம்சம் ("சேஸ்வர-மீமாம்சம்') எனும் அவருடைய நூலின் பெயரிலிருந்தே உண்மையான மீமாம்சகருக்குக் கடவுளிடத்து எவ்வித ஒட்டோ உறவோ இல்லை என்பது தெளிவு. அதே போன்று ஆபதேவரின் கருதுகோளும் மெய்யான ஆதி மீமாம்சத்தின் நிலைபாட்டுக்கு நேர் எதிரானது. ஏனெனில் 'படைப்பு' எனும் கருத்தைப் போலவே, ஊழிப் பெரு வெள்ளம், என்பதும் வெறும்கற்பனை என்கிறது மீமாம்ச தத்துவம்.[244] ஆக, சுருங்கக் கூறின், மீமாம்சத்தை ஆத்திகத்துடன் ஒட்டுப் போடப் பிற்காலத்தில் மேற்கொள்ளப்பட்ட முயற்சி மீமாம்சத்தின் அடிப்படைகளைத் தகர்ப்பதை நோக்கமாகக் கொண்டது.

இந்த முன்னுரையுடன் இப்போது நாம் மீமாம்ச நாத்திகத்தைச் சற்று விரிவாக விவாதிக்க முனைவோம்; இந்த அத்தியாயத்தில் இந்த நாத்திகம் பற்றிய சில மீமாம்ச நூலாதாரங்களை எடுத்துக் காட்ட விரும்புகிறேன். அதாவது, மீமாம்ச இலக்கியத்தைப் பின் தொடர்ந்து அவர்கள் எவ்வாறு, எல்லாம் அறிந்த, எல்லாம் வல்ல படைப்பாளியால்தான் இவ்வுலகு தோன்றியது எனும் கருத்தை மட்டுமின்றி வேதக் கடவுளர்க்குப் பொருண்மையான இருப்பு இல்லை எனவும் வலியுறுத்தினர் என்பதைக் காண்பிக்க உள்ளேன். மீமாம்ச நாத்திகம் பற்றிய ஆர்வத்தைக் கிளறும் கேள்வி இதனிலும் வேறானது என்பது உண்மைதான். இந்த நாத்திகம் எவ்வாறு வேதங்களின்பால் மீமாம்சகர் கொண்டிருந்த வெறித்தனமான ஈடுபாட்டிலிருந்து வந்திருக்கும்? இக் கேள்வியை மத உணர்வு தோன்றியமை பற்றிய பொதுவான விவாதத்தின்போது எடுத்துக் கொள்வேன்; நாத்திகத்தின் மீது மீமாம்சகருக்கு ஏற்பட்ட ஈர்ப்பின் உண்மையான தோற்றுவாய் வேதங்களே. இந்த உண்மை மத உணர்வின் முன் வரலாறு பற்றிய பொதுவான கேள்விக்கு விடை தேடுவதில் குறிப்பிடத் தக்க வகையில் உதவுகிறது என நான் வாதிட உள்ளேன்.

யாருக்கெல்லாம் 'இந்திய நாத்திகம்' எனும் இந்நூல் இந்திய தத்துவம் பற்றிய முதல் நூலோ அவர்களுக்கு மீமாம்ச இலக்கியம் மீதானதொரு சிறு குறிப்புரை பயனுள்ளதாய் இருக்கும்.

மீமாம்ச தத்துவத்தின் மூல நூலான மீமாம்ச -சூத்திரம் 2500 சூத்திரங்களை கொண்டது. ஜைமினி என்பாரால் தொகுக்கப்பட்டது எனக் கருதப்படுவது: சூத்திர நூல்களிலேயே மிகப் பழையது எனப் பொதுவாகச் சொல்லப்படினும் இதன் காலக் கணிப்பு அவ்வளவு கறாரானதன்று: கி.மு.200க்கும் கி.பி. 200க்கும் இடைப்பட்டதாக

இருக்கலாம்[245]. ஆயின், உண்மையான மீமாம்சப் பார்வை என்பது அதற்கு முன்பே முகிழ்த்திருக்க வேண்டும். ஜைமினியே தனது முன்னோர் பலரை மேற்கோள் காட்டுகிறார்.[246] மீமாம்சத்தின் முக்கிய ஆய்வுப் பொருளான வேதச் சடங்குகள் பற்றிய விவாதங்கள் ஏற்கெனவே பிராமணங்களில் மிகத் தீவிரமாக மேற்கொள்ளப் பட்டுள்ளன. அவற்றின் நேரடி வெளிப்பாடுதான் மீமாம்சம்[247]

ஜைமினி எனும் பெயர் மிகப் பழைமையானது; அவரின் வரலாறு பற்றி ஏதும் தெரியவில்லை. 'சாமவேத சம்ஹிதை'யின் திருத்தப்பட்ட மூல பாடங்களில் ஒன்றும் அதன் பிராமணப் பிற்சேர்க்கையும் இவரின் பெயர் தாங்கி நிற்கின்றன;[248] மீமாம்ச-சூத்திரங் கூட ஜைமினி எனும் பெயரைக் குறிப்பிடுகிறது[249]. குறைந்தபட்சம் ஒருமுறையேனும் அவரை வெளிப்படையான எதிரி என்கிறது[250]. இவரை விட மூத்த மீமாம்சகர்கள் இதே பெயரில் - ஆனால் மற்ற விவரங்களில்-மாறுபட்டு இருந்திருக்கலாம்.

மிகப் பழைமையானதும் இன்று நமக்குக் கிடைத்துள்ளதுமான மீமாம்ச சூத்திரம் பற்றிய உரைநூல் சபரபாஸ்யம்தான்; தனது ஆசிரியரின் பெயரிலான அதன் காலம் கி.பி.400க்குப் பின்னதாக இருக்க வாயிப்பில்லை என்கிறார் கங்கானாத் ஜா[251] ஆயின் சபரருக்கு முந்தைய உரையாசிரியரும் உண்டு; அவர்களின் கருத்துகளையும், எழுத்துகளையும் சபரர் எடுத்தாள்கிறார். இப்பழைய உரைகள் துண்டு துக்காணிகளாகவே நமக்குக் கிடைத்துள்ளன.[252]

சபரருக்கு அடுத்து மீமாம்சகரில் மிகவும் புகழ் வாய்ந்தோர் பிரபாகரரும், குமாரிலரும் ஆவர். இருவருமே சபர-பாஸ்யத்தை விளக்க முற்பட்டுள்ளனர். பிரபாகரர் 'பிரதி (Brhati) எனும் பெருநூலையும், 'லக்வி' (Laghvi) எனும் சிறு நூல் ஒன்றையும் எழுதியுள்ளார். குமாரிலர் 'ஸ்லோக வார்த்திக, 'தந்த்ர-வார்த்திக', 'தப்திக' எனும் முப்பாகங்களைக் கொண்டதொரு நூலை வரைந்துள்ளார். இம்மூன்றில் முதலாவது (அதாவது. 'ஸ்லோக' - வார்த்திக' என்பது) தத்துவப் பாங்கில் மிகச் சிறப்பானது.

பிரபாகரருக்கும், குமாரிலருக்கும் இடையேயான மாறுபாடுகள் சில சமயங்களில் மிகத் தீவிரமாக இருக்கும். இது நாளடைவில்- குமாரில பட்டர் என்பதிலிருந்து 'பாட்ட மீமாம்சம்' எனவும், பிரபாகரர் என்பதிலிருந்து 'பிரபாகர மீமாம்சம்' எனவும் அவர்களின் பெயர்களைத் தாங்கிய இரு வேறு பிரிவுகளாக மீமாம்சம் பிளவுபடுதலில் போய் முடிந்தது. இது குறித்த வழக்கமான கதை ஒன்று உண்டு. குமாரிலரின் மாணவரான பிரபாகரர் தனது ஆசானையே கடுமையாக விமர்சித்ததால் அவரையே குமாரிலர் தனது குரு எனக் குத்தலாகக் குறிப்பிடுவதுண்டு என்பதே அது.

ஆயின் ஜா அவர்கள் இதை ஆதாரமற்றது என்கிறார்[253]. பிரபாகரர் குமாரிலரின் மூத்த சகா எனவும், கி.பி. 7ஆம் நூற்றாண்டைச் சார்ந்தவர் என்றும் ஜா அவர்கள் சொல்கிறார். தத்துவப் போர் ஒன்றில் சங்கரர் குமாரிலரைத் தோற்கடித்ததன் மூலம் வேதாந்தத்துக்கு அவரை மாற்றியதாகவும் ஜா அவர்கள் கூறுகிறார். ஆயின், சங்கரர் குமாரிலரைவிட மிகவும் பிற்காலத்தவர் என்பதால் இதையொரு கற்பனைக் கதை என்கிறார் கெய்த்[254].

சாலிகநாதர் என்பார் பிரபாகரரின் விளக்குநர்களில் மிகவும் குறிப்பிடத் தக்கவர். இவர் கி.பி.9ஆம் நூற்றாண்டினராக இருக்கலாம். இவரின் பிரகாரநாபாஞ்சிகா (Pirakaranapancika) எனும் நூல்தான் பிரபாகரரின் கோட்பாடுகளை விளக்கிடப் பயன்படும் உரைகல் எனப்படுகிறது. ‘பாட்ட மீமாம்சம்’ பற்றி ஏராளமான உரைநூல்கள் உள்ளன. அவற்றை ஆக்கியோரில் மந்தன மிஸ்ரர், பார்த்தசாரதி மிஸ்ரர், சுசரித மிஸ்ரர் ஆகியோர் மிகப் பிரபலமானவர்கள்; இம்மூவரில் பார்த்தசாரரி மிஸ்ரர், சுசரித மிஸ்ரர் ஆகிய இருவரின் உரைநூல்களே குமாரில பட்டரின் நூல் மீதான தரமுள்ள விமர்சனங்களாகக் கருதப்படுகிறது.

கடவுள் கோட்பாட்டில் ஜைமினிக்குக் கொஞ்சமும் ஆர்வமில்லை. உரிய நிரூபணம் இன்மையால் கடவுளின் இருப்பை ஏற்க இயலவில்லை எனச் சற்று மேம்போக்காகக் கூறுகிறார் சபரர்.[255] எனினும், வேத தெய்வங்களின் தன்மை குறித்த விசயத்தில் சபரர் மிக ஆர்வம் கொண்டார். அவை வேதங்களில் இடம் பெறும் வெறும் வார்த்தைகளே எனும் மீமாம்சக் கருதுகோளை சபரரே விரிவாக ஆய்ந்துள்ளார். பிற்கால மீமாம்சகர் வேத தெய்வங்களைப் பற்றிய சபரரின் பார்வையை முழுமையாக ஒப்புக் கொண்டனர். அதே சமயம், ஆத்திகரின் பின்னாளைய சவாலைச் சந்திக்க முடியாததால் சபரரின் அதிரடியான கடவுள் மறுப்பை அவர்களால் முழுமையாக ஏற்க இயலவில்லை. பிரபாகரருக்கும், குமாரிலருக்கும் இடையில் கருத்து மாறுபாடுகள் உண்டெனினும் கடவுள் குறித்த அனுமானம் தருக்கப் பாங்கில் எவ்வளவு அர்த்தமற்றது என வாதிடுவதில் அவ்விருவரும் ஓரணியில் நின்றனர். குமாரிலரின் வாதத்தை இங்கே விரிவாக எடுத்துரைப்பேன். பிரபாகரரின் நாத்திக வாதத்தையும் தெரிந்திருக்க வேண்டும் என்பதால் அது பற்றிய சுருக்கமான குறிப்புடன் அதைத் தொடங்க உள்ளேன்.[256]

உலகின் காரணர் கடவுளே என ஒப்புக் கொண்டாக வேண்டும் எனும் நியாய-வைசேசிக வாதத்துக்கு எதிராகப் படைப்புக் கோட்பாடு வெறும் கற்பனையே எனப் பிரபாகர மற்றும் பாட்ட மீமாம்சகர் வாதிட்டனர். அனைத்து விலங்குகளின் உடல்களும்

இயற்கை வழிமுறையாகவே உருவாகின்றன என்பது நமது அனுபவம்; ஆகவே இறந்த கால மற்றும் எதிர்கால நடப்புகளுக்கு வெளியிலிருந்து யாதொன்றின் உதவியும் அவசியமில்லை என நாம் வாதிட முடியும்”[257] அல்லது, கங்காநாத் ஜா சொல்வதுபோல்,[258] பேரண்டத்திற்கு ஒரு படைப்பாளி உண்டு என்பதைப் பிரபாகரர் மறுக்கிறார். பேரண்டம் உள்ளுறுப்புகளால் ஆனதே என்பதையும், அவற்றுக்கு ஆரம்பமும், முடிவும் உண்டென்பதையும் அவர் ஒப்புக் கொண்டாலும் இப் பேரண்டம் கால ஓட்டத்தின் ஒரு குறிப்பிட்ட புள்ளியில் ஒட்டுமொத்தமாகத் தோன்றியது என்பதையோ அது அதே போன்று ஒரு குறிப்பிட்ட நேரத்தில் அழியப் போகிறது என்பதையோ அவர் நம்ப மறுக்கிறார். அதை அர்த்தமற்ற வாதம் என்கிறார். ஆகவே அதன் அங்கங்களுக்கு ஆரம்பம் என்றொன்று இருப்பின் அவை ஒவ்வொன்றும் தனித் தனியாக அடுத்தடுத்து தோன்றியிருக்க வேண்டும். உண்மையில் அதுதான் நமது தினசரி அனுபவம்.

தனிப்பட்ட ஆன்மாக்களின் கடந்த கால நடவடிக்கைகளின் விளைவுகளான நல்வினையும், தீவினையும் உள்ளார்ந்த நிலையில் உணர்வற்றவை என்பதால் அவற்றை வழி நடத்த மனித சக்தியை மிஞ்சியதொரு காரணி அல்லது கடவுள் அவசியம் என்பது நியாய-வைசேசிக வாதம்; மனித நடவடிக்கைகளைக் கண்காணிப்பது என்கிற இத்தகைய கருத்தே அபத்தமானது என்கின்றனர் பிரபாகர மீமாம்சகர். முதலாவதாக, நல்வினையும், தீவினையும் உடலையும் உணர்வையும் கொண்ட அதே உயிருருவுக்கே உரியன; வெளியிலிருக்கிற ஒன்று எவ்வளவு அறிவார்ந்தது எனினும் அதனால் மற்றொன்றின் நல்லது கெட்டதுகளை அறிந்திட இயலாது; ஆகவே, இம் மண்ணுக்கு அப்பாலுள்ள இறைவனால் மனிதராகவோ அல்லது விலங்குகளாகவோ பிறப்பெடுக்கிற உயிருருக்களின் நல்வினைகளையும், தீவினைகளையும் அறிய முடியாது. அத்தகைய ஞானம் இல்லாதபோது அவரால் அவற்றைச் செவ்வனே கண்காணிக்க இயலாது[259]

மேலும், நியாய- வைசேசிக கண்ணோட்டத்தின்படியேகூடத் தனியரின் விதிக்கும்- (அதாவது), நல்வினை, தீவினைகளுக்கும்) கடவுளுக்கும் நாம் நன்குணரத் தக்க தொடர்பேதும் இல்லை. இந்நிலையில் கடவுள் தனியரின் விதியைக் கண்காணிக்கிற கேள்விக்கே இடமில்லை. நியாய-வைசேசிகத் தத்துவத்தில் இரண்டே இரண்டு உறவுகளுக்குதான் இடமுண்டு. வெறும் தொடர்பு (samyoga or conjunction) மற்றும் உள்ளார்ந்த உறவு (samavaya or inherence) என்பவையே அவை. இவ்விரண்டில் வெறும் தொடர்பு சடப் பொருள்களுக்கு இடையில் மட்டுமே சாத்தியமாகும். தனியரின் விதியை ஒரு பண்பாகவும் நியாய வைசேசிகர்

கருதுகின்றனர். எனவே கடவுளுக்கும் தனியரின் விதிக்கும் இடையில் (வெறும்) தொடர்பு என்கிற பேச்சுக்கே இடமில்லை. அதேபோல அவ்விரண்டுக்கும் இடையில் உள்ளார்ந்த உறவுக்கும் வழியில்லை. ஏனெனில் தனியரின் விதி அத் தனியரின் பண்பு. கடவுளுக்குரியதன்று. “இந்த வெறும் தொடர்பும் (Samyoga or conjunction) உள்ளார்ந்த உறவும் மட்டுமே உறவின் வடிவங்கள். மற்றெவ்வகையான கண்காணிப்பும் சாத்தியமில்லை[260] மேலும் தனியரின் விதியைக் கண்காணிக்கக் கடவுளுக்கு அது பற்றிய ஞானம் அவசியம் தேவை. ஆயின் அவருக்கு அத்தகைய அறிவு சாத்தியமே இல்லை. நல்வினை, தீவினைகளைக் கடவுளால் அறிந்திட முடியாது. ஏனெனில் அவை புலனறிவுக்கு சிக்காதவை. மனக் கண்ணுக்கும் தென்படாதவை. இந்த மனம் என்பது அது அமைந்திருக்கும் உடல் சார்ந்தது.[261]

கடவுள் பற்றிய நியாய- வைசேசிக அனுமானம் எவ்வாறு குயவர், நெசவாளர், தச்சர் போன்ற எளிய சான்றுகளின்பேரில் அமைந்தது என்பதை நாம் ஏற்கெனவே கண்டோம். ஆயின், அத்தகைய எளிய சான்றுகளின் அடிப்படையில் நியாய- வைசேசிகரால் கடவுளை ஏன் நிரூபிக்க முடியாது என்பதற்கு ஏராளமான காரணங்கள் இருக்கின்றன என்கின்றனர் பிரபாகர மீமாம்சகர். அத்தகைய சான்றுகளின் விசேட குணாம்சங்களைப் படைப்பாளிக்குப் பொருத்த முடியாது. “தச்சரைப் போன்ற எளிய காரணிகளின் விசயத்தில் மேற்கொள்ளப்படுகிற கண்காணிப்பு அவர் செதுக்கும் மரத் துண்டுகளுடனான தொடர்பில் அடங்கியுள்ளது. கடவுளின் விசயத்தில் இது சாத்தியமில்லை. உயிருருக்களின் நல்வினை, தீவினைகளின் மீது கடவுளின் செய்கைகள் எவ்வித விளைவையும் ஏற்படுத்த முடியாது. ஏனெனில் அந்த நல்வினை தீவினைகள் அந்த உயிருருக்களின் பண்புகள்; ஆகவே அவை பொருட்களின் எவ்விதச் செயல்பாடுகளுடனும் தொடர்பு கொள்ள முடியாது.[262] மேலும் எளிய காரணரான தச்சரோ அல்லது குயவரோ ஒன்றை உருவாக்குவதற்கான உடம்பு, விருப்பம், முயற்சி ஆகிய அனைத்தும் கொண்டுள்ளார். இதில் எதுவும் இறைவனிடம் இல்லை. கடவுள் அருவமானவர்- அதாவது உடலற்ற ஆன்மா - என ஆத்திகரே ஒப்புக் கொள்கிறார். ஆத்திகர் தன்னுடைய இக் கருத்தைக் கைவிட்டு கடவுளுக்கு உடல் உண்டு என்பாரேல் அது எங்கிருந்து வந்தது என்பதைச் சொல்லியாக வேண்டும். அத்துடன் இவ்வுலகைப் படைக்கத் தேவையான விருப்பம், முயற்சி ஆகியன ஆண்டவனுக்கு எவ்வாறு, எங்கிருந்து தோன்றியது என்பதையும் அவர் விளக்கியாக வேண்டும். அவையனைத்தும் என்றுமிருப்பவை என்பாரேல் இவ்வுலகப் படைப்பும் சதா சர்வ காலமும் தொடர்வதே என்பதை ஒப்புக் கொள்கிற அவல நிலை அவருக்கு ஏற்படும். இந்த அபத்தம்

ஒரு புறம் இருப்பினும், உலகப் படைப்புக்கான கடவுளின் நோக்கம் பற்றியோ அல்லது படைப்பைக் கண்காணிக்கும் பணி குறித்தோ ஆத்திகரால் என்ன சொல்ல முடியும்? “இந்த கண்காணிப்புப் பணியில் கடவுளுக்கு எவ்வித உள்நோக்கமும் இருக்க இயலாது. ஆகையால் அவர் அத்தகைய கண்காணிப்பாளராக இருக்க முடியாது. தனது மேற்பார்வைப் பணியால் தனக்குப் பலன் ஏதும் இருந்தால் மட்டுமே ஒருவரால் அப்பணியைத் திறம்படச் செய்ய முடியும் எனும் பொதுவான கருத்தை நாம் புறக்கணிக்க முடியாது; அறிதிறன்மிகு மேற்பார்வையாளரின் இருப்பை நிரூபிக்கும் அதே வாதம் அந்த மேற்பார்வையாளர் (பொருண்மையான) உருவம் கொண்டதோர் உயிருரு என்பதையும் நிரூபிக்க வேண்டும். நையாயிகர் தமது வாதத்துக்கு அடிப்படையாய்க் கொண்ட மரச் சாமான்களின் உருவாக்கத்தைக் கண்காணிக்கும் தச்சர் பற்றிய ஒப்புமையை படைப்பின் மேற்பார்வையாளராம் கடவுளுக்கும் பொருத்துகிறபோது ஆண்டவனுக்கும் உடம்பு- அதாவது உருவம்- உண்டு என்பது நிரூபணமாகிறது. அதே சமயம் உடம்பினை உடையதோர் உயிருருவும் அணுக்கள், நல்வினை, தீவினை போன்ற நுட்பமான பொருட்கள், விசயங்கள் ஆகியவற்றின் மீது செம்மையான, அறிவார்ந்த கட்டுப்பாட்டைச் செலுத்த முடியாது என்பதை நாமறிவோம். அப்படியே அவர் உருவம் எடுத்து அத்தகைய கட்டுப்பாட்டைச் செலுத்திடினும் அவருக்கும் இன்னொரு மேற்பார்வையாளர், அந்த இன்னொருவருக்கு மற்றொருவர் என அப்பட்டியல் அனுமனின் வாலாக முடிவின்றி நீண்டு கொண்டே போகும். ஆக, படைப்புக்கு மேற்பார்வையாளர் என ஒருவர் இருக்க முடியாது என்கிறபோது அதை முடிவின்றி என்றும் தொடர்கிற ஒன்றாகவே கருத வேண்டும். **சடப் பொருட்கள் தோன்றுவதும் அழிவதும் சதா சர்வ காலமும் நிகழ்வது என்றே கொள்ள முடியும்**[263]

மனித, மிருக உடல்கள் கடவுளின் கண்காணிப்பிலேயே உயிர் பெறுகின்றன எனும் ஆத்திக வாதத்துக்கு எதிரான பிரபாகர - மீமாம்சகரின் நிலைபாடு பொது புத்திக்கு உகந்ததாக உள்ளமை மகிழ்ச்சிக்குரிய விசயம். “மனித, மிருக உடல்களைப் போன்ற சிலவற்றுக்கு அவற்றின் பெற்றோரே காரணம், எங்கோ இருக்கிற வெளியாட்களுக்கு அங்கே என்ன வேலை? என அவர்கள் எதிர் வினா தொடுத்தனர்.[264]

ஆக, கடவுள் கருத்தைப் பிரபாகர-மீமாம்சகர் எவ்வாறு மறுத்தனர் என்பது நமக்கு ஓரளவு விளங்குகிறது. அவர்தம் வாதங்களில் சில, குமாரிலருடையதைப் போன்றே உள்ளன. எனினும் தற்கால அறிஞரில் சிலர் குமாரிலரை ஆத்திகத்தின் மறைமுக ஆதரவாளராகக்[265]

காண்பிக்கத் தொடர்ந்து முயன்று வருவதால் அதற்கெதிரான அவரின் சர்ச்சையை நாம் இங்கே முழுமையாக ஆய்வு செய்ய விழைகிறோம்.[266] இதன் கருத்துகளில் சிலவற்றைத் தெளிவுறுத்த அவரின் உரையாசிரியர்களான பார்த்தசாரதி மிஸ்ரர், சுசரித மிஸ்ரர் ஆகியோரின் உதவியை நாம் நாடுவது அவசியம்.

கடவுளைப் பற்றிய நியாய- வைசேசிக அனுமானத்தை மறுப்பதாக மட்டும் அமைந்த சாந்தரக்சிதர் மற்றும் குணரத்னா ஆகியோரின் வாதங்களைப் போல் அல்லாமல் குமாரிலரின் ஆத்திக எதிர்ப்பு விரிந்த பகுதிகளைக் கேள்விக்குள்ளாக்கியது; தனக்கு முக்கியம் எனத் தோன்றிய ஆத்திகத்தின் அனைத்து வடிவங்களையும் மறுதலிக்க விரும்பினார். இங்கே விவாதத்துக்கு ஏதுவாக நாம் அந்த மறுப்பை மூவகையாகப் பிரித்துக் கொள்வோம். முதலாவது , பாதராயணரால் பிரம்ம - சூத்திரத்தில் விவரிக்கப்படும் கடவுள் கோட்பாட்டுக்கு எதிரானது[267] இரண்டாவது, நியாய-வைசேசிகக் கடவுள் கோட் பாட்டுக்கு எதிரானது[268] மூன்றாவது, படைப்பு பற்றிய அத்வைத வேதாந்தக் கண்ணோட்டத்துக்கு எதிரானது[269]

எது எப்படியோ கடவுளைப் பற்றிய கண்ணோட்டம் ஒன்றுக்கான எதிர்ப்புடன் குமாரிலர் தனது மறுப்பைத் தொடங்குகிறார்; அப்பார்வை தருக்க முறையில் நியாய-வைசேசிகருடையதன்று; குமாரிலரால் மறுக்கப்பட்ட அந்த முதல் கண்ணோட்டத்தின்படி கடவுள் வெறுமனே உலகின் சேர்ந்தமைந்த பல்பொருட்களின் அறிதிறன்மிகு காரணி மட்டும் அல்லர். மாறாகத் தனியரின் நல்வினை, தீவினை நீங்கலாக உள்ள பிற ஒவ்வொன்றின் முழுமுதற் காரணியும், படைப்பாளியும் அவரே ஆவார். படைப்பாளி குறித்த இத்தகைய தனித்த அல்லது இறுதியான கண்ணோட்டத்துக்கு எதிராக எண்ணற்ற, எளிய, பொது புத்திக்கு உகந்த ஆ.ய்வுக் குறிப்புகளுடன் குமாரிலர் தனது வாதத்தைத் தொடங்குகிறார்.

இத்தகைய பார்வையைக் கொண்ட ஒருவர் எல்லாவற்றுக்கும் முன்பு- அதாவது கடவுளின் படைப்புச் செயலுக்கு முன்னர் - இறைவன் ஒருவன் மட்டுமே இருந்தான் என்பதை ஒப்புக் கொள்ள வேண்டும். ஆமெனில்-அதாவது அப்போது-வேறேதும்-இடம், பேரண்டம் என யாதொன்றும் - இருந்திருக்கவில்லையெனில் அப் படைப்பாளி எங்குத் தங்கி இருந்து கொண்டு அப் படைப்புப் பணியை மேற்கொண்டிருப்பார்? அல்லது அச் சமயம் அப்படி ஒருவர் இருந்தார் என்பதை நாம் எப்படி அறிவோம்? இவை எதுவும் இல்லாததொரு சமயத்தில் இப் பேரண்டத்தின் நிலை என்னவாக இருந்திருக்கும்? படைப்பாளியைப் (பிரஜாபதியைப்) பொறுத்த மட்டில் அவரின் நிலை எப்படிப்பட்டதாக இருந்திருக்கும்? அவரின்

வடிவம் யாது? யாரும், எதுவும் இருந்திராதபோது அவரை யாரறிவார்? அவரின் பண்புகளை அடுத்து படைக்கப்பட்ட தலைமுறைக்கு எவர் விளக்கிச் சொல்லியிருப்பார்? படைப்புக்கு முன்னர் இருந்த கடவுளைப் பற்றிய ஞானம் எவ்வடிவிலும் இல்லாதபோது அப்படி ஒருவர் இருந்திருப்பார் என நாம் எப்படி அனுமானிப்பது? "வேறு விதமாய்ச் சொல்வதெனில், படைப்புக்கு முன்னர் படைப்பவர் இருந்தார் என்பதை எவ்விதத்திலும் ஆத்திகரால் நிரூபிக்கவே முடியாது; பேரண்டத்தின் தோற்றத்துக்கு முன்னர் கடவுளின் நிலை எத்தகையது எனும் கேள்விக்கும் திருப்திகரமான விளக்கம் ஆத்திகரிடம் இல்லை; ஏனெனில் ஆத்திகக் கருத்தின்படியே படைப்புக்கு முன்னர் இங்கே எதுவும் இருக்கவில்லை.

மேலும், இப் படைப்பாளிக்கு உடல் (உருவம்) உண்டா அல்லது இல்லையா என்பதை ஆத்திகர் சொல்லியாக வேண்டும். இதில் எதுவும் அவ்வளவு வலுவானதன்று; கடவுள் அருவமானவர் எனில் அவருக்கு ஆசை அல்லது விருப்பம் என்றொன்று இருக்க முடியாது. ஆசையோ, விருப்பமோ இல்லாதபோது படைப்பு நிகழ்ந்திருக்க முடியாது. இந்த சங்கடத்திலிருந்து தப்பிக்க அவருக்கு உடல் உண்டெனில் அவ்வுடலைத் தந்தவர் யார்? ஏனெனில் தன் உடலை அவரே படைத்துக் கொண்டிருக்க வாய்ப்பில்லை. ஆக அவரின் உடலுக்கு இன்னொருவர், அந்த இன்னொருவர்க்கு மற்றொருவர் என அது முடிவின்றித் தொடரும். படைப்பாளியின் உடல் என்றுமிருப்பது எனில் புவி முதலானவை படைக்கப்பட்டிராதபோது அவ்வுடல் எப்பொருளால் ஆகியிருக்கும்?"

உடல் குறித்த கேள்வி ஒரு புறம் இருக்க, நாம் காண்கிற இத் தீங்கு நிறைந்த உலகைப் படைக்கும் ஆசை ஆண்டவனுக்கு வந்தமை பற்றிய அனுமானமே செல்லுபடியாகாதது. ஏனெனில் அநியாயம் மலிந்த உலகை ஆக்கும் எண்ணம் ஆண்டவனுக்கு ஏன் வர வேண்டும்? உயிரினங்களுக்கு ஓராயிரம் வகையான இன்னல்கள் நிறைந்ததாக இவ்வுலகைப் படைக்கும் ஆசை ஆண்டவனுக்கு ஏன் வர வேண்டும்? ஏனெனில் இறைவன் முதன் முதலாகப் படைக்கத் தொடங்கியபோது அவனுக்கு உதவியாக உயிரினங்களின் நல்வினை, தீவினை ஏதும் இருந்திராது; ஏனெனில் அதற்கு முன்னர் எவ்வுயிரும் இருந்திருக்கவில்லை; உரிய பொருட்களும், கருவிகளும் இன்றி எதையும் எந்த ஒருவராலும் உண்டாக்க இயலாது. உரையாசிரியர்கள் விளக்கிச் சொன்னவாறு இவ்வுலகில் நிகழும் கொடுமைகளுக்கெல்லாம் உயிரினங்கள் முன்பிறவியில் செய்த பாவங்களே காரணம் என்பது மக்களின் கருத்து; இது உண்மையாக இருக்கலாம்; எனினும் முதல்

படைப்பின்போது அத்தகைய பிறவிப் பலனுக்கான வாய்ப்பே இல்லாததால் துன்ப உலகின் தோற்றத்துக்குக் கடவுளை மட்டுமே நாம் நொந்துகொள்ள முடியும்.

"கேடுகள் நிறைந்ததாய் இந்த உலகம் இருப்பது குறித்துப் பின்னர் விரிவாகப் பார்க்கலாம். இப்போதைக்கு நன்மை, தீமைகளுக்குக் காரணி ஒன்றுண்டு என ஒப்புக் கொண்டாலும் அது மட்டுமே இவ்வுலகம் படைக்கப்படுவதற்குப் போதுமான காரணமாகாது எனும் குமாரிலரின் வாதத்தைப் பார்ப்போம். ஒன்றை உருவாக்க உரிய பொருட்கள் சில அவசியம் தேவை. சான்றாக மட்குடுவை செய்யத் தேவைப்படும் களிமண் முதலான பொருட்கள் கிடைப்பதால் குயவரால் அதைச் செய்ய முடிகிறது. ஆயின், ஆத்திகக் கூற்றுப் படி உலகின் படைப்பாளியிடம் (அதாவது கடவுளிடம்) அத்தகு பொருட்கள் ஏதுமில்லை. எனவே அவரால் எதையும் படைக்க முடியாது. இதற்கு எதிரான ஆத்திக வாதம், வெளியிலிருந்து யாதொரு பொருளின் உதவியும் இன்றியே சிலந்தியால் தனது வலையைப் பின்ன முடிவதுபோல் கடவுளும் தன்னிலிருந்தே இத் தரணியைத் தோற்றுவித்தார் என்கிறது; சிலந்தியின் சான்றை முற்றிலும் தவறாகப் புரிந்து கொண்டு ஆத்திகர் வாதிடுவதாகக் குமாரிலர் கூறுகிறார். உண்மையில் சிலந்தி இன்மையிலிருந்து யாதொன்றையும் உருவாக்கவில்லை. அது தன்னிலிருந்தே எதையும் உண்டு பண்ணவுமில்லை. வெளியிலுள்ள பொருளில் இருந்துதான் அது தன் வலையைப் பின்னுகிறது. அவரின் வார்த்தைகளில் சொல்வதாயின், "சிலந்தி வலைக்கும் பொருண்மை வடிவிலான அடிப்படை உண்டு. தான் பிடித்துத் தின்கிற பூச்சிகளின் உடல்களில் இருந்து வடியும் நீரை உமிழ்நீராய் மாற்றி அதைக் கொண்டு வலையைப் பின்னுகிறது சிலந்தி" என்கிறார் குமாரிலர்.

அடுத்து இவ்வுலகைப் படைப்பதற்கான கடவுளின் நோக்கம் என்ன என்பது பற்றிய ஆராய்ச்சியில் இறங்குகிறார் குமாரிலர்: உயிரினங்களின் மீதான பரிவுதான் இவ்வுலகைப் படைக்க இறைவனைத் தூண்டியது என வாதிடுவது ஆத்திக வழக்கம். இத்தகைய வாதம் பயனற்றது என்கிறார் குமாரிலர். உலகின் தோற்றத்துக்கு முன்னர் உயிரினங்கள் ஏது? இல்லாத உயிரினங்களின் மீது இறைவனுக்கு இரக்கம் ஏற்பட வாய்ப்பேது? இரண்டாவதாக, உயிரினங்களின் மீது கொண்ட இரக்கம் காரணமாகவே இறைவன் இவ்வுலகைப் படைத்தான் எனில் அது இன்பம் ததும்பும் ஒன்றாக மட்டுமே இருந்திருக்கும் அல்லவா?

இரண்டாம் கேள்விக்கு-(அதாவது உயிரினங்களின் மீது கொண்ட இரக்கம் காரணமாகவே இறைவன் இவ்வுலகைப் படைத்தான் எனில்

அது இன்பம் ததும்பும் ஒன்றாக மட்டுமே இருந்திருக்கும் அல்லவா?"- என்பதற்கு அவசியப்பட்ட அல்லது தவிர்க்க முடியாத' கேடு, பற்றிய கருதுகோளை முன்வைக்கிறார் ஆத்திகர். 'உலகப் படைப்புக்கு ஒரு சில கேடுகளும் அவசியம்'. இது கொஞ்சமும் திருப்தியற்ற பதில் என்கிறார் குமாரிலர்; எல்லாம் வல்ல இறைவன் என்பதுதான் ஆத்திக வாதம்; எனவே அவனின் செயல்பாடு எதன் கட்டுப்பாட்டுக்கும் சிக்காதது; ஆகவே உலகப் படைப்பில் கேடு தவிர்க்க இயலாதது" எனும் சட்டம் கடவுளைக் கட்டுப்படுத்திட முடியாது. அல்லது இச் சட்டம் இறைவனைக் கட்டாயம் கட்டுப்படுத்தும் எனில் அப்புறம் அவனை எல்லாம் வல்லவன் என 'அறைந்திட' ஆத்திகருக்கு உரிமை இல்லை என்கிறார் குமாரிலர்.

படைப்புக்கு ஒரு குறிப்பிட்ட திண்ணமான நோக்கம் இருந்திருக்கலாம் - அல்லது அத்தகைய நோக்கம் ஏதும் இல்லாமலும் இருக்கலாம் என்கிறார் குமாரிலர். நோக்கமற்ற படைப்பு முட்டாள்தனமானது; கடவுள் அறிதிறன் மிக்கவர் எனும் கூற்று வெறும் வெற்றுரை; மாறாக, படைப்புக்குத் திண்ணமான நோக்கம் உண்டெனில் கடவுளுக்கு அத்தகைய ஆசை இருந்துள்ளது எனப் பொருள். அவ்வாசையைப் படைப்பின் வழியேதான் அவர் நிறைவேற்றிக் கொண்டுள்ளார் எனக் கருத வேண்டும். ஆமெனில் ஆண்டவன் முழுமையானவர் - அதாவது குற்றங் குறை ஏதுமற்றவர். எனும் தனது கூற்றை ஆத்திகர் கைவிட வேண்டும் என்கிறார் குமாரிலர். அவர் மேலும் தொடர்கிறார். "உலகப் படைப்பின் வழி நிறைவடையும் கடவுளின் நோக்கம்தான் என்ன? எந்தவொரு நோக்கமும் இன்றி ஒரு அடி மடையன் கூட எதையும் செய்திடான். யாதொரு நோக்கமும் இல்லாமல்தான் இறைவன் அப்பணியை மேற்கொண்டான் எனில் அவனின் அறிவாற்றலால் ஆகப் போகும் பயன்தான் என்ன?" என வினவுகிறார் குமாரிலர்.

"அதனைக் கடவுளின் திருவிளையாடல்" எனக் கருத வேண்டும் என்பதுதான் இதற்கு அனைவராலும் மெச்சப்பட்ட பாதராயணரின் பதில்[270] அரசர் வேட்டைக்குப் போவது வெறும் பொழுது போக்குக்காகவே; ஏதேனும் ஒரு குறிப்பிட்ட அவசியம் கருதியன்று; குழந்தைகளும் அதே போன்று மகிழ்ச்சியின் பொருட்டே விளையாட்டுகளில் ஆர்வம் காட்டுகின்றன; கடவுளின் படைப்புப் பணியையும் அதே போன்று பொழுதுபோக்காகவோ அல்லது விளையாட்டாகவோதான் கருதிட வேண்டும். அதற்கு எவ்வித நோக்கமும் கற்பிக்கப்படக் கூடாது. இது ஆத்திகரைச் சுய முரணில் சிக்க வைத்தது என்கிறார் குமாரிலர். "படைப்பவரின் செயல்பாடு அவருக்கு மனக் கிளர்ச்சி ஊட்டக்கூடியது எனில் அது அவர்

'என்றும் மன நிறைவானவர்' என்பதை மறுப்பதாகும். படைப்புத் தொழிலில் செலுத்தப்படும் அளவற்ற உழைப்பு அவருக்கு நீடித்த மகிழ்ச்சி அளிப்பதற்குப் பதிலாக முடிவற்ற தொந்தரவுக்கு வழி வகுக்கும். மேலும், ஊழிக் காலத்தில் உலகை அழிக்கத் துடிக்கும் அவரின் ஆசை நிராசையாகவே போய்விடும். அதை விளக்குவது என்பது இயலாத காரியம்."

இவ்வாறு எண்ணற்ற உள் முரண்பாடுகளின் மொத்த உருவமாகியது ஆத்திக்கரின் நிலைபாடு; எனினும் இந்த முரண்கள் ஒரு பக்கம் இருப்பினும், உலகைப் படைத்த ஒருவன் உண்டு எனும் ஆத்திக அனுமானமே ஆதாரமற்ற ஒன்று என்பது குமாரிலரின் கருத்து; இதை அவர் வேடிக்கையாகவே வெளிப்படுத்துகிறார். ஆத்திகரின் நிலைபாட்டைப் பரிகாசம் செய்கிறார். 'அத்தகைய படைப்பாளியை எவராலும் என்றும் அறிந்திட முடியாது. அவர் உருக் கொண்டு கண்ணெதிரில் தோன்றினாலும் அவர்தான் இவ்வுலகைப் படைத்தவர் என்பதை என்றும் அறிய இயலாது. காரணம், படைப்பு நிகழ்ந்த அத் தருணத்தில் உயிரினங்களால் எதைத்தான் புரிந்து கொள்ள முடியும்? தாங்கள் எங்கிருந்து வந்தோம் என்பதையோ, படைப்புக்கு முன் உலகின் நிலை என்ன என்பது குறித்தோ, அல்லது கடவுளே அவற்றின் படைப்பாளர் என்பதையோ அவற்றால் அறிந்திருக்க முடியாது. தான்தான் அப்படைப்பாளி எனக் கடவுள் சொன்னதிலிருந்து அவர்கள் அதைத் தெரிந்து கொண்டிருக்கலாம் என்கிற கருத்தும் நம்பத் தக்கதன்று; ஏனெனில் அவர் இவ்வுலகைப் படைத்திராவிட்டாலும் தனது வல்லமையைப் பறை சாற்றிட அதனைப் படைத்தது தான்தான் எனத் தம்பட்டம் அடிக்கலாம்."

பொதுவாக ஆத்திகருக்குக்-குறிப்பாக வேதாந்தமாகிய உபநிடதத்தைப் பின்பற்றுவோருக்கு... வேத வாக்கியங்களே கடவுளின் இருப்புக்கும் அவரின் உலகப் படைப்புக்கும் உரிய முக்கியச் சான்றுகள்; வேதங்களின் பல பாடல்கள் கடவுளை இப் பேரண்டத்தின் காரண கர்த்தா என்கின்றன. பவுத்த, சமண தத்துவ ஞானிகள் இப்பாடல் வரிகளைச் சான்றுகளாக ஒப்புக் கொள்ள முடியாது என முழுமையாகப் புறந்தள்ளும் சாத்தியப்பாடு உண்டு; ஆயின் குமாரிலருக்கு அது சாத்தியமில்லை. மீமாம்சகருக்கு வேதங்களின் செல்தகைமை ஐயத்துக்கு இடமற்றது. அவ்வேதப் பாடல்கள் ஆத்திகத்துக்கு அனுசரணையாக இருக்கையில் மீமாம்சகர் எவ்வாறு நாத்திகத்தைப் பற்றி நின்றனர்?

இக் கேள்வி மிகவும் ஆர்வமூட்டக்கூடியது. இது மூல நூல்களை விரித்துரைப்பது பற்றிய நியதிகளைத் தமது வசதிக்கேற்ப வளைத்துக்

கொள்வதில் அவர்களுக்கு இருந்த திறமையைப் புலப்படுத்துகிறது; சுருங்கக் கூறின், இவ்வேதப் பாடல்களின் உண்மையான பொருள் மேலீடாகத் தோன்றுகிற அவற்றின் அர்த்தத்துக்கு முற்றிலும் மாறானது என அவர்கள் வாதிட்டனர். இவ்வேதப் பாடல்களின் உண்மையான பொருள் ஏதேனும் ஒரு வகையில் வேதச் சடங்குகளைப் பற்றிய உறுத்துக் கட்டளைகள் குறித்தனவே. இவற்றில் ஏதேனும் ஒன்று கட்டளைத் தொனியில் இல்லாமல் விவரிப்பு போன்று தோன்றினால் அதை அக் கட்டளையைப் பற்றிய மறைமுகமான புகழுரை என — அதாவது அக் கட்டளையே அப்பாடலின் கருப் பொருள். எனக் கொள்ள வேண்டும் என்றனர். மீமாம்ச தத்துவத்தின் சொல்லியலில் இதனை 'அர்த்த வாதம்' என்பர்.[271] ஒரு பாடல் வேதச் சடங்கு பற்றிய கட்டளை தொடர்பானதாகத் தோன்றாதபோது அதை மறைமுகமாக அக் கட்டளையை மெச்சுவதாக வலிந்து பொருள் கொள்வது 'அர்த்த வாதம்' எனப்படும், அனைத்து வேதப் பாடல்களையும் இவ்வாறு விளக்குவதில் மீமாம்சகர் எந்த அளவுக்கு வெற்றி கண்டனர் என்பது முற்றிலும் வேறானதொரு கேள்வி. இப்போதைக்கு இங்கே நமக்குப் புரிவது யாதெனில் அவர்கள் வேதங்களின் அடிப்படையில்கூடக் கடவுளை ஒப்புக் கொள்ளத் தயாரில்லை என்பதுதான். கடவுளைக் குறிப்பிடுவதாகவும், அவரை இவ்வுலகின் காரணர் என வர்ணிப்பதாகவும் மேலீடாகத் தோன்றுகிற வேதப் பாடல்களைக்கூடத் தவறாகப் பொருள் கொண்டால்தான் ஆத்திக நிலைபாட்டை அவை நிரூபிக்கவியலும்; மாறாக, அவற்றைச் சரியாகப் புரிந்து கொண்டால் அவை சடங்குகள் குறித்த கட்டளைகளை மறைமுகமாக விதந்தோதுபவை என்பது எளிதில் விளங்கும்.

ஆகவே கடவுளையும், அவரின் படைப்பையும் குறிப்பிடுவது போன்று மேலீடாகத் தோன்றுகிற வேதப் பாடல்களை அவரின் இருப்புக்குச் சான்றாக எடுத்துக் கொள்ளக்கூடாது என்கிறார் குமாரிலர். அவர் கூறுகிறார், பிரஜாபதியிடமிருந்து படைப்பு தொடங்கியது என வேதங்கள் குறிப்பிடுவதாக எளிய மக்களிடத்தில் ஒரு பொதுவான கருத்து உண்டு. அது தவறானது, வேதக் கட்டளைகளைப் பற்றிய சில புகழுரைகளால் வந்த வினை அது. வேதப் பாடல் ஒன்றை அதற்கு முன்னும், பின்னும் வருகிற பிற பாடல்களுடன் சேர்த்து நோக்கிடாமற் போனால் அது கட்டாயம் இத்தகைய குழப்பத்துக்கு இட்டுச் செல்லும்.

மகாபாரதம், புராணங்கள் ஆகியவற்றிலுள்ள சில உரைப் பகுதிகளுக்கும் இது பொருந்தும், அவற்றை மேலோட்டமாகவோ அல்லது தவறாகவோ புரிந்து கொண்டால் அவையும் கடவுளையும், அவரின் படைப்பையும் குறிப்பிடுவது போன்று தோன்றும்.

ஆத்திகருக்கு வேத வாக்கியங்களே கடவுளின் இருப்புக்குப் போதுமான வலுவான சான்றுகளாகும்; வேதாந்தம் ஒரு தத்துவம் என்கிற வகையில் அதற்கு இறுதி எதார்த்தம் குறித்த (வேதத்திலிருந்து விலகி நிற்கிற) தனிப்பட்ட பகுப்பாய்வில் கொஞ்சமும் நம்பிக்கையில்லை[272] ஆகவே அது வேத- குறிப்பாக உபநிடதப்-பாடல்களின் உண்மையான உட்பொருளை ஒழுங்குபடுத்துவதை மட்டுமே நோக்கமாகக் கொண்டது. இதுவே வேதப் பாடல் எதுவும் உண்மையில் கடவுளை மெய்ப்பிக்கவில்லை எனக் குமாரிலரைப் பேச வைத்தது; அவரின் இச் செயல் வேதாந்திகளுக்கு அத்துப்படியாகத் தெரிந்திருந்த கடவுள் பற்றிய மிக வலுவான சான்றை அவர் ஒரேயடியாகப் புறக்கணிக்கும் தோற்றத்தைத் தந்தது.

பிரம்ம-சூத்திரத்தில் பாதராயணரால் முதன் முதலில் முன்வைக்கப்பட்ட கடவுள் கோட்பாட்டை இவ்வாறு புறந்தள்ளிய குமாரிலர் அடுத்து கடவுளைப் பற்றிய நியாய-வைசேசிகரின் பார்வையைக் கூர்ந்தாய்வு செய்து மறுதலிக்கிறார். நியாய- வைசேசிக இறையிலில் உள்ள உள் முரண்களைச் சுட்டுவதிலிருந்து இவ் விவாதத்தை அவர் தொடங்குகிறார்; சான்றாகப், படைப்பு பற்றிய நியாய வைசேசிகரின் பார்வையைப் போலவே அதன் நேரெதிர்ப் பதிப்பான ஊழிப் பெரு வெள்ளம் குறித்த அவர்தம் கருதுகோளும் அர்த்தமற்றது; மேலும், அவர்கள் கடவுளை உலகின் வெறும் திறன்மிகு காரணி என்று சொல்வதுடன் மட்டும் நிறுத்திக் கொண்டனர். அதனால் எவ்விதப் பொருட்களின் உதவியும் இன்றியே கடவுள் உலகைப் படைத்தார் என்ற பிற ஆத்திகரைப் போல் இவர்கள் சிரமங்களில் சிக்கவில்லை; எனினும் அவர்களால் உலகின் படைப்பில் கடவுளுக்கு உள் நோக்கம் ஏதுமில்லை எனச் சொல்ல இயலவில்லை. குமாரிலரால் சுட்டப்படும் நியாய-வைசேசிக ஆத்திகத்தின் இறையியலில் உள்ள இத்தகைய குளறுபடிகள் தத்துவப் பாங்கில் நமக்கு அவ்வளவு முக்கியமானவை அன்று; ஆகவே நாம் அவற்றை இங்கே மிகச் சுருக்கமாகவே எடுத்துக் காட்ட உள்ளோம். "அனைத்து ஆன்மாக்களின் ஆற்றல்களையும் ஒரு சமயத்தில் ஒருவாறு ஒருங்கிணைத்து அடுத்தாற்போல் புதிய படைப்பு நெருங்குகிற சமயம் அவற்றைக் கட்டவிழ்த்து விடுகிறார் கடவுள் எனக் கூறுவதிலுள்ள சிரமத்தைப் படைப்பு குறித்த வைசேசிகப் பார்வைக்கு எதிராகச் சுட்டிக் காட்டுவது சரியானதே; இதற்கெதிரான வாதமாவது; மனிதர்தம் வினைப் பயன் முடிவற்றது; ஆகவே அதையும், அதில் குறுக்கிடும் கடவுளின் விருப்பத்தையும் சேர்த்து அனுமானிப்பது அவசியமற்ற குழப்பத்தில் நம்மைத் தள்ளிவிடும்; மேலும் இவ்விருப்பம் ஏன் தோன்றுகிறது என்பதை

விளக்கிட இயலாது; உடலின்றி படைப்பாளர் எவ்வாறு இயங்க முடியும் என்பதையோ அல்லது அவர் எவ்வாறு உடலை அடைந்தார் (அதாவது உருவங் கொண்டார்) என்பதையோ விளக்குவது சாத்தியமில்லை."[273]

இவை போன்ற இறையியல் பாங்கிலான முரண்களைத் தோலுரித்துக் காட்டிய பின்னர் கடவுள் பற்றிய நியாய-வைசேசிக அனுமானத்தைக் கூர்ந்து நோக்கிட முனைகிறார் குமாரிலர். " உடல் முதலானவற்றின் - அதாவது வீடு போன்றவை பல்பொருட்களின் கூட்டு என்பதால் அவற்றின் - உருவாக்கம் அறிதிறன்மிகு காரணி ஒன்றின் கண்காணிப்பில்தான் சாத்தியம் என்கிறவர்களுக்கு எதிராக நம் பதில் கீழ்வருமாறு" எனும் குமாரிலர் இந்த அனுமானத்தில் பொதிந்துள்ள ஏராளமான பிழைகளைப் பட்டியலிடுகிறார்.

முதலில், இந்த அறிதிறன்மிகு காரணி ஒன்றின் கண்காணிப்பு அல்லது கட்டுப்பாடு எனில் என்ன பொருள்? அதை அதன் பொத்தாம் பொதுவான பொருளில் புரிந்து கொள்வதா? ஆமெனில் ஏதோ ஒரு வடிவிலான அந்த அறிதிறன்மிகு காரணியின் இயல்பைக் குறிப்பிட்டுப் பேசாமலேயே அதன் கண்காணிப்பு அல்லது கட்டுப்பாடு எனப் பொருள் கொள்ளல் வேண்டும்; வேறு விதமாய்ச் சொல்வதெனில், கடவுள் பற்றிய நியாய-வைசேசிக அனுமானத்தின் நோக்கம் உடல் முதலானவற்றின் உருவாக்கம் அறிதிறன்மிகு காரணி ஒன்றின் கண்காணிப்பில்தான் சாத்தியம் என நிரூபிப்பதா? இப் பொருளில் எடுத்துக் கொண்டால் இவ்வாதம் மிகைமை (redundancy) எனும் பிழையின்பாற் பட்டதாகிறது - அதாவது, இது ஏற்கெனவே விவாதத்தில் கலந்து கொண்டுள்ள இரு தரப்பாலும் ஒப்புக் கொள்ளப்பட்ட ஒன்றை நிரூபிக்க முயல்வதாகிறது. இன்னும் பொதுப்படையாகச் சொல்வதெனில் ஏற்கெனவே நிரூபிக்கப்பட்டது என எதிரி ஏற்றுக் கொண்ட ஒன்றை மீண்டும் வலியுறுத்துவதாகிறது. ஆக, இது அர்த்தமற்றதொரு வீண் முயற்சி; குமாரிலரைப் போன்ற மிகத் தீவிர நாத்திகர் கூட உயிர்களின் உடல்கள் அறிதிறன் மிக்க உயிரினங்களின் செயல்பாட்டின் விளைவே என்பதை எதிர்த்திட வழியில்லை; அல்லது, பிரபாகரர் பலவாறாய்ச் சொல்வதுபோல், பெற்றோர் எனும் அறிதிறன்மிக்க காரணிகளின் செயல்பாடுகளே உயிர்களின் உற்பத்திக்குக் காரணம்; இதை மீண்டும் நிரூபிக்க ஓர் அனுமானத்தை முன்வைக்க வேண்டிய அவசியம் என்ன? அறிதிறன்மிகு காரணி ஒன்றின் கண்காணிப்பு அல்லது கட்டுப்பாட்டை நியாய-வைசேசிகர் இத்தகைய விரிவான பொருளில் எடுத்துக் கொள்ள மாட்டார்கள் என்பது தெளிவு. அறிதிறன்மிகு காரணி ஒன்றின் கண்காணிப்பை அதன் ஆசைப்படியான நிகழ்வு

என நிரூபிக்க நியாய-வைசேசிகர் முயல்வரேல் அதுவும் மிகைமை (Redundancy) எனும் பிழை என்றே கொள்ளப்படும்; ஏனெனில் உயிரினங்கள் தம் விருப்பப்படியே உயிர்களைப் பிறப்பிக்கின்றன என்பது எவரும் அறிந்த ஒன்று; எனினும், உடல்கள் போன்றவற்றைத் தமக்கு ஆசை பிறக்கும் அக்கணமே அறிதிறன்மிகு காரணி தோற்றுவிக்கிறது என நிரூபிக்க நியாய-வைசேசிகர் முயல்வரேல் அவர்களின் அனுமானம் ஏற்புடையதன்று; ஏனெனில் அவ்வாறு எங்கும் நிகழ்வதில்லை; (தான் நினைத்த மாத்திரத்தில் மட்குடுவையைக் குயவர் செய்வதில்லை. இந்த எடுத்துக்காட்டு நியாய-வைசேசிகருக்குப் பிடித்த ஒன்று என்பதால் அவர்கள் உடல்கள் போன்றவை கடவுள் விரும்பும் தருணத்தில் படைக்கப்படுகின்றன என வாதிட முடியாது.)

தொகுப்புரையாக: நியாய-வைசேசிகர் தமது அனுமானத்தின் மூலம் நிரூபிக்க முயலும் அறிதிறன்மிகு காரணி ஒன்றின் கண்காணிப்பு அல்லது கட்டுப்பாடு என்பது சாதாரணமாக நடைமுறையில் நாம் உயிரினங்களிடம் காண்கிற அதே அறிவார்ந்த கண்காணிப்புதான்; ஆயின், அதைக் கடவுள் விரும்பும் சமயம் உடனடியாக நிகழும் படைப்பு எனும் பொருளில் எடுத்துக் கொள்வதாயின் அந்த அனுமானம் ஏற்புடையதன்று.

இரண்டாவதாகத் தமது அறிதிறன்மிகு காரணிக்கு உடல் உண்டென்றோ அல்லது இல்லை என்றோ நியாய-வைசேசிகர் சொல்ல வேண்டும். இவ்விரண்டில் எதுவும் தருக்கப் பாங்கில் தாக்குப் பிடிக்காது; இவை தவிர அவர்களுக்கு மூன்றாம் மாற்று ஏதுமில்லை.

குமாரிலரின் அடியொற்றி நாம் முதலில் கடவுள் அல்லது அறிதிறன்மிகு காரணிக்கு உடல் உள்ளமைக்கான சாத்தியப் பாட்டை நோக்குவோம். கடவுளின் உடல் ஓர் அறிதிறன்மிகு காரணியால் உருவாக்கப்பட்டதென அனுமானத்தின்பேரில் கருத வேண்டும்; அந்த அனுமானமாவது; கடவுளின் உடலும் நம்முடையதைப் போன்றதே என்பதால் அது ஓர் அறிதிறன்மிகு காரணியால்தான் உருவாக்கப்பட்டிருக்க வேண்டும். வேறு விதமாய்ச் சொல்வதெனில் நம் உடல் பல உறுப்புகளைக் கொண்டுள்ளதால் அது ஓர் அறிதிறன்மிகு காரணியால்தான் உருவாக்கப்பட்டிருக்க வேண்டும் என்பது நியாய-வைசேசிக அனுமானம். அதே அனுமான ஆதாரத்தின்படி ஓர் உடல் என்ற வகையில் கடவுளின் உடலும், பல்வகை உறுப்புகளைக் கொண்டிருக்கவே செய்யும். ஆகவே அதுவும் ஓர் அறிதிறன்மிகு காரணியால் உருவாக்கப்பட்டதே எனக் கருதப்பட வேண்டும்.

நியாய-வைசேசிகர் இதை மறுப்பராயின் கடவுள் இருப்பு குறித்த

அவர்களின் அடிப்படையான அனுமானம் 'பொருத்தமற்றதாகி விடும்; ஏனெனில் பல பகுதிகளைக் கொண்ட ஒன்றை ஒப்புக் கொள்கிறபோதே அது யாதோர் அறிதிறன்மிகு காரணியாலும் உண்டாக்கப்படவில்லை என்று மறுக்கவும் வேண்டும். இந்திய தருக்கவியலின் சொல்லியலில் ஓர் அனுமானத்தின் அடையாளம் அல்லது சின்னம் அது எதை நிரூபிக்க வேண்டுமோ அதன் இன்மையுடன் இணைந்திருப்பது அந்த அனுமானத்தைப் பொருத்தமற்றதாக்கிவிடுகிறது. கடவுளின் உடல் எந்தவோர் அறிதிறன்மிகு காரணியாலும் உண்டாக்கப்படவில்லை எனும் நியாய-வைசேசிக மறுப்பு, அவ்வுடல், பல உறுப்புகளால் ஆனது எனும் அடையாளம் அல்லது சின்னம், (probans) தான் நிரூபிக்க வேண்டிய ஓர் அறிதிறன்மிகு காரணியால் உருவாக்கப்பட்டது என்பதுடன் இணைந்துள்ளமையை ஒப்புக் கொண்டதற்குச் சமம் ஆகும்.

தமது நிலைபாட்டை வலுப்படுத்த அந்த தெய்வீக உடலுக்கும் ஓர் அறிதிறன்மிகு காரணி உண்டென்பதை ஒப்புக் கொண்டு அக்காரணியும் கடவுளே என நியாய-வைசேசிகர் வாதிடலாம்; அத்தகைய வாதம் சரியெனில் கடவுள் தானே தன் உடலைப் படைக்குமுன் உடலின்றிதான் இருந்திருக்க வேண்டும். இது உடலற்ற நிலையில் கடவுள் ஒன்றைப் படைப்பதாகப் பொருள்படும். நியாய-வைசேசிகப் பார்வையில் தூய ஆவி மட்டுமே உடலற்றது. அப்படியானால் கடவுளும் விடுதலை பெற்ற பிற ஆவிகளைப் போன்றவரே. ஆயின், நியாய-வைசேசிக நம்பிக்கையின்படி அத்தகைய ஆவிகளால் எதையும் உருவாக்க முடியாது. ஆக உடலற்ற கடவுளால் எதையும் புதிதாய் உருவாக்க முடியாது என்பதால் அவர் தன் உடம்பைத் தானே படைத்துக் கொள்கிற கேள்விக்கே இடமில்லை.

நியாய-வைசேசிகரின் தடுமாற்றம் இப்படிப்பட்டதுதான்: அவர்கள் தமது கடவுளுக்கு உடல் உண்டென்றோ, இல்லையென்றோ சொல்லியாக வேண்டும். உண்டெனில் கடவுளுக்கு உடலின் அவசியம் விளக்கப்பட்டாக வேண்டும். விடுதலை பெற்ற பிற ஆவிகளைப் போன்று அவருக்கு உடல் இல்லையெனில் அவரை அறிதிறன்மிகு காரணியாகக் கருதவே முடியாது.

அடுத்து கடவுளைப் பற்றிய நியாய-வைசேசிக அனுமானத்தின் மற்றொரு பொருத்தமின்மையைக் குமாரிலர் விளக்குகிறார். அப் பொருத்தமின்மை தருக்கப் பாங்கில் மேலும் கடுமையானது. நியாய வைசேசிகர் தமது அனுமானத்துக்கான வலுப்படுத்தும் சான்றை மிகவும் தீவிரமாக முன்னிறுத்துவராயின் அவ் வனுமானத்தின் பேரில் அவர்கள் முன்வைக்கும் கருதுகோளையே கைவிட நேரிடும் என்கிறார் குமாரிலர்.

கடவுளைப் பற்றிய நியாய-வைசேசிக அனுமானத்துக்கான வலுப்படுத்தும் சான்று யாது? நெசவாளியால் நெய்யப்படும் துணி அல்லது கொத்தனாரால் கட்டப்படும் வீடு அல்லது வழக்கமாக அடிக்கடி குறிப்பிடப்படும் குயவரின் மட்குடுவைதான் அது; இப்போதைக்கு இவற்றில் இறுதியாக உள்ள மட்குடுவையை மட்டும் நாம் ஆய்வுக்கு எடுத்துக் கொள்வோம். அது பல பகுதிகளைக் கொண்டது. குயவரின் வடிவிலான அறிதிறன்மிகு காரணியால் செய்யப்பட்டது. இதன் அடிப்படையில் இவ் வுலகில் உள்ள சேர்ந்தமைந்த (composite) பல்பொருட்களையும் ஓர் அறிதிறன்மிகு காரணிதான் உருவாக்கியிருக்க வேண்டும் என்றும் கடவுள்தான் அந்த அறிதிறன்மிகு காரணி என்றும் நியாய-வைசேசிகர் வாதிடுகின்றனர்.

ஆயின் இங்கேயொரு எளிய கேள்வி எழுகிறது. உண்மையில் குயவரா மட்குடுவையைச் செய்கிறார்? அல்லது உண்மையாகவே துணி நெசவாளியாலும், வீடு கொத்தனாராலும்தான் உண்டாக்கப் படுகின்றனவா? ஆமென்பதைத் தவிர நியாய-வைசேசிகருக்கு வேறு வழியில்லை. இல்லையெனில் அவர்கள் தம் சொந்த அனுமானத்துக்கான வலுப்படுத்தும் சான்றை இழக்க நேரும். இந்திய தருக்க முறையில் வலுப்படுத்தும் சான்று இல்லாத ஓர் அனுமானம் கொஞ்சமும் பயனற்றது.

எனினும், மட்குடுவையைக் குயவர்தான் செய்கிறார் எனில் அப்புறம் கடவுள் அதன் காரணர் ஆகார். துணி, வீடு ஆகியவற்றையும் உண்மையாகவே செய்கிறவர் நெசவாளியும், கொத்தனாருந்தான் எனில் கடவுளுக்கு அங்கே வேலையில்லை. எனினும், நியாய-வைசேசிகர் அதை ஒப்புக் கொண்டாக வேண்டும். எனினும் அதை ஒப்புக் கொள்வது கடவுளைப் பற்றிய நியாய-வைசேசிக அனுமானத்துக்கு உலை வைப்பதற்குச் சமம். அந்த அனுமானத்தின் அடிப்படைக் கருதுகோளைக் கைவிடுவதாகும். உலகிலுள்ள சேர்ந்தமைந்த ஒவ்வொன்றும் கடவுளின் படைப்பே என்பதுதான் அந்த அனுமானத்தின் உண்மையான கருதுகோள். மட்குடுவை, துணி, வீடு முதலானவை சேர்ந்தமைந்த பொருட்களே! இவையனைத்தும் கடவுளைத் தவிர வேறொன்றால் உண்டானவை என ஒப்புக் கொண்டால் அப்புறம் நியாய-வைசேசிகர் எப்படித் தமது முக்கியக் கருதுகோளான சேர்ந்தமைந்த ஒவ்வொன்றும் கடவுளின் படைப்பே என்பதைப் பற்றி நிற்க முடியும்? ஆக, அவர்களுடைய அனுமானத்தின் வலுப்படுத்தும் சான்றைச் சாதாரணமாக எடுத்துக் கொள்ளாவிடில் அது அந்த அனுமானத்தின் அடிப்படையான கருதுகோளையே கைவிடக் கோரும்.

ஆக, நியாய - வைசேசிகர் கடவுளைப் பற்றிய தமது அனுமானத்துக் கான வலுப்படுத்தும் சான்றைக் கைவிடத்தான் வேண்டுமா? அதுவும் சாத்தியமில்லை. ஏனெனில் வலுப்படுத்தும் சான்று இல்லாமல் அந்த அனுமானம் இருக்க முடியாது.

ஆக, தருக்கப் பாங்கில் நோக்கிடின் நியாய- வைசேசிகரின் நிலைமை பரிதாபத்துக்குரியது என்கிறார் குமாரிலர், அவர்கள் தமது வலுப்படுத்தும் சான்றையும், அடிப்படைக் கருதுகோளையும் ஒரே சமயத்தில் உயர்த்திப் பிடிக்க முடியாது. எது எவ்வாறாயினும் குமாரிலர் கூறுவதுபோல அவர்கள் தமது வலுப்படுத்தும் சான்றைக் கைவிடார். அப்படிச் செய்வது அவர்களை மேலும் சிரமத்துள் ஆழ்த்திவிடும். அவர் சொல்கிறார், "அந்த வலுப்படுத்தும் சான்றைச் செல்லத் தக்கது எனக் கொண்டால் முரண்பாடானது எனப்படும் போலி அடையாளம் அல்லது சின்னத்துக்கு அது வழி வகுக்கிறது. ஏனெனில் அது தெய்வத் தன்மையற்ற, அழியக்கூடிய காரணியையே நிரூபிக்கிறது;" இந்த வாதத்தின் விளைவு யாதென இங்கே பார்ப்போம்.

குயவரின் மட்குடுவைதான் அந்த வலுப்படுத்தும் சான்று; மட்குடுவை குயவரின் கண்காணிப்பிலும், மேற்பார்வையிலும் பல பொருட்களின் சேர்க்கையால் உருப் பெறுவதால் அவர் ஓர் அறிதிறன்மிகு காரணிதான் என்பதில் ஐயமில்லை. எனினும் அந்த அறிதிறன்மிகு காரணிக்கேயுரிய சிறப்புப் பண்புகள் யாவை? முதலாவது, அது மண்ணுலகு சார்ந்தது. தெய்வீகமானதன்று; இரண்டாவது, அது எளிதில் அழியக் கூடியது, நிலைபேறானதன்று; ஆதலால் அந்த வலுப்படுத்தும் சான்றின் அடிப்படையில் இவ்வுலகின் சேர்ந்தமைந்த பொருட்கள் அனைத்துக்குமான அறிதிறன்மிகு காரணியை நியாய வைசேசிகர் நிரூபிக்க முற்படுவரேல் அந்த வலுப்படுத்தும் சான்றில் தென்படும் சிறப்புப் பண்புகள் உலகின் ஓர் அறிதிறன்மிகு காரணிக்கும் பொருந்துவதாக அவர்கள் ஒப்புக் கொண்டாக வேண்டும். வேறுவிதமாய்ச் சொல்வதெனில், அந்த வலுப்படுத்தும் சான்றைச் செல்லத் தக்கது எனக் கொண்டால் மண்ணுலகு சார்ந்த, எளிதில் அழியக் கூடிய அறிதிறன்மிகு காரணிதான் நியாய-வைசேசிகர் அனுமானிக்கக் கூடிய ஒரேயொரு காரணியாகும். இது தெய்வீகத் தன்மை வாய்ந்த, ஆதியந்தமற்று என்றுமிருக்கிற உலகக் காரணி எனும் அவர்களின் அடிப்படைக் கருதுகோளை அடியோடு பெயர்த்துப் போட்டுவிடும்.

அந்த வலுப்படுத்தும் சான்றின் சிறப்புப் பண்புகள் ஒருபுறம் இருப்பினும் தங்களின் அனுமானம் நிரூபிப்பது (எவ்விதப் பண்புகளுமற்ற) பொதுவான அல்லது வெறும் அறிதிறன்மிகு

காரணியைத்தான் என்கிற வாதத்தின் வழி நியாய-வைசேசிகர் தமது நிலைபாட்டை வலியுறுத்துவர் எனக் குமாரிலர்கூட எண்ணவில்லை. [நியாய-வைசேசிகப் பார்வையை எதிரியின் பார்வை என்கிற குணரத்னாவின் விளக்கம் இங்கே ஒப்புநோக்கத் தக்கது]. கடவுளைப் பற்றிய அத்தகைய அனுமானத்தைக் குமாரிலர் எவ்வாறு எதிர்கொண்டிருக்க முடியும் என யோசிப்பதில் நமக்குச் சிரமம் ஏதுமில்லை; தமக்குத் தோன்றிய மாத்திரத்தில் கடவுள் இவ்வுலகைப் படைத்தார் எனும் வாதத்தை அவ்வாறு எந்தவோர் அறிதிறன்மிகு காரணியும் தான் விரும்பிய அக்கணமே ஏதேனும் ஒன்றை உருவாக்கியதற்கான சான்று உலகில் இல்லை எனும் வாதத்தின் மூலம் எளிதாகக் குமாரிலர் அதை மறுத்தார். இதேபோன்று, சிறப்புப் பண்புகளற்ற எந்தவோர் அறிதிறன்மிகு காரணியும் ஒன்றைப் படைத்தமைக்கான சான்று உலகில் எங்கும் இல்லை எனும் வாதத்தைக் கொண்டு குமாரிலர் நியாய-வைசேசிகப் பார்வையை எளிதில் முறியடித்திருக்க முடியும். இதற்கு மாறாக, அறிதிறன்மிகு காரணி ஒன்றை உருவாக்குவதாகக் குறிப்பிடுகிற எந்தவொரு வலுப்படுத்தும் சான்றும் மண்ணுலகு சார்ந்தது, எளிதில் அழியக்கூடியது எனும் சிறப்புப் பண்புகளைக் கொண்ட அறிதிறன்மிகு காரணியைச் சுட்டுவதாகவே அமைந்தது 'ஆதலால் நியாயமாக அனுமானிக்கக் கூடிய எந்தவோர் அறிதிறன் மிகு காரணியும் மண்ணுலகு சார்ந்தது, எளிதில் அழியக்கூடியது எனும் சிறப்புப் பண்புகளைக் கொண்டது என்றே கருதப்பட வேண்டும் என்றார் அவர்.

இத்தகைய சிரமங்களைக் கருதி நியாய.-வைசேசிகர் தமது வலுப்படுத்தும் சான்றைக் கைவிடப் போகின்றனரா எனக் கேட்கிறார் குமாரிலர். இதுவும் சாத்தியம் இல்லை. ஏனெனில் அதன் பொருள் படைப்பு குறித்த தமது கோட்பாட்டை அவர்கள் முழுமையாகக் கைவிடுவது என்பதாகும். தன்னுணர்வற்ற அணுக்கள் தாமே எவ்வாறு உலகப் படைப்புக்குக் காரணமாகி இருக்கும்? வேறு வார்த்தைகளில் விளம்புவதாயின், 'களிமண் முதலான உள்ளார்ந்த நிலையில் தன்னுணர்வற்ற பொருட்களைக் கொண்டு மட்குடுவையைச் செய்த குயவரைச் சான்றாக்கிதான் அவர்கள் தன்னுணர்வற்ற அணுக்கள் முதலானாவற்றிலிருந்து படைப்பு நிகழ்ந்தது என வாதிட வேண்டும்.

இந்த வாதத்தின்பேரில் அணுவியக் கருதுகோளையே குமாரிலர் புறந்தள்ளியிருக்க மாட்டார் என இங்கே குறிப்பிட்டாக வேண்டும். நியாய-வைசேசிகரைப் போன்றே இவரும் இக் கருதுகோளை முழுமையாக ஆதரித்தார். கடவுள் எனுமோர் காரணியால் இவ்வுலகம் அவ்வப்போது அழிக்கவும், மீளப் படைக்கவும் படுகிறது

என்கிற இடத்தில்தான் இவர் நியாய-வைசேசிகருடன் தீவிரமாக முரண்படுகிறார். கெய்த் கூறுகிறார்:[274] பிரபாகரரும் குமாரிலரும் தங்களின் உலகக் கண்ணோட்டத்துக்கான அடிப்படைகளை நியாய-வைசேசிகரிடமிருந்து பெற்றனர். ஆயினும் படைப்பாளி குறித்த நியாய-வைசேசிக ஊகத்தை அவ்விருவருமே ஏற்க மறுத்தனர். ஒரு பக்கம் அணுக்கள் குறித்த கோட்பாட்டையும் மறுபக்கம் உலகம் மாறி மாறி அழிவதும் தோன்றுவதும் பற்றிய பார்வையையும் ஒப்புக் கொண்ட நியாய -வைசேசிகர், அணுப் பிணைப்புகளின் புத்தாக்கம், அழிவு மற்றும் ஆன்மாக்களுடனான அவற்றின் தொடர்பு ஆகியவற்றை நிகழ்த்திடும் ஒரு வழிமுறை என்ற வகையில் 'படைப்பாளி' பற்றிய கருதுகோளைக் கற்பிப்பதன் அவசியத்தை உணர்ந்தனர். வேறு விதமாய்ச் சொல்வதெனில், அணுச் சேர்க்கையின் புத்தாக்கம் மற்றும் அழிவு ஆகியவற்றையும் ஆன்மாக்களுடன் அவற்றுக்குள்ள தொடர்பையும் வெளிக் கொணர வாய்ப்பளிக்கும் ஒரு வழிமுறையை ஓரளவேனும் வகுத்திடவே அவர்கள் அத்தகைய கருதுகோளை முன்மொழிந்தார்கள். ஆயின் அனைத்தும் அவ்வப்போது அழிக்கவும் மீளப் படைக்கவும் படுகிறது என்கிற கருதுகோளை பிரபாகரரும் குமாரிலரும் முற்ற முழுக்க மறுக்கின்றனர். அவர்கள் தோற்றமும், அழிவும் எப்போதும் தொடர் நிகழ்வே என்கின்றனர். ஆகப் பெரிய அத்தனை வடிவங்களிலும் ஆத்திக நிலைபாட்டை மறுதலித்த பின்னர் குமாரிலரே இறுதி முடிவை எட்டுகிறார். ஆகவே ஆக்கலையும் அழித்தலையும் பற்றிய கருதுகோளை இன்று நாம் தினசரி வாழ்க்கையில் காணும் உற்பத்தி, அழிவு, ஆகியனவற்றைப் போல் பொதுப்படையாகக் கருதிட வேண்டும்; ஒட்டுமொத்த பேரண்டத்தின் தோற்றம், அழிவு ஆகியவற்றைப் பற்றிய குறிப்பிட்டதொரு கருத்தாக இதனைக் கொள்ள முடியாது; ஏனெனில் அதற்குரிய நிரூபணம் ஏதுமில்லை[275]

இவ்வாறு, ஒரு பக்கம் அணுவியக் கருதுகோளை ஆதரிப்பதும் மறுபக்கம் கடவுளை மறுப்பதும் இந்திய தத்துவத்தில் மிகவும் ஆர்வமூட்டும் காட்சியாகும். அசல் நியாய-வைசேசிக தத்துவத்தை அலசுகிறபோது இது குறித்து நாம் விவாதிக்கலாம். இப்போதைக்குக் குமாரிலர் எவ்வாறு அத்வைத வேதாந்தம் எனப்படும் இந்திய ஆத்திகத்தின் மூன்றாவது முக்கிய வகையை மறுக்கிறார் எனப் பார்ப்போம்.

அத்வைத வேதாந்தம் தூய தனித்துவத்தைக் (Brahman, the Pure Absolute) கடைமுடிவான எதார்த்தமாகவும் உலகப் படைப்பை அறியாமை அல்லது மாயையின் விளைவு என்றும் கருதுகிறது.

இந்த மாயையும் ஏதோ ஒரு வகையில் இயல்பானது அல்லது ஆரம்பமற்ற மூலப் படிவம் என்கிறது. இக் கண்ணோட்டம் ஏராளமான உள் முரண்களைக் கொண்டதெனக் குமாரிலர் நியாய-வைசேசிகக் கோட்பாட்டை மறுப்பதுடன் திருப்தி கொள்ளவில்லை. வேதாந்தத்தையும் அதே போன்று விமர்சிக்கிறார். தனித்துவம் அல்லது முழுமுதற் பொருள் மாசுமருவற்றது எனில் அதனால் படைக்கப்பட்டது எனப்படும் இவ்வுலகும் அவ்வாறே முழுத் தூய்மையானதாகத்தான் இருக்க வேண்டும்' எனும் எளிய வாதத்தை அவர் முன்வைக்கிறார். குமாரிலரின் வார்த்தைகளிலேயே கூறுவதாயின், தூய பிரமனிடமிருந்து களங்கம் நிறைந்த உலகம் வந்ததெனக் கருத முடியாது; மேலும் படைப்பும் நிகழ்ந்திருக்க வாய்ப்பில்லை. ஏனெனில் அத்தகைய தனித்துவத்தில் அறியாமை அல்லது மாயைக்கு இடமில்லை. எனினும், வேறொரு காரணி அந்த அறியாமை அல்லது மாயையைச் செயல்படத் தூண்டுவதாக நாம் அனுமானிப்போமாயின் அப்புறம் அத் தனித்துவத்தின், ஒருமை அல்லது ஒருங்கமைவு மறைந்து போகும். மேலும், அந்த அறியாமை அல்லது மாயை இயல்பானது எனில் அதை விலக்கி வைக்கவே முடியாது. ஏனெனில் அது தன்னறிவு மூலமே சாத்தியமாகும். அறியாமை அல்லது மாயையின் இயற்பண்பு பற்றிய கோட்பாட்டின்படி தன்னறிவுக்கு இங்கு இடமில்லை.[276]

உலகின் படைப்பாளி மற்றும் நெறியாளர் எனும் வகையிலான ஒரு கடவுள் கோட்பாட்டை மீமாம்சகர் எவ்வாறு புறந்தள்ளு கின்றனர் என்பது குறித்து இப்போது நமக்கு ஓரளவு விளங்கும். இனி நாம் வேதக் கடவுளர் குறித்த அவர்களின் பார்வையை ஆய்வோம்; இதற்கான சிறந்த வழிமுறை என்பது மீமாம்சகர்களையே அது குறித்துப் பேச வைத்துக் கேட்பதுதான். இந்த வழிமுறையைக் கடைபிடிக்குமுன் சிலவற்றைத் தெளிவுபடுத்திக் கொள்வது நன்று.

வேதக் கடவுளரின் தன்மை குறித்த கேள்விக்கு விடை காண மீமாம்சகரைத் தூண்டியது எது? அதுவொரு விசித்திரமான பிரச்சனை; இன்றைய ஆத்திகருக்கோ அல்லது நாத்திகருக்கோ அத்தகைய பிரச்சனை இல்லை. அதே சமயம் மத வரலாறு பற்றிய கண்ணோட்டத்தில் அது ஆர்வம் ஊட்டவல்லது. இது அப்படி இருந்தபோதிலும் மீமாம்சகரே தமது பிரச்சனையை விளக்கிட ஒருவாறு விகடமான சொல்லியலைக் கையாள நேர்ந்தது.

வேதங்களைப் பற்றிய வழக்கமான பார்வையில் உள்ள ஊனம் குறித்த ஒரு சில வார்த்தைகள் இப் பிரச்சனையை நன்கு புரிந்துகொள்ள உதவுகின்றன. அக் குறைபாட்டைக் கூர்ந்து

நோக்காவிடில் வேதக் கடவுளரைப் பற்றிய மீமாம்சகரின் கேள்வியின் பொருத்தப்பாட்டைப் பெருமளவில் நாம் காணத் தவறுவோம்.

வேத இலக்கியம் முழுமையும் அக்கால மக்களின் மத உணர்வின் வளர்ச்சிக் கட்டங்களைக் குறித்த விரிவானதோர் ஆவணம் என்று தற்கால அறிஞர்கள் கருதுகின்றனர்; இந்த மத உணர்வு கரடுமுரடான 'பல-தெய்வ' நம்பிக்கையிலிருந்து தொடங்கியது என்பது பரவலாக ஒப்புக் கொள்ளப்பட்ட கருத்து; அதன்படி உயிருள்ள, உயிரற்ற எல்லாப் பொருட்களுமே கடவுளரே; இந்த மத உணர்வின் இறுதி வடிவமே ஒருவகையான 'ஒரு-தெய்வ'க் கோட்பாடு; இது ஏற்கெனவே ரிக் வேதத்தின் பிற்காலப் பாடல்களில் கோடிட்டுக் காட்டப்பட்டுள்ளது.; உபநிடதங்களில் அதன் உச்சத்தை எட்டியது,

வேதங்களைப் பற்றிய இத்தகைய பார்வையின் புறவயப்பட்ட சரித்தன்மையை ஐயுறத் தேவையில்லை இந்த அகன்ற இலக்கியப் பரப்பில்தான் வேத காலத்திய மக்களிடையே மத உணர்வு தோன்றிப் பல கடவுளரில் தங்கி ஒரு கடவுள் எனக் குறுகி மலர்ந்து மணம் பரப்பிய வரலாறு பதிவாகியுள்ளது, அதே சமயம் அந்த வேத இலக்கியம் வேறு பலவற்றின் பதிவேடாகவும் உள்ளது என்பதைக் காணத் தவறலாகாது; அவை மதத்துக்கு முந்தைய அல்லது ஆத்திக உணர்வுக்கு முந்தைய மனித உணர்வின் வளர்ச்சிக் கட்டம் பற்றிய பதிவேடுகள் ஆகும்; அவை பல-தெய்வக் கோட்பாட்டின் ஆரம்ப கட்டங்களுக்கும் மிகவும் முந்தையது ஆகும்.

'ஆத்திகத்துக்கு முந்தைய' எனும் சொற்றொடரை நான் தேர்ந்தெடுத்ததற்கு அது மத உணர்விலிருந்து குணாம்ச ரீதியில் மாறுபட்டது என்பதைக் குறிப்பிடுவதற்காக மட்டுமன்று; அதனை மறுத்திட அவசியப்பட்ட மத உணர்வானது எவ்வளவு ஆரம்ப கட்டத்தைச் சேர்ந்ததாயினும் அத்தகைய மத உணர்வின் வளர்ச்சி அவசியம் என்பதை வலியுறுத்துவதற்காகவுமே!

வேத உணர்வின் ஆத்திகத்துக்கு-முந்தைய இந்தக் கட்டத்தை மீமாம்சகர் கண்டறிந்து ஒப்புக் கொண்டது முற்றிலும் சரியே. ஆயினும் இதனை மட்டுமே அவர்கள் வலியுறுத்த விரும்பியதால் வேதங்களில் எங்கும் 'பல தெய்வ' அல்லது 'ஒரு தெய்வ' நம்பிக்கை பற்றிய குறிப்பே இல்லை என மறுத்திடும் எதிர்நிலைக்குத் தாவினர். அத்தகைய அழுத்தமான-அதாவது ஒரு தலைப்பட்சமான-நிலைபாட்டை நியாயப்படுத்த மூல நூல்களின் விரித்துரை பற்றி விசித்திரமான கொள்கைகளை வகுக்கத் தலைப்பட்டனர். இது, உண்மையில், அந்த வேதப் பாடல்கள் மிகவும் தெளிவாகவும்.,

நேரடியாகவும் வெளிப்படுத்துவன தமக்குத் தோதானவை அல்ல என்கிற ஒரே காரணத்துக்காக அவற்றை மறுப்பதேயன்றி வேறேதுமன்று; இக் குறைபாடு இருப்பினும் வேத உணர்வின் ஆத்திகத்துக்கு முந்தைய வளர்ச்சிக் கட்டத்தைப் பற்றிய அவர்களின் புரிதலை நாம் சாதாரணமாகக் கருதக்கூடாது, மீமாம்சப் பார்வையைப் பொதுமைப்படுத்தக் கூடாது எனில் வேதங்களின் ஆத்திகச் சாயல் பற்றிய பார்வையையும் அதே போன்று நோக்க வேண்டும்; அதையும் பொதுமைப்படுத்த முடியாது.

அவர்களுக்குத் தெரிந்த சொல்லியலைக் கொண்டுதான் மீமாம்சகர் தமது கருதுகோளை முன்வைக்க முடிந்தது; இதை வாசகருக்கு அறிமுகப்படுத்த அனைத்து வேதங்களையும் பற்றீப் பொதுவாக ஒப்புக்கொள்ளப்பட்ட பார்வையிலிருந்து தொடங்குவது வசதியாக இருக்கும்; ஒட்டுமொத்த வேத இலக்கியமும் மத உணர்வை வெளிப்படுத்துகிறது என்றோ, தெய்வீகம் பற்றிய கருத்தோட்டத்தை அதன் பல்வேறு வளர்ச்சிக் கட்டங்களில் விளக்குகிறது என்றோ கொள்வதாயின், அதன்பொருட்டு வேதங்களில் நாம் எதிர்பார்க்கக் கூடியது, வேதக் கடவுளரைப் பயபக்தியுடன் குறிப்பிடுவதும், அவற்றை இறைஞ்சுவது, சாந்தப்படுத்துவது, வழிபடுவது போன்றவை பற்றி விவரிப்பதுமே. வேத இலக்கியம் வேதக் கடவுளரை மட்டுமின்றி அவை தொடர்பான சில செயல்பாடுகளையும் குறிப்பிடுகிறது. வேதச் சொல்லியலில் அச் செயல்கள் 'யாகங்கள்' எனப்படுகின்றன; தற்கால அறிஞர்கள் யாகத்தைப்-பலியிடுதல் அதாவது கடவுளை மகிழ்விக்க விலங்குகளைக் காவுகொடுத்தல் அல்லது தனது உடைமையைக் காணிக்கையாகச் செலுத்துதல் - எனப் பொருள் கொள்கின்றனர். ஆக, யாகத்தைப் பலியிடுதல் என்பது ஏன் என்பது தெளிவு; அனைத்து வேதங்களிலும் மதத் தன்மை உள்ளதென நம்புவோமாயின் அவற்றில் விதிக்கப்பட்டுள்ள கடவுளர் குறித்த செயல்பாடுகளின் ஒரே குறிக்கோள் அக் கடவுளரை மகிழ்விப்பது அல்லது ஏதேனும் ஒரு காணிக்கை செலுத்தி அவற்றின் அருளைப் பெறுவதுதான்.

ஆயின், இக் கருத்தைத்தான் மீமாம்சகர் அடியோடு மறுக்க விரும்பினர்;[277] அவர்தம் கருத்தில் யாகத்தைப் பலியிடுதல் என்பது அபத்தமான - செல்லுபடியாகாத - புரிதல் ஆகும்; தற்கால வாசகருக்கு இது விசித்திரமாகத் தெரிந்திடின் அதற்குக் காரணம் யாகம் என்பதைப் பலியிடுதல் எனப்பொருள் கொள்வது இன்று பரவலாக ஏற்றுக் கொள்ளப்பட்ட ஒன்று என்பது மட்டுமன்று; அவ்விரு சொற்களுக்கும் இடையிலான குணாம்ச ரீதியான வேறுபாட்டைப் பற்றி விவாதிக்கும் மீமாம்ச இலக்கியத்தைத் தற்கால அறிஞர்கள் கண்டுகொள்ளாமல் உதாசீனப்படுத்துவதும்தான். யாகம்

எனும் சொல்லுக்கு மிக அணுக்கமானதாக மீமாம்சகரால் ஒப்புக்கொள்ளப்பட்ட மற்றொரு சொல் 'சடங்கு', அல்லது இன்னும் சரியாகச் சொல்வதெனில் - 'மந்திரச் சடங்கு', என்பதாகும்; ஜேம்ஸ் ஃபிரேசரும், பிறரும் இப் பொருளில்தான் அவர்களின் மானுடவியல் நூல்களில் அதைக் கையாள்கின்றனர். எவ்வாறாயினும், மீமாம்சகரைப் பொறுத்தவரை யாகத்துக்கும், இறைஞ்சுதல், சாந்தப்படுத்துதல், வணங்குதல் ஆகியவற்றுக்கும் யாதொரு தொடர்பும் இல்லை; கடவுளரை மகிழ்விப்பது, அவற்றின் அருளைக் கோருவது ஆகிய எதற்கும் தொடர்பில்லை; ஒரு செயல் எனும் வகையில் அதுவொரு விளைவைக் கருதியது என்பதில் ஐயமில்லை; ஆயின், அந்த விளைவுகள் (பலன்கள்) அச் செயலின் உள்ளார்ந்த ஆற்றலால் உண்டாவன எனக் கருதப்படுகிறது; ஆகவே, ஒரு செயல்பாட்டுக்கும் அதன் விளைவுக்கும் இடையே தெய்வீகத் தலையீட்டுக்கு இடமில்லை; அச் செயல்பாட்டின் ஒட்டுமொத்தப் போக்கும் அச் செயலின் உள் முரணால்-அதாவது, உள்ளார்ந்த தருக்க முறைமையில் - கறாராகத் தீர்மானிக்கப்படுகிறது.

யாகத்தைப் பற்றிய மீமாம்சகரின் அடிப்படைக் கேள்வி புரியாததோ, மறைபொருளானதோ, மயக்கம் தரக்கூடியதோ அன்று; யாகங்கள் கடவுளரை வழிபட இறைஞ்சிட அல்லது சாந்தப்படுத்த, மேற்கொள்ளப்படும் நடவடிக்கைகளா என மீமாம்சகர் எண்ணற்ற முறை கேள்வி எழுப்பினர்; அதற்கான அவர்களின் ஒரே பதில் ஆணித்தரமான மறுப்புதான். யாகங்கள் பலியீடோ, வழிபாடோ அன்று; மாறாக அவை தமது உள்ளார்ந்த ஆற்றலால் நிர்ணயிக்கப் பட்ட முடிவுகளை அடைபவை. ஆக தற்காலச் சொல்லியலில் ஒரு தத்துவம் என்ற வகையில் மீமாம்சம் என்பது மதத்தை மறுத்து மந்திரத்தின் நிலைபாட்டை ஒழுங்கமைக்கும் அல்லது நியாயப்படுத்தும் ஒன்று.

மந்திரத்துக்கும், மதத்துக்கும் இடையிலான உறவு பற்றிய கேள்வியைப் பின்னர் விவாதிப்போம்; ஆதி மந்திரத்துக்கு ஆதரவான முன்னேறிய தத்துவம் என்ற வகையில் தத்துவ வரலாற்றில் மீமாம்சத்துக்குத் தனிப்பட்ட ஆர்வம் உண்டு; இப்போதைக்கு, மதக் கண்ணோட்டத்துக்கு மாறான மந்திரம் சார்ந்த பார்வையை ஆதரிக்க முனைந்த மீமாம்சகர் எவ்வாறு வேதக் கடவுளரின் இருப்புக்கு எவ்வித ஆதாரமும் இல்லை என மறுத்திடும் அளவுக்குச் சென்றனர் என்பதை மட்டும் காண்போம்; வேதச் சடங்குகளுக்கு வேதக் கடவுளருடன் உள்ள உறவின் உண்மையான தன்மையை நாம் எவ்வாறு புரிந்து கொள்வது என்பதுதான் அவர்களை மிகவும் ஈர்த்த கேள்வியாகும்; கடவுளர் முதன்மையானவரா?

சடங்குகள் இரண்டாம்பட்சமானவையா? சடங்குகள் கடவுளரை வழிபடுவதற்கான வழிமுறைகள் மட்டுமா? மீமாம்சகரைப் பொறுத்தவரை அவை இரண்டுக்கும் இடைப்பட்ட உறவு தலைகீழானது; சடங்குகளே முதன்மையானவை; கடவுளர் இரண்டாம் பட்சமானவை; அவ்வாறாயின் கடவுளரின் நிலைதான் என்ன? இக் கேள்வியை அக்கு வேறு ஆணி வேறாக அலசி ஆராய்ந்த மீமாம்சகர் அவை வெறும் சொற்களே - அதாவது மந்திரச் சடங்குகளில் எழும் வெறும் ஓசைகளே - அன்றி வேறொன்றுமில்லை எனும் முடிவுக்கு வந்தனர்.

வேதக் கடவுளரின் தன்மை குறித்த முக்கியமான விவாதம் ix.1.6-10 எனும் மீமாம்ச சூத்திரத்திலும் அதன் மீதான சபரரின் விளக்கவுரையிலும் காணப்படுகிறது. (அவை குறித்த சாஸ்திரி அவர்களின் அருமையான மொழி பெயர்ப்பைப் பின்பற்றி) கடவுளருடன் சடங்குகளை ஒப்பு நோக்குகையில் கடவுளர் பெயரளவுக்கானவையே, சடங்குகளே முதன்மையானவை என்பதை நிரூபிக்க. அவர்கள் முன்வைக்கும் முக்கியமான வாதங்களை ஆராய்வோம்.[278] இவ்விவாதம் இரு பகுதிகளைக் கொண்டது; முதலாவது, எதிரியின் நிலைபாட்டைப் பற்றிய அறிக்கை; இரண்டாவது, அதற்கு மறுப்பும் அதன் மீதான மீமாம்சகரின் கருத்தும் ஆகும்.

**எதிரியின் பார்வை**

(வேதக் கடவுளரைப் பற்றிய ஆத்திகப் புரிதல்.)

தெய்வம் அல்லது கடவுளே முதன்மையானது; யாகம் அதற்குரியது; யாகம் உண்மையில் தெய்வ வழிபாட்டின் ஒரு வடிவமே. தெய்வமே யாகத்தைச் செய்யத் தூண்டுகிறது; யாகத்தில் சொரியப்படும் உணவுப் பொருட்கள் தெய்வத்துக்கானவை - விருந்தினருக்குப் படைக்கும் உணவு போன்றது.

அக்னி போன்றவை யாகத்தைத் தூண்டுவதில்லை என்பது தவறு; தெய்வங்களே புனிதச் செயல்களைச் செய்யத் தூண்டுகின்றன, ஏன்? காரணம் தெய்வத்துக்காகவே யாகத்தில் உணவுப் பொருள் போடப்படுகிறது; சடங்கென்பது தெய்வத்துக்கு சமர்ப்பிக்கப்படும் உணவுப் பண்டங்களே; அப் பண்டங்களைத் தின்னச் சொல்லித் தெய்வங்களை வேண்டிக் கொண்டே அவற்றை யாகத்தில் எறிவதிலிருந்து இது தெளிவு.

மேலும் அச் சடங்கில் கடவுளின் பெயர் நான்காம் வேற்றுமை உருபில்-அதாவது, மறைமுகமாகக்-குறிப்பிடப்படுகிறது; இரண்டாம் வேற்றுமை உருபுடன்-அதாவது நேரடியாகக் குறிப்பிடுவதுடன்-ஒப்பு நோக்குகையில் நான்காம் வேற்றுமை உருபைப் பயன்படுத்துவது

மேலும் நேரடியாக இலக்கைக் குறிப்பிடுவதாகும்; ஆகவே, தெய்வம் இரண்டாம் பட்சமானதன்று; மாறாக தெய்வத்தை நோக்கிச் சடங்கில் பயன்படுத்தப்படும் பொருட்களும் அச் சடங்கும்தான் இரண்டாம்பட்சமானவை.

ஆக, சடங்கென்பது தெய்வ வழிபாட்டுக்கான செயல்பாடு மட்டுமே; வழிபாட்டின் இலக்கோடு ஒப்பு நோக்குகையில் வழிபாடு என்பது எப்போதுமே இரண்டாம் பட்சமானதாகவே நோக்கப்படுகிறது; விருந்தினர் விசயத்தில் எந்தவொரு கேளிக்கையும் அவரை மகிழ்விப்பதற்கானதே; அதே போன்றுதான் சடங்கும் தெய்வத்தை மிகழ்விக்கும் நோக்கிலானதே.

இவை அனைத்தையும் ஒப்புக் கொள்வது தெய்வத்துக்கு மனித உரு உண்டெனவும், அது பழைய பொருட்களை உண்கிறது எனவும் ஏற்றுக் கொள்வதற்குச் சமம் என ஒருவர் ஆட்சேபிக்கக் கூடும். ஆம், தெய்வம் மனித உருவில் படையலைச் சாப்பிடுகிறது என்பதே இதற்கான பதில்; ஆயின், இதற்கெல்லாம் நிரூபணம் ஏதுமுண்டா? இவையனைத்தும் மரபு, பரவலான நம்பிக்கை, சூழலையொட்டிய சான்று ஆகியவற்றால் நிரூபிக்கப்படுகின்றன என்கிறார் ஆத்திகர்.

ஆக, மரபு என்பது ஒரு செல்லுபடியாகும் சான்று என்பதால் அதன்படி தெய்வத்துக்கு உருவம் உண்டு; அதை மக்கள் உண்மை என நம்புகின்றனர். எனவே எமன் கம்பையும் வருணன் தூக்குக் கயிற்றையும், இந்திரன் இடி மின்னலையும் ஏந்தியிருப்பதாகச் சித்திரம் தீட்டுகின்றனர்; சூழல்சார்சான்றும் அதை உறுதிப்படுத்துகிறது; ஆக, ரிக்-வேதம் பின்வருமாறு கூறுகிறது: "ஓ இந்திரா! உனது வலது கரத்தை நாங்கள் பற்றிக் கொண்டோம்!" இது இந்திரனுக்கு மனித உரு இருந்திருக்க வேண்டும் என்பதைக் காட்டுகிறது. காரணம், வலது-இடது கைகள் மனித உருவுக்கு உரியன; இந்திரனுக்கு உருவம் இல்லை எனக் கருதினால் ரிக் வேதக் கூற்றுக்குப் பொருள் ஏதுமில்லை; அதே போல் ரிக் வேதம் சொல்கிறது: "தொலை தூரத்திலிருக்கிற விண்ணுலகையும், மண்ணுலகையும் நீ இறுகப் பற்றிப் பிடித்துக் கொண்டிருப்பதால் "ஓ இந்திரா!, உனது பிடி சிறப்பு வாய்ந்தது!' தெய்வத்துக்கு உருவம் இருப்பதாகக் கருதப்பட்டால் மட்டுமே இதுவும் அர்த்தமுள்ளதாகும். ரிக் வேதம் மேலும் சொல்கிறது: "அகன்ற தொப்பை வயிறும், திரண்ட கழுத்தும், வலுத்த கரங்களும் கொண்ட இந்திரன் சோம பானத்தில் கிறங்கி விருந்தினர்களை விளாசித் தள்ளுகிறான்!" இதுவும் இந்திரனுக்கு (மனித உருவுக்கு மட்டுமே உரித்தான) தொப்பை வயிறும், கழுத்தும், கரங்களும் உள்ளமையைக் குறிக்கிறது. இவை எல்லாம் வேதக் கடவுளருக்கு மனித உரு உண்டு என்பதை நிரூபிக்கின்றன.

கடவுளரும் உண்ணுகின்றனர் என எவ்வாறு சொல்லப்படுகிறது? அதற்கு சாட்சியாக மரபு, பரவலான நம்பிக்கை, சூழல்சார் சான்று ஆகியனவே மீண்டும் வருகின்றன; ஆக, மரபு சொல்கிறது தெய்வம் தின்கிறது என்று! மக்களும் அதை நம்புகின்றனர். ஆகவே அவர்கள் அதற்கு அனைத்து வகைத் தின்பண்டங்களையும் படையல் வைக்கின்றனர்; சூழல்சார் சான்றுப்படியும் நாம் தெய்வம் தின்னுகிறதென அனுமானிக்க வேண்டும்; சான்றாக, ரிக் வேதம் கூறுகிறது: "இந்திரா! உன்னை சேரத் துடிக்கிற அனைத்தையும் அருந்துக! "தன் இரைப்பைக்குள் அனைத்து வகைப்பட்ட உணவையும் அவன் அடைத்து வைக்கிறான்", "இந்திரன் ஒரே முழுங்கில் முப்பது பாத்திரங்களில் இருந்த நீரையும் பருகினான்''. கடவுளர் உண்மையாகவே உண்கின்றனர் என ஒப்புக் கொண்டால் மட்டுமே இவை அனைத்துக்கும் அர்த்தம் உள்ளதாகும்.

கடவுளர் உண்பது உண்மையெனில் அவற்றுக்குப் படைக்கப்படும் உணவு படிப்படியாகக் குறையாதா எனக் கேட்கலாம்; ஆயின் அவ்வாறு நிகழ்வதாக அறியப்படவில்லை; தேனீக்கள் மலரிலுள்ள தேனை மட்டும் உறிஞ்சுவது போலத் தெய்வங்கள் தின்பண்டங்களின் சாரத்தை மட்டுமே எடுத்துக் கொள்கின்றன எனப் பதில் வருகிறது; தேனை உறிஞ்சினாலும் மலரின் உருவில் மாற்றம் ஏதுமில்லை; அதுபோலவே கடவுளுக்குப் படைக்கப்படும் பண்டமும்; எனினும், மலர் தேனை இழப்பதுபோல கடவுளுக்குப் படைக்கப்பட்ட பின்பு அந்த உணவுப் பண்டமும் சுவையை இழக்கிறது; இது கடவுளர் தமக்குப் படைக்கப்படும் பண்டங்களின் சாரத்தைக் தின்கின்றனர் என்பதை நிரூபிக்கின்றது.

மேலும், தாம் மனமிறங்கி அருளும் பொருள்களின் மீது அவற்றுக்கு முழு அதிகாரம் இருப்பதாகக் கருதப்பட்டால்தான் கடவுளரைச் சாந்தப்படுத்த அவற்றை வணங்குவதில் அர்த்தமிருக்கும்; எனவே பொருட்களின் மீது கடவுளர்க்கு முழு அதிகாரம் உண்டு என்பதை நிரூபிக்க ஆத்திகர் விரும்புகிறார்; ஆயின் அதை எப்படி நிரூபிப்பது? அது மரபு, பரவலான நம்பிக்கை, சூழல்சார் சான்று ஆகியவற்றால் மெய்ப்பிக்கப்படுவதாக ஆத்திகர் கூறுகிறார்; வாழ்வின் சகலவிதமான நல்ல அம்சங்களின் மீதும் தெய்வங்களுக்குள்ள மேலதிகாரத்தை மரபு பறை சாற்றுகிறது; அதைப் பரவலான நம்பிக்கை வலுப்படுத்துகிறது; ஆக "தெய்வத்தின் ஊர்", "தெய்வத்தின் காடு".. என மக்கள் பேசுகின்றனர்; சூழல்சார் சான்றும் தெய்வத்தின் மேலதிகாரத்தைச் சுட்டுகிறது. சான்றாக ரிக் வேதம் பின்வருமாறு பேசுகிறது: "இந்திரன் விண்ணுலகுக்கும் மண்ணுலகுக்கும் நாயகன். இந்திரன் தண்ணீருக்கும், மேகங்களுக்கும் தலைவன்; செல்வச்

செழிப்பானவர்க்கும், ஞானிகளுக்கும் வழிகாட்டி; ஓய்விலும், உழைப்பிலும் இந்திரனின் உதவியை நாடவேண்டும்", மேலும்... "அனைத்தையும உற்று நோக்குகிற இந்திரனே இயங்கும் உலகின் இறைவன் அசைவற்றவைக்கும் அவனே தலைவன்" இதுபோன்ற எண்ணற்றவை தெய்வம்தான் அனைத்துக்கும் ஆதாரம் என அனுமானித்திராவிடில் இத்தகைய பாடல்கள் எவ்வித அர்த்தத்தையும் கொண்டிரா.

மேலும், மரபு, பரவலான நம்பிக்கை, சூழல்சார் சான்று ஆகியவற்றிலிருந்து தெய்வம் அருள்(பாலிக்)கிறது என்பது தெளிவு. மரபு இதை எண்ணற்ற சொற்களில் பறைசாற்றுகிறது. அத்துடன் பரவலான நம்பிக்கையின்பாற்பட்ட இது பற்றிய வாசகங்களும் ஏராளம்: சான்றுக்குச் சில: "மானுட நாயகனுக்கு அவனைப் பிடித்திருக் கிறது; எனவே அவனுக்கொரு மகன் பிறந்துள்ளான்; வைஸ்ரவாணனுக்கு அவன்மீது இரக்கம் உண்டு; எனவே அவனுக்கு செல்வச் செழிப்பு வாய்த்துள்ளது"; சூழல்சார் சான்று இதனுடன் இணங்குகிறது; ரிக் வேதம் இவ்வாறு பேசுகிறது: "படையல்களைப் புசிக்கிற கடவுளருக்குத் தீயில் பண்டங்களைப் போட்டு அவற்றை மகிழ்விக்கும்" ஒருவனுக்கு அக் கடவுளர் உணவையும், உணவின் சாரத்தையும் பரிசளிக்கின்றனர். தெய்வம் அருள் பாலிக்கிறது என நாம் ஒப்புக் கொள்ளவில்லையானால் இத்தகைய பாடலுக்கு அர்த்தம் ஏது?

இவற்றிலிருந்து சடங்கு சார்ந்த செயல்பாடுகளுக்கும் அவற்றின் விளைவுகளுக்கும் இடையிலான தொடர்பு கடவுளரால் நிர்ணயிக்கப்படுகிறது என்ற முடிவுக்கு வருவது சரியே; வழிபடுபவரை வழிபாட்டின் பலனுடன் இணைப்பது தெய்வமே; தன்னை யாரெல்லாம் காணிக்கைகளுடன் அணுகுகிறாரோ அவரையெல்லாம் அவரவர் வினைகளின் பலன்களுடன் அத் தெய்வம் தொடர்புபடுத்து கிறது. இதற்கும் மரபு, பரவலான நம்பிக்கை, சூழல்சார் சான்று ஆகியனவே நிரூபணங்கள் ஆகும்; எவர் யாகம் செய்கிறாரோ அவருக்கு தெய்வம் அருள் பாலிக்கிறது என மரபு பறைசாற்றுகிறது; இந்த மரபுவழிச் சான்றை மக்களின் நம்பிக்கை வலுப்படுத்துகிறது; ஆதி மக்களின் நம்பிக்கைப்படி பசுபதியின் பக்தன் மகனைப் பெறுகிறான். மேலும், சூழல்சார் சான்று இதனுடன் இணங்குகிறது; சான்றாக ரிக் வேதம் இவ்வாறு பேசுகிறது: (எவனொருவன் கடவுளரின் தந்தையாம் பிராமணாஸ்பதிக்குப் படையலுடன் காணிக்கையும் செலுத்துகிறானோ, அவருக்குப் பணிவிடை செய்கிறானோ) "அவன் தன் சுற்றம், தன் வீடு, தன் குடும்பம், தன் மகன்கள் ஆகியோருடன் தான் தேடிய பொருட்களையும் கையகப்படுத்துகிறான். மாவீரர்களுடன் சொத்துகளையும் அடைகிறான்" ரிக்வேதம் மேலும் கூறுகிறது: "தனக்குத் திருப்தி

கிடைத்த பின்னரே இந்திரன் இவனுக்குக் கால்நடையையும், பிறபொருட்களையும் அளித்து இவனைத் திருப்திபடுத்துகிறான்.!"

உணவளித்தும்,. இறைஞ்சுதல் மூலமும் கடவுள் வழிபாடு நடக்கிறது என்பது இதிலிருந்து தெளிவு; அவ்வாறு வழிபடுவதால் கடவுள் திருப்தி கொள்கிறார். அந்த மகிழ்ச்சியில் வழிபடுகிறவனின் வேண்டுதல்களை நிறைவேற்றுகிறார்; சான்றாக, அக்னி குறிப்பிட்ட ஒன்றின் அதிகாரி; ஒரு குறிப்பிட்ட வடிவத்தில் அவரை வழிபட்டால் அக் குறிப்பிட்ட பொருளை அவர் வழிபடுவோருக்கு அருள்கிறார். இன்னொரு கடவுளால் - சான்றாகச் சூரியனால் - அவ்வாறு அதே பொருளைத் தர முடியாது; எக் கடவுள் எதைத் தருகிறார் என்பதை வேதங்களிலிருந்து நாம் அறிகிறோம். அதையொட்டி வேதங்கள் அக்னி குறித்து சிலவற்றில் பேசுகின்றன. சூரியனைப் பற்றி இன்னும் வேறானவற்றையே பேசுகின்றன.

**எதிரிக்கு பதில்**

(வேதங்களில் வரும் கடவுள்களைப் பற்றிய ஆத்திகப் பாங்கிலான புரிதலுக்கு மறுப்பு)

வாய் வார்த்தையின்படியான சான்று - அதாவது வேதம் - யாகத்தை முதன்மையானதாகவும் தெய்வத்தை இரண்டாம் பட்சமாகவும் கொள்ள வேண்டும் என்பதை நிரூபிக்கிறது. கடவுளரைத் தூண்டுதல் செய்கிறவர் என்பது சரியன்று. சடங்கையே ஆகப் பெரும் முக்கியத்துவம் வாய்ந்ததாகக் கருதவேண்டும், சடங்கைச் செய்வது அபூர்வம் தோன்றக் காரணமாகிறது; [மீமாம்சகரின் அடிப்படைக் கருத்துகளில் ஒன்றாக இது எவ்வாறு இருக்கிறது என்பதை இங்கே விளக்கலாம்.[279] அபூர்வம் எனில் இதற்கு முன் இருந்திராதது எனப் பொருள்; மீமாம்சகர் இதனைப் "புலனறிவுக்குப் புலப்படும் விளைவுகளாக மாறுவதற்கு முந்தைய கட்டத்தில் உள்ள புலப்படாத வினைப் பயன்" எனப் பொருள் கொண்டனர்; ஆக, ஒரு வினை (அதாவது, செயல்) ஒரு குறிப்பிட்ட விளைவை உருவாக்கும் எனக் கருதப்படுகிறது. ஆயின் அவ் விளைவு அவ் வினை முற்றுப் பெற்ற உடனேயே தெரிவதில்லை. ஆயினும், அவ் வினைக்கும் அதன் விளைவுக்குமான தொடர்பு அறுபடுவதில்லை; அவ்விரண்டுக்கும் இடைப்பட்ட சமயத்தில் அபூர்வமாக மறைந்திருக்கிற (வினையின் நேரடி) விளைவு பின்னர் இறுதி விளைவாக வெளித் தெரிகிறது.]

ஆகவே யாகத்தைப் பற்றிய ஆத்திகப் புரிதலுக்கு எதிராக மீமாம்சகர் பின்வருமாறு வாதிடுகின்றனர்; "யாகத்தின் உடனடி விளைவு அபூர்வம்; அந்த அபூர்வம் இறுதியில் நிர்ணயிக்கப்பட்ட

விளைவுக்கு இட்டுச் செல்கிறது" ஆயின், சடங்கு செய்வது அபூர்வத்தை நிகழ்த்துகிறது என எவ்வாறு நிரூபிப்பது? வாய்ச் சொல் வழியான சான்று குறிப்பாக வேதங்கள் - இதனை நிரூபிக்கிறது என்கிறார் சபரர். உண்மையில் இத்தகைய விசயங்களில் வேதச் சான்று ஒன்றுதான் பொருத்தமான நிரூபணம்; யாதொன்றும் ஏதோவொரு விளைவை ஏற்படுத்துவதே - அதாவது, தூண்டுகோலாய் உள்ள யாதொன்றும் குறிப்பிட்டதொரு விளைவை ஏற்படுத்துகிறது - எனும் ஞானம் வாய்வார்த்தை மூலமாக வாய்ப்பதேயொழிய நேரடிப் புலனறிவின் மூலமோ அல்லது வேறெந்த வகையிலோ அன்று; வாய்ச்சொல் வழியான சான்று அல்லது வேதங்களின்படி, யாகத்தின் மூலமே வேண்டுதல் நிறைவேறுகிறது; கடவுளரால் அன்று; வேதங்கள் கூறுவதாவது: "எவனொருவன் விண்ணுலகை வேண்டுகிறானோ அவன் 'தர்ச', 'பூர்ணமாச' ஆகிய சடங்குளைச் செய்ய வேண்டும். இங்கே, மீமாம்ச தத்துவத்தில், 'விண்ணுலகம்' என்பதற்கு 'மகிழ்ச்சி' என்றுதான் பொருள்; 'மேலுலகம்' என்பதன்று.[280] மகிழ்ச்சி வேண்டுவோன் 'ஜோதிஸ்தோமம்' எனும் சடங்கைச் செய்ய வேண்டும். ஆக, 'மகிழ்ச்சி' அல்லது 'விண்ணுலகம்' என வருகிறபோது யாகம்தான் குறிப்பிடப்படுகிறதோயொழிய 'தேவர்' அன்று எனினும், சடங்குக்குரிய தானியங்களும் (திரவியங்களும்), தேவர்களும் கூட இதனையொட்டிக் குறிப்பிடப்படவில்லையா? அது உண்மைதான்; எனினும் தெய்வத்தைப் பற்றிய குறிப்பு இரண்டாம்பட்சமானது; (சடங்குரிய) பொருட்களும் கடவுளரும் ஏற்கெனவே அங்கே சேகரிக்கப்பட்டுள்ளன.[281] அதன் பிறகே சடங்கு; ஏற்கெனவே இருக்கிற ஒன்றை இனித் தருவிக்க வேண்டியதுடன் சேர்த்துக் குறிப்பிடும்போது இல்லாத மற்றொன்றின் பொருட்டே இருக்கிற அந்த ஒன்று (மீண்டும்) குறிப்பிடப்படுகிறது. ஆகவே கடவுளர் தூண்டுகோலாக இல்லை.

'மறைபொருளை வெளிப்படுத்தும் நான்காம் வேற்றுமை உருபைப் பயன்படுத்தி தெய்வம் நேரடியாகக் குறிப்பிடப்படுகிறது.' எனும் எதிரியின் கூற்றுக்கு எதிராக சபரர் இவ்வாறு வாதிடுகிறார்: இக் கூற்றுக்கு ஆதாரமான அதே வேதங்களில் சடங்கு குறித்த செயல் நிர்ணயிக்கப்பட்ட விளைவுடன் நேரடியாகத் தொடர்புபடுத்தப் பட்டுள்ளமையைத் தெளிவாகக் காண முடியும். விளைவைத் தீர்மானிப்பதில் சடங்குகளின் பங்கு பற்றி மட்டுமே வேதங்கள் பேசுகின்றன. கடவுளரைப் பற்றி அன்று; இந்தப் பலன் அல்லது விளைவுதான் மனிதனின் உண்மையான குறிக்கோள்; அக் குறிக்கோளை எய்த மேற்கொள்ளப்படும் எந்தவொரு முயற்சியும் மனிதனுடையதேயொழிய தெய்வத்துடையதன்று. ஆகவே நாம் எந்தவொரு செயலையும் கடவுளரின் தூண்டுதலால் செய்வதில்லை;

நான்காம் வேற்றுமை உருபுடன் தெய்வத்தின் பெயரைக் குறிப்பிடுவது நற்பயன் தரும் யாகத்தை இயற்ற தெய்வம் ஒரு கருவி எனும் கருத்துடன் எளிதாக உடன்படுகிறது.

எதிரியின் கூற்றாவது: தெய்வ வழிபாடே யாகம்; வழிபாட்டின் இலக்குதான் அந்த வழிபாட்டின் முக்கிய அம்சம்; இதுவே உலக எதார்த்தம்; இத்தகைய பார்வை, செல்லுபடியாகாத ஒன்று என்கிறார் சபரர்; விளைவை ஏற்படுத்துவதே (அல்லது) பலனைத் தருவதே தூண்டுகிற ஒன்று; தூண்டுகிற அந்த ஒன்றே சடங்கு.

யாகம் என்பது வழிபாடே எனும் தனது நிலைபாட்டுக்கு ஆதரவாகத் தெய்வத்துக்கு உருவம் உண்டு எனவும், உண்மையிலேயே அது (உணவுப் பண்டங்களை) உண்ணுகிறது எனவும் எதிரி ஒப்புக் கொண்டாக வேண்டும்; ஏனெனில் உருவமற்ற, உண்ணாத தெய்வத்துக்குக் கொடையோ, உணவோ அளிக்கப்பட வேண்டிய தில்லை: தனது பார்வைக்கு ஆதரவாக மரபு, பரவலான நம்பிக்கை, சூழல்சார் சான்றுகள் ஆகியவற்றை எதிரி முன்னிலைப்படுத்துகிறார்; ஆகவே சபரர் உருவமுள்ள, உண்ணுகிற தெய்வத்துக்கான நிரூபணங்களை மறுக்கிறார்.

கடவுளுக்கு உரு உண்டு, அவர் உண்ணுகிறார் என்று மரபாலோ அல்லது ஸ்மிருதியாலோ நிரூபிக்க முடியாது என்கிறார் சபரர். மந்திரங்களையும் அர்த்த வாதங்களையும் அடிப்படையாகக் கொண்டது ஸ்மிருதி: மரபின் அடித்தளமான அறிவு இந்த மந்திரங்கள், அர்த்த வாதங்கள் ஆகியவற்றிலிருந்தே பெறப்படுகிறது என்பது நேரடியாக அறியப்படுகிற ஒரு விசயமாகும்; மந்திரங்களும், அர்த்த வாதங்களும் தெய்வங்களைப் பற்றிய இத்தகைய பார்வையை ஏற்கெனவே கொண்டிருக்கவில்லை என்பதை (x.4.23 எனும் மீமாம்ச - சூத்திரத்தின் மீதான சபரரின் விளக்கவுரை மூலம்) நாம் இப்போது காணப் போகிறோம். மந்திரங்களும், அர்த்த வாதங்களும் மரபின் அடிப்படை என்பதை மறுத்துரைக்க முயல்வது வீண் என்கிறார் சபரர். அத்தகைய மறுப்பு மேம்போக்கான பார்வையின் விளைவு: பரவலான பார்வையைப் பொறுத்தமட்டில் அது எந்த அளவுக்கு மரபு அல்லது ஸ்மிருதியை மட்டும் சார்ந்துள்ளதோ அந்த அளவுக்கே அது செல்லத் தக்கது; ஆக பரவலான நம்பிக்கையில் கடவுளருக்கு உருவமுண்டு என்றும் அவை படையல் பண்டங்களை உண்ணுகின்றன என்றும் நிரூபிக்க முடியாது.

அடுத்து வேதக் கடவுளருக்கு சூழல்சார் உருவமுண்டு என்பதை நிரூபிக்கும் சான்று குறித்த கேள்வியை ஆய்வுக்குட்படுத்துகிறார் சபரர்; அதற்கான வாதம் எளிதானது; மனித உருவை ஒப்புக்

கொள்ளாவிடில் பல வேதப் படால்களுக்கு அர்த்தமே இராது "இந்திரா உன் வலக் கரத்தை நாங்கள் பற்றிக்கொண்டோம்" என்கிறது ஒரு ரிக் வேதப்பாடல்; இது இந்திரனுக்கு வலக் கரம் இருக்கிறது என்பதையும் ஆகவே அவன் மனித உருக் கொண்டவன் என்பதையும் தெளிவுறுத்தவில்லையா? வேதங்கள் இத்தகைய எண்ணற்ற பாடல்களைக் கொண்டிருக்கையில் அவ் வேதங்களுக்கு விசுவாசமாக இருக்கிற மீமாம்சகர் கடவுளருக்கு மனித உரு உண்டு என அவை பறை சாற்றுவதை மட்டும் எவ்வாறு மறுக்கவியலும்?

இந்த வேதப் பாடல்களைப் பொய்த் தோற்றமளிக்கிற இத்தகைய மேலோட்டமான பொருளில் எடுத்துக் கொள்ள முடியாது என்கிறார் சபரர்; சான்றாக, ரிக் வேதப் பாடல்களின்படி இந்திரனின் வலக் கரத்தை நாம் பற்றிக் கொள்கிறோம் என்பது பொய்த் தோற்றமளிக்கிற அர்த்தப்படுத்தலே; ஆயின் உண்மையில் ரிக் வேதம் இதைத்தான் குறிக்கிறதா? நாம் இந்திரனின் வலக் கரத்தைப் பிடித்துக் கொண்டில்லை என்பது நேரடிப் புலனறிவின்பாற்பட்ட விசயமாதலால் மேற்கண்ட கேள்விக்கான விடை எதிர்மறையானதே; ஆகவே இவ் வேதப் பாடல்கள் தெளிவான இரு மாற்றுகளை நோக்கி நம்மை இட்டுச் செல்கின்றன; ஒன்று, அவற்றை மேலோட்டமான பொருள் படுத்துவோமாயின் அப் பாடல்கள் அபத்தமான அர்த்தம் கொண்டவை என்போம்; அல்லது, இந்த பொய்த் தோற்றத்தை விலக்கி விட்டு அவை சுட்டும் ஆழமான வேறொரு பொருளை உய்த்துணர முயல்வோம்; முன்னது முற்றிலும் வலுவற்றது:- வேதங்கள் அபத்தங்களைச் சுட்டுகின்றன எனில் அவற்றை ஆதாரமாக நாம் கொள்வதில் என்ன பயன்? ஆகவே வேதங்களில் அபத்தம் ஏதும் இராது என்பதால் அவை அத்தகைய அபத்தங்களைக் கொண்டிருப்பதாகக் கொள்ளத் தூண்டும். பொய்த் தோற்றத்தைப் புறந்தள்ள வேண்டும்; ஆகவே, இத்தகைய வேதப் பாடல்களின் உண்மையான பொருள் வேறாக இருத்தல் வேண்டும்; அந்த உண்மையான பொருள் யாது? இதற்கான சபரரின் பதிலை அறிவதில் சிரமமே இல்லை; அவை வெறும் புகழுரைகளாகத்தான் இருக்க வேண்டும்! சில சடங்குகளை மறைமுகமாக விதந்தோதுவது என்றே மீமாம்சகர் இதனை அர்த்தப் படுத்துகின்றனர்; ஆக, தற்போது நம் ஆய்வில் உள்ள ரிக் வேதப் பாடலின் உண்மையான பொருள் இதுதான்: இந்திரனின் வலக் கரம் என ஏதோ ஒன்றைக் குறிப்பிடுகிற யாகத்தை அல்லது சடங்கை மறைமுகமாக ஏற்றிப் போற்றுவதுதான் அப் பாடலின் கருப் பொருளேயொழிய இந்திரனுக்கு உண்மையிலேயே வலக் கரம் இருக்கிறது என்பதன்று.

இதற்கெதிராக, ஆய்விலுள்ள இப் பாடலைக் கடந்த காலத்தில் இந்திரனின் வலக்கரத்தை ஏந்திப் பிடித்திருந்த ஒருவனின் கூற்றாகக் கருத வேண்டும் என எதிரி வாதிடலாம்; அதாவது, அவ்வாறு இந்திரனின் கையை ஒருவன் .ஏந்துவதை நேரடிப் புலனறிவின் மூலம் நிரூபிக்க முடியாது; ஏனெனில் அத்தகைய நிகழ்வு இப்போது நடப்பதில்லை; ஆயினும், அக் காலத்தில் அவ்வாறு நிகழ்ந்திருக்கவும், அதனைச் சம்பந்தப்பட்ட நபர் விவரித்த வண்ணம் அப் பாடலில் அந்த நிகழ்வு பதிவாகி இருக்கவும் கூடும் என்று கருத இடமுண்டு.

இத்தகைய வாதத்தை சபரர் அடியோடு மறுக்கிறார்; காரணம் அவ் வாதம் வேதங்கள் என்றுமிருப்பவை, ஒருவரையும் குறிப்பிட்டுப் பேசாதவை எனும் மீமாம்சக அடிப்படைக்கு நேர் எதிரானது. உண்மையில், இது மீமாம்சகத்தின் அடிப்படைக் கருதுகோள்களில் ஒன்று; அதை ஐயந்திரிபறத் தங்களின் முழுத் திருப்திக்கு உகந்த வகையில் நிரூபித்துவிட்டதாக மீமாம்சகர் நம்பினர்; ஆகவே, வேதங்கள் எவருடைய கூற்றையும் தாங்கி இருக்கும் பேச்சுக்கே இடமில்லை என்பது மீமாம்சக நிலைபாடு; இந்திரனின் பெயரைக் குறிப்பிடும் சடங்கு ஒன்றில் வரும் புகழுரையாக அந்த வேதப் பாடலைக் கருதுவதைத் தவிர வேறு வழியில்லை; ஒரு சடங்கில் இந்திரனைப் போன்றொரு தெய்வத்தைக் குறிப்பிடுவதற்கான காரணம் என்ன என்பதை நாம் கண்டறிய வேண்டும்.

இல்லாத ஒன்றை ஏற்றிப் போற்றுவதில் பொருளேதும் இல்லை என எதிரி வாதிடலாம்; இந்திரனுக்குக் கை இல்லையெனில் புகழ்கிற முறையில் அதைப் பற்றிக் குறிப்பிடுவதுகூடப் பொருளற்றதே; ஒரு பொருள் மனிதக் குறியீடுகளைக் கொண்டிராதபோதும் அப் பொருள் அவற்றைக் கொண்டிருப்பதாகக் கருதி சில சமயங்களில் புகழ்வதுண்டு என்பதால் எதிரியின் மேற்கண்ட மறுப்பு செல்லுபடியாகாது என்கிறார் சபரர்; சான்றாக, ஒரு ரிக் வேதப் பாடல் "கற்களை"த் தனது தெய்வமாகக் கொண்டாடுகிறது: "அவை ஒரு நூறு ஓராயிரம் மனிதரைப் போன்று பேசுகின்றன. தமது பச்சை நிற வாயால் எம்மிடம் உரக்கக் கத்துகின்றன. யாகத்தின்போது இந்த 'பயபக்தி' மிக்க கற்கள் அக்னியை முந்திக் கொண்டு படையலைச் சுவைத்து விடுகின்றன" இதே போல இன்னொரு ரிக் வேதப் பாடல் "ஆறுகளை"த் தனது தெய்வமாக்கி அவற்றைப் பின்வருமாறு போற்றுகிறது: "துடிப்புமிக்க குதிரைகளால் இயக்கப்படும் தனது தேரைச் சிந்து மெல்ல நகர்த்துகிறது" மனித உருவத்துடன் எந்த ஒப்புமையும் இல்லாத பொருட்களை மனித வடிவிலானவை போலக் கருதி அவற்றை இப் பாடல்கள் புகழ்ந்துரைக்கின்றன; ஆதலால்,

வேதப் பாடல்களிலிருந்து வேதக் கடவுளருக்கு மனித உருவை அனுமானிக்க முடியாது; (ஒரு வேதப் பாடல்) தெய்வமொன்றின் மனித உருவைக் குறிப்பிடுவதாகத் தெரிந்தாலும் அவ்வாறு அத் தெய்வத்துக்கு மனித உருவைக் கற்பிக்காமல் அப் பாடலைப் புரிந்து கொள்ள முடியாது எனும் முடிவுக்கு நம்மால் வர இயலாது; "அகன்ற கழுத்துடைய இந்திரன்" எனும் சொற்றொடர் இந்திரனுக்குக் கழுத்து உண்டு எனப் பொருள் தரவில்லை; வேறெதைத்தான் அது குறிக்கிறது? அது, ஒன்றை, இந்திரனின் கழுத்து என வெறுமனே புகழ்கிறது; அந்த ஒன்று உண்மையில் (இந்திரனின் கழுத்தாக) இல்லாதபோதும் அவ்வாறு புகழ்ந்துரைக்கிறது.

இவ்வாறு வேதக் கடவுளருக்கு மனித உரு உள்ளதெனக் குறிப்பிடுவதாகச் சொல்லப்படும் வேதப் பாடல்களைத் தீர ஆய்ந்த பின் தெய்வத்துக்கு மனித உருவுடன் ஒப்புமையுண்டு என்பதற்கான சூழல்சார் சான்று ஏதுமில்லை எனும் முடிவுக்கு வருகிறார் சபரர். ஜைமினியின் அடியொற்றி அடுத்ததாக 'யாகம் எனில் உணவன்று, தெய்வம் உண்பதில்லை' என்பதை நிறுவ முயல்கிறார்: யாகத்தில் போடப்படும் படையல் பொருட்கள் தெய்வத்துக்காகவே என்பதால் யாகத்தைவிட அத் தெய்வமே முக்கியமானது எனும் கூற்று கொஞ் சமும் வலுவற்றது என்கிறார்: தெய்வத்துக்கு மனித உரு இல்லை என ஏற்கெனவே நிரூபிக்கப்பட்டு விட்டதால் யாகத்தில் தனக்குப் படைக்கப்படும் பொருட்களை உண்ணுவதற்கான சாத்தியப்பாடே இல்லை; மேலும் தெளிவுறுத்திடும் நோக்கில் பொது புத்தியில் படும் எராளமான ஐயப்பாடுகளை அடுக்கடுக்காக வரிசைப் படுத்தி பரவலாக உள்ள ஆத்திக மூட நம்பிக்கையைத் தோலுரித்துக் காட்டுகிறார் சபரர், ஆகவே அவரின் வாதங்களை விரிவாக இங்கே எடுத்துக் காட்டுவோம். "மரபு, பரவலான நம்பிக்கை, சூழல்சார் சான்று ஆகியவற்றிலிருந்து 'தெய்வம் தின்கிறது என நாம் அறிகிறோம்' எனும் கூற்றைப் பொறுத்தமட்டில், தெய்வத்துக்கு உருவமில்லை என ஏற்கெனவே நிரூபிக்கப்பட்டுவிட்டதால் அக்கூற்றும் மறுக்கப்பட்டுவிட்டது" என்பதுதான் அவரின் பதில்;

"உண்பதற்கு மனித உருவம் அவசியம்; தெய்வத்துக்கு உரு இல்லை. அதனால் படையல் பொருட்களைத் தின்ன முடியும் என எண்ணுவது வீண்: அவ்வாறு அது உண்பது உண்மையெனில் தெய்வத்துக்குப் படைக்கப்படும் உணவுப் பொருளின் அளவு குறையும்; (உணவுப் கொருளையே தின்னாமல்) அதன் சாரத்தை மட்டுமே உறிஞ்சுவதாகவும் நிரூபிக்கப்படவில்லை, தேனீ விசயத்தில் நமக்கு நேரடிப் புலனறிவுண்டு; ஆனால் தெய்வத்தின் விசயத்தில் அத்தகைய நிரூபணம் இல்லை, எனவே தெய்வம் உண்பதில்லை;

தெய்வத்துக்குப் படைக்கப்படும் பண்டங்கள் சுவையற்றுப் போகின்றன எனும் கூற்றால் நமக்குச் சிரமம் ஏதுமில்லை; காற்றில் நெடுநேரம் கிடப்பதால் அது சில்லிட்டு சுவையற்றுப் போகிறது."

தெய்வத்தை மகிழ்விக்கும் ஒரு வகை வழிபாட்டு முறையே யாகம்; அதில் மனங் குளிரும் அத் தெய்வம் வேண்டுதல்களை நிறைவேற்றுகிறது என ஆத்திகர் கூறுகிறார். இக்கூற்று (சடப்) பொருட்களின் ஆதாரமாக தெய்வம் உள்ளது எனும் அனுமானத்தின் விளைவு; அப் பொருட்களைத் தெய்வம் தன்னகத்தே உண்மையிலேயே கொண்டிராவிடிலோ அல்லது அவற்றின் மீது முழு அதிகாரம் அதற்கு இல்லாவிடிலோ அதனால் அவற்றை எவ்வாறு நமக்கு அருள முடியும்? ஆயின், (சடப்) பொருட்களின் மீதான அதிகாரம் கொண்டது தெய்வம் என்பதைச் சபரர் அடியோடு மறுக்கிறார்; மரபு, பரவலான நம்பிக்கை, சூழல்சார் சான்று ஆகியவற்றின் பேரில் தெய்வத்தின் மேலதிகாரத்தை அனுமானிக்க முடியாது." மரபு, வேதக் கட்டளைகளையும், அர்த்த வாதம், அவை பற்றிய புகழுரைகளையும் அடிப்படையாகக் கொண்டது; அவற்றில் எந்த ஒன்றிலும் (சடப்) பொருட்களின் மீதான தெய்வத்தின் மேலதிகாரம் பற்றிய விவரம் ஏதுமில்லை; "கடவுளின் ஊர்", "கடவுளின் வயல்" என்பதெல்லாம் ஆதாரமற்ற வெறும் நம்பிக்கைகள். ஒருவர் தன் சொந்த விருப்பத்தின் பேரில் தீர்வுகாணக்கூடிய ஒரு பொருளை மட்டுமே அவரது உடைமை அல்லது சொத்து எனச் சொல்ல முடியும். தெய்வம் எந்தவோர் ஊரையோ, நிலத்தையோ தன் விருப்பத்துச்குத் தீர்வு பண்ண முடியாது. ஆகவே கடவுளர் எதையும் கொடுப்பதில்லை. "இந்திரன் விண்ணுலகின் வேந்தன் என்பதைப் போன்ற கூற்றுகள் சூழல்சார் சான்றைத் தெய்வத்தின் மேலதிகாரத்துக்கு ஆதாரமாகக் காண்பிக்கின்றன. ஆயின், அவ்வாறு உருவகப்படுத்துகிற வெறும் வார்த்தைகளே அவை என்பது தெய்வத்துக்கு அத்தகைய மேலதிகாரம் இருப்பதை நேரடிப் புலனறிவு உறுதிப்படுத்தாததிலிருந்து விளங்கும்."

வேதங்களிலிருந்து நாம் தெய்வ மேலதிகாரத்தை அறிய முடிகிறது என வாதிடப்படலாம்; கடவுளர் நல்லனவற்றையெல்லாம் நமக்கு அருளுவதாக சொல்லப்படுகிறது; கடவுள் விரும்புவதால்தான் அவ்வாறு நடக்கிறது என இதிலிருந்து நாம் அனுமானிக்கிறோம்; அதாவது, நல்லனவெல்லாம் நமக்குக் கிடைப்பதற்குக் கடவுளரின் நல்லெண்ணமே உண்மையான காரணம்; இதற்கு, வாய்மொழிச் சான்று அல்லது வேதங்களைப் பற்றிய இத்தகைய புரிதல் தவறானதாகவே இருக்க வேண்டும் என்பதுதான் சபரரின்

பதில். யாகம் அல்லது ஏதேனும் ஒன்றைச் செய்கிறவரின் விருப்பமே அவருக்கு நல்லெனவெல்லாம் கிடைப்பதற்கான உண்மைக் காரணம் என்பதுதான் நேரடிப் புலனறிவு வழி நாமறிவது; ஒன்றைச் செய்கிறவரின் இவ் விருப்பம் இரண்டாம் பட்சமானதன்று; தெய்வம் எல்லாம் வல்லது என்பார் கூட ஒன்றைச் செய்கிறவரின் விருப்பம் வகிக்கும் பங்கைக் காணத் தவறமாட்டார்; ஆகவே அவர்கள் யாகம் வளர்ப்பவரின் செய்கைக்கு ஏற்ப தெய்வம் அவருக்கு நல்லனவற்றை அள்ளித் தருகிறது என்கின்றனர்; அப்படியானால் தன் விருப்பப்படி அல்லாமல் யாகம் வளர்ப்பவரின் விருப்பத்திற்கு இணங்க நடந்து கொள்ளும் கடவுளரை எப்படி எல்லாவற்றின் மீதும் மேலதிகாரம் செலுத்துவோர் என நாம் கருது முடியும்? மேலும் சம்பந்தப்பட்ட வாய்மொழிச் சான்று அல்லது வேதங்களின் சான்று என ஏதும் இல்லவே இல்லை அதாவது, கடவுளர் நல்லனவற்றை நல்குவதாக வேதங்களில் எங்குமில்லை; நேரடிப் புலனறிவு அத்தகைய தெய்வீகச் செயலை உறுதிப்படுத்தாததால் அது குறித்த கூற்றை வேதங்களில் குறிப்பிடப்படும் யாகம் பற்றிய ஒரு வகையான புகழுரை என்றுதான் எடுத்துக் கொள்ள முடியும். எனவே அத்தகைய வாசகங்களை வேதக் கட்டளை குறித்த புகழுரை என எளிதாக விளக்க முடிகிறபோது அவற்றைத் தெய்வ மேலதிகாரத்திற்கான வாய்மொழிச் சான்றாகக் கொள்ள முடியாது; தெய்வத்தால் மனிதனை அவனது வினைப் பயனுடன் தொடர்புபடுத்த என்றும் இயலாது.[282]

சபரரின் கருத்துகளில் முக்கியமானவற்றை நாம் இப்போது தொகுத்துரைப்போம்: முதலில் யாகம் கடவுள் வழிபாட்டுக்கான செய்கை அன்று; மாறாக, அச் செய்கையின் உள்ளார்ந்த ஆற்றலால் வேண்டுதலை நிறைவேற்றிக் கொள்வதற்கான உத்தி; யாகம் செய்யப்பட்டதும் பலன் கிடைத்திடாது என்பது உண்மையே; யாகத்திலிருந்து தோன்றும் புலனறிவுக்குட்படாத அபூர்வ ஆற்றல் இறுதிப் பலன்களாக வெளிப்படும்வரை அவ்வாறே தொடர்கிறது; இரண்டாவதாக, யாகம் தொடர்பான தெய்வங்கள் முற்றிலும் இரண்டாம் பட்சமானவை; அவற்றுக்கு மனித உருவோ, யாகப் படையலில் எறியப்படும் பண்டங்களை உண்ணும் திறனோ இல்லை; மூன்றாவதாக, யாகத்தால் மகிழ்வுறும் தெய்வங்கள் வேண்டுதல்களை நிறைவேற்றுவதாகக் கூறுவது அர்த்தமற்றது: தெய்வங்களைத் திருப்திப்படுத்தும் பேச்சுக்கே இடமில்லை; உலகின் (சடப்)

பொருள்கள் மீது உரிமை கொண்ட தெய்வம் என ஏதுமில்லை; இறுதியாக வேண்டியதைப் பெறுவதில் அதற்கான நடவடிக்கையில் இறங்குபவரின் முயற்சிதான் முக்கியமானதேயொழிய தெய்வங்களுக்குக் கற்பிக்கப்படும் விருப்பமன்று.

இவையனைத்தும் தெளிவுபடுத்துவது யாதெனில் தற்காலச் சொல்லியலில் யாகங்களை மந்திரச் சடங்குகள் என்று அழைக்க வேண்டும் எனவும் இறைஞ்சுதல், சாந்தப்படுத்ததுதல், வழிபாடு ஆகிய மதப் பாங்கிலான நடவடிக்கைகளிலிருந்து அவை முற்றிலும் மாறுபட்டவை எனவும் சபரர் வலியுறுத்துகிறார் என்பதே. வேறு வார்த்தைகளில் விளம்புவதாயின், ஆத்திக அனுமானத்தின் அடிப்படைகளுக்கு நேரெதிரான ஆத்திகத்துக்கு முந்தைய காலக் கண்ணோட்டத்தை அவர் உயர்த்திப் பிடிக்கிறார். இது பற்றிப் பின்னர் யாகத்தைப் பற்றிய மீமாம்சகப் பார்வை குறித்த ஆத்திக அணுகுமுறையை ஒட்டி மேலும் விரிவாகப் பேசுவோம். இப்போதைக்கு அந்த ஆத்திகத்துக்கு முந்தைய காலக் கண்ணோட்டத்தை ஆதரிக்க முனைந்தது எவ்வாறு வேதக் கடவுளரை மந்திரச் சடங்குகளில் எழுப்பப்படும் வெறும் ஓசைகளே எனக் கருதிடும் நிலைக்குச் சபரை இட்டுச் சென்றது என்பதைக் காண்போம்.

x.4.23 எனும் மீமாம்ச-சூத்திரத்தை விளக்குகையில் வேதக் கடவுளரின் உண்மையான தன்மை குறித்த கேள்வியை மீண்டும் கிளப்புகிறார் சபரர். கடவுள் என்கிறோமே அது யாது என அவர் வினவுகிறார்; அதற்குரிய இரண்டு மேலோட்டமான பதில்களையும் அவர் அடியோடு ஒதுக்கித் தள்ளுகிறார்; முதலாம் பதிலின்படி கடவுளர் எனில் இதிகாசங்களிலும், புராணங்களிலும் விண்ணுலகில் உறைவதாகக் குறிப்பிடப்படும் அக்னியும் மற்றவையும் எனப் பொருள்படுத்திக் கொள்ள வேண்டும். இக் கருத்து கடவுளர்ப் பட்டியலில் சேர்க்கப்பட்டுள்ள “கிழமை முதலானவை” மற்றும் “புலி முதலானவை” ஆகியவற்றைத் தவிர்ப்பதால் ஏற்புடையதன்று; அதே போன்று தெய்வம் எனில் மந்திரங்களிலும் பிராமணங்களிலும் தேவர் எனக் குறிப்பிடப்படுவனவே எனும் கருத்தும் ஏற்புடையதன்று; ஆக, நெருப்பு, காற்று, சூரியன், சந்திரன் ஆகிய அனைத்துமே தேவர்கள்தாம்; அவற்றைத் தெய்வங்கள் எனக் கொண்டாலும் தேவர் எனும் சொல்லுக்குச் சிறப்பேதும் இல்லை; ஏனெனில், அவை (நெருப்பு முதலானவை) அனைத்தும் தேவர் எனும் அர்த்தமின்றி அன்றாடம் புழக்கத்தில் இருக்கும் வார்த்தைகள் ஆகும்.

இதே போன்று தனது வாதத்தைத் தொடரும் சபரர் எழுப்பும் ஆர்வத்தைத் தூண்டுகிற கேள்வி ஒரே தெய்வத்தைப் பல

பெயர்களால் அழைப்பது பற்றியது ஆகும். சான்றாக, "அக்னி" எனில் நெருப்பு; அதையே 'பாவக', 'வாஹ்னி, 'சுசி' போன்ற பல சொற்களில் குறிக்கின்றனர்; ஆகவே கேள்வி இதுதான்; அக்னியைக் குறிப்பிடும் யாகத்தில் 'பாவக', வாஹ்னி, 'சுசி' ஆகிய சொற்களையும் பயன்படுத்த அனுமதி உண்டா? நெருப்பைத் தெய்வம் எனும் பொருளில் குறிப்பிட அதை 'அக்னி' என அழைப்பதுதான் அச் சடங்கின் நோக்கம் எனில் அதை அவ்வாறு பல சொற்களில் அழைக்க வாய்ப்பு இருந்திருக்கும்; எனினும் சபரர் அதை அனுமதிக்கவே முடியாது என்கிறார். 'அக்னி'யைக் குறிக்கும் சடங்கில் குறிப்பிடப்படும் ஒரு பொருளைவிட 'அக்னி' எனும் ஓசைதான் அங்கே முக்கியமானது; இது பற்றி சபரர் பின்வருமாறு வாதிடுகிறார்.

"ஆயின், அந்த நேர்வில், (தர்ச-பூர்ணமாச யாகங்களின்) தெய்வமான நெருப்பைக் குறிப்பிட அக்னிக்குப் பதிலாக எச் சொல்லையும் பயன்படுத்தலாம்; 'அக்னி' எனும் சொல் அதன் அர்த்தம் கருதியும், அந்த அர்த்தத்துக்குப் படையல் அல்லது காணிக்கையுடன் உள்ள தொடர்பைக் குறிப்பிடவும் உச்சரிக்கப்படுகிறது எனில் அதற்கு அவ்வாறு பல சொற்களைப் பயன்படுத்தலாம்; அதை நம்மால் புரிந்து கொள்ள முடியும். ஆனால் இங்கே 'அக்னி' எனும் அச் சொல் அந்த அர்த்தத்தில் அவ்வாறு உச்சரிக்கப்படவில்லை. எங்கே சம்பந்தப்பட்ட ஒரு செயல்பாடு ஒரு பொருளின் மீது நிகழ்கிறதோ அங்கே அச் சொல்லின் அர்த்தத்துக்கு ஒரு பயன்பாடு இருப்பதால் அது அங்கே அதன் அர்த்தத்தைக் கொடுப்பதற்காகவே உச்சரிக்கப்படுகிறது. ஆயின், அச் சொல்லின் மீதே அச் செயல்பாடு நிகழ்கிறதெனில் அங்கே அச் செயல்பாட்டுடன் தொடர்பு படுத்த வேண்டிய சொல் மட்டுமே பயன்படுத்தப்பட வேண்டும். தெய்வம் தன் உருவம் காரணமாக ஒரு யாகத்தின் கருவியாவதில்லை. வேறெதனால்? தொடர்பு படுத்தப்பட்ட சொல்லால் தெய்வம் உதவிடும் கருவியாக ஆக்கப்பட்டிருப்பினும் அந்த யாகத்துடன் தொடர்புபடுத்தப்பட்டிருப்பது ஓசை அல்லது வார்த்தைதான். ஆக, அச் சொல் அதன் அர்த்தத்தைத் தரும் பொருட்டு உச்சரிக்கப் படுவதில்லை. காரணம் யாதெனில், சுட்டித் தெரிவிக்கிற அர்த்தம் மீண்டும் அச் சொல்லையே தரும். அது 'சுற்றி வளைத்துப் பேசுதல்' எனும் பிழையின்பாற்படும். பிறகு அச் சொல் மட்டுமே இவ்வாறு அக் காணிக்கையுடன் தொடர்புடையதா? அச் சொல்லுடனான தொடர்பால் அது குறிக்கும் பொருளும் தெய்வமா? அப்படியானால் எத் தெய்வத்தின் பெயர் காணிக்கையுடன் அவ்வாறு தொடர்பு கொண்டதோ அத் தெய்வத்தின் பொருட்டுதான் அக் காணிக்கையா? இல்லை. அச் சொல்லின் மீது எச் செயல்பாடும் இல்லாதிருக்கிற போதுதான் அதன் அர்த்தத்தின் மீது அச் செயல்பாடு நிகழ்கிறது.

ஆயின், இங்கே அச் சொல்லின் மீதே அச் செயல்பாடு நிகழ்கிறது. ஆகவே அச் சொல் அதன் அர்த்தத்தைத் தருவதற்காக அங்கே இல்லை- அதாவது, அதனால் குறிக்கப்படும் பொருளை இங்கே தராது. எனவே “அச் சொல் முதலில் வருகிறது” என்கிறார் (அச் சூத்திரத்தின்) விரிவுரையாளர். ஆக, அக் காணிக்கை ‘அக்னி’ எனும் சொல்லுடன் மட்டுமே தொடர்புடையது. ‘சுசி’ போன்ற பிற சொற்களுக்கு (அந்த யாகத்தில்) இடமில்லை. ஆகவே சடங்குக்கான (வேதக்) கட்டளையில் உள்ள சொல் மட்டுமே மந்திரத்தில் ஒலிக்கப்பட வேண்டும். அத்தகைய நேர்வில், அச் சொல்லே தெய்வமாகி விடுகிறது எனச் சொல்லப்படலாம். இதற்கு நமது பதில் அதை மறுப்பதில் நமக்கு அக்கறை இல்லை என்பதுதான்; ஏனெனில், (சுசி போன்ற) சொற்களுக்கு (மந்திரத்தில்) இடமில்லை எனும் நமது வாதத்தை அது எவ்விதத்திலும் பாதிக்கவில்லை.

ஆகவே மீமாம்சப் பார்வையில் இறுதியாக நமக்கு வாய்ப்பது வேதக் கடவுளரின் உண்மையான உயிராக அமைந்துள்ள இந்திரன்,. அக்னி, மித்ரன், வருணன் போன்ற வெறும் ஓசைகளே; மந்திரங்களின் அங்கமாக இருப்பதால் ஓசைகள் முக்கியமானவை. அந்த ஓசைகளைத் தாண்டி கடவுளரின் இருப்புக்கு உருப்படியான ஆதாரம் தேடுவது வீண் வேலை; ‘கடவுளர்’ எனும் அர்த்தத்தில் கடவுளர் என்பது எதார்த்தமற்றது; அவர்களின் இருப்பு வெறும் வாய் வார்த்தையின் பாற்பட்டதே! மீமாம்ச தத்துவ ஞானிகளின் ஆத்திகத்துக்கு முந்தைய வேத காலப் பார்வைக்கு ஆதரவான நிலைபாடு அவர்களை இறுதியாக இந்த இடத்தை நோக்கிதான் தள்ளியிருக்கிறது. பின்னர் இது குறித்து இன்னும் விரிவாகப் பேசுவோம்.

# 16

# நியாய - வைசேசிக நாத்திகம்

இதற்கு முந்தைய மூன்று அத்தியாயங்களில் விவாதிக்கப் பட்டுள்ளனவற்றின் பின்னணியில் இந்த அத்தியாயத்தின் தலைப்பு பொருத்தமற்றதாகத் தோன்றக் கூடும்; இந்திய தத்துவத்தில் நாத்திகத்தின் இடத்தை வலியுறுத்த கடவுள் இருப்புக்கான நியாய-வைசேசிக நிரூபணங்களை மறுதலிப்பதுதான் முதல் நிபந்தனை என்கிறபோது நியாய-வைசேசிக நாத்திகம் பற்றிய யாதொரு பேச்சும் பொருளற்றதாகவே தோன்றும்; எனினும், இத் தலைப்பு வேண்டுமென்றே தேர்வு செய்யப்பட்டுள்ளது; நியாய-வைசேசிகத் தத்துவம் அதன் ஆதி வடிவத்தில் உணர்வு பூர்வமாகவே நாத்திகத்தின்பாற்பட்டது எனும் உண்மையை உரக்கச் சொல்லவே இவ்வத்தியாயம் இவ்வாறு தலைப்பிடப்பட்டுள்ளது. இந்திய நாத்திகர் இத் தத்துவத்தின் மூல கர்த்தாக்களின் நிலைபாட்டை மறுதலிக்க வேண்டிய அவசியம் இல்லை; அவர்கள் செய்யவேண்டியதெல்லாம் தமது முன்னோர்களின் கருத்துக்கு முரணாகப் பிற்கால நியாய-வைசேசிகர் கடவுள் இருப்புக்கு முன்வைத்த அனுமானப் பாங்கிலான நிரூபணத்தை மறுத்திடுவது மட்டும்தான்.

தமது தத்துவத்தின் ஆரம்ப நிலைபாட்டிலிருந்து பிற்கால நியாய - வைசேசிகரைப் பிறழச் செய்தது எது என்கிற கேள்வி மிகவும் சுவையானது; அது மத உணர்வை ஒழுங்குபடுத்துவது எனும் விருப்பத்துக்கு மாறான ஒன்று.[283]

சாராம்சத்தில் அறிவியல் சார்ந்த கருதுகோளான அணுவியக் கோட்பாட்டைத் தூக்கிப் பிடிக்க வேண்டிய தத்துவ நோக்கிலான தேவையின் பொருட்டே பிற்கால நியாய-வைசேசிகம் கடவுளை ஏற்க நேர்ந்தது என்பது அதற்கான பல காரணங்களில் ஒன்றாக இருக்கலாம்; இயல் உலகையும், சடப்பொருளையும் பற்றிய கொள்கைகளில் அணுவியக் கருதுகோள் அறிவியல். தொழில் நுட்ப வளர்ச்சி மிகவும் அரிதான அக் காலத்து சூழலில் மிகவும்

முன்னேற்றமான ஒன்று எனினும் அது பல பலவீனங்களைக் கொண்டிருந்தது. அதன் முதன்மையான பலவீனம் யாதெனில் அதனால் அணுச் சேர்க்கையைத் திருப்தியளிக்கும் விதத்தில் விளக்க இயலாமற் போனமைதான். அல்லது இன்னும் குறிப்பாகச் சொல்லவேண்டுமாயின் நாம் இப்போது காணும் இவ்வுலகின் தோற்றத்துக்கு அடிப்படையானது என அவர்களால் கூறப்படும் உள்ளார்ந்த நிலையில் உறுப்புகள் ஏதுமற்ற முதல் இரண்டு அணுக்கள் எவ்வாறு ஒன்று சேர்ந்தன என்பதை அந்த அணுவியக் கருதுகோளால் ஐயந்திரிபற விளக்கிட முடியவில்லை.

அத் தத்துவத்தை நிறுவியவர்கள் அப் பிரச்சனைக்குத் திண்ணமானதொரு தீர்வை முன்வைக்கும் தேவையை அவர்களின் முற்காலப் பிரதிநிதிகளின் அளவுக்குக்கூட ஒருவேளை உணராமல் இருந்திருக்கலாம். நம் அனுபவத்தில் நாம் காணும் சடப்பொருட்கள் அணுக்களையே தமது இறுதி அங்கங்களாகக் கொண்டுள்ளன என்பதற்குரிய பொதுவான கொள்கை நிலைப்பட்ட நிரூபணங்களே போதுமானவை என அவர்கள் எண்ணியிருக்கக் கூடும்; அணுக்களின் சேர்க்கைக்கான விளக்கத்தைப் பொறுத்த மட்டில் அக்காலத்தில் நிலவிய தெளிவற்ற புரிதலுக்கு ஏற்ப அது இயற்கை நியதிகளின்படி (ஸ்வபாவத்தின்படி) நடக்கிறது எனும் கோட்பாட்டை அவர்கள் சார்ந்து இருந்திருக்கக் கூடும். பிற்கால நியாய-வைசேசிகர் மிகவும் மாறுபட்ட சூழலில் இருந்தனர்; இதற்கிடையில். அணுச் சேர்க்கை குறித்துத் திருப்திகரமான விளக்கம் இன்மையால் அணுவியக் கோட்பாட்டைப் புறந்தள்ள மிகச் சிறந்த கற்பனாவாதத் தத்துவ ஞானிகள் கடுமையான முயற்சியில் ஈடுபட்டனர். உறுப்புகளற்றவை எனப்படும் அணுக்கள் எவ்வாறு ஒன்றுசேர முடியும்? ஆக. அணுச் சேர்க்கையை ஒப்புக் கொள்வது என்பது அணுக்களைப் பற்றிய அடிப்படைக் கருத்தைக் கைவிடுவதற்குச் சமம்; வசுபந்து எனும் பவுத்தத் தத்துவ ஞானி அகவயப்பட்ட கருத்துமுதல்வாதக் கண்ணோட்டத்திலிருந்து,[284] இவ்வாறு வாதிட்டார்;[285] சங்கரர் இதனை மிகவும் ஆர்வத்துடன் பற்றிக் கொண்டார்;[286] ஏனெனில் அதைக் கொண்டு சடப் பொருள் பற்றிய கருதுகோளை முற்றாக ஒதுக்கித் தள்ள அது அவருக்குக் கை கொடுத்தது.

கருத்து முதல் (கற்பனா)வாதிகளின் இந்த இடைவிடாத, ஒன்றுபட்ட தாக்குதலுக்கு அணுவியவாதிகளே ஓரளவுக்குத் திண்ணமான பதிலைத் தர வேண்டியிருந்தது; எனினும். அணுச் சேர்க்கை குறித்த சரியான விளக்கத்துக்கு - அல்லது, இதன்பொருட்டு அணுவைப் பற்றிய சரியான அறிவியல் கோட்பாட்டுக்கு - மிகப் பெருமளவுக்கு முன்னேறிய அறிவியல் - தொழில்நுட்பச் சூழல் மிக

மிக அவசியம் என்பதை அறிவியல் வரலாற்று மாணவர் நன்கறிவர்;[287] அந்த ஞானம் மத்திய கால இந்திய தத்துவ ஆசான்களுக்கு எட்டாத தூரத்தில் இருந்தது என்பது வரலாறு.

அத்தகைய ஞானம் இல்லா நிலையில் மத்திய கால நியாய வைசேசிகர் என்னதான் செய்ய முடியும்? அவர்களுக்குத் தெரிந்திருந்த தொழில்நுட்ப அறிவைக் கொண்டு இப் பிரச்சனைக்கு ஓரளவு தீர்வு காண முயல்வதுதான் அவர்களுக்கு இருந்த ஒரே வழி; ஆயின் இது சாராம்சத்தில் மனிதரின் கைப்பாடு எனும் நுட்பம் சார்ந்தது. அதாவது, குயவர் மட்குடுவை செய்வது, நெசவாளி துணி உற்பத்தி செய்வது, கொத்தனார் வீடு கட்டுவது போன்று கையால் மனிதர் மேற்கொள்ளும் உற்பத்தி நடவடிக்கை. வேறு வார்த்தைகளில் கூறுவதாயின் இது கைவினைஞரின் திறன், ஞானம் ஆகியவற்றின் அடிப்படையில் அமைந்த கைவினைத் திறன்; நியாய-வைசேசிகச் சொல்லியலில் கைவினைஞரே அறிதிறன் மிகு காரணி; அவர் செயல்படாவிடில் உற்பத்தியே இல்லை; சாராம்சத்தில் கைவினைஞரின் உருவில் முதல் அணுச் சேர்க்கைக்கான அறிதிறன் மிகு காரணியை நியாய-வைகேசிகர் கற்பித்துக் கொண்டனர்; இந்தக் காரணி மனிதனுக்கு மேலானதாக இருக்க வேண்டும்; ஏனெனில் அது உள்ளார்ந்த நிலையில் அங்கங்களற்ற அணுக்களை முதன் முதலாக ஒன்று சேர்க்கும் அதிசயத்தை நிகழ்த்த வேண்டும். ஆதலால் நியாய-வைசேசிகர் பின்வருமாறு வாதிட்டனர்: முன்பே செய்யப்பட்ட இரண்டு ஓடுகளை இணைத்து குயவர் மட்குடுவையைச் செய்வதுபோலக் கடவுளும் இரண்டு அணுக்களை முதலில் ஒன்று சேர்த்தார்; இவ்வாறுதான் அணுவிய தத்துவத்தில் கடவுள் அறிமுகமாகிறார்; மரபுசார் இந்தியச் சொல்லியலில் உள்ளதுபோல, மாபெரும் பேரண்டக் குயவர் எனும் வடிவத்தில் இந்த அறிமுகம் நிகழ்கிறது.

ஆகவே. கடவுளைப் பற்றிய நியாய-வைசேசிகக் கருதுகோள் தவிர்க்கவியலாதவாறு மிகவும் நுட்பமானதாக - இதயத்தைவிடத் தலையுடன் தொடர்பு கொண்டதாக - அதாவது, உணர்ச்சியின் பாங்கில் அல்லாமல் அறிவின் பாங்கில் அமைந்துள்ளது; அறிவியல் பாங்கிலான கருதுகோள் இல்லாததால் அதை ஈடுசெய்ய வந்த முற்றிலும் கோட்பாட்டு வடிவிலான, வறட்டுத்தனமான தருக்க முறையால் தன்னை வளர்த்துக் கொண்டது. எனினும், இழிவுகளை ஏற்றுக் கொள்ளும் போக்கு தத்துவ அரங்கில் இடம் பிடித்துக் கொள்ளத் தொடங்கியதும் அது தனக்கே உரிய வீச்சைப் பெறலாயிற்று; அதன் விளைவாக அறிவியல் பாங்கிலான கருதுகோளை மறைத்து நின்ற இறையியல் கோட்பாடுகள்

ஏராளமாக முன்வைக்கப்படலாயின. இக் கடவுள் கோட்பாட்டினுள் ஆத்திகரால் பேசப்பட்ட தெய்வீகப் பண்புகள் அனைத்தையும் நுழைத்திட நியாய-வைசேசிகர் முயன்றனர்; கடவுள் எல்லாம் அறிந்தவர். எங்கும் நிறைந்தவர், எல்லாம் வல்லவர், உலக நற்பண்புகளின் நெறியாளர் என நியாய-வைசேசிகர் கூறினர்.

ஆயினும் உண்மையில் இவையனைத்துக்கும் வெறும் கோட்பாட்டளவிலான மதிப்பு மட்டுமே உண்டு; சாராம்சத்தில் அனுபவம் சார்ந்ததும் அறிவியல் பாங்கினதுமான தமது தத்துவத்தின் பொதுவான கட்டமைப்புக்குள் கடவுளின் உண்மையான செயல்பாட்டுக்குள்ள முட்டுக்கட்டையைக் கண்டறிவதில் பிற்கால நியாய-வைசேசிகர் வெற்றி பெற்றனர்; கடவுள் எல்லாம் வல்லவர் எனப்பட்டாலும் அவர் ஏற்கெனவே (உலகில்) இருக்கிற பொருட்களுடன் இணைந்தே இயங்க வேண்டி இருந்தது. அவற்றின் உள்ளார்ந்த இயல்பை மாற்றும் ஆற்றல் அவருக்கு இல்லை:- அணுக்களும் விசும்பும், வெற்று வெளியும் அவரைப் போலவே என்றுமிருப்பவை; மேலும் மனிதனின் வினைப்பயன்கள் முற்றிலும் அவ்வினைகளாலேயே தீர்மானிக்கப்படுபவை.[288].

உலகின் நன்னெறியாளர் எனும் அவரின் பெருமை பெயரளவிலானதே; எதார்த்தமாகப் பார்க்கையில் கடவுளின் ஒரே வேலை முதல் இரண்டு அணுக்களை ஆரம்ப கட்டத்தில் ஒன்று சேர்ப்பது மட்டுமே என்கிறது நியாய-வேசேசிகம்; இப்படி வரையறைக்குட்பட்ட செயல்பாட்டை[289] மட்டுமே கொண்ட கடவுளைத்தான் இவ்வுலகின் அனைத்தும் அறிந்த, எல்லாம் வல்ல, திறன்மிகு காரணி எனப் பிற்கால நியாய-வைசேசிகர் கொண்டாடுகின்றனர்; ஆரம்ப கால நியாய-வைசேசிகத் தத்துவ ஆசான்கள் இந்தத் திறன்மிகு உலகக் காரணி எனும் கருதுகோளுடன் எந்த அளவுக்கு உடன்பட்டார்கள் என்பதை இனி நாம்தான் கண்டறிய வேண்டும்.[290]

ஆகவே அறிவியல் அறிஞர்களின் கையில் கடவுள் படும்பாடு குறித்த எங்கெல்ஸ்[291] அவர்களின் விவரிப்பை இங்கே மேற்கோள் காட்டாமல் இருக்க முடியாது: “கடவுளை நம்புகிற இயற்கை விஞ்ஞானிகளை விட மோசமாக வேறொருவரும் அக் கடவுளைப் பாடாய்ப் படுத்திடவில்லை.:- பொருள்முதல்வாதிகள் அத்தகைய வாசகங்களைப் பயன்படுத்தாமல் உண்மை விவரங்களை விளக்குவதோடு தமது வாதத்தை நிறுத்திக் கொள்கின்றனர். “கடவுளை இறைஞ்சி நிற்கிற நம்பிக்கையாளர்கள் தமது கடவுளை அவர்கள் மீது ஏவுகிறபோது அவர்கள் முதலில் இதனைச் செய்கின்றனர்; பின்னர் அவர்கள் ‘எனக்கு அந்தக் கருதுகோள் தேவையில்லை’

எனச் சொன்ன லேப்லேஸ் போன்று வெட்டொன்று துண்டிரண்டாய் நறுக்கென பதிலளிக்கின்றனர்;[292] அல்லது வணிகத்தின் பொருட்டு சுற்றுப் பயணம் வரும் ஜெர்மானியர் தமது உதவாக்கரைப் பொருட்களை டச்சு வணிகர் மீது திணிக்கும்போது “அவை எமக்கு வேண்டாம்” எனும் வார்த்தைகளுடன் அவர்களை முரட்டுத்தனமாக டச்சு வணிகர் திருப்பி அடிக்கிற மாதிரி அவர்கள் கருத்துமுதல்வாதிகளைத் திருப்பித் துரத்துகின்றனர். விசயம் அத்துடன் முடிந்து போகிறது. ஆயின், தனது ஆதரவாளரிடம் கடவுள் என்ன பாடுபடுகிறார்! ஜ்னா படையெடுப்பின்போது தனது படைத் தளபதிகளிடமும் அதிகாரிகளிடமும் மூன்றாம் பிரடெரிக் வில்லியம் எவ்வாறு அல்லல்பட்டாரோ அதுபோலத் தற்கால இயற்கை அறிவியல் வரலாற்றில் கடவுள் அவரது ஆதரவாளரால் கொடுமைப்படுத்தப்படுகிறார்! ஒவ்வொரு படைப் பிரிவும் தனது ஆயுதங்களைக் கீழே போடுகிறது. வெற்றி நடைபோடும் விஞ்ஞானத்தின் முன்னே ஒவ்வொரு கோட்டை கொத்தளமும் மண்டியிடுகிறது. இயற்கையின் முடிவற்ற ஆட்சி விஞ்ஞானத்தால் வெற்றி கொள்ளப்படும் நாள்வரை ‘படைப்பாளி’க்கு - (அதாவது, கடவுளுக்கு - அங்கே இடமேதும் இல்லை எனும் நிலை ஏற்படும் காலம் வரை - இது தொடர்கிறது. இப்போதுங்கூட நியூட்டன் படைப்பாளிக்கு அவரின் சூரிய மண்டலத்தில் ‘முதல் தூண்டல்’ செய்யும் வாய்ப்பை அளிக்கிறார். ஆனால் அதற்கடுத்து அதில் தலையிட அவரை அனுமதிக்க மறுக்கிறார். சச்சி பாதிரியார் திருச்சபை விதிகளின் பேரிலும், அவற்றின்படியான சகல மரியாதைகளுடனும் அவரை சூரிய மண்டலத்திலிருந்தே துரத்துகிறார்; அவருக்கு பனிப்படலமாகத் தோன்றிய ஆதி நட்சத்திரக் கூட்டத்தைப் படைக்கும் வேலையைத் தருகிறார்.! இதேபோன்றுதான் மற்றெல்லாத்துறைகளிலும்: உயிரியலில் அவரின் மாபெரும் கடைசி ‘டான் குவிக்சாட்’ ஆகிய அகஸ்ஸிஜ் நேர்மறையான மடத்தனத்தை அவரின் பண்பாகக் குறிப்பிடுகிறார்: அவர் உண்மையான விலங்குகளை மட்டுமின்றி கண்ணுக்குத் தெரியாத விலங்குகளையும், மீன்களையும் படைத்தார் என்கிறார்! இறுதியாக, டிண்டால் அவரை இயற்கையின் பக்கமே திரும்ப விடாமல் தடுக்கிறார்; மாறாக உணர்ச்சிகளின் உலகத்தில் அவரைத் தள்ளிவிடுகிறார்; அவரை மட்டுமே அங்கே அனுமதிக்கிறார்; காரணம் அங்கே இவையனைத்தையும் (அதாவது, இயற்கையைப்) பற்றி ஜான் டிண்டாலை விட அதிகமாய்த் தெரிந்து வைத்துள்ள இன்னொருவர் இருக்க வேண்டும்! கிழட்டுக் கடவுளிடமிருந்து - விண்ணையும். மண்ணையும் படைத்துக் காக்கிறவரிடமிருந்து - எவருடைய அனுமதியில்லையேல் ஒரு தலைமுடி கூடத் தவறியும்

கீழே விழாதோ அந்தக் கடவுளிடமிருந்து - இது எவ்வளவு தூரம் என்பதைப் பாருங்கள்!

ஆயின். நமது நியாய-வைசேசிகத் தத்துவம் பற்றிய கேள்வி நோக்கி நாம் திரும்புவோம்; மிகவும் நுட்பமான அர்த்தத்திலும், மிக அதீதமான கட்டுப்பாடுகளின் காரணமாக சுதந்திரமாகச் செயல்பட முடியாத நிலையிலும் உள்ளதொரு கடவுள் இந்திய தருக்க முறையையும், அணுவியக் கருதுகோளையும் நிறுவியவர்களை மறுதலித்து அவர்களின் பிற்காலப் பிரதிநிதிகளால்தான் இந்திய தத்துவ அரங்குக்குள் இறக்கிவிடப்பட்டார் என்னும் கூற்று சரியானதுதானா? பெரும்பாலான அறிஞர்கள் இதற்கு உடன்படார் என்பதை நானறிவேன்; ஆயின், அதற்கு முக்கியமான காரணம் அவர்கள் தமது மதச் சார்பு நிலைபாட்டை மீளாய்வுக்குட்படுத்த மறுப்பவர்கள் என்பதே; மாறாக, இதற்கான மூலநூலாதாரங்கள் சர்ச்சைக்கு அப்பாற்பட்டவை; மிகவும் தெளிவானவை; அவற்றை நாம் ஆராயத் தொடங்குமுன் நியாய - வைசேசிக இலக்கியம் குறித்த சில வார்த்தைகள் நமது எளிய வாசகர்களுக்குப் பயன்தரக்கூடும்.

நியாய மற்றும் வைசேசிகத் தத்துவ அமைப்புகள் அவற்றின் தொடக்க காலத்தில் இருந்தே நெருக்கமான தொடர்புடையவை; நியாய தத்துவம் அனுபவப் பாங்கிலான தருக்க முறையின் மீது மிகுந்த அழுத்தம் கொடுத்தது எனில் வைசேசிகம் அதே போன்று அனுபவப் பாங்கிலான இயல் கடந்த மெய்ப்பொருள் வாதத்தின் மீது - குறிப்பாக அணுவியக் கருதுகோளின் மீது-அதிகம் சார்ந்து நின்றது; காலப் போக்கில் அவையிரண்டும் ஒன்றாக்கப்பட்டு' நியாய-வைசேசிகம் எனும் கூட்டுப் பெயரைத் தாங்கின.

'நியாய' மற்றும் 'வைசேசிக' எனும் சொற்களின் ஆதி முக்கியத்துவம் குறித்து உறுதிபடத் தெரிந்து கொள்ள முடியவில்லை; சீன பவுத்தர்களின் ஆதி மரபுப்படி[293], வைசேசிகம் மற்ற அமைப்புகளை விட மேன்மையானதும் அவற்றினின்றும் தெளிவாக மாறுபட்டதும் ஆகும். ஆதலால் அது அவ்வாறு அழைக்கப்பட்டது. ஆயின் இந்திய மரபு அதனை 'விசேச' - அதாவது, குறிப்பிட்ட தன்மை கொண்ட- வைசேசிகத் தத்துவத்தின் ஒரு தனிப் பிரிவு எனக் கருதுகிறது; 'நியாய' என்பது மீமாம்சம் குறித்த பழைய சொற்களில் ஒன்று; ஆரம்பத்தில் அது ஒழுக்க விதி அல்லது மூதுரை எனும் பொருளில் பயன்படுத்தப்பட்டது.[294,] பின்னர் அது எவ்வாறு புதியதொரு தத்துவத்தின் பெயரானது என்பது விளங்கவில்லை; குப்புசாமி சாஸ்திரி[295], அதற்குத் தரும் விளக்கமாவது: அனுமானம் சார்ந்த செயல்முறை இத் தத்துவத்தின் சிறப்பான அம்சமாக

இருந்தது; 'நியாய' எனில் வலுப்படுத்தும் சான்று எனப்பொருள்; அச் சான்று அனுமானத்தின் ஐந்து உறுப்புகளில் மிக முக்கியமான ஒன்று என இத்தத்துவம் கருதுகிறது; வாத்ஸ்யாயனர் கூட 'நியாய' என்பதை அனுமானம் எனவும் 'நியாய-சாஸ்திர'த்தை 'அன்விக்சிகி' எனவும் பொருள் கொள்ள விரும்பினார்.[296].

இந்த 'அன்விக்சிகி' என்பது தருக்கத்தைக் குறிக்கும் ஆதிகால இந்தியச் சொல் ஆகும். "அப்படியானால் இந்த 'நியாய' என்பது செல்லத்தக்க அறிவின் கருவிகளை (பிராமணங்களை)க் கொண்டு ஒரு பொருளைக் கூர்ந்தாய்வு செய்வது எனப்பொருள்; புலனறிவுக்கும், புனித நூலுக்கும் (வேதத்துக்கும்) புறம்பாக இராத அனுமானம் 'அன்விக்சிகி' அல்லது 'மீளறிவு' எனப்பட்டது. அதாவது புலன்களாலும், புனித நூலைக் கொண்டும் ஏற்கெனவே அறிந்திருக்கிற ஒன்றை மீளவும் அறிதல் எனப்பட்டது ('அன்விக்சா' = அனு (பின்னர்) 'இக்சா' (அறிவு); மீளறிதலைப் பற்றி ஆய்கிற அறிவுத்துறை 'அன்விக்சிகி' அல்லது 'நியாய - வித்யா' அல்லது 'நியாய- சாஸ்திரம்' என அழைக்கப்பட்டது. புலனறிவுக்கும் புனித நூலுக்கும் (வேதத்துக்கும்) முரணான அனுமானம் 'போலி நியாயம்' எனப்பட்டது."

இவற்றின் ஆதார அல்லது மூல நூல்களான 'நியாய-சூத்திரம் கோதமர் (கவுதமர்) என்பவராலும் வைசேசிக-சூத்திரம் கணாதர் என்பவராலும் ஆக்கப்பட்டவை எனப்படுகிறது; அவ்விருவரைப் பற்றிய வரலாறு நமக்குத் தெரியாது; அதே போன்று அந்த மூல நூல்கள் திருத்தமாகப் பதிப்பிக்கப்பட்ட காலமும் உத்தேசமானதே! 'நியாய-சூத்திரம்' கிபி 200க்கும் கிபி 400க்கும் இடைப்பட்டதாகவும் 'வைசேசிக - சூத்திரம்' அதற்குச் சற்று முந்தையதாகவும் இருக்கலாம் என்கிறார் ஜேகோபி.[297] எனினும் 'நியாயமும் 'வைசேசிகமும்' சாங்கியம், மீமாம்சம், வேதாந்தம் ஆகியனவற்றைப் போல் பழம்பெருமை கொண்டவையன்று; எனவே அவற்றின் வரலாற்றைத் தேட வேண்டிய அவசியமில்லை. ரூபன்[298] கூறுவதாவது: "அறிவியல் நோக்கிலான புதிய சிந்தனைப் போக்கு தோன்றிப் பின்னர் 'அனுமானம்', 'திருஷ்டாந்தம்' முதலானவற்றின் 'பகுப்பாய்வு' எனும் நிலையை எட்டியது. ஆயின், அச் சிந்தனைப் போக்கின் முன்னோட்டத்தை உலோக காலம் எனப்படும் உபநிடத காலத்திலேயே காணலாம்; அக் காலத்தில்தான் பழங்குடிக் கூட்டங்கள் அழிந்து ஓரிரண்டு சிறு இந்திய அரசுகள் கங்கைப் பள்ளத்தாக்கில் தோன்றின; எது எவ்வாறாயினும் நியாயம், 'வைசேசிகம்' ஆகியவற்றின் தனிச்சிறப்பான அம்சங்கள் இந்திய தத்துவ மரபுக்கு[299], மிகவும் புதியவை. ஏனெனில் அவை பழைய

மந்திர, மத, புராணப் போக்குகளின் பிடியிலிருந்து ஏற்கெனவே விடுபட்டிருந்த அறிவியல் சிந்தனையைப் பிரதிநிதித்துவப்படுத்தின. இந்தக் கண்ணோட்டம் கி.மு. 300க்கும் கிமு 200க்கும் இடைப்பட்ட காலத்தில் உருக்கொண்டிருக்கலாம்.

'வைசேசிக-சூத்திர'த்தின் மீதான விளக்கவுரை ஏதும் நமக்குக் கிடைக்கவில்லை; இராவண பாஷ்யம் எனும் பெயரிலும் அத்தகைய உரைநூல் ஒன்று இருந்ததாகச் சொல்லப்படுகிறது. இத் தத்துவம் பற்றிய விரிவான விளக்கம் 'பதார்த்த-தர்ம-சங்கிரகம்' எனும் நூலில்தான் முதன்முதலாக நமக்குக் கிடைக்கிறது;

அது கி.பி. ஐந்தாம் நூற்றாண்டைச் சேர்ந்த பிரசஸ்தபாதர் என்பவரால் ஆக்கப்பட்டது; அது வைசேசிக சூத்திரத்தில் உள்ள சூத்திரங்களைப் பற்றிய விரித்துரையாக இல்லாத போதும் பிரசஸ்தபாத- பாஷ்யம் என்றே குறிப்பிடப்படுகிறது; இத் தத்துவப் பார்வை வியோமசிவர் என்பவரால் 'வியோமாவதி' எனும் கி.பி. 8ஆம் நூற்றாண்டச் சேர்ந்த நூலிலும், 'கந்தளி' எனும் நூலில் ஸ்ரீதரராலும் (கி.பி.10ஆம் நூற்றாண்டு), 'கிரனாவளி' எனும் நூலில் உதயணராலும் (கி.பி.10ஆம் நூற்றாண்டு) ஆய்வுக்குட்படுத்தப்பட்டு உள்ளது.

'நியாய-சூத்திரம்' பற்றிய விரிவுரை வாத்ஸ்யாயனரின் 'வாத்ஸ்யாயன பாஷ்யம்' எனும் கி.பி.4ஆம் நூற்றாண்டைச் சேர்ந்த நூலில் உள்ளது. திக்நாகர் எனும் பவுத்தத் தருக்கவியலாளர் அதைக் கடுமையாக விமர்சித்தார்; அத் தாக்குதலுக்கு எதிராக - வாத்ஸ்யானருக்கு ஆதரவாகக் - கி.பி.7ஆம் நூற்றாண்டைச் சேர்ந்த உத்யோதகரர் 'நியாய-வார்த்திக' எனும் நூலை எழுதினார்; வாசஸ்பதி மிஸ்ரர் (கி.பி.9ஆம் நூற்றாண்டைச் சேர்ந்தவர்) தனது 'நியாய - வார்த்திக - தாத்பர்ய - திக' - அல்லது சாதாரணமாகத் 'தாத்பர்ய-திக' எனப்படும் தனது நூலில் உத்யோதகரரின் வாதத்தைத் தொடர்கிறார்; அடுத்த மாபெரும் 'நியாய'த் தத்துவ ஞானி ஜெயந்த பட்டர்; கி.பி.9ஆம் நூற்றாண்டைச் சேர்ந்த அவர் தனது 'நியாய - மஞ்சரி' எனும் நூலைச் சிறைவாசத்தின் போது எழுத நேர்ந்தது ஏன் என்பதை நாமறியோம்!

அதன் பிறகு வருபவர் 'கிரனாவளி' எனும் நூலின் ஆசிரியரான உதயணர். அவரின் மற்றொரு நூலான 'தாத்பர்ய - பரிசுத்தி' என்பது 'தாத்பர்யதிக' மீதான விளக்கவுரையாகும்; அவர் மேலும் இரு பெரும் நூல்களை இயற்றினார்: அவற்றில் முதலாவதான 'ஆத்மத்வ - விவேக' (பவுத்த - திக்கார'?) என்பது பரம்பொருளை அல்லது அழிவற்ற ஆன்மாவை மறுத்திடும் பவுத்த நிலைபாட்டுக்கு எதிரானது; 'நியாய-குசுமாஞ்சலி' எனும் பிறிதொன்று கடவுளின் இருப்புக்கு ஆதாரமான நிரூபணங்கள் பற்றியது.

நியாய-வைசேசிகம் பற்றி இதர நூல்களும் ஏராளமாக உள்ளன; ஆயின், உதயணர்தான் மற்றெவரையும் விட மிகச் சிறந்த விரிவுரையாளர்; அத் தத்துவ மரபின் பழைய காலகட்டத்தை ஆய்ந்தவர்களுள் அவர்தான் முதன்மையானவர்; அதன் புதிய கட்டம் கங்கேசரின் 'தத்வ - சிந்தாமணி' எனும் நூலுடன் 12ஆம் நூற்றாண்டு வாக்கில் தொடங்கியது; வாசுதேவ சார்வபவ்மர், இரகுநாத சிரோமணி, கதாதரர், ஜகதீசர் ஆகியோர் கங்கேசரின் மாணவர்களில் மிகவும் புகழ் வாய்ந்தவர்கள். துல்லியமான சொல்லாட்சி, செழுமைப்படுத்தப் பட்ட வரையறைகள் ஆகிய இந்த இரண்டின் மீது மட்டுமே 'புதிய - நியாய தத்துவம்' மிகுந்த அக்கறை காட்டியது; இது நேர்மறையான தத்துவக் கோட்பாடுகளின்பால் அது கொண்டிருக்கவேண்டிய ஆர்வத்தைக் குறைத்தது. சிந்தனைப் போக்கின் மேலோட்டமான அம்சங்களில் அளவுக்கு அதிகமான ஈடுபாடு காட்ட வைத்தது; அதனால் இந்தத் தத்துவத்தை வெறும் வறட்டு வாதம் எனச் சிலர் அழைக்க நேர்ந்தது.[300] இத் தத்துவத்தின் இந்த இறுதிப் பகுதி நமது விவாதத்துக்கு அவ்வளவாக முக்கியமானது அன்று.

நியாய-வைசேசிகத்தில் முதன் முதலாகக் கடவுள்இடம்பெற்றமையை அறிந்திட வாத்ஸ்யாயனர், பிரசஸ்தபாதர் ஆகியோரின் நூல்களுக்குள் நுழைய வேண்டும்; ஆயின், ஆத்திக நிலைபாட்டை ஒழுங்கமைக்கும் முயற்சி உச்ச கட்டத்தை அடைந்தது மிகவும் பின்னாளைய நியாய-வைசேசிகரின் எழுத்துகளில்தான். அவர்களில் உதயணர்தான் மிகவும் புகழ் வாய்ந்தவர் என்பதில் ஐயமில்லை; இது குறித்து குப்புசாமி சாஸ்திரி[301] கூறுவதைக் கேளுங்கள்: "எங்கே 'வெளிப் படுத்தல்' தோற்கிறதோ அங்கே பகுத்தறிவைப் பயன்படுத்துவதில் ஆத்திகம் எந்த அளவுக்கு வெற்றி பெறுகிறது என்பதை எடுத்துக் காட்டுவதில் உதயணரின் ஆத்திகப் பங்களிப்புக்கும் குறிப்பிடத்தக்க இடமுண்டு; இந்திய ஆத்திகத்தின் வரலாற்றில் இதற்கு இணையாகக் கருதத் தக்கது வேதத்தின் விரோதிகளாம் பவுத்தர்களின் வாத முறையே.

இவ்வாறு பகுத்தறிவை ஆத்திக சேவையில் ஈடுபடுத்த முயல்கையில் உதயணர் எட்டு நிரூபணங்களைக் கொண்டு கடவுளின் இருப்பை நிறுவ முயல்கிறார்.[302] இவையனைத்தும் ஒரே சீரான தருக்க வலிமையைக் கொண்டிராததால் பிற்கால இந்திய நாத்திகர் இவற்றை ஒரே மாதிரியான சிரத்தையுடன் அணுகவில்லை.[303], இந்த நிரூபணங்களில் ஒரு சிலவேனும் வளர்ச்சியுறாத அறிவியல் அறிவின் அடிப்படையில் அமைந்தவை.

உதயணரிடமும் அவரின் கடவுளிடமும் அளவற்ற குருட்டு நம்பிக்கையும் பக்தியும் கொண்டிருந்தால் மட்டுமே தற்கால

வாசகரும் அந்த நிரூபணங்களில் அவ்வளவு அக்கறை கொள்ளமுடியும்; அவற்றில் இரண்டை மட்டும் இங்கே நான் எடுத்துக் காட்டுவேன். கோள்கள் பலவும் ஒன்றோடு மற்றொன்று மோதாதவாறு அதனதன் நிலையில் நிறுத்தப்பட்டுள்ளன; இது உணர்வுள்ள ஏதோ ஒன்றின் தொய்வற்ற முயற்சியால் மட்டுமே சாத்தியப்படும். அந்த ஒன்றே 'ஈஸ்வரன்' அல்லது 'கடவுள்';[304] மேலும் "நெசவு, மட்பாண்டம் செய்தல்' போன்ற மிகவும் அத்தியாவசியமான கைத்தொழில்களை இவ்வுலகுக்கு அறிமுகப்படுத்திய அந்த அறிதிறன்மிகு காரணி ஜீவனாக ('ஆத்மாவாக') இருக்க முடியாது; ஈஸ்வரன் அல்லது கடவுளாகத்தான் இருக்க வேண்டும்."[305]

அறிவியலின் முன்னேற்றம் இந்த மத்திய கால அறியாமையையும் அதன் அடிப்படையில் அமைந்த கடவுளின் இருப்புக்கான சான்றுகளையும் ஒருசேர ஒதுக்கித் தள்ளியது; எனினும் இதனைக் கருதி நாம் உதயணரின் ஒட்டு மொத்த ஆத்திக ஆதரவு நிலைபாட்டைத் துச்சமாக எண்ணிவிட முடியாது. இந்திய தத்துவ வரலாற்றில் இவரின் இடத்தைக் குறைத்து மதிப்பிட முடியாது; 'நியாய-குசுமாஞ்சலி'யில் வெளிப்படும் இவரின் தருக்கப் பாங்கான பகுப்பாய்வுத் திறன் மிகவும் மலைப்பூட்டக்கூடியது என்றே சொல்லியாக வேண்டும்; அதே சமயம் அவரின் ஆத்திக ஆதரவு நம்மை முழுமையாகக் கட்டுப்படுத்தக்கூடியது எனவும் இதனைப் பொருள்கொள்ளக் கூடாது; ஏனெனில் அவரால் எழுப்பப்படும் இறையியல் தொடர்பான எண்ணற்ற கேள்விகள் முடிவற்ற சர்ச்சைக்கு இட்டுச்செல்பவையே என நாம் மிக எளிதாகக் கூற முடியும். எது எவ்வாறாயினும் அச் சர்ச்சையின் ஒப்பு நோக்கிலான தரம் பற்றி இங்கே நமக்குக் கவலையில்லை. இங்கே நமது அக்கறை முற்றிலும் மாறுப்பட்ட இன்னொரு கேள்வி குறித்ததே.

பிற்கால நியாய- வைசேசிகரின் ஆத்திகப் போக்கு ஆரம்பகால நியாய-வைசேசிகரின் அசலான உணர்வைப் பிரதிநிதித்துவப்படுத்துகிறது என நாம் கருதப் போகிறோமா? அல்லது, அது அத் தத்துவத்தை நிறுவியவர்களின் உண்மையான நிலைபாட்டின் தெளிவான திரிபா? இக் கேள்வியை மூல நூல்களின் அடிப்படையிலேயே விவாதிக்க முடியும்; தவறாகத் திருத்தி வாசிக்கப்பட்டாலொழிய கவுதமர், கணாதர் ஆகியோரின் நூல்களே தத்துவத்தில் நாத்திக நிலைபாட்டை திண்ணமாக ஆதரித்தவை என நான் வாதிடப்போகிறேன். எனினும் 'நியாய-சூத்திர'த்திலும், 'வைசேசிக-சூத்திர'த்திலும் காணப்படும். உள் முரண்களைப் பற்றிப் பேசப் புகுமுன் பிற்கால 'நியாய-வைசேசிகர் தமது தத்துவத்தின் மூல நிலைபாட்டிலிருந்து முற்றாக விலகிப் போனமை பற்றிய சில சான்றுகளைக் காண்பது சரியாக இருக்கும்.

பின்வரும் பிரகடனத்துடன் தனது "நியாய-குசுமாஞ்சலியைத் தொடங்குகிறார் உதயணர்: "எவனை வழிபட்டால் விண்ணுலகையும், விடுதலையையும் பெறலாம் என முனிவர்கள் முழங்குகின்றனரோ அவனை-அந்த பரமாத்மாவை - இங்கே கண்டு கொண்டோம்!' [306] அவர் மேலும் தொடர்கிறார்: "கடவுளைப் பற்றிய தருக்கப் பாங்கிலான ஆய்வு என்பது அவரைச் சிரத்தையுடன் சிந்திப்பதே எனலாம்; அது ஸ்ருதியைக் காதால் கேட்டதன் தொடர்ச்சியாகவே விளங்குவதால் அது அவனை வழிபடுவதற்குச் சமம்.[307]

இங்கே விடை காணப்பட வேண்டிய கேள்வி மிக எளிதானது: "இக் கூற்றுகள் 'நியாய-சூத்திர'த்துடன் இணக்கமானவையா?" இல்லை என்பதே எனது பதில்; அது குறித்தும், அது தொடர்பான பிரச்சனைகள் அவ்வளவு எளிதானவையல்ல என்பதால் அவை பற்றியும் நான் இங்கே வாதிட உள்ளேன்.

மேலே மேற்கோளிடப்பட்ட உதயணரின் இரண்டு கூற்றுகளிலும் கடவுளின் இயல்பு, வீட்டுப் பேற்றை எய்திடும் வழிமுறை ஆகியன குறித்துத் திண்ணமான கருத்தியல் (theory) அடங்கியுள்ளது. கடவுளைப் பரமாத்மா எனவும், அவரை வழிபடுவதே 'வீடு' பெறும் வழி எனவும் அவை பிரகடனப்படுத்துகின்றன; எனினும் கவுதமரின் 'நியாய - சூத்திரத்தில்' உண்மையில் என்ன சொல்லப்பட்டுள்ளதோ அதன்படிப் பார்த்தால் அவை இரண்டுமே முற்றிலும் பொருத்தமற்றனவாகத் தோன்றுகின்றன; முதலாவதாக, பரம்பொருள் அல்லது 'பரமாத்மா' எனும் கருத்தாக்கம் 'நியாய - சூத்திரத்துக்கு' முற்றிலும் அந்நியமானது; இரண்டாவதாக, 'உச்சபட்ச நன்மை' என்பதை அடைந்திட கவுதமர் காட்டும் வழி முற்றிலும் மாறானது.

கடவுள் எனில் 'பரம்பொருள்' அல்லது 'பரமாத்மா' என அர்த்தப்படுத்துவது உதயணருடைய நிலைபாட்டின் விசேடத் தன்மை அன்று; உண்மையில் அது பிற்கால நியாய-வைசேசிகருடைய பார்வை; 'சூத்திர'த்திலோ 'பரமாத்மா' எனும் கருதுகோள் எங்கும் குறிப்பிடப்படவில்லை; கவுதமர், கணாதர் ஆகியோரின் நிலைபாட்டிலிருந்து பிற்கால நியாய-வைசேசிகர் விலகிச் சென்றதற்கு இந்த சான்று ஒன்றே போதும்.

கவுதமர் எங்கும் ஏராளமான வார்த்தைகளில் பரம்பொருள் பற்றிக் குறிப்பிடாவிட்டாலும் அவர் ஆத்மாவைப் பற்றிக் குறிப்பிடு வதால் அது விரிந்த அளவில் தனித்தனியான ஆத்மாக்களையும் பரமாத்மாவையும் உள்ளடக்கியது என வாதிடலாம்; வெறும் நூலாதாரங்களை மட்டும் கொண்டு 'நியாய-சூத்திரத்துக்கு' இத்தகைய விளக்கம் தருவதும் அதையே தொடர்ந்து பற்றி நிற்பதும் கொஞ்சமும் சாத்தியமில்லை.

கடவுளை ஏற்பதோ, மறுப்பதோ- குறிப்பாக ஆதிகாலத் தத்துவப் பார்வையின் பின்னணியில் பார்த்தால் - தற்செயலானதாக இருந்திக்க முடியாது; ஆகவே. ஆத்மா எனும் சொல்லைப் பயன்படுத்தி மறைமுகமாகவும் தற்செயலாகவும் கடவுளைக் குறிப்பிடுவதுடன் திருப்தி கொள்கிற அளவுக்குக் கவுதமர் இப் பிரச்சனையின் முக்கியத்துவத்தை அறியாதவராக இருந்தார் என நினைப்பது வலிந்து பொருள்கொள்கிற வேலை. இரண்டாவதாக 'நியாய-சூத்திர'த்தின் ஆசிரியர் கடவுள் பற்றிய கருதுகோளை உறுதியாகவே அறிந்திருந்தார்; அதனாலேயே அவர் அதை 'ஈஸ்வர' எனக் குறிப்பிட விரும்பினார்; ஆயின், இதில் அவரின் வெளிப்படையான நோக்கம் யாதெனில், அதை மறுப்பதே; மூன்றாவதாக, மூல நூல்களை விளக்குவதில் எவ்வளவு சாமர்த்தியம் காட்டினாலும், 'நியாய-சூத்திர'த்தில் ஆத்மாவைக் குறிப்பிடுவது அதன் விரிந்த பொருளில் அது பரமாத்மாவையும் உள்ளடக்கியதே என்பதைச் சுட்டுவதற்காகத்தான் என்பதை நிரூபிக்க முடியாது; மூலநூலை விளக்குவது எனும் கண்ணோட்டத்தில் பார்த்தோமாயின் இது மிகவும் முக்கியத்துவம் வாய்ந்தது; ஏனெனில் ஆத்மாவைப் பற்றிய கவுதமரின் குறிப்பைத் தவிர 'நியாய- வைசேசிகத்தின் வேறெந்தப் பகுதியிலும் 'பரமாத்மா' எனும் கருதுகோளைத் தேடுவது என்பது சாத்தியமே இல்லை. ஆகவே நாம் இதனைச் சற்று விரிவாக ஆய்வோம்.

'நியாய - சூத்திர'த்தில் செல்லத் தக்க அறிவின் பன்னிரண்டு இலக்குகள் எனக் கவுதமர் தொகுத்துள்ள பட்டியலில் 'ஆத்மா'வை முதலாவதாகக் குறிப்பிட்டுள்ளார்.[308] மேலும் தொடர்கிறார். ஆத்மாவை அனுமானிப்பதற்கான அடையாளம் அல்லது சின்னங்கள் பின்வருமாறு: ஆசை (இச்சை) வெறுப்பு (துவேஷம்) உள்நோக்கம் அல்லது முயற்சி (பிரயத்தனம்), மகிழ்ச்சி. (சுகம்), துன்பம் (துக்கம்) மற்றும் 'அறிவு (ஞானம்);[309]

இந்த 'சூத்திர'த்தில் உள்ள ஆத்மாவைப் பற்றிய கருதுகோள் இதற்கு முந்தையதில் உள்ளதைப் போன்றதே என்பதை ஐயுறுவதற்கு இடமே இல்லை-அதாவது, இரு சூத்திரங்களும் ஒன்றையே குறிப்பிடுகின்றன. வேறு வார்த்தைகளில் சொல்வதெனில் 'செல்லத்தக்க அறிவின்' இலக்குகளைப் பட்டியலிட்ட கவுதமர் அதே மூச்சில் 'ஆத்மாவை' வரையறுத்துக் கூற அல்லது அதன் அடையாளங்களைப் பட்டியலிடத் தவறவில்லை.[310] இது எதைக் குறிப்பால் உணர்த்துகிறது என்பது தெளிவு. கவுதமரால் சரியானது எனக் கருதப்படுகிற ஆத்மாவைப் பற்றிய ஒரே கருதுகோள் முக்கியமாக இந்த 'சூத்திர'த்தில் மட்டுமே இடம் பெற்றுள்ளது. அவரால் குறிப்பிடப்படும் 'ஆத்மா' கடவுள் அல்லது பரமாத்மாவை உள்ளடக்கியது எனும்

கூற்றுக்கு 'ஆப்பு வைக்கிற' தீர்மானமான நூலாதாரம் இது; ஏனெனில் பிற்கால நியாய - வைசேசிகர் கூட விருப்பு, வெறுப்பு, இன்ப- துன்பம் ஆகியன கடவுளின் குணங்கள் எனக் கூறிடத் துணியமாட்டார்;[311] கடவுளின் அடையாளங்கள் எனப் பிற்கால நியாய-வைசேசிகர் பட்டியலிட்டவை முற்றிலும் வேறானவை என்பதையும், கவுதமர் 'ஆத்மா'வை அடையாளப்படுத்த அடுக்குகிற விருப்பு, வெறுப்பு, இன்பம், துன்பம் போன்ற பண்புகளுக்கும் அவற்றுக்கும் ஒட்டோ உறவோ இல்லை என்பதையும் நாம் ஏற்கெனவே கண்டோம்; ஆகவே அவர் 'ஆத்மா' என்றது 'பரமாத்மா'வைச் சேர்த்திடாத முற்றிலும் வேறொன்று என்ற முடிவுக்கு நாம் வருவது மிகவும் நியாயமானதே; ஆத்திக நிலைபாட்டை ஆதரித்த வாத்ஸ்யாயனர் கூடக் கவுதமரின் 'ஆத்மா' பற்றிய பார்வையில் கடவுளைப் பற்றிய எவ்வித மறைமுகமான குறிப்பையும் ஊகிக்க வழியில்லை என்கிறார். நம் ஆய்விலுள்ள இச் 'சூத்திரம்' குறித்த அவரின் விளக்கத்தில் பரம்பொருளை மறுத்த பவுத்தர்களை விமர்சித்ததில் இருந்து இது தெளிவாகிறது. மேலும் 'நியாய-சூத்திர'த்தின் மூன்றாம் அத்தியாயத்தில், கவுதமர் மீண்டும் ஆத்மா குறித்த விரிவான விவாதத்துக்குத் திரும்புகிறார்;[312] அந்த விவாதம் நெடுகிலும் அவரோ அல்லது அவரின் உரையாசிரியரோ ஆத்மா எனில் அதற்கும் மேலான தனியொருவரைக் குறிப்பது என்பதற்கோ அல்லது அது பற்றிய கருதுகோள் பரம்பொருளை உள்ளடக்கியது. என்பதற்கோ எவ்விதச் சிறு குறிப்பைக் கூட நமக்கு விட்டுச் செல்லவில்லை.

தொகுத்துக் கூறின்: கவுதமர் பன்னிரண்டை மட்டுமே 'செல்லத்தக்க அறிவின் இலக்குகள்' என்றார்; ஆத்மாவுடன், உடல், புலன், புலனறிவின் இலக்குகள் முதலானவை அப் பட்டியலில் உள்ளன. பிற பதினோர் இலக்குகளில் மறைமுகமாகவோ, நேரடியாகவோ கடவுளைப் பற்றிய குறிப்பைத் தேடுவதில் பயனில்லை; எனவேதான், கவுதமரின் அப்பட்டியலில் உள்ள 'ஆத்மா' என்பது தமது கடவுள் கொள்கைக்கு ஆதாரமான பரம்பொருளையும் மறைமுகமாகக் குறிப்பிடுகிறது எனக் கூற வேண்டிய நிலைக்குப் பிற்கால நியாய- வைசேசிகர் தள்ளப்பட்டனர்; அதைத் தவிர அவர்களுக்கு வேறு வழியே இல்லை. அதற்கும் ஏன் வழியில்லை என்பதை நாம் சற்று முன்னர்க் கண்டோம்; 'ஆத்மா' குறித்த கவுதமரின் அடுத்த விவாதம், 'ஆத்மா' பற்றிய ஒரேயொரு நியாயமான கருதுகோளில் பரம்பொருளுக்கு இடமே இல்லை என்பதைத் தெளிவுபடுத்துகிறது; ஆகவே 'பரமாத்மா' பற்றிய கருதுகோளைக் கவுதமருக்குரியது எனக் காண்பிக்க, அவர் அதை செல்லத்தக்க அறிவின் இலக்குகளுக்கு அப்பால்தான் நிறுத்தினார்

எனக் கூறிடின் அதைப் பிற்கால நியாய-வைசேசிகர் ஒப்புக்கொள்வரா? செல்லத்தக்க அறிவின் இலக்காக இல்லாத எதுவும் உண்மையானதெனக் கருதப்பட முடியாது எனும் தமது அசலான தத்துவ நிலைபாட்டிலிருந்து விலகிடாத பிற்கால நியாய-வைசேசிகர் மேற்சொன்னவாறு பரமாத்மா குறித்த கருதுகோள் செல்லத்தக்க அறிவின் இலக்காகாது எனக் கருதிடும் சாத்தியக் கூறே இல்லை; உண்மையைச் சொல்வதெனில் அதன் பொருட்டே அவர்கள் கடவுளின் இருப்புக்கு உரிய நிரூபணங்களைச் செயற்கையாகவேனும் உருவாக்க முயன்றனர்; நமக்கு இப்போதைக்கு அவற்றின் உள்ளார்ந்த தகுதி அல்லது மதிப்பைப் பற்றிக் கவலை இல்லை; ஆயின், அவை கவுதமரின் கருத்திலேயே இல்லாத ஒன்றைப் பற்றியவை எனும் வரலாற்று உண்மை நமக்கு மிகவும் முக்கியமானது -அதாவது கவுதமரின் சிந்தனையில் இல்லாத ‘பரமாத்மா’ பற்றிய நிரூபணங்களே அவை என்பது வரலாற்றின் பாங்கிலான உண்மை என்பதுதான் இங்கே நமக்கு முக்கியமானது.

நாம் இப்போது மீண்டும் உதயணரின் நிலைபாட்டை நோக்கலாம்; கடவுள் அல்லது பரம்பொருள் பற்றிய அவரின் குறிப்பு ‘நியாய-சூத்திர’த்தில் அங்கீகரிக்கப்படாத ஒன்று என்பதை நாம் சற்று முன்னர் கண்டோம்; இதிலிருந்து கவுதமரின் கருத்துப்படியே பரம்பொருளை வணங்கி வழிபட்டால் வீட்டுப் பேறு கிட்டும் எனும் கருத்து கொஞ்சம் அர்த்தமற்றது என்பது தெளிவு; மாறாக ‘வீடைதல்’ பற்றி அவருக்கு ஒரு நேர்மறையான கருத்து உண்டு. அது உதயணரின் பார்வைக்கு - அதாவது பரம்பொருளை வழிபடுவதால் அதனை அடையலாம் என்ற கருத்துக்கு - நேர் எதிரானது.

தனது விவாதத்தின் பிரதான கருப்பொருளாக அமைந்த பதினாறு வகைபாடுகளைப் பற்றிய ஞானம் உச்சபட்ச குறிக்கோளை - அதாவது, வீட்டுப் பேற்றை - எய்த உதவும் எனும் வாசகத்துடன்தான் அவர் தனது வாதத்தைத் தொடங்குகிறார். எனினும் ‘நியாய - சூத்திர’த்தில் எங்கும் கடவுள் வழிபாட்டைப் பற்றிக் கவுதமர் பேசவே இல்லை; இது அவரின் உரையாசிரியர்கட்குக் கொஞ்சம் சிரமத்தைத் தந்தது; காரணம், அப் பதினாறு வகைபாடுகளின் பட்டியலில் இடம் பெறும் ‘ஐயம்’, ‘வலுப்படுத்தும் சான்று,’ ‘அனுமானக் கூறுகள்’, கருத்தியிலான வாதங்கள் போன்றவை பற்றிய ஞானம் வீட்டுப் பேற்றை அடைவதில் எந்த அளவுக்கு உதவும் என்பதை அறிவது அவ்வளவு எளிதன்று; இச் சிரமங்களை இப்போதைக்கு நாம் ஒதுக்கி வைத்துவிட்டு அவரின் இரண்டாம் சூத்திரத்தில் காணும் வீட்டுப் பேற்றுக்கான வழிமுறை பற்றிய நேரடியான கூற்றுக்குள் போவோம்.

அவர் சொன்னார்: "துன்பம் (துக்கம்), பிறப்பு (ஜன்மம்), வினை அல்லது செய்கை (பிரவிருத்தி) கேடு (தோஷம்), பொய்யறிவு (மித்யா-ஞானம்) -இவற்றில் முன்னதற்கு அடுத்துள்ளது அகலுங்கால் அதற்கு முன்னுள்ளதும் ஒவ்வொன்றாய் அகலும்; இறுதியில் வீட்டுபேற்றை அடையலாம்.' நேரடியாகச் சொல்வோமாயின் பொய்யறிவை நீக்கிடக் கேடு நீங்கும்; கேடு நீங்க வினை அல்லது செய்கை இராது; வினை நீங்கப் பிறப்பு நீங்கும்; பிறப்பு அழியத் துன்பம் தொலைந்து போம் - இதுதான் வீடடைதல் என்பது.

இதில் உள்ள நெருடலான கேள்வி இதுதான்: பொய்யறிவை நீக்குவது எது? அதற்கு ஒரேயொரு விடைதான் உண்டு; அது கவுதமரின் முதல் சூத்திரத்தில் ஏற்கெனவே குறிப்பிடப்பட்டுள்ளது; அறிவு - அதாவது மெய்யறிவு (மெய்ஞ்ஞானம்) - ஒன்று மட்டுமே பொய்யறிவைப் பொசுக்க வல்லது; அதன் தொடர்ச்சியான விளைவு இறுதியில் துன்பத்தை முற்றாகத் துடைத்தெறிவது எனும் பொருளிலான வீட்டுப் பேறு அல்லது விடுதலையை அடைவது.

உதயணர் கவுதமரிடமிருந்து விலகுவது இவ்விடத்தில்தான்; அது எவ்வளவு என்பதைத் தீர்மானிக்க முக்கியமான இரு கருத்துகளை நாம் ஆய்வது அவசியம்.

முதலாவது, சங்கிலித் தொடர் போன்ற இந் நிகழ்வு இறுதியில் வீடடைதலில் முடிவது எனக் கவுதமர் சொன்னபோது அதில் எவ்விடத்திலும் தெய்வீகத் தலையீட்டுக்கோ அல்லது குறுக்கீட்டுக்கோ கொஞ்சமும் இடம் தரவில்லை; மிகவும் கண்டிப்புடன் அதை அவர் வரையறுத்தார்; வேறு விதமாய்ச் சொல்வதெனில், கவுதமரைப் பொறுத்த மட்டில் அறிவு (மெய்யறிவு) பொய்யறிவை அகற்றும், பொய்யறிவு போனால் கேடு நீங்கும்; இந் நிகழ்வின் இறுதி விளைவுதான் துன்பம் தொலைதல்; அத் துன்பக் கேடுதான் வீடு பெறல்; இவையனைத்தும் எந்த அளவுக்குப் புத்தரின் போதனைகளை நினைவுபடுத்துகின்றன எனும் கேள்வி தற்கால அறிஞர்களால் புறக்கணிக்க முடியாத அளவுக்கு (இங்கே) மிகவும் பொருத்தமான ஒன்று;[313] ஆயின், அதற்குள் போக நமக்கு இங்கே வழியில்லை; எனினும் இராமானுஜர்[314] போன்றோரால் ஆர்வத்துடன் ஆதரிக்கப் பட்ட 'கடவுளை வணங்கினால் மட்டுமே அவரின் அருள் கிட்டும், அந்த அருளே மனிதனைப் பிணைக்கும் மருளைத் துரத்தும்' எனும் - ஆத்திக நிலைபாட்டிலிருந்து வெகு தூரம் விலகி நிற்கிற கோட்பாடு என்பதை மட்டும் நாம் இங்கே குறித்தாக வேண்டும். எனவேதான் நியாய-வைசேசிகத்துக்கு ஆத்திகச் சாயம் பூசிட உதயணர் முனைந்தபோது ஆத்திகப் பாங்கிலான வீட்டுப் பேறு பற்றிய கொள்கைக்கும் இடமளிக்க வேண்டி வந்தது; ஆயின், அந்த

ஆத்திக நோக்கிலான வீடடைதல் கொள்கை கவுமருக்குக் கொஞ்சமும் ஒத்துவராத ஒன்று.

நியாய-வைசேசிகரின் வீட்டுப் பேறு குறித்த கொள்கை உட்பட அவர்களின் ஒட்டுமொத்த நிலைபாட்டை ஒழுங்கமைக்க இந்திய தத்துவம் குறித்த பிரபலமானதொரு நூலில் அதன் ஆசிரியர்கள் முயல்கிறார்கள்; அவர்கள் கூறுகிறார்கள்:[315] “பிற்கால நியாய-வைசேசிகர் கடவுளைப் பற்றிய விரிவான கோட்பாட்டை நமக்கு அளித்துள்ளதுடன் அதை வீட்டுப்பேறு பற்றிய கொள்கையுடன் இணைக்கவும் செய்கின்றனர். இந்த நையாயிகரைப் பொறுத்த மட்டில் தனியொரு ஆத்மா, கடவுள் கருணை மூலம் மட்டுமே மெய்யறிவையும் அதன் வழி வீட்டுப் பேற்றையும் அடைய முடியும்; கடவுளின் அருளின்றி ஒரு தனியரால் தத்துவ வகைபாடுகளைப் பற்றிய உண்மையான அறிவையோ அல்லது உச்சபட்ச நோக்கமான வீட்டுப் பேற்றையோ அடையவே முடியாது; இவ்வாசிரியர்கள் எதைச் சொல்ல மறந்தனர் எனில் இப் பிற்கால நியாய-வைசேசிகர் தமது முன்னோர்களை முற்றாகப் புறக்கணித்து விட்டே இந்த நிலைபாட்டை எடுத்தனர் என்பதைத்தான். வீட்டுப் பேற்றுக்கு இட்டுச் செல்லும் அறிவு குறித்த கவுதமரின் கொள்கை தொடர்பாக நாம் விவாதிக்க விழைந்த இரண்டாம் கருத்தை இப்போது நமது ஆய்வுக்குட்படுத்த வேண்டியதன் அவசியத்தை இது நமக்கு உணர்த்துகிறது.

கவுதமர் பேசுகிற அறிவின் உண்மையான தன்மைதான் என்ன? நியாய-வைசேசிகர் கூறுவதைப் போன்று தெய்வீகக் கருணையுடன் அதற்கு ஏதேனும் தொடர்புண்டா? இதற்கு கவுதமரின் நூலை வாசிக்கிற ஒருவரிடம் உள்ள ஒரே பதில் ‘இல்லை’ என்பதுதான்; பிராமணம் அல்லது செல்லத் தக்க அறிவின் கருவிகளின் நன்கறியப்பட்ட வடிவங்களின் பொருட்டே குறிப்பிட்ட ஒரேயொரு வடிவத்துக்கு மட்டும் செல்லத் தக்க அறிவு எனும் தகுதியைக் கவுதமர் அனுமதித்தார்;[316] இந்த அர்த்தத்தில் ஞானம் பெறுவதில் தெய்வீகக் கருணைக்கு எவ்விதப் பங்கு பாத்திரமும் இருப்பதற்கான சாத்தியமே இல்லை; ஆத்திகராம் வாத்ஸ்யாயனர் கூட அத்தகைய சாத்தியப்பாட்டைக் கருதவில்லை - அதாவது, எந்த ஒரேயொரு பொருளில் அறிவைப் பற்றி கவுதமர் கருதினாரோ அந்த அறிவை உண்டாக்குவதில் கடவுளின் கருணைக்குள்ள பாத்திரத்தை வாத்ஸ்யாயனர் என்றும் குறிப்பிட்டதில்லை; அவர் அனுமானம், புலனறிவு போன்ற அறிவின் நன்கறியப்பட்ட வடிவங்களிலிருந்து பெறப்படும் பட்டறிவைப் பற்றி மட்டுமே பேசினார்; பட்டறிவை மெய்ப்பிக்கும் சாத்தியக் கூற்றை மறுத்த கருத்துமுதல்வாதிகளுக்கு

எதிராக வாதிட்டார்; இதன்பொருட்டு அவர் நடைமுறையை 'உண்மையின் உரைகல்' என்றார்; அறிவைப் பற்றிய பிரச்சனையில் ஓர் அறிவியல் அணுகுமுறை என்ற வகையில் உண்மையிலேயே மிகச் சிறந்த 'வாத்ஸ்யாயன - பாஷ்யத்தின் முகப்புப் பத்தியை இங்கே நாம் மேற்கோள் காட்டிடலாம். "செல்லத்தக்க அறிவின் கருவியால் இலக்கு அறியப்படுகிறபோது வெற்றிகரமான செயல்பாடு நிகழ்கிறது; எனவே செல்லத்தக்க அறிவின் கருவி எவ்வித மாற்றத்துக்கும் இடமின்றி இலக்குடன் தொடர்பு கொண்டுள்ளது; செல்லத் தக்க அறிவின் கருவி இல்லையேல் இலக்கை அறிய முடியாது, இலக்கை அறியாதவிடத்து வெற்றிகரமான செயல்பாடும் இராது; அறிவின் கருவியைக் கொண்டு இலக்கை அறிகிற ஒருவர் தனது விருப்பப்படி அதை அடையவோ அல்லது தவிர்க்கவோ செய்கிறார்; அதை அடைந்திட அல்லது தவிர்த்திட அவருக்குள்ள விருப்பத்தால் தூண்டப்படுகிற அவரின் குறிப்பான முயற்சிதான் 'செயல்பாடு' எனப்படுகிறது. அச் செயல்பாட்டின் வெற்றி அதன் பலனுடன் அதற்குள்ள எவ்வித மாற்றத்துக்கும் இடமற்ற தொடர்பில் அடங்கியுள்ளது; ஆக, எவர் ஒருவர் ஒன்றைப் பெற அல்லது தவிர்த்திட தன்னை வருத்திக் கொள்கிறாரோ அவர் அதை அடையவோ தவிர்க்கவோ செய்கிறார்; 'இலக்கு' என்பது மகிழ்ச்சியையும் அதன் காரணத்தையும் போலவே துன்பம், அதன் காரணம் ஆகியவற்றையும் குறிக்கிறது. எண்ணற்ற உயிரினங்கள் இருப்பதால் அறிவின் கருவியின் (பிராமணத்தின்) இலக்குகளும் எண்ணிலடங்காதவை, அறிவின் கருவி (பிராமணம்) எவ்வித மாற்றமுமின்றி இலக்குடன் தொடர்புடையது. ஆகையால் இலக்கைத் தேடும் அல்லது தவிர்க்கும் விருப்பத்தால் வழி நடத்தப்படுபவன், நன்கறியப்பட்ட இலக்கு, அந்த இலக்கு குறித்த நல்லறிவு ஆகியனவும் எவ்வித மாற்றமுமின்றி இலக்குடன் தொடர்புடையன. இந்த நான்குடன் எதார்த்தம் பற்றிய அறிவு தனது முழுமையை எய்துகிறது.[317]

அறிவு பற்றிய கேள்வி குறித்த நியாய-வைசேசிகரின் கொள்கை அறிக்கையை நாம் இங்கே காண்கிறோம்; அதில் கடவுளின் கருணைக்கு இடமுண்டா என ஆய்வது வீண் வேலை; ஆக, இத் தத்துவத்தின் நிறுவனர்கள் அறிவு குறித்து கொண்டிருந்த பார்வையை முற்றிலுமாகப் புறக்கணித்துவிட்டுதான் அறிவு கிட்ட வேண்டுமாயின் ஆண்டவனின் அருள் தேவை எனப் பிற்கால நியாய- வைசேசிகர் பேச முடியும்.

தற்கால வாசகருக்கு இவையனைத்தையும் பற்றியதொரு கருத்து விசித்திரமானதாகத் தோன்றக் கூடும்; ஆதிகால நியாய-வைசேசிகர்

அனுபவப் பாங்கிலான அறிவுக் கொள்கை குறித்தே அதிகம் பேசினர் எனில் - தினசரி வாழ்வின் நடைமுறையே உண்மையின் அளவுகோல் என்று கூறுமளவுக்குச் சென்றனர் எனில் - இந்த அறிவை வீட்டுப் பேற்றுக்கான வழிகாட்டி என ஏன் அவர்கள் பேசத் தலைப்பட்டனர்? வீட்டுப் பேறு பற்றி உண்மையிலேயே அவர்கள் அக்கறை கொண்டனரா அல்லது அக் காலத்திய பழைமைவாதத்தை சமாளிக்க அதைக் குறிப்பிட்டனரா? இக் கேள்வியைப் போதுமான அளவுக்கு விவாதித்திட இங்கே நமக்கு வாய்ப்பில்லை; கவுதமரே வீட்டுப் பேறு பற்றிப் பேசினார் என்பது வெறும் கதை என மரபுசார் இந்திய அறிஞர்களில் சிலர் கூடக் கருதினர் எனக் குறிப்பிடுவது அவசியம்,[318] இக் கருத்தை மேலும் உறுதிப்படுத்துகிற 'நியாய-சூத்திரத்தின் அகச் சான்று சற்று ஆர்வத்தைக் கிளறக் கூடியது; இந்திய தத்துவம் சார்ந்த எழுத்துக்கு ஒப்புக்கொள்ளப்பட்ட பொதுவானதொரு விதி உண்டு; அதன்படி ஒரு நூலின் முகவுரை அதன் முடிவுரையுடன் முழுமையாக இசைந்து இருக்க வேண்டும்;' 'நியாய-சூத்திரத்தில்' இந்த விதி மீறப்பட்டுள்ளமை மிகுந்த வியப்பளிக்கிறது. அதன் முகவுரையுடன் முடிவுரை முரண்படுகிறது. அது வீட்டுப் பேறு பற்றிய குறிப்புகளுடன் தொடங்கி தருக்கப் பாங்கிலான பிழை அல்லது பொய்யான அடையாளம் பற்றிய விவாதத்தில் முடிகிறது; அதன் முடிவில் அது வீட்டுப் பேறு எனும் கருத்தை முற்றாகப் புறக்கணித்திருப்பதை நாம் எளிதாக எடுத்துக் கொள்ளக்கூடாது; இதன் உட்பொருள் யாதெனில் அதன் ஆசிரியர் பழைமைவாத உணர்வுகளைச் சாந்தப்படுத்தவே வீட்டுப் பேற்றைப் பற்றியும் அந் நூலின் முகவுரையில் குறிப்பிடுகிறார் என்பதே; அவர் வேதங்களின் செல்தகைமை குறித்த விவாதத்திலும் இதே போன்று பழைமை வாதத்தை எவ்வாறு சமாதானப்படுத்த விரும்பினார் என்பதை நாம் இங்கே காணப் போகிறோம்.

எது எவ்வாறாயினும் கவுதமர் வீட்டுப்பேறு பற்றிய கொள்கை குறித்து உண்மையிலேயே மிகுந்த அக்கறை கொண்டார் என ஒப்புக் கொண்டாலும், அவரின் பிற்கால சீடர்களின் பார்வையிலான கண்ணோட்டத்தில் அவருடைய நூலின் எப் பகுதியிலும் அது காணப்படவில்லை. கடவுள் பற்றிய அவர்களின் கருத்து வீட்டுப் பேறு குறித்து ஆத்திகருக்கே உரிய பார்வையை உள்ளடக்கியது; 'நியாய- சூத்திர'த்தின் ஆசிரியர் தனது தத்துவத்தில் கடவுளுக்கு இடம்தரவில்லை: ஆத்மாவைப் பற்றிப் பேசுகிற அவர் 'பேராத்மா' அல்லது பரம்பொருள் பற்றிப் பேசவே இல்லை; ஆகவே உச்சபட்ச மனித லட்சியத்தை அடையப் பரம்பொருளை வழிபடுவதொன்றே உசிதமான வழி என்பதைப் பற்றி அவர் கொஞ்சமும் கவலைப்படவில்லை.

கடவுளை ஒப்புக் கொள்ளாதது மட்டுமின்றி வேண்டுமென்றே அக் கருத்தைக் கைவிட முனைகிறார் கவுதமர் என்பதை நாம் இங்கே காணப் போகிறோம்; ஆயினும், ஆரம்பகால மற்றும் பிற்கால நியாய-வைசேசிகருக்கு இடையில் கடவுள் பற்றிய கேள்வியில் இருந்த தெளிவான வேறுபாட்டைத் தற்கால அறிஞர்கள் பூசிமெழுகிடத் தொடர்ந்து முயற்சிப்பதால், பிற்கால நியாய-வைசேசிகர் தமது முன்னோரை முற்றாகப் புறக்கணிக்கிற மற்றொரு விசயத்தை இங்கே நான் குறிப்பிட உள்ளேன்; அது வேதங்களின் மேலதிகாரம் தொடர்பான கேள்வியைப் பற்றியது.

வேதங்கள் கடவுளால் அருளப்பட்டவை எனப் பிற்கால நியாய-வைசேசிகர் தொடர்ந்து கூறி வந்தனர்; சான்றாக, ஜயந்த பாட்டரும்,[319] உதயணரும்[320] இதில் மிகுந்த ஆர்வம் காட்டினர்; இது விசயத்தில் வேதங்களின் ஆக்கம் குறித்த யாதொரு கருத்தையும் வலுவாக எதிர்த்த மீமாம்சகரின் பார்வையை அவர்கள் மறுதலித்தனர்; வேதங்கள் ஆகியவற்றைத் தொடக்கமற்றவை, எவராலும் இயற்றப் படாதவை என்றனர்; வேதங்களின் செல்தகைமை தனித்துவமானது; அது ஆண்டவன் உட்பட எந்தவொரு தனியரையும் சார்ந்திருக்க முடியாது; அவை ஆண்டவனால் அருளப்பட்டவை என்பது அவற்றின் அதிகாரத்தின் செல்தகைமை இரண்டாம் பட்சமானது எனச் சொல்வதற்குச் சமம்; ஏனெனில் அவை இறைவனின் நம்பகத் தன்மையைச் சார்ந்திருக்க நேர்கிறது; மீமாம்சகர் வேதங்களின் செல்தகைமையை நிறுவுவதில் எந்த அளவுக்கு ஆர்வம் காட்டினர் எனில் அவர்கள் மேற்சொன்னதைப் போன்ற சாத்தியப்பாட்டைக்கூட -அதாவது அவை ஆண்டவனின் நம்பகத்தன்மைக்கு உட்பட்டவை என்பதைக் கூட - ஒப்புக் கொள்ள மறுத்தனர்;[321] அத்துடன், பிற விசயங்களில் கடவுள் கருத்து வேடிக்கையானது என்பதில் அவர்களுக்கு ஏற்கெனவே உடன்பாடு உண்டு; எனவே அவர்களைப் பொறுத்தவரை வேதங்கள் கடவுளால் அருளப்பட்டவை எனும் பேச்சுக்கே இடமில்லை. ஆதலால் இக் கருத்தின்மீது மீமாம்சகருடன் பிற்கால நியாய-வைசேசிகர் நடத்திய சர்ச்சை முடிவின்றித் தொடர்ந்தது.

ஆயின், இந்த சர்ச்சையில் மாட்டிக் கொண்ட பிற்கால நியாய-வைசேசிகர் இந்திய தத்துவம் வேதங்கள் மீது கொண்டிருந்த ஆர்வத்தைத் தூண்டக்கூடிய இன்னொரு நிலைபாட்டைக் காணத் தவறினர்; உண்மையில் அது அவர்களுடைய தத்துவ முன்னோடிகள் கொண்டிருந்த நிலைபாடேதான்; கவுதமரும், கணாதரும் தத்தமது சொந்த வழியில் அறிவியல் கண்ணோட்டம் கொண்டவர்கள்; எனவே, கடந்த கால இலக்கிய ஆக்கங்கள் என்ற வகையில்

வேதங்கள் எவராலும் இயற்றவோ தொகுக்கப்பட்டோ இருக்க முடியாது என அவர்களால் பீற்றிக்கொள்ள முடியாது. அதே அறிவியல் கண்ணோட்டம்தான் அவர்களின் கருத்தோட்டத்தில் கடவுளுக்கு இடமளிக்க மறுத்தது; ஆகவே அவர்களால் மீமாம்சகருடன் ஒத்துப் போகவோ அல்லது அவர்தம் பிற்காலச் சீடர்களின் கண்ணோட்டத்தை எதிர்நோக்கவோ இயலவில்லை; வேறு விதமாய்ச் சொல்வதெனில் ஆக்கியோர் எவருமில்லை எனும் பொருளில் வேதங்கள் மனித வாடையே வீசாதவை என்றோ அல்லது அவை மனிதருக்கு மேலானது எனப்படும் கடவுள் போன்ற ஒன்றால் அருளப்பட்டது என்றோ ஆரம்பகால நியாய-வைசேசிகரால் கருத முடியவில்லை; இச் சூழலில் அவர்களுக்கு இருந்த ஒரே மாற்று இதுதான்: வேதங்களை இயற்றியோர் அல்லது தொகுத்தோர் மனிதர்தான்; ஆனால் அவர்கள் அற்ப அறிவுடைய எளிய மனிதரல்லர்; ஆதிகால இந்தியாவில் முனிவர்கள் என்று அழைக்கப் பட்ட அறிவாற்றல் மிகுந்தோரே அவற்றின் ஆசான்களாக இருந்திருத்தல் வேண்டும்; இதன் விளைவாக அவர்கள் வேதங்களைத் தெய்வ பீடத்திலிருந்து கீழிறக்கி மண்ணுலகுக்குக் கொண்டு வந்தனர். அவை மருத்துவ நூல்களையும், பாம்புக் கடியால் உடலில் பரவிடும் நஞ்சை எடுக்க உதவும் ஆதிகாலத்திய மந்திரங்களையும் விட (இவை மருத்துவ சிகிச்சைக்கு ஈடானவை) அவ்வளவு ஒன்றும் பிரமாதமானவை அன்று எனும் அளவுக்கு வேதங்களின் மேன்மை கீழிறங்கியது; இவற்றுக்கு மீமாம்சகரின் பதில் என்ன என்பது இப்போதைக்கு நமக்குத் தேவையற்றது; பக்தி முற்றிய பிற்கால நியாய-வைசேசிகக் கண்ணோட்டம் இவற்றை எவ்வளவு கொடூரமானது எனக் கருதியிருக்கும் என்பதுதான் நமது கவனத்துக்குரியது.

இத் தத்துவத்தில் (நியாய-வைசேசிகத்தில்) கடவுள் 'நுழைந்த' பிறகு வேதங்கள் அவரால் அருளப்பட்டவை என்றும் அவரிடமிருந்தே அவை தமது மேலதிகாரத்தைப் பெற்றன என்றும் பேசுவது அத் தத்துவத்தின் இயல்பான போக்காய் ஆகிப் போனது; உதயணர் வேதங்களின் மேலதிகாரத்தை முன்னிறுத்தி கடவுளின் இருப்பை நிரூபிக்க முயன்றார்:- "வேதங்களின் குற்றங் குறைகளுக்கு அப்பாற்பட்ட தன்மை அவற்றிலிருந்து பெறப்படும் அறிவின் 'என்றும் தோற்காத செல்தகைமை'யைச் சார்ந்தது; அந்த அறிவு அதன் ஊற்றுக் கண்ணின் என்றும் மாறாத தூய்மையால் என்றும் சரியானது; அனைத்துமறிந்த ஆண்டவன்தான் (அறிவின்) அந்த ஊற்றுக்கண்;[322] ஆயின், இது உதயணருக்கு மட்டுமே பொருந்தக்கூடிய கூற்று அன்று; பிற்கால நியாய-வைசேசிகர் அனைவரும் இந்த வாதத்தின் பொதுவான உணர்வைப் பகிர்ந்து கொண்டனர்;

உண்மையைச் சொல்வதெனில் அவர்கள் வேதங்களின் செல்தகைமை குறித்து விவாதிக்கிற சூழலில் மட்டுந்தான் கடவுளைப் பற்றிப் பேசுகின்றனர்; ஆகவே, இங்கே நியாய-வைசேசிகத் தத்துவத்தின் ஆரம்பகால நிலைபாட்டிலிருந்து அதன் பிற்காலப் பிரதிநிதிகள் முற்றாக விலகிச் சென்றதைக் காண்கிறோம்; அத்துடன் அத் தத்துவத்தின் நிறுவனர்கள் கடவுளைக் கண்டுகொள்ளவே இல்லை என்கிற தருக்கப் பாங்கிலான முடிவுக்கு வருவதைத் தவிர நமக்கு வேறு வழியில்லை.

இக் கண்ணோட்டத்திலிருந்து பார்க்கையில், ஆதிகால நியாய-வைசேசிகத்தில் கடவுளுக்குரிய இடம் யாது என்பதைத் தீர்மானிக்க அத் தத்துவத்தின் மூல நூல்களில் வேதங்களின் செல்தகைமைக்குள்ள இடம் குறித்த விவாதம் மிகுந்த முக்கியத்துவம் உடையது; இக் கேள்வியை ஆய்வு செய்திட நான் இங்கே 'நியாய-சூத்திர'த்தின் அகச் சான்றுகளின் மீதே கவனம் செலுத்தப் போகிறேன்; காரணம், 'வைசேசிக-சூத்திரத்தை' விட 'நியாய-சூத்திரந்'தான் இக் கேள்வியை மிகவும் விரிவாக ஆய்வு செய்கிறது.

கவுதமர் வேதங்களின் செல்தகைமையை ஆதரிப்பதில் ஆர்வம் அதிகம் கொண்டவராகத் தம்மைக் காட்டிக் கொண்டார் என்பதில் ஐயமில்லை; அதன் செல்தகைமையைக் கேள்விக்கு உள்ளாக்கும் பொதுவான ஆதாரங்களை 'எதிரியின்-நிலைபாடு' எனும் வடிவில் எடுத்துரைத்தார்: "பொய்மை (அனர்த்தம்), தன்-முரண், கூறியது கூறல் ஆகிய குற்றங்களையுடைய அது (அதாவது, வேதம்) செல்லாதது;"[323] கவுதமர் இம் மறுப்புகளுக்கு விரிவாக பதிலளிப்பதைப் போன்ற தோற்றத்தைத் தந்தார்; வேதங்கள் மேற்சொன்ன குறைகள் அற்றவை என்றார்; அவற்றில் பொய்மை, தன்-முரண், கூறியது கூறல் ஆகிய குறை ஏதுமில்லை; வேதங்களை மேலோட்டமாகப் புரிந்து கொள்கிறபோது மட்டுமே அக் குறைகள் உள்ளன எனத் தோன்றும்; அக் கால வேதப் பழைமை வாதத்தைச் சாந்தப்படுத்த இதுவே போதும் அல்லவா? அதே சமயம் உண்மையில் கவுதமர் என்ன சொன்னாரோ அதை ஊடுருவிப் பார்த்தால் எளிய பொது புத்திக்கும், முற்றிலும் அனுபவப் பாங்கிலான விவரங்களுக்கும் இடம்தரும் பொருட்டு வேதத்தின் செல்தகைமையைப் பற்றிய பூதாகாரமாக இட்டுக்கட்டப்பட்ட மதிப்பு மரியாதையை மறுதலிப்பதற்கு ஒப்பான அவரின் வாதங்களில் சில நமக்கு எவ்வளவு வியப்பளிக்கக்கூடியன என்பது புலப்படும்; இதன் பொருட்டு வேதங்கள் பொய்மை நிறைந்தவை எனும் முக்கியமான விமர்சனத்தை கவுதமர் எப்படி எதிர்கொண்டார் என்பதைக் காண்போம்.

வேதங்களில் பொய்மை நிறைந்திருப்பதால் அவை செல்லுபடியாகாதவை எனும் வாதம் எவ்வாறு முன் வைக்கப்பட்டது? அத்தகைய வாதத்தைத் தொடுத்தவர்தம் நிலைபாட்டை வாத்ஸ்யாயனர் பின்வருமாறு விளக்குகிறார்: வேதங்கள் பல சடங்குகளை விதிக்கின்றன; ஆண் மகவுக்கான சடங்கு அதில் ஒன்று; விரும்பும் விளைவுகளைத் தருவதாக விதிக்கப்பட்ட சடங்குகள் வெளிப்படையாக அறியப்பட்டால்தான் அவற்றின் பொருட்டு வகுக்கப்பட்டடுள்ள வேதக் கட்டளைகள் பொய்மையற்றவை எனக் கருதப்பட முடியும்; ஆக, ஆண்மகவுக்கான சடங்கால் ஆண் மகன் பிறந்தால்தான் வேதங்கள் செல்லத்தக்கவை, பொய்மையற்றவை எனக் கருதப்பட முடியும், ஆயின், அது போன்று உண்மையில் நடப்பதாக அறியப்படவில்லை; ஆகவே வேதங்கள் பொய்மை நிறைந்தவை; வாத்ஸசாயனர் கூறுவதைப் போன்று: "ஆண் மகனுக்கான சடங்குகளில் பொய்மையெனும் குறைபாடு இருப்பதால்....... ஆண்மகவு வேண்டுவோர் அதற்கான சடங்கைச் செய்ய வேண்டும் எனும் வேதக் கட்டளைப்படி அச்சடங்கு செய்யப்படினும் அவ்வாறு ஆண் மகவு பிறப்பதில்லை. ஆக, நம்மால் நேரடியாக அறியப்பட முடிகிற இந்த சடங்கின் விளைவு, அதற்கான வேதக் கட்டளையையும் பொய் என நிரூபிப்பதைப் போன்றுதான்" 'விண்ணுலகை அடைவதற்குரியதும் நேரடி அனுபவத்துக்கு உட்படாத விளைவைக் கொண்டதுமான அக்னிஹோத்ரம் எனும் சடங்கும் பொய்யானதாகத்தான் இருக்கவேண்டும்'.[324]

இதற்கு கவுதமர் அளித்த பதிலாவது: "பொய்மை எனும் குறை (அச் சடங்கில்) இல்லை; அதன் நோக்கத்தை அடையாமற் போவதற்குக் காரணம் அதைச் சரியாகச் செய்யாமையும், அதைச் செய்பவர் மற்றும் அதற்குரிய வழிமுறைகள், கருவிகள் ஆகியனவற்றில் உள்ள குறைபாடுகளும்தான்".[325] இதற்கான வாத்ஸ்யாயனரின் விளக்கம் முழுமையாக இங்கே எடுத்தாளத் தக்கது:,

"ஆண் மகவைப் பெறுவதற்கான சடங்கில் பொய்மை எனும் குறை ஏதும் இல்லை; ஏன்? அப்படியானால் எதில் குறை? அதைச் செய்கிறவர், அதற்கான கருவிகள், வழிமுறைகள் ஆகியவற்றில் உள்ள கோளாறுகளேதான் அதற்குக் காரணம்; தாயும், தந்தையும் அச்சடங்கின் மூலமாக மகனைப் பெறுகின்றனர்; சடங்கில் பயன்படுத்தப்படும் கருவிகள், ஓதப்படும் மந்திரம் போன்றவை அச் சடங்குகளின் முன் தேவைகள். பெற்றோர்தாம் சடங்கைச் செய்பவர்கள்; அச் சடங்கைச் செய்வதுதான் அவர்கள் ஒன்றிணைவதற்கான குறிப்பிட்ட வடிவம்; இம் மூன்றையும் முழுமையாகச் செய்து முடிப்பதன் மூலம் ஆண் மகவு பிறக்கிறது; அவற்றை அல்லது

அவற்றில் ஏதேனும் ஒன்றைச் சரியாகச் செய்யாவிடினும் அது எதிர்விளைவை ஏற்படுத்தும்; ஒரு சடங்கின் விசயத்தில் அதைச் சரியாகச் செய்யாமை என்பது அதற்கான விதிகளை மீறுவது என்பதாகும்; அதைச் செய்பவர் மூடர் அல்லது ஒழுக்கமற்றவர் எனில் அவர் முழுமையற்றவர் எனப்பொருள்........ குழந்தை பெறுவதற்கான செயல்பாட்டில் பெற்றோரின் வக்கிரமான புணர்வு ஒரு குறை. பெண்ணின் நோய் மற்றும் ஆணின் மலட்டுத்தன்மை ஆகியனவே அச் சடங்கில் ஈடுபடுவோரின் குறைகள்; அதற்கான கருவிகளின் குறைபாடுகள் என்பவை ஏற்கெனவே குறிப்பிடப் பட்டுள்ளன; சாதாரண நடைமுறையில் கூட நெருப்பு வேண்டுமாயின் விறகுக் கட்டைகளை உரச வேண்டும் என்பதே விதி; சரியாக கட்டைகளை உரசாததுதான் இங்கே செய்கையில் குறைபாடு என்பது. அச் சடங்கைச் செய்பவரின் குறைபாடு என்பது அதனைச் சரியாகப் புரிந்து கொள்ள முடியாததாலும், அதற்கான முயற்சியில் இறங்காததாலும் ஏற்படுவது; கருவிகளைப் பயன்படுத்துவதில் குறைபாடு என்பது அந்த விறகின் ஈரமும் உள்ளீடற்ற தன்மையும்; இச் சடங்கில் நினைத்தது நடவாதது (அச் சடங்கின்) பொய்த் தன்மையைக் குறிக்கவில்லை; ஏனெனில் எல்லாம் சரியாக அமைகிறபோது சடங்கின் இலக்கு எய்தப்படுகிறது. ஆண்மகவை விரும்புகிறவர் அதற்கென நிர்ணயிக்கப்பட்ட சடங்கைச் செய்யவேண்டும் எனும் அந்தக் கட்டளை நமது சாதாரண நடைமுறையிலிருந்து வேறுபட்டதன்று.[326]

நமக்கு நாமே ஓர் எளிய கேள்வி கேட்டுக் கொள்வோம்: இந்த வாதம் நெடுகிலும் வேதச்சடங்கின் உண்மையான ஆற்றலுக்காக என்னதான் விட்டு வைக்கப்பட்டுள்ளது? நிர்ணயிக்கப்பட்ட சடங்கைச் செய்து முடித்தாலும், தாயின் நோயோ, தந்தையின் மலட்டுத்தனமோ அல்லது வக்கிரமான புணர்வோ விரும்பிய விளைவாம் ஆண்மகவைப் பெறுதல் என்பதை நிகழ்த்தாது; ஆணும், பெண்ணும் உடல் அளவில் தகுதி உள்ளவராக இருந்து சரியான முறையில் சேர்ந்தால்தான் ஆண் குழந்தை பிறக்கும்; இத்தகைய வாதத்தை அச் சடங்கின் உண்மையான ஆற்றலுக்கு ஆதரவானதாக எடுத்துக் கொள்ள முடியமா? நிர்ணயிக்கப்பட்ட சடங்கில் ஈடுபடாமலேயே நல்ல உடல்வாகுள்ள ஆயிரக்கணக்கான இணைகள் முறையான சேர்க்கை மூலம் ஆண் மகவைப் பெற்றுள்ளன என்பதைக் கவுதமரும் வாத்ஸ்யாயனரும் அறியார் என எண்ணிட ஒருவருக்கு அபாரமான கற்பனைத்திறன் வேண்டும்; வெவ்வேறு நாடுகளைச் சேர்ந்த வெவ்வேறு மக்கள் பகுதியினரின் வெவ்வேறு மரபுகள் குறித்து கவுதமர் தெளிவாக இருந்தார் என்பதை நாம் குறிப்பாக நினைவிற் கொள்ள வேண்டும்.[327] ஆகவே, வேறு

வழியின்றி, நிர்ணயிக்கப்பட்ட சடங்கைச் செய்யா நிலையிலும் உடல் தகுதியுள்ள இணைகளுக்கு ஆண் குழந்தை பிறந்தது என்பதைக் கவுதமரும் வாத்ஸ்யாயனரும் நன்கு அறிந்திருந்தனர் என நாம் எடுத்துக் கொண்டால் அச் சடங்கு குறித்த வேதக் கட்டளையைக் கவுதமர் ஆதரிப்பது ஆண்மகவைப் பெற்றிட அத்தகைய சடங்கு அவசியமில்லை என்பதை ஒப்புக்கொள்வதற்குச் சமம்; எது எவ்வாறாயினும் அச் சடங்குக்கு விரும்புகிற விளைவைச் சாத்தியமாக்கிடத் தேவையான உள்ளார்ந்த திறன் இல்லை. ஏனெனில் அத்தகைய சடங்கைச் செய்யாமலேயே அதன் விளைவைப் பெறுவதற்கு அவசியமானவை என அனுபவப் பாங்கில் அறியப்பட்டுள்ள உடல் சார்ந்த காரணிகள் அனைத்தும் முழுமையாக இருந்தால் மட்டுமே அச் சடங்கால் அதன் நோக்கத்தை அடையவியலும்; அக்காரணிகள் குறைபாடுடையன எனில் அச் சடங்கால் ஆகப்போவது ஏதுமில்லை; வேறுவிதமாய்ச் சொல்வதெனில், இவை அனைத்தையும் காரண-காரியத் தொடர்புள்ளவை என இயற்கைவாதக் கண்ணோட்டத்தில் நாம் பார்க்க வேண்டும் எனக் கவுதமர் விரும்பினார்; இதை அவர் நேரடியாகக் கூறாமல் வேதங்களின் செல்தகைமையை ஒப்புக் கொண்டவரைப் போல் தன்னைக் காட்டிக்கொண்டு அதன் வழியே தனது வாதத்தைத் தொடுத்தார்; அதற்குக் காரணம் அக் காலத்தில் தத்துவ ஞானிகள் வேதத்தின் மேலதிகாரத்தை ஏற்றாக வேண்டும் என்ற கட்டாயம் இருந்தது; எனவே அவர் அந்த நிபந்தனையை நிறைவேற்ற வேண்டிய அவசியம் நேர்ந்தது.[328]

இது தொடர்பாக இங்கே குறிப்பிட்டுச் சொல்ல வேண்டியது இதுதான்: கவுதமர் வேதங்களின் விசயத்தில் "இயற்கைக்கு அப்பாற்பட்டது" அல்லது "அசாதாரணமானது" என ஏதுமில்லை எனக் கருதினார்; ஏனெனில் முற்றிலும் இயற்கையாக நிகழும் விந்தைகளைப் பற்றிய சாதாரண விதிகளைப் போன்றதே வேதங்களின் செல்தகைமையும் என்றார் அவர். இது சற்று மேலே எடுத்துக்காட்டப்பட்ட வாத்ஸ்யாயனரின் இறுதிக் குறிப்புரைகளில் இருந்து தெளிவாகிறது.[329] இது கவுதமரின் பின்வரும் கூற்றுகளில் இருந்து மேலும் தெளிவாகும்; வேதங்களின் செல்தகைமைக்கு எதிரான வாதங்களுக்கு விடையளித்த பின்னர் அதற்கு ஆதரவான வாதங்களை அவர் முன்வைத்தார்; அவையாவன:

"மந்திரம், ஆயுர்வேதம் போன்றவை எப்படி அவற்றை ஓதுகிறவரின் நம்பகத் தன்மையால்' செல்லத்தக்கவை ஆகின்றனவோ அதே போன்று வேதங்களின் செல்தகைமையும் அவற்றை ஓதுவோரின் நம்பகத் தன்மையால் நிரூபிக்கப்படுகிறது என்கிறார் கவுதமர்;[330]

இவற்றின் உட்பொருளானது வேதச் செல்தகைமை குறித்த 'பழைமை வாய்ந்த பார்வையை மட்டுமின்றிப் பிற்கால நியாய-வைசேசிகரின் ஆத்திகத்துக்கும் பெரும் தீங்கு விளைவிப்பது எனில் அது மிகையன்று; ஏனெனில், கவுதமரின் அக் கூற்று வேதச் செல்தகைமையை வெறும் மண்ணுலகப் பிரச்சனையாக - ஒரு சாதாரண விசயமாக - மாற்றி விட்டது; இவையனைத்தும் "சூத்திரம்' பற்றிய வாத்ஸ்யாயனரின் விளக்க உரையிலிருந்து தெரிவதால் அவ்வுரையை விரிவாக இங்கே எடுத்துக்காட்டுவது அவசியம்; அதை மேற்கோள் காட்டுவதற்கு முன்னர் 'சூத்திர'த்தில் இடம்பெறும் "மந்திரம்", 'ஆயுர்வேதம்' ஆகிய சொற்களைப் பற்றித் தெளிவுபடுத்துவது அவசியம்.

இந்த 'மந்திரம்' வேதத்தின் அங்கமான மந்திரமில்லை; அவ்வாறு இருப்பின் "சூத்திரம்' பொருளற்றதாகி விடும்; பிற்கால உரையாசிரியர்கள் அனைவரும் "மந்திரம்' எனில் உடலிலிருந்து நஞ்சை அகற்றுவதற்காக ஒலிக்கப்படும் ஓசைகள் எனப் பொதுவாகக் கருதுகின்றனர். ஆதிகால இந்தியாவில் அவை மருத்துவ சிகிச்சையின் அங்கம் எனக் கருதப்பட்டது. கிராமப்புறங்களில் அவை இப்போதும் அவ்வாறே கருதப்படுகின்றன. "ஆயுர்வேதம்' என்பது ஆயுளை நீட்டிக்கும் வழி எனும் பொருளிலான ஆதி இந்தியாவின் மருத்துவ அறிவியல். அதில் வரும் வேதம் என்பதற்கு வெறும் அறிவு எனப் பொருள்; 'ஸ்ருதி'யோ 'வேதநூலோ அன்று; பிற்கால நையாயிகரில் விஸ்வநாதரும் அவரது சீடர்களும் மந்திரங்கள் (நஞ்சகற்ற ஒலிக்கப்பட்டவை) போன்றவற்றுடன் ஆயுர்வேதத்தையும் வேதத்தின் அங்கங்கள் என்றனர்; ஆயின் பானிபூஷணர் அதை ஏற்கவில்லை; இந்த மந்திரங்களும், ஆயுர்வேதமும் அதர்வவேதம்தான் என வாதிடப்படலாம்; ஆயின் "ஆயுர்வேதம்' "அதர்வவேதம்' என்பனவற்றுக்கு இடையில் தென்படும் நெருக்கமான உறவைக் கணக்கில் கொள்ள வேண்டிய போதும் "ஆயுர்வேதத்தை' "அதர்வவேத'த்தில் சேர்ப்பது தவறு என்கிறார் பானிபூஷணர். ஆயுர்வேதத்தின் சார்பாளர்களான சாரகர், சுஸ்ருதர் ஆகியோரின் தெளிவான கூற்றுகளிலிருந்து அவர்களின் மருத்துவ நூல் அதர்வவேதத்தின் அங்கம் என்று அவர்கள் கருதவில்லை என்பது தெளிவு:- "ஆயுர்வே'தத்தில் உள்ள "வேதம்' எனும் சொல் ஸ்ருதியோ புனித நூலோ அன்று; மேலும், ஜயந்த பாட்டர் அதர்வவேதத்துக்கு வேதத் தகுதியை வலுவாகக் கோருகிறபோது ஆயுர்வேதத்துக்கு அத்தகைய தகுதி இல்லை எனத் தெளிவாகக் கூறுகிறார்; கங்கேசரும் "ஆயுர்வேதம்' வேதம் அன்று என்கிறார்.[331]

ஆக, "ஆயுர்வேதம்' எனில் வெறும் மருத்துவ அறிவியல் எனவும், 'மந்திரம்' எனில் அதனுடன் இணைந்த மந்திரப் பாங்கிலான வசிய ஓசைகள் எனவும் கொள்ளப்பட வேண்டும். அச் சொற்களை அவ்வாறு அர்த்தம் கொள்கிறபோது "சூத்திரம்' எனில் என்ன பொருள்? ஒன்றைச் சொல்கிறவரின் நம்பகத்தன்மையைப் பொறுத்ததே அச் சொல்லின் செல்தகைமை எனக் கவுதமர் ஏற்கெனவே வாதிட்டுள்ளார்; ஒன்றைப் பற்றி நேரடியாக அறிந்தவரும் தான் அறிந்ததை அறிந்தவாறே அடுத்தவருக்குச் சொல்ல வேண்டும் எனும் ஆசையால் உந்தப்படுபவருமே நம்பத் தகுந்தவர் என்கிறார் கவுதமர். இது மருத்துவ அறிவியல் மற்றும் அதனுடன் இணைந்த நஞ்சகற்றும். மந்திர ஓசைகள் ஆகியனவற்றின் விசயத்தில் உண்மை; அதே போன்ற ஆதாரங்களின் மீதுதான் வேதங்களின் செல்தகைமையும் அமைந்துள்ளது; வாத்ஸ்யாயனர் கூறுவதைப் போல்:

"ஆயுர்வேதத்தின் செல்தகைமை எனில் என்ன? அது அதன் உண்மைத் தன்மையில் - அதாவது எதார்த்தங்களுக்கு மாறுபடாமை என்பதில் - அடங்கியுள்ளது; இதன் பொருள் இதைச் செய்கிறவர் தான் விரும்பியதை அடைகிறார், இதைத் தவிர்ப்பவர் விரும்பத் தகாததைத் தவிர்க்கிறார் எனும் ஆயுர்வேதக் கூற்றைச் சரியாகப் பின்பற்றினால் உறுதியளிக்கப்பட்ட பலன்கள் உண்மையில் கிட்டும் என்பதே. மந்திரங்களின் செல்தகைமை (அவற்றின் உண்மைத் தன்மையில்-அதாவது அவற்றை ஓதினால் நஞ்சை முறிக்கிற, கெட்ட ஆவியையும், மின்னலையும் விரட்டியடிக்கிற அவற்றின் ஆற்றலில்- அடங்கியுள்ளது; எதன்பொருட்டு இச் செல்தகைமை? இது நம்பத் தகுந்தவர்களின் உண்மையான நடவடிக்கையால் சாத்தியமாகிறது; ஆயின், நம்பத் தகுந்தவரின் உண்மைத் தன்மை எதில் அடங்கியுள்ளது? தாங்கள் அறுதியிடுகிற சிகிச்சை பற்றிய நேரடி ஞானம் (அறிவு) உயிரினங்களின் பால் இரக்கம், தான் கண்டவற்றை மற்றொருவருக்குச் சரியாக எடுத்துரைப்பதில் உள்ள ஆர்வம் ஆகியவற்றிலேயே அது அடங்கியுள்ளது. தாங்கள் தாங்கள் அறுதியிடுகிற சிகிச்சை பற்றிய பற்றிய நேரடி ஞானங் கொண்ட நம்பகமான நபர்கள் அறிவுரை மூலம் தங்களின் இரக்க குணத்தை வெளிப்படுத்துகின்றனர்:

'இதைத் தவிர்க்க வேண்டும்'; 'இதுதான் துன்பத்திற்குக் காரணம்', அல்லது 'இதை அடைவது நல்லது; 'இதை அடைவதற்கான வழிமுறை இது தான்.' இவையே அந்த அறிவுரைகள்; தாமாக அறிந்திடவியலாத எளிய உயிர்களுக்கு இந்த அறிவுரையைத் தவிர வேறெந்த வகையிலும் இவையனைத்தையும் அறிந்திட வாய்ப்பில்லை. அந்த அறிவின்றி அவற்றை அடைவதற்கோ அல்லது தவிர்ப்பதற்கோ

ஆன முயற்சி இராது. அம் முயற்சி இன்றேல் உரிய பலன் அவர்களுக்குக் கிட்டாது. அந்தப் பயனை அடைந்திட அந்த அறிவுரையைத் தவிர வேறு வழிவகை ஏதுமில்லை. நம்பிக்கைக்குரியவர் பின் வருமாறு உறுதிபடத் தீர்மானிக்கின்றனர்:

'நாங்கள் எங்களின் சொந்த அனுபவத்தில் கண்டறிந்ததை சரியாக அவர்களுக்குச் சொல்லப் போகிறோம். எங்களின் அறிவுரைக்குச் செவிமடுக்கிற அந்த எளிய மக்கள் தங்களுக்குப் பிடித்ததைப் பெறவும், பிடிக்காததைத் தவிர்க்கவும் தேவைப்படும் அறிவைப் பெறுவர். ஆக, மூன்றடுக்கு மெய்ம்மையால் நம்பகத் தன்மையை அடைகிறவர்களின் அறிவுரையை உண்மையிலேயே பின்பற்றினால் அது நல்ல பயனைத் தருகிறது, ஆக, நம்பிக்கைக்கு உரியோரின் அறிவுரைதான் - சொல்லப்போனால் நம்பிக்கைக்குப் பாத்திரமான அந்த நல்லோருமேகூட அறிவின் ஊற்றுக்கண்ணாகத் திகழ்கின்றனர்;

நேரடியாக அறியத் தக்க இலக்குகளை (பொருட்களை)ப் பற்றிய ஞானம் கொண்டவரிடமிருந்து வருகிற விசயமான ஆயுர்வேதத்தின் செல்தகைமையைக் கொண்டு வேதங்களின் செல்தகைமையை அனுமானிக்கலாம்; (இந்த வேதம் என்பதும் நேரடி (அனுபவ) அறிவுக்குப்படாத பொருட்களைப் பற்றிய ஞானங்கொண்ட நம்பத் தகுந்தவர்களிடமிருந்து வந்தவைதாம்.) மேலும், வேதமும்கூட ஒரு வகையில் - சான்றாக, 'ஊரை அடைய விரும்புபவன் அதற்கான சடங்கைச் செய்ய வேண்டும்' எனும் வேதக் கட்டளை - புலனறிவுக்குட்பட்ட இலக்கைப் பற்றிய அறிவுரையே. வேதத்தின் இப் பகுதியின் செல்தகைமையைக் கொண்டு புலனறிதலுக்கு உட்படாத இலக்குகளைப் பற்றிய பிற வேதப் பகுதிகளின் செல்தகைமையும் அனுமானிக்கப்படல் வேண்டும். நமது நடைமுறை வாழ்க்கையிலுங்கூடத் தகுதியுள்ளவர்களின் அறிவுரைக்கு இணங்க நாம் கடைபிடிக்கும் விசயங்கள் ஏராளம். நமக்கு ஆலோசனை சொல்வோரின் நம்பகத் தன்மை அவர்கள் பேசுகிற விசயங்களைப் பற்றிய நேரடி அறிவு, பிறரிடம் கொண்டுள்ள இரக்க குணம், பிறருக்குத் தெரியப்படுத்துவதில் உள்ள ஆர்வம் ஆகியனவற்றில் அடங்கியுள்ளது. சாதாரண வாழ்முறையில் நம்பத் தகுந்தோரின் அறிவுரை மேற்கண்ட முப்பண்புகளையும் கொண்டிருப்பதால் அவையும் நல்லறிவின் தோற்றுவாய்களே. வேதங்களின் செல்தகைமையும் முனிவர் இன்னபிற பிரசாரகர் ஆகியோரின் தன்மையிலிருந்து அனுமானிக்கப்படுகிறது. ஞானிகளாகிய வேதப் பிரசாரகர்களே ஆயுர்வேதம் முதலானவற்றின் ஞானிகளாகவும், பிரசாரகர்களாகவும் இருக்கின்றனர். ஆயுர்வேதத்துக்கான செல்தகைமையை (அனுமானிப்பது) போலவே வேதத்துக்கான செல்தகைமையையும் அனுமானிக்க வேண்டும்.[332]

வாத்ஸ்யாயனரின் கடைசி வாக்கியங்களுக்கு நான் அழுத்தம் கொடுத்துள்ளமைக்குக் காரணம் பிற்கால நியாய - வைசேசிகரின்

ஆத்திகச் சாயலை அத் தத்துவத்தின் ஆரம்பகால நிலைபாடாகத் திரித்துக் கூறும் போக்கை அவை அடித்து நொறுக்குகின்றன என்பதால்தான்; வேதங்களின் செல்தகைமையைப் பற்றிய கேள்வி எழுகிறபோதே - ஆம் அப்போது மட்டுமே - நியாய வைசேசிகர் கடவுளைப் பற்றிப் பேசுகிறார்கள் என்பதை நாம் ஏற்கெனவே கூறியுள்ளோம். அவர்களைப் பொறுத்தவரை வேதங்கள் அனைத்துமறிந்த கடவுளால் அருளப்பட்டவையாதலால் அவை செல்லத் தக்கவை; உண்மையைச் சொல்வதாயின், கடவுளுக்கான முக்கியச் சான்றுகளில் வேதங்களின் செல்தகைமையும் ஒன்று; அனைத்துமறிந்த ஆண்டவனைத் தவிர வேறு எவரிடமிருந்து மனிதருக்கு வாய்க்க இயலாத ஞானத்தை வேதங்கள் பெற்றிருக்க முடியும்? அவற்றில் அடங்கியுள்ள அறிவு நமக்கு மலைப்பூட்டக் கூடியதோ, சாதாரண மனிதருக்கு வாய்க்கக் கூடாததோ அன்று என்கிறார் கவுதமர்; அவற்றில் பொதிந்துள்ள அறிவு மருத்துவ நூலில் உள்ளதைப் போன்ற - முற்றிலும் இம் மண்ணுலகு சார்ந்த - அறிவை விட எவ்வகையிலும் மேலானதன்று; கவுதமரின் கண்ணோட்டத்தில் மருத்துவ நூலாசிரியர்களேதான் வேதங்களின் ஆசான்களும். வாத்ஸ்யாயனர் வேண்டுமென்றே பயன்படுத்துகிற 'வேதங்களின் ஞானிகள்", "பேச்சாளர்கள்" "பிரசாரகர்கள்" எனும் சொற்கள் அனைத்துமறிந்த ஆண்டவனே அவ் வேதங்களை அருளியவன் எனக் கருதுவதற்கான சாத்தியப்பாட்டை அறவே மறுக்கிறது.

பானிபூஷண தர்க்கவாகீசர் என்பார் பிற்கால நியாய வைசேசிகத்தின் கடவுள் குறித்த கண்ணோட்டத்தின் வேர்களை 'நியாய சூத்திரத்தில் (அதன் மூல தத்துவத்தில்) எப்படியாவது தேடிக் கண்டுபிடிக்க வேண்டும் எனப் பெருமுயற்சி மேற்கொண்டவர்; அவரால்கூட வேதங்களின் அதிகாரம் பற்றிய பார்வையில் ஆதி மற்றும் பிற்கால நியாய-வைசேசிகருக்கு இடையிலுள்ள வெளிப்படையான வேறுபாட்டைக் கண்டு வியப்படையாமல் இருக்க முடியவில்லை.

அவரின் கூற்று பின்வருமாறு:

வேதத்தின் செல்தகைமை அதை ஓதுபவரின் நம்பகத் தன்மையைப் பொறுத்தது என்கிறார் கவுதமர். ஆயின், இந்த நம்பகமான ஓதுவார் யாராக இருக்க முடியும்? அவர் கடவுளாக மட்டுமே இருக்க முடியும் என உதயணர், வாசஸ்பதி, பிற்கால நையாயிகர் ஆகிய அனைவரும் கேள்வியின்றி கருதுகின்றனர். ஆயின், கவுதமர் இந்த 'சூத்திரத்தில்' 'ஓதுபவரின் நம்பகத் தன்மையிலிருந்து' 'எனும் வாசகத்தைத்தான் பயன்படுத்துகிறாரேயொழிய கடவுளின் நம்பகத் தன்மையிலிருந்து

எனும் வாசகத்தை அன்று என்பதைப் பானிபூஷணர் சுட்டுகிறார். இதன் முக்கியத்துவம் குறிப்பிடத் தக்கது என்கிறார் அவர். கடவுளை வேதங்களின் பேச்சாளராக வாத்ஸ்யாயனர்கூடக் குறிப்பிடவில்லை. மாறாக, வேதத்தின் நம்பகமான பேச்சாளர் என எண்ணற்ற ஞானிகளைத்தான் அவர் குறிப்பிடுகிறார். இங்கே அவர் 'ஞானிகள்' எனும் பன்மையைப் பயன்படுத்துவதிலிருந்து கடவுளைத் தவிர்த்துவிட்டு ஞானிகளையே வேதங்களின் பிரசாரகராக அவர் கருதுவது தெளிவு. உத்யோதகரரும் இந்த 'சூத்திரம்' நம்பத் தகுந்த நபராகக் கடவுளைக் குறிப்பிடுவதாகக் கருதவில்லை.[333]

ஆரம்பகால உரையாசிரியரால் புரிந்து கொள்ளப்பட்டவாறான 'வைசேசிக சூத்திரத்தின் அகச் சான்றும் அவ்வளவு சிறந்ததாகப் பிற்கால ஆத்திகருக்குப் படவில்லை என்கிறார் பானிபூஷணர்: "வைசேசிக சூத்திரத்தில் 'அவரால் ஓதப்படுவதால் வேதம் செல்லத் தக்கது' எனக் கணாதர் கூறுகிறார். பிற்கால உரையாசிரியரான சங்கர மிஸ்ரர் 'அவரால் ஓதப்படுவதால்' என்பதில் இடம் பெறும் 'அவரால்' என்பதைக் கடவுளால் எனக் கொள்ள வேண்டும் எனும் முடிவுக்கு இறுதியில் வந்தாலும், பிரசஸ்தபாதர், ஸ்ரீதரர் போன்ற ஆதிகாலத் தத்துவ ஆசான்கள் வேதங்களின் பேச்சாளர் ஞானிகளேயொழியக் கடவுள் அல்லர் என அடித்துக் கூறுகிறார்கள்.[334]

இவ்வாதத்தை இப்போது தொகுத்துக் கூறலாம். பரமாத்மா (பரம்பொருள்) எனும் ஒரேயோர் அர்த்தத்திலேயே பிற்கால நியாய வைசேசிகர் கடவுளைப் பற்றிப் பேசுகின்றனர். இத் தத்துவத்தின் மூலகர்த்தாக்கள் 'ஆத்மா'வைத்தான் ஒப்புக்கொண்டனரேயொழியப் பரமாத்மாவையன்று, 'ஆத்மா' என்பதை அவர்கள் வரையறுத்த விதம் அதற்குப் பரம்பொருளையும் உள்ளடக்குகிற வகையில் விரிந்த பொருளைத் தருவதாக அமையவில்லை.

இரண்டாவதாகக், கடவுளை ஒப்புக் கொண்டதன் விளைவாக அவரை வழிபடுவதன் மூலம் அவரின் அருளைப் பெறவும், அதன் மூலம் வீட்டுப் பேற்றை அடையவும் வாய்க்கும் எனவும் பிற்கால நியாய வைசேசிகர் கூறலாயினர். இதுவும் ஆதி நியாய வைசேசிகத்திலிருந்து முற்றிலும் பிறழ்ந்ததன் விளைவே; ஆதி நியாய வைசேசிகத் தத்துவத்துடன் அவ்வளவாக ஒட்டியும் ஒட்டாமலும் இருக்கிற வீட்டுப் பேறு குறித்த அக் கொள்கை தெய்வீகத் தலையீட்டுக்கு எவ்விதத்திலும் இடம் தரவில்லை; மேலும், சாராம்சத்தில் அனுபவப் பாங்கிலான கண்ணோட்டத்தில் அமைந்த வீட்டுப் பேற்றை அடைவதற்கான இறுதிக் காரணி எனும் விதத்தில்தான் ஆதி நியாய- வைசேசிகர் அறிவு பற்றிய பிரச்சனையை விவாதித்தனர்.

மூன்றாவதாக, வேதங்கள் அனைத்துமறிந்த ஆண்டவனால் அருளப்பட்டவை எனும் பிற்கால நியாய - வைசேசிகருக்கே உரிய கருத்துகள் அத் தத்துவத்தை நிறுவியவர்களின் பார்வைக்கு நேர் எதிரானது; அந்த முன்னோர்களைப் பொறுத்தவரை வேதங்கள் பிற மருத்துவ நூல்களைப் போலவே அறிவார்ந்த மனிதர்களால் ஆக்கப்பட்டவை.

மேற்கூறியவற்றிலிருந்து, பிற்கால நியாய வைசேசிகர் பல இடங்களில் தமது முன்னோர்களின் நிலைபாடுகளை முழுமையாகக் கைவிட்டவர்கள் என்பது மிகத் தெளிவு; அந்தப் பிறழ்வுகள் பிற்கால நியாய வைசேசிகரின் ஆத்திகத்துக்கு மிகவும் அவசியமானவையுங்கூட; தமது முன்னோரின் பார்வையிலிருந்து எந்தெந்த அம்சங்களில் எல்லாம் அவர்கள் முரண்பட்டனரோ அந்த முரண்பாடுகள்தாம் அவர்தம் கடவுள் கோட்பாட்டின் அடிப்படைகளாயின. இத்தகைய சூழலில் நமக்கு நாமே ஓர் எளிய கேள்வியை எழுப்பலாம்: பிற்கால நியாய வைசேசிகர் 'வலுவாகப் பதிக்கக்' கடுமையாக முயற்சித்த ஆத்திகத்தின் வேர்கள் ஆதி நியாய- வைசேசிகத்தில் உண்டா? இதற்கு 'இல்லை' என்கிற ஒரே விடைதான் இருக்க முடியும். சுருங்கக் கூறின், நாம் இதுவரை விவாதித்ததிலிருந்து மூல நியாய வைசேசிகத்தில் 'கடவுள் இல்லை' என அனுமானிக்கலாம்.

இந்த முன்தேவைகள் அனைத்தும் நிறைவு பெற்றுவிட்டதால், இனி நாம் நியாய- சூத்திர'த்திலும், 'வைசேசிக சூத்திரத்திலும் காணப்படுகிற கடவுள் பற்றிய கேள்வி குறித்த அகச் சான்றுகளை ஆய்ந்திடலாம். இந்த இரு நூல்களிலுமே ஈஸ்வரன் அல்லது கடவுள் பற்றிய தெளிவான குறிப்பு ஒரேயோர் இடத்தில்தான் உள்ளது. இக் குறிப்பின் உண்மையான முக்கியத்துவம் மிக எளிதானது - கடவுள் இல்லை என்பதே அது. ஏனெனில், 'கடவுள் உண்டு' என்பதற்கு ஆதரவாக ஆதி இந்திய ஆத்திகர்கள் முன்வைத்த ஒரேயொரு முக்கியமான வாதமும் வலுவற்றது.

இந்த விவாதத்தை, 'வைசேசிக சூத்திரம் 'கடவுள் கருத்தை முற்றிலும் புறக்கணித்தது' எனும் கூற்றுடன் தொடங்குவோம். அந் நூலில் எவ்விடத்தும் அதைப்பற்றி மேலோட்டமாகக்கூட ஒரு குறிப்புமில்லை. கடவுளின்பால் காட்டப்பட்ட இந்த காட்டமான உதாசீனத்தின் உட்பொருள் என்னவாக இருக்கும்? அந் நூலாசிரியருக்குக் கடவுள் நம்பிக்கை இல்லை என்பதுதான் அதற்குச் சரியான விடையாகும்; இந்த பதிலுடன் முரண்பட விரும்பினால் அதன் ஆசிரியரான கணாதர், கடவுள் நம்பிக்கை உடையரேனும், நம்மால் ஆய்ந்தறியவியலாக் காரணங்களால், அவர் அதனை வெளிக்காட்டிக் கொள்ளாமலேயே வைசேசிகத் தத்துவத்தை

விளக்க முற்பட்டார் என நாம் கற்பிதம் செய்து கொள்ள வேண்டும். அத்தகைய கற்பனை வலிந்து கொள்வது என்பதால் நமக்கு அது சாத்தியப்படாது; கடவுளை ஏற்பதும், ஏலாதிருப்பதும் ஓர் ஆதிகால இந்திய தத்துவ ஞானிக்கு ஆகப் பெரிய முக்கியத்துவம் வாய்ந்த தத்துவார்த்த பிரச்சனையாகும். அத்தகைய 'கண்டுகொள்ளாமை'க் கொள்கைக்குக் கணாதர் ஆதரவானவர் எனும் சாத்தியப்பாட்டுக்கு அவரின் 'வைசேசிக சூத்திரம்' முழுமையான எதிரியாகும்; அவர் கடவுளை நம்பியவர் எனில் அதற்குச் சான்றாக அவரின் நூலில் ஏதேனும் ஓரிடத்தில் அதைத் தெளிவுறக் குறிப்பிட்டிருப்பார்; அவர் கடவுளைக் குறிப்பிடாதிருக்க விழைந்தார் என்பதால் அவரின் தத்துவத்தில் கடவுளுக்கு இடமே இல்லை என்ற ஒரேயொரு முடிவுக்குதான் நம்மால் வர முடியும்.

மேலும், கடவுள் பற்றிய கருத்தைக் கணாதர் புறக்கணித்தது அவரின் விட்டேற்றித்தனமான குணாம்சத்தின் விளைவன்று; மாறாக, வேதங்களை ஆக்கியோர் யார் என்பது குறித்த கேள்வியில் மீமாம்சகருடன் அவருக்கு ஆயிரம் வேறுபாடுகள் இருப்பினும், பொதுவான கண்ணோட்டம் அவரை வெகுவாக ஆட்கொண்டது என்பதற்கு வலுவான சான்றுகள் உள்ளன.[335]

மனிதச் செயல்பாடு-குறிப்பாக யோகத்தின் வடிவிலானது - தனது உள்ளார்ந்த வலிமையாலோ அல்லது தானாகவோ விரும்பிய விளைவை ஏற்படுத்த வல்லது எனும் தனது அடிப்படையான அனுமானத்துக்கு இடமளிக்க வேண்டிய அவசியத்தின் காரணமாக அந்த (மீமாம்ச) கண்ணோட்டம் கடவுள் கருத்தை ஒதுக்க நேர்ந்தது. செயல்பாடு பற்றிய மீமாம்ச தத்துவம் செயல்பாட்டுக்கும் விளைவுகளுக்கும் இடையிலான தெய்வீகத் தலையீட்டை ஏற்பதால் 'தலைகுப்புறக் கவிழும்' அபாயத்தை நன்கு உணர்ந்ததன் வெளிப்பாடுதான் அது; எனவே தெய்வீகத்தைப் பற்றிய கருத்தை மறுக்க வேண்டிய கட்டாயம் அதற்கு ஏற்பட்டது. ஆதிகால இந்தியாவில் மீமாம்சப் பார்வையின் செல்வாக்கு அளவிடற்கரியது என்பதை இங்கே நாம் நினைவிற்கொள்வது முக்கியம். 'நியாய சூத்திரத்தில்' கடவுள் கருத்தைச் சரியாகப் புரிந்து கொள்ள அந்த மீமாம்சப் பார்வை எவ்வாறு உதவும் என்பதை நாம் இங்கே காணப்போகிறோம். இப்போதைக்குக் கணாதர் மீதான அதன் தாக்கம் சர்ச்சைக்கு இடமளிக்காதது என்பதை மட்டும் இங்கே குறிப்பிடுவோம். எனவே அவரின் நாத்திகப் பற்று ஐயந்திரிபற்றதே; வேறுவிதமாய்ச் சொல்வதெனில் வைசேசிக சூத்திரம்' கடவுளை முற்றிலும் உதாசீனப்படுத்துவது ஏன் என்பதை நம்மால் புரிந்து கொள்ள முடியும். அதற்கு ஒரேயோர் அறிவார்ந்த விளக்கம்

இதுதான்:- அவரும், ஜைமினியின் தாக்கத்தால், தனது தத்துவத்தை விளக்குகையில் கடவுளைப் பற்றிய கருதுகோளைத் தவிர்க்க வேண்டியதன் அவசியத்தை உணர்ந்தார்.

வைசேசிக சூத்திரத்தின் மீதான விவாதத்தை நாம் இதற்கு மேலும் நீட்டிப்பது தேவையற்றது; எனவே அதை இத்துடன் நிறுத்திக் கொள்வோம். காரணம், அதன் ஆசிரியரே (அதாவது, கணாதரே) பொருத்தமற்றது என ஒதுக்கித் தள்ளியதொரு கருதுகோளைப் பற்றி நாம் முடிவற்ற விவாதத்துக்கு உட்படுத்துவது அவசியமற்றது. ஆயின், 'நியாய- சூத்திர'த்தின் விசயம் வேறானது. ஒரேயொரு முறைதான் எனினும் அது கடவுளைக் குறிப்பிடுகிறது. ஆகவே, ஆதி நியாய- வைசேசிகத்தில் அதன் பிற்காலப் பிரதிநிதிகளின் கடவுள்பற்றிய கருத்தைத் தேடுவதில் மிகுந்த கவனம் செலுத்துகிற தற்கால அறிஞரில் சிலர் 'நியாய- சூத்திர'த்தில் உள்ள இந்தத் தனியொரு குறிப்பை 'ஆற்றில் அடித்துச் செல்பவனுக்குக் கிடைத்த துரும்பாகப்' பிடித்துத் தொங்குகின்றனர்.[336]

ஆயினும் கவுதமர் எதன் பொருட்டு அவ்வாறு குறிப்பிடுகிறார் என்பதை அறிந்தால் அவர்கள் அதிர்ந்துபோவர்!

எவ்வளவு குறைத்து மதிப்பிட்டாலும் 'நியாய- சூத்திரம்' 528 குறும்பாடல்களைக் கொண்டது.[337] இவற்றில் இறைவனைப் பற்றிய குறிப்புள்ள அந்த ஒரேயொரு பாடலும் மறுப்புக்குள்ளாகும் எதிரியின் கூற்று எனும் வடிவிலானதே; இதை ஆத்திகரான வாத்ஸ்யாயனரும் ஒப்புக் கொள்கிறார். எனவே வாத்ஸ்யாயனர் அந்த சூத்திரத்தைப் பின் வருமாறு அறிமுகப்படுத்துகிறார்: "இப்போது மற்றவர் கூறுகிறார்." அப்படியானால் கவுதமர் மறுக்க முயலும் நிலைபாடு எது? அவரே கூறுகிறார். 'விளைவுகளை உண்டாக்குவதில் மனித முயற்சி படுதோல்வி அடைகிறது என்பதால் கடவுளே காரணி'[338]

வேறு விதமாய்ச் சொல்வதெனில், மனித முயற்சி தன்னளவில் அது மட்டுமே விளைவுகளை ஏற்படுத்திட இயலாது எனக் கருதப்பட்டது; ஆகவே, நாம் காண்கிற விளைவுகளுக்கு அது காரணியாகாது. வேறெதுதான் அந்த உண்மைக் காரணி? அது கடவுளைத் தவிர வேறொன்றாக இருக்க முடியாது"

இங்கே நம்மால் தவிர்க்கப்பட முடியாத கேள்வி இது தான்: குறிப்பாக மீமாம்சகருக்கு எதிராக ஆத்திகரால் முன்வைக்கப்பட்டது தான் அது; அது யாருடைய பார்வை? விரும்பும் விளைவுகளைப் பெற்றிட மனித முயற்சி மட்டுமே போதாது என்றும் கடவுள் - கடவுள் ஒருவர் மட்டுமே - மனித நடவடிக்கைகளை அடுத்து வருகிற பலன்களுக்கான உண்மைக் காரணி எனவும் இந்திய தத்துவ

வரலாற்றில் மீமாம்சகருக்கு எதிராக ஆத்திகர் எவ்வாறு வாதிட்டனர் என்பதற்குச் சான்றாக இராமானுஜரையும், சங்கரரையும் நாம் இங்கே மேற்கோள் காட்டுவோம்.

மீமாம்சகரின் நிலைபாட்டை இராமானுசர் பின்வருமாறு விளக்கினார்: மத நடவடிக்கைகளான பலியிடுதல், தானம் அல்லது பரிசு, கொடை அல்லது படையல்கள், தியானம் ஆகியன தம்மளவிலேயே அவற்றால் உண்டாக வேண்டிய பலன்களைத் தர வல்லன என ஜைமினி நினைக்கிறார். ஏனெனில் நடைமுறை வாழ்வில் உழவு போன்றவையும், கருணைக் கொடைகள் போன்றவையும் நேரடியாகவோ மறைமுகமாகவோ தாம் விளைவிக்க வேண்டிய பலன்களைத் தாமாகவே தருவதைப் பார்க்கிறோம். வேதச் செயல்பாடுகள் தாம் தர வேண்டிய பலன்களை உடனடியாகத் தருவதில்லை என்றாலும் இடைப்பட்ட சமயத்தில் அபூர்வத்தின் மூலமாக அவை அவற்றை அளிக்கின்றன. இது: விண்ணுலகம் வேண்டுவோர் அதற்குரிய யாகத்தைச் செய்ய வேண்டும்' எனும் வேதக் கட்டளையின் வடிவத்திலிருந்தும் நிகழ்கிறது. ஆக, விண்ணுலகம் போன்று ஒருவர் அடைய விரும்பும் இலக்கை எய்திட ஏதுவாக அத்தகைய வேதக் கட்டளைகள் சடங்குகளை விதிப்பதால் அபூர்வத்தால் அந்தப் பலன் கிட்டுகிறது என அனுமானிப்பதைத் தவிர வேறு வழியில்லை”[339]

இதற்கெதிராகப் பாதராயணரைச் சார்ந்து நின்று இராமானுஜர் தனது நிலையைப் பின் வருமாறு விளக்கினார்.[340] “மதிப்புக்குரிய பாதராயணர் கூறுகிறார்: தெய்வங்களைச் சாந்தப்படுத்தவே செய்யப்படும் யாகங்களால் மனங்குளிரும் அக்னி, வாயு (தீ, காற்று) போன்றவை மட்டுமே பலியிடுதல்களினால் கிடைக்கும் பலன்களின் காரணி எனப் பல்வேறு யாகங்களைப் பற்றிக் குறிப்பிடும் வேத நூல்கள் பறைசாற்றுகின்றன. ஆதலால், அனைவருக்கும் மேலான ஒருவரால் அப் பலன்கள் முன்னதாகவே அறிவிக்கப்பட்டுவிடுவதாக ஏற்கெனவே சொல்லப்பட்டதை மதிப்புக்குரிய பாதராயணர் தொடர்ந்து வலியுறுத்துகிறார். ‘வாயு (வளி) எல்லாவற்றையும்விட வேகமான கடவுள் என்பதைப் போன்ற வாசகங்கள் வளியும் (வாயுவும்) பிற தெய்வங்களும் பலன்களைத் தருபவை என நமக்கு போதிக்கின்றன. வளி (வாயு) போன்ற தெய்வங்களின் உள்ளுறை ஆத்மாவாக இருக்கிற பரமாத்மாதான் உண்மையில் படையல்கள் அல்லது கொடைகளால் மகிழ்வுற்று பலன்களைத் தருகிறது எனவும் அந்த வாசகங்கள் உணர்த்துகின்றன. நடைமுறை வாழ்வில் மனிதர்கள் வேளாண்மை போன்றவற்றால் வெவ்வேறு வடிவங்களில் சொத்துகளைச் சேர்க்கின்றனர். அவற்றின் மூலம் தமது அரசனையும், அவனின் பரிவாரங்களையும் கவர்கிறார்கள். அவர்களுடைய

சேவையின் அளவுக்கும், தன்மைக்கும் ஏற்ப அரசன் அவர்களுக்குப் பரிசளிக்கிறான். மற்றொரு புறத்தில், குறைகளின் நிழல்கூட அண்ட முடியாத, உயர்வான மற்றும் முற்று முழுதாக முதிர்ச்சியுற்ற பண்புகள் அனைத்துக்கும் உறைவிடமான, அறிவின் மற்றெல்லாக் கருவிகளுடைய எல்லையையும் கடந்து நிற்கிற மேலோனாம் பரமாத்மா எனும் கருப்பொருள் பற்றியும், அவனைத் திருப்திப்படுத்தத் தேவைப்படும் பலியீடுகள், கொடைகள், படையல்கள் பற்றியும், அவனை நேரடியாக மகிழ்விக்கும் துதி, வழிபாடு, தியானம் பற்றியும், அவற்றால் திருப்தியுறுகிற அவன் இவ்வுலக இன்பம் மற்றும் இறுதி விடுதலை எனும் வடிவங்களில் அளிக்கிற பரிசுகள் பற்றியும் வேதாந்த நூல்கள் தக்க விதிமுறைகளைக் கொண்டுள்ளன."

சங்கரரும் ஏறத்தாழ இதே பாணியில் வாதிட்டார் எனினும், கடவுளைப் பற்றிய அவரின் கருதுகோள்[341] அனுபவப் பாங்கிலான பார்வையின்படி மட்டுமே செல்லுபடியாகக்கூடியது என்பதை இங்கே நினைவிற் கொள்ள வேண்டியது அவசியம். "ஆள்பவனையும், அவனது குடிகளையும் பிரித்துப் பார்க்கிற தினசரி வாழ்க்கையுடன் எந்த அளவுக்குப் பிரமனின் மற்றொரு குணாம்சம் தொடர்புடையதோ அந்த அளவுக்கு நாம் இப்போது அதை நோக்குவோம்".

"துன்பம், இன்பம், இவை இரண்டின் கலவை ஆகிய இம் மூன்று வினைப் பயன்களும் தமது 'சம்சார' நிலையில் உயிரினங்களால் அனுபவிக்கப்படுகின்றன. அவை மூன்றும் வினைகள் அல்லது செயல்பாடுகளின் விளைவேதானா அல்லது கடவுளின் அருளால் நிகழ்பவையா எனும் கேள்வி இங்கே எழுகிறது. 'சூத்திர'க்காரர் (பாதராயணர்) அவை கடவுளின் கருணையால் நிகழ்பவை என்கிறார். அது ஒன்று மட்டுமே சாத்தியம் என்கிற எண்ணத்தில் அவர் அவ்வாறு கூறுகிறார். உலகின் படைப்பு, இருப்பு, அதை மீளக் கொள்ளல் ஆகியவற்றுக்கு மாறி மாறி வழிவகை செய்பவனும், காலம், இடம் ஆகியவற்றின் வேறுபாடுகளை முற்றாக அறிந்தவனுமாகிய அந்த அனைத்தையும் ஆள்கிற ஒருவனால் மட்டுமே வினைபுரிகிறவற்றின் தகுதிக்கு ஏற்ப அந்த அனைத்து வகையான வினைப்பயன்களையும் விளைவிக்க முடியும்".

"வினைகள் மேற்கொள்ளப்பட்டவுடன் மாய்ந்து போவதால் அவற்றை அடுத்து (அதாவது சிறிது காலம் கழிந்தபின்) ஏற்படும் பலன்களை அவற்றால் விளைவிக்க முடியாது. ஏனெனில் சூனியத்திலிருந்து (ஒன்றிமில்லாததில் இருந்து) இன்னொன்றை உருவாக்க முடியாது. ஒரு வினை அதன் தன்மைக்கேற்ற பலனை விளைவித்த பின்னரே 'மாய்கிறது' எனவும், அந்த வினைஞர் வினைப் பயனைப் பின்னாளில் பெறுவார் எனவும் அனுமானிப்பதால் இந்த

சிரமத்தில் இருந்து விடுபட முடியாது. ஏனெனில் வினைஞரால் துய்க்கப்படும் ஒன்றே, ஒரு வினையின் பலனாகிறது. வினைபுரிகிறவர் அதன் பலனாகிய இன்ப, துன்பத்தைத் துய்க்கிற அத் தருணத்தில்தான் மனிதர் அது வினைப் பலன் என்பதை உணர்கின்றனர். புலனுணர்வுக்கு அப்பாற்பட்டதெனப்படுகிற அபூர்வத்திலிருந்து பின்னாளில் அந்த வினைப் பயன் விளைகிறது என அனுமானித் திடவும் நமக்கு உரிமை இல்லை. ஏனெனில், அந்த அபூர்வமே அவ் வினையின் நேரடி விளைவுதான் எனக் கருதப்படுகிறது. அந்த அபூர்வம் மரக் கட்டை அல்லது உலோகத் துண்டு போன்று அறிதிறனற்றது, உணர்வற்றது ...... அறிதிறனுள்ள, ஓர் உயிருருவால் உந்தப்பட்டாலொழிய தானாகவே அதனால் இயங்க முடியாது. மேலும், அத்தகைய அபூர்வம் எனும் ஒன்று உள்ளதற்கான நிரூபணம் ஏதுமில்லை. ஆயின், வினைகள் தமது பயனை விளைவிப்பதிலிருந்து இது நிரூபணமாகவில்லையா? 'இல்லை' என்பதே நம் பதில், ஈடு செய்தல்' என்பதை இறைச் செயல் எனக் கூறிட முடியும்."

சங்கரரை இதற்கு மேலும் மேற்கோள் காட்டுவது தேவையற்றது; ஏனெனில், கவுதமர் கடவுளைப் பற்றி 'எதிரியின் பார்வை' எனும் வடிவில் குறிப்பிடுகிற ஒரே ஒரு 'சூத்திர'த்தில் எந்த நிலைபாட்டை எடுக்கிறார் என்பதை நாம் ஏற்கெனவே நன்கறிவோம். இப்போது, நாம் மேலே சுட்டிய 'சூத்திர'த்துக்கு அடுத்து வரும் இன்னொரு சூத்திரத்தில் இந்த 'எதிரியின் பார்வை'யை கவுதமர் எப்படி எதிர்கொள்கிறார் என்பதைக் காண்போம்: "இல்லை; மனிதச் செயல்பாடு இன்றேல் விளைவேதும் இராது" [342]

இது உண்மையில் எதைக் குறிக்கிறது? மனிதச் செயல்பாட்டின் விளைவுகளுக்கு 'மறையோன்' காரணியாளன் இல்லை என்பதே இதன் உட்பொருள்; மாறாக, மனிதச் செயல்பாடு இல்லையேல் இம் மண்ணுலகில் ஏதும் நிகழாது என்பதால் அதுவே விளைவின் உண்மைக் காரணி; வேறு விதமாய்ச் சொல்வதெனில், கடவுளே வினைப்பயன்களின் (விளைவுகளின்) காரணி எனும் ஆத்திகக் கூற்றை உண்மையென ஒப்புவோமாயின் அவ் வினைகளும் அவராலேயே மேற்கொள்ளப்படுகின்றன எனவும் அவற்றுடன் மனிதருக்கு எவ்விதத் தொடர்பும் இல்லை என்றும் பொருள்; ஆயின் மனிதச் செயல்பாடு இல்லையேல் விளைவேதுமில்லை என்று கவுதமர் வாதிடுகிறார்.

இங்கே குறிப்பிடப்பட்டுள்ள சர்ச்சையின் தெளிவானதும் வெளிப்படையானதுமான முக்கியத்துவம் பிற்கால ஆத்திகருக்குத் திருப்தி தராது என்பதை நான் முழுமையாக அறிவேன். கவுதமரின் இந்த இரு சூத்திரங்களிலும் எப்படியேனும் எல்லா வகை இறையியல் நுட்பங்களையும் தேடி வெளிக் கொணர அவர்கள் அரும்பாடு

பட்டார்கள்; ஆயின், அவர்களின் அத்தகைய முயற்சி அவர்களுக்கிடையிலேயே கருத்து மாறுபாடுகளைத் தோற்றுவித்தது என்பதையும் நானறிவேன்.[343] அம் முயற்சி வெற்றி பெறாமைக்கான உண்மைக் காரணத்தை அறிவதில் சிரமம் ஏதுமில்லை. அந் நுட்பங்கள் எங்கே இல்லையோ அங்கே அவர்கள் அவற்றைத் தேடினர். அத்துடன், கவுதமரின் கூற்றின் எளிய முக்கியத்துவத்தைப் பிற்கால இறையியல் நோக்கங்களுக்காகத் திரித்துரைப்பதற்கும் திண்ணமானதோர் எல்லை உண்டு. அதை மீறுவது சாத்தியமன்று.

எனினும், இப் பிற்கால இறையியல் திரிபுகளைப் புறந்தள்ள ஒருவர் ஒப்புக் கொள்கிறபோது அவ்விரு 'சூத்திர'ங்களும் உண்மையான சர்ச்சையைக் கிளப்பி அதற்குத் தீர்வும் காண்பதை அவரால் எளிதில் அறியவியலும். அது 'ஊரறிந்த' சர்ச்சையாகும். வேதாந்திகளில் மிக முக்கியமான இராமானுஜரும், சங்கரரும் மனிதச் செயல்பாடு தன்னளவிலேயே அதற்கான பலனை விளைவிக்க முடியாது என்கின்றனர். எனவே, அத்தகைய பயன்களை உண்மையிலேயே விளைவிப்பவர் கடவுளே எனச் சொல்ல வேண்டிய அவசியம் நேர்கிறது. கவுதமர் அதை மறுத்தார். மனிதச் செயல்பாடே அதன் பலனை விளைவிக்கிறது. அது ஒரு வேளை ஜைமினியின் தாக்கத்தால்கூட இருக்கலாம். இக் கண்ணோட்டம் கடவுளை அவசியமற்ற கருதுகோள் என்கிறது.

நம்மால் ஆய்வு செய்யப்பட்ட இரு 'சூத்திர'ங்களை அடுத்து வருவது மிக மிகச் சுருக்கமானது. அரைச் சொற்றொடர் அளவிலானது. அதன் நேரடிப்பொருளாவது: 'அதனால் விளைவிக்கப் படுவதால், அதற்கு நிரூபணம் ஏதுமில்லை'.[344]

இச் சூத்திரம் மிகக் குறுகிய வடிவில் இருப்பதால் இதிலுள்ள சொற்கள் தம்மளவில் முழுப் பொருளைத் தரவில்லை; எனினும் அதன் நோக்கம் அந்த விவாதம் முழுவதையும் தொகுத்துரைப்பதுதான். அவ்வாறாயின் அச் சூத்திரத்தின் அர்த்தம்தான் என்ன? இத்தகைய குறும்பாடல்களை விளக்கிட விடுபட்டுப் போன சொற்களை உடனடிப் பின்புலத்தில் தேடுவது அல்லது முடிவுறாத சொற்றொடரை அதற்குச் சற்று முன்னுள்ள சொற்றொடர்களுடன் தொடர்புபடுத்துவது தான் நமக்குள்ள ஒரே வழி. இதை நாம் ஏற்போமாயின் அச் 'சூத்திர'த்தின் முழுப் பொருளும் நம் கண்முன்னே அகல விரியும், அது பின்வருமாறு:

"மனிதச் செயல்பாட்டின் பலன்கள் அச் செயல்பாட்டினாலேயே விளைவதால் கடவுளின் இருப்புக்கு நிரூபணம் இல்லை"

இச் சூத்திரத்தின் உண்மையான பொருளை வெளிக் கொணர சலிப்பூட்டும் இறையியலின் ஒரு நூறு பக்கங்களைப் பானிபூஷண

தர்க்கவாகீசர் எடுத்தாள்கிறார்.[345] கவுதமர் கடவுள் கொள்கையைப் புறந்தள்ளுவதில்லை. மனிதச் செயல்பாட்டை அதன் பலன்களுக்குப் பொறுப்பாக்குவதை அறவே மறுத்து கடவுளே அவற்றை விளைவிக்கிறார் என்கிற குறிப்பிட்ட அந்த வகையிலான கடவுள் கொள்கையைத்தான் அவர் மறுக்கிறார் என்கிற முக்கியமான கருத்தைப் பானிபூஷணதர்க்க வாகீசர் நிறுவ முயல்கிறார். மனிதச் செயல்பாடுகளால் விளையும் பலன்களைத் தருவதில் உள்ள தனித்துவமான பங்குபாத்திரம் கடவுளுக்கு மட்டுமானது எனும் கருத்துக்கு எதிராகக் கவுதமர் கூறுவது யாதெனில், கடவுள் மனிதச் செயல்பாட்டின் பலன்களை நிபந்தனைகளுக்குட்பட்டு அளிப்பவர் என்பதுதான். வேறுவிதமாய்ச் சொல்வதெனில், இறுதியில் கடவுள்தான் மனிதச் செயல்பாட்டின் பலன்களைத் தருபவர் எனினும் அச் செயல்பாட்டின் தன்மைக்கு அவரும் கட்டுப்பட்டவரே.

இத்தகைய இறையியலுக்கு எதிராக இன்னோர் இறையியலை முன்னிறுத்தி, கவுதமருடையது எனப்படும் அப் பார்வை உண்மையில் கடவுளின் சர்வ வல்லமையைக் கடுமையாகக் குறுக்குவதற்குச் சமம்' என வாதிடுவதால் பயன் ஏதுமில்லை. உண்மையில் பானிபூஷணரே கவுதமரின் உண்மை நிலைபாடு எனத் தான் கருதுவதற்கு மறுப்புரை எனும் வடிவத்தில் இத்தகைய கேள்வியை எழுப்புகிறார். அதற்குத் தனது பாணியில் பதில் இறுக்கவும் செய்கிறார். ஆயினும், உள்ளமைந்த இத் தொடர்நிலைபாடு பற்றி இங்கே நமக்குக் கவலையில்லை. மாறாக, நமது நோக்கமெல்லாம் இந்த இறையியலைக் கவுதமரின் குறும்பாடல்களில் படிப்பது உண்மையில் எந்த அளவுக்குப் பொருத்தமானது என்பதை அறிவதுதான்.

அச் சூத்திரங்களின் வெளிப்படையான அர்த்தத்தில் இருந்து அத்தகைய பொருத்தப்பாட்டுக்கு அங்கே வழியில்லை என்பது தெளிவு. அவற்றில் பானிபூஷணர் விரும்பும் அர்த்தத்தை நாம் காண வேண்டும் எனில் அவற்றைப் பெருமளவுக்குத் திரித்துப் படிக்க வேண்டும். எனினும், இவ்வாறு கூறும்போது 'நியாய- சூத்திர'த்தின் உரையாசிரியர் எனும் வகையில் பானிபூஷணரின் ஆளுமையை நான் முழுமையாக உணர்ந்தே இருக்கிறேன். அவர் அந்நூலை அவ்வளவு சிறப்பாக விளக்கியிராவிட்டால் அது பற்றிய நமது புரிதல் அரைகுறையானதாகவே இருந்திருக்கும். ஆகவே, அவருடன் முரண்படுகிறபோது அதற்குரிய மேலும் கூடுதலான ஆதாரங்களை முன்வைத்து எனது மாறுபாட்டை நியாயப்படுத்த விரும்புகிறேன்.

இச் 'சூத்திர'ங்களில் நாம் காணவேண்டும் என பானிபூஷணர் விரும்பும் இறையியல் குறித்த விவாதம் நெடுகிலும் அவர் அந்த

இறையியலுக்கு ஆதரவாக எண்ணற்ற ஆதாரங்களை அடுக்குகிறார். அவை பெரும்பாலும் உபநிடதங்களும், 'பிரம்ம - சூத்திரமும், அதன் மீதான சங்கரரின் விளக்கவுரைகளுமே என்பது சற்று விந்தையானது. 'நியாய- சூத்திர'த்தின் அகச் சான்றிலிருந்து கவுதமரே அவ்வாதாரங்களை உண்மையில் செல்லத் தக்கவை எனக் கருதத் தயங்கினார் எனலாம். ஆகவேதான் அதை விந்தையானது என்றேன். இது முக்கியமானதொரு கருத்து என்பதால் இதனைக் கொஞ்சம் விரிவாகப் பார்க்க வேண்டும்.

நமது பழைமைவாதச் சொல்லியலில், வேதமரபு என்பது செயல்பாடு, அறிவு எனும் இரண்டு அம்சங்களைக் கொண்டது. 'செயல்பாடு' எனில் வேதத்தின் சடங்கு சம்பிரதாயம் பற்றிய பிரிவு- அதாவது அதன் 'கரும காண்டம்' - எனப் பொருள். பின்னது வேதத்தின் அறிவு பற்றிய 'ஞான- காண்டம்' எனப்படும். வேத மரபின் இந்த இரண்டு அம்சங்களின் மாபெரும் பிரதிநிதிகளாக முறையே ஜைமினியும், பாதராயணரும் விளங்கினர். ஜைமினிக்கு வேதம் என்பது 'கரும- காண்டம்'. -அதாவது சடங்கு சம்பிரதாயங்களும் அவை பற்றிய விதிமுறைகளும்தான். ஆகவே, வேத இலக்கியத்தில் நேரடியாகச் சடங்கு பற்றிய கட்டளையைக் குறிப்பிடாத பகுதியை 'அர்த்தவாதம்' என-அதாவது, சடங்கு குறித்த விதிமுறையை மறைமுகமாக விதந்தோதுவதாக ஒரு பத்தியைக் கருதிடும் பொருட்டு அதன் நேரடிப் பொருளைப் புறந்தள்ளுவது என்பதாகப் - புரிந்து கொள்ளப்பட வேண்டும். ஜைமினிக்கு வேதங்களின் 'ஞான - காண்டம்' எனப்படும் உபநிடதங்கள் அர்த்தவாதம் ஆகும். பாதராயணருக்கு இதில் கொஞ்சமும் உடன்பாடில்லை. அவர் தனது 'பிரம்மசூத்திர'த்தை உபநிடதப் பார்வையை வகைப்படுத்தும் ஒன்றாக மட்டுமே வடிவமைத்தார். இந்தியாவில் வேத மரபின் மெய்யான அர்த்தம் பற்றி மிகவும் தீவிரமான சர்ச்சை நடந்தது. அது தவிர்க்கவியலாதது. ஜைமினியும், அவரது ஆதரவாளர்களும் வேதம் முழுமையும் 'விதி' (அதாவது, சடங்கு பற்றிய கட்டளை) மற்றும் 'அர்த்தவாதம்' ஆகியவற்றை உள்ளடக்கியது என்றனர். ஞான- காண்டத்தின் விளக்குநராகிய பாதராயணரும் அவரின் சீடர்களும் அத்தகைய பார்வையை அடியோடு மறுத்தனர்.

இச் சூழலில், கவுதமருக்கு உரியதெனச் சுட்டப்படுகிற கண்ணோட்டத்துக்குச் சான்றாதாரங்களாக உபநிடதங்கள், 'பிரம்ம- சூத்திரம் மற்றும் அதன் மீதான விளக்கவுரைகள் ஆகியவற்றை மேற்கோள் காட்டுவதற்கு முன்னதாக வேத மரபின் உண்மைப் பொருள் குறித்த அவரின் பார்வை பற்றிய தெளிவு நமக்கு அவசியம் தேவை; அவர் வேதங்களின் ஆக்கம் பற்றிய கேள்வியைப் பொறுத்தமட்டில் மீமாம்சகருடன் ஒத்துப்போகவில்லை என்பதையும்

அவற்றின் மேலதிகாரம் மலைப்பூட்டக் கூடியதோ மனிதருக்கு மேலானதோ இல்லை என்பதையும் நாம் ஏற்கெனவே கண்டோம்; எனினும் வேதங்கள் சாராம்சத்தில் 'கரும -காண்டமே' (அதாவது, சடங்கு சம்பிரதாயங்களையும் அவை குறித்த விதிகளையும் கொண்டதே) எனும் ஜைமினியின் பார்வையுடன் கவுதமர் மாறுபட்டாரா? 'நியாய- சூத்திரத்தின் அகச் சான்றுகளிலிருந்து நாம் பின்வரும் முடிவுக்குதான் வர முடியும். வேதங்களின் அடிப்படைப் பொருளைப் பாதராயணருடையதைவிட ஜைமினியின் பார்வையின்படி அவர் ஒப்புக் கொள்ள விரும்பியதிலிருந்து தனது நிலைபாட்டை வலுப்படுத்திக் கொள்ள அவருக்குப் பாதராயணரின் 'ஞான- காண்டம்' (அதாவது, அறிவு சார்ந்த வேதவிளக்கம் அல்லது உபநிடதங்கள்) அவசியப்படவில்லை. வேறு விதமாய்ச் சொல்வதெனில், 'நியாய-சூத்திர'த்தில் கவுதமர் வேத உள்ளடக்கத்தைப் பொறுத்தவரை அதன் விளக்கத்திற்குக் கரும காண்டத்தைக் கைக் கொண்டார் எனில் 'ஞான காண்ட'த்தின் மேலதிகாரத்தால் வலுப்படும் நிலைபாடு ஒரு போதும் கவுதமருடையதாக இராது.

வேதங்களின் உண்மைப் பொருள் பற்றிய தனது கண்ணோட்டத்தைப் பற்றி ஐயம் எதற்கும் இடமின்றி கவுதர் வெளிப்படுத்தியிருப்பது நமக்கு நல்வாய்ப்பே! வேதங்களின் செல்தகைமை குறித்த அவரின் விவாதம் சடங்குகள் சார்ந்த விதிமுறைகளை ஆதரிப்பதாக அமைந்துள்ளது. சடங்குகள் குறித்த வேதக் கட்டளைகள் மிகத் தெளிவானவையாதலால் வேதங்கள் பொய்மை, சுய முரண், அர்த்தமற்ற வகையிலான கூறியது கூறல் ஆகிய எக் குறையும் அற்றவை. இந்த விவாதம் நெடுகிலும் வேதங்கள் 'கரும காண்டத்தை விடக் கூடுதலாக எதையேனும் கொண்டுள்ளதற்கான ஒரு சிறு குறிப்பைக் கூட அவர் நமக்கு விட்டுவைக்க எண்ணவில்லை; அவரின் படைப்பிலிருந்து வேதம் 'ஞான காண்டத் தன்மையது (அதாவது, அறிவுச் செறிவானது) எனும் கருத்து அவருக்கு அறவே இல்லை என்பது நன்கு தெளிவு; அவருக்குத் தெரிந்த அளவிலான வேதங்களின் உள்ளடக்கம் குறித்துப் பேசுகிற பின்வரும் ஐந்து சூத்திரங்களை அப்படியே இங்கே எடுத்துரைப்போம்.[346]

"வேத நூல்களைப் பற்றிய முறையான விளக்கம் சரியான அர்த்தத்தைத் தருவதால் வேதம் செல்லத் தக்கது.

"ஏனெனில் அவை விதி அல்லது கட்டளை ('விதி வசனம்') விளக்கக் கூற்றுகள் ('அர்த்தவாத- வசனம்') மற்றும் மீள வலியுறுத்தல் ('அனுவாத வசனம்') என வகைப்படுத்தப்பட்டுள்ளன.

"விதி (கட்டளை) என்பது சில வினைகளை அல்லது செயல்பாடுகளை விதிப்பது.

(போற்றுரை (ஸ்துதி) தூற்றுரை (நிந்தனை), மாறுபட்ட விதிகளைக் குறிப்பிடுதல் (பரக்ருதி) மற்றும் வழி வழி வரும் நடைமுறையைக் குறிப்பிடுதல் ஆகியன விளக்கக் கூற்றுகள் (அர்த்தவாதம்)"

"அதே சொற்களை வேண்டுமென்றே பயன்படுத்தல் மற்றும் அதே உட்பொருளைக் கொண்டு வேண்டுமென்றே மீளவும் வெளிப்படுத்தல் ஆகியன வலியுறுத்தல் (அனுவாதம்) எனப்படும்.

ஆதி இந்திய தத்துவத்தில், முழுமையான மீமாம்சகராக ஒருவர் இல்லாவிடினும், வேதாந்திகளுடன் மாறுபாடும், மீமாம்சகருடன் பெருமளவுக்கு உடன்பாடும் கொண்டிருந்தால் மட்டுமே இவ்வாறு பேச முடியும். ஆகவே, வேத உட்பொருள் குறித்த விசயத்தில் வேதாந்தத்துக்கும், மீமாம்சக் கண்ணோட்டங்களுக்கும் இடையில் உள்ள வேறுபாடு நன்கறியப்பட்ட ஒன்றாக இருக்கையில் கவுதமரின் உண்மையான நிலைபாட்டை வலுப்படுத்த உபநிடதங்களின் மேலதிகாரத்தையும் 'பிரம்ம- சூத்திர'த்தையும் சுட்டுவது பொருத்த மற்றது. வேதாந்த அல்லது வேதாந்தத்துக்கு மிக அணுக்கமான 'வீட்டுப் பேறு' பற்றிய கருதுகோளைக் கவுதமருக்கு உரியதாகக் காண்பிக்கையில் வாத்ஸ்யாயனர்[347] இதை எவ்வாறு ஒதுக்கித் தள்ளினாரோ அதே போன்று பானிபூஷணரும் இதை முற்றிலும் புறக்கணிக்கிறார். கவுதமருக்கு உரியதெனப்படும் இறையியலை ஆதரித்திட உபநிடதங்கள், 'பிரம்ம சூத்திரம், சங்கரர் முதலான பிற்கால வேதாந்திகளின் நூல்கள் ஆகியவற்றிலிருந்து பல பகுதிகளை மேற்கோள் காட்டுகிறார்; மாறாக, வேதங்களைப் பற்றிய மீமாம்சப் பார்வையின்பால் கவுதமருக்குள்ள ஈர்ப்பை நாம் நினைவில் நிறுத்துவோமாயின் 'நியாய- சூத்திர'த்தின் நாத்திக வாதத்தின் மீது ஜைமினியின் தாக்கம் மிகத் தெளிவாக நமக்குப் புலப்படும்; மனிதச் செயல்பாடு அதன் விளைவுகளை ஏற்படுத்துவதால் இதற்குக் கடவுளைக் காரணியாக்குவது அவசியமற்றது என ஜைமினியைப் போலவே கவுதமரும் வாதிட்டார்.

ஆதி நியாய - வைசேசிகத்தின் நாத்திகம் பற்றிய நமது விவாதம் உலகின் திறன் மிகு காரணி குறித்த கவுதமரின் பார்வையை மீளாய்வு செய்யாவிடில் முழுமையாற்றாகவே இருக்கும். ஏனெனில் பிற்கால நியாய வைசேசிகர் கடவுளை உலகின் காரணி எனக் கருதத் தலைப்பட்டபோது 'காரணி' எனும் சொல்லைத் திறன்மிகுகாரணி (நிமித்த காரணி) எனும் பொருளிலேயே பயன்படுத்த நேர்ந்தது. அப்புறம் திறன் மிகு காரணி எனும் கருதுகோள் பற்றிய கவுதமரின் கண்ணோட்டம் யாது? 'நியாய - சூத்திர'த்தில் கடவுளைப் பற்றிப் பேசும் மூன்று குறும்பாடல்களுக்கு அடுத்து வருவனவற்றில்

அதற்குரிய தெளிவான பதில் அடங்கியுள்ளது. அதே சமயம், பின்னாளைய விரிவுரையாளரில் சிலரின் அசாத்தியமான ஆற்றலைக் கண்டு நாம் அயர்ந்து போய் அவர்களின் வாதங்களில் அடங்கியுள்ள சில வேடிக்கையான கருத்துகளில் கட்டுண்டு போய்விடக்கூடாது. அதைத் தவிர்த்து அடுத்துவரும் வெளிப்படையான பொருளின் மீது கவனம் செலுத்துவோம். அந்த மூன்று 'சூத்திர'ங்களின் அர்த்தமாவது.[348]

"திறன்மிகு காரணி ஏதுமின்றியே -அதாவது, வெறும் (சடப்) பொருள் வடிவிலான காரணியாலேயே - நம்மால் கண்டறியப்படுகிற முள் முதலானவற்றின் கூர்மையால் அவற்றின் தோற்றம் நிகழ்கிறது."

"திறன்மிகு காரணி இன்மை என்பதே திறன்மிகு காரணியின் ஒரு வடிவமாதலால் அத் திறன்மிகு காரணியின் இன்மை பற்றிப் பேசுவது சத்தற்ற வாதம்"

'திறன் மிகு காரணி ஒன்று உண்டு என்பதற்கும்' 'திறன்மிகு காரணி இன்மை' என்பதற்கும் இடையிலான வேற்றுமை தெளிவானது; எனவே இந்த மறுப்பு தொடர்ந்து வலியுறுத்தப்பட முடியாதது."

இந்த 'சூத்திர'ங்களை நாம் எவ்வாறு புரிந்து கொள்வது? இங்கே குறிப்பிடப்பட வேண்டிய முதல் விசயம் யாதெனில் அந்த மூன்று சூத்திரங்களும் 'நியாய- சூத்திர'த்தின் முழுமை பெற்ற தனிப் பிரிவு எனப் பழைமைவாத வாசஸ்பதி மிஸ்ராவே ஒப்புக் கொள்கிறார். இதன் பொருள் அவற்றில் கடைசியாக வரும் குறும்பாடல் விவாதப் பொருள் குறித்த அந் நூலாசிரியரின் முடிவான கருத்தைக் கொண்டுள்ளது என்பதாம்; ஆயின் இந்த மூன்றாம் குறும்பாடல் அதற்குச் சற்று முன்னுள்ளதில் எழுப்பப்பட்ட மறுப்புக்கான தெளிவான பதில் ஆகும். வேறுவிதமாய்ச் சொல்வதெனில், இந்த இரண்டாம் சூத்திரத்தில் எதிரியின் நிலைபாட்டை நாம் காணலாம்; ஆயின் ஓர் ஆசிரியர் தனது கருத்தைப் பதிவு செய்தவுடனே அடுத்த வரியில் அதற்கான மறுப்பை எழுப்புவதுதான் வழக்கம்; ஆகவே, இந்த நூலில் (நியாய -சூத்திர'த்தில்) அத்தகைய நூற்பொருள் வரிசை வாதமுறை பயன்படுத்தப்பட்டுள்ளது என அனுமானித்தால் விவாதப் பொருள் பற்றிய தனது நிலைபாட்டை முதல் சூத்திரத்திலேயே நூலாசிரியர் பதிவு செய்துள்ளார் எனலாம்.

அவ்வாறாயின், அந்த மூன்று சூத்திரங்களிலும் அடங்கியுள்ள விவாதத்தின் சுருக்கமாவது: இப் பகுதிக்குச் சற்று முன்னர் உள்ள மூன்று சூத்திரங்களிலும் கடவுளின் இருப்பை மறுத்த பின்னர் உலகுக்குத் திறன்மிகு காரணி என ஏதுமில்லை என்கிறார் கவுதமர். இதற்கும் ஒரு மறுப்பு இருக்கலாம் எனும் விதத்தில், இந்த மறுப்பே

மறைமுகமாக அத்தகைய காரணி இருப்பதை ஏற்றுக் கொள்வதற்கு ஒப்பாகும் என்ற எதிர்வாதத்தை அவரே கிளப்புகிறார். இறுதியாக கவுதமர் அத்தகைய சொல் வித்தை வீணானது- ஏனெனில் திறன்மிகு காரணியை ஒப்புக் கொள்வதும், மறுப்பதும் தெளிவான தனித்த பொருளுடைய சொற்றொடர்கள் என்கிறார்.

இந்த மூன்று சூத்திரங்களும் கவுதமர் திறன்மிகு கடவுள் இருப்புக்கு எதிராக வாதிடும் பகுதிக்கு அடுத்து வருவன என்பதை நாம் மீண்டும் ஒரு முறை நினைவுபடுத்திக் கொள்வோம்; அவருடைய விவாதத்தின் தருக்கப் பாங்கிலான தொடர்ச்சி இதில் தெளிவாகிறது. கடவுள் மனிதச் செயல்பாடுகளின் பலன்களை விளைவிப்பவர் என்பதை மறுப்பதில் ஒரு கேள்வியும் உள்ளடங்கியது: "ஆயின் உலகுக்கொரு திறன்மிகு காரணி இல்லையா?" வேறுவிதமாய்ச் சொல்வதெனில், கடவுள் மனிதச் செயல்பாடுகளின் பலன்களைத் தருபவர் என்ற வகையில் கடவுள் கோட்பாடு அவசியமற்றது என ஒப்புக் கொண்டாலும் உலகின் திறன்மிகு காரணி எனும் பொருளில் அவரின் இருப்பை ஒப்புக் கொள்வது குறித்த கேள்வி வந்திருக்கவே செய்யும். ஏனெனில் இவ்வுலகு அதன் (சடப்) பொருள் வடிவிலான காரணியிலிருந்தே வந்தது எனக் கருத முடியாது. இதற்கெதிராக உலகுக்கு அறிதிறன் மிகு காரணியை ஊகிப்பதற்கு அவசியம் இல்லை என கவுதமர் வாதிட்டார். ஆயின் இவ்வுலகு வெறும் (சடப்) பொருள் வடிவிலான காரணியிலிருந்தே எவ்வாறு தோன்றியிருக்கும்? இதற்குப் பளிச்சென்று பதிலுரைத்தார்:

"நாம் கண்ணுறுகிற முள்ளின் கூர்மை முதலானவற்றின் காரணமாக" என்றார்; 'நமக்கு நன்கு புலப்படுகிற முள்ளின் கூர்மை' போன்றவை இக் கோட்பாட்டை விளக்கிடப் பரவலாக அறியப்பட்ட பாடல்களில் பயன்படுத்தும் வகைமாதிரிச் சான்று என்பதால் இந்த பதில் இயற்கைக் காரணம் பற்றிய சுட்டுரையே என்பதில் எள்ளளவும் ஐயமில்லை. இக் கோட்பாட்டை நாம் ஏற்கெனவே விவாதித்துள்ளோம். அப்போது கடவுள் கோட்பாட்டுக்கும், இயற்கைக் கோட்பாட்டுக்கும் இடையிலான போராட்டம் மதத்துக்கும், அறிவியலுக்கும் இடையே எழுந்த மோதலின் முதல் காட்சி என்பதையும் கண்டோம்.[349]

இப்போதைக்கு கவுதமர், அறிவியல் கண்ணோட்டத்தை உணர்வு பூர்வமாக ஆதரித்த ஆரம்பகால இந்திய தத்துவ ஞானிகளில் ஒருவர் என்பதையும் இயற்கைக் கோட்பாட்டை வலியுறுத்தியதுடன் கடவுள் கோட்பாட்டைப் புறந்தள்ளியவர் என்பதையும், இங்கே கவனத்தில் கொள்வோம். "நமக்கு நன்கு புலப்படுகிற முள்ளின் கூர்மை முதலானவற்றால்" எனும் வாசகத்தைக் கொண்டு இயற்கைக்

கோட்பாட்டைச் சுருக்கமாகச் சுட்டி உலகுக்கோர் அறிதிறன் மிகு காரணி அவசியமற்றது என்றார் கவுதர். ஏனெனில் இவ்வுலகத் தோற்றம் தன்னுள் உறையும் விதிகளைத் தன்னியல்பாய்க் கொண்ட (சடப்) பொருள் வடிவிலான காரணியால் நிகழ்ந்தது என்றார் அவர்.

உதயணரைப் போன்ற பிற்கால நையாயிகர் அக் கோட்பாட்டை மறுப்பதில் தனிக் கவனம் செலுத்தினர்; ஆதலால் 'நியாய-சூத்திர'த்தில் இத்தகைய கோட்பாட்டைக் காண்பது அடிமுட்டாள் தனத்தின் உச்சம் எனத் தற்கால அறிஞரில் சிலர் கருதக்கூடும். ஆயின், இங்குகூடப் பிற்கால நையாயிகர் தமது முன்னோரிடமிருந்து வெகு தூரம் விலகிச் சென்றுள்ளனர் என்பதே உண்மை; இயற்கைக் கோட்பாட்டை மறுப்பதில் அவர்கள் எவ்வளவுதான் ஆர்வம் காட்டியிருப்பினும், அதனைத் தெளிவாய்க் குறிப்பிட்ட கவுதமருக்கு அதை மறுக்க மனமில்லை என்பது மறுக்கவொண்ணா உண்மை; இயற்கைக் கோட்பாட்டை மறுக்க விரும்பாத அவர் கடவுள் கருத்தை மட்டும் வெளிப்படையாகவே மறுக்கிறார் என்கிறபோது அவர் இயற்கைக் கோட்பாட்டை ஏற்றுக் கொண்டவர் என்றுதான் பொருள்.

வாத்ஸ்யாயனரும் உலகின் அறிதிறன் காரணியைப் பற்றிய கவுதமரின் விவாதத்தில் இயற்கைக் கோட்பாடு சுட்டப்பட்டாலும் அதை மறுத்திடும் தொனி கவுதமரின் குறிப்பில் இல்லை என்கிறார்; இது வாத்ஸ்யாயனருக்கு நெருடலாக இருந்தது. ஏனெனில் கவுதமருக்கு நேர்மாறாக அவர் ஆத்திக நிலைபாட்டைக் கைக் கொண்டவர். ஆகவே தனது முன்- கருத்துக்கேற்ப கவுதமரை விளக்கிட முற்படுகிற அவர் கவுதமர் இயற்கைக் கோட்பாட்டை மறுத்தவர் என வாதிட நேர்ந்தது; ஆயின், 'நியாய- சூத்திர'த்தில் எங்கே அவர் இயற்கைக் கோட்பாட்டை மறுக்கிறார்? அதற்கும், அறிதிறன் மிகு காரணிக்கும் இடையிலான விவாதத்தினூடே அவர் அவ்வாறு மறுத்திடவே இல்லை என்பதும் 'உலகிற்கோர் அறிவுதிறன்மிகு காரணி உண்டு' என்பதை முற்றாக மறுப்பதே அதை மறைமுகமாக ஒப்புக் கொள்வதற்குச் சமம் என்பதும் உப்புச் சப்பற்ற வாதம் என அவர் அதைப் புறந்தள்ளுவதுடன் அந்த விவாதம் முற்றுப் பெறுகிறது. கவுதமர் அந்த வாதத்தை சிறுபிள்ளைத்தனமானது என ஒரேயடியாக ஒதுக்கித் தள்ளிவிட்டு அடுத்த விவாதப் பொருளுக்குத் தாவுகிறார். உலகிற்கோர் அறிதிறன்மிகு காரணி உண்டு என்ற கருதுகோளை மறுத்து ஒதுக்குவது கவுதமருக்கு உடன்பாடானது என்பதை இது தெள்ளத் தெளிவாக உறுதிப்படுத்துகிறது. இயற்கைக் கோட்பாட்டை அவர்

ஏற்றுக் கொண்டதாலும் அவருக்கு அறிதிறன் மிகு காரணி பற்றிய கருதுகோள் சரியெனப்படவில்லை. கவுதமரின் இந்த வெளிப்படையான நிலைபாடு வாத்ஸ்யாயனருக்கு எட்டிக் காயாய்க் கசந்தது. அதனால் இயற்கைக் கோட்பாட்டை மறுக்கும் வேறு பகுதி ஏதேனும் உண்டா என அவர் 'நியாய- சூத்திர'த்தைத் துருவித் தருவி ஆராயத் தொடங்கினார். எங்கே அது இருக்கிறது? இயற்கைக் கோட்பாட்டை அறிதிறன் மிகு காரணிக்கு எதிராக நிறுத்தும் இப்பகுதியில் கவுதமர் முன்னதை மறுத்திட எண்ணவில்லை. ஏனெனில் ஏற்கெனவே iii.2.261 முதலான நியாய சூத்திரங்களில் உயிரினங்களின் தோற்றம் வினைப் பயனாலா அல்லது அவ்வாறு இல்லையா எனும் கேள்வியை ஆய்கிறபோது கவுதமர் இயற்கைக் கோட்பாட்டுக்கு எதிரான தனது மறுப்பைப் பதிவு செய்துவிட்டார் என்கிறார் வாத்ஸ்யாயனர்.

எனினும் வாத்ஸ்யாயனரின் இத்தகைய விளக்கத்தை ஏற்பதில் உள்ள சிரமங்கள் குறித்து இங்கே கொஞ்சம் பேசுவோம். இந்த வாதத்தை ஏற்பது 'நியாய- சூத்திர'த்தில் கவுதமர் பின்பற்றுகிற மிகவும் அறிவார்ந்த வாத முறையை மறைமுகமாக மறுப்பதற்குச் சமம். வாத்ஸ்யாயனரின் கூற்றுப்படி, தனது நூலின் மூன்றாம் பகுதியில் இயற்கைக் கோட்பாட்டை மறுக்கிற கவுதமர் அடுத்த பகுதியில் அதே விசயத்துக்கு வந்து அதற்கெதிராக சிறுபிள்ளைத்தனமான மறுப்பைப் பதிவு செய்துவிட்டு முற்றிலும் வேறான மற்றொரு பொருளுக்குத் தாவுகிறார். இது ஒரு தத்துவ நூலுக்குரிய அறிவார்ந்த ஆய்வு முறைக்குக் கொஞ்சமும் ஒத்துவராது. குறிப்பாக இலக்கியத் தரத்தின் உச்சம் எனக் கருதப்படும். சொற்சிக்கனத்துக்குப் பேர்போன சூத்திர நூலுக்கு இது எள்ளளவும் பொருந்தாது.

இரண்டாவதாக, வாத்ஸ்யாயனரால் சுட்டப்படும் 'நியாய - சூத்திர'ப் பாடல்களில் உலகின் அறிதிறன்மிகு காரணிக் கோட்பாட்டை அவசியமற்றது எனும் கவுதமரின் மறுப்புக்கு மாறாக அதே போன்று அவசியமற்ற இன்னொரு பார்வையை மறுத்திடும் வாதமே இடம் பெற்றுள்ளது என்பது அவ் வரிகளை முறையாக ஆய்ந்தால் தெரியவரும். அங்கே உண்மையில் உயிரினங்களின் தோற்றம் பற்றிய கேள்வியே விவாதிக்கப்படுகிறது. கருவியல் (Embryology) குறித்த ஞானம் அன்று எந்த அளவுக்கு உண்டோ அந்த அளவுக்கே கவுதமரால் அக் கேள்வியை அலச முடிந்தது. வெறும் அணுக்கள் மட்டுமின்றி வேறு காரணிகளும் கருவின் வளர்ச்சியில் தமது பங்களிப்பைச் செய்கின்றன என அவர் வாதிட்டார். 'அதிர்ஷ்டம்' அல்லது 'புலப்படாதது' என்பது அவற்றில் ஒன்று; நியாய வைசேகரின் இந்த 'அதிர்ஷ்ட'த்துக்கும் மீமாம்சகரின்

'அபூர்வ'த்துக்கும் இடையிலான உறவு குறித்து விரிவான ஆய்வு தேவை. ஆனால் இப்போது நாம் அதில் ஈடுபட வாய்ப்பில்லை. நமது இப்போதைய வாதத்துக்கு உரியது யாதெனில், 'அதிர்ஷ்டம்' என்பதும் 'அறிதிறன் மிகு காரணி' என்பதும் கோட்பாட்டளவில் வெவ்வேறானவை என்பதே, ஆகவே, 'புலப்படாதது' (அதிர்ஷ்டம்) பற்றிய கோட்பாட்டைக் கவுதமர் ஒரு குறிப்பிட்ட பின்புலத்தில் ஒப்புக் கொள்வது முற்றிலும் மாறுபட்ட மற்றொரு பின்னணியில் 'அறிதிறன் மிகு காரணி' பற்றிய பார்வையை ஏற்றுக் கொண்டதாக அர்த்தம் எனும் வாத்ஸ்யாயனரின் கூற்று முற்றிலும் ஆதாரமற்றது. உலகின் அறிதிறன்மிகு காரணி எனில் சாராம்சத்தில் உணர்வுள்ள ஒன்று எனப் பொருள். அது உணர்வுள்ள செயலி உலகின் திறன்மிகு காரணியாவது பற்றிய கருதுகோள்; மாறாக, 'அதிர்ஷ்டம்' என்பது உள்ளார்ந்த நிலையிலேயே உணர்வற்றது; சங்கரர் இதனை மரக்கட்டை அல்லது உலோகத் துண்டுடன் ஒப்பிடும் அளவுக்குச் சென்றதை நாம் ஏற்கெனவே கண்டோம். அதனை முற்றிலும் பொருள் வடிவிலான ஆற்றல் என நியாய- வைசேசிகரே கருதினர். அதற்கான சான்றுகளாக 'வைசேசிக-சூத்திரத்தில் குறிப்பிடப்படு பவையாவன: காந்தத்தை நோக்கிய ஊசியின் அசைவும், தாவரங்களில் தண்ணீரின் மேல் நோக்கிய பயணமும்,[350] சாராம்சத்தில் (சடப்) பொருள் வடிவிலான அத்தகைய ஆற்றலைக் கருவளர்ச்சியின் காரணி எனக் கவுதமர் குறிப்பிடுவதை இயற்கைக் கோட்பாட்டை அவர் மறுத்து உலகுக்குத் திறன்மிகு காரணி உண்டெனும் கோட்பாட்டை ஆதரித்ததற்குச் சமம் என வலிந்து பொருள் கொள்வது சரியோ, சாத்தியமோ அன்று.

ஆகவே வாத்ஸ்யாயனர் எப்படிப் பேசினாலும், இயற்கைக் கோட்பாட்டை ஆதரிக்கக் கவுதமரே ஆசைப்பட்டார் என்பதற்கும், உலகுக்கோர் திறன்மிகு காரணி உண்டு எனும் கோட்பாட்டை உறுதிபட மறுத்தார் என்பதற்கும் தகுந்த ஆதாரங்கள் உள்ளன. ஆதி நியாய- வைசேசிக நாத்திகத்தின் அதியற்புதமான அம்சத்தை இப்போது நாம் தொகுத்துரைப்போம். ஆத்திக அனுமானத்துக்கு எதிராகக் கிளம்பிய ஆரம்பகால எதிர்ப்பு இயற்கைக் கோட்பாட்டை ஆதரித்தவர்களிடமிருந்தே வந்தது என்பதை நாம் ஏற்கெனவே கண்டோம். (இந்நூலின் 8-ஆம் அத்தியாயத்தில் காண்க).

இக் கோட்பாடு வேறெந்த தத்துவ அமைப்புடனும் இறுக்கமான பிணைப்பற்ற சுதந்திரமான (தனித்த) உலகக் கண்ணோட்டமாக இருந்திருக்கலாம். ஆயின், அத்தகைய பிணைப்புகள் விரைவிலேயே தோன்றலாயின. இயற்கைக் கோட்பாட்டில் தமது சொந்தத் தத்துவ நிலைபாடுகளை வலுப்படுத்திக் கொள்வதற்கான சாத்தியக் கூறு

தெளிவாக இருந்ததை (அக் கால) இந்தியப் பொருள் முதல்வாதிகளும், கண்டனர். குறிப்பாக, ஆத்திகருக்கும், அவர்தம் 'உலகுக்கோர் திறன்மிகு காரணி உண்டெ'னும் கோட்பாட்டுக்கும் எதிரான தமது நிலைபாட்டை இயற்கைக் கோட்பாட்டை ஆதரிப்பதன் வழி மேலும் வலுப்படுத்திக் கொள்ளவியலும் என அவர்கள் கருதினர். லோகாயதர், சாங்கியவாதிகள் ஆகியோரின் விசயத்தில் இது ஏறத்தாழத் தெளிவாகிறது என்பதை நாம் ஏற்கெனவே கண்டோம். ஆதி இந்திய அணுவியவாதிகள் விசயத்திலும் இதுவே உண்மை என்பதை நாம் இப்போது காணவியலும்.

# 17

# மார்க்சியம்
# மாயத் தோற்றமும் எதார்த்தமும்

இந்த ஆய்வின் முதன்மையான கருத்தை என்னால் நிறுவ முடிந்துள்ளது என நான் நம்புகிறேன். குறிப்பிடத் தக்க இந்திய தத்துவ ஞானிகளில் பெரும்பாலர் உண்மையில் தீவிர நாத்திகர்கள் என்பதே அக் கருத்து; நமது தத்துவ ஞானிகளின் நாத்திக முன்முயற்சியின் அறிவியல் பாங்கிலான இறுதி வடிவத்தை மார்க்சின் போதனைகளில் நாம் காணமுடியும் எனவும் நான் கூறினேன்; அது ஏன் என்பதை இனி நான் விளக்கியாக வேண்டும்.

இந்திய நாத்திகத்தின் முக்கியமான பலவீனம்தான் இவ்விவாதத்தின் தொடக்கப் புள்ளி; அது மார்க்சின் நாத்திகத்தாலேயே களையப்படு கிறது என நான் வாதிடுவேன்; அந்த பலவீனம்தான் யாது?

தருக்கப் பாங்கில் கூறுவதாயின், கடவுள் கருத்தை ஒரு மாயை என வாதிட நமது தத்துவ ஞானிகள் பெருமுயற்சி மேற்கொண்டனர்; பிழைபட்ட சிந்தனையின் நன்கறியப்பட்ட சில வடிவங்களில் ஆழப் புதைந்து இருப்பதொரு வெற்று அனுமானமே கடவுள் இருப்பு குறித்த கருத்து; அதனை இந்திய மனத்திலிருந்து வேரோடும் வேரடி மண்ணோடும் கெல்லி எறிவது என்பதைத் தமது ஆகப் பெரும் இலக்காக அவர்கள் கொண்டிருக்க வேண்டும்; ஆனால் அதை அடைய அவர்களால் இயலவே இல்லை. எல்லாத் தத்துவக் கண்ணோட்டங்களும் கடவுள் கருத்தைப் புறக்கணிக்குமாறு வலியுறுத்தியபோதும் அது இந்திய மனதில் தன்னைத் தக்க வைத்துக் கொண்டது; அதற்கான சூழலை நமது தத்துவ ஞானிகளால் புரிந்துகொள்ள முடியவில்லை; கடவுள் கருத்து வெறும் கற்பனையாக - மாயையாக - இருந்தபோதும் மனித உணர்வை அது இறுகப் பற்றிக் கொண்டது எப்படி?

அக் கருத்தின் ஆணிவேர் தத்துவப் புலங்களுக்கு வெளியே எங்கோ இறங்கியிருக்க வேண்டும்; அதனால்தான் வெறும் தத்துவப்

பாங்கில் அதன் உள்ளீடற்ற தன்மையை எவ்வளவுதான் வெளிக் கொணர்ந்தாலும் அதனை வேரறுக்க இயலவில்லை. கடவுள் இருப்பு பற்றிய கருத்தோட்டத்தின் உண்மையான, திண்ணமான அடித்தளத்தை முதன் முதலாக இவ்வுலகுக்கு அடையாளம் காட்டியவர் கார்ல் மார்க்ஸ் அவர்களே! அவர்தான் அதன் அவசியமின்றி மனித வாழ்க்கை நடந்தேற உண்மையான வழியைக் காட்டியவர்; இந்திய நாத்திகர் தமது திட நம்பிக்கையைப் பிறரும் பகிர்ந்து கொள்ள வேண்டும் என மிகவும் விரும்பினர் எனில் அவர்களின் உண்மையான வாரிசுகள் சென்றடைய வேண்டிய ஒரே இடம் மார்க்சியமே!

மார்க்சை அறிமுகப்படுத்திடச் சிறந்த வழி அவரின் வாசகங்களை அப்படியே மேற்கோள் காட்டுவதுதான். பல அம்சங்களில் தனது முன்னோர் என மார்க்ஸ் கருதும் பாயர்பாக் அவர்களின் நாத்திகத்தை அவர் இவ்வாறுதான் பின்னோக்குகிறார். “இவ்வுலகை மதப் பாங்கிலானது - கற்பனையானது - என்றும் எதார்த்தமானது என்றும் இருவகையாகப் பார்க்கும் மதப் பங்கிலான சுய அந்நியமாதல் என்பதிலிருந்து பாயர்பாக் தொடங்குகிறார். மதப் பாங்கிலான உலகை இயல்பான உலகாக மாற்றுவதே அவரின் வேலையாகும். அப் பணியின் முடிவில் முதன்மையான விசயம் தொக்கி நிற்பதை அவர் காணத் தவறுகிறார்; (இயல் உலகின்) மதச் சார்பற்ற அடித்தளம் தன்னிலிருந்து தானே கத்தரித்துக் கொண்டு தன்னைத் தனியொரு வெளியாக விண்ணில் நிலைநிறுத்திக் கொள்கிறது. இந்த உண்மையை மதச் சார்பற்ற அடித்தளத்தின் சுய - பிளவு மற்றும் சுய முரண்பாடு ஆகியனவற்றைக் கொண்டே நம்மால் விளக்கிட இயலும். ஆகவே இந்த மதச் சார்பற்ற அடித்தளத்தை அதன் முரண்பாட்டிலிருந்து முதலில் புரிந்து கொண்டு அதன் பிறகு நடைமுறையில் அம் முரண்பாட்டைக் களைவதன் வாயிலாக அதற்குப் புரட்சிகரத் தன்மையை ஊட்ட வேண்டும். சான்றாகப் புனிதக் குடும்பத்தின் இரகசியம் இப் புவிக் கோளத்திலுள்ள குடும்பமே எனக் கண்டறியப்பட்டவுடன் இம் மண்ணுலகக் குடும்பம் முதலில் கோட்பாட்டளவில் விமர்சிக்கப்பட்டு, நடைமுறையில் புரட்சிகரமானதாக ஆக்கப் படல் வேண்டும்.”[351]

எங்கெல்ஸ் அவர்களுடன் இணைந்து வேறோர் இடத்திலும் இதே கருத்தை வலியுறுத்துகிறார் மார்க்ஸ்; சித்தாந்தத்தின் பரந்த பின்புலத்தில் பொதுப்படையாக மார்க்ஸ் அதனை வலியுறுத்துகிறார். “எண்ணங்கள், கருத்துகள், உணர்வுநிலை ஆகியன.வற்றின் ஆக்கம் ஆரம்பம் முதலே மெய்யான உயிர் வாழ்க்கையின் மொழியாக விளங்கிடும் பொருண்மை சார்ந்த செயல்பாடு மற்றும் மனிதர்தம்

பொருண்மை சார்ந்த உறவு ஆகியவற்றுடன் இரண்டறக் கலந்து கிடக்கிறது. மனித எண்ணங்கள், கருத்துகள் முதலானவற்றின் படைப்பாளிகள் மனிதரே. ஆயின் அவர்கள் தமது உற்பத்தி சக்திகளின் திண்ணமான வளர்ச்சிக் கட்டம் மற்றும் அந்த உற்பத்தி சக்திகளுக்கு ஏற்றாற்போன்ற உறவு - அதன் இறுதியிலும் இறுதியான வடிவம் வரை நீளும் உறவு - ஆகியவற்றால் வார்க்கப்படுகிற இரத்தமும், சதையும் கொண்ட, வினை புரிகிற மனிதரே; அவர்தம் மூளையில் அலைமோதுகிற இனம் புரியாத உருவங்கள் கூட அவர்களின் பொருண்மை சார்ந்த, பட்டறிவுக்குப் புலனாகிற, பொருண்மையின் பாங்கில் முன்னரே தீர்மானமாகிற, வாழ்முறையின் ஊடாகத் தோன்றிடும் படிமங்களே! ஆக, ஒழுக்க நெறிகள், மதம், இயல் கடந்த வாதம் இன்ன பிற சித்தாந்த வடிவங்கள் மற்றும் அவற்றுக்கு ஏற்ற உணர்வு நிலையின் வடிவங்கள் ஆகியன தமது சார்பற்ற தோற்றத்தை மேலும் தக்க வைத்துக் கொள்வதில்லை. அவற்றுக்கு வரலாறோ, வளர்ச்சியோ இல்லை; ஆயின், தமது பொருள் உற்பத்தியையும், அதனுடன் தமது பொருண்மை சார்ந்த உறவையும் மேம்படுத்துகிற மனிதர், அவர்தம் எதார்த்தநிலை, அவர்தம் சிந்தனை, அவர்தம் சிந்தனையின் விளைச்சல்கள் ஆகிய அனைத்தும் மாறுகின்றன. உணர்வு நிலை வாழ்வைத் தீர்மானிப்பதில்லை; வாழ்வே உணர்வு நிலையின் ஊற்றுக்கண்... ஆகவே வரலாற்றைப் பற்றிய இக் கருதுகோளின் அடிப்படை இது தான்: (1) "உடன் - அடுத்து - நிகழும் வாழ்வின் பொருண்மை வடிவிலான ஆக்கத்தைத் தொடக்கப் புள்ளியாகக் கொண்டு உண்மையான உற்பத்தி முறையை வெளிப்படுத்துவது (2) இந்த உற்பத்தி முறையுடன் தொடர்புடையதும், இந்த உற்பத்தி முறையால் உருவாக்கப்படுவதுமான உறவின் வடிவத்தை - அதாவது, பல்வேறு கட்டங்களைக் கொண்ட குடிமைச் சமூகத்தை - அனைத்து வரலாற்றுக்கும் அடிப்படை எனக் கருதுவது (3) இச் சமூகத்தை அதன் அரசு - சார் நடவடிக்கையில் பிரதிநிதித்துவப்படுத்துவதும், 'சமூகம்' எனில் உணர்வுநிலையின் வடிவங்கள் மற்றும் அதன் பல்வகைக் கருதுகோள்கள், மதம், தத்துவம், ஒழுக்க நெறிகள் போன்றவை எனப் பொருள் என்று விளக்குவதும். இவற்றில் அச் சமூகத்தின் உருவாக்கத்தைத் தேடுவதும்.... இதற்கொப்ப அடையப்படக்கூடிய முடிவு இது தான்: உணர்வு நிலையின் அனைத்து வடிவங்களும் அவற்றின் விளைவுகளான கோட்பாடுகளும், ஆன்மீகப் பாங்கிலான விமர்சனத்தாலோ அல்லது 'தன்னை அறிதலில்' மூழ்குவதாலோ அழியமாட்டா.... இந்த கற்பனாவாதப் பித்தலாட்டங்களைப் பெற்றெடுத்த அசலான சமூக உறவுகளை அழித்தொழித்தாலேயே அவையும் மறையும். வரலாறு, மதம்,

தத்துவம் மற்றும் கருத்தியலின் அனைத்து வகையான பிற வடிவங்கள் ஆகியனவற்றின் உந்து சக்தி புரட்சியே, விமர்சனம் அன்று..... மனித உணர்விலிருந்து இந்த சொற்றொடர்களை முற்றாக அகற்றுவது என்பது அவனின் சூழ்நிலைகளை அடியோடு மாற்றுவதன் மூலமே சாத்தியமாகும்; வெறும் கோட்பாடுகளை வடித்தெடுப்பதால் ஆகப்போவது ஏதுமில்லை" [352]

ஆதி சமூகத்தைப் பற்றி அறவே தெரியாதிருந்த சூழலில் 1845-6 இல் மார்க்சும், எங்கெல்சும் இதை எழுதினர். மானுடவியல், தொல்லியல் ஆகியனவற்றின் வளர்ச்சியால் மனிதனின் வரலாற்றுக்கு முந்தைய காலம் மற்றும் வரலாற்றின் தொடக்க காலம் ஆகியவற்றைப் பற்றி ஏராளமான தடயங்கள் கிடைத்துள்ளன. அவை எவ்வளவு மெச்சத்தக்க வகையில் மார்க்ஸ், எங்கெல்ஸ் ஆகியோரின் அடிப்படைக் கருத்தாக்கங்களை மெய்ப்பித்திருக்கின்றன.

மதத்தை மார்க்ஸ் மறுதலிப்பதற்குக் காரணம் அவரின் வெறும் அறிவார்ந்த ஆய்வன்று; அது மனிதனின் படைப்பே எனும் அதற்கான அசைக்க முடியாத வரலாற்று உண்மை தான் காரணம்.[353] இதன் பொருள் மனிதன் இயல்பாகவே மதவயப்பட்டவன் என்பதோ அல்லது அவனின் கடவுள் நம்பிக்கை அவனின் உள்ளார்ந்த இயல்பின் வெளிப்பாடு என்பதோ அன்று; மாறாக, வரலாற்றின் ஒரு குறிப்பிட்ட திண்ணமான வளர்ச்சிக் கட்டத்தில் தனது திண்ணமான பொருளாயதத் தேவைகளைக் கருதியே அவன் மதத்தைப் படைக்கிறான். 'கடவுள் உண்டு' எனும் கருத்து தோன்றி அதற்குப் பலியீடு, இறைஞ்சுதல், சாந்தப்படுத்துதல் போன்றவற்றைச் செய்கிறான். இதிலிருந்து, அவனின் வாழ்நிலையில் மாற்றம் ஏற்படுமேல் அவன் மதத்தைப் புறந்தள்ளவும் செய்வான் என்பது தெளிவு; வேறு வார்த்தைகளில் சொல்வதெனில், கடவுள் உண்டு எனும் கருத்து சில தத்துவஞானிகள் அல்லது சிந்தனையாளர்களால் வலிந்து புகுத்தப்பட்டதோ அல்லது மனித உணர்வு நிலையின் தவிர்க்க முடியாத பிற்சேர்க்கையோ அன்று; திண்ணமான பொருளாயதச் சூழல்களின் கீழ் மனித உணர்வில் தோன்றியதே அக்கருத்து; அப் பொருளாயதச் சூழல்கள் அடியோடு மாறும்போது அக் கருத்தும் பட்டுப்போகும்.

மனிதன் மதத்தைப் படைக்கிறான். ஆயின் அவன் இந்த உலகுக்கு அப்பால் எங்கோ அருவமாய் அமர்ந்திருக்கிவறன் அல்லன். கால வெள்ளத்தின் இடையறாத ஓட்டத்தினூடே இயற்கையில் நேர்ந்த இன்னதென விவரிக்க முடியாத, சிக்கல்கள் மலிந்த மாற்றங்களின் தருக்கப் பாங்கிலான விளைவே மனிதத் தோற்றம்; [354] ஏனைய விலங்குகளைப் போன்றே இவனும் இயற்கையின் ஓர் அங்கமே!

ஆயினும், அவன் இப் புவிக் கோளத்தில் அவதரித்த பின்னர் உயிரினங்களின் படிமலர்ச்சியில் ஒரு புதிய கட்டம் ஆரம்பமானது. அக் கட்டத்தில் விலங்குக்கும் இயற்கைக்கும் இடையிலான உறவில் குணாம்சப் பாங்கிலான மாற்றம் வந்தது. பிற விலங்குகளைப் பொறுத்தவரை அவற்றுக்கும், இயற்கைக்கும் இடைப்பட்ட எதிர்வினை என்பது உயிர்ப்பற்றது. வெறும் தகவமைத்துக் கொள்ளும் பாங்கிலானது. ஆறு தனது போக்கில் பள்ளத்தாக்குகளைக் குடைந்து அவற்றின் தோற்றத்தைச் சிதைத்தாலும் அது பற்றிய உணர்வு அந்த ஆற்றுக்கு இல்லை; அது போன்று பிற விலங்குகள் இயற்கையோடு எதிர்வினையாற்றி அதை மாற்றிடினும் அது குறித்த உணர்வு அவற்றுக்கு இருப்பதில்லை. அவற்றின் செயல்பாடுகளும், தகவமைப்பின் வடிவங்களும் உயிரியல் பாங்கில் வழிவழியாகக் கடத்தப்படுபவை; தானும் ஓர் விலங்கு என்ற வகையில் மனிதனும் இயல் உலகுக்கு ஏற்பத் தன்னைத் தகவமைத்துக் கொள்ள வேண்டியதுதான்; ஆனால், அதுவே அனைத்தும் அன்று; அவனைப் பொறுத்த மட்டில் எது தீர்மானகரமானது எனில், அவன் தனது தேவைகளுக்கு ஏற்ப உணர்வு பூர்வமாக இயற்கையை வளைத்துப் போட முயல்கிறானேயன்றி தனக்கு மரபு வழி கிடைக்கப்பெற்ற உயிரியல் பாங்கிலான கருவிகள் எந்த அளவுக்கு அவனுக்கு உதவுகின்றனவோ அந்த அளவுக்கு மட்டும் உணர்வற்ற நிலைப்பட்ட மாற்றங்களை அவன் இயற்கையில் ஏற்படுத்துவதில்லை. ஆகவே இயற்கையுடன் அவனுக்குள்ள உறவு முற்றிலும் உயிர்ப்பற்றதன்று; அதுவும் துடிப்புள்ள உறவுதான்; தலைக்கும், வாலுக்கும் உள்ள உறவுபோன்றதுதான். ஒரு சொற்றொடரின் எழுவாய்க்கும், பயனிலைக்கும் உள்ள உறவு போன்றதுதான்.

தீர்மானகரமான இந்த மாற்றத்துக்குக் காரணம் எது? இயற்கையிலேயே மனிதனுக்கு வாய்த்துள்ள வெறும் உயிரியல் பாங்கிலான கருவிகளா? அல்ல; அல்லவே அல்ல! அவற்றைக் - குறிப்பாக, அவனின் மூளை, கைகள் மற்றும் பேசுதற்குரிய உறுப்புகள் ஆகியனவற்றை - அவன் பயன்படுத்துவதுதான். இப் பயன் வழி அவன் தனக்குரிய புதிய கருவிகளைச் செய்து கொள்கிறான். இப் பயன் என்பது 'உழைப்பே'யன்றி வேறேதுமன்று. மார்க்ஸ் கூறுகிறார்: "முதலாவதாக உழைப்பு என்பது மனிதனும், இயற்கையும் பங்கு பெறுகிற ஒரு செய்முறை"; [355] அதில் மனிதன் தனது சொந்த விருப்பத்தின் பேரில் தனக்கும் இயற்கைக்கும் இடையிலான உறவுகளைத் தொட்டு, தொடர்ந்து முறைப்படுத்தி கட்டுப்படுத்துகிறான்; முன்னங் கைகள் மற்றும் கால்கள், தலை மற்றும் மேற்புறக் கைகள், தன் உடம்பில் இயற்கையாக உள்ள விசைகள் ஆகியவற்றை இயக்குவதன் மூலம் - அந்த இயற்கையின்

ஆற்றல்களுள் தானும் ஒன்று என்ற வகையில் - அதற்கு எதிராகத் தன்னை நிறுத்துகிறான்; தனது தேவைகளுக்கு ஏற்றதொரு வடிவில் இயற்கையின் ஆக்கங்களைத் தனதாக்கிக் கொள்ளும் பொருட்டே அவன் இவ்வாறு செய்கிறான்; இவ்வாறு தனது புற உலகின் மீது வினையாற்றி அதனை மாற்றுகிறபோதே தனது இயல்பையும் மாற்றிக் கொள்கிறான். தனது நோக்கங்களை நிறைவேற்றிக் கொள்வதற்கு உகந்தவையாகப் பிற பொருட்களை ஆக்கிட இயந்திரவியல், இயற்பியல் மற்றும் வேதியியல் பண்புகளைப் பயன்படுத்திக் கொள்கிறான். இவ்வாறு இயற்கை இவனது செயல்பாட்டுக்கான கருவிகளில் ஒன்றாக மாறி விடுகிறது. தனது உடல் உறுப்புகளின் தோழனாக அதை அவன் மாற்றுகிறான். இவ்வாறு, விவிலியம் உள்ள போதும் அதையும் மீறி அவன் தனக்கு ஓர் ஆளுமையைத் தேடிச் சேர்த்துக் கொள்கிறான்."

மனிதன் தனக்குத் தேடிக் கொள்ளும் புதிய ஆளுமையை "உடல் தாண்டியதோர் உறுப்பு" எனச் சரியாகவே வர்ணிக்கிறார் கோர்டன் சைல்டு எனும் அறிஞர்[356] இந்த "உடல் தாண்டியதோர் உறுப்பை" வார்த்தெடுத்தது பற்றிய கதை ஒடிந்த மரக் கிளை அல்லது சல்லியாக உடைந்த கல் போன்றவற்றிலிருந்து செய்யப்பட்ட எளிய கருவிகளை மனிதன் முதன் முதலாகக் கையாண்ட காலங்களைச் சேர்ந்தது. எச் சூழலிலும் எண்ணற்ற செயல்பாடுகளுக்கான ஆற்றலைக் கொண்டவையாக அத்தகைய உறுப்புகள் செழுமைப் படுத்தப்பட்டுள்ள இக் காலத்திலும் அக் கதை தொடர்கிறது.

ஆயின், மனிதன் உயிரியல் பாங்கில் மரபுவழி பெற்ற உறுப்புகளைக் கடந்து தனது செயல்பாடுகளின் எல்லையை விரிவுபடுத்திட அவனுக்கு உதவியாக இருக்கும் 'உடல் தாண்டிய' உறுப்புகளை (கருவிகளை) வெறும் (சடப்) பொருள்கள் எனக் கருதுவது தவறாகும். அவற்றில் சில ஆன்மீகப் பாங்கிலானவையுங்கூட; கோல்டன் சைல்டு மேலும் தொடர்கிறார்.[357] "இந்த ஆன்மீகக் கருவியை வெறும் கருத்தாக மட்டுமோ - அதாவது, புறவுலகைக் கட்டுப்படுத்தவும், உருமாற்றவும் உதவும் கருவிகளாகவும், படைக்கலன்களாகவும் மாற்றத்தக்கதும், இக் காலத்தில் மாற்றப்பட்டுவரக்கூடியதுமான கருத்தாக மட்டுமோ - அல்லது கருத்துகளின் வாகனமான மொழி எனும் அளவிலோ குறுக்கிவிடலாகாது. இது அடிக்கடிப் பேசப்படுகிற சமூகத்தின் சித்தாந்தத்தையும், சமூகத்தின் மூடப் பழக்க வழக்கங்கள், மத நம்பிக்கைகள், பற்றுபாசங்கள் கலைப் பாங்கிலான கொள்கை கோட்பாடுகள் ஆகியனவற்றையும் உள்ளடக்கியது. கோட்பாடுகளைச் சார்ந்த தேடல்களின் பொருட்டும், கருத்துகளால் உந்தப்பட்டும் மனிதர் மேற்கொள்ளும் நடவடிக்கைகள்

வேறெந்த விலங்குகளிடத்தும் காணப்படாத தனியொரு வகைப்பட்டவை".

இவற்றில், சில குறிப்பிட்ட சூழல்களில் மனிதனுக்கு மிகவும் முக்கியமானதாகப் படுகிற-ஆனால் எதார்த்தத்துக்குச் சற்றும் பொருத்தமற்ற-நம்பிக்கைகள், கருத்துகள் ஆகியவற்றில் நமக்குள்ள ஆர்வம் மிகவும் குறிப்பிடத் தக்கது. அக் குறிப்பிட்ட சூழல்களை மீறியும், மறுத்தும் மனிதன் வாழ முடிகிறபோது அந்த நம்பிக்கைகளுக்கும், கருத்துகளுக்கும் எவ்வித முக்கியத்துவமும் இராது. எனினும் அவை அவற்றுக்குரிய சரியான பின்புலத்தில் - அதாவது மார்க்ஸ் குறிப்பிடுகிற "தமது உற்பத்தி சக்திகளின் திண்ணமான வளர்ச்சிக் கட்டம் மற்றும் அந்த உற்பத்தி சக்திகளுக்கு ஏற்றாற்போன்ற உறவு" ஆகியவற்றால் வார்க்கப்படுகிற, இரத்தமும் சதையும் கொண்ட, வினைபுரிகிற மனிதர் எனும் பின்புலத்தில் - வைத்து விவாதிக்கப்பட வேண்டும். அதாவது, சுருங்கச் சொன்னால், அடிப்படையில் உற்பத்தியின் வளர்ச்சியால் தீர்மானிக்கப்படுகிற மனித சமூகத்தின் பின்புலத்தில் அவற்றை விவாதிக்க வேண்டும். உற்பத்தி முறையில் அடுத்தடுத்து நிகழ்ந்த மாற்றங்களால் ஏற்பட்ட முன்னேற்றங்களுக்கு ஏற்றாற்போல் மனித சமூகத்தின் படிமலர்ச்சி மூன்று முக்கியமான கட்டங்களாகப் பிரிக்கப்படுகிறது. அவையாவன: வர்க்கங்களுக்கு முந்தைய அதாவது வர்க்கங்கள் தோன்றியிராத சமூகம், வர்க்க சமூகம் மற்றும் வர்க்கமற்ற சமூகம்.[358]

"வர்க்கங்கள் தோன்றியிராத அல்லது ஆதிப் பொதுவுடைமைச் சமூகத்தில் உற்பத்தியின் அளவு உயிருடன் இருத்தலுக்கான குறைந்தபட்ச அளவைப் பராமரிப்பதற்கே ஒட்டு மொத்த சமூகத்தின் முயற்சியையும் செலவிடப்படவேண்டிய அளவுக்குத் தாழ்நிலையில் - 'தரைமட்டத்தில்' - இருந்தது. உபரியே இல்லை. ஒருவன் அடுத்தவனின் உழைப்பில் உயிர்வாழ்தல் சாத்தியமே இல்லை"[359]. ஆகவே, சமூகத்தின் ஒரு பகுதி மற்ற பகுதியைச் சுரண்டுவது என்கிற கேள்விக்கே அங்கு இடமில்லை. அச் சமூகத்தின் அனைத்து உறுப்பினர்களும் வறியோராகவும், அதன் ஒட்டுமொத்த உழைப்புத் தொகுதிக்கு அனைவரும் சமமான பங்களிப்பாளராகவும் இருந்தனர் எனும் பொருளில் அதுவொரு பொதுவுடைமைச் சமூகமாகும்.

ஆயின், காலப் போக்கில் உற்பத்தியின் அளவு மேம்பட்டது; சமூகத்தின் உயிர்வாழ்தலைப் பராமரிப்பதற்கான தேவைகளை விடக் கூடுதலாக உற்பத்தி செய்யப்பட்டது. இது சமூகத்தின் பல குழுக்கள் பல்வேறு கைத் தொழில்களில் ஈடுபடுவதற்கான சூழலை ஏற்படுத்தியது. உபரி உற்பத்தியைக் கொண்டு, அவ்வாறு பல்வேறு

கைவினைப் பொருட்களைச் செய்வதில் தனித்திறனை வளர்த்துக் கொண்ட பிரிவினரைப் பராமரித்தனர். “அத்தகைய வேலைப் பிரிவினைகள் தொழில் நுட்பம் மேலும் மேம்பட வழிவகுத்தது. தொழில் நுட்ப மேம்பாடு குணாம்சப் பாங்கில் புதியதான வேலைப் பிரிவினைக்கு இட்டுச் சென்றது. இறுதியில் அது உண்மையில் உழைப்போரையும் உற்பத்தி மேலாண்மை செய்வோரையும் கனகச்சிதமாகப் பிரித்து வைத்தது. உற்பத்தியை மேலாண்மை செய்தோரில் இனக் குழுத் தலைவர்கள், குருமார்கள் வேளாண்மைக்குத் தேவையான வானியல் மற்றும் கணிதம் போன்ற அறிவியல் பிரிவுகளில் கற்றுத் துறைபோனவர்கள் ஆகியோர் அடங்குவர். அவர்களுடைய பணியின் தன்மை அவர்களை அதிகார பீடத்தில் அமர்த்துவதாக அமைந்தது. உற்பத்திக் கருவிகளின் காவலர்களான இவர்கள் உரிய தருணத்தில் அவற்றின் உரிமையாளர்களாகத் தங்களைத் தாங்களே உயர்த்திக் கொண்டனர். சமூகம் உழைக்கும் வர்க்கம், ஆளும் வர்க்கம் எனப் பிளவுண்டது”[360]

வர்க்கப் பிரிவினைக்கு முந்தைய ஆதி சமூகம் வர்க்க சமூகமாக உலகின் பல்வேறு பகுதிகளில் எவ்வாறு பரிணமித்தது என்பது பற்றிய முழுமையான ஞானம் இன்னும் நமக்குக் கிட்டவில்லை; எனினும் உற்பத்தி முறையில் ஏற்பட்ட முன்னேற்றங்களின் விளைவே அது என்பது மட்டும் உறுதி; இந்த மாற்றம் முழுமை பெற்றதும் வர்க்கங்களாகப் பிளவுபட்ட சமூகத்தைப் பராமரிக்க முற்றிலும் புதியதோர் ஏற்பாடு அவசியப்பட்டது. இந்த ஏற்பாடுதான் ‘அரசு’ எனப்படுவது. இது ஆதிப் பொதுவுடைமை அமைப்பின் அழிவுகளின் மீது கட்டப்பட்டது. அதன் முக்கியப்பணி வர்க்க சமூகத்தின் அடிப்படை அம்சமான வர்க்கச் சுரண்டலை எவ்வாறேனும் நிலைநிறுத்துவதும் அதற்கொப்ப சமூகத்தைப் பராமரிப்பதும்தான்; எங்கெல்ஸ் கூறுகிறார்.” ஆகவே அரசு என்பது ஒரு போதும் சமூகத்துக்கு வெளியே இருந்து அதன் மீது திணிக்கப்பட்டதன்று... மாறாக அது சமூகத்தின் குறிப்பிட்ட வளர்ச்சிக் கட்டத்தில் அதன் ஆக்கமே. இச் சமூகம் தன்னளவில் தீர்க்க முடியாத முரண்பாட்டில் மாட்டிக் கொண்டது என்பதைத் - தன்னால் துரத்தியடிக்கப்பட முடியாத, ஒத்துவராத பகைமைகளைக் கொண்டது என்பதை - ஒப்புக் கொண்டதன் அடையாளமே இந்த அரசின் தோற்றம்; ஆயின், இப்பகைமைகளும், முரண்பட்ட பொருளாதார நலன்களைக் கொண்ட வர்க்கங்களும் பயனற்ற போராட்டத்தில் தம்மை மூழ்கடித்துக் கொள்வதைத் தவிர்த்திட அச் சமூகத்துக்கு மேலானதாகக் காட்டிக் கொள்கிற ஓர் அதிகார அமைப்பு அவசியப்பட்டது; அவ்வமைப்பு அப் பகைமையைத் தணிப்பதற்கு, அதைக் கட்டுக்குள் வைத்திருப்பதற்குத் தேவைப்பட்டது.

சமூகத்திலிருந்து தோன்றி - ஆனால் அச் சமூகத்துக்கு மேலாகத்-தன்னை இருத்திக் கொண்டும், அதிலிருந்து வேகமாகத் தன்னை அந்நியப்படுத்திக் கொண்டும் வருகிற ஒன்றுதான் ‘அரசு’ என்பது..... வர்க்கப் பகைமைகளைக் கட்டுக்குள் வைத்திருக்கும் அவசியம் காரணமாகத் தோன்றிய அரசு அதே சமயம் அவ் வர்க்கங்களின் பகைமைக்கு மத்தியிலேயே தோன்றிய ஒன்றாதலால் அதற்குரிய விதிப்படி மிக வலிமையான, சமூகத்தில் பொருளாதார வாழ்வில் ஆதிக்கம் செலுத்திய, ‘அரசு’ எனும் கருவி மூலம் அரசியல் வாழ்விலும் முதன்மையான இடத்தைப் பிடித்துக் கொண்ட வர்க்கத்தின் அரசாக மாறுகிறது. அதன் மூலம் ஒடுக்கப்பட்ட வர்க்கத்தை மேலும் அடக்கவும், சுரண்டவும் புதிய ஆயுதத்தை அந்த ஆளும் வர்க்கம் பெறுகிறது.”[361]

இப் புதிய கருவியைப் பராமரித்திடப் பல்வேறு வழிமுறைகளைக் கண்டறிய வேண்டிய அவசியம் நேர்ந்தது. இக் கட்டத்தில் மதம் என நாம் அழைக்கிற ‘உடல் தாண்டிய ஆன்மீகக் கருவி’ தனிச் சிறப்பு பெறுகிறது. இது மக்களுக்கு ஆற்றல்மிகு வலியடக்கியாகவும், அரசைக் கண்காணிக்கிற திறன்மிகு கருவியாகவும் விளங்கியது. இது மார்க்ஸ் அவர்களால் ஏற்கெனவே 1844இல் வகுக்கப்பட்ட மதத்தின் அடிப்படையான பணியை நோக்க நம்மைத் தூண்டுகிறது. [362]

“இந்த அரசும், இந்த சமூகமும் உலகின் தலைகீழான வடிவமே; ஆதலால் அவை தலைகீழாய்ப் புரட்டிய உலக உணர்வை - அதாவது மதத்தைப்-படைக்கின்றன. மதம் அவ் வுலகின்(1) பொதுவான கருதுகோள். (2) அதன் பெருங் கலைக் களஞ்சியம் மற்றும் பரந்த அளவில் அறியப்பட்ட வடிவத்திலான தருக்கமுறை, (3) அதன் ஆன்மீகப் பாங்கிலான பெருமை. (4) அதன் ஆர்வப் பெருக்கு (5) அதன் தார்மீக அங்கீகாரம், (6) அதன் புனிதப் படுத்தப்பட்ட நிறைவு, (7) அதன் ஆறுதலுக்கும் நியாயப்படுத்தலுக்குமான எங்குமுள்ள ஆதாரம். அது மனித சாரத்தின் அற்புதமான பிழிவு. ஏனெனில் மனித சாரத்துக்கு மெய்யான எதார்த்தம் இல்லை. ஆகவே மதத்துக்கு எதிரான போராட்டம் என்பது அந்த மறு உலகத்துக்கு எதிரானதே; மதம் அந்த மறு உலகின் ஆன்மீக நறுமணம்.”

“மதப் பாங்கிலான அவலம் என்பது ஒரே சமயத்தில் உண்மையான துயரத்தினுடைய வெளிப்பாடும், அந்த உண்மைத் துயரத்துக்கு எதிர்ப்பும் ஆகும். மதம் ஒடுக்கப்பட்ட மனிதனின் பெருமூச்சு; இதயமற்ற உலகின் இதயம். அது மனந் தளர்ந்த சூழலில் கிளர்ச்சியூட்டும் மதுவாக இருப்பது போலவே இதயமற்ற உலகின் இதயமும் ஆகும். மக்களை (மதி) மயக்கத்தில் ஆழ்த்தும் போதைப் பொருள்.”

"மக்களின் உண்மையான மகிழ்ச்சிக்கு அவர்களுக்குப் போலியான மகிழ்ச்சி தரும் மதத்தின் அழிவு அவசியம். அதன் நிலையைப் பற்றிய மாயைகளைக் கைவிடக்கோருவது என்பதற்கு அம்மாயைகளை அவசியமாக்கும் சூழலையே கைவிடக் கோருவது எனப் பொருள். மதத்தை விமர்சிப்பது என்பது சாராம்சத்தில் துன்ப உலகை விமர்சிப்பதே; மதம் துன்ப உலகின் தலைக்குப் பின்னால் தோன்றும் ஒளி வட்டம்."

"நாரிலிருந்து கற்பனையான மலர்களை விமர்சனம் பிடுங்கி எறிவதற்குக் காரணம் மனிதன் அந்த நாரை எவ்விதக் கற்பனைக்கும் மனத்திருப்திக்கும் இடம் தராமல் அணிந்து கொள்வான் எனும் எண்ணம் அன்று; மாறாக, அவன் அந்த நாரை உதறி அதிலிருந்து விழும் உண்மையான மலர்களைப் பொறுக்கி எடுப்பான் எனும் எதிர்பார்ப்புதான். மதத்தைப் பற்றிய விமர்சனம் மனிதனைச் சிந்திக்கவும், செயல்படவும், மாயையிலிருந்து விடுபட்டுப் பகுத்தறியும் திறன் பெற்ற ஒருவனாகத், தானே தனது எதார்த்த நிலையை வடிவமைக்கிறவனாக மாற்றவும் செய்கிறது. அதன் பிறகு அவன் தன்னைச் சுற்றியே - அதாவது தனது மெய்யான சூரியனைச் சுற்றியே - வருவான். மனிதன் தன்னைத் தானே சுற்றி வராத வரை ஒரு மாயச் சூரியனாய் மதம் அவனைச் சுற்றி வலம் வந்து கொண்டே இருக்கும்".

"ஆகவே, எதார்த்தத்துக்கு அப்பாற்பட்ட உலகம் மறைந்தவுடன் அதனிடத்தில் இவ்வுலகின் உண்மையை நிறுவுவதுதான் வரலாற்றின் பணியாகும். வரலாற்றுக்குச் சேவை புரியும் தத்துவத்தின் உடனடிப் பணி யாதெனில் மனிதனின் சுய - அந்நியமாதலின் புனித வடிவம் தோலுரிக்கப்பட்டவுடன் அச் சுய - அந்நியமாதலின் புனிதமற்ற வடிவங்களையும் சிதைப்பதுதான்; இவ்வாறு விண்ணுலகைச் சாடுவது மண்ணுலகின் விமர்சனமாகிறது. மதத்தைப் பற்றிய விமர்சனம் சமூக நியதிகளைப் பற்றியதாகவும், இறையியலைப் பற்றிய விமர்சனம் அரசியலைப் பற்றியதாகவும் உருமாறுகிறது."

வேறோரிடத்தில், முதிர்ச்சியுற்ற தனது படைப்புகளில், இதே கருத்தை வலியுறுத்துகிறார் மார்க்ஸ்: "மனிதனின் அன்றாட வாழ்வில் அவனுக்கு ஏற்படும் உறவுகள் தனது சக மனிதர்களையும், இயற்கையையும் துல்லியமாக அறிந்து கொள்ள உதவுகிறபோதுதான் இந்த எதார்த்த உலகின் எதிரொளியான மதவயப்பட்ட அனிச்சைச் செயல்கள் இறுதியாக மறையும்; பொருளாயத உற்பத்தியை அடித்தளமாகக் கொண்ட சமூகத்தின் வாழ்வியல் முறை சுதந்திரமாக ஒன்றிணைகிற மனிதர்களால் மேற்கொள்ளப்படும் வரை - அதேபோன்று அவர்களால் அது இறுதிப்படுத்தப்பட்டதொரு

**திட்டத்திற்கு இணங்க ஒழுங்கமைக்கப்படும் வரை - தன் மீது படர்ந்துள்ள மாயத் திரையை அது (அதாவது, சமூகத்தின் அவ்வாழ்வியல் முறை) கிழித்தெறியாது; எனினும் இது சமூகத்தின் பொருட்டுப் பொருளாயத அடிப்படையில் அமைந்த (தயாரிப்புப்) பணியை அல்லது குறிப்பிட்ட வாழ்க்கைச் சூழல்களைக் கோருகிறது. இந்த வாழ்க்கைச் சூழல்களும் நெடிய மற்றும் துயர் மலிந்த வளர்ச்சிப் போக்கில் தாமாகவே ஏற்படுகிற விளைவுகளாகும்".**[363]

மேற்கண்ட பத்தியின் கடைசிச் சொற்றொடருக்கு நான் கொடுத்துள்ள அழுத்தத்திற்குக் காரணம் யாதெனில், இங்கே நாம் இந்திய நாத்திகருக்கு நேர்ந்த வரலாற்றின் பாங்கிலான இடைஞ்சலைப் புரிந்து கொள்ள உதவும் தெளிவான துப்பு கிடைக்கிறது என்பதுதான். வரலாறு எழுப்பிய அந்தத் தடைதான் அவர்களின் தத்துவப் பாங்கிலான கடவுள் மறுப்பில் உள்ள முக்கியமான ஊனத்துக்கான காரணம்; சமூகம் வர்க்கங்களாகப் பிளவுபடுவதால் உற்பத்தி சக்திகளின் அடுத்த கட்ட வளர்ச்சிக்கு அணைபோடுகிற அளவுக்கான மனித உற்பத்தி சக்தியின் வளர்ச்சி அவர்களின் காலத்தில் ஏற்பட்டிருக்கவில்லை. அத்தகைய வளர்ச்சிக் கட்டத்தை எய்தியதொரு வர்க்க சமூகத்தில்தான் தங்களின் வளர்ச்சிக்குத் தடைக் கல்லாகும் உற்பத்தி உறவுகளுக்கு எதிராக உற்பத்தி சக்திகள் கிளர்ந்தெழுகின்றன; வர்க்கங்களற்றதொரு சமூகத்தைப் படைக்க முற்படுகின்றன. உற்பத்தி சக்தியின் வளர்ச்சி குறித்த இத்தகைய கண்ணோட்டத்தால்தான் வர்க்கங்களற்ற எதிர்கால சமூகம் பற்றி மார்க்ஸ் அவர்களால் முழுமையாக முன்னுணர முடிந்தது. அத்தகைய சமூகத்துக்கு அரசும், மக்களை மயக்கும் அபினியாம் மதமும் அவசியப்படமாட்டா; தமக்கிருந்த இடைஞ்சல்கள் காரணமாக இந்திய நாத்திகர் தம்மால் எது மட்டும் சாத்தியமோ அதை மட்டும் செய்தனர். கடவுள் உண்டெனும் கருத்தைக் கருத்தியல் பாங்கில் விமர்சிப்பதும், அக் கருத்தின் அடிப்படையான அனுமானத்தில் காணப்படும் பிழைகளைத் தருக்கப் பாங்கிலான எடுத்துக் காட்டுகள் மூலம் வெளிப்படுத்துவதும் ஆகிய இவற்றை மட்டுமே அவர்களால் செய்ய முடிந்தது. எனினும், அறிவியல் பாங்கிலான நாத்திகமாக இல்லாதபோதும், நமது ஆதி மற்றும் மத்தியகால நாத்திகர்களின் வாதங்களைப் பயனற்றவை என மார்க்சிய நோக்கில் கருதிவிடக்கூடாது; ஏனெனில் அவை கடவுள் வெறும் மாயையே என நிறுவுவதில் பெருமளவு வெற்றி கண்டுள்ளன. ஆயின், இது பற்றிக் கூடுதலாகப் பின்னர் பேசுவோம்.

*மதத்தின் அடிப்படையான பணி வர்க்க அமைப்பைப் பராமரிப்பதே எனில் - வர்க்க சமூகத்தின் அழிவுடன் மதமும்

மறைந்து போகும் எனில் - வர்க்கங்களுக்கு முந்தைய ஆதி சமூகத்தில் நன்கு வடிவமைக்கப்பட்ட மதத்தை நம்மால் கருதிட முடியாது.

*தற்கால மானுடவியல் மற்றும் தொல்லியல் ஆய்வுகளின் முக்கியமான கண்டுபிடிப்புகளில் ஒன்று யாதெனில் அதில் மதம் எனும் ஒன்று - குறைந்தபட்சம் நாம் இதுவரை விவாதித்துக் கொண்டிருக்கிற பொருளிலான மதம்கூட - அங்கே இருந்ததில்லை என்பதுதான். எனினும் இதை ஆதி மனிதனுக்கு (வர்க்கப் பிளவற்ற சமூகத்தவனுக்கு) 'உடல் தாண்டிய கருவி' அவசியப்படவில்லை என அர்த்தப்படுத்திவிடக்கூடாது. நான் ஜார்ஜ் தாம்சன் அவர்களை இங்கே எடுத்துக்காட்டுவேன்:[364]

"காட்டுமிராண்டிகளின் வாழ்க்கை - அதாவது வர்க்கங்களுக்கு முந்தைய சமூகம்-இயற்கைக்கு எதிரான போராட்டத்தில் மூழ்கியிருந்தது. அதை அவர்கள் இப்போதுதான் புரிந்து கொள்ளவும், கட்டுப்படுத்தவும் ஆரம்பித்துள்ளனர். அவர்களின் உற்பத்தி சக்திகள் வளர்ச்சி பெறாதவை. அவர்களின் செய்நுட்பம் மிகவும் கீழானது. ஆயின், அதை அவர்களே உணராமல்தான் இருந்தனர். செய்நுட்பத்தில் இருந்த குறைபாடுகள் அவர்களின் மனதில் இடம் பிடித்துவிட்ட மாய வித்தையால் ஈடு செய்யப்பட்டன. மாய வித்தை (மந்திரம்) ஒரு கற்பனையான செய்நுட்பம்; அதன் மூலம் அவர்கள் வலுக்கட்டாயமாக இயற்கையைக் கட்டுப்படுத்த முயல்கின்றனர்."

"வர்க்க சமூகத்தில் மனிதனின் புரிதல் மற்றும் கட்டுப்பாடு ஆகியவற்றுக்குள் இயற்கை அதிகமாகவே சிக்குகிறது. ஆயின், சமூகம் தனக்கெதிராகவே பிளவுண்டு கிடக்கிறது. தான் ஆண்டு அனுபவித்து வரும் சலுகைகளுக்கு இயற்கைக்கு மேலான ஒன்றின் அனுமதி எனும் கவசத்தை மாட்டிவிடுவதன் மூலம் அவற்றை நிலைப்படுத்திக் கொள்ள விரும்பியது. அதற்கான கருவியாக இந்த மாயவித்தை அல்லது மந்திர ஜாலம் எனும் தந்திரத்தை அது கண்டுபிடித்தது. இவ்வாறு, உழைக்கும் வர்க்கம் தனது அடிமைத் தனத்துக்குரிய உண்மையான காரணங்களைப் பற்றிய அறியாமை காரணமாகத் தனது நிலையைத் தவிர்க்க முடியாதது என ஏற்றுக் கொண்டது. இதுதான் மதம் தோன்றியதன் பின்னணி. வர்க்கப் போராட்டத்தினூடே மாயவித்தை (மந்திர ஜாலம்) பிறக்க, அந்த மாயவித்தையில் (மந்திரத்தில்) இருந்து மதம் பிறந்தது; அது சமூக எதார்த்தத்தின் தலைகீழான தோற்றம்; மாய வித்தை (மந்திரஜாலம்) இயற்கையின் விசயத்தில் மனிதனின் இயலாமையைக் குறிக்கிறது எனில் மதம் சமூகத்தின் விசயத்தில் நாகரிக மனிதனின் கையாலாகத் தனத்தை வெளிச்சம் போட்டுக் காண்பிக்கிறது"

"கடவுளின் மீதான நம்பிக்கை, இறைஞ்சுதல் அல்லது பலியீடு ஆகியன மதத்தின் சின்னங்கள்; நாம் இதுகாறும் அறிந்துள்ள ஆதிக்கும் ஆதியான காட்டு மிராண்டிகளுக்குக் கடவுளரே இல்லை. இறைஞ்சுதலோ, பலியீடோ அவர்களுக்குத் தெரியாது; அதேபோல எங்கெல்லாம் நம்மால் நாகரிக மனிதரின் வரலாற்றுக்கு முந்தைய காலத்தைத் துருவிப் பார்க்க முடிகிறதோ அங்கெல்லாமும் கடவுளர் இல்லாததொரு கட்டத்தைத்தான் சந்திக்கிறோம். அந்தக் கட்டத்தில் நாம் காண்பது மாயவித்தையே (மந்திரஜாலமே)!"

"எதார்த்தத்தைக் கட்டுப்படுத்துவதாக ஒரு மாயையை ஏற்படுத்தினால் அதை உண்மையில் கட்டுப்படுத்த முடியும் எனும் கொள்கையை அடிப்படையாகக் கொண்டது மாயவித்தை (மந்திரஜாலம்); அதன் ஆரம்பநாட்களில் அது வெறும் ஊமம்தான் - அதாவது, பிற(ர்)போல் நடித்துக் காட்டுகிற ஒன்றுதான். உங்களுக்கு மழை வேண்டுமெனில் மேகங்கள் திரள்வது போலவும், இடி இடிப்பது போலவும், மழைத் துளிகள் இறங்குவது போலவும் நீங்கள் ஒரு நடனம் புரிகிறீர்கள்! உங்களின் விருப்பம் எனும் எதார்த்தம் நிறைவடைவதை நீங்கள் மனக் கண்ணால் காண்கிறீர்கள்! அதன் பின்னாட்களில் கட்டளைச் சொல்லும் அதனுடன் சேர்ந்திருக்கலாம்; 'மழையே வா!' என்பது கட்டளையே தவிர வேண்டுதல் அன்று. 'கூட்டாகச் சேர்ந்து வற்புறுத்தல்' எனும் கொள்கை சமூகம் (1) இன்னும் பிளவுபடாமல் இருக்கிற கட்டத்தை, (2) தனது ஒவ்வொரு மற்றும் எல்லா உறுப்பினர்களுக்கும் மேலாக இருப்பதை, (3) பகைமைமிகு இயற்கைக்கு எதிராக வலுவற்ற - ஆனால் ஒன்றுபட்ட -அணியாகத் திரண்டிருப்பதைக் குறிக்கிறது".

'மாயவித்தையிலிருந்து (மந்திர ஜாலத்திலிருந்து) அறிவியல் தோன்றி வளர்ந்தது. ஆயின், அதே போன்று பிறந்த மதம் அந்த மாயவித்தையின் (மந்திர ஜாலத்தின்) எதிர் மறைத் தன்மையை வளர்த்தெடுத்து இயற்கையின் முன்னே மனிதனின் கையறுநிலையை வெறிப்படுத்தியது என்றால், அறிவியல் அதே மாயவித்தையின் (மந்திரஜாலத்தின்) நேர்மறை அம்சத்தை மேலும் கூட்டிக் கொண்டு தனக்குத் தெரிந்ததன் மீது மனிதனுக்குள்ள ஆற்றலை வெளிப்படுத்தியது."

ஆக, நாம் மதத்தின் உண்மையான அடித்தளத்தை அல்லது மதம் எனும் மாபெரும் மாளிகையின் கீழே புதைந்து கிடக்கிற ஆதி மனித நம்பிக்கையைக் காணப்போகிறோம். அது நான் மதத்துக்கும், ஆத்திகத்துக்கும் முந்தையது என வர்ணித்த ஆதி மீமாம்ச தத்துவத்தின் விசேசமான நிலைபாட்டைப் புரிந்து கொள்ள குறிப்பாகவும் சிறப்பாகவும் உதவிடும்; ஆதி மாயவித்தையின் (மந்திர

ஜாலத்தின்) அடிப்படை அனுமானத்தைத் தத்துவப் பாங்கில் ஆதரிக்கும் பொருட்டே மீமாம்சத்தை நான் அவ்வாறு வர்ணித்தேன்; அதையொட்டி நாம் இங்கே மதத்துக்கும், மாயவித்தைக்கும் (மந்திர ஜாலத்துக்கும்) இடையிலான வேறுபாடு பற்றிய மேலும் சில விவரங்களுக்குள் போவோம்:

“உருளைக் கிழங்குச் செடி தொடர்பான 'மாவ்ரிகள் எனப்படும் நியூசிலாந்து இன உட்குழுவினரின் நடனம் ஒன்றுண்டு; கீழைக் காற்றால் இளஞ் செடி பாழாகும் அபாயத்தைத் தவிர்க்க சிறுமிகள் வயல்களுக்குள் இறங்கிக் காற்றும் மழையும் கலந்தடிப்பது போன்றும் அச் செடி விதையிலிருந்து முளைப்பதும், பூப்பதும் போலவும் தங்களின் உடலசைத்து பாவனைகள் செய்வது வழக்கம்; ஆடும்போதே அவர்கள் பாடவும் செய்வர்; தங்களைப் போல அச் செடிகளையும் செய்யச் சொல்வர். தாம் விரும்புகிற எதார்த்த நிகழ்வை மருள் நிலையில் நடித்துக் காட்டுகிறார்கள். அதுவே மாயவித்தை (மந்திரஜாலம்); உண்மையான செய்நுட்பத்துக்கு உறுதுணையாகிற கற்பனையான செய்நுட்பம்; ஆயின், அது மாயை எனினும் பயனற்றதன்று. அந் நடனம் உருளைக் கிழங்குச் செடிகளின் மீது நேரடித் தாக்கம் எதையும் ஏற்படுத்தாது; ஆயின், அச் சிறுமிகளின் மீது அத்தகைய தாக்கத்தை ஏற்படுத்தும், ஏற்படுத்துகிறது. அந் நடனம் அச் செடிகளைக் காக்கும் எனும் நம்பிக்கை தரும் ஊக்கத்தில் அவர்கள் அவற்றை மேலும் அதிக நம்பிக்கையுடனும், ஆர்வத்துடனும் பராமரிப்பர். ஆக, அந் நடனம் அச் செடிகளின்மீது உண்மையிலேயே ஒரு விளைவை ஏற்படுத்துகிறது. அந் நடனம் அவர்களின் அகவயப்பட்ட கண்ணோட்டத்தை எதார்த்தமாக மாற்றுகிறது. அத்துடன் மறைமுகமாக எதார்த்தத்தையும் மாற்றுகிறது.” [365]

ஆக, இயற்கையுடனான தனது துடிப்புமிக்க உறவை முன்னெடுத்துச் செல்ல உள்ளார்ந்த நிலையில் கற்பனையான தனது நம்பிக்கையையும், கருத்துகளையும் உடல் தாண்டியதொரு ஆற்றல் மிகு ஆன்மீகக் கருவியாக மனிதன் பயன்படுத்திட முடியும்; அவை அவனால் அவ்வாறு பயன்படுத்தப்பட்டு வருகின்றன; ஆயின், அத்தகைய மாயை அவனுக்கு எந்த அளவுக்குத் தேவைப்படுகிறது? இதற்குத் திண்ணமான பதில் தருவது தவறாகப் போகும். ஏனெனில், மனிதனோ அல்லது அவன் வாழும் இவ்வுலகமோ மாறாமல் அப்படியே தொடர்வன அன்று.

மாயவித்தை (மந்திரஜாலம்) கற்பனையானது எனினும் அது காட்டு மிராண்டிகளான நமது முன்னோருக்குத் தேவைப்பட்டது. அவர்தம் கரடுமுரடான இயல்பே அதற்குக் காரணம். அவர்களின் உற்பத்தி சக்திகள் வளர்ச்சியைப் பொறுத்தவரை ஆரம்பநிலையில்

இருந்ததாலும், அவர்களின் செய்நுட்பம் மிக எளிமையானது என்பதாலும் அவர்கள் காட்டுமிராண்டிகள் எனப்பட்டனர். பயிரிடுதலில் சிறந்து விளங்குதற் பொருட்டு மாவோரிகளுக்கு நடன வடிவிலான மாயவித்தை தேவைப்பட்டது. ஆயின், இப்போதைய இயந்திரமயமான பண்ணையில் அது அவசியமில்லை. ஆக, உண்மையான செய்நுட்பத்துக்கு உதவியாகக் கற்பனையானதொரு செய்நுட்பம் வேண்டி எதார்த்தத்தின் மீது மாயையைத் திணிக்க வேண்டிய அவசியம் நேர்ந்தது. அந்தத் தேவை உண்மையான செய்நுட்பத்தின் வளர்ச்சியுடன் தலைகீழான உறவு கொண்டது. (அதாவது, உண்மையான செய்நுட்பம் வளர வளர மாயையின் தேவை குறைந்து கொண்டே வரும்; ஒரு கட்டத்தில் - அதாவது, அச் செய்நுட்ப வளர்ச்சி போதுமானதாக இருக்கிறபோது- மாயைக்கான தேவை முற்றிலும் மறைகிறது). ஆயின், இந்த செய்நுட்ப வளர்ச்சி கூடவே வர்க்க சமூகத்தைச் சுமந்து வருகிறது. புதிய சூழ்நிலைகளைத் தோற்றுவிக்கிறது. அதற்குப் புதிய வடிவிலான மாயை அவசியமானது; வர்க்கச் சுரண்டலுக்கான சூழல்களே புதிய சூழ்நிலைகள்; அவற்றைப் பராமரித்துப் பாதுகாப்பதற்கு அவசியப்பட்ட மதந்தான் அப் புதிய மாயை; மாயவித்தை (மந்திர ஜாலம்), மதம் ஆகியவற்றின் அடிப்படை அனுமானங்களுக்கு இடையிலான வேறுபாடு முக்கியமானது. ஏனெனில் மனிதன் இயல்பாகவே மதவயமானவன் என்பதாலோ அல்லது மதம் என்றும் இருக்கிற (மாறாத, அழிவற்ற) உண்மையை வெளிப்படுத்துவது என்பதாலோ வர்க்க சமூகத்தின் அழிவோடு மதமும் மறைந்து போகும் எனும் மார்க்சியப் பார்வை அர்த்தமற்றது என்கிற ஆளும் வர்க்க அனுமானத்திற்கு எதிரே நிறுத்திப் பார்ப்பதற்கு அவ் வேற்றுமை அவசியமானது.

புரிபடாத சமூக நிகழ்வுகள் உள்ளிட்ட இயற்கையின் புதிர்களுடன் மல்லுக்கு நிற்க மாயவித்தையும் (மந்திர ஜாலமும்), மதமும் மனிதனுக்கு உதவுகின்றன. அவை எந்த அளவுக்குச் சரியாகவும், முழுமையாகவும் புரிந்து கொள்ளப்படவில்லையோ அந்த அளவுக்கு அவை 'தெய்வாதீனமானவையாகப் பார்க்கப்படு கின்றன. ஆயின், அவ்வாறு பார்க்கப்படும் விதம் (மாயவித்தையிலும் மதத்திலும்) வித்தியாசமானது. மாயவித்தை (மந்திரஜாலம்) அந்த' தெய்வாதீனமானது' என்பதை முற்றிலும் மனித வாடையற்றதாகவும், தானே இயங்கக்கூடியதாகவும் பார்க்கிறது. மதத்தால் அது அடிப்படையில் மனிதத் தொடர்பு உள்ளதாகவும், அதனால் அது மாறுபட்ட தன்மைகளுக்கு உட்படக் கூடியதாகவும் கருதப்பட்டது. ஆகவே, செயல்படும் கட்டத்தில் மாயவித்தை தானாகவே இயங்குவது; சடங்கின் சகல அம்சங்களையும் மிகவும் கவனமாக

நிறைவேற்றுவதுதான் இங்கே மிக முக்கியமானது. மதமோ இறைஞ்சுதல், சாந்தப்படுத்துதல் ஆகியவற்றின் மூலம் தெய்வீக மனதைக் குளிர்விக்க முயல்கிறது. இதற்கு மதம் பயன்படுத்தும் செய்நுட்பம் மண்ணாளும் வேந்தனை மகிழ்விக்கப் பயன்படுத்தும் அதே வழிமுறையாக உள்ளதால் அம் மதத்தின் மீது வர்க்க சமூகத்தின் அடையாளம் பதிந்துள்ளது. இந்திய ஆத்திகராம் இராமானுஜர் இது குறித்து மிகவும் வெளிப்படையாகவே பேசுகிறார் (16 ஆம் அத்தியாயத்தைக் காண்க):

கடவுள்தான் உண்மையான அருளாளர். பொருளாயத உலகில் அரசனே உண்மையான அருளாளன். எனவே நடைமுறை வாழ்வில் அரசனை "நேரடியாகவோ அல்லது அவனின் அதிகாரிகள், ஏவலர்கள் ஆகியோர் மூலமோ" எவ்வாறு சாந்தப்படுத்துகிறோமோ அது போலவே இறைஞ்சுதல்கள், காணிக்கைகள் வாயிலாக ஆண்டவனையும் திருப்திப்படுத்த வேண்டும்.

"காணிக்கைகள் அரசர்களை மகிழ்விக்கின்றன. கடவுளையும் அவை கிறங்க வைக்கின்றன" எனும் கிரேக்கப் பழமொழி இங்கே நினைவு கூரத் தக்கது.[366]

இக்கண்ணோட்டத்திலிருந்து நோக்குகையில் ஆதிகால இந்தியாவின் பூர்வ - மீமாம்ச தத்துவத்தின் எடுத்துக்காட்டு மிகவும் ஆர்வமூட்டக்கூடியது. அது மதக் கண்ணோட்டத்தைத் தீவிரமாக எதிர்த்தது. ஆயின், அந்த எதிர்ப்பு எதிர்காலம் பற்றிய பார்வையில் இருந்து கிளம்பவில்லை. இறந்த காலம் பற்றிய கருத்திலிருந்து - அதாவது, ஆதி மாயவித்தையின் (மந்திர ஜாலத்தின்) அடிப்படை அனுமானத்தின் பேரிலான கண்ணோட்டத்திலிருந்து - எழுந்தது. சடங்கைச் செய்வதே பிரதான பணி; அதைச் செய்வதற்கும், செய்தபின்பு அதன் நோக்கம் நிறைவேறுவதற்கும் இடையில் எவ்வகையிலான தெய்வீகத் தலையீட்டுக்கும் எள்ளளவும் - எள்ளின் மூக்களவும் - இடமில்லை. உலகின் தத்துவ வரலாற்றில் வேறெங்கும் ஆதி மாயவித்தையின் அடிப்படை அனுமானத்துக்கு ஆதாரவாகவும், மதத்துக்கு எதிராகவும் இவ்வளவு தெளிவான நிலைபாட்டைக் காண முடியாது. 'வேள்விஞானம்" என்பது இத் தத்துவத்தின் மறுபெயர்,[367] (யாகம்) வேள்வி எனில் வேத கால மக்களின் 'மாய மந்திரச் சடங்குகள்' எனப் பொருள். அவை ஆதியிலும் ஆதியான வரலாற்றுக்கு முந்தைய காலத்திலிருந்து வழிவழியாகத் தொடர்ந்து வருபவை.[368]

இவையனைத்தும் பூர்வ மீமாம்சகர் வர்க்கங்களுக்கு முற்பட்ட ஆதி சமூகத்தினர் என்பதற்கோ அல்லது அவர்கள் ஆதிப் பொதுவுடைமைச் சமூகத்தின் பிரசாரகர் என்பதற்கோ உரியதான

சான்றுகள் இல்லை; மாறாக, வேத கால மக்களின் வளர்ச்சியுடன் அவர்களின் ஆதி கால வேள்விகளும் (யாகங்களும்) சில பாதகமான அம்சங்களைத் தம்முடன் சேர்த்துக் கொண்டன. பிற்கால வர்க்க நலனுடன் இவ் வேள்விகள் பின்னிப் பிணைந்தன. மீமாம்சகரே கூட வர்க்க நலனில் மிகவும் அக்கறை கொண்டிருந்தனர். குறிப்பாக, ஆதி மற்றும் மத்திய கால வேதியரின் வர்க்க நலனில் மிகுந்த விழிப்புடன் இருந்தனர். அதே சமயம் இறந்த காலத்தின் மீது அவர்களுக்கு இருந்த அளப்பரிய பற்று காரணமாகத் தமது முன்னோரின் மாய மந்திரச் சடங்குகளின் அடிப்படை அனுமானத்தைக் கெட்டியாகப் பற்றிக் கொண்டதுடன் அவற்றைப் பிற்கால தத்துவத்தின் மொழியில் ஆதரிக்கவும் விரும்பினர்.

வேறு வார்த்தைகளில் சொல்வதெனில், மீமாம்சகரைப் பொறுத்தவரை ஆதி மாயவித்தை (மந்திர மாயா ஜாலம்) இறந்த காலத்தின் நீட்சி அல்லது தொடர்ச்சியே. பொருளாதார வளர்ச்சி தடைப்பட்ட சூழல்களில் அத்தகைய ஆதிப் பழைமையான நம்பிக்கை நமது பிற்கால தத்துவ ஞானிகளில் ஒரு பிரிவினரிடம் உயிர் பிழைத்திருந்தது எவ்வாறு என்பது வரலாற்றுப் பாங்கில் மேலும் விரிவான ஆய்வுகளுக்குரியது. அதன் முழுத் தீர்வை எதிர்நோக்கிடும்போது இத் தத்துவத்தின் உண்மையான சிறப்புத் தன்மையைப் பற்றிக் குறிப்பிடுவது முக்கியம்.

மதக் கண்ணோட்டம் மனிதனின் உள்ளுறை இயல்பன்று என்பதையும், கடவுள் மாறாதது, என்றும் இருக்கிற, நிலையான உண்மையின் உறைவிடம் அன்று என்பதையும் அத் தத்துவம் நிரூபிக்கிறது. கடவுள் உண்டு எனும் கருத்துக்கும், இறைஞ்சுதல்கள், பலியீடுகள் ஆகியனவற்றின் சக்தி பற்றிய நம்பிக்கைக்கும் இடமற்றதொரு கட்டத்தில் மனித உணர்வு இருந்த காலம் ஒன்றுண்டு. தனது ஆரம்பகாலத்தில் கடவுள் இன்றியே மனிதன் காலத்தைக் கடத்தினான். மனித வரலாற்றில் திண்ணமான ஆரம்பம் என்றொன்று உண்டு என்றது ஆத்திக நம்பிக்கை. நமது நையாயிகர் வாதிட்டதுபோல எதற்கேனும் தொடக்கம் ஒன்று உண்டெனில் அதற்கு முடிவு என்பதும் கட்டாயம் இருக்க வேண்டும்; அல்லது வர்ககங்களாகப் பிளவுண்ட தற்கால சமூகம் பற்றி எங்கெல்ஸ் அவர்கள் கூறுவதுபோல், “அதாவது வர்க்கங்களின் தோற்றம் எப்படித் தவிர்க்கவியலாதோ அதேபோன்று அவற்றின் அழிவும் தவிர்க்க முடியாதது. அவற்றுடன் அரசின் மறைவும் தவிர்க்க முடியாததே” [369]

பூர்வ மீமாம்சகர் எதிர்காலக் கண்ணோட்டத்தில் அல்லாமல் கடந்த காலம் குறித்த பார்வையிலிருந்து கடவுளை மறுத்துப்

பேசினர். ஆயின் சித்தாந்தப் பாங்கிலான மாயைக்கான தேவை ஏற்படாததொரு வளர்ச்சிக் கட்டத்தை எய்திடும் சமூகத்தைக் கற்பனை செய்திடும் வழிமுறை அவர்களுக்கு வாய்க்கப் பெறவில்லையாயினும் மதப் பாங்கிலான மாயை நிலையானதன்று என்பதை உணர்ந்திட அவர்கள் நமக்கு உதவிகரமாக உள்ளனர். உற்பத்திசார் செயல்பாடு மனிதனை அடிமைப் படுத்த முடியாத அளவுக்கும், சுதந்திர மனிதர்தம் விருப்பத்துக்கேற்றவாறு கூட்டு முயற்சியில் நடக்கிற உற்பத்தியை ஒரு துல்லியமான திட்டத்தின் அடிப்படையில் அவர்களே ஒழுங்குபடுத்துகிற வாய்ப்பை அளிக்கிற விதமாகவும் மனித உற்பத்தி — ஆற்றல் வளர்கிறபோதுதான் மேற்சொன்னவறான வளர்ச்சிக் கட்டத்தை அடைந்த சமூகத்தை நம்மால் கற்பனை செய்ய முடியும்.

மார்க்ஸ் சமகால உற்பத்தி சக்திகளைப் பகுப்பாய்வு செய்து அவற்றுக்கு அத்தகைய கட்டத்தை அடையும் ஆற்றல் முழுமையாக உள்ளமையைத் தெளிவாகக் காண்கிறார். மனிதனுக்கு மாயையே தேவைப்படாததொரு புதிய (எதிர்கால) சமூகத்தை முன்னுரைக்கவும், அதற்காகப் போராடவும் அவரால் முடிகிறது. அதாவது, வர்க்கங்களுக்கு முந்தைய ஆதி சமூக மனிதனுக்குத் தேவைப்பட்ட தூண்டுகோலின் வடிவிலான மாயையோ அல்லது வர்க்க சமூகத்து மனிதனுக்குத் தேவைப்பட்ட வலியடக்கியின் வடிவிலான மாயையோ இவை எவற்றின் பிடியிலும் சிக்கவேண்டிய அவசியத்திலிருந்து விடுபட அவனுக்கு உதவிடும் முற்றிலும் ஒரு புதிய சமூகத்தை மார்க்ஸ் அவர்களால் தன் மனக் கண்ணால் காணவும், அதற்காக நம்பிக்கையுடன் போராடவும் முடிகிறது. இந்த முன்னுணர்வு இயல்பாகவே மிகவும் புதிது; மிகவும் தீவிரமானது, அது 'கம்யூனிஸ்ட் அறிக்கை'யில் ஏற்கெனவே வெளிப்படுத்தப்பட்டது. ஆயினும், அச் சிறு வெளியீட்டை வரைந்த காலத்தில் ஆதி சமூகம் பற்றிய மார்கன் அவர்களின் நூல் மார்க்சியத்தின் ஆசான்களுக்குக் கிடைத்திராததால் மனித வரலாறு குறித்த அவர்களின் விவாதம் தவிர்க்கவியலாதவாறு வர்க்க சமூகத்தின் வரலாறு பற்றியதாக மட்டுமே குறுக்கப்பட வேண்டி வந்தது என்பது நாம் நன்கறிந்த ஒன்று.

“கடந்த கால சமூகத்தின் வரலாறு என்பது வர்க்கப் பகைமைகளின் வெவ்வேறு கால கட்டங்களில் வெவ்வேறு வடிவங்களைத் தாங்கிய பகைமைகளின் வரலாறே; ஆயின், அவை எத்தனை அவதாரங்களை எடுத்திருப்பினும் அவையனைத்தின் அடிப்படையும் சமூகத்தின் ஒரு பகுதி மற்றொரு பகுதியைச் சுரண்டுவது என்பதுதான்; கடந்த காலங்களின் சமூக உணர்வு எவ்வளவு வேறுபட்டும், பல்கிப் பெருகியும் காணப்பட்டாலும் சில பொதுவான வடிவங்களுக்கு

அல்லது பொதுவான கருத்துகளுக்கு உட்பட்டே இருந்தது என்பதில் வியப்பில்லை. பொதுவான அந்த வடிவங்களும் கருத்துகளும் வர்க்கப் பகைமைகள் முற்றாக மறைந்தாலொழிய மறையமாட்டா."

"பொதுவுடைமைப் புரட்சியே மரபார்ந்த உடைமை உறவுகளை நார்நாராகக் கிழித்தெறியும். எனவே, அதன் வளர்ச்சி வழியாய்ப் பல தலைமுறைகளினூடே கடத்தப்பட்டு வந்துள்ள கருத்துகளையும் மிகவும் தீவிரமாகக் களைந்தெறியவே செய்யும்"[370]

நாம் இப்போது நமது விவாதத்தின் இறுதிக் கட்டத்தை எய்திவிட்டோம். அதை ஒரேயோரு சுருக்கமான குறிப்புடன் தொகுத்துரைத்திட வேண்டும்; புகழ்மிக்க இந்திய தத்துவ ஞானிகளில் மிகப் பெரும்பாலர் நாத்திகரே என ஏற்கெனவே கண்டோம். அவர்களின் அடியொற்றி நடக்க விரும்புகிற எவரும் மார்க்சியத்தைத் தவிர வேறெங்கும் அவர்களின் மரபுத் தொடர்ச்சியைக் காண முடியாது என்பதையும், அதற்குக் காரணம் நமது ஆதி மற்றும் மத்திய காலத் தத்துவ ஞானிகளின் நாத்திக முன்முயற்சியின் அறிவியல் பாங்கிலான இறுதி வடிவத்தை மார்க்சியத்தில் மட்டுமே காண முடியும் என்பதையும் நாம் ஏற்கெனவே கண்டோம். அவர்களின் நாத்திகம் பல்வேறு ஊனங்களைக் கொண்டிருந்தமை (வரலாற்றுப் பாங்கில்) தவிர்க்கவியலாதது என்பதில் ஐயமில்லை; ஆயினும் அவர்களின் நாத்திகம் இக் காலத்துக்குப் பொருந்தாது எனக் கருதி விடவும் கூடாது. இங்கே லெனின் 1922ஆம் ஆண்டைய சோவியத்து ஒன்றியத்தைப் பற்றிப் பேசுகையில்[371] சலிப்பற்ற நாத்திகப் பிரசாரம் மற்றும் நாத்திகப் போரின் அவசியத்தை வலியுறுத்தியதை நினைவில் இறுத்துவது அவசியம்.

''இப் பொருள் குறித்து எல்லா மொழிகளிலும் உள்ள நூல்களையும் மொழி பெயர்க்கவும் அல்லது குறைந்த பட்சம் அவற்றில் தகுதியானவற்றை மீளாய்வு செய்யவும் வேண்டும்"

"18-ஆம் நூற்றாண்டின் பிற்பகுதியைச் சேர்ந்த தீவிர நாத்திக இலக்கியத்தை மொழிபெயர்த்து மக்களிடம் பரவலாகக் கொண்டு செல்லப்பட வேண்டியதன் முக்கியத்துவத்தைத் தமது சக தொழிலாளி வர்க்கத் தலைவர்களுக்கு நெடுங்காலத்துக்கு முன்பே எங்கெல்ஸ் எடுத்துரைத்தார்... 18ஆம் நூற்றாண்டுப் புரட்சியாளர்களின் நாத்திகத்தில் அறிவியலுக்குப் புறம்பானதும் அவரவர் வாழிடங்களுக்கு ஏற்றதுமான விசயங்கள் உள்ளன என்பது உண்மையே! ஆயின் அவற்றை வெட்டியும், சுருக்கியும், அவசியப்படும் இடங்களில் உரிய விளக்கம் தாங்கிய அடிக்குறிப்புகளுடனும், 18ஆம் நூற்றாண்டுக்குப் பின்னர் மதங்கள் குறித்த அறிவியல் பாங்கிலான விமர்சனத்தில் மனித குலம் அடைந்திருக்கும் முன்னேற்றத்தையும், இப் பொருள்

குறித்த அண்மைக் கால வெளியீடுகளைப் பற்றிய தகவல்களுடனும் பதிப்பாளர்கள் வெளியிடுவதைத் தடுப்பார் எவருமிலர். நவீன சமூகத்தால் இருட்டில், அறியாமையில், மூடப் பழக்க வழக்கங்களில் மூழ்கடிக்கப்பட்டுள்ள கோடிக்கணக்கான மக்கள்- குறிப்பாக விவசாயிகளும் கைவினைஞர்களும்- அவற்றிலிருந்து தங்களை விடுவித்துக் கொள்ள வெறும் மார்க்சியக் கல்வி மட்டுமே போதுமானது என ஒரு மார்க்சிய வாதி நினைப்பாரேல் அது துயரம் தரும் மிகப் பெரும் தவறாகும். அம்மக்களிடம் பல தரப்பட்ட நாத்திகப் பிரசார எழுத்து வகைகளைக் கொண்டு செல்ல வேண்டும். வாழ்வின் பல தரப்பட்ட அனுபவ உண்மைகளுடனும் அவர்களைப் பரிச்சயப் படுத்த வேண்டும். அவர்களுக்கு ஆர்வமூட்டும் நோக்கில் சாத்தியமான அனைத்து வழிமுறைகளையும் கைக் கொண்டு பல திசைகளிலிருந்தும் அவர்களை அணுகிட வேண்டும். மதம் அவர்களின் மண்டையில் ஏற்றியிருக்கும் மந்த உணர்விலிருந்து விடுபட வேண்டி அவர்களை உசுப்பி எழுப்பிட வேண்டும். பல கோணங்களிலிருந்தும் பல வழிமுறைகளைக் கைக் கொண்டும் அவர்களைத் தட்டி எழுப்ப வேண்டும்... மார்க்ஸ், எங்கெல்ஸ் ஆகியோரின் பெரு நூல்கள் அனைத்தும் மொழிபெயர்க்கப்பட்டு நம் கைவசம் உள்ளன. பழைய நாத்திகம், பழைய பொருள்முதல்வாதம் ஆகியவற்றுக்கு அவ்விருவராலும் முன்மொழியப்பட்ட திருத்தங்கள் அவற்றில் மேற்கொள்ளப்பட மாட்டா எனும் அச்சத்திற்கு எவ்வித ஆதாரமும் இல்லை. மிக முக்கியமான விசயம்- தங்களை மார்க்சிய வாதிகளாகக் கருதிக் கொண்டிருக்கிற (ஆனால் உண்மையில் மார்க்சியத்தை சிதைத்துக் கொண்டிருக்கிற) நம்மில் பலர் அடிக்கடி காணத் தவறுகிற விசயம் - ஒன்றுண்டு. இன்னும் வளர்ச்சியடையாத மக்களிடம் மதம் சார்ந்த கேள்விகளின்பால் அறிவார்ந்த கண்ணோட்டத்தையும், மதங்களைப் பற்றிய அறிவார்ந்த விமர்சனத்தையும் தோற்றுவிப்பது எப்படி என்பதைத் தெரிந்து கொள்ள வேண்டும் என்பதே அது.

★★★

# அடிக்குறிப்புகள்

1 Dandekar in "Annals of the Bandarkar Research Institute,"1968 (Golden Jubilee Vol.), 444.
2 *பிரம்ம சூத்திரம்:* i. 3. 34. 8 *பற்றிய சங்கரரின் குறிப்புரை*
3 Radhakrishnan S. , Indian Philosophy, i. 24 -5;
4 *அதே நூல்:* i.41;
5 Radhakrishnan ,An Idealist View of Life,47 இங்கே எடுத்தாளத் தக்க இராதாகிருஷ்ணனின் இன்னும் சில பத்திகள் இந்நூலின் 5ஆம் அத்தியாயத்தில் தரப்பட்டுள்ளன);
6 Radhakrishnan,An Idealist View of Life, 127-8; *(அழுத்தம் இந்நூலாசிரியருடையது)*
7 *அதே நூல்.* 129 ;
8 *அதே நூல்* 133.;
9 Radhakrishnan, The Region of Religion in Contemporary Philosophy, London 1920;
10 *அதே நூல்,பக்.*450-1;
11 தைத்திரிய உபநிடதம் ii.4 & ii.9.. உடன் ஒப்பு நோக்குக.
12 Kumarila,Slokavarttica, praktiyaksa-sutra verses 28-32, niralambana_vada verses 94>5. இவற்றைப் பின் வருவதுடன் ஒப்பு நோக்குக: Stcherbatsky, The Conception of Buddhist Nirvana ,19 'யோகம் மூலம் கைவரப்பெறும் நேரடியான சத்திய தரிசனம்' என்ற பொருளிலேயே 'படைப்பூக்க உள்ளுணர்வு' எனும் சொல்லாட்சியை இராதாகிருஷ்ணன் கையாள்கிறார்: இதைத்தான் குமாரிலர் சாத்தியமற்றது என நையாண்டி செய்துள்ளார்;
13 Cohen, Encyclopedia of Social Sciences ii.293 ;
14 Farrington,B, Head and Hand in Ancient Greece , 96 ;
15 *அதே நூல், பக்.* 110 ;
16 Beck W.S. , Modern Science and the Nature of Life , 79.;
17 *பாணினி.*iv.4.60 இதில் 'ஆத்திகம், நாத்திகம்' எனும் சொற்களுக்கு 60 வகையான அர்த்தங்கள் காணப்படுகின்றன; பிற்காலத்தில்தான் வேத நம்பிக்கையைக் கொண்டு அவை வலுவாக வரையறுக்கப்பட்டன. இந்த வரையறை புத்தருக்குப் பின்னரும், கிருஸ்துவுக்கு முன்னரும் நடைமுறைக்கு வந்ததாகக் குப்புஸ்வாமி சாஸ்திரி கருதுகிறார்>A Primer of Indian Logic, p. vii-viii ;
18 Kane, History of Dharmasastra, ii. 168f &665 ;
19 Gunaratna ,Tarkarahasyadipika , 123 ;
20 *நியாய சூத்திரம்,* I .2.10-17
21 *அதே நூல்,* i.2.13
22 கோபிநாத் கவிராஜ் மொழிபெயர்த்த ÔÔSarasvathi Bhavan Studies" எனும் தொகுப்பின் ii.165 இல் i.2 இன் கீழ் உள்ள *'நியாயகுசுமாஞ்சலி'*
23 ஜைமினி இக் கருத்தை வெளிப்படுத்தியதாகக் குறிப்பிட்டுப் பேசும் பாதராயணர் இறையியல் நோக்கில் அதனை அடியோடு மறுதலிக்கவே செய்தார்: பிரம்ம சூத்திரம்iii. 2. 39-40ஐப் பற்றி. ராமானுஜரும், III.2. 40-41ஐப்பற்றி சங்கரரும் கூறுவதைக் காண்க.

24 சாருவாகர்களின் நோக்கில், பரவலான வழிபாட்டுக்குட்பட்டதும், நமது கட்புலனுக்குத் தென்படுவதுமான தெய்வச் சிலையின் வடிவமே கடவுள் எனக் கூறப்படுகிறது; இது உண்மையாயின் இக் கருத்தை அதன் காலப் பின்னணியில் ஆய்கிறபோது அது 'கடவுள்' எனும் கருத்தைக் கேலி செய்திடக் கைக் கொண்டதோர் உபாயம் என்றே நாம் பொருள். கொள்ள முடியும் .கல்லாலோ, களிமண்ணாலோ ஆன கடவுள் சிலை என்பது மெய்யாகவே நம் கண்களுக்குப் புலப்படுகிற பருப்பொருள் என்பதால் அதற்குத் தெய்வீகத் தன்மையைக் கற்பிப்பது வெறும் கற்பனையின் வெளிப்பாடே ஆயின் உதயணரின் நூலில் இது அரசனுடைய அதிகாரத்தைக் குறிப்பிடுவதாகவே நமக்குத் தோன்றுகிறது;

25 Radhakrishnan, An Idealist View of Life, 47;

26 அதே நூல், பக்.47.n.

27 அதே நூல், பக்.47.

28 V. Bhattacharyya in "Indian Historical Quarterly" , x.1-11; Jacobi in "Journal of the American Oriental Society," xxxiii. 51sq; Vallee Poussin in "Journal of the Royal Asiatic Society 1910, 128sq; Stcherbatsk in "The Conception of Buddhist Nirvana," 36; Dasgupta in History of Indian Philosophy, i.423 sq; Dasgupta, II 149 sq ;

29 சாங்கிய பிரவசன பாஷ்யத்திற்கு விஞ்ஞான பிட்சு எழுதிய முன்னுரையில் பத்ம புராணத்தின் 'பிரசன்ன பவுத்த' என்கிற சொற்றொடர் இடம் பெற்றுள்ளது; ii.2.29 எனும் எண்ணிட்ட பிரம்ம சூத்திரம் பற்றிய தனது விளக்கவுரையில் மாயா வாதிகளின் 'பிரம்மன்' சூனிய வாதிகளின் 'சூனியம்' ஆகிய இரண்டும் ஒன்றே எனக் குறிப்பிடப்பட்டுள்ளது. அத்வைத வேதாந்தத்திற்கும், மஹாயான பவுத்தத்திற்கும் இடையிலான ஒற்றுமை பற்றிப் பின் வருவோரும் ஏளனமாகப் பேசியுள்ளனர்: பார்த்தசாரதி மிஸ்ரர் (சாஸ்த்ர தீபிகை Nir.ed. p. 111); ஜயந்த பட்டர் (நியாயமஞ்சரி, Ch. Ed. ii. 96; இன்னும் சிலர்)..... தான் மாத்யமிகர்க்குக் கடன்பட்டுள்ளதை அத்வைத கண்ணோட்டத்தில் ஸ்ரீஹர்ஷர் வெளிப்படையாகவே ஒப்புக் கொள்கிறார்.

30 சங்கரர் மீதும் அவரின் தத்துவத்தின் மீதும் மாத்வர்களுக்கு இருந்த மாச்சரியம் அவ்வளவாக வெளித் தெரியவில்லை; கிரையர்சன் (Grierson) இது பற்றிச் சுவைபட விவரித்துள்ளார் (Encyclopedia of Religion and Ethics, viii.232-3);'மணிமஞ்சரி, 'மத்வவிஜய' ஆகியவற்றின்படி பீமனால் கொல்லப்பட்ட பேய், பிசாசுக் கூட்டத்தின் தலைவனான மணிமத் என்பவன் ஒரு விதவையின் வயிற்றில் பிறந்த வேசி மகன்". அவன் 'சூன்ய மார்க்கம்' மற்றும் 'நிர்க்குணத்துவம்' எனும் கோட்பாட்டைக் கண்டுபிடிக்கிறான்; அவனைப் பிசாசுக் கூட்டம் தமது இரட்சகனாகக் கொண்டாடுகிறது; அவர்களின் ஆலோசனையின் பேரில் அவன் பவுத்தர்களுடன் சேர்ந்து கொண்டு வேதாந்தத்தின் போர்வையில் அம் மதத்தைப் போதிக்கிறான்". இறுதியாக, "இந்தத் 'திருடன் மணிமத் சங்கர"னின் தத்துவத்தை அடியோடு அழித்திட வாயு பகவான் மத்வர் வடிவங் கொண்டார் ;

31 Satkari Mukherjee inCultural Heritage of India , iii.112. ;

32 அதே நூல். 110;

33 அதே நூல்,110;

34 நியாயசூத்திரம், ii.1.68;

35 வைசேசிக - சூத்திரம், ii. 1.18, இதனை எஸ்.என்.தாஸ்குப்தா அவர்களின் "இந்திய தத்துவத்தின் வரலாறு" எனும் நூலின் தொகுதி-i பக்கம் 282இல் உள்ள பின்வரும் குறிப்புடன் ஒப்பு நோக்குக. "வைசேசிக - சூத்திரம் ii.1.3

மற்றும் x2.9 என்பது: வேதம் கடவுளின் வாக்கு ஆதலால் அது செல்லத்தக்கதே எனக் கருதப்பட வேண்டும்' எனப் பொருள்படும் என்று உபஸ்காரர் விளக்குகிறார்; ஆயின் இந்த மூல வாசகத்தின் எப்பகுதியிலும் கடவுளை (ஈஸ்வரனை)ப் பற்றிய குறிப்பே இல்லாததால் இதனைப் பிற்கால நியாய- வைசேசிகக் கருத்துக்களை (ஆதி) வைசேசிகத்தில் நுழைக்கிற வேலை எனவே கருத வேண்டும்."

36 Garbe in Encyclopedia of Religion and Ethics , xii. 831-2;

37 Chanda in Memoris of the Archaelogical Survey of India, xli..25; Marshall i.53-4;Wheeler plate xii.A.

38 " Dasgupta, History of India philosophy" i.228-9

39 Garbe in Encyclopedia of Religion and Ethics II. 185.

40 Cohen in Encyclopedia of Social Sciences ii. 293.

41 H.P.Sastri , Haraprasada Racanavali(in Bengali) ii.389-97 Quoted by Suniti Kumar Chatterjee in intrduction to R.C.Dutt's Bengali translation of Rgveda(reprinted Calcutta 1963

42 அதே நூல், அதே பக்கம் - எளிய மொழியாக்கம்.

43 Marx & Engels ,On Religion , 25.

44 ரிக் வேதம், iv. 18.12

45 Macdonell A. A. ,Vedic Mythology , Strassberg , 1897, p65

46 இந்திரன் இதன் பொருட்டே ரிக் வேதம் முழுவதும் பாராட்டு பெறுகிறான்;

47 கிடைப்பதைத் தமக்குள் பகிர்ந்து கொள்வது பழங்குடி மக்களின் வாழ்முறை என்பதை அறிந்திட பிரிஃபால்ட் (Briffault,. R.The Mothers , London , 1952 , ii.493ff......) மற்றும் தாம்சன் (Thomson G. "Studies in Ancient Greek Society", Vol.I , 1949 , p..297.ff....) ஆகியோரைப் படிக்கவும். இந்த வழக்கம் நடைமுறையில் இருந்ததற்கான தடயங்களுக்குத் தாம்சன் அவர்களின் (Aeschylus and Athens , London 1941, pp. 38-44) நூலைப் பார்க்கவும். 'பாகம்' மற்றும் 'அம்சம்' எனும் வேதக் கருத்துகள் அந்த வாழ்முறையின் சின்னங்களே என வேறோர் இடத்தில் நான் வாதிட்டிருக்கிறேன்: (எனது நூல், Lokayata, New Delhi , 1959 , p. 565ff..).

48 பின் வரும் ரிக் வேத வரிகள் ஆர்வத்தைக் கிளறக் கூடியவை: i.129.2 எனும் பாடலில் 'பெரும் போர்களில் திறன் மிக்கக் கொலைஞன்' எனவும், 'பிறர் துணையுடன் மனிதர்தம் ஆற்றலைப் பெருக்குபவன் 'என்றும் இந்திரன்அழைக்கப்படுகிறான்; ஆனால் இவ் வரிகள் அமைந்துள்ள சூழல் அவன் மாருதிகளின் உதவியுடன்தான் இதனைச் சாதித்தான் எனக் கருதத் தூண்டுகிறது; சயானா (Sayana) அவர்கள் இப்பாடலில் வரும் "மனித உயிர்கள்" என்பதை" 'ஆரம்பத்தில் மனிதராய் இருந்து பின்னர் தெய்வீகத் தன்மை பெற்றதால் மாருதிகள் எனும் தேவதைகள் ஆனோர்" என்றே புரிந்து கொள்ள வேண்டும்" என்கிறார். மீண்டும், i.20.1 எனும் பாடலைப் பற்றிய விளக்கவுரையில், ருபுக்கள் (Rbhus) ஆரம்பத்தில் மனித உயிர்களே என ஒப்புக் கொள்கிறார்; i.110.4 எனும் பாடல், மறையும் இயல்புடைய மனிதராய் இருந்து அழியா வரம் பெற்றவர்கள் என ருபுக்களை விளித்திருப்பது அவரின் கூற்றை வலுப்படுத்துகிறது. ரிக் வேதப் பாடல் iii.54.17 அஸ்வின்கள் தெய்வ நிலைக்கு உயர்த்தப்பட்டு 'தேவ பவதர்' (deva bhavatha) ஆயினர் என்கிறது; இவை போன்ற மேலும் பல சான்றுகளை

ரிக் வேதத்திலிருந்து எடுத்துரைக்க முடியும்; அது மட்டுமன்று; இந்திரனைப் போன்ற பெருந் தெய்வங்கள் கூடச் சாதாரண மனிதர்கள் என்றே குறிப்பிடப்பட்டுள்ளனர்: காண்க: i.30.9, iv.2.5, இன்னபிற).

49 நான் வேறோரிடத்தில் 'சபா', 'சமிதி' போன்ற வேதக் கருத்துகளில் இதன் சான்றுகளை எடுத்துரைத்துள்ளேன் (என் நூல், Lokayata, New Delhi , 1959 , p.582ff....);

50 ரிக் வேதப் பாடல்கள்: i.26.3.,i.63.4.,i.100.4.,iii.31.8.,iii.39.5.,iii.43.4.; இன்னும் பல.. இவை இந்த நூலில் எளிதாகக் காணக் கிடக்கிற எண்ணற்ற சான்றுகளில் ஒரு சில மட்டுமே..

51 ரிக் வேதப் பாடல்கள் vi. 49.14; iii54.20;போன்றவை

52 ரிக் வேதப் பாடல் x. 97உடன் அதர்வ வேதப் பாடல் vi.136.1ஐ ஒப்புநோக்குக

53 ரிக் வேதப் பாடல்கள் ஸ்ii.34.23;10.64.8 போன்றவை

54 ரிக் வேதப் பாடல் x.146;

55 ரிக் வேதப் பாடல்vi.75.

56 ரிக் வேதப் பாடல்x.162

57 ரிக் வேதப் பாடல்x.163;

58 ரிக் வேதப் பாடல் x.164

59 என் நூல் Lokayata, New Delhi , 1959,p. 534ff...&Bharathiya Darsana (in Bengali), pp. 133-235); "ஆத்திகத்திற்கு முன்" எனும் சொல்லை ஏன் நான் பயன்படுத்துகிறேன் என்பதை விளக்கிட வேண்டுமென விழைகிறேன்: வேதத் தத்துவச் சிந்தனை பல கடவுளில் தொடங்கி தலைக் கடவுள் (அதாவது முதன்மைக் கடவுள்) வழியாக ஒரே கடவுள் எனும் கோட்பாட்டை எய்தியதாகச் சொல்வது வழக்கம்; இது சாத்தியமாக அச் சிந்தனையின் வளர்ச்சிக் கட்டம் ஒவ்வொன்றிலும் மத உணர்வு மேலோங்கி இருந்திருக்க வேண்டும். மாறாகக் காய்தல் உவத்தலின்றி நடுநிலையாக வேதங்களை ஆய்ந்திடும் எவரும் ஆதி வேத காலம் நெடுகிலும் வேத காலச் சிந்தனையின் ஆரம்ப கட்டத்தில் அவ்வாறான சமய உணர்வு என்பதே தென்படவில்லை என்பதை அறிவார்! ரிக் வேதத்தில் இந்த சிந்தனையின் அடையாளங்கள் ஏராளம்! பல கடவுள் கோட்பாடு என்பது கூட இங்கே (அத்தகைய ஆரம்ப கட்டத்துக்கு) அவ்வளவு பொருந்தாது.

60 Winternitz , M., "A History of Indian Literature ,Vol.. i., Calcutta , 1927 , p. 98.

61 அதே நூல், i.100

62 இது பற்றி வேறோரிடத்தில் சுருக்கமாக விவாதித்துள்ளேன் காண்க: "Lokayata," New Delhi , 1959, pp. 527-665 &Bharatiya Darsana (Bengali) 133-235

63 Upton in "Encyclopedia of Religion and Ethics, ii.173

64 இங்கே நான் 'ஆவணச் சான்று' எனும் சொற்றொடரைப் பயன்படுத்தியதற்குக் காரணம், சாங்கிய தத்துவம் பற்றிய மிகப் பழைய ஆய்வுக் கட்டுரை கி.பி. 2ஆம் நூற்றாண்டைச் சேர்ந்தது என வழக்கமாகக் கருதப்பட்டு வருகையில், தண்டேகர் (Dandekar in ABORS 1968. 444) போன்ற சில தற்கால அறிஞர்கள் சாங்கிய நாத்திகத்தின் வரலாற்றை வேத காலத்திற்கு முந்தைய ஆரியமல்லாத சிந்தனைத் தொகுப்பில் தேடுதல் வேண்டுமெனச் சரியாகவே கருதுவதால் தான்.)

65 Hiriyanna M, "Outlines of Indian Philosophy" London , 1956 , p. 83 .

66 ''Radhakrishnan, "Principal Upanisads", London , 1953, p.706

67 ஸ்வே.உப. vi..21: ஸ்வேதஸ்வதரோத வித்வான். 'ஸ்வேதஸ்வதரா' என்பதன் நேரடிச் சொற்பொருள் "வெள்ளைக் கோவேறு கழுதை' என்பதாகும்; இது இனக் குழுக் குறியீடு சார்ந்த பண்டைய நம்பிக்கையைக் குறிப்பதாகத்தான் இருக்க முடியும்; சங்கரானந்தா (Samkarananda) எனும் மரபுசார் விளக்கவுரையாளர் இப் பெயரில் ஏதோ ஆன்மீகச் சிறப்பு இருப்பதாக எண்ணி "தூய புலன்களைக் கொண்ட ஒன்று" (ஸ்வேதா= வெண்மை= தூய்மை+அஸ்வ= புலன்கள் அல்லது இந்திரியங்கள்) என அதை விளக்க முயன்றார்; ஆயின் இது வொரு சுத்தமான கற்பனை இந்த உபநிடதத்தை ஆக்கியவரின் பெயர் ஸ்வேத அஸ்வ அன்று, 'ஸ்வேதஅஸ்வதர' என்பதாகும்; அப்படியே 'அஸ்வ' எனில் புலன்கள் என வைத்துக் கொண்டாலும் 'அஸ்வதர' எனில் வெண் கோவேறு கழுதை என்றே பொருள்படும். இராதாகிருஷ்ணன் இப்பெயரை "வெண் கோவேறு கழுதையைக் கொண்டவன்" என மொழி பெயர்த்திடத் தோதாக 'ஜரத்-கவ' (Jarat-kavah} என்றால் "கிழட்டு மாடுடையோன்" எனப் பொருள் கொள்கிறார்; ஆனால் சமஸ்கிருத இலக்கணப்படி 'ஜரத்-கு' (Jarath-gu) என்றால்தான் அப்பொருள் வரும், ஜரத்-கவ (Jarath-gava) எனில் வராது).

68 ஸ்வே. உப.i. 1.

69 G. Kaviraj in Sarasvati Bhavan Studies ii.93 & Radhakrishnan in "Principal Upanisads", 709 .

70 ஸ்வே. உப. i. 2

71 (சங்கரர் 'யோனி'யை அதன் இரண்டாம் வகை அர்த்தத்தில்-அதாவது 'காரணி' எனும் பொருளில் - பயன்படுத்தவும் அதை ஈஸ்வர வாதத்திற்கு எதிரான 'யோனி சப்த சம்வத்யதே' (yonisabdah samvadhyate), காலோயோனி கரணம் ஸ்யத்.... (kalo yonih karanam syat....) போன்ற அத்தனை மாற்றுகளுக்கும் தொடர்புபடுத்தவும் வேண்டும் என்றார் (காண்க: Phanibhusana T., Nyaya-Darsana (Bengali) , Calcutta, 1324-36 (Bengali years), iv. 147n). ஆனால் தருக்கப் பாங்கில் பார்த்தால் இந்த விளக்கம் அவ்வளவாகப் பொருந்தவில்லை; எனவேதான் ஹியூம், இராதாகிருஷ்ணன் ஆகியோர் அதை ஏற்கவில்லை. மேலே காண்பிக்கப்பட்டுள்ள பத்தி 'காரணம் எது?' எனும் கேள்வியுடன் தொடங்குகிறபோது அதற்கு அடுத்த பாடலில் அதே 'காரணம்' என்பதற்கு இன்னொரு சொல்லைப் பயன்படுத்திட சிறப்புக்காரணம் ஏதும் இருந்திருக்க வாய்ப்பில்லை; அத்துடன், 'யோனி' எனும் சொல்லைப் பெண்ணின் கருப் பை எனும் பொருளில் கொள்ளாவிடில் இப்பட்டியலில் இடம்பெற்றுள்ள மிகப் பழைமை வாய்ந்ததும், நன்கு பிரபலமானதுமான 'வாமோத்பூதம்' (vamodbhuta)--அதாவது, 'பெண்மைத் தத்துவத்திலிருந்தே பேரண்டம் தோற்றம் பெற்றது' - எனும் வானியல் - இயற்பியல் ஆய்வுமுறையையும் தவறவிட்டு விடுவோம்! இந்த வானியல் - இயற்பியல் ஆய்வு முறையில் சாங்கியக் கண்ணோட்டம் எவ்வாறு தோன்றியிருக்கும் என்பது குறித்து நான் வேறோரிடத்தில் விவாதித்துள்ளேன்; (எனது நூல், Lokayata,pp.269-458.) இங்கே 'யோனி' எனும் சொல்லைக் கொண்டே சாங்கியக் கண்ணோட்டம் குறிப்பிடப்படுகிறது).

72 Radhakrishnan , S.Principal Upanishads, London 1953, p. 709

73 அதே நூல், பாகம் 8.

74 ரிக் வேதம். X.90 இதனுடன் சட்டோபாத்யாயாவின் 'லோகாயதம்', புது தில்லி1939. பக்.242 முதலாக சட்டோபாத்தியாயாவின் உள்ளவற்றை ஒப்புநோக்குக.

75 ஸ்வே. உப. i. 2.

76 Radhakrishnan , S "Principal Upanhishads, London, 1953, 709-10

77 ஸ்வே. உப. i.3

78 Basham, A.L. ,The Wonder That Was India, Calcutta, 1963 p. 498

79 Susruta-samhita, sarirasthana , i. 11.

80 மகாபாரதம், சாந்தி பர்வம்,232.21ஐப் பற்றிய நீலகந்தர் (Nilakantha) அவர்களின் உரை நூல், 232.21, பூனா, 1932

81 சிலங்க (Silanka) எனும் சமணத் தத்துவ ஞானி "லோகாயதத்துக்கும், சாங்கியத்துக்கும் சொல்லத் தக்க அளவுக்கு வேறுபாடு ஏதுமில்லை "எனக் கருதுவதாக எஸ். என். தாஸ்குப்தா அவர்கள் கூறுகிறார் (இந்திய தத்துவ வரலாறு 5 தொகுதிகள், iii.527, கேம்பிரிட்ஜ், 192255. சங்கரர் ii.9.2 எனும் பிரம்ம சூத்திரம் பற்றிப் பேசுகையில் சாங்கியர் லோகாயதத்தை மேற்கோள் காட்ட வைத்தார் என்பது இங்கே குறிப்பிடத் தக்கது.

82 ஸ்வே. உப. vi. 6.

83 Barua, A History of Pre-Buddhistic Indian Philosophy, p. 199ff……

84 (S.N. (Dasgupta, Indian Idealism, Cambridge 1962, II p.66 S Radhakrishnan, Principal Upanisads, London, 1953, p.709; இவர் மகாபாரதத்தின் சில பத்திகளையும் எடுத்துக்காட்டுகிறார்).

85 G.Kaviraj in Sarasvati Bhavan Studies, ii. 109.

86 Nilakantha on Mahabarata, santiparva , 232.21 (ed. Poona 1932).

87 டாலனர் (Dahlana), நீலகந்தர் (Nilakantha) ஆகியோரின் ஆலோசனைக்கு இணங்க விதிக் கோட்பாட்டை மீமாம்சகருடையது என்கிறார் கவிராஜ் (G. Kaviraj in Sarasvati Bhavan Studies II.103 ) ; ஆயின் இது வலிந்து பொருள் கொள்வதாகத் தெரிகிறது; மக்காளி கோசாளர் எனும் புத்தரின் சம காலத்தவர்தான் (Makkhali Ghosala ) இக் கோட்பாட்டின் கடைசிப் பிரதிநிதி: காண்க: Basham A. L. , History and Doctrine of the Ajvikas , London , 1951, 224ff

88 B.Russell, Religion and Science, London, 1936, p. 19 . ஐரோப்பிய வரலாற்றில் மதத்துக்கும் அறிவியலுக்கும் இடையில் நடந்த மோதலின் சுருக்கமான விவரத்தை அறிந்திடக் காண்க: J.B.Bury, A History of the Freedom of Thought, Londin, 1913)

89 E. Haeckel, The Riddle of the Universe , London , 1934 p. 225 .

90 Bertholet in Encyclopaedia of Social Sciences, xii. 230

91 சாந்தரக்சிதரின் (Santaraksita) தத்துவ சம்கிரஹம், பாடல்கள் 106 முதலானவை; பிற்கால நையாயிகரிடம் (Naiyayikas) காணப்பட்ட இதே போன்ற போக்கு பற்றி அறிந்திடக் காண்க: பானிபூசனரின் நியாய தரிசனம் (வங்க மொழியில்), iv. 150 முதலானவை (T. Phanibhusana, Nyaya-darsana, 5 Vols, Calcutta (1324-36, Bengali years);

92 Vallee Poussin, Encyclopaedia of Religion and Ethics, viii. 494; G. Kaviraj in Sarasvati Bhavan Studies, ii. 94

93 'காரணியின் மாயத் தோற்றம் அல்லது விவர்த்தம்' எனும் அத்வைதக் கோட்பாட்டுடன் 'காரணியின் பரிணாமம் அல்லது மெய்யான மாற்றம்' எனும் சாங்கியக் கோட்பாட்டை ஒப்பு நோக்குக).

94 T. Phanibhusana, Nyaya-darsana, 5 Vols, Calcutta (1324-36,Bengali years), iv. 141ff).

95 "பட்டறிவுக்கு அப்பாற்பட்டது, இயற்கைக்கு மேலானது, ஆன்மீக வயமானது' என்றெல்லாம் அழைக்கப்படுகிற எதையும் கணக்கில் கொள்ளாத அல்லது கணக்கில் கொள்ளாதிருக்க முயல்கிற கருதுகோளின் அனைத்து

வகைகளையும் உள்ளடக்கியது" எனும் பொருளிலானது இம் மொழி பெயர்ப்பு; "இது எப்போதும் அறிவியலின்பால் கொண்டுள்ள ஆர்வத்தின் வெளிப்பாடாகும் "-Niven, in Encyclopaedia of Religion and Ethics, ix. 195).

96 ஸ்வே. உப., i. 2. குறித்து சங்கரர்

97 Samkarananda, "Dipika," i. 2

98 Amalananda Sarasvati, "Kalpataru," , ii. 1. 33.

99 Gunaratna, "Tarkarahasyadipika," 13.

100 Gunaratna, Tarkarahasyadipika, 15.

101 Hiriyanna, Outlines of Indian Philosophy, London, 1956, p. 103

102 Hiriyanna, Outlines of Indian Philosophy, London, 1956, p. 104.

103 Hiriyanna, Outlines of Indian Philosophy, London, 1956, p. 103-4.

104 Hiriyanna, Outlines of Indian Philosophy, London, 1956, p. 104

105 Asvaghosa, "Buddhacarita," ix. 52,

106 "Lankavatara-sutra" (ed. Kyoto 1923 p. 184

107 Mahabharata, santiparva, ch.s 179, 222, 224, 232, etc.(ed. Gita press).

108 Mahabharata, santiparva, ch.s 179, 222, 224

109 Santaraksita, Tattvasamgraha, verses 110ff & Gunaratna, Tarkarahasyadipika, 13

110 Gunaratna, "Tarkarahasyadipika", p.13

111 ii .2 3 முதலான பிரம்ம சூத்திரங்களின் மீதான தனது குறிப்புரையில் இயற்கை வாதத்தைச் சாங்கியத்துடன் தொடர்புபடுத்தினாலும்i.12 எனும் பிரம்ம சூத்திரத்தை விளக்க வந்த சங்கரர் அதைத் தனியான கோட்பாடாக அங்கீகரிப்பது போல் தோன்றியது. ஆயினும், அவரின் விவாதமெங்கிலும் அடிப்படையில் அதன் ஆத்திக எதிர்ப்புக் கண்ணோட்டத்தை வலியுறுத்துகிறார்).

112 "svabhavam bhutacintakah" in Mahabharata,Santiparva, 232.19 (Gita-press ed.).

113 Quoted by G. Kaviraj, in Saraswati Bhavan Studies, ii. 95n

114 G. Kaviraj, in Saraswati Bhavan Studies, ii. 98n

115 Madhavacarya, Sarvadarsanasamgraha.( Anand. Ed. 1928.p 4.

116 G. Kaviraj in Sarasvati Bhavan Studies, , ii. 95 .

117 இதுவொரு மலிவான அவதூறு; நியாய சூத்திரம்i.2.3 -இன்படி சரியானதென நிறுவுவதற்குத் தோதான நேர்மறைக் கருதுகோள் ஏதுமற்ற விவாதத்தையே 'விதண்டாவாதம்' என்பர்; ஆனால், லோகாயதர்களிடம் "கரடு முரடான பொருள் முதல்வாதம் "எனும் நேரிய கோட்பாடு இருந்தது.

118 G. Kaviraj in Sarasvati Bhavan Studies, ii. 100 n. இவ்வுலகம் ஆதி மூல அல்லது பரம்பொருளிலிருந்தே பரிணமித்தது என்று கருதியதாலேயே சாங்கியம் இயற்கை (ஸ்வபாவ) வாதத்தை ஏற்க வேண்டி வந்தது; சாந்தரக்சிதர் உரைப்பதுபோல்: "பரம்பொருளிலிருந்து தன்னந் தனியாகத் தாமே அத்தனைப் பொருட்களும் அனைத்து வகையான ஆற்றல்களுடனும் பரிணமிப்பதுடன் அப் பரம்பொருளிலேயே அவற்றின் சாரம் அடங்கியும் உள்ளது

119 M. Hiriyanna , Outlines of Indian Philosophy , London, 1956, p. 106.

120 இச் சூத்திரத்தில் தற்செயல் வாதத்துக்குரிய குறிப்பு தென்படுவதாகக் கூறுவது கொஞ்சமும் ஏற்புடையதன்று என்பதை அறிந்திடக் காண்க : T. Phanibhusana, Nyaya-darsana, 5 Vols, Calcutta(1324-36,Bengali years), iv.143

121 W. Ruben, Die, Nyaya-sutras, p. 103.

122 W. Ruben, N 212

123 R.E. Hume,, Thirteen Principal Upanisads, Oxford 1921, p.8

124 "svabhava iti parinamavadinam samkhyanam--- " Nilakantha on Mahabharata, santiparva232.21 (ed. Poona 1932)

125 ( "samkhyanam svabhavo nama kascit karanamasti"--- (Gaudapada on Samkiya-karika, 27);

126 Samkara on Brahma-sutra ii. 2. 3 .

127 Samkara on Brahma-sutra ii. 2. 5.

128 Sv. Up. vi.1.

129 Sv. Up. vi.1. 10.

130 Sv. Up. vi.. 10.

131 " Sv. Up. vi. 10.

132 Sv. v. 2. இந்த உபநிடதத்தின் வேறெந்தப் பத்தியும் இவ்வளவு மோசமாகப் புரிந்து கொள்ளப்படவில்லை; ஹிரண்ய கர்பாவைப் (Hiranyagarbha) பற்றியும் ஏறத்தாழ இத்தகையதொரு குறிப்புரை இந்த உபநிடதத்தில் வருவதால் (iv.12. & iii. 4 ) இப் பத்தியில் உள்ள "கபில முனிவர் "என்பது அவரையன்றி ஹிரண்ய கர்பாவையே குறிக்கிறது என வாதிடுவது வழக்கம்! இதற்கான தருக்க நியதியைப் புரிந்து கொள்ள முடியவில்லை; இப் பத்தியின் தெளிவான வாசகம் இக் கூற்றை முற்றிலும் ஆதாரமற்றது என்பதைப் புலப்படுத்துகிறது; காளிவர வேதாந்தவாகீசர் (Kalivara Vedantavagisa ) எனும் புகழ் வாய்ந்த மரபுசார் அறிஞர் இப்பத்தியின் தெளிவான அர்த்தத்தை ஒப்புக் கொண்டு அதற்கு இணையான இன்னொரு செய்யுளை "ஸ்மிருதி: 'சாங்கிய தர்சனம்' எனும் நூலிலிருந்து எடுத்துக் காட்டுகிறார் (smrti:Samkhya-darsana, (Bengali), 10.

133 " Garbe in Encyclopaedia of Religion & Ethics, xi. 189. அதே சமயம், சாங்கியத்துக்கு ஒரு வகையான ஆத்திகச் சாயலை வலிந்து புகுத்தும் முயற்சி குறிப்பாகப் புராணங்களில் மேற்கொள்ளப்பட்டுள்ளது என்பதை இங்கே கவனத்தில் கொள்வது அவசியம்

134 Samkara on Brahma sutra ii. 1. 12.

135 Samkara on Brahma sutra ii. 1. 1.

136 அதே நூல், அதே பக்கம்.

137 Samkara on Brahma sutra ii. 1. 12.; ii. 2. 17.

138 Dandekar in Annals of the Bhandarkar Research Institute 1968, P.444

139 கபிலரிடம் நேரடியாகப் பயின்ற மாணவர் ஆசூரி (Asuri); ஆசூரியிடம் நேரடியாகப் பயின்றவர் பஞ்சசிகர் (Pancasikha); சனகர் (Sanaka), சனந்தர் (sananda), வோது (Vodhu) போன்ற பல புகழ் வாய்ந்த பழங்கால சாங்கிய ஞானிகளும் இருந்துள்ளனர் (காண்க: ஹெச். பி. சாஸ்திரியின் பவுத்த தர்மம் (வங்க மொழியில்), பக். 38); எனினும் இதற்கு மேல் அவர்களைப் பற்றி எதுவும் தெரியவில்லை.

140 'சாங்கிய-காரிகை' எனும் நூலில் (Samkhya- karika 72) குறிப்பிடப்பட்டுள்ள சஸ்தி- தந்திரம் ( Sasti-tantra ) அவற்றில் மிகப் பிரபலமானது; தாஸ்குப்தா அவர்களின் 'இந்திய தத்துவ வரலாறு' எனும் நூலையும் நோக்கவும் Dasgupta, History of Indian Philosophy, i. 219

141 வெறும் சாங்கிய தத்துவம் சார்ந்த தலைப்புகளின் பட்டியலை மட்டுமே கொண்டதும், கி. பி. 14ஆம் நூற்றாண்டில் தொகுக்கப்பட்டதென தாஸ்குப்தா

அவர்களால் (Dasgupta, History of Indian Philosophy, i. 212.) கருதப்படுவதுமான தத்துவசமச (Tattvasamasa) எனும் நூல் இதில் அடங்காது

142 Dasgupta, History of Indian Philosophy, i. 212.

143 Dasgupta, History of Indian Philosophy,i.218: "சாங்கியம் பற்றி ஈஸ்வரக்ருஷ்ணாவைப் போலவும், மகாபாரதத்தின் இதர பகுதிகளில் உள்ளது போன்றும் கி.பி.78- ஆம் ஆண்டைச் சேர்ந்த சரகர் (Caraka) பேசவில்லை என்பதே ஈஸ்வரக்ருஷ்ணாவின் சாங்கியம் பின்னாட்களில் மாற்றத்துக்குள்ளான ஒன்று என்பதற்கும், சரகர் (Caraka) காலத்தியதன்று என்பதற்கும், பழங்காலத்திய அதிகார பூர்வமான சாங்கியப் பார்வை அன்று என்பதற்கும் திட்டவட்டமான சான்றாகும்; விந்தியவாசின் (Vindhyavasin) தன் கருத்துக்கேற்ப சாங்கியத்தைத் திருத்தினார் என்பதற்குத் திபெத்திய ஆதாரங்களை மேற்கோள் காட்டுகிறார் வாசிலியெவ் (Wassiliev); 'விந்தியவாசின் (Vindhyavasin)' என்பது ஈஸ்வரக்ருஷ்ணாவின் பட்டப் பெயர் என்கிறார் தக்கக்குசு (Takakusu) அவர்கள்);

144 R.Garbe, The Samkhya Pravacana Bhasya ,pref. ix.

145 கார்ப் அவர்கள்கூறுகிறார்: " சாங்கிய சூத்திரங்களிலுங் கூட.... அதன் கோட்பாடு கலப்படமின்றி அப்படியே அசலாக வெளிப்படவில்லை; ஏனெனில் அவை ஒருபுறம் தமக்கிடையிலான மாறுபாடுகளையும், மறுபுறத்தில் உபநிடதங்கள், வேதாந்தம் ஆகியவற்றினுடைய போதனைகளையும் பூசி மெழுகிடும் வகையில் அவற்றை விளக்கிட முயற்சிக்கின்றன... வேதாந்தத்தின் தாக்கத்தால் ஏற்பட்டவை என நமக்கு நன்கு புலப்படும் விளைவுகளைச் சாங்கிய சூத்திரங்கள் பல இடங்களில் தெளிவாகக் காண்பிக்கின்றன; iv.1.1 எனும் வேதாந்த சூத்திரத்தை அப்படியே எடுத்தாள்கிற iv.3 எனும் சாங்கிய சூத்திரத்திலும், 'பிரம்ம ரூபதா' (brahmarupata) எனும் வேதாந்த கலைச் சொல்லுக்கு ஈடான சாங்கிய வார்த்தையைத் தவிர்த்துவிட்டு அதை ('பிரம்ம ரூபதா' (brahmarupata)வை அப்படியே பயன்படுத்தும் v.116 எனும் சாங்கிய சூத்திரத்திலும் அத் தாக்கம் மிகவும் தெளிவாகத் தென்படுகின்றது") (R.Garbe, The Samkhya Pravacana Bhasya ,pref. xi.) .

146 Dasgupta, History of Indian Philosophy, i. . 222-3

147 (சாங்கிய -காரிகாவை விளக்கியோரில் கவுட பாதரும் (Gaudapada), வாசஸ்பதி மிஸ்ரரும் நன்கறியப்பட்டவர்கள்; முதலாமவர் வேதாந்தி; பின்னவர் சங்கரரின் பிரம்ம சூத்திரம் பற்றிய தனது 'பாமதி' எனும் உரை நூலின் பெயரில் 'அத்வைத வேதாந்தப் பிரிவை ஏற்படுத்தியவர் என்பதால் அவரும் வேதாந்தத்தின் சார்பாளராகவே இருந்திருக்க வேண்டும்; சாங்கிய-சூத்திரத்தை விளக்கியோரில் அனிருத்தரும், வேதாந்த விரிவுரையாளரான மஹாதேவரும், தனக்குத் தானே 'வேதாந்திப்பட்டம் சூட்டிக் கொண்ட விஞ்ஞானபிட்சுவும் பிரபலமானவர்கள்

148 Th.Stcherbatsk, 'Buddhist Logic,' Leningrad, 1932 , i.47-8

149 Vignanabhiksu Intro. To the commentary on the Samkhya-sutra

150 K.C.Bhattacharya ,,Studies in Philosophy, Vol.i. , (Calcutta, 1956), p.127

151 Samkhya-Karika 72.

152 Gaudapada on, , Samkhya-karika, 61.

153 இது பின்னாட்களில் சாங்கியத்தின் மீது வலிந்து ஏற்றப்பட்ட சுயதொடர்ச்சியற்ற கருத்து (D. Chattopadhyaya Lokayata, 383 ff, New Delhi 1959 )

154 Vacaspati on Samkhya-karika 57 .

155 Madhava, 'Sarvadarsanasamgraha' (Anand,ed) 120

156 Madhava, 'Sarvadarsanasamgraha' (Anand,ed) 121 ;சான்றாக, மாதவர் பின்வரும் வார்த்தைகளுடன் சாங்கியம் குறித்த தனது விவரிப்பை இறுதிப் படுத்துகிறார்: "nirisvara-samkhya-sastra-pravartaka-kapila.....," 'சாங்கியத்தின் நிறுவனராம் கபிலர்'—

157 'Samkhya - sutra. V.2-12, 4b; 126-7

158 ' Samhya-sutra ', i.92-5, iii.57;vi.64-5

159 ' Samhya-sutra ', i.89

160 ' Samhya-sutra ', i.92

161 Vijnanabiksu on Samkhya-sutra, i.92

162 ' Kalivara Vedantavagisa, Samkya-darsanam (Bengali} 222

163 Garbe, The Samkya Pravasana Bhasya (HOS 2); Cambridge, 1895,pref. xii;

164 " Samkhya-sutra i.93

165 காண்க: அதே நூல், பக்.i. 94.

166 Vignanabiksu on Samkhya-sutra v.1.

167 Samkhya-sutra v.2.

168 அதே நூல், v.3.

169. அதே நூல், v.4.

170 அதே நூல், v.5.

171 அதே நூல், v.67.

172 அதே நூல், v.126

173 அதே நூல், பக் 127.

174 அதே நூல், V.10.

175 Samkhya-Karika , 4 & Samkhya-sutra i.87ff

176 (Zimmer 281; Garbe R. , Aniruddha's Commentary on the Original Parts of Vedantin Mahadeva's Commentary on the Samkya Sutras , Calcutta ,1892 , intro. xx-xxi; H.P. Sastri , Bauddha-dharma (Bengali) 37; etc.

177 Vijnanabiksu on Samkhya-sutra v.10

178 Samkhya-sutra , v.11.

179 Nyaya-sutra i.1.5

180 Vatsayana on Nyaya-sutra i.1.5

181 Jacobi in, "Nachrichnen der konigl Gesellschaft der Wissenschaften zu Gottingen",. , 1896, pp. 43 ff & in "Zeitschrift der deutschen Moreganlandischen Gesellschaft" lii.1ff and Pischel R. , in Laben und Lehre des Buddha", Leipzig, 1905 , pp. 65ff) ;Cf. Garbe, "Aniruddha's Commentary on the Original Parts of Vedantin Mahadeva's Commentary on the Samkhya-Sutras, intro. xx-xxi;;H.P.Sastri Bauddha-dharrma (1355, Bengali year} , Calcutta 1892 p. 37; Thomas E.J., The Life of Buddha , p. 193; Keith A.B. , Buddhist Philosophy pp.138ff; etc.).

182 H.P.Sastri, Bauddha-dharma, (Bengali), 37. 'புத்த சரித்தின் 12ஆம் பகுதியில் 17ஆம்பக்கம் தொடங்கி (Buddhacarita xii.17ff.) பல பக்கங்களில் புத்தரின் ஆரம்பகால ஆசிரியரான ஆராதர் (Arada} என்பார் சாங்கிய ஆதரவாளர் எனக் குறிப்பிடப்பட்டுள்ளதை அஸ்வகோசர் (Asvaghosa) ஒரு முக்கியச் சான்றாக வலியுறுத்துகிறார்; ஷ்மிட் (Shmidt), விண்டிஷ் (Windisch) ஆகியோரின் இதே போன்ற வாதங்களை அறிந்திட தாமஸ் அவர்களின் 'புத்தரின் வாழ்க்கை' எனும் நூலின் 229ஆம் பக்கத்தைக் காண்க (Thomas E.J., The Life of Buddha,London , 1931); இதே 'புத்த சரிதம்' வைசேசிகத்தையும் புத்தருக்கு முந்தையது என்பதால் அதன் மேற்கண்ட சான்றை நிராகரிக்க

முயல்கிறார் கெய்த் அவர்கள் (Keith A.B., Buddhist Philosophy, P. 140, Oxford, 1923); ஆயினும் கவுடில்யருக்கு அதன் பழைய பெயரில்தான் வைசேசிகம் தெரிந்திருந்தது எனினும் கெய்த் நினைப்பதைப் போல அது உண்மையில் அவ்வளவு பிற்பட்ட காலப் பகுதியைச் சேர்ந்ததில்லை: காண்க: Chattopadhyaya D , Das Capital Centenary Volume, New Delhi 1968 , pp. 147f ,

183 Mahavagga, i.6.19. Tr. Oldenberg B 128..

184 Samyutta-nikaya, quoted & translated by Oldenberg B , 216-7

185 Mahavagga i.6.20-22

186 Geden in Encyclopaedia of Religion and Ethics, vi. 270

187 Vallee Poussin in Encyclopaedia of Religion and Ethics ii.183.

188 Vallee Poussin in Encyclopaedia of Religion and Ethics ii.183.

189 Asvagosa, Buddhacarita , quoted by Rathakrishnan in Indian Philosophy, i.456n.

190 Banerjee in 2500 Years of Budhisam, p. 100

191 அது உண்மையில் காத்யாயனி புத்திரரின் 'ஞானப் பிரஸ்தானம்' எனும் நூலுக்குரிய விளக்கவுரையாகும்

192 இந்த மகாயானிகள் மோசமான மூட நம்பிக்கைகளை ஏற்றுக் கொண்டவர்கள் என நாம் ஏற்கெனவே குறிப்பிட்டுள்ளோம்; என்றாலும் கடவுள் மறுப்பில் அவர்கள் உறுதிகாட்டினர்

193 Macdonell in Encyclopaedia of Religion and Ethics, viii. 88.

194 Alaka Chattopadhyaya 'Atisa and Tibet' 228ft.

195 ஆனந்தகுமார நியாய-தர்க்க தீர்த்தரின் 'வைபாசிக தரிசனம் 'எனும் வங்க மொழி நூலில் உள்ள 'கடவுள் மறுப்பு' எனும் அத்தியாயத்தைப் பின்பற்றி கடவுளுக்கு எதிரான வைபாசிக வாதங்களை விளக்கிட நான் முயன்றுள்ளேன்; அந் நூல் படிப்பதற்குக் கடினமானதெனினும் இந்திய தத்துவம் குறித்த மிகச் சிறப்பு வாய்ந்ததொரு படைப்பாகும்; வைபாசிக நாத்திகம் பற்றிய அத்தியாயத்தில் நான் மேலே குறிப்பிட்டுள்ள வாதங்களை மட்டுமின்றி பிற்கால ஆத்திகர்தம் வாதங்களை வைபாசிகர் எப்படி எதிர்கொண்டிருப்பர் என்றும் பண்டித ஆனந்த குமாரர் எடுத்துரைக்கிறார்; அவற்றை இங்கே நான் விவரிக்காமைக்குக் காரணம் இந்திய தருக்கவியலைப் பற்றி ஓரளவு ஞானமுடையவர்களால் கூட அவற்றைப் புரிந்து கொள்ள முடியாது என்பது மட்டுமன்று; ஆத்திகர்களின் வாதங்களுக்கு எதிரான ஏறத்தாழ இதே போன்ற பதில்கள் இதே மாதிரி மகாயான தத்துவ வாதியாகிய சாந்தரக்சிதரின் எழுத்துகளிலும் காணப்படுவதைப் பின்னர் ஆய்ந்திட உள்ளோம் என்பதும்தான்.

196 "bsTan- gyur mDo" cxxxiii.9 இத் திபெத்திய வடிவம் எளிதாகக் காணற் குரியது.

197 முதலில் 1904ஆம் ஆண்டில் செயின்ட் பீட்டர்ஸ் பர்க்கில் இருந்த இம்பீரியல் அகாடெமி ஆஃப் சயின்சஸ் எனும் அமைப்பால் அது வெளியிடப்பட்டது; அதன் ஆங்கில மொழிபெயர்ப்பும், ஸ்ட்செர்பாட்ஸ்கி (Stcherbatsky) பதிப்பித்தவாறான சமஸ்கிருத மூலம், திபெத்திய மொழியில் ("bsTan- gyur mDo" cxxxiii. 9 எனப்படும் அதன் நேர் மொழிபெயர்ப்பு ஆகியவற்றின் ஒளிப்படப் படிகளும் Indian Studies: Past & Present Vol. x , No.1 இல் இடம் பெற்றுள்ளன.

198 Samkara in "adhyasa-bhasya."

199 Samyutta-nikaya. See Oldenberg ,p. 249 & Hiriyanna , Outlines of Indian Philosophy, London 1956, p.142

200 Marx& Engels , Selected Works , ii. 65-6

201 Bodhicaryavatara ix . 119ff .

202 Hiriyanna , Outlines of Indian Philosophy , London, 1956, p. 243

203 Santaraksita , Tattvasamgraha, verses 46-93. Also Kamalasila's 'panjika' on these .

204 இதே வாதம், உதயணரின் நியாய-குசுமாஞ்சலியிலும் (v.1.) இடம் பெறுகிறது

205 'ஸ்யத்வாத மஞ்சரி' (Syadvadamanjari) என்பது கடவுள் கருத்துக்கு எதிரான இன்னொரு புகழ் மிக்க நூல்; நமது தற்போதைய நோக்கத்துக்குக் குணரத்னா அவர்களின் நாத்திக வாதங்களை மட்டும் இங்கே அலசுவோம்:

206 Brahma sutra ii .l. 11.குறிப்பாக, இது பற்றிய சங்கரரின் விளக்கம் இங்கே நோக்கத்தக்கது

207 வேதாந்திகளுக்கும் நியாய-வைசேசிகர்களுக்கும் இடையிலான முரண்பாட்டின் கூர்மை ஏற்கெனவே சங்கரரும் வாத்ஸ்யாயனரும் அவரவர் விளக்கவுரைகளை அறிமுகப்படுத்திய போதே தெளிவானது; செல்லத்தக்க (valid) அறிவின் கருவிகள் (பிரமாணங்கள்pramanas) எனப்படுபவை அனைத்துமே செல்லாதவை என்ற பிரகடனத்துடன்தான் சங்கரர் தனது வாதத்தைத் தொடங்குகிறார்; 'மாயை அல்லது அவித்ய' எனும் பொதுவான வரையறைக்குள் அவர் இயங்குகிறார்; வாத்ஸ்யாயனரோ அறிதலின் கருவிகள் (பிரமாணங்கள்) முற்றிலும் உண்மையானவை என்பதில் தொடங்கி அவற்றின் செல்தகைமையை (validity) நிரூபிக்க முயல்கிறார்.

208 ஒரு வேளை இது சாங்கிய தத்துவத்தின் தாக்கம் காரணமாக இருக்கலாம்; பிற்கால சாங்கிய சூத்திரத்திலுங்கூட (v.10.) "நிரூபணம் ஏதுமின்மையால் கடவுளின் இருப்பு மெய்ப்பிக்கப்படவில்லை "என அடித்துக் கூறப்பட்டுள்ளது.

209 Vatsayana on Nyaya-sutra, iii . 2.55

210 சங்கரர் iii.3.53. ஆம் பிரம்ம சூத்திரத்தை விளக்குகையில் இச் செயல் முறையைப்' படகுகள் பிணைக்கப்பட்ட கழியை ஊன்றுதல் போன்றது 'என்கிறார்;

211 Gunaratna, Tarkarahasyadipika , 115-124

212 எனினும், வேதங்களின் உண்மைத் தன்மை அல்லது செல்தகைமையை ( validity) நியாய-வைசேசிகம் அங்கீகரிப்பதை மிகுந்த எச்சரிக்கையுடனேயே நாம் அணுக வேண்டும்; கவுதமரும், வாத்ஸ்யாயனரும் வேதங்களின் உண்மைத் தன்மை அல்லது செல்தகைமையை ( validity) முறையாக (formally ) ஒப்புக் கொண்டனர் தருக்கப் பாங்கில் அதை அவர்கள் ஆதரிக்கவும் செய்தனர் - எனக் கருதிடும் வண்ணம் அவர்கள் நிலைபாடு இருந்தது என்றாலும் அவர்கள் அதில் பொடி வைத்தே தந்திரமாக அவ்வாறு பேசியுள்ளனர் என்பது வேதங்களின் அந்த செல்தகைமை (validity) என்பது ஆயுர் வேதத்துக்கும் (மருத்துவ நூலுக்கும்), பிரபலமான மாயமந்திரத்துக்கும் எவ்வளவு பொருந்துமோ அதைவிட அதிகமானதில்லை என்றும் குறிப்பிட்டதிலிருந்து தெளிவாகிறது>>> நியாயசூத்திரம் ii. 1.68 மற்றும் அதன் மீதான வாத்ஸ்யாயனரின் விளக்கவுரை ஆகியவற்றை நோக்குக.

213 'உள்ளியல்பாய் அமைந்திருத்தல்' (inherence) என்பதைப்' பிரிக்கப்பட முடியாதவற்றுக்குரிய என்றும் தொடர்கிற நிலைத்த உறவு" என்கின்றனர் நியாய - வைசேசிகர்; குப்புஸ்வாமி சாஸ்திரி இதனைப் பின்வருமாறு விளக்குகிறார்: "இரு பொருட்கள் ஒன்றுடன் மற்றொன்று தொடர்பு கொள்கிற போது ஏற்படுகிற உறவு 'சம்யோகம்' எனப்படும்; இது

அவ்வளவு நெருக்கமானதன்று; பிரிக்கப்படக் கூடியது; இன்னொரு வகை உறவு, பொருட்களின் திண்ணமான அறிதல் நிலைகளைச் சில குணங்களுடன் தொடர்புபடுத்துகிறது; ('ஆயுத-சித்த் (ayuta-siddha') என்று நுட்பமாக அழைக்கப் படுகிற) இரு பொருட்களில் ஒன்று அழியாமல் இருக்கும் வரை அவ்வாறு அழியாதிருக்கிற அந்த ஒன்று மற்றதுடன் எப்போதும் சேர்ந்திருக்கிறது; அந்த இரு பொருட்களைத் தொடர்புபடுத்துகிற போது அந்த இன்னொரு வகை உறவு 'சமவாய '(samavaya) எனப்படுகிறது; அங்கங்களுக்கும் (avayava), அவை சேர்ந்தமைந்த முழுப் பொருட்களுக்கும் (avayavin), குணநலன்களுக்கும் பொருட்களுக்கும், (guna & dravya), அசைவுகளுக்கும் அசையும் பொருட்களுக்கும் (kriya & draviy ), தனியொரு பகுதியாக இருக்கிற பொதுப்படையான பண்பு களுக்கும் தனியர்களுக்கும் (jati & vyakti ), விசேடமான பண்புகளுக்கும் நிலைபேறுள்ள பொருட்களுக்கும் (visesa& nitya) இடையில் நிலவுவதாக அறியப்படுகிற அணுக்கமான உறவு இது; 'சமவாய '( samavaya ) எனப்படும் இந்த அணுக்கமான உறவு, எளிதில் அறுபட்டுப் போகிற சம்யோக (samyoga) எனப்படும் வெறும் தொடர்புடன் திட்டவட்டமாக முரண்படுகிறது "( A Primer of Indian Logic, Madras 1951, 28f )

214 இங்கே குப்புஸ்வாமி சாஸ்திரியின் கருத்துரையை ஒப்பு நோக்குவோம்:" 'சாமான்ய' 'எனில் பொதுவானதோர் அம்சம் எனப் புரிந்து கொள்வது உலக வழக்கு; ஆயின், நியாய வாதத்தின் கலைச் சொல் அடுக்கில் இது 'ஜாதி' என்பதற்குச் சமம்; ஒரு குறிப்பிட்ட வகுப்பைச் சார்ந்த அனைத்தினிடத்தும் 'உள்ளியல்பாய் அமைந்திருக்கிற' ( inherence) பொதுவானதோர் அம்சம் எனவும், என்றும் இருப்பது எனவும் இது புரிந்து கொள்ளப்படுகிறது; ஒரு வகுப்பின் தனித் தனி அலகுகள் வரும் போகும்; ஆனால், அந்த வகுப்பு முழுமைக்கும் பொதுவான பண்பு என்றும் நிலவும் ஒன்று; மனித குலம் முழுமைக்கும் பொதுவான மனிதம் - அல்லது சொல்லின் நேர்ப் பொருளில் கூறிடின்- மனிதத் தனம் (man-ness) என்றும் இருப்பது;மனிதனின் தோற்றத்துக்கு முன்னரும் அது இருந்தது, மனித இனத்தின் அழிவுக்குப் பின்னரும் இருக்கப் போவது; "இச் சூழமைவில் (context) குணரத்னா பின் வருமாறு வாதிடுகிறார்: நியாய - வைசேசிகப் பார்வையின்படி 'ஒரு வகுப்பின் (jati) அங்கங்கள் உறுப்பாகும் தன்மையில் (part-ness) அவ் வகுப்புக்கு முன்னரே உருப்பெற்று விடுகின்றன; ஒரு வகுப்பு எனும் வகையில் இந்த உறுப்புத்தன்மை (part-ness} என்றும் இருப்பது என நியாய-வைசேசிகராலேயே ஒப்புக்கொள்ளப்பட வேண்டும்; அவ்வாறு ஒப்புக்கொள்ளப்படும் பட்சத்தில் அது எதன் பொருட்டும் தோன்றியிராதது - அதாவது என்றுமிருப்பது - என்றாகிறது. (A Primer of Indian Logic ,Madras 1951, 18ff );

215 Nyayakusumanjali, ii. 1---2

216 இது நியாய - வாதப் பார்வையான 'பிதரபாகம்' (pithara-paka) என்பதற்கு மாற்றான வைசேசிக வாதத்தின் 'பீலுபாகம் '(pilu---paka) என்பதைக் குறிக்கிறது ('பிதர' = 'உடல்' , ' பீலு ' = அணு ) ' எஸ். பாதுரி அவர்கள் அதை இவ்வாறு விளக்குகிறார்: "குயவரின் சூளையில் ஏற்றப்படும் வரை கருப்பாயிருக்கிற மட்குடுவை தீயில் சுடப்பட்ட பின் உள்ளும் புறமும் சிவப்பாகிறது; அடிப்படையான தத்துவார்த்த பிரச்சனைகளில் ஒரு மித்த கருத்துடைய நையாயிகர்க்கும், வைசேசிகர்க்கும் இடையில் அனல் பறக்கும் சொற்போருக்குக் காரணமானது இந்த எளிய- ஆனால் நூதனமான- நிகழ்வுதான்; விவாதத்துக்குட்பட்ட அப் பிரச்சனை எழுந்த விதமாவது: முதலாவதாக, அந்த மட்குடுவை சூளையில் வேகும்போது முற்றிலும்

சிதைந்து போகிறதா அல்லது அதன் கட்டு குலையாமல் அப்படியே இருக்கிறதா? இரண்டாவதாக, கருப்பு சிவப்பாகும் நிறமாற்றம் அதன் அணுக்களில் ஏற்படுகிறதா அல்லது அதன் கட்டு உடையா நிலையிலேயே உருவில் மட்டும் ஏற்படுகிறதா?..... வைசேசிகர் சூட்டின் காரணமாக ஒவ்வோர் அணுவிலும் ஏற்படுகிற மாற்றமே புதிய பண்புகள் தோன்றிடக் காரணம் என்கிற பீலுபாகக் '(pilu---paka) கொள்கையைத் தேர்ந்து கொண்டனர்; நையாயிகர் இதற்கு நேரெதிரான கொள்கையைக் கொண்டனர்; சூட்டின் காரணமாக உடலில் ஏற்படும் நிற மாற்றம் அவ்வுடல் அணுவளவும் சிதையாமல் அப்படியே முழுமையாக இருக்கும் நிலையிலேயே நிகழ்கிறது எனும் 'பிதரபாகக்' கொள்கையை அவர்கள் தழுவுகின்றனர் ."(S.Bhaduri in Studies in Nyaya.-Vaisesika Metaphysics , Puna , 1947 , 90ff )

217 குப்புஸ்வாமி சாஸ்திரி அவர்களை இங்கே நோக்குவோம்: "நேர்மறையான (விளை) பொருளுக்கு (bhavakarya or positive product ) மூவகைக் காரணிகள் உண்டு; முதலாவது, உள்ளூறுப்புகளின் (component parts) அல்லது வெளிப்படுத்தப்பட்ட (effectuated) பண்போ அல்லது செய்கையோ பொதிந்துள்ள (inherent) அடி மூலக் -கூற்றின் (substratum ) இயல்பினதாய் இருத்தல் - இதுதான் உள்ளியல்பான காரணி (samayavi-karana)எனப்படுவது; இரண்டாவது, அப் பொருளுக்கு ஒட்டு மொத்தமாக உருக் கொடுக்கிற உறுப்புகளின் இயைபு (conjunction ) எத்தன்மையதோ அத்தன்மையதாய் இருத்தல்; அல்லது அதன் உள்ளூறுப்புகளில் (component parts) அல்லது அடி மூலக் கூற்றில் (substratum ) பொதிந்துள்ளதும் (inherent) அந்த ஒட்டுமொத்த பொருளுக்கு அதனையொத்த பண்பை ஊட்டுவதும் அல்லது அதே அடி மூலக் கூற்றில் (substratum ) இயைபின்மையை (disjunction) ஏற்படுத்துவதுமான பண்பின் அல்லது செய்கையின் தன்மையதாய் இருத்தல் - இதை உள்ளியல்பாய் அமைந்திராத காரணி என்பர் (non--inherent cause or a-samayavi-karana); மூன்றாவது, மேற்கண்ட இரு வகைகளிலும் வராததும், 'அவ்வப்போது (அவசியப்படும் போது) செயல்படுவது' எனப்படுவதுமான திறன் மிகு காரணி (nimitta karana) இந்த இருவகையைத் தவிர பிற அனைத்து 'நிமித்தங்களும் 'அவ்வளவு முக்கியத்துவம் வாய்ந்தவை அன்று என எண்ணினால் அது தவறு; எது இல்லாவிடில் பிற காரணிகள் இல்லையோ அந்தத் திறன் மிகு காரணியே (karta) மேலோட்டமாகப் பார்த்தால் (technically) அவ்வப்போது நிகழ்வதுதான்; ஆயின், ஒரு விதத்தில் அதுதான் வேறு எவ்வகைக் காரணிகளை விடவும் மிக முக்கியமானது; விளைவு வெளிப்படுகையில் அதில் பொதிந்திருக்கும் உள்ளியல்பான காரணி (samayavi-karana) அதுவே; இவ்வாறு, நூலிழைகளைப் போன்ற உள்ளூறுப்புகள் (avayavah) துணியைப் போன்ற துணைப் பொருளுக்கு (avayavin) உள்ளியல்பான காரணியாகின்றன; அதே போன்றதுதான், அதில் உருவாகிற அத்தகைய பண்பின்அல்லது செய்கையின் தன்மையதான ஒரு பொருளும் " ( A Primer of Indian Logic, Madras 1951 , 154ff )

218 'செயல்பாட்டுக்கான இடையீடாக - அதாவது, இடைபடு செயல் அலகுகளாக - 'அமைதல் என்பது பற்றிய நியாய - வைசேசிகப் பார்வையைப் புரிந்து கொள்ள முதலில் காரணி அல்லது சிறப்புக் காரணி (asadharana-karana) குறித்த அவர்களின் கருதுகோள் பற்றிக் கொஞ்சமாவது நாம் தெரிந்திருக்க வேண்டும்; கடவுள், காலம், அண்ட வெளி (Space ) ஆகியன அனைத்து விளைவுகளுக்குமான பொதுக் காரணிகள் ஆகும்; ஆதலால் அவை சிறப்புக் காரணிகள் ஆகா; குறிப்பிட்ட விளைவுகளுக்கானதே சிறப்புக் காரணி; அது அனைத்து விளைவுகளுக்கும் காரணி ஆகாது:

ஆக, மட்குடுவைக்கான கருவிகளாகிய குயவரின் கோல் போன்றவை அக் குடுவையின் உருவாக்கத்திற்கு மட்டுமே உரியவை; பிறவற்றுக்கன்று; அவைதாம் அதன் சிறப்புக் காரணி; "ஒரு காரணியின் இடைவரும் தன்மை அதன் காரணியச் செயல்பாட்டில் அடங்கியிருப்பின் முற்கால நியாய-வைசேசிகர் அதனைச் சிறப்பு மற்றும் இடைவரும் காரணி என்பர்; அக் காரணி தனது இறுதி முடிவை ஏற்படுத்துவதில் அதன் இடைநிகழ் விளைவுக்குள்ள பங்கு பாத்திரத்தைப் பொறுத்தது அக் காரணியின் இடைவரும் தன்மை; ஒரு காரணியால் நிகழ்த்தப்படுவதும் அக் காரணியின் இறுதி முடிவை அடைவதில் தன் பங்குக்கு அதனுடன் ஒத்துழைப்பதுமான 'இடைபடு ஆக்கக்கூறுதான் (intermediate factor) நுட்பமாக 'வ்யாபார' (vyapara) எனப்படுகிறது; இக் குறுகிய அர்த்தத்திலான 'வ்யாபார' (vyapara) எனும் இச் சொல்லை 'செயல்பாடு' எனப் பொதுவாகப் பொருள்படும் இதே போன்ற சொல்லுடன் போட்டுக் குழப்பிக் கொள்ளக் கூடாது (K.Sastri , A Premier of Indian Logic 148 ); "இந்த நுட்பமான பொருளில் "வ்யாபார '(vyapara) எனப்படுவது ஒரு காரணியால் நிகழ்த்தப்படுகிறது; அதனுடன் அக் காரணி இணைந்து தனது இறுதி விளவை ஏற்படுத்துகிறது.

219 முன்னுள்ள 4-ஆம் அத்தியாயத்தைப் பார்க்க.

220 இவ் விவாதம் ஏற்கெனவே 6ஆம் அத்தியாயத்தின் (நாத்திகம், ஆத்திகத்துக்கு முன், மேலான ஆத்திகம் என்பதன்) தொடர்ச்சியே.

221 வேத இலக்கியம் மற்றும் அதன் காலம் பற்றிய விவாதத்துக்கு: காண்க: Winternitz M , A History of Indian Literature , Calcutta 1927 , i. 52-310

222 எளிய உண்மை யாதெனில், பழைமை வாதத் தத்துவ ஞானிகள் வேதங்களைத் தூக்கிப் பிடிப்பதாக எவ்வளவுதான் கூறிக் கொண்டாலும், எந்த வொரு சாராரும் வேத இலக்கியத்தை முழுமையாக உள்வாங்கியதன் பேரில் தமது கோட்பாட்டை வகுக்கவில்லை; இதற்கான காரணமும் எளிதானதே: ஒட்டு மொத்த வேத இலக்கியமும் ஒரே மாதிரியான உள்ளடக்கத்தைக் கொண்டில்லை; அதன் வெவ்வேறு பகுதிகளுக்குத் தரப்பட்ட முக்கியத்துவம் குறிப்பாக வேதாந்திகளையும், மீமாம்சகர்களையும் அடிப்படையிலேயே முரண்படுகிற உலகப் பார்வைகளை நோக்கித் தள்ளியது; தமக்கிடையே பகைமை பாராட்டுகிற அளவுக்கு அது சென்றது; நீலகந்த சாஸ்திரியாரின் (Nilakantha Sastry) பின் வரும் கருத்து இங்கே ஒப்பு நோக்கத் தக்கது: "ஒரு புகழ் பெற்ற கீழையியலாளர் கூறுகிறார் "உண்மையில் மீமாம்ச போதனையாளர்கள் 'வேதம்' எனும் சொல்லை ஆதிப் பழைமையான ரிக் வேதப் பாடல்களுடன் தொடர்புபடுத்தியதை விட வேத இலக்கியத்தின் இரண்டாம் கால கட்டத்தைச் சேர்ந்தவையும், ஆக்கியோரின் தனித்துவம் அவ்வளவாகத் தெரியாதவையுமான சடங்கு சம்பிரதாயங்களைப் பற்றிய நூல்களுடன்தான் அதிகமாக ஐக்கியப்படுத்தினார்கள்; (cf: Nilakantha Sastry in Indian Antiquary, 50-212); வேதாந்திகள் உண்மையில் "வேதம்' எனும் சொல்லை இயல் கடந்தவையும் (metaphysical), மற்றும் பூடகமான (அதாவது, மறைபொருளான)வையும் (mystic), வேத இலக்கியத்தின் மூன்றாம் கால கட்டத்தைச் சேர்ந்தவையுமான உபநிடதங்களுடன்தான் அதிகமாகத் தொடர்புபடுத்தினரே யொழிய ஆதி வேதமாம் ரிக் மற்றும் சடங்காசாரங்கள் பற்றிய யஜுர், பிரமாணங்கள் ஆகியவற்றுடன் அன்று எனச் சொல்வதும் சரியானதே; "ஒட்டுமொத்த வேத இலக்கியமும் தன்னளவில் முன்னுக்குப் பின் முரணற்ற ஒரே பார்வையை முன்வைப்பவை எனும் தமக்குப் பிடித்தமான கருதுகோளை நிரூபிக்க நூற்பொருள் விளக்கம் பற்றிய கொள்கைகளில் மிகுந்த சாதுரியத்தையும், மதி நுட்பத்தையும்

காண்பிக்க வேண்டிய அவசியம் மீமாம்சகர்களுக்கு ஏற்பட்டது; அதை 'அர்த்தவாதம்' என மீமாம்சகர்கள் அழைத்தனர்; அது வேறொன்றுமில்லை; தமது பார்வைக்கு ஒத்து வராத வேத இலக்கியத்தின் பகுதிகளைப் புறந்தள்ளுவதற்கான ஒரு நொண்டிச் சாக்குதான் அது; இப்படிச் சொல்வதால் மீமாம்சம் வேதம் சார்ந்ததன்று எனப் பொருள்படுத்திடக்கூடாது; உண்மையைச் சொல்வதெனில், வேத இலக்கியத்தில் அடங்கிய கர்ம-காண்டம் (karma-kanda) எனத் தொன்று தொட்டு அழைக்கப்பட்ட சடங்கு சம்பிரதாயங்கள் பற்றிய பகுதிகளின் நேரடி வெளிப்பாடே மீமாம்சம்.

223 சான்றாக, சந்திரகாந்த தர்க்கலங்காரரின் கூற்றை நோக்குவோம்: "கடவுள் நம்பிக்கை இல்லாதோர் நாத்திகர் எனச் சிலர் எண்ணுகின்றனர்: ஆயின் இது சரியன்று; அவ்வாறு பொருள் கொண்டால் மீமாம்சகரும், சாங்கியரும் கூட நாத்திகரே: ஏனெனில் அவர்களுக்கும் கடவுள் நம்பிக்கை இல்லை.. அவர்களுக்கும் கடவுள் நம்பிக்கை இல்லையெனினும் வேதங்களின் செல்தகைமையை அவர்கள் ஒப்புக் கொள்கின்றனர்; ஆதலால் அவர்கள் 'முன்னணி' ஆத்திகர் என மெச்சப் படுகின்றனர். "(Fellowship Lectures (in Bengali), I.75) (மேம்போக்கான (free) மொழியாக்கத்தில்)

224 Samkara on Brahma-sutra, ii . l. 1ff-

225 குறைந்த பட்சம் 60 'பிரம்ம சூத்திர' நீதிவாக்கியங்களாவது (aphorism) சாங்கியத்தை மறுப்பவை; ஆனால் பவுத்தம் , சமணம் உள்ளிட்ட பிற தத்துவங்களை விமர்சிக்க 43 நீதிவாக்கியங்கள்தாம் ஒதுக்கப்பட்டுள்ளன; (See Chattopathyaya Lokayata, New Delhi, 1959 pp.375ff) பாதராயணரின் உணர்வு நிலைக்கு உண்மையாக இருக்கும் விதத்தில் -- ii . l. 12 எனும் 'பிரம்ம' சூத்திரத்தின் மீதான விரிவுரையில், 'சாங்கியத்தை மறுதலிக்கிற பாதராயணர் வலு மிக்க முக்கிய எதிரியை வீழ்த்திய பின்னர் ஏனைய சிறிய எதிரிகள் அனைவரையும் ஒழித்துக் கட்டியதாகப் பொருள் 'என்கிறார்.

226 Kane P V., History of Dharmasastra, Poona, 1941, ii. 65. Smriticandrikai. 118 quotes Sattrimsanmata:" பாவ காரியங்களைச் செய்து கொண்டு வாழ்ந்து வருகிற பவுத்தர், சமணர், லோகாயதர் ஆகியோரைத் தொடுகிறவன் உடுத்திய துணிகளைக் களையாமல் அணிந்தவாறே தலைமுழுகிக் குளிப்பதன் மூலம் தன்னைத் தூய்மைப் படுத்திக் கொள்ள வேண்டும்.

227 Brahma-sutra, iii . 4 . 40 &I . 3 . 27 ; cf . N Sastri in Indian Antiquary 50 .170

228 Max Muller F. Collected Works , London , 1859 , vol. xix. 210

229 Max-Muller.F. , Collected Works , vol.19 . London 1859 , 211-2

230 Muir J. ,Original Sanskrit Texts , London, 1873 , iii. 95 : Sarkar K., Mimamsa Rules of Interpretation , Calcutta, 1909, 508, etc.

231 Keith A.B., Karma Mimamsa, London 1921, 60.

232 Kumarila, Slokavartika, sambandhaksepa-parihara, verses 49-50 & 52-3

233 இது சங்கரர், இராமனுஜரைப் போன்ற வேதாந்த ஆத்திகர் விசயத்தில் மட்டுமின்றிப் பிற்கால நியாய - வைசேசிகர்களான ஜயந்தர், உதயணர் போன்றோரைப் பொறுத்தமட்டிலும் கூட உண்மையே.

234 கீதை, ii.42-44: மீமாம்ச நிலைபாட்டுக்கு எதிரானது என்பது தெளிவு.

235 வேதக் கடவுளரின் எண்ணிக்கை 3339 என்கிறது iii . 9.9. எனும் ரிக் வேதப் பாடல்; ஆயின், இதனை விளக்க வந்த சாயனர் (Sayana), i.34.11 எனும் ரிக் வேதப் பாடலின் உணர்வுக்கு (spirit) இணங்க இவ்வெண்ணிக்கையை 33 ஆகக் குறைக்க விரும்பினார் .

236 பெயரைச் சொல்லாமல் ('விருத்திக்காரர்' என்று மட்டும் தன்னால் குறிப்பிடப் படுகிற ஓர் உரையாசிரியரைச் (Commentator) சபரரே மிகவும் விரிவாக மேற்கோள் காட்டுகிறார்; ஒரு சில ஆதி கால உரையாசிரியர்களின் (Commentators) பெயர்கள் தெரிய வந்துள்ளன: காண்க: Keith A.B. ,Karma- Mimamsa, London 1921, 7-8; Misra in Appendix to Jha G, Purva - Mimamsa in its Sources, Benares, 1942, p.15-7).

237 Sabara on Mimamsa-sutra ix.6-10, etc. விவரங்கள் பின்னர் அளிக்கப்படும்.

238 காண்க: Keith A.B., Karma - Mimamsa, London 1921, p.3.

239 கந்த தேவரின் காலமறிய காண்க: Misra in Appendix to Jha G, Purva- Mimamsa in its Sources, Benares, 1942,p.60

240 Khandadeva, Bhatta-dipika (Mysore ed.), iii.53; ஒப்புநோக்குக : N.Sastry in Indian Antiquary, 50.242: "கந்ததேவரைப் போன்ற வெளிப்படையாக அறிமுகமான மீமாம்சகர் கூடக் கோட்பாட்டளவில் மட்டுமே தமது நிலையில் நின்றனர்; நடைமுறையில், ஜைமினியும், சபரரும் எவரின் நம்பிக்கைகளுக்கு எதிராக வாதிட்டனரோ அவர்களின் கூடாரத்தையே நாடினர்.

241 Radhakrishnan S, Indian Philosophy , (London 1948) , ii. 427.

242 காண்க: S.Singh, Vedanta Desika: A Study. Varanasi 1958

243 N.Sastry in Indian Antiquary, 50.242: வேதாந்த தேசிகரின் பல நூல்களில் ஒன்றுக்குக் 'கடவுளுடனான மீமாம்சம் ("சேஸ்வரமீமாம்சம்') எனும் பெயர் சூட்டப்பட்டிருப்பதிலிருந்து மீமாம்சகருக்கும் கடவுளுக்கும் மேலொட்டோ கீழொட்டோ கிடையாது என்பது எளிதில் விளங்கும்.

244 பிரபாகரும், குமாரசிலரும் 'படைப்பு', 'ஊழிப் பெரு வெள்ளம்' ஆகியனவற்றை எவ்வாறு அறவே மறுத்தனர் என்பதை நாம் இப்போது பார்க்கப் போகிறோம்.

245 இன்றுள்ள வடிவில் மீமாம்ச-சூத்திரம் ஒழுங்கமைக்கப் பட்ட தேதி சரியாகத் தெரியாது; எனினும் அதன் உருவாக்கம் நீண்ட நெடுங்காலமாகத் தொடர்ந்த விவாதங்களுக்குப் பிறகு நிகழ்ந்தது; ஆதி காலத்திலிருந்து தொடர்ந்து வந்த கருத்துப் பரிமாற்றங்களைக் கணக்கில் கொண்டது .

246 மீமாம்ச சூத்திரம், iii.2.43; iii.4.24; iv.1.7; vi.1.6; vi.7.36; vi.7.37; ix.1.57 முதலானவற்றைக் காண்க.

247 காண்க: N.Sastry in Indian Antiquary, 50.212; இதில் iii.8 எனும் ஆர்வமூட்டும் தைத்திரிய பிராமணத்தை சாஸ்திரி எடுத்துக் காட்டுகிறார்.

248 Jaiminiya Brahmana , See Winternitz A History of Indian Literature ,Vol.i, Calcutta, 190f.

249 மீமாம்ச சூத்திரம், iii.1-4; vi.3.4;viii.3.7;ix.2.39;&xii.1.38

250 மீமாம்ச சூத்திரம், vi.3.4; N.Sastry in Indian Antiquary , 50.172 : இங்கே ஜைமினி என்பது ஓர் இனக் குழுவின்(கோத்திரத்தின்) பெயராக இருக்கலாம் என ஊகிக்கிறார் சாஸ்திரி.

251 Jha G. Purva-Mimamsa in its Sources,Benares , 1942, p.14

252 குறிப்பாக, சபரரால் மேற்கோளிடப்படும் i.1.5 எனும் மீமாம்ச சூத்திரத்தின் மீதான விரிவுரை (vrittikara) அவ்வாறான நிலையில் தான் உள்ளது.

253 Jha G. Purva-Mimamsa in its Sources, Benares , 1942, p.14

254 Keith A.B., Karma - Mimamsa , London 1921 , p. 11.

255 Sabara on Mimamsa-sutra i.1.5 ; cf Sabara-bhasya (ENG.tr.) Baroda 1933-6 , p.22ff; Purva-Mimamsa in its Sources, Benares , 1942, pp.43-4 .

256 பின் வரும் விவரம் பிரபாகர நாத்திகம் பற்றிய கெய்த் மற்றும் ஜா ஆகியோரின் சுருக்கமான குறிப்புரையின் பேரில் அமைந்தது; இதற்கு

சாலிக நாதரின் (Salikanatha) பிரகரண பஞ்சிகா (Pirakaranapancika)எனும் நூல் அவர்களுக்கு உதவியது.

257 Keith A.B. ,Karma - Mimamsa , London 1921 , p.61

258 Jha G. Purva-Mimamsa in its Sources, Benares , 1942, p.45

259 அதே நூல். அதே பக்கம்.

260 அதே நூல், பக்.45-6.

261 Keith A.B. ,Karma - Mimamsa , London 1921 , p.61.

262 Jha G. Purva-Mimamsa in its Sources,Benares , 1942, p.46

263 அதே நூல்: அழுத்தம் நம்முடையது; (cf Keith A.B., Karma _ Mimamsa , London 1921,pp.61-2: பிரபாகரரும், குமாரிலரும் படைப்பு, அழிவு எனும் கருத்துகளையே மறுக்கின்றனர்; "(சடப்பொருட்கள்) வருவதும் போவதும் முடிவின்றித் தொடர்வது என்பதை ஒப்புக் கொள்கின்றனர்.)

264 அதே நூல், பக்.45.

265 சான்றாக, இராதாகிருஷ்ணனின் இந்திய தத்துவம் ii.428

266 Kumarila, 'Slokavartika', sambandhaksepa-parikara, verses 43-113; for English Translation, see Jha G., Slokavartika ( Eng. Tr.) Calcutta , 1907, pp.355ff

267 அதே நூல், செய்யுள் 43-66; (சங்கரரின் மேலான ஆத்திகத்துக்கு மாறான பாதராயணரின் ஒரு வகை ஆத்திகம் பற்றி அறிந்திட, 'வேதாந்த-சூத்திர'த்தின் மொழி பெயர்ப்புக்கான திபாவ்த் (Thibaut) அவர்களின் முன்னுரையையும் (Sacred Books of the East vol.34), தாஸ்குப்தாவின் இந்திய தத்துவ வரலாறு தொகுதி 2ஐயும் காண்க; இச் செய்யுள்களில் உள்ள குமாரிலரின் ஆத்திக மறுப்பு - பிரம்மசூத்திரத்தின் நீதி மொழிகளில் சிலவற்றைக் குறிப்பாக ii1.24 முதலானவற்றை மறுக்கும் விதமாய் அமைந்துள்ளன.

268 அதே நூல், செய்யுள் 67-82.

269 அதே நூல், செய்யுள் 82-86

270 பிரம்ம-சூத்திரம் , ii. 1. 33

271 மீமாம்-சசூத்திரம் i.2.1-18 & இவற்றின் மீதான சபரரின் விரித்துரை.

272 பிரம்ம-சூத்திரம், ii. 1. 11.

273 Keith A.B., Karma- Mimamsa, London 1921, p.63.

274 அதே நூல் பக். 60; எனினும், வைசேசிகர் மீமாம்சத்தின் பழைய தொரு பிரிவைப் பிரதிநிதித்துவப் படுத்தியிருக்கலாம் என்கிறார் தாஸ்குப்தா (-Dasgupta, History of Indian Philosophy, I, 282ff(?) (or) (28 ff ?)

275 Kumarila (op. cited) verse 113.

276 Keith, Karma- Mimamsika , pp. 63-4

277 'யாகங்களைப் (yajna-sor sacrifices) பற்றிய மீமாம்ச விளக்கத்தை மறுப்பதில் ஆத்திகர் மிகவும் உறுதியாய் இருந்தனர்; See Samkara and Ramanuja On Brahma-sutra iii.2.39ff; இது குறித்த பத்திகளை நாம் பின்னர் மேற்கோள் காட்டுவோம்.

278 N.Sastry in Indian Antiquary, 50. 211ff and 240ff; அவர் யாகத்தைப் பலி கொடுத்தல் என மொழி பெயர்த்ததை ஏற்கவில்லை.

279 மீமாம்ச சூத்திரம்ii. 1.5 மற்றும் அதன் மீதான சபரரின் குறிப்புரை.

280 மீமாம்ச சூத்திரம், vi 1. 2 மீதான சபரரின் குறிப்புரை:) cf Jha G. Purva-Mimamsa in its Sources, Benares , 1942, p. 67 & SABARA-BHASYA , (Eng. Tr.) Baroda 1933-6, p.967-9

281 வேதக் கடவுளரை ஐயத்துக்கு அப்பாற்பட்ட வகையில் நிரூபிக்கப்பட்டு விட்ட விசயமாக எந்த அர்த்தத்தில் மீமாம் - சகர் ஒப்புக் கொள்ள எண்ணுகின்றனர் என்பதை இனி நாம் பார்க்க வேண்டும்.

282 பிறிதோரிடத்தில் vii .1. 34 எனும் மீமாம்ச சூத்திரத்தை விளக்குகையில் சபரர் பின்வருமாறு வாதிடுகிறார்: "தேவதையைச் சாந்தப்படுத்துவதன் பொருட்டே இந்த சிரமம் எல்லாம்! அது மகிழ்ச்சியில் திளைக்கையில் மனிதனின் வேண்டுதலை நிறைவேற்றுகிறது; ஸ்ருதி சொல்வதாவது: 'தன்னை மகிழ்விக்கிறபோது தான் இந்திரன் (ஒருவனுக்கு) மகனையும், கால்நடைகளையும் தந்து (அவனை) மகிழ்விக்கிறான் 'இந்திரன் எம்முறையில் மகிழ்ச்சியைக் காண்கிறானோ அதே முறையை அவனை மகிழ்விக்க விரும்பும் போதெலாம் திரும்பத் திரும்பப் பின்பற்ற வேண்டும்... இதற்கு இங்கே எமது பதிலாவது: (ஒருவன்) வேண்டும் வரம் தேவதையிடமிருந்து வருவதாயின் இக் கூற்று சரியே; ஆயின் அது வேள்வியின் விளைவன்றோ! ஸ்ருதி சொல்வதாவது: 'விண்ணுலகம் நாடுவோன் வேள்வி செய்தாக வேண்டும்', 'இந்திரன் மகிழ்வுறும்போதே' என்பது முதலான சொற்றொடர்களைப் பொறுத்த மட்டில் அவற்றில் தேவதை இரண்டாம் பட்சமான அர்த்தத்திலேயே குறிப்பிடப்படுகிறது என்பதுதான் எமது பதில்; இங்கே வேள்வியின் ஓர் அங்கமாகவே தேவதை குறிப்பிடப்படுகிறது; 'அமைச்சர் எனக்கு இந்த ஊரைக் கொடுத்தார்', 'படைத் தலைவர் எனக்கு இந்த ஊரைக் கொடுத்தார்' எனப்படுவதைப் போன்று 'இந்திரன் மகிழ்வுறும் போதே' என்பது முதலான சொற்றொடர்கள் வெறும் உருவகங்களே (figurative)! அமைச்சரோ அல்லது படைத் தலைவரோ ஊரின் உரிமையாளர் அன்று; அரசனே அதன் உரிமையாளன்; (அது போல, சடங்குதான் (ஒருவனின்) வேண்டுதலை நிறைவேற்றுகிறது; இங்கே தேவதை அச்சடங்கின் உருவகமே! மற்றெலாம் இரண்டாம் பட்சமானவை; அவை 'வரம்' தருவதாகச் சொல்லப்படுவது (அந்த வேள்வியை) விதந்தோதும் பொருட்டே!

283 உதயணருடையது என வழக்கமாக சொல்லப்படுகிற ஒரு பாடலில் கடவுள் பற்றிய கண்ணோட்டத்தில் நியாய - வைசேசிகருக்கு இருந்த பெரும்பாலும் கருத்தியல் பாங்கிலான ஆர்வம் பற்றிய குறிப்பு உள்ளதாகச் சொல்லலாம்; அப் பாடலில் கடவுள் பின் வருமாறு விளிக்கப்படுகிறார்: "உன் ஆகப் பெரும் வல்லமையைப் பற்றிய பெருமிதத்தில் நீ என்னைப் பற்றிக் கொஞ்சமும் அக்கறையின்றி இருக்கிறாய்! ஆயின் பவுத்தர் எனை அணுகுங்கால் எனை நீ நாடியே தீர வேண்டும்! ஏனெனில் உன் இருப்பு முற்றிலும் என்னைச் சார்ந்ததே!"

284 (IV.1.224 எனும் நியாய - சூத்திரம் சரியாக விரித்துரைக்கப்பட்டால் அது கவுதமர் இயற் பண்பு (ஸ்வபாவ) கோட்பாட்டை ஏற்றுக் கொண்டதைச் சுட்டுகிறது என நான் பின்னர் வாதிடப் போகிறேன். இது பெரும் சர்ச்சையைக் கிளப்பும் கூற்று என்பதை நான் அறிவேன். ஏனெனில் கவுதமர் மீது பிற்கால நியாய - வைசேசிகத் தத்துவத்தின் தாக்கம்' இருந்தது எனும் முன் கருத்துதான் இந்த சூத்திரங்களைப் பற்றிய தவறான புரிதலுக்கான உண்மைக் காரணம்.)

285 Vasubandhu,Vinanaptimatrata-siddhi, verses ii.ff. ; அணுவியக் கொள்கைக்கு எதிரான மறுப்பு மனித மனத்துக்கு அப்பால் ஏதுமில்லை என்பதற்கான நிரூபணமாகக் கருதப்பட்டது.

286 ii.2. 12 முதலான பிரம்ம-சூத்திரங்களின் மீதான சங்கரரின் குறிப்புரை; அணுவியக் கொள்கைக்கு எதிரான முக்கியமான வாதங்கள் பவுத்தத்திடமிருந்து 'கடனாகப் பெறப்பட்டவை' போல் தெரிகிறது.

287 See Bernal J. D., Science in History, London , 1954 in particular .

288 இதுவே ஆதி நியாய - வைசேசிகத்தின் உண்மையான நிலைபாடு எனவும், இதில் மீமாம்ச தத்துவத்தின் தாக்கம் உள்ளதை நாம் தெளிவாகக் காண முடியும் எனவும் நான் இங்கே இப்போது வாதிட உள்ளேன் ,

289 K. Sastri, A Primer of Indian Logic, Madras, 1951, p.85: " ...... அணுக்கள் ஆரம்ப காலத்தில் முதன்முதலாக இணைவதற்காக எத்தகைய வினைகளைப் புரிந்தன என்பதை விளக்குவதைத் தவிர்த்து அவற்றை அனைத்துமறிந்த படைப்பாளி ஒருவனின் விருப்பந்தான் தீர்மானித்தது எனச் சொன்னால் உதயணர் கூறுவதுபோல் அதைக் கொண்டு படைப்புக்கான காரணச் செயல்பாடு பற்றிய 'நியாய - வாதத்தையும் (ஆரம்ப வாதத்தையும்) அணுவியக் கோட்பாட்டையும் சில அம்சங்களில் முழுமையாகப் புரிந்து கொள்ள முடியாது; ஆகவே, (இவ் வத்தியாயத்தின் முதல் அடிக்குறிப்பில், (அதாவது அடிக் குறிப்பு எண்: 268 இல்) கடவுளின் காவலனாக உதயணர் தன்னைக் காட்டிக் கொள்வதன் உண்மையான பொருள் யாதெனில் அவர் அணுவியக் கோட்பாட்டின் பாதுகாவலர் என்பதே!

290 iv.1.22 முதலான மற்றும் iii.2.61 முதலான நியாய சூத்திரங்களை விளக்குங் கால் இது குறித்து விவாதிக்கப்படும்

291 எங்கெல்ஸ், இயற்கையின் இயக்க இயல், பக். 268-9

292 மனித உடல் மற்றுமுள்ள பிற பொருட்களின் மீதான விண்ணுலக சக்திகளின் தாக்கம் (celestial mechanics) பற்றிய தனது நூலில் கடவுளை ஏன் லாப்லேஸ் (Laplace) அவர்கள் 'கண்டு கொள்ளவில்லை என நெப்போலியன் அவரை வினவியபோது அக் கருதுகோள் தனக்கு அவசியப்படவில்லை என்றார் அவர்.

293 See K. Sastri, A Primer of Indian Logic, Madras, 1951, intro. xx.

294 அதே நூல் xxi. (இதனுடன், வைசேசிகம் மீமாம்சத்தின் பழையதொரு பிரிவைச் சார்ந்தது எனும் தாஸ்குப்தாவின் பார்வை இங்கே ஒப்பு நோக்கத் தக்கது . (Dasgupta, History of Indian Philosophy, i 280ff)

295 அதே நூல் xxi.

296 Vatsyayana on Nyaya-sutra i .1 . 1.

297 Jacobi in Indian Antiquary, 1918, p.101ff : எனினும் கவுடில்யர் தொகுத்த தருக்க வாதிகளின் (anviksiki-s) பட்டியலில் நியாய- வைசேசிகர் இல்லை என்பதை (இதற்கான) முக்கியச் சான்றாக ஜேகோபி (Jacobi) கருதுகிறார்; பானிபூசன தர்க்கவாகீசர், குப்புஸ்வாமி சாஸ்திரி ஆகியோரின் அடியொற்றி நியாய-வைசேசிகம் 'யோகம்' எனும் அதன் பழைய பெயரில் அப்பட்டியலில் இடம் பெற்றுள்ளது என நான் பிறிதோரிடத்தில் வாதிட்டுள்ளேன்; (See Chattopadhyaya D, Das Capital Centenary Volume, New Delhi 1968, p. 141ff )

298 Ruben, Studies in Ancient Indian Thought, Calcutta, 1966 p. 79f.

299 சாராம்சத்தில் அறிவியல் பூர்வமான அத்தத்துவத்தை நிறுவியோருக்கு சூட்டப்பட்ட அட்டப் பெயர்களைக் கொண்டு அவர்களின்பால் பழமைவாதச் சிந்தனையாளர்கள் கொண்டிருந்த ஒரு வகையான பகைமை உணர்வு பளிச்செனப் புலப்படும்; ஆக, கவுதமர் "கண்ணால் நடப்பவர்' - அதாவது, மேல் நோக்கி விண்ணகத்தைப் பாராமல் எப்போதும் கீழேயுள்ள தூசு துப்புகளையே காண்கிறவர்- எனப்பட்டார்; கணாதர் "அணு தின்னி' என அழைக்கப்பட்டார்; இது அவரின் அணுக் கோட்பாடு குறித்த ஏளனமான விளிப்பு; செய்த் அவர்கள் இத் தத்துவம் கிரேக்கத்திலிருந்து இறக்குமதி ஆகியிருக்க வேண்டும் என்கிறார் (Keith, ILA 18FF); நான் ஏற்கெனவே வாதிட்டுள்ளவாறு இக்கூற்றைப் பொருட்படுத்த வேண்டியதில்லை (Chattopadhy Aya, Indian Philosophy, New Delhi, 1964 p. 162f );

300 Hiriyanna, M, Outlines of Indian Philosophy, London, 1956, p.228 : " தோராயமாகக் (roughly) கூறுவதெனில், கதாதரரும் (Gadadhara ) பேக்கன் பிரபுவும் (Lord Bacon) சம காலத்தவர்; புலமைச் செருக்கு வாய்ந்த (scholastic) மேதாவித்

தனத்தை பேக்கன் பிரபுவைப் போன்றே கதாதரரும் சாடினார்; அவரின் எழுத்துகளைக் கொண்டு பேக்கன் பிரபுவின் கருத்துகளை விளக்கிட முடியும்; அந்த அளவுக்கு இசைவான பகுதிகளைக் கதாதரரின் எழுத்துகளில் காணலாம் என்பது தற்கால எழுத்தாளரின் கருத்து"

301 K. Sastri, A Primer of Indian Logic, Madras, 1951, p, 85

302 'நியாய - குசுமாஞ்சலியின் முதல் தொகுதி இவற்றைத் தொகுத்துரைக்கிறது. (Nyaya-kusumanjali, v. 1, )

303 சான்றாக, உதயணருக்கு மிகவும் பிற்காலத்தவரும், 'நியாய- குசுமாஞ் சலியுடன் மிக நன்றாகப் பரிச்சயப்பட்டவர் எனக் கருதப்படக் கூடியவருமான குணரத்னா கடவுளின் இருப்புக்கு ஆதரவாக உதயணரால் முன்வைக்கப்பட்ட வாதங்களைக் கண்டு கொள்ளவே இல்லை.

30) K.Sastri, A Primer of Indian Logic, Madras, 1951, p 79.

305 அதே நூல், அதே பக்கம்.

306 Tr. Gopinath Kaviuraj in Sarasvati Bhavan Studies , ii . p. 163

307 அதே நூல், 166

308 Nyaya-sutra, i .1 .9 .

309 Nyaya-sutrai, i.1 .10 .

310 இக் கேள்வி மீது பிற்கால விளக்குநரிடையே (Interpretors) கொஞ்சம் மாறுபாடு உண்டு: See Chattopaddhya D &Gangopaddhyaya M, Nyaya Philosophy, Calcutta, 1968, Vol.I. p.74

311 பிற்கால நியாய-வைசேசிகப் பார்வையின்படிப் பரமாத்மா அல்லது கடவுளுக்கு எட்டு குணங்களே; (மனித)ஆத்மாவுக்கு அவற்றுடன் மேலும் ஆறு சேரும்; இந்த ஆறு குணங்களே தனி மனித ஆத்மாவை வேறுபடுத்திக் காட்டுகின்றன; அந்த ஆறில் இன்பம், துன்பம், வெறுப்பு போன்றவை அடங்கும்; ( See K. Sastri , A Primer of Indian Logic, Madras, 1951, p 78.); ஆகவே பிற்கால நியாய - வைசேசிகப் பார்வையின்படியேகூட, கவுதமரால் சுட்டப்படக் கூடிய ஆத்மா இன்ப, துன்பங்களைத் துய்க்கக் கூடியது என்பதால் அது தனி மனித ஆத்மாவாகத்தான் இருக்க முடியும்,

312 நியாய-சூத்திரம், iii. 1_-26: இதில் நிறுவிட முனையும் முக்கியக் கருதுகோள் களாவன: (1)ஆத்மாவைப் புலன்களிலிருந்து பிரித்தறிதல் வேண்டும், (2) ஆத்மாவை உடலிலிருந்து பிரித்தறிதல் வேண்டும், (3) கட்புலனின் (visual sense) கூட்டமைவு (unity), (4) ஆத்மாவை மனதிலிருந்து பிரித்தறிதல் வேண்டும், (5) ஆத்மா அழிவற்றது, என்றுமிருப்பது, நிலைபேறுடையது; ஆத்மாவைப் பற்றிய இந்த நீண்ட நெடிய விவாதத்தின் எந்தவோர் இடத்திலேனும் பரமாத்மாவைப் (Supreme Self) பற்றிய குறிப்பு காணப்படவில்லை; மறைமுகமாகவேனும் அத்தகைய குறிப்பு எங்கேனும் தென்படுகிறதா எனத் தேடிட ஒருவர் வழக்கத்துக்கு மாறான நூல் விளக்கப் புரட்டில்தான் ஈடுபட வேண்டும்.

313 துன்ப துயரங்களிலிருந்து விடுபட்டு இறுதியில் வீட்டுப் பேற்றை (நிர்வாணத்தை) எய்திட உதவும் பன்னிரு தொடர் காரணங்களைப் பற்றிய புத்தரின் கொள்கையை அறிந்திடக் காண்க: 'Mahavagga', i. 1. 2., For English Translation see Sacred Books of the East, xiii . 77. புத்தரின் போதனைகளிலுங் கூட இந்த வழிமுறையில் (process) தெய்வீகத் தலையீட்டுக்கு இடமேதும் இல்லாதவாறு முற்றிலும் கறாராக அது தீர்மானிக்கப்பட்டுள்ளமை இங்கே கவனிக்கத் தக்கது.

314 Ramanuja on Brahma-sutra, i .1 . 1.

315 Chatterjee S & Datta D M ,Indian Philosophy , Calcutta ,1939 , p. 235

316 *நியாயவாதக்கண்ணோட்டத்தில்புலனறிவுதான்* (perception)*பிரமாணங்களிலேயே மிகவும் முக்கியமானது; அவர்களைப் பொறுத்த மட்டில் புலனறிவுதான்* (perception) *இந்திய சொல்லியலில் மிகவும் மூத்தது, முதன்மையானது என்பது இங்கே குறிப்பிடத் தக்கது; ஆதி நியாய-வைசேசிகர் வேதத்தைப் பிரமாணம் என ஒப்புக் கொள்வதில் காட்டிய தயக்கங்கள்* (reservations) *விசித்திரமானவை; ஏன் அவர்களுக்கு அதில் அத் தடுமாற்றம் என்பதை நாம் இனிக் கண்டறிய வேண்டும்.*

317 *நியாய சூத்திரத்தின் மீதான தனது விளக்கவுரைக்கு வாத்ஸ்யாயனரின் முன்னுரை;* (Tr. Chattopaddhya D & Gangopaddhyaya M, Nyaya Philosophy, Vol. I., Calcutta , 1968;i.3-5; *பானிபூசன தர்க்கவாகீசரின் இதற்கான விளக்கம் மிகவும் குறிப்பிடத் தக்கது.*

318 Laksmanasastri Dravida (see Phanibhusana Tarkavagisa, Nyaya-darsna (Bngali), vol. I .241n ) and Prajnanananda Sarasvati (Vedanta-Darsaner-Itihasa (Bngali), vol. ii. p.133)

319 Nyaya-manjari- i. 214ff

320 Nyaya-kusumanjali. ii.1, etc.

321 *வேத மேலாதிக்கத்தைத் தூக்கிப் பிடிப்பதில் மீமாம்சகருக்கு இருந்த கவலையைப் பற்றிய தர்ம கீர்த்தியின் குத்தலான* (sarcastic) *குறிப்புரை இங்கே எடுத்துக்காண்பிக்கத் தக்கது: "பேச்சில் காணப்படும் குறைகள் அனைத்தும் அந்த நபரையே சார்ந்தவை; எனவே யாராலும் பேசப்படாததொரு பேச்சே சரியானது, 'எனச் சிலர் வாதிடுகின்றனர்; 'ஒரு பேச்சின் சிறப்புகள் அனைத்தும் அதைப் பேசுகிறவனுக்கே உரியன என்பதால் ஒருவராலும் பேசப்படாததொரு பேச்சு சரியானதன்று' என ஏன் வாதிடக்கூடாது? எனக் கேட்கிறார் தர்மகீர்த்தி*

322 K. Sastri , A Primer of Indian Logic , Madras , 1951 , p. 79

323 Nyaya-sutra.ii . 1.57

324 Vatsyayana on Nyaya-sutra, ii .1 .57 ; Tr .Chattopaddhya D & Gangopaddhyaya M , Nyaya Philosophy, Calcutta, 1968, ii. 93

325 Nyaya-sutra, .ii.1.58

326 Vatsyayana on Nyaya-sutra ii .1 .58; Tr .Chattopaddhya D & Gangopaddhyaya M , Nyaya Philosophy, Calcutta, 1968, ii . 94-5

327 Nyaya-sutra ii . 1 .56

328 *குறிப்பாகச் சட்டங்களை இயற்றியோர் - சான்றாக, மநு* (ii . 11)- *கூறுவதைக் கேளுங்கள்: "தருக்கத்தில் அதிக நம்பிக்கை வைத்து வேத மேலாதிக்கத்தைத் தூக்கியெறியும் ஒரு பிராமணன் வேதத்தை அவமதிக்கிறவன்; அவன் ஒரு நாத்திகன்; நற் சமூகத்திலிருந்து துரத்தப்பட வேண்டியவன்; மநுவிடம் இத்தகைய பத்திகள் ஏராளம்; அவற்றை எளிதில் மேற்கோள் காட்டலாம்.*

329 Vatsyayana on intro.To Nyaya-sutra ii . 1 . 68

330 Nyaya-sutra, ii.1 . 68

331 See Chattopaddhya D & Gangopaddhyaya M, Nyaya Philosophy, Calcutta , 1968 , Vol. ii . p 103

332 Vatsyayana on Nyaya-sutr ii.1 .68; Tr .Chattopaddhya D & Gangopaddhyaya M, Nyaya Philosophy, Calcutta , 1968, ii. 101-2

333 See Chattopaddhya D & Gangopaddhyaya M , Nyaya Philosophy, Calcutta, 1968, Vol. ii . p 103

334 அதே நூல்; cf Satkari Mukherjee in Cultural Heritage Of India , iii . 110-11: "புனித நூலில் - அதாவது, வேதத்தில் - பேசப்படுகிற புலனறிவு சார்ந்த புறப் பொருள்களை உள்ளத்தின் இடையீடின்றிப் பொறிகள் வழி நேரடியாகவே அறிகின்ற திறன் மிகு பேரறிஞர்கள்தாம் வேதங்களின் ஆசிரியர் என்கிறது வைசேசிக-சூத்திரம்; (ii .1 .18) அதன்படி (iv. 5.1-4) (இயற்கை மற்றும் வாழ்வியல்) உண்மைகளைப் பற்றிய நேரடியான பட்டறிவைக் கொண்ட அறிஞர் பெருமக்களின் வாசகங்களே வேத வாக்கியங்கள்" .

335 Dasgupta S. N. ,History of Indian Philosophy ,, I . 282 ff.: இந் நூலில் தாஸ்குப்தா அவர்கள் மிக விரிவாக இதனை அலசியுள்ளார் .

336 e.g., Gopinath Kaviraj in Sarasvati Bhavan Studies, ii. p. 168

337 Vacaspati Misra's Nyaya-suci-nibandha which is followed by Phanibhusana; Ruben's critical edition of the Nyaya-sutra differs

338 Nyaya-suta iv. 1.19

339 Ramanuja on Brahma-sutra iii. 2.39. Tr. Thibaut Sacred Books of the East, xlviii. 626.; அழுத்தம் நம்முடையது; எனினும், "பலிகொடுத்தல்" "தியானம்" போன்ற சொற்களின் பயன்பாடு ஜைமினியின் அசலான உணர்வுக்கு அந்நியமானது.

340 Ramanuja on Brahma-sutra iii . 2 .40 . Tr. Thibaut

341 Samkara on Brahma-sutra iii . 2 .38 . Tr. Thibaut :Sacred Books of the East 180--1

342 Nyaya-sutra iv . 1 . 20

343 Phanibhusana T. ,Nyaya-Darsana (Bengali) , Calcutta, 1324-36 (Bengali years), iv. 36ff

344 Nyaya-sutra.iv .1 . 21,.

345 Phanibhusana T. , Nyaya-Darsana (Bengali) , Calcutta, 1324-36 (Bengali years), iv. 44-141

346 Nyaya-sutra , ii . 1 . . 61-65

347 வீட்டுப் பேறு குறித்த வேதாந்தக் கருதுகோளுக்கு அணுக்கமானதாகத் தோன்றிடும் வாத்ஸ்யாயனரின் பார்வைக்குக் காண்க: Chattopaddhya D & Gangopaddhyaya M,Nyaya Philosophy, Calcutta 1967,i.9f;"ஐயப்பாடு" பற்றிய விவாதந்தான் நியாய வாதத் தத்துவம் உபநிடதங்களில் அல்லது தன்னறிவில் (atma-vidya, i.e. self-knowledge) கரைந்து போகாமல் அதைக் காப்பாற்றியது என்கிறார் வாத்ஸ்யாயனர்.

348 Nyaya-sutra.iv .1 . 22--24,.

349 இந் நூலின் 8ஆம் அத்தியாயம்

350 Vaisesika-sutra , v . 1 .15 .& v . 2 . 7

351 Theses on Feuerbach , iv .

352 The German Ideology . See Marx & Engels, On Religion , pp. 73-80

353 Marx K, Contribution to the Critique of Hegel's Philosophy of Right . See See Marx & Engels, On Religion p.41

354 See Engels ,Dialectics of Nature ,p. 228ff ( The Part Played by Labour in the Transition from Ape to Man ); cf Thomson G , Studies in Ancient Greek Society , London , 1955 vol . ii 21ff

355 Marx K, Capital , Moscow 1954 , vol. 1 . p. 177f

356 Childe G .,What Happened in History , 1954 , p. 8

357 அதேநூல், பக். 15

358 See Engels F. ,Anti-Duhring , Moscow 1947 , p. 205

359 Thomson G , Religion, London , 1955 , p. 7

360 அதே நூல் (Thomson G, Religion, London, 1955, p.7

361 Engels F., The Origin of the Family, Private Property and the State, Moscow 1952, p. 277fl

362 Marx, Contribution to the Critique of Hegel's Philosophy of Right. See Marx & Engels 'On Religion' p.41ff

363 Marx K, Capital, Moscow 1954, vol. i p.79ff

364 Thomson G, Religion, London, 1955, p.9f

365 Thomson G, Studies in Ancient Greek Society, London, 1949 vol. i .p. 440

366 Thomson G ,Studies in Ancient Greek Society , London , 1949 vol . i . p 50

367 Jha G., Sloka-vartika (Eng. tr., Calcutta, 1907. intro. i .

368 Childe G.,What Happened in History, 1954, p. 167

369 Engels F., The Origin of the Family, Private Property and the State, Moscow 1952, p 284

370 Marx &Engels, Selected Works, Moscow, 1962, vol.i.52

371 Lenin V I, On the Significance of Militant Materialism, Selected Works, Moscow, 1967, iii. pp. 664--5

* 9 7 8 9 3 8 3 6 6 1 2 4 4 *

FCW - #0181 - 061026 - C0 - 216/140/19 - PB - 9789383661244 - Matt Lamination